அழகிய நதி

18ம் நூற்றாண்டில்
இந்திய விஞ்ஞானமும்
தொழில்நுட்பமும்

அழகிய நதி

18ம் நூற்றாண்டில்
இந்திய விஞ்ஞானமும்
தொழில்நுட்பமும்

தரம்பால்

தமிழில் : B.R.மகாதேவன்

கிழக்கு

அழகிய நதி: 18ம் நூற்றாண்டில் இந்திய விஞ்ஞானமும் தொழில்நுட்பமும்
Azhagiya Nadhi: *18m Nootrandil India Vinganamum Thozilnutpamum*

by *Dharampal* ©

Tamil Translation by *B.R. Mahadevan* ©

This edition is published in Tamil in arrangement with Other India Press.
Originally Published in English as *Indian Science and Technology in the Eighteenth Century*

First Edition: December 2019
368 Pages
Printed in India.

ISBN: 978-93-86737-87-8
Kizhakku 1176

Kizhakku Pathippagam
177/103, First Floor, Ambal's Building, Lloyds Road,
Royapettah, Chennai - 600 014. Ph: +91-44-4200-9603
Email : support@nhm.in Website : www.nhm.in

kizhakkupathippagam kizhakku_nhm

Kizhakku Pathippagam is an imprint of New Horizon Media Private Limited

The views and opinions expressed in this book are the author's own and the facts are as reported by the author, and the publishers are not in any way liable for the same.

All rights reserved. No part of this publication may be reproduced, stored in a retrieval system, or transmitted, in any form or by any means, electronic, mechanical, photocopying, recording or otherwise, without the prior permission of the publishers.

இந்திய அறிவியல் மற்றும்
தொழில்நுட்பங்களின் ஆசிரியர்கள் மற்றும்
கலைஞர்களின் இன்றைய வம்சாவளியினருக்கு

... குழந்தைகள் டேவிட், கீதா, ரோஸ்விதா ஆகியோருக்கு

உள்ளே

முன்னுரை : சரித்திர உருவாக்கம்	...	09
அணிந்துரை : விரைவில் பூரணகுணம் உண்டாகட்டும்	...	30
நன்றியுரை	...	36
அறிமுகம்	...	39

பகுதி ஒன்று - அறிவியல்

1. பனாரஸ் வான் ஆராய்ச்சிக்கூடம் ... 89
2. பிராமணர்களின் வானவியல் பற்றிச் சில குறிப்புகள் ... 101
3. பனாரஸ் வான் ஆராய்ச்சிக்கூடம் பற்றிய குறிப்புகள் ... 161
4. சனி கிரகத்தின் ஆறாவது துணைக்கோள் - 1 ... 178
5. பழங்கால இந்துக்களுக்கு இருபடித் தேற்றம் தெரிந்திருந்தது என்பதற்கான ஆதாரம் ... 187
6. ஹிந்து அல்ஜீப்ரா ... 196

பகுதி இரண்டு - தொழில்நுட்பம்

7. வங்காளத்தில் அம்மை நோய்க்கு தடுப்பு ஊசி ... 229
8. கிழக்கிந்தியாவில் அம்மை நோய்த் தடுப்பு ... 231
9. கிழக்கிந்திய மதராஸில் மிக அற்புதமான சாந்து தயாரிக்கும் வழிமுறை ... 249
10. கிழக்கு இந்தியப் பகுதிகளில் ஐஸ்கட்டி தயாரிக்கும் முறை ... 254
11. ஹிந்துஸ்தான் காகித உற்பத்தி மற்றும் சணலின் பயன்கள் ... 257
12. இந்திய விவசாயம் ... 263
13. தென்னிந்தியாவின் விதைக் கலப்பை விவசாயம் ... 294
14. ராமநாயக்கன்பேட்டையில் இரும்புப் பட்டறைகள் ... 301
15. இந்தியாவின் மத்திய பகுதிகளில் இரும்பு உற்பத்தி ... 306
16. தென் இந்தியாவில் தேனிரும்பு தயாரிப்பு ... 337
17. மேற்கு இந்தியாவில் தொழில் நுட்பம் ... 351
    பின் இணைப்புகள் ... 361

அறிமுகம்

சரித்திர உருவாக்கம்

க்ளாட் ஆல்வரெஸ்

தரம்பாலின் மகத்தான வரலாற்றுப் படைப்புகளைச் சற்றும் எதிர்பாராதவகையில்தான் நான் பார்க்க நேர்ந்தது. 1976-ல், ஹாலந்தில் இருந்த ஒரு நூலகத்தில் முதன் முதலில் அவருடைய படைப்புகளைப் பார்த்தேன்! அப்போது நான் எனது முனைவர் பட்டத்துக்கான ஆய்வை மேற்கொண்டிருந்தேன். அதன் ஓர் அங்கமாக, இந்தியா மற்றும் சீனாவின் அறிவியல், தொழில்நுட்பம் ஆகியவை பற்றியும் ஆராய்ச்சி மேற்கொண்டிருந்தேன்.

சீன அறிவியல், தொழில்நுட்பம் ஆகியவை பற்றிய வரலாற்று நூல்களுக்கும் அறிவார்ந்த ஆய்வுகளுக்கும் பஞ்சமே இல்லை. ஒருவகையில் அதற்கு முக்கிய காரணமாக டாக்டர் ஜோசஃப் நீதமையும் அவருடைய பல தொகுதிகள் கொண்ட சயின்ஸ் அண்ட் சிவிலைசேஷன் இன் சீனா (சீனாவில் அறிவியலும் நாகரிகமும்) என்ற படைப்பைச் சொல்லலாம். நேர்மாறாக இந்திய அறிவியல் மற்றும் தொழில்நுட்பம் பற்றி ஒற்றை அறிவார்ந்த நூல்கூட இருந்திருக்க வில்லை. இருந்தவை எல்லாம் மிகவும் மோசமான, மிக மிக அடிப்படையான நூல்களாகவே இருந்தன. அவற்றில் படைப்பூக்கமோ உயிர்த்துடிப்போ இருந்திருக்கவில்லை; உண்மையைவிடப் பெரிதும் புனைவுகளே மிகுந்திருந்தன.

மிகவும் மனம் சோர்ந்துபோன நான் ஹாலந்தில், எனக்கு அனுமதி கிடைத்த நூல் நிலையங்கள் அனைத்திலும் நுழைந்து கைக்குக் கிடைத்த புத்தகத்தையெல்லாம் எடுத்துப் படிக்கத் தொடங்கினேன். இந்திய அறிவியல் மற்றும் தொழில்நுட்பம் பற்றி ஹாலந்து

நூலகத்தில் தேடிய நகைமுரணை கவனத்தில்கொள்ள மறந்து விடாதீர்கள். விஷயம் என்னவென்றால், எனது முனைவர் பட்ட ஆய்வை அங்குதான் செய்தேன். எனவே, எனக்கு வேறு வழி இருந்திருக்கவில்லை.

ஒரு இனிய காலைப்பொழுதில் ஆம்ஸ்டெர்டாம் தெருவில் இருந்த தென் கிழக்கு ஆசிய மையத்தினுள் நுழைந்தேன். அங்கு 'பதினெட்டாம் நூற்றாண்டில் இந்திய அறிவியலும் தொழில் நுட்பமும்' என்றொரு புத்தகத்தைப் பார்த்தேன். ஆர்வத்துடன் கையில் எடுத்தேன். யாரோ தரம்பால் என்பவர் எழுதியிருந்தார். அந்த ஆய்வுப்புலத்தில் அப்படியான ஒரு நபரைப் பற்றி நான் அதற்கு முன் கேள்விப்பட்டிருக்கவே இல்லை. புத்தகத்தை எடுத்துச்சென்ற அன்றே படித்து முடித்தேன். அது இந்தியா பற்றிய என் பார்வையை என்றென்றைக்குமாக மாற்றி அமைத்தது.

இப்போது அந்தப் புத்தகத்தைப் படித்து 20 ஆண்டுகள் கழிந்து விட்டன. இன்றும் அந்தப் புத்தகத்தை எடுத்துப் படிக்கும் அத்தனைபேர் உள்ளத்திலும் அதேவிதமான பெரும் தாக்கத்தை ஏற்படுத்தும்விதமாகவே அந்தப் புத்தகம் இருந்துவருகிறது. நமது பள்ளிகளில், குறிப்பாக ஆங்கில வழிப் பள்ளிகளில், இந்தியா பற்றி உருவாக்கப்படும் சித்திரத்துக்கு முற்றிலும் மாறுபட்ட ஒன்றை அந்தப் புத்தகம் ஒரு தலைமுறைக்கும் மேலானவர்களுக்கு அழுத்தமாக உருவாக்கித் தந்துவருகிறது.

இந்திய அறிவியலும் தொழில்நுட்பமும் பற்றிய எனது முனைவர் பட்ட ஆய்வுக்கும் அது மிக மிக வலுவான அஸ்திவாரத்தை அமைத்துக் கொடுத்தது. எனது முனைவர் பட்ட ஆய்வேடு 1979-ல் ஹோமோ ஃபேபர்: இன்றிலிருந்து 1500 ஆண்டுகளுக்கு முன்பாக இந்தியா, சீனா மற்றும் மேற்குலகில் தொழில்நுட்பமும் நாகரிகமும் என்ற தலைப்பில் வெளியானது ('வரலாற்றை காலனியப்பிடியில் இருந்து விடுவித்தல் : 1500 ஆண்டுகளுக்கு முன்பாக இந்தியா, சீனா மற்றும் மேற்குலகில் தொழில்நுட்பமும் நாகரிகமும்' என்ற தலைப்பில் 1997-ல் மறுவெளியீடு செய்யப்பட்டது).

தரம்பாலின் புத்தகத்தை முதன் முதலாகப் பார்த்த 1976-ல் ஒரிஸ்ஸாவில் இருந்து எனது நண்பர் ஒருவர் ஆம்ஸ்டெர்டமில் இருந்த எனது வீட்டுக்கு வந்தார். தற்செயலாக அவரிடம் தரம்பால் பற்றிப் பேசினேன். அதிசயம் என்று சொல்லத் தக்கவகையில் தரம்பால் என் நண்பரின் நெருங்கிய நண்பராகவும் இருந்திருக்கிறார். அதுமட்டுமல்ல, தரம்பால் பக்கத்தில் லண்டனில்தான் வசித்து

வருகிறார் என்றார். தரம்பாலின் தொலைபேசி எண்ணும் என் நண்பரிடம் இருந்தது!

அடுத்தவாரம் விமானம் பிடித்து லண்டனுக்குப் பறந்து, அவரை முதன் முதலாகச் சந்தித்தேன். அவருடைய மனைவி ஃபைலிஸ், மகள்கள் கீதா, ரோஸ்விதா மற்றும் மகன் டேவிட் ஆகியோருடன் அங்கு வசித்துவந்தார்.

அன்று ஆரம்பித்த பந்தம் இன்றுவரை நீடித்துவருகிறது (முன்னுரை எழுதப்பட்ட ஆண்டு பொ.யு.2000). அவருடைய அனைத்துப் படைப்புகளையும் வெளியிடும் 'அதர் இந்தியா பிரஸின்' தலைவராக இருப்பதில் மிகுந்த மகிழ்ச்சியும் அடைகிறேன்.

1977-ல் இந்தியா திரும்பினேன். விசித்திரமான நிகழ்வுகள் அதன் பின் நடக்கத் தொடங்கின.

தமிழ்நாட்டில் வட ஆற்காடு மாவட்டத்தில் அரசியல் போராளிகள் மீது நடந்த போலி மோதல் படுகொலை தொடர்பான உண்மை கண்டறியும் குழுவில் இடம்பெற்றிருந்தேன். காவல்துறை ஏற்பாடு செய்த கும்பல் ஒன்று எங்களை அடித்து விரட்டியது. சென்னைக்குத் திரும்பிய நாங்கள், ஒரு பத்திரிகையாளர் சந்திப்புக்கு ஏற்பாடு செய்தோம். சென்னை சட்டசபைப் பிரதிநிதிகளின் விடுதியில் தங்கினோம். ஒவ்வொரு அறையாகக் கடந்து சென்றபோது ஒரு அறையில் தரம்பால் அமர்ந்துகொண்டிருப்பதைப் பார்த்தேன்! அவசர அவசரமாக பத்திரிகையாளர் சந்திப்புக்குப் போயாக வேண்டியிருந்தது.

பத்திரிகையாளர்கள் வந்து சேர்வதற்கு முன்பாக இரண்டு மூன்று இளைஞர்கள் என்னைச் சந்தித்துப் பேசினர். அவர்களை அதற்கு முன்புவரை நான் பார்த்ததில்லை. பேட்ரியாட்டிக் அண்ட் ப்யூப்பிள் ஓரியண்டட் சயின்ஸ் அண்ட் டெக்னாலஜி (பி.பி.எஸ்.டி) என்ற அமைப்பைச் சேர்ந்தவர்கள் என்று அறிமுகப்படுத்திக்கொண்டார்கள். அந்த அமைப்பின் உறுப்பினர்கள் பலர் கான்பூர், சென்னை ஐ.ஐ.டி.யில் படித்து வந்தனர். என்னுடைய ஹோமோ ஃபேபர் புத்தகம் (அப்போதுதான் அலைட் பப்ளிஷர்களால் அதன் இந்தியப் பதிப்பு வெளியாகியிருந்தது) பற்றிப் பேசினார்கள். தரம்பால் பற்றிக் கூடுதல் விவரங்கள் தெரிந்துகொள்ள விரும்பினார்கள். அவர்களும் எனது புத்தகம் மூலம்தான் தரம்பாலைப் பற்றி முதன் முறையாகத் தெரிந்துகொண்டிருந்தனர்.

'தரம்பாலைப் பற்றி என்னிடம் தெரிந்துகொள்வதைவிட நீங்களே இங்கேயே அவரை சந்தித்துப் பேசலாமே' என்றேன்.

அவர்கள் அதிர்ச்சியில் ஆழ்ந்தனர். ‘என்னது தரம்பாலா... இங்கு சென்னையிலா... எங்கே இருக்கிறார்?’ எம்.எல்.ஏ. விடுதியில் தரம்பால் இருப்பதைச் சொன்னதும் விரைந்து ஓடினார்கள்.

பி.பி.எஸ்.டி. அமைப்பினருக்கும் தரம்பாலுக்குமிடையிலான ஆக்கபூர்வமான, படைப்பாளுமை மிகுந்த நட்பு சிற்சில ஏற்ற இறக்கங்களுடன் இன்றுவரை தொடர்கிறது. ‘பி.பி.எஸ்.டி புல்லட்டின்’ என்ற பெயரில் ஓர் இதழை அந்த அமைப்பினர் தொடர்ச்சியாக வெளியிட்டனர். அவற்றில் தரம்பாலின் கட்டுரைகள் முக்கிய இடத்தைப் பிடித்தன. இந்திய அறிவியல், கலாசாரம், தொழில்நுட்பம், இந்திய சமூகத்தில் மேற்குலக அறிவியல் தொழில்நுட்பத்தின் இடம் ஆகியவைபற்றி மிக அருமையான கட்டுரைகள் அந்த இதழில் தொடர்ந்து வெளிவந்தன. தரம்பாலின் ஆவணங்களில் மிக அதிகமாக இடம்பெறும் செங்கல்பட்டு ஆய்வுத் தரவுகள்பற்றி பி.பி.எஸ்.ட்டி அமைப்பினர் கூடுதல் கவனத்தைச் செலுத்தினர்.

இன்று தரம்பாலின் படைப்புகள் பி.பி.எஸ்.ட்டி. குழுவையும் தாண்டி மிகப் பெரிய அளவில் பலருக்கும் தெரியவந்துள்ளன. அறிஞர்கள், பல்கலைக்கழகப் பேராசிரியர்கள் மட்டுமல்லாமல் இந்து ஸ்வாமிஜிகள், சமணத் துறவிகள் போன்ற மதத் தலைவர்கள், அரசியல்வாதிகள், சமூகச் செயல்பாட்டாளர்கள் பலரிடையேயும் மிகுந்த வரவேற்பைப் பெற்றுள்ளன. தரம்பாலின் படைப்புகளின் மூலம் விளைந்த மிக முக்கியமான செயல்பாடாக ‘பாரம்பரிய அறிவியல் மற்றும் தொழில்நுட்பம்’ என்ற பெயரில் ஆண்டுக்கு இரண்டு முறை நடக்கும் கருத்தரங்கத்தைச் சொல்லலாம். பி.பி.எஸ்.ட்டி., ஐ.ஐ.டி. போன்றவை ஒருங்கிணைக்கும் இத்தகைய கருத்தரங்கங்கள் மிகவும் வலுவான, செழுமையான அறிவுக் கருவூலங்களாகத் திகழ்கின்றன. இந்தியாவுக்குள்ளும் வெளி நாடுகளிலும் தரம்பாலே இது போன்ற பல கருத்தரங்குகளுக்குச் சென்று பேருரையாற்றியிருக்கிறார். *(அவற்றில் சில ‘தரம்பாலின் தொகுக்கப்பட்ட படைப்புகள்’ என்ற தொகுப்பில் இடம்பெற்றுள்ளன.)*

தரம்பாலின் படைப்புகளின் பொதுவான தாக்கமானது மக்களிடையே பெருமளவுக்கு அறிவுக்கண்ணைத் திறப்பதாகத் திகழ்கிறது. இந்தியாவைப் பற்றிய எழுதிவந்த வரலாற்றாசிரியர்கள், குறிப்பாக ஆக்ஸ்பிரிட்ஜ் சிந்தனைப் பள்ளியைச் சேர்ந்தவர்கள், கண்மூடித் தனமாகவும் எந்திரகதியிலும் பல பத்தாண்டுகளாகப் பரப்பியும் கற்றுத் தந்தும் வந்தவற்றுக்குப் பெரும் அச்சுறுத்தலாக தரம்பாலின் படைப்புகள் திகழ்கின்றன. தரம்பால் முறையாகப் பட்டம் பெற்ற

வரலாற்றாசிரியர் அல்ல. ஒருவேளை அவர் அப்படிப் பல்கலைப் படிப்பு படித்திருந்தால் அவர்களைப் போலவே கண் பட்டை கட்டிய குதிரைபோல் குறுகிய பார்வை கொண்டவராக, முழுச் சித்திரத்தைக் கோட்டைவிடுபவராகவே ஆகியிருக்கக்கூடும். நாற்பது ஆண்டு களுக்கு மேலாக வரலாற்று ஆய்வில் தீவிரமாக ஈடுபட்டுவந்த போதிலும் ஓர் எளிய மனிதராகவே நீடித்துவருகிறார். தனது கண்டடைதல்களை மிகுந்த எச்சரிக்கையுடனே முன்வைக்கிறார். எந்தவித ஆர்ப்பாட்டமும் அவர் எழுத்தில் தென்படுவதில்லை. குறிப்பாக, பிரிட்டிஷ் வரலாற்றாசிரியர்களின் காலடியில் அமர்ந்துகொண்டு அவர்கள் முன்வைக்கும் 'உண்மைகள்' மட்டுமல்ல அவர்களுடைய யூகங்களையும் அவசர அவசரமாக அப்படியே முழுங்கும் அறிஞர் பெருமக்களைப்போல் அவர் அளவுக்கு மிஞ்சிய தன்னம்பிக்கையுடன் எதையும் முன்வைப்பதில்லை. அந்த வரலாற்றுப் பெருமக்களைப் பார்த்து தரம்பால் கேட்கும் எளிய கேள்விகள் இவைதான் : எந்தப் பெரிய வரலாற்றுப் படிப்புப் பின்புலமும் இல்லாத தன்னால் தற்செயலாகக் கண்டடைய முடிந்த வரலாற்று ஆவணங்களை அந்த மெத்தப் படித்த மேதைகள் கண்டு பிடிக்கமுடியாமல் போனது எப்படி..? இந்தியர்கள் தொழில் நுட்பத்தில் மிகவும் பின்தங்கியவர்கள் என்ற தீர்மானத்துக்கு எந்தவிதப் பெரிய ஆதாரங்கள் எதுவும் இல்லாமல், வெகு சீக்கிரமாகவே அந்த அறிஞர் பெருமக்கள் வந்து சேர்ந்தது எப்படி?

இந்திய சமூகம்சார்ந்து பிரிட்டிஷாரால் உருவாக்கப்பட்ட வரலாற்றுக் கட்டுமானத்தின் அஸ்திவாரக் கற்களை தரம்பால் வெகு நிதானமாக உடைத்துத் தள்ளியிருக்கும் நிலையில் நமது சமூகம் பற்றிய ஆய்வுகளில் மிகப் பெரிய இடைவெளி விழுந்திருப்பதையும் நாம் ஒப்புக்கொண்டாகவேண்டும். இந்திய சமூகம் பற்றி பாரபட்சமும் முன்முடிவுகளும் கொண்ட ஆங்கிலேய அல்லது காலனிய ஆய்வுகளின் நம்பகத்தன்மை இன்று வெகுவாகக் குறைந்து போய்விட்டிருக்கிறது. ஆனால், அதேநேரம் இந்திய சமூகம், வாழ்க்கை ஆகியவை குறித்த சொந்தமான பார்வையை வளர்த்தெடுக்க நாம் தவறியும்விட்டிருக்கிறோம்.

இந்திய அறிவியல் மற்றும் தொழில்நுட்பம் பற்றிய அறிவியல் பூர்வமான, ஆதாரபூர்வமான தரவுகள் இன்று நம்மிடம் தரம்பாலின் ஆய்வுகளின் மூலமாகக் கிடைத்துவிட்டிருக்கின்றன. ஆனால் இவை அனைத்தையும் தொகுத்து, தெளிவான சித்திரத்தை உருவாக்கும் ஒரு நபர் இன்னும் உருவாகவில்லை. இது தொடர்பாகச் சொல்ல வேண்டிய முக்கியமான ஒரு படைப்பு ஹெலய்ன் செலினின் 'என்சைக்ளோபீடியா ஆஃப் நான் வெஸ்டர்ன் சயின்ஸ், டெக்னாலஜி

அண்ட் மெடிசின்' (க்ளூவர், ஹாலந்து). அது தரம்பாலின் படைப்புகளை மிகுந்த மரியாதையுடன் கணக்கில் கொண்டும் இருக்கிறது. நமக்கான சொந்தமான பார்வையை நாம் வளர்த்தெடுக்காததுவரை இந்திய சமூகம் பற்றி பிரிட்டிஷ் (அல்லது ஐரோப்பிய) பார்வையில் முன்வைக்கப்பட்ட விஷயங்களே தலைமுறை தலைமுறையாக நம் நாட்டு மக்களிடையே எந்தவித விமர்சனப் பார்வையும் இன்றி நகலெடுக்கப்பட்டுக்கொண்டே வரும். தன்னைப் பற்றிப் பிறர் உருவாக்கிக் கொடுத்த பிம்பத்தைச் சுமந்து திரியும் ஒரு சமூகத்தின் படைப்பாளுமையை விடுங்கள்... அது தாக்குப்பிடித்து நிற்பதே மிக மிகக் கடினம்.

தரம்பால் வரலாற்று ஆய்வில் ஈடுபடத் தொடங்கியதென்பது மிகவும் சுவாரசியமான விஷயம். அதைக் கொஞ்சம் விரிவாகவே இங்கு சொல்கிறேன். 1942-ல் வெள்ளையனே வெளியேறு இயக்கத்தில் பங்கெடுத்த பின்னர் கிராம வாழ்க்கை மீது அவருடைய கவனம் திரும்பியது. 1944லிருந்து மீராபஹனுடன் ரூர்க்கி-ஹரித்வாரில் சிறிய ஆஸ்ரமத்தில் கிராம வாழ்க்கை வாழ்ந்திருந்தார். அந்த அனுபவம் அவரை இந்த திசையில் வழிநடத்தியிருக்கும். அதோடு 1948 வாக்கில் தரம்பால் பாலஸ்தீனத்தில் இருக்கும் யூதர்களின் கிபுட்ஸ் வாழ்க்கை பற்றிக் கேள்விப்பட்டபோது 1949-ல் அங்கு சென்று ஓரிரு வாரம் இருந்துவிட்டு வந்தார். ஆனால், அந்த கிபுட்ஸிய பாணி வாழ்க்கை இந்தியாவில் பின்பற்றப்படமுடியாது என்ற முடிவுக்குத்தான் அப்போது வந்தடைந்தார்.

பின்னர் ரிஷிகேஷத்தில் கூட்டுப்பண்ணை வாழ்க்கை முறையில் சிறிய கிராமத்தில் தனது நண்பர்கள் சிலருடன் வாழ்ந்து பார்த்தார். அனைத்து நபர்களுக்கும் சம அளவிலான நிலம், பொது சமையலறை என்பது போன்ற விஷயங்களைச் செய்து பார்த்தார். ஆனால், அந்தக் குழுவினர் ஒரு சமூகமாக, ஒருங்கிணைந்த குழுவாகப் பரிணமிக்கவில்லை. அதோடு அந்தப் பரிசோதனை முயற்சியை ஆரம்பித்தபோது அவர்களிடம் ஆதார வளங்கள் எதுவுமே இருந்திருக்கவில்லை.

பின்னர் 1960களில் ராஜஸ்தானில் இருந்த 'பீஸ் பிஸ்வ' கிராம பஞ்சாயத்துகள், ஒரிஸ்ஸாவில் ஜகந்நாதபுரிக்கு அருகில் இருந்த 'சாசனா' கிராமங்கள் பற்றித் தெரிந்துகொண்டார். 700 வருடங்களுக்கு முன்பாக உருவாக்கப்பட்ட அந்த கிராம சமுதாயங்கள் 1960களிலும் மிகவும் உயிர்த்துடிப்புடன் வெற்றிகரமாக இருந்துவந்தன.

கிராம வாழ்க்கை, கிராமிய மனிதர்கள் தொடர்பான இன்னொரு நிகழ்வு தரம்பாலை வெகுவாக பாதித்தது. அவருடைய வார்த்தைகளிலேயே அதைப் பார்ப்போம்:

1960 வாக்கில் நான் குவாலியரில் இருந்து டில்லிக்கு ரயிலில் போய்க்கொண்டிருந்தேன். மூன்றாம் வகுப்புப் பயணம். சுமார் ஆறு ஏழு மணிநேரப் பயணம். அந்தப் பயணத்தில் நான் பார்த்த மனிதர்கள் இந்தியாவைப் பற்றிய புதிய, விரிவான பார்வை ஒன்றைக் கொடுத்தனர்.

ரயிலில் கூட்டம் அதிகமாக இருந்தது. எனினும் அங்கிருந்தவர்கள் எனக்கு எப்படியோ உட்கார இடம் ஏற்படுத்திக் கொடுத்தனர். மூன்று நான்கு பெண்கள், ஏழெட்டு ஆண்கள் என ஒரு குழுவாக சிலர் வந்திருந்தனர். அவர்கள் இந்தியா முழுவதும் மூன்று மாத கால புனித யாத்திரை மேற்கொண்டுவருவதாகச் சொன்னார்கள். தெற்கே ராமேஸ்வரம் போய்விட்டு வந்திருந்தார்கள். லக்னோவுக்கு வடக்கே இருந்த ஏதோ இரு கிராமங்களைச் சேர்ந்தவர்கள். ஏராளமான மூட்டை முடிச்சுகள், மண் பானைகள், தட்டுகள் வைத்திருந்தனர்.

பானையில் என்ன இருக்கிறது என்று கேட்டுத் தெரிந்து கொண்டேன். மூன்று மாதச் சாப்பாட்டுக்குத் தேவையான கோதுமை மாவு, நெய், சர்க்கரை, உப்பு என அனைத்தையும் அதில் எடுத்து வந்திருந்தனர். அவற்றில் கொஞ்சம் மிச்சம் இருந்தது. கூட்ட நெரிசலில் பலர் தம் மீது இடிப்பதைப் பெண்கள் பெரிய சிரமமாக எடுத்துக்கொள்ளவில்லை. ஆனால், அவர்களுடைய உணவுப்பொருட்களை யாரேனும் மிதித்துவிட்டால் ரொம்பவே வருந்தினார்கள்.

'நீங்கள் எல்லாரும் ஒரே ஜாதியா' என்று கேட்டேன்.

'இல்லை. நாங்கள் பல ஜாதிகளைச் சேர்ந்தவர்கள்' என்றார்கள்.

'எனக்கு ஆச்சரியமாக இருந்தது. அது எப்படி' என்று கேட்டேன்.

'யாத்திரைகளில், குறிப்பாகப் புனித யாத்திரை மேற்கொள்பவர்களிடையே, ஜாதி பேதம் கிடையாது' என்றார்கள்.

எனக்கு அதுநாள்வரையில் அது தெரிந்திருக்கவில்லை. அப்போது எனக்கு 38 வயது. இந்தியாவில் இருக்கும் பலரைப் போலவே எனக்கும் நம் நாட்டு எளிய விவசாயிகள், கைவினைக் கலைஞர்கள், கிராமத்து மனிதர்கள் பற்றிப் பெரிதாக எதுவும் தெரியாது.

'நீங்கள் மெட்ராஸுக்குச் சென்றீர்களா... பம்பாய்க்குச் சென்றீர்களா?'

'ஆமாம். அந்த ஊர்கள் வழியாகச் சென்றோம்'.

'அங்கு என்னவெல்லாம் பார்த்தீர்கள்?'

'எதுவும் இல்லை. எங்களுக்கு அதற்கெல்லாம் நேரம் இல்லை'.

உரையாடல் இப்படியாகவே சென்றது. நவீன இந்தியாவின் முக்கியமான இடங்கள், நினைவுச்சின்னங்கள் பற்றிக் கேட்டேன். எதையுமே அவர்கள் பார்த்திருக்கவில்லை.

'இப்போது டில்லிக்குத்தானே போகிறீர்கள்'.

'ஆமாம்'.

'அங்கு தங்கி முக்கியமான இடங்களைப் பார்ப்பீர்கள் அல்லவா?'

'இல்லை. ரயில் மாற மட்டுமே டில்லியில் இறங்குவோம். எங்களுக்கு ஹரித்துவார் போகவேண்டும்'.

'டில்லி நம் நாட்டின் தலைநகரமல்லவா..? அங்கு பல நினைவுச் சின்னங்கள் இருக்கின்றனவே... அதையெல்லாம் பார்க்க மாட்டீர்களா..?'

'இல்லை. எங்களுக்கு அதற்கெல்லாம் நேரம் இல்லை. பின்னர் என்றாவது பார்த்துக்கொள்ளலாம். இப்போது இல்லை. ஹரித்துவார் போகவேண்டும். அங்கிருந்து வீடு திரும்பி விடுவோம்'.

ஐந்தாறு மணி நேரம் நாங்கள் பேசிக்கொண்டே வந்தோம். நான் யோசித்துப் பார்த்தேன்... இந்த இந்தியாவை (கிராம மனிதர்களை) யார் காப்பாற்றப்போகிறார்கள்? நாம் பேசும் இந்தியா என்பது என்ன? ஜவாஹர்லால் நேரு மற்றும் அவரைப் போன்ற பல தலைவர்களால் உருவாக்கப்பட்ட இந்தியா... அதன் நவீன கோவில்களான தொழிற்சாலைகள், பல்கலைகள், கல்வி மையங்கள், நினைவுச் சின்னங்கள்... இவற்றையெல்லாம் யாருக்காகக் கட்டிவைத்திருக்கிறோம். இவற்றில் எதுவுமே இந்த எளிய மனிதர்களின் புனித யாத்திரையில் இடம்பெறவில்லை. ஆனால், அவர்கள்தான் உண்மையான இந்தியாவின் பிரதிநிதிகள். பண்டிதர் ஜவஹர்லால் நேருவையும்விட இந்தியாவைத் துல்லியமாகப் பிரதிநிதித்துவப்படுத்துபவர்கள். அல்லது என்னையும் நம்மில் பலரையும்விட மேலாகப் பிரதிநிதித்துவப் படுத்துபவர்கள்.

இந்த சம்பவம் தரம்பாலின் சிந்தனையை வெகுவாக பாதித்தது. அது அவர் மனதில் இன்றும் அழுத்தமாகப் பதிந்துமிருக்கிறது. நமது இன்றைய காலகட்டத்துப் புதிய தலைவர்களுக்கும் எளிய மனிதர் களுக்கும் இடையிலான இந்த இடைவெளியானது இப்படியேதான்

கடந்த காலங்களிலும் இருந்ததா? எளிய மக்களின் வாழ்க்கை, கடந்த காலத்தில் எப்படி இருந்தது என்பதைப் பற்றிக் கூடுதலாகத் தெரிந்துகொள்ளவேண்டும் என்ற ஆர்வம் அவருக்குப் பிறந்தது.

பீஸ் பிஸ்வ, சாசனா கிராம சமுதாயங்கள் இன்றும் உயிர்த்துடிப்புடன் செயல்பட்டுவருவதைப் பார்த்து வியந்த தரம்பால், இந்திய நாகரிகத்தின் இந்த அம்சங்களை இத்தனை ஆண்டுகாலம் அழியாமல் பாதுகாத்துவருவது எது (மாறாக இன்று பல கிராமங்கள் வறுமையிலும் வீழ்ச்சியிலும் இருந்துவரும் நிலையில்) என்பதைத் தெரிந்துகொள்ள விரும்பினார்.

இந்த கிராம சமுதாயங்களின் ஆதார அம்சங்களை நாம் புரிந்துகொள்ள முடிந்தால், நவீன இந்திய சமூகத்துக்கு, குறிப்பாக அதன் அறிஞர்கள், அரசியல் தலைவர்கள் ஆகியோருக்கு, இன்று அந்த கிராமங்கள் தளர்வுற்றும் சுற்றுப்புறங்களில் இருந்து அந்நியப்பட்டும் இருப்பதை மாற்றி அவற்றை மீண்டும் உயிர்த்துடிப்புடன் இயங்கச் செய்ய வழி பிறக்கும். இதைத் தெரிந்துகொள்ளவேண்டுமென்றால் பிரிட்டிஷ் மற்றும் ஐரோப்பிய ஆதிக்கத்துக்கு உட்படுவதற்கு முந்தைய இந்திய சமூகம் என்னவாக இருந்தது என்பதை ஆராய்ந்து பார்த்தாக வேண்டியிருக்கும். இந்த எண்ணத்துடன் அவர் தனது ஆய்வுகளைத் தொடங்கியபோது அவருக்கு எந்த திசையில் பயணிக்க வேண்டும் என்பது தெரிந்திருக்கவில்லை. அவருக்கு அவர் தேடியவை உடனே கைக்குக் கிடைத்த பின்னரும் அதன் முக்கியத்துவம் பின்னாளில்தான் புரியவும் வந்தது.

1964 வரை தரம்பாலுக்கு ஆவணக்காப்பகங்கள், நூலகங்கள் ஆகியவற்றில் இருக்கும் தரவுகள் பற்றி எளிய மனிதர்களுக்கு இருக்கும் புரிதல் மட்டுமே இருந்தது. 1964-65 வாக்கில் சென்னையில் தான் (முன்பு மெட்ராஸ்) இந்தியா பற்றிய ஆவணங்களை அவர் முதன் முதலாக ஆராயத் தொடங்கினார். காலப்போக்கில் அவருடைய ஆய்வு விரிந்துகொண்டே சென்றது. இந்த ஆய்வு மையங்களில் இந்திய மொழிகளின் ஓலைச்சுவடிகள் அல்லது அச்சு வடிவில் பல ஆவணங்கள் இருந்தன. ஆனால், 1700 வாக்கிலான ஆவணங்கள் தொடங்கி நம்மிடம் இருக்கும் பெரும்பாலான தரவுகள் எல்லாம் பிரிட்டிஷாரின் நலனுக்கு உகந்தவகையில் சேகரிக்கப்பட்டவை என்பதை அவர் புரிந்துகொண்டார். போர்ச்சுகீசியர்கள், டச்சுக் காரர்கள், ஃப்ரெஞ்சுக்காரர்கள், பல்வேறு ஐரோப்பிய கிறிஸ்தவ போதகர்கள், வணிக அமைப்பினர் எல்லாருமே தனித்தனியான ஆவணங்களைத் தொகுத்து வைத்திருந்தனர். என்றாலும் அவையெல்லாம் சொற்பமானவையே.

இந்தியா பற்றி பிரிட்டிஷாரால் தொகுத்துவைக்கப்பட்டிருக்கும் தரவுகள் எல்லாமே அன்றைய பிரிட்டிஷாரால் பார்க்கப்பட்டு, புரிந்துகொள்ளப்பட்ட விஷயங்கள் தொடர்பாகவே இருக்கின்றன. அந்த ஆவணங்கள் பொதுவாக மூன்று வகையினவாக இருக்கின்றன.

முதலாவது வகை ஆவணங்கள் இந்தியாவின் பூகோள நிலப்பரப்பு, சில குறிப்பிட்ட பிராந்தியங்களில் வாழும் மக்களின் பழக்க வழக்கங்கள், பொதுவாழ்க்கை, விழாக்கள், கலாசார வாழ்க்கை, சமூக அமைப்புகள், இந்திய விவசாயம், தொழில் உற்பத்திகள், இந்திய அறிவியல், விஞ்ஞானம் ஆகியவை பற்றியதாக இருக்கின்றன.

இரண்டாவதாக, பிரிட்டிஷ் இந்தியப் போர்கள் பற்றிய ஆவணங்கள். 1748-ல் ஆற்காடைக் கைப்பற்றியதில் தொடங்கி 1858 வரையான நிகழ்வுகள். அதன் பின் 1875 தொடங்கி 1947-ல் இந்தியா பாகிஸ்தான் என இரு நாடுகளாக இந்தியா பிரிக்கப்பட்டதுவரையான அரசியல் நிகழ்வுகள், பிரிட்டிஷாரால் தொடங்கப்பட்ட அமைப்புகள், அவற்றின் செயல்பாடுகள் பற்றிய ஆவணங்கள்.

மூன்றாவதாக, 1680கள் வாக்கில் தொடங்கிய இந்தியாவுக்கான பிரிட்டிஷாரின் வியூகங்கள், கொள்கை முடிவுகள், 1750களில் அவை இந்தியாவில் அமல்படுத்தப்படத் தொடங்கிய நிகழ்வுகள் ஆகியவை தொடர்பான ஆவணங்கள். இந்தச் செயல்திட்டங்கள், வியூகங்கள் எல்லாம் இறுதிவரை பிரிட்டனிலேயே முடிவு செய்யப்பட்டன. அவற்றின் அமலாக்கம் இந்தியாவில் மேற்கொள்ளப்பட்டன. இந்தியாவின் பெயரில் கிழக்கே சீனக் கடல் தொடங்கி மேற்கே செயின்ட் ஹெலனா தீவு வரையிலும் அந்த சாம்ராஜ்ஜியம் விரிந்து பரவியிருந்தது.

இந்த பிரமாண்டமான விரிவான ஆவணக் களஞ்சியமானது எப்படி உருவாக்கப்பட்டது என்பதைத் தெரிந்துகொள்வது அவசியம். அதற்கு பிரிட்டிஷ் காலகட்டத்தில் இந்தியா எப்படியாக நிர்வகிக்கப்பட்டது என்பது பற்றித் தெரிந்துகொள்வது மிகவும் அவசியம். பொதுவாகச் சொல்லப்படும் விஷயம் என்னவென்றால் (பெரும்பாலான வரலாற்று புத்தகங்களில்), 1600 தொடங்கி 1748 வரையில் பிரிட்டிஷ் கிழக்கிந்திய கம்பெனி இந்தியாவின் கடலோர நகரங்களில் தன்னை நிலைநிறுத்திக்கொண்டது; இவற்றை கோட்டை நகரங்களாக அறிவித்தது. வணிகப் பொருட்களைச் சேமித்து வைக்கும் பண்டக சாலைகளை அமைத்தது. தேவையான ராணுவப் பாதுகாப்புகளை ஏற்படுத்திக்கொண்டது.

1748 தொடங்கி இந்தியாவை மெள்ள ஆக்கிரமிக்கத் தொடங்கியது. கிழக்கிந்திய கம்பெனியின் ஆட்சி 1858 வரை நீடித்தது. அந்த

ஆக்கிரமிப்பு காலத்தில் மேற்கொள்ளப்பட்ட அனைத்து சுரண்டல்கள், அடக்குமுறைகள், வன்முறைகள் எல்லாவற்றுக்கும் கிழக்கிந்திய கம்பெனி மட்டுமே பொறுப்பு என்றுதான் பொதுவாகச் சொல்லப்படுகிறது. அதோடு கிழக்கிந்திய கம்பெனியின் முறைகேடான நிர்வாகத்தினால் மனம் வருந்திய பிரிட்டிஷ் அரசு 1857-58 சிப்பாய் போராட்டத்துக்குப் பின், நேரடியாக இந்தியாவைத் தன் ஆளுகையின் கீழ் கொண்டுவந்தது. இந்தியாவுக்கான 'செகரட்டரி ஆஃப் ஸ்டேட்' என்றொருவரை நியமித்து , 1947 வரை இந்தியாவைத் தொடர்ந்து நிர்வகித்து வந்தது என்று சொல்கிறார்கள்.

தரம்பால் என்ன சொல்கிறார் என்றால் கிழக்கிந்திய கம்பெனி ஒருபோதும் தனியாக, தன் விருப்பப்படி நடந்துகொண்டதில்லை என்கிறார். 1600-ல் பிரிட்டன் அரசு கொடுத்த உத்தரவின் பேரிலேயே கிழக்கிந்திய கம்பெனி பிரிட்டனில் உருவாக்கப்பட்டது. அதன் உறுப்பினர்கள் பலர் சாகச விரும்பிகளாகவும் சுரண்டல் பேர்வழி களாகவும் இருந்தனர். ஆரம்பத்தில் இருந்தே கம்பெனியின் அனைத்து விரிவாக்கச் செயல்பாடுகளுக்கும் பிரிட்டிஷ் கடற் படையின் முழு ஆதரவும் இருந்திருக்கிறது. பிரிட்டிஷ் ராணுவமும் கூட இதற்குப் பெருமளவுக்கு உதவிகள் செய்திருக்கிறது.

அதுபோலவே தொடக்க காலத்திலிருந்தே கிழக்கிந்திய கம்பெனியும் பிரிட்டிஷ் அரசாங்கத்துக்குக் கணிசமான தொகையைத் (மில்லியன் கணக்கிலான பவுண்ட்ஸ் ஸ்டெர்லிங்) தந்திருக்கிறது. பிரிட்டிஷ் அரசுக்குக் குறைந்த வட்டியில் பெரும் தொகையைக் கடனாகவும் வழங்கியிருக்கிறது. பிரிட்டிஷ் அரசாங்க அதிகாரிகளின் வழிகாட்டுதல்கள் கிழக்கிந்திய கம்பெனிக்குத் தொடர்ந்து கிடைத்து வந்திருக்கிறது. சில நேரங்களில் கிழக்கிந்திய கம்பெனியின் சில விவகாரங்கள் பிரிட்டிஷ் கடற்படைத்தலைவர்கள் பொறுப்பில் விடப்பட்டிருக்கின்றன. அந்தக் கடற்படைத் தலைவர்கள் பிரிட்டிஷ் அரசர் மற்றும் அதிகார வர்க்கத்தின் ஆணைக்குக் கட்டுப்பட்டு நடக்கவேண்டியவராகவே இருந்திருக்கிறார்கள். ஆரம்பகாலகட்ட ஆவணங்களில் இது தொடர்பான தகவல் பரிமாற்றங்கள், வழிகாட்டுதல்கள் ஆகியவையே பெருமளவுக்கு இருக்கின்றன.

பிரிட்டிஷ் அரசின் நேரடி தலையீடு இருந்ததற்கான மிகச் சிறந்த எடுத்துக்காட்டாக, 1754-ல் கனோஜி ஆங்க்ரேவுக்கும் பிரிட்டிஷாருக்கும் இடையிலான இறுதி மோதலைக் குறிப்பிட்டுச் சொல்லலாம். 'பிரிட்டிஷாரின் சாம்ராஜ்ஜிய விஸ்தரிப்புக்கு அவர் இடைஞ்சலாக இருக்கிறார்; அவரை அப்புறப்படுத்தியாகவேண்டும்' என்று பிரிட்டிஷ் அரசு கருதியிருக்கிறது. 1600-ல் ஆரம்பிக்கப்பட்டு

1750களில் ஆக்கிரமிப்பாளராகவும் ஆட்சி அதிகாரத்தைக் கைப்பற்றிய தாகவும் ஆன காலகட்டம்வரையிலும் இதுபோல் ஏராளமான சம்பவங்கள் நிகழ்ந்தேறியிருக்கும்.

1750க்குப் பின்னர் பல்வேறு வழிகளில் கிழக்கிந்திய கம்பெனிக்கு பிரிட்டிஷ் அரசிடமிருந்து வழிகாட்டுதல்கள் தரப்பட்டன. 1757-ல் வங்காளத்தை பிரிட்டிஷார் தமது ஆளுகைக்குக் கொண்டுவந்தனர். 'விண்ணுலகில் பிறந்த தளபதி' என்று சாத்தம் பிரபுவால் புகழப்பட்ட ராபர்ட் க்ளைவ், 'இந்தியாவானது கம்பெனியால் ஆளப்படமுடியாது. பிரிட்டிஷ் அரசால் நேரடியாக மட்டுமே ஆளப்படமுடியும்' என்று பிரிட்டனுக்குக் கடிதம் அனுப்பினார். இந்த ஆலோசனை மற்றும் இது போன்ற பிற ஆலோசனைகளுக்கு இணங்க 1773-ல் ஒழுங்குபடுத்தும் சட்டம் ஒன்று பிரிட்டனில் இயற்றப்பட்டது.

இதைத் தொடர்ந்து இந்தியாவுக்கு ஒரு கவர்னர் ஜெனரலும் அவருக்கான கவுன்சிலும் நியமிக்கப்பட்டன. இதற்கு 11 ஆண்டு களுக்குப் பின்னர் 1784-ல் இன்னொரு சட்டம் இயற்றப்பட்டது. அதன்படி, இந்திய விவகாரங்களைக் கவனித்துக்கொள்ள 'போர்ட் ஆஃப் கமிஷனர்கள்' அமைக்கப்பட்டது. ஒரு தலைவரும் ஆறு உறுப்பினர்களும் கொண்ட அந்த போர்டின் ஆரம்ப காலத்தில் பிரிட்டிஷ் அரசரும் ஓர் உறுப்பினராகவே இருந்தார். அதன் பிறகு அந்த கமிஷனர்கள் இந்தியாவின் ஆட்சியாளர்களாக நியமிக்கப்பட்டனர்.

இந்தியாவில் இருந்த எந்தவொரு துறைக்கான அல்லது அதன் மூன்று பிரஸிடென்சிக்களுக்கான எந்தவொரு உத்தரவானாலும் அது வரிக்கு வரி, வார்த்தைக்கு வார்த்தை அந்த போர்ட் மூலமே வரையறுக்கப் பட்டன. அதன் பின்னர் கிழக்கிந்திய கம்பெனியானது அந்த இறுதித் தீர்மானத்தை அந்த அமைப்பின் தலைவர் மற்றும் உறுப்பினர்களின் கையெழுத்தைப் பெற்று இந்தியாவுக்கு அனுப்பியது.

இது நீங்கலாக, போர்ட் ஆஃப் கமிஷனர்களின் தலைவருக்கும் இந்தியாவில் இருந்த பிரிட்டிஷ் கவர்னர் ஜெனரலுக்கும் இடையே தனியாக வேறொரு தகவல் பரிமாற்ற வழியும் திறந்துவிடப்பட்டது. அதுபோலவே பிரஸிடென்ஸிக்களின் கவர்னர்களுடனும் ஒரு தகவல் தொடர்பு ஏற்படுத்திக்கொள்ளப்பட்டது. கம்பெனி மூலமாகத் தெரிவிக்கப்பட்ட சில சம்பிரதாய உத்தரவுகள், வழிகாட்டுதல்களை இவை சில நேரங்களில் மீறியும் செயல்பட்டிருக்கின்றன.

போர்ட் ஆஃப் கமிஷனர்கள் அமைப்பு சில துறைகளின் உத்தரவுகளைத் தாமே தயாரித்து தலைவரின் கையெழுத்தைப் பெற்று இந்தியாவுக்கு அந்த போர்ட் அலுவலகமே அனுப்பிவைக்கும். இந்த

நடைமுறையே 1858 வரை நடைமுறையில் இருந்தது. 1858-ல் பிரிட்டிஷ் அரசு நேரடியாக இந்திய ஆட்சிப் பொறுப்பை ஏற்றுக் கொண்டதென்பது ஒரு அடையாள மாற்றம் மட்டுமே. போர்ட் தலைவர் இதன் பின்னர் செகரட்டரி ஆஃப் ஸ்டேட் என்று அழைக்கப் பட்டார் (அப்படியாக 1813க்கு முன்னால் இருந்து என்று சொல்ல முடியாவிட்டாலும் அதற்குப் பின்னர் சீனக் கடல் பகுதிகள் தொடங்கி செயிண்ட் ஹெலனா வரையான பகுதிகளின் ஆட்சி அதிகாரத்தில் கிழக்கிந்திய கம்பெனி ஆறாம் விரல் போலவே இருந்து வந்திருக்கிறது. தரம்பாலைப் பொறுத்தவரையில் இந்த உண்மை யானது அனைத்து இந்தியர்கள் மனதிலும் ஆழமாகப் பதிந்தாக வேண்டும். அதோடு உலக வரலாற்று ஆய்வாளர்களும் இந்த உண்மையை நன்கு புரிந்துகொள்ளவேண்டும் என்கிறார்.)

இப்படியாக, இந்தியாவில் இருந்த பிரிட்டிஷ் ஆட்சியாளருக்குத் தெரியவந்த ஒவ்வொரு விஷயத்தையும் 1858 வரையிலும் லண்டனில் இருந்த பிரிட்டிஷ் அரசுக்கு உடனே தெரியப்படுத்தியிருக்கிறார்கள். அந்த விஷயம் தொடர்பாக என்ன நடவடிக்கை எடுக்கவேண்டும் என்ற உத்தரவையும் வழிகாட்டுதலையும் பெற அதைச் செய்தாக வேண்டியிருந்திருக்கிறது. அப்படியாகத்தான் பிரிட்டிஷ் ஆவணங்கள் எல்லாம் இந்தியாவின் ஒவ்வொரு நிகழ்வு, விஷயம் பற்றிய தரவுகளை நமக்கு அறியத் தருவதாக ஆகிவிட்டிருக்கிறது.

எனவே, பிரிட்டிஷாரின் ஆக்கிரமிப்புக்கு உட்படுவதற்கு முந்தைய இந்தியாவைப் பற்றிய தகவல்களைத் தெரிந்துகொள்ளவேண்டு மென்றால், பிரிட்டிஷாரால் தொகுக்கப்பட்ட, அனுப்பப்பட்ட ஆவணங்களை கவனமாக, விரிவாகப் பரிசீலித்தாகவேண்டும். இதைத்தான் தரம்பால் செய்தார். அவருக்குப் பெரிதாக வருமானம் என்று எதுவும் இருந்திருக்கவில்லை. குடும்பத்தை வேறு கவனித்துக் கொள்ளவேண்டியிருந்தது. இவை எதையும் பொருட்படுத்தாமல் பிரிட்டனில் இருந்த இந்தியா ரெக்கார்ட் ஆஃபீஸுக்குத் தொடர்ந்து படையெடுக்கத் தொடங்கினார். ஒளிநகல் எடுப்பதென்றால் அதற்கு பணம் நிறையத் தேவை. சில பழங்கால ஆவணங்களை ஒளி நகல் எடுக்க அனுமதியும் இருந்திருக்கவில்லை. எனவே, ஆயிரக் கணக்கான பக்கங்களை, லட்சக்கணக்கான வார்த்தைகளை ஒவ்வொன்றாகக் கைப்பட எழுதி எடுத்தார். அதன் பிறகு அவற்றை தட்டச்சு செய்து பெற்றுக்கொண்டார். அப்படியாக பிரிட்டிஷ் ஆவணக்காப்பகத்தில் இருந்து ஆயிரக்கணக்கான பக்கங்களைப் பிரதி எடுத்துக்கொண்டார். இந்தியா திரும்பியபோது விலை மதிப்பு மிகுந்த அந்த பொக்கிஷங்களைப் பல டிரங்குபெட்டிகள், சூட்கேஸ்களில் போட்டு எடுத்துவந்தார்.

இந்த ஆவணங்களையெல்லாம் இதற்கு முன் யாரும் பார்த்திருக்க வில்லை என்றெல்லாம் சொல்ல முடியாது. டஜன் கணக்கில் பார்த்திருப்பார்கள். ஆனால், அவர்களெல்லாம் முழுமையான, விரிவான சித்திரத்தைப் பெற முயற்சி செய்திருக்கவில்லை. லண்டனில் ஓரிரு மாதங்கள் தங்கியிருந்து குறிப்பிட்ட ஆய்வு சார்ந்த விஷயங்களை மட்டுமே துண்டு துண்டாகத் தேடியிருப்பார்கள். மாறாக தரம்பால் பல பத்தாண்டுகள் இந்த ஆய்வுக்காகவே செலவிட்டார். தான் படித்த விஷயங்களை மிகத் துல்லியமாக மனதில் ஆழமாகப் பதியவைத்துக்கொண்டார். அப்படியாகத்தான் அவர் ஒரு முழுமையான சித்திரத்தை உருவாக்கினார்.

இந்தியாவைப்பற்றி பிரிட்டிஷ் ஆவணங்களில் இருந்து உருவான சித்திரமானது மலைக்கவைப்பதாக இருந்தது. நமது பள்ளிப் பாடப் புத்தகங்களில் சொல்லித்தரப்பட்ட வரலாறுக்கு முற்றிலும் மாறாக, இந்தியாவானது உயிர்த்துடிப்பான சமூகமாக இருந்திருக்கிறது; அந்நாளைய தொழில்நுட்பம், கைவினைக்கலைகள், அறிவியல் ஆகியவற்றில் சிறந்து விளங்கியிருக்கிறது என்ற உண்மைகள் தெரியவருகின்றன. இயற்கைச் சூழலை இந்திய சமுதாயம் பயன்படுத்தியவிதத்தை யாரும் குறைத்து மதிப்பிடவே முடியாது. உண்மையில் அதைப் பெருமையாகப் போற்றத்தான் வேண்டி இருக்கும். விவசாயம் மற்றும் தொழில் துறை உற்பத்தியில் இந்தத் திறமை நன்கு வெளிப்பட்டதைப் பார்க்க முடிகிறது. 1750 வாக்கில் சீனாவும் இந்தியாவும் சேர்ந்து உலகத் தொழில்துறை உற்பத்தியில் 73% உற்பத்தி செய்துவந்துள்ளது என்பது நமக்கு இன்று தெரியும். 1830 வரைகூட இந்த இரு நாட்டுப் பொருளாதாரமும் 60% உலகத் தொழில்துறை உற்பத்தியைத் தன்னகத்தே கொண்டிருந்திருக்கின்றன.

இன்று ஜப்பானில் ஒரு ஹெக்டேருக்கு 5-6 டன் நெல் உற்பத்தி செய்யப்படுகிறது. இதுதான் இன்றைய உலகில் மிகப் பெரிய சாதனை. ஆனால், 1760 வாக்கிலேயே தமிழ் நாட்டின் செங்கல்பட்டில் இதே அளவுக்கு உற்பத்தி செய்யப்பட்டிருக்கிறது! ஒவ்வொரு கிராமத்திலும் ஒரு பள்ளி என மிகப் பெரிய கல்வி வலைப்பின்னல் நிறுவப்பட்டு இளைய தலைமுறையினரின் தேவைக்கு ஏற்ற கல்வியை இந்தியா வெகுகாலத்துக்கு முன்பே வழங்கிவந்திருக்கிறது.

இந்திய சமுதாயத்தின் மிக முக்கியமான அம்சம் என்னவென்றால் ஒவ்வொரு அமைப்புகளுக்கான நிதி ஆதாரத்தை மிகத் தெளிவாகத் துல்லியமாக வரையறுத்து வைத்திருந்ததுதான். ஏரி, குளங்களைப் பராமரித்து நீர்ப்பாசனத்தைக் கவனித்துக்கொண்ட பணியாளர்கள் தொடங்கி காவல்காரர்கள், ஆசிரியர்கள் வரை சமூகத்தின் அனைத்துப்

பணியாளர்களுக்கான தொகையானது ஒட்டு மொத்த உற்பத்தியில் இருந்து பிரித்துக் கொடுக்கப்பட்டது. தொழில்நுட்பத் துறையை எடுத்துக்கொண்டால் நாம் உற்பத்தி செய்த எஃகானது ஷெஃபீல்ட் எஃகைவிட உயர்தரத்தில் இருந்தது. சாயங்கள், கப்பல்கள் மற்றும் நூற்றுக்கணக்கான பொருட்கள் என நாம் பலவற்றை உருவாக்கி இருக்கிறோம்.

தரம்பால் இந்த உண்மைகளையெல்லாம் தெரிந்துகொண்டபோது, பிரிட்டிஷார் இந்த உன்னதமான அமைப்பை எப்படியெல்லாம் சிதைத்து இந்தியப் பொருளாதாரத்தையும் சமூகத்தையும் சிதைத்தனர் என்பதையும் புரிந்துகொண்டார். பிரிட்டிஷார் மிக விரிவான பரந்துபட்ட அளவில் ஒரு நிர்வாக அமைப்பை உருவாகி இந்திய நிலங்களில் விளைந்தவற்றை வரிகளாகச் சுரண்டுவது, தொழில் உற்பத்திகளைச் சுரண்டுவது என செயல்பட்டிருப்பதை இந்த ஆவணங்களில் இருந்து புரிந்துகொண்டார். துப்பாக்கி முனையில் இவையெல்லாம் மிரட்டிச் செய்யப்பட்டிருக்கும் கொடூரத்தையும் தெரிந்துகொண்டார்.

17-ம் நூற்றாண்டின் நீண்ட நிதானமான சிந்தனைக்குப் பின்னர் பிரிட்டிஷார்கள் அல்லது ஐரோப்பியர்கள் இந்தியாவில் குடியேற வேண்டும் என்ற முயற்சியை ஒருபோதும் எடுத்திருக்கவே இல்லை. இந்தியாவின் பெரும்பாலான பகுதிகளின் தட்ப வெப்பநிலை, இந்தியர்களின் வசதி வாய்ப்புகள் மிகுந்த நிலை, கடினமாக உழைக்கும் குணம், மிகுந்த மக்கள் தொகை ஆகிய காரணங்களினால் ஐரோப்பியர்கள் இங்கு தங்க வேண்டிய தேவையே இருந்திருக்க வில்லை.

எனவே, இந்தியாவில் இருக்கும் பல்வேறு துறைகளின் உபரி உற்பத்தியையும் வரி வசூலையும் பிரிட்டனுக்கும் ஐரோப்பாவுக்கும் கொண்டு செல்வதே போதுமானது என்று தீர்மானிக்கப்பட்டது. 1780வாக்கில் இப்படியான ஆலோசனையானது எடின்பர்கைச் சேர்ந்த பேராசிரியர் ஆடம் ஃபெர்கூஸனால் மிகத் தெளிவாக முன்வைக்கப் பட்டது. ஃபெர்கூஸன் ஓர் ஒழுக்கவியல் பேராசிரியர்; பிரிட்டிஷ் சமூகவியலின் தந்தை என்று போற்றப்படுபவரும்கூட.

இந்தியாவை எப்படி ஆட்சி செய்வது என்பதுபற்றிப் பேசும் ஃபெர்கூஸன், இப்படி ஆட்சி செய்ய வேண்டியதன் நோக்கம் என்ன என்ற கேள்வியை முதலில் எழுப்புகிறார். அவரைப் பொறுத்த வரையில், 'இந்தியாவில் இருந்து எவ்வளவுக்கு முடியுமோ அவ்வளவு செல்வ வளங்களை ஐரோப்பாவுக்குக் கொண்டு செல்ல வேண்டும் என்பதே இந்தியாவை ஆட்சி செய்வதற்கான முக்கியமான

நோக்கம்' என்று சொல்கிறார். மேலும் அவரைப் பொறுத்தவரையில், 'இந்தப் பணியை பிரிட்டிஷ் அரசின் பணியாளர்கள் மற்றும் அரச அமைப்புகளைக் கொண்டு செய்விக்க முடியாது. அவர்களெல்லாம் அரசாங்கத்தின் சட்ட திட்டங்களுக்குக் கட்டுப்பட்டு நேர்மையாக நடந்துகொள்ளவேண்டும் என்று நினைப்பார்கள். இந்தியாவில் இருந்து ஐரோப்பாவுக்குச் செல்வ வளங்களைக் கொண்டு செல்ல வேண்டுமென்றால் அதற்கு விதிமுறைகளை, சட்ட திட்டங்களை வளைத்தும் மீறியும் நடந்துகொள்ளவேண்டியிருக்கும். அரசாங்க அமைப்புகள், அரசுப் பணியாளர்கள் ஆகியவற்றைக் கொண்டு பெரிய அளவிலான சுரண்டல், கொள்ளையடிப்பு இவற்றைத் திறம்படச் செய்யவே முடியாது. எனவே, இந்தியாவின் நிர்வாகப் பொறுப் பானது கிழக்கிந்திய கம்பெனி போன்ற ஓர் அமைப்பின் நேரடிப் பொறுப்பில் விடப்படவேண்டும். அந்த அமைப்பின் உறுப்பினர் களுக்குத்தான் தேவைப்படும் நேரங்களில் விதிகளை மீற முடியும். அதேநேரம் அந்த கம்பெனியானது அரசால் நியமிக்கப்பட்ட ஒரு உயர் நிலை அதிகாரக் குழுவினால் மேற்பார்வை செய்யப்படவும் வேண்டும்' என்று அவர் மிகத் தெளிவாகக் குறிப்பிட்டிருக்கிறார். இந்தத் தர்க்கம் மற்றும் ஆலோசனைகள்தான் 1784-ல் போர்ட் ஆஃப் கமிஷனர்ஸ் என்ற அமைப்பு உருவாகக் காரணமாக அமைந்தது.

18-ம் நூற்றாண்டின் பின்பகுதி மற்றும் 19-ம் நூற்றாண்டில் பல இடங்களில் நிலங்களுக்கு விதிக்கப்பட்ட வரியானது வளமான அந்த நிலங்களின் விளைச்சலைவிட மிக அதிகமாக இருந்தது. மதராஸ் பிரஸிடென்ஸியில் (தற்போதைய தமிழ்நாடு, ஆந்திரக் கடலோர மாவட்டங்கள், கர்நாடகாவில் சில மாவட்டங்கள், மலபார் ஆகியவற்றை உள்ளடக்கிய பகுதி) குறிப்பாக நிலைமை இப்படி யாகத்தான் இருந்தது. இந்த வரி விதிப்பின் விளைவை யூகிப்பது மிகவும் எளிதுதான். 1800-1850 வாக்கில் பயிர் செய்யப்பட்ட விளை நிலங்களின் அளவு மூன்றில் ஒன்றாகக் குறைந்தது. மதராஸ் பிரஸிடென்ஸியின் கவர்னர் லண்டனில் இருந்த தனது எஜமானர்களுக்கு எழுதிய கடிதத்தில் (போர்ட் ஆஃப் கமிஷனர்ஸின் தலைவருக்கு) கீழ்க்கண்டவாறு குறிப்பிட்டிருக்கிறார்:

> இந்தப் பிராந்தியத்தின் வருவாய் நிர்வாகம் பற்றி மிகவும் அக்கறையுடன் ஆலோசித்திருக்கிறோம். நாம் இவர்களை மிகவும் வாட்டி எடுத்துவிட்டிருக்கிறோம். அதன் விளைவாக இந்தப் பிராந்தியம் தற்போது மிகவும் பரிதாபத்துக்குரிய ஏழ்மையில் இருக்கிறது. வருவாயைப் பெறுவதிலும் மிக மிகக் கொடுமையான வழிமுறைகள் பின்பற்றப்பட்டதாக நினைக்கிறேன்.

இதே பிரிட்டிஷ் ஆவணங்களில் தரம்பால், பிரிட்டிஷ் ஆட்சியின் ஆரம்பகட்டங்களில் இந்திய குடிமக்களின் எதிர்ப்பு எப்படியெல்லாம் எழுந்தன... அவற்றை பிரிட்டிஷார் எப்படியெல்லாம் அடக்கி ஒடுக்கினர் என்பது தொடர்பான தரவுகளும் இருப்பதைப் பார்த்திருக்கிறார். உதாரணமாக, வாராணசியில் 1810-11 வாக்கிலும் கனரா பகுதிகளில் 1830 வாக்கிலும் நடந்த போராட்டங்கள் பற்றிய விரிவான தகவல்கள் பிரிட்டிஷ் ஆவணக் காப்பகங்களில் இருப்பதைப் பார்த்திருக்கிறார். இந்த நிகழ்வுகளெல்லாம் தெளிவான செயல்திட்டமாக ஆவணங்களில் பதிவுசெய்யப்பட்டிருக்கவில்லை. புகார் மனுக்கள்கூட அதை எழுதியவர்கள் மிகவும் பணிந்தும் பிரிட்டிஷ் அரசின் மீது எல்லையற்ற மரியாதை கொண்டிருந்தாலும் தான் பரிசீலனைக்கு எடுத்துக்கொள்ளப்பட்டிருக்கின்றன. வாராணசியில் விதிக்கப்பட்ட வரி விதிப்பை எதிர்த்துக் கொடுக்கப் பட்ட கீழ்க்காணும் புகார் மனு அதற்கு நல்லதொரு எடுத்துக்காட்டு.

> குடும்பச் சொத்தாக, வாரிசுரிமையாகக் கிடைத்த வீடுகள் இவற்றுக்கெல்லாம் முந்தைய சுல்தான்கள் வரி விதித்திருக்க வில்லை. தோட்டம் துரவு மற்றும் நில புலன்களை விற்கும்போது அதில் இருக்கும் உரிமையாளர்களின் வீடுகள் இப்படியான விற்பனையில் இருந்து விலக்குப் பெறுவதுண்டு. எனவே, இந்த புதிய வரியானது வீடுகள் மீது விதிக்கப்படுவதென்பது நீதிக்கு முரணானது.
>
> விற்பனைப் பதிவு வரி, கோர்ட் ஃபீஸ், ஊராட்சி வரி, நிலவரி போன்றவையெல்லாம் பத்து மடங்கு அதிகரித்துவிட்டிருக் கின்றன. இந்துக்கள் முஸ்லீம்கள், ஏழை, பணக்காரர் என அனைவருக்கும் இது காயத்தின் மீது உப்பைத் தடவியதுபோல் இருக்கிறது. கடந்த பத்தாண்டுகளில் இப்படியான வரிவிதிப்புகள் 16 மடங்கு அதிகரித்திருக்கின்றன. இப்படி இருந்தால் வாழ்வா தாரத்துக்கு வேறு வழி இல்லாதவர்கள் எப்படி வாழ முடியும்?

இப்படியான வரி வசூலிப்பு மற்றும் பிற வழிகள் மூலம் இந்திய கிராமப்புற வாழ்க்கையை 1820-30 வாக்கில் மிகுந்த நெருக்கடிக்கு உள்ளாக்கினர். இந்தியத் தொழில்துறை உற்பத்தியாளரும் இது போன்ற நிலைக்கே இதே காலகட்டத்தில் ஆளாக்கப்பட்டனர். தாமஸ் மெட்கஃபே 1830 வாக்கிலும் கார்ல் மாக்ஸ் 1850 வாக்கிலும் வெகு உயர்வாகப் புகழ்ந்து கூறிய இந்திய கிராம சமுதாயங்கள் பலவும் அழிவை நோக்கித் தள்ளப்பட்டன.

இந்திய அறிவியல், தொழில்நுட்பம் பற்றியும் இதே விஷயங்களைச் சொல்ல முடியும். ஆரம்பகட்டங்களில் பிரிட்டிஷ் பயன்பாடு,

பிரிட்டிஷ் தொழில் வளர்ச்சி ஆகியவற்றுக்குப் பயன்படுத்தும் நோக்கில் இந்திய விஷயங்கள் ஆர்வத்துடன் கவனிக்கப்பட்டன. ஆனால், பிரிட்டிஷார்கள் இந்தியாவை அடக்கி ஆளவும் இந்திய சமூக வாழ்க்கையைக் கட்டுப்படுத்தவும் தொடங்கியதும் நிலைமை மாறியது. இந்திய அறிவுகள், நடைமுறைகள் எல்லாம் இனியும் தொடர்வதென்பது அவர்களுக்குப் பெரும் அச்சுறுத்தலாகத் தோன்றியது. எனவே, இந்திய அறிவுகள் எல்லாம் சிதைந்து அழியும் வகையில் ஓரங்கட்டப்பட்டன. இப்படியாக ‘அழிவுக்கு உள்ளாக்கும்’ செயல்திட்டமானது பருத்தி நெசவுத் தொழில், இந்திய எஃகு தயாரிப்பு, 1800 காலகட்டத்திலேயே இருந்த பெரியம்மைத் தடுப்பு சிகிச்சை போன்ற இந்திய சமூகச் செயல்பாடுகள், தொழில்கள் அனைத்தையுமே அழிக்கும் வகையில் மேற்கொள்ளப்பட்டன.

மிக விரிவான அளவில் தேசம் முழுவதும் இருந்த இந்தியப் பள்ளிகள், உயர் கல்வி மையங்கள் ஆகியவைபற்றி 1820கள் 1830களில் ஆவணப்படுத்தும் முயற்சிகள் தொடங்கின. வெகு விரைவில் அந்தக் கல்வி மையங்களும் இதுபோன்ற அழிவையே சந்தித்தன. இதில் ஒரு நகைமுரண் என்னவென்றால், இந்தியாவில் மிக விரிவான கல்வி வலைப்பின்னல் இருந்தது என்ற விஷயமானது அதை அழிவை நோக்கித் தள்ளிய பிரிட்டிஷாரின் ஆவணங்கள் மூலம்தான் நமக்குத் தெரியவும் வந்திருக்கிறது. மதராஸ், வங்காள பிரஸிடென்ஸிகளில் அந்தக் கல்வி மையங்கள் எப்படி வேகமாக அழிவைச் சந்தித்தன, பின்னாளில் பம்பாய் மற்றும் பஞ்சாபில் அவை எப்படி நசிந்தன என்பவை பற்றிய தெளிவான விவரங்கள் எல்லாம் பிரிட்டிஷ் ஆவணங்களில் இருந்துதான் நமக்குத் தெரிய வந்திருக்கின்றன. பிரிட்டிஷ் ஆவணங்களில் இருக்கும் தரவுகள் தனித்தனியானவையாக இருக்கின்றன; ஒருங்கிணைப்பு பெற்றதாக இல்லைதான். ஆனால், அந்த தரவுகளுமேகூட மிகத் தெளிவான சித்திரத்தைத் தரப்போது மானதாகவே இருக்கின்றன.

1850களுக்குப் பின்னர் நாம் தொடர்ந்து பின்பற்ற முடியாமல் போன நமது பாரம்பரியக் கல்வி மற்றும் பிரிட்டிஷ் காலகட்டத்துக்கு முந்தைய நம் சமூக வாழ்க்கை பற்றிய பல அரிய கோட்டுச் சித்திரங்களை அந்த ஆவணங்கள் தருகின்றன. நமது சமூகம் உடைக்கப்பட்டு, அடக்கி ஆளப்படத்தொடங்கியபின் எப்படி நமக்கு முற்றிலும் அந்நியமான கல்வியானது நம் மீது திணிக்கப்பட்டது; நமது முன்னோர்களின் எண்ணற்ற சாதனைகள் எல்லாம் நம் நினைவில் இருந்து எப்படி மறக்கடிக்கப்பட்டன என்பது பற்றிய விவரங்களையெல்லாம் அந்த ஆவணங்கள் நமக்கு அறியத் தருகின்றன.

வரலாறின் பயன்பாடு பற்றி தரம்பால் மிகவும் தெளிவான வெளிப்படையான பார்வை கொண்டவரே. அவர் சொல்கிறார்:

> அகழ்வாராய்ச்சி, கல்வெட்டியல் மற்றும் பிற வரலாற்று மூல ஆதாரங்கள் இவற்றையும் மக்களின் நினைவுகள், வாய்மொழிகள் இவற்றையும் நாம் விரிவாக, முழுமையாக ஆய்வு செய்ய வேண்டும். அதன் மூலம் நமது கடந்த கால சமூக, கலாசார வாழ்க்கை முறையை மறு உருவாக்கம் செய்யவும் இன்றைய நமது அரசையும் சமூகத்தையும் அதற்கு ஏற்ப மறு சீரமைப்பு செய்யவும் வழி பிறக்கும்.
>
> 1947-ல் சுதந்தரம் கிடைத்த பின்னர், நமது சுயம் மற்றும் சமூகத்தை நமது நலன்கள், முன்னுரிமைகள், மதிப்பீடுகள், பாரம்பரியம், கலாசாரம் ஆகியவற்றின் அடிப்படையில் மறுகட்டமைப்பு செய்ய வேண்டிய தேவை இருந்தது. ஆனால், நமது அறிஞர்கள், அரசியல்வாதிகள், அதிகாரவர்க்கத்தினர் எல்லாரும் இந்த அம்சத்தை முற்றாகக் கைவிட்டுவிட்டனர். நமது கடந்த காலத்தில் இருந்து, நமது அனுபவங்களில் இருந்து நமக்கான சுய அடையாளத்தை நமது நலன்சார்ந்தும் உலக நடப்புகள் சார்ந்தும் உருவாக்கிக் கொள்ள நாம் மறந்துவிட்டோம். பிறருடைய சிந்தனைகள், பொருளாதாரப் பார்வைகள் இவற்றைச் சாராமல் ஒரு தேசமாக நாம் எதை விரும்புகிறோம்... நமக்கு எது தேவை... யாரோ அந்நியர் ஒருவருடைய குரலை ஒலிக்காமல் நாம் நமக்கான விஷயங்களை முன்வைக்க முடியாதா... நமக்கு புத்தி கூர்மை இருக்கிறதா இல்லையா... இந்தியர்களாகச் சொல்ல நமக்கு எதுவுமே இல்லையா..?

1965-66 வாக்கில் தனது மகத்தான பணியைத் தொடங்கியபோது, பிரிட்டிஷ் ஆவணங்கள் என்ன விஷயத்தைச் சொல்வதாக இருந்தாலும் எவ்வளவுதான் முழுமையற்றதாக அது இருந்தாலும் அவற்றை முறையாகப் பரிசீலித்தால் நிச்சயம் நமக்கு அது நன்மையையே தரும் என்று தரம்பால் நம்பினார். அதோடு இந்தியாவில் இருக்கும் பிற ஆவணங்களையும் முழுமையாக ஆராய்ந்தால் அது நிச்சயம் நமக்குப் பயனுள்ளதாகவே இருக்கும் என்று கருதினார். ஓரிரு தலைமுறைக்கு முந்தைய நபர்களுடைய நினைவுகளில் இருக்கும் கடந்த கால நினைவுகள், விஷயங்கள் ஆகியவற்றையும் தொகுத்து நமது கடந்த காலத்தை மறு கட்டமைப்பு செய்யவேண்டும். இன்றைய சமூகம், வாழ்க்கை ஆகியவற்றுடன் அவற்றை ஒருங்கிணைக்க வேண்டும். இந்தப் பணியை நாம் இன்னும் ஆரம்பிக்கவே இல்லை என்பது மிகவும் வருத்தத்துக்குரிய விஷயமே. தரம்பால் மேலும் எழுதுகிறார்:

இன்று நாம் எதிர்மறை உணர்ச்சிகளினால் சூழப்பட்டிருக்கிறோம். நமது அறிவீனமான சிந்தனை மற்றும் செயல்களே அதற்குக் காரணமாக இருக்கின்றன. 1947 தொடங்கி நாம் நம்மை மேற்குலகின் நகல்களாகவே ஆக்கிவந்திருக்கிறோம். மேற்கத்திய அறிவு, மேற்கத்தியப் பொருட்களைச் சார்ந்து இருப்பது இப்போது அவசியமானதாக இருக்கலாம். ஆனால் இது தற்காலிகமானதாக மட்டுமே இருக்கவேண்டும். அதி விரைவிலேயே நமக்குப் பயனுள்ள மேற்கத்திய பொருட்கள், விஷயங்களை நமது பாணியில் நமது மூலப் பொருட்களைக் கொண்டு நமக்கு உகந்த வகையில் மாற்றியமைத்துக் கொண்டாகவேண்டும்.

இதனிடையில் நாம் நமது எளிய மக்களை சுதந்தரமானவர்களாக்க வேண்டும். உள்ளூர் பொருட்கள், மூல ஆதாரங்கள், வளங்கள் இவற்றைப் பயன்படுத்தத் தடையாக இருக்கும் விஷயங்களை அப்புறப்படுத்தியாகவேண்டும். சிதைந்துபோன அவர்களுடைய உலகை அவர்களுக்கே உரிய வகைகளில் மீட்டெடுக்க வழி செய்து தரவேண்டும் (நமது விமர்சனங்கள் ஆலோசனைகளை நாம் கொஞ்சம் நமக்குள்ளாகவே வைத்துக்கொண்டு, அவர்கள் செய்ய விரும்புபவற்றைத் தடுக்கும் சட்ட திட்டங்கள் ஏதேனும் இருந்தால் அதை நாம் பின்வாங்கிக் கொள்ளவேண்டும்). அப்போதுதான் பழங்கால உயிர்த்துடிப்பான அம்சங்கள் உயிர் பெற முடியும். சில குறிப்பிட்ட விஷயங்கள், சமூக நடத்தைகள், தொழில்கள் தொடர்பான நினைவுகள் அப்போதுதான் விழித்தெழவைக்கப்பட முடியும். மறு உருவாக்கம் என்பது கடந்த காலத்தை அப்படியே நகலெடுப்பதாக ஆகாமல் இருக்க முடியும். அப்போதுதான் இந்திய சமூகமானது தனது ஆதார அம்சங்களில் கால் ஊன்றியபடியே மேற்கத்திய அல்லது பிற நவீன தொழில்நுட்பங்களைத் தேவையான விதத்தில் ஒருங்கிணைத்து புதிய பாதையில் பயணிக்க வழிபிறக்கும்.

இவையெல்லாம் நடக்கவேண்டுமென்றால், நமது மக்கள், நமது கடந்த காலம் ஆகியவை தொடர்பான நம்முடைய பார்வை முற்றாக மாறியாகவேண்டும். நமது மக்களைத் தன்னம்பிக்கை மிகுந்தவர்களாகவும், தமது திறமைகள் மீது மதிப்பு கொண்டவர்களாகவும் ஆக்கவேண்டும். தமது தனித்தன்மையையும் சமூக அந்தஸ்தையும் மீட்டெடுக்க முடிந்தவர்களாக ஆக்கவேண்டும்.

இது நடக்கவேண்டுமென்றால், மக்களுக்குக் குறிப்பாக சிறுவர்கள், இளைஞர்களுக்கு தமது பிராந்தியம், ஊர்களின் கடந்த காலம் பற்றிய நல்ல புரிதல் ஏற்பட்டாகவேண்டும். சுற்றியிருக்கும் விலங்குகள், தாவரங்கள், நதிகள், ஏரிகள், குளங்கள், மலைகள், காடுகள், மண்

வளம் இவை பற்றியெல்லாம் நல்ல பரிச்சயம் ஏற்பட்டாகவேண்டும். அதுபோலவே ஒவ்வொரு ஊருக்கும் அதன் அருகில் இருக்கும் பகுதிகளுடன் மாநிலங்களுக்குப் பக்கத்து மாநிலங்களுடன், நாடுகளுக்கு அண்டை நாடுகளுடன், பூமிக்கு பிரபஞ்சத்துடன் இருக்கும் தொடர்புகள் குறித்த புரிதலையும் ஏற்படுத்தவேண்டும்.

ஊர்கள், பிராந்தியங்கள், நாடுகள், உலகம், பிரபஞ்ச உருவாக்கத்தின் தொடக்கம் அல்லது தொடக்கமின்மை பற்றியெல்லாம் புதிய வரலாறுகளை, செய்திகளை நாம் உருவாக்கியாகவேண்டும். அப்படியான அறிவும் விழிப்பு உணர்வும் நமது மக்களை தன்னம்பிக்கை மிகுந்தவர்களாகவும் விஷய ஞானம் மிகுந்தவர்களாகவும் ஆக்குவதோடு வாழ்க்கை, சுற்றுச்சூழல் குறித்த இந்தியப் புரிதலைக் கொண்டவர்களாக ஆக்கும்.

விவசாயம், கால்நடை வளர்ப்பு, காடு வளர்ப்பு, கைவினைக்கலைகள் ஆகியவற்றில் நிபுணர்களாக ஆக்குவதோடு வரலாறு, தத்துவம், இலக்கணம், மொழி ஆகியவற்றிலும் அவர்களை மேல் நிலையை அடையச் செய்யும். அப்படியாக நமது குழந்தைகள் ஆணும் பெண்ணும் 14 வயது வாக்கில் தத்தமது துறைகளில் ஆர்வமும் திறமையும் கொண்டவர்களாகவும் உயர் நிலைகளை நோக்கி உற்சாக நடை போட முடிந்தவர்களாகவும் ஆகிவிட முடியும்.

வரலாறு என்பது ஒருவகையான புனை கதையாடலே. மற்றவர்களால் எழுதப்பட்ட வரலாறுகளுக்கு நாம் நம்மை ஒப்புக்கொடுத்தால் அவர்கள் எழுதிய புனைவுகளுக்கும் நம்மை ஒப்புக்கொடுத்ததாகவே ஆகும். புனைகதைகளை உருவாக்குவதென்பது அதிகாரத்தின் வெளிப்பாடு. அடுத்தவர்கள் நம்மைப் பற்றி உருவாக்கிய புனைவுகளுக்கு அடிபணிவதென்பது நமக்கு அதிகாரம் இல்லை என்பதையே சுட்டிக்காட்டுகிறது. தரம்பாலின் வரலாற்றாய்வானது நமது இந்திய கடந்தகாலம் குறித்து உருவாக்கப்பட்ட புனை கதைகளின் தாக்கத்தை வெகுவாகக் குறைத்துவிட்டிருக்கிறது.

அணிந்துரை

விரைவில் பூரணகுணம் உண்டாகட்டும்

தரம்பாலை நேரில் சந்திக்கும் பாக்கியம் எங்களுக்கும் கிடைத்திருக்கிறது. எங்களுடைய பாரத்க்யான் அமைப்பின் பணிகள் தொடர்பாக அவரை வார்தாவில் சேவா கிராமில் சென்று சந்தித்திருக்கிறோம். அவருடைய கட்டிலில் அவருக்கு அருகில் அமர்ந்து பல நாட்கள் பாடம் கற்றிருக்கிறோம்.

பிரிட்டனில் இந்தியா ஆஃபீஸ் ரெக்கார்ட்ஸ், பிரிட்டிஷ் மியூசியம் ஆகியவற்றுக்குச் சென்று கைப்பட எழுதி எடுத்த மலரும் நினைவுகளைப் பகிர்ந்துகொண்டபோது குழந்தைபோல் அவர் முகம் குதுகலித்தது. நாங்கள் இங்கிலாந்துக்கு ஆய்வுக்காகச் சென்றபோது ஒரு மாத காலம் தினமும் அவரைப் போலவே எங்களுக்கான ஆய்வுத் தரவுகளைக் கைப்பட எழுதி எடுத்தோம். ராமர் நடந்து சென்ற பாதையில் நடக்கும்போது கிடைக்கும் ஒரு சந்தோஷம், அப்படி அவரைப் போலவே எழுதி எடுத்தபோதும் கிடைத்தது. இங்கிலாந்தில் இருந்து தரம்பால் பெரிய அளவு டிரங்க் பெட்டிகளில் எடுத்துவந்த கையெழுத்துப் பிரதிகளைத் தொட்டுப் பார்த்தபோது நம் முன்னோர்களைத் தொட்டு உணர்ந்த பரவசம் கிடைத்தது. அந்த பெட்டிகளில் சில வார்தாவிலும் சில சென்னையிலும் இன்றும் இருக்கின்றன. அந்த ஆவணங்களை தரம்பாலின் அனுமதியுடனும் வழிகாட்டுதலுடனும் நமது கடந்த காலம் பற்றிய எங்கள் பாரத்க்யான் ஆய்வுகளுக்குப் பயன்படுத்திக்கொண்டும் இருக்கிறோம்.

தரம்பால் சென்னையோடு மிக நெருங்கிய உறவு கொண்டவர். அவருடைய பிரிட்டிஷ் காலத் தரவுகளில் செங்கல்பட்டு பற்றிய ஆவணங்கள் அதிகம் உண்டு என்பது ஒருபக்கம் இருந்தாலும் Patriotic and People oriented Science and Technology (PPST) என்ற சென்னை

அமைப்புடன் நெருங்கிய தொடர்பில் இருந்தார். பிற மொழிகளை விட தமிழ் நாட்டுடனும் தமிழ் மக்களுடனும் நெருங்கிய தொடர்பு கொண்டவர். அந்தவகையில் இந்தப் புத்தகம் (இப்போதாவது) தமிழில் வருவது அவருக்குச் செய்யும் மிகப் பெரிய அஞ்சலியே. அந்த வகையில் மகாதேவன் மிக முக்கியமான பணியைச் செய்திருக்கிறார்.

மேற்கத்திய சிந்தனை, இடதுசாரிப் பார்வை, எதிர்மறை உணர்வுகள் இப்படியான விஷயங்களே அச்சு ஊடகம், காட்சி ஊடகம் எங்கும் நிரம்பி வழிகின்றன. அதை மாற்ற வேண்டுமென்றால் வரலாற்று உண்மைகளை, ஆதாரபூர்வமாக மக்களிடம் கொண்டு சேர்ப்பது அவசியம். அதை மிக அழுத்தமாகச் செய்யும் தரம்பாலின் படைப்புகள் அனைத்து பிராந்திய மொழிகளிலும் கொண்டு செல்லப்படவேண்டும். அனைத்துப் பள்ளி, கல்லூரிகளில் பாடமாகவும் வைக்கப்படவேண்டும்.

●

எளிய மனிதர்கள் மீதான அக்கறை, அவர்களுடைய தொழில் நேர்த்தி மீதான மரியாதை இதுவே தரம்பாலின் ஆதார அம்சமாக எனக்குத் தோன்றுகிறது. அவருடைய வாழ்வின் பல கட்டங்கள் கிராமப்புற வாழ்க்கை, அது தொடர்பான கனவுகள் ஆகியவற்றால் நிறைந்ததாகவே இருந்தது. அதோடு சமகாலத்தில் இளைய தலைமுறையினர் வெற்று ஆடம்பரம், நுகர்வு வெறி, பொறுப்பற்ற தன்மை, பொய்யான வாழ்க்கை ஆகியவற்றில் ஈடுபட்டுவருவது குறித்து மிகுந்த கவலையும் கொண்டிருந்தார்.

எளிய மனிதர்கள் மீதான மரியாதை, நவீன வாழ்க்கையின் வீழ்ச்சி இந்த இரண்டு விஷயங்கள் தொடர்பான பார்வைதான் நமது கடந்த காலத்தை நோக்கிய அவருடைய ஆய்வுகளுக்கு ஆதாரமாகவும் இருந்தன. அவர் அந்த ஆய்வுகளை அறிவியல்பூர்வமாக, வலுவான வரலாற்று ஆதாரங்களின் அடிப்படையில் மேற்கொண்டதற்கு காந்தியுடனான மற்றும் நவீன உலகுடனான அவருடைய பரிச்சயமே காரணமாக அமைந்தது.

ராமாயண காலத்தில் சேது பாலம் கட்டப்பட்டதுபற்றி மிகத் துல்லியமாக விவரிக்கப்பட்டிருக்கிறது... மகாபாரத காலத்தில் ஓரிடத்தில் நடக்கும் நிகழ்வுகளை வேறொரு இடத்தில் இருந்துகொண்டு ஏதோவொரு தொலை தொடர்பு வசதி இருந்ததுபோலவே விவரித்திருக்கிறார்கள். இதுபோல் எண்ணற்ற நவீன கால விஷயங்கள் நமது ஆதிகால இலக்கியங்களில்

சொல்லப்பட்டிருக்கின்றன. ஆனால், அவற்றையெல்லாம் வெறும் புராண கட்டுக்கதை என்பதாகவே நவீன உலகம் ஒதுக்கிவருகிறது.

எனவே, எளிய மனிதர்களான நமது முன்னோர்கள் மகத்தான சாதனைகளைச் செய்தவர்கள் என்பதை நவீன மனிதர்களுக்கு எடுத்துச் சொல்ல விரும்பிய தரம்பால் மிகப் பொருத்தமான வழியைக் கண்டுபிடித்தார். மேற்கத்திய நவீன சிந்தனைகளால் சூழப்பட்டவர்களுக்கு மேற்கத்திய ஆதாரங்கள், ஆவணங்களையே சான்றாக முன்வைத்தார். தரம்பால் தொகுத்த தரவுகள் அனைத்தும் ஏதேனும் இந்திய மொழியில், ஏதேனும் இந்தியத் துறை சார் நிபுணர்களால் எழுதப்பட்டிருந்தால் அவை மேற்குலக, இடதுசாரி அறிவுஜீவி வர்க்கத்தாலும் அவர்களுடைய இந்திய சீடர்களாலும் ஒரேயடியாகப் புறம் தள்ளப்பட்டிருக்கும். அம்மை நோய்க்கிருமிகளைக் கொண்டே அம்மை நோய்க்கு தடுப்பு மற்றும் முறி மருந்து கண்டுபிடித்த நம் முன்னோர்களைப் போலவே தரம்பால், மேற்கத்திய (பிரிட்டிஷ்) ஆவணங்களைக் கொண்டே மேற்கத்திய வரலாற்றுப் புனைவுகளை அம்பலப்படுத்தியிருக்கிறார்.

நவீன மனிதர்கள் புரிந்துகொள்ளும் வரலாற்று மொழியில், அவர்களுக்குத் தேவைப்படும் அறிவியல்பூர்வ ஆதாரங்களுடன் நமது முன்னோர்களை, நமது கடந்த காலத்தைப் பற்றிய உண்மையான சித்திரத்தை முன்வைத்திருக்கிறார். மேற்குலகம் உருவாக்கி வைத்த இந்தியாவுக்கு மாற்றான உண்மையான, இன்னொரு இந்தியாவை நமக்குக் காட்டியிருக்கிறார். தரம்பாலின் ஆங்கிலப் பதிப்பாளரான க்ளாட் ஆல்வரெஸ் தனது பதிப்பகத்துக்கு 'அதர் இந்தியா பிரஸ்' என்று பெயர் சூட்டுவதற்கான முக்கிய காரணமாகவும் அதுவே அமைந்தது.

•

இந்தப் புத்தகத்தில் இடம்பெற்றிருக்கும் ஆவணங்கள் எல்லாம் பிரிட்டிஷாரால் எழுதப்பட்டவை. இந்தியாவை, மன்னிக்கவும் இந்துஸ்தானை (பிரிட்டிஷார் தமது ஆவணங்களில் 90% இடங்களில் இந்தியர்களை இந்துக்கள் என்றே குறிப்பிட்டிருக்கின்றனர். இந்து அல்ஜீப்ரா, இந்து வானவியல் என்றே குறிப்பிட்டிருக்கிறார்கள்) ஆக்கிரமிக்கத் தொடங்கும் முன் இந்துஸ்தானின் அறிவியல், தொழில்நுட்பம், மருத்துவம், கணிதம், கனிம வளம், விவசாயம், கைவினைத் தொழில்கள் ஆகியவை பற்றி பிரிட்டனில் இருந்த துறைசார் நிபுணர்கள், அரசு பிரதிநிதிகள் ஆகியோருக்கு விரிவாக எழுதி அனுப்பியிருக்கிறார்கள். 18-ம் நூற்றாண்டின் பின்பாதியில்

எழுதப்பட்ட பல ஆவணங்கள் இந்துஸ்தானின் உண்மை நிலையை, பிரிட்டிஷார் புரிந்துகொண்ட வகையில் அப்படியே ஆவணப் படுத்தியுள்ளன. எந்தவித அரசியல் உள் நோக்கங்களும் அப்போது பெரிதாக ஆரம்பித்திருக்கவில்லை.

அல்ஜீப்ரா என்பது அரபுப்பெயர் கொண்டதாக இருந்தாலும் அராபியர்கள் இந்துக்களிடம் இருந்துதான் அதைத் தெரிந்து கொண்டிருக்கிறார்கள்; கிரேக்கர்களைவிட இந்துக்கள் அல்ஜீப்ராவில் சிறந்து விளங்கியிருக்கின்றனர் என்ற உண்மைகளை மிக விரிவான ஆய்வுகளை மேற்கொண்டு பார்த்து பிரிட்டிஷார் ஒப்புக் கொண்டிருக்கிறார்கள்.

காசியில் கங்கைக் கரையில் அமைந்திருக்கும் வான் ஆராய்ச்சி மையம் பற்றியும் வானவியலில் இந்துஸ்தான் செய்த மகத்தான சாதனைகள் பற்றியும் ஆவணப்படுத்தியிருக்கிறார்கள்.

இந்துஸ்தானின் எஃகானது ஐரோப்பிய எஃகைவிட மிக உயர் தரத்தில் இருந்தது என்பதை பிரிட்டிஷார் ஒப்புக்கொண்டிருக்கிறார்கள். இரும்புத் தாதுக்களை வெட்டி எடுப்பதில் தொடங்கி வார்ப்பிரும்பு, தேனிரும்பாக உருவாக்கி எடுப்பது வரையிலான செயல்பாடுகளை அருகில் இருந்து பார்த்து எழுதியிருக்கிறார்கள். இந்திய இரும்புத் தொழிலின் எளிமை, சிக்கனம், செய் நேர்த்தி, உயர் தரம் ஆகியவற்றை அன்றைய ஐரோப்பியத் தொழில் நுட்பத்துடன் ஒப்பிட்டுப் புகழ்ந்திருக்கிறார்கள்.

இந்துஸ்தானின் விதைக் கலப்பை தொழில்நுட்பமானது ஐரோப்பிய கலப்பைத் தொழில்நுட்பத்தைவிடச் சிறந்தது என்பதை ஒப்புக் கொண்டிருக்கிறார்கள்.

இமயமலை நீங்கலாக இந்துஸ்தானில் வேறு எங்குமே ஐரோப்பா போல் பனி படரும் வாய்ப்பு இல்லை. இந்நிலையில் பூமிக்கு அடியில் குழிகளை வெட்டி அதில் வெந்நீரைச் சிறுகலங்களில் ஊற்றி வைத்து பனிக்கட்டி தயாரித்ததை வியந்து பாராட்டியிருக்கிறார்கள். வெப்பம் மிகுந்த நம் நாட்டுக்கு பனிப்பிரதேசத்தில் இருந்து வந்த ஐரோப்பியர்கள் பானங்களைக் குளிர்விக்க எவ்வளவு தவித்திருப் பார்கள்; இந்துஸ்தானில் அது நம்ப முடியாதவகையில் உற்பத்தி செய்யப்பட்டதைக் கண்டு எவ்வளவு மகிழ்ந்தார்கள் என்பவை யெல்லாம் அவர்களுடைய வார்த்தைகளிலேயே இந்தப் புத்தகத்தில் பதிவாகியுள்ளன.

கப்பலின் அடித்தளம் தொடங்கி வெடிமருந்துப் பீப்பாய்களை நீர் புகாமல் பாதுகாப்பதுவரை அனைத்துத் தேவைகளுக்குமான பசு

மரப்பிசினை இந்துஸ்தானின் மகத்தான கண்டுபிடிப்பாகப் போற்றியிருக்கிறார்கள்.

அம்மை நோய் சீஸன் ஆரம்பித்த மறுநொடியே ஐரோப்பாவுக்குப் பறந்துவிடவேண்டும் என்ற தீர்மானத்துடனே ஐரோப்பியர்கள் இந்துஸ்தானுக்கு வருவார்கள். அவர்கள் இந்துஸ்தானில் அம்மை நோய்க்கு பிராமணர்கள் செய்த சிகிச்சையைப் பார்த்து மலைத்துப் போயிருக்கிறார்கள். அம்மை நோய் குணமாக வேண்டிக்கொள்ளும் அம்மன், கங்கை நீர் தெளித்து தடுப்பு சிகிச்சை செய்த விதம் ஆகிய உளவியல் அம்சங்களை கண்ணியமாக முறையில் பதிவு செய்திருக்கிறார்கள். அதோடு அந்தத் தடுப்பு சிகிச்சை முறையின் மருத்துவ அறிவியல் அம்சங்கள், உணவுப் பத்தியம் ஆகிவற்றை மிக விரிவாகப் புகழ்ந்து ஆவணப்படுத்தியிருக்கிறார். அவர் ஒரு பிரிட்டிஷ் மருத்துவர். அவரிடம் சிகிச்சைக்கு வரும் ஐரோப்பியர் அனைவருக்கும் பிராமணர்கள் பின்பற்றிய வழிமுறையிலேயே தடுப்பு சிகிச்சை செய்து அவர்கள் உயிரைக் காப்பாற்றியும் இருக்கிறார்.

விதைப்பதற்கு முன்பாக நாள், நட்சத்திரம் பார்ப்பது, சிகிச்சைகளில் புனித நீரைப் பயன்படுத்துவது தொடங்கி கிராமப்புறங்களில் சாணிகளைச் சிறுவர்கள் கூடை எடுத்துச் சென்று அள்ளுவதுவரை அனைத்துமே ஐரோப்பாவில் இருப்பதுபோலவே இங்கும் இருப்பதை ஒருவித அந்நியோந்நியத்துடன் பதிவு செய்திருக்கிறார்கள்.

கங்கைப் பகுதியில் இருந்து இந்து மதம் உலகம் முழுவதும் பரவியிருக்கிறது. இங்கிலாந்தில் இருக்கும் ஸ்டோன்ஹென்ஜ் (Stonehenge-நடுகல்-பூத வழிபாடு-இறந்தவர் வழிபாடு) என்பது இந்து வேர்கள் கொண்ட வழிபாடுகளில் ஒன்றே. கணிதவியல், வானவியல், ஜோதிடம், விடுமுறைகள், விளையாட்டுகள், நட்சத்திரங்களின் பெயர்கள், நட்சத்திரத் தொகுப்புகளின் பெயர்கள், பழங்கால நினைவுச் சின்னங்கள், சட்டங்கள், பல்வேறு நாடுகளின் மொழிகள் என அனைத்திலும் மூல இந்து வேர்களின் தடயங்களைக் காண முடியும் என்று பிரிட்டிஷார் குறிப்பிட்டிருக்கிறார்கள்.

ரோமாபுரி மதச் சடங்குகள் பல கங்கைச் சமவெளியினர் மற்றும் ஃபகீர்களின் அப்பட்டமான நகலாகவே இருக்கின்றன. கிறிஸ்தவ இறையியல் என்பது மூல பைராகிகளின் வழிமுறைகளைப் போன்ற தாகவே இருக்கின்றன என்று சொல்லியிருக்கிறார்கள். வடதுருவப்

பகுதிகளின் நரகம் பற்றிய நம்பிக்கைகள்கூட ஒரு சில இடங்கள் நீங்கலாக பைபிளில் சொல்லப்பட்டிருப்பதைப் போன்றதாக இருக்கவில்லை. ஆனால் ஹிந்துக்களின் நரகச் சித்திரிப்புகளைப் பெரிதும் ஒத்ததாக இருக்கின்றன. பிரிட்டனின் ட்ரூயிட்கள் (செல்டிக் மதகுருமார்கள்) பிராமணர்கள்தான் என்பதில் எந்த சந்தேகமும் இல்லை என்று குறிப்பிட்டிருக்கிறார்கள்.

இந்துக்களின் முன்னுதாரணமான வாழ்க்கையைப் பார்த்து விட்டுத்தான் இஸ்லாமியர்கள்கூட வேறு எந்த நாட்டிலும் இல்லாதவகையில் இந்துஸ்தானில் அமைதி காலக் கலைகள், வாழ்க்கை முறை ஆகியவற்றில் ஈடுபட்டுவந்திருப்பதாகக் குறிப்பிட்டிருக்கிறார்கள்.

இன்று உலகம் அனைத்து அறிவியல்-தொழில்நுட்பத் துறைகளிலும் மிகப் பெரிய சாதனைகளைச் செய்துவருவது உண்மையே. நாம் இப்போது பெருமளவுக்கு எந்தவிதப் படைப்பூக்கமும் இன்றி வெறும் நுகர்வு சந்தையாக நகல் வாழ்க்கையை வாழ ஆரம்பித்திருக்கிறோம். பத்திருபது தலைமுறைகளுக்கு முன்பாக நாம் அன்றைய அளவில் அடைந்திருந்த சுயமான வளர்ச்சியைத் தெரிந்துகொள்வதென்பது மிகவும் அவசியம். அம்மை நோய்வாய்ப்பட்ட உடம்பில் எதிர்ப்பு சக்தியை விழித்தெழவைக்க அதிகாலையில் மளமளவென்று குளிர்ந்த நீரைக் குடம் குடமாக ஊற்றும் சிகிச்சை பற்றி இந்தப் புத்தகத்தில் பிரிட்டிஷ் மருத்துவர் விவரித்திருக்கிறார். மேற்கத்தியக் கிருமிகளால் பீடிக்கப்பட்ட நம் மனதுக்கு இந்தப் புத்தகமும் அப்படியான ஒரு அதிர்ச்சி வைத்தியத்தையே தருகிறது. சீக்கிரமே நம்மைப் பீடித்திருக்கும் மேற்கத்திய, காலனிய சிந்தனை நோய் விலகி சுய வலிமை பெருகட்டும்.

டி.கே.ஹரி- ஹேமா ஹரி
பாரத் க்யான்

நன்றியுரை

இந்த நூலுக்கான ஆராய்ச்சித் தரவுகளைத் தந்து உதவியதற்காக பிரிட்டிஷ் மியூஸியம், இந்தியா ஆஃபீஸ் லைப்ரரி, லண்டன் ராயல் சொசைட்டி, ஸ்காட்லாந்து தேசிய நூலகம் ஆகியவற்றுக்கு மிகுந்த நன்றி. இந்திய தேசிய ஆவணக் காப்பகத்துக்கும் தேவையான ஆய்வுத் தரவுகளைத் தந்து உதவியதற்காக நன்றிகள்.

கடந்த ஐந்தாறு ஆண்டுகளாக நான் மேற்கொண்ட ஆய்வுக்குப் பலருடைய ஆதரவும், ஆலோசனையும், வழிகாட்டுதலும் மிகவும் அவசியமாக இருந்தன. என் மனைவி ஃபிலிஸ், என் பெற்றோர், அண்ணா சாஹிப் சஹஸ்ரபுத்தே, ஜெயப்ரகாஷ் நாராயணன், ஆர்.கே.பட்டீல், ராம் ஸ்வரூப் ஆகியோர் தொடர்ந்து ஊக்கமும் ஆலோசனையும் அளித்துவந்தனர். ஆனால், இந்த ஆய்வை நோக்கி என்னை நகர்த்தியதில் வெகு காலத்துக்கு முந்தைய பல நண்பர்கள், சக பணியாளர்களின் வழிகாட்டுதல் இருந்து வந்திருக்கிறது. நமது நாட்டை மிக நெருக்கமாகப் புரிந்துகொள்ள அவர்களுடைய நட்பு பெரிதும் உதவியிருக்கிறது. மீரா பஹன், மோகினி மித்தல், சுசீலா மாதவ், ஷ்யாம் கிருஷ்ணா சாந்திவாலா, கபில் தேவ் பாண்டே, ஜகதீஷ் பிரசாத் மித்தல், சீதா ராம் கோயல், ஜெய் பிரகாஷ் சர்மா, முல்க் ராஜ் சேதி, ரூப் நாராயணன், கேதார் சிங், த்ரிலோகி நாத பர்வார், கிருஷ்ண மூர்த்தி குப்தா, சத்ய நாராயணன் குப்தா, சுந்தர் லால் பகுகுணா, சூரியகாந்த் பரிக், ராம்ஜிபாய், துளசி பானர்ஜி, சலீக் ராம் பதிக், கும்பா ராம் ஆர்யா, எவ்லின் உட் மற்றும் பலர் தமது நேரத்தையும் கவனத்தையும் தந்து உதவி செய்திருக்கிறார்கள்.

ராம் மனோஹர் லோஹியா, ஆர்.பாஸ்கரன், ஐராவதி கார்வே ஜி.வெங்கடாசலபதி, பெனி மாதவ் போன்ற மறைந்துவிட்ட பலரும் பெரிதும் உதவியிருக்கிறார்கள்.

ராஜேஸ்வர படேல், ஏ.பி.சட்டர்ஜி பி.எல்., சேதி, ராதா கிருஷ்ணா, நரேந்திர தத்தா, ஸ்வரண் தத்தா, இங்கிலாந்து தானியா மற்றும் கிலன்,

பண்டிட், பிரேம் பதன்கர், சுசீலா ராய் குல்வந்த் ராய், ஏ.சி. சென்,கோபால கிருஷ்ணன், எல்.சி.ஹெயின், எஸ்.கே. சக்சேனா, பிரிஜ் மோஹன் தூஃபான், முகுந்த் லத், பிரகாஷ் ஜெயின், என்.இஸ்லாம், எம்.ஐ.மோய்ர், எஸ் சரஸ்வதி,ரஞ்சித் குப்தா, மிஹமது ரஃபீக் கான், ஜி.டி.பாட்டியா முதலானோர் என் ஆய்வில் மிகுந்த அக்கறையைக் காட்டியதோடு பல முக்கியமான கேள்விகளை எழுப்பி பல ஆலோசனைகளைத் தொடர்ந்து வழங்கியும் வந்துள்ளனர். குறிப்பாக, பெர்னி ஹோரோவிட்ஸ், சில்வியா ஜேகப்ஸ், சுரீந்தர் சூரி ஆகியோர் தந்த ஆலோசனைகளுக்கும் விமர்சனங்களுக்கும் மிகுந்த நன்றி. இந்தியாவில் இருந்த குறைவான காலகட்டத்தில் முதல் இருவரும் இந்த நூலின் முன்னுரையையும் ஆவணங்களையும் முழுவதுமாகப் படித்துப் பார்த்து பல்வேறு திருத்தங்கள் செய்துதந்தனர்.

ஒன்றாம் அத்தியாயத்தில் இருந்து 17-ம் அத்தியாயம் வரை இந்தப் புத்தகத்தில் பயன்படுத்தப்பட்டிருக்கும் ஆவணங்கள் எல்லாம் மூலத்தில் இருந்த அதேவிதத்தில் மிகுந்த கவனத்துடனே மறு ஆக்கம் செய்யப்பட்டுள்ளன. எனினும் மூல ஆவணத்தில் இருக்கும் சில வார்த்தைகள் அடையாளம் காணமுடியாமல் இருந்தன; அது தொடர்பான பிழைகள் இந்த நூலிலும் தவிர்க்க முடியாமல் இடம்பெற்றுள்ளன. ஆனால், அவை புரிதல் சார்ந்து எந்தவிதக் குழப்பத்தையும் உருவாக்குபவையாக இல்லை என்பதை இங்கு தெளிவுபடுத்த விரும்புகிறேன்.

தரம்பால்

ஜுன் 1971.

அறிமுகம்

எட்டு பத்து தலைமுறைகளுக்கு முன்பு, அதாவது 1750 வாக்கில், இந்தியாவில் அரசுகள், சமூகங்கள் எப்படிச் செயல்பட்டன என்பதைப் புரிந்துகொள்ளும் நோக்கில் இந்தப் புத்தகம் எழுதப்பட்டிருக்கிறது. இந்தியா அந்தக் காலகட்டத்தில் ஐரோப்பியர்களின் ஆளுகைக்கு உட்பட ஆரம்பித்திருந்தது. முதலில் தமிழ், தெலுங்கு பேசும் பகுதிகளும் பின்னர் வங்காளம் போன்ற பிற பகுதிகளும் ஐரோப்பியர்களின் ஆதிக்கத்தின் கீழ் வர ஆரம்பித்தன. பிரிட்டிஷ் ஆவணக் காப்பகங்களில் ஆங்கில மொழியில் பதிவு செய்யப் பட்டிருக்கும் அரிய ஆவணங்களை மிகக் கவனமாகப் பரிசீலித்து இந்தப் புத்தகம் எழுதப்பட்டிருக்கிறது. விஞ்ஞானம், தொழில்நுட்பம் ஆகிய இரண்டு துறைகள் தொடர்பாக 18-ம் நூற்றாண்டு மற்றும் 19ம் நூற்றாண்டின் தொடக்க காலம் ஆகியவற்றின் முக்கியமான சில ஆவணங்களை இந்தப் புத்தகம் முன்வைக்கிறது.

பல தரப்பட்டவர்களால் இந்த ஆவணங்கள் உருவாக்கப்பட்டிருந்தன. இந்தியாவை ஆட்சி புரிந்த ஐரோப்பிய அரசாங்கங்களில் ராணுவ வீரர்களாக, மருத்துவர்களாக, ஆட்சிப் பணியாளர்களாக இந்தியாவுக்கு வந்து பணிபுரிந்த ஐரோப்பியர்கள்; சில நேரங்களில் தன்னார்வத்துடன் தன்னிச்சையாக வந்த ஐரோப்பியப் பயணிகள்; பல நேரங்களில் செல்வந்தர்கள் சார்பில் அல்லது பாரிஸ், லண்டனில் நிறுவப்பட்ட ராயல் சொசைட்டிகள், லண்டன் சொசைட்டி ஆஃப் ஆர்ட்ஸ் போன்ற அமைப்புகளின் சார்பில் வந்த ஐரோப்பியர்கள்; பல்வேறு கிறிஸ்தவ மத அமைப்புகளின் சார்பில் வந்த யேசு சபைப் பணியாளர்கள் எனப் பல தரப்பட்டவர்களால் இந்த ஆவணங்கள், தரவுகள் எழுதப் பட்டிருக்கின்றன.

அந்தக் காலகட்ட ஐரோப்பிய அறிஞர் குழாமைப் பொறுத்தவரையில், இந்த நபர்கள் எல்லாருமே அவரவர் துறையில் நிபுணர்களாக

இருந்தவர்கள். தாங்கள் பார்த்த அல்லது படித்த விஷயங்கள் சார்ந்து துல்லியமான, தெளிவான அறிக்கைகளை அளிக்க வல்லவர்களாக மதிக்கப்பட்டவர்கள். இந்தப் பட்டியலில் இடம்பெற்றிருப்பவர்களில் பெரும்பாலானவர்கள் இந்தியாவில் பல்வேறு பகுதிகளில், தங்கள் வாழ்வின் செயல் ஊக்கம் மிகுந்த காலத்தைக் கணிசமான அளவில் கழித்தவர்கள்.

ஐரோப்பா அல்லாத உலகின் பிற பகுதிகளில் இருக்கும் விஞ்ஞானம், தொழில்நுட்பம் ஆகியவை பற்றித் தெரிந்துகொள்ளவேண்டும் என்ற தேடல் 17-18-ம் நூற்றாண்டுகளில் ஐரோப்பியர்களுக்கு இருந்தது. ஐரோப்பா அல்லாத நாடுகளின் விஞ்ஞான, தொழில்நுட்பத் தகவல்கள் தொடர்பாக உலகுக்குக் கிடைத்திருக்கும் ஆவணங்கள் எல்லாம் (இந்தப் புத்தகத்தில் இடம்பெற்றிருப்பவை உட்பட) அந்தத் தேடலின் விளைவாகத் தொகுத்து உருவாக்கப்பட்டவையே. காலப்போக்கில் அந்தத் தேடல் பரந்துபட்ட தாகவும் சிக்கலானதாகவும் மாறியது. ஆரம்பகட்ட ஐரோப்பியப் பயணிகள், ஐரோப்பிய அரசாங்கங்களின் பணியாளர்கள், விஞ்ஞானிகள், தொழில்நுட்ப நிபுணர்கள் போன்றவர்களின் கவனத்தை முழு வடிவம் பெற்றிருந்த ஒரு சில நுகர்வோர் பொருட்கள் அல்லது தங்கம், வைரம் போன்றவையே பெரிதும் கவர்ந்திருந்தன. இதற்கு ஒரு காரணம் அவர்கள் இந்தியாவில் ஒரு குறிப்பிட்ட பகுதியில், குறுகிய காலத்தை மட்டுமே செலவிட்டனர். ஆனால், மிக முக்கியமான காரணம் என்ன வென்றால், ஐரோப்பா அல்லாத பகுதிகளில் இருந்த நடைமுறைகள், தொழில்நுட்பங்கள் ஆகியவை பற்றிய புரிதல் அந்த ஐரோப்பிய நிபுணர்களிடையே இருந்திருக்கவில்லை. இந்தப் புரிதல் குறைபாடு பிரிட்டிஷாரிடையே வெளிப்படையாகத் தெரியும்வகையில் மிகவும் அதிகமாக இருந்தது. 1800 வரையில் கூட ஐரோப்பாவின் பிற பல பகுதிகளில் இருந்த அளவுக்கான விஞ்ஞான, தொழில்நுட்ப வளர்ச்சிகள்கூட பிரிட்டனில் இருந்திருக்கவில்லை; சுமார் ஐம்பது ஆண்டுகாலம் பிற ஐரோப்பியப் பகுதிகளைவிடப் பின் தங்கியதாகவே பிரிட்டன் இருந்தது.

பெரியம்மை நோய்க்கான தடுப்பு முறை, விதைக் கலப்பை என்ற இரண்டு விஷயங்கள் தொடர்பாக பிரிட்டிஷாருக்கு இருந்த புரிதலின்மை இதற்கான மிகச் சிறந்த எடுத்துக்காட்டுகள். துருக்கிக்கான பிரிட்டிஷ் தூதருடைய மனைவி 1720 வாக்கில் தன் குழந்தைகளுக்கு பெரியம்மை தடுப்பு ஊசி போடப்பட்டதைத் தொடர்ந்து அதை பிரிட்டனிலும் முதல் முறையாக அறிமுகப்படுத்தியிருக்கிறார்.[1] அதற்கு முன்புவரை பிரிட்டனின் மருத்துவத்துறையில் அது பற்றிய ஞானம் எதுவுமே இருந்திருக்கவில்லை. அந்தத் தடுப்பு ஊசி முறையினால் நல்ல பலன்

விளைந்தபோதிலும் பிரிட்டனின் மருத்துவ உலகமும் ஆக்ஸ்ஃபோர்டில் இருந்த மதக் கல்வி நிபுணர்களும் அதைக் கடுமையாக எதிர்த்திருக்கிறார்கள்.[2] மெள்ள மெள்ள அந்தத் தடுப்பூசி முறையின் பரவலான, நல்ல பலனைப் பார்த்ததைத் தொடர்ந்தும், உலகின் பல பகுதிகளுக்கு சென்று வந்த மருத்துவர்களின் முயற்சியினாலும் மெதுவாக அது பிரிட்டனில் ஏற்றுக்கொள்ளப்பட்டது. இந்தப் புத்தகத்தில் இது தொடர்பாக இடம்பெற்றிருக்கும் தரவுகள் எல்லாம் பிரிட்டிஷருக்குப் பயன் தரும் வகையில் உலகின் பிற பகுதிகளில் இருக்கும் தொழில்நுட்பங்கள், அறிவியல் அம்சங்கள் தொடர்பான தேடலின் மூலம் 1720-களுக்குப் பிறகு சேகரிக்கப்பட்டவையே.

அதுபோல் பிரிட்டிஷாருக்குத் தெரிந்திராத இன்னொரு முக்கியமான விஷயம் இந்திய விதைக் கலப்பைத் தொழில்நுட்பம். ஐரோப்பாவில் விதைக் கலப்பையை 1662-ல் கொரிந்தியாவின் ஜோசஃப் லொகாடெலி என்பவர் முதன் முதலில் பயன்படுத்தியதாக ஆவணப்படுத்தப் பட்டுள்ளது.[3] இங்கிலாந்தில் 1730 வாக்கில் இது அறிமுகப் படுத்தப்பட்டுள்ளது. எனினும் பரவலாகப் பயன்பாடுக்கு வர மேலும் ஐம்பது ஆண்டுகள் பிடித்திருக்கிறது. ஆனால், இந்தியாவில் அந்தக் கலப்பை எப்போது என்று கணிக்க முடியாத பன்னெடுங்காலத்தில் இருந்தே வழக்கத்தில் இருந்துவந்திருக்கிறது. இது பிரிட்டிஷரில் மிகுந்த தேடல் மனம் கொண்டவர்களின் கண்ணில் பட்டபிறகே அதாவது 18-ம் நூற்றாண்டின் கடைசிப் பகுதியில்தான் இந்தியாவில் இது பயன்படுத்தப்படுவது பற்றி அவர்களுக்குத் தெரியவந்திருக்கிறது.

ஆரம்பகட்டங்களில் ஐரோப்பியர்களின் இந்தத் தேடல் மிகவும் குறுகிய வட்டத்துக்குள்ளேயே இருந்திருக்கிறது. ஐரோப்பா அல்லாத பகுதிகளில் தங்கி வசித்த அல்லது சுற்றித் திரிந்த ஐரோப்பியர்களிடம் அவர்களுடைய புரவலர்கள் அல்லது அவர்களை அனுப்பிய நிறுவனங்கள் கேட்ட கேள்விகள், தெரிந்து கொள்ள விரும்பிய விஷயங்கள் எல்லாம் மிகவும் எளிமையானவையாகவே இருந்தன. காலப்போக்கில் அறிவு சேகரமாக ஆக, புதிய விஷயங்கள் ஐரோப்பாவில் வரத் தொடங்கவே இந்தத் தேடலின் எல்லை மெள்ள அதிகரித்தது; பல விஷயங்கள் பற்றித் தெரிந்துகொள்ளும் ஆர்வம் அதிகரித்தது. இந்தியாவில் உற்பத்தி செய்யப்படும் பனிக்கட்டி; மெட்ராஸ் சாந்து (சிமெண்ட்); இந்திய எஃகு மற்றும் இரும்பு உற்பத்தி; வாரணாசியில் இருந்த வான் ஆராய்ச்சிக் கூடம் (அது அன்றைய காலகட்டத்தில் உலகில் இருந்த மிகச் சிறந்த ஐந்து வான் ஆராய்ச்சிக் கூடங்களில் ஒன்று என்று 1823 என்சைக்ளோபீடியா பதிப்புகள் வரை குறிப்பிடப்பட்டிருக்கிறது); புதிய வேதிப் பொருட்கள், சாயங்கள் ஆகியவை தொடர்பான தேடல்கள்;

கப்பல்களின் அடிப்பாகத்தில் பூசப்படும் மரப்பிசின் - நீர்புகாத் தொழில்நுட்பம் (இது தொடர்பான ஏராளமான தரவுகள் பிரிட்டிஷ் ராயல் சொசைட்டியின் தலைவருக்கு அதன் இந்திய பிரதிநிதியால் 1790களில் அனுப்பப்பட்டிருக்கிறது) போன்றவையெல்லாம் பெருகிவந்த நவீன காலத் தேவைகள், குறிப்பாக ஐரோப்பிய நலன் சார்ந்த நோக்கில் பார்த்துக் கேட்டுப் பதிவு செய்துகொள்ளப்பட்டன.

இப்படியாக பரந்து விரியத் தொடங்கிய அறிவுத் தேடலின் விளைவாகவும் புதிய பொருட்கள், தொழில்நுட்பங்கள் ஆகியவற்றின் உடனடித் தேவைகள் பெருகியதாலும் (18-ம் நூற்றாண்டின் பெரும்பகுதி வரையிலும் ஐரோப்பியர்கள் தொடர்ந்து போரில் ஈடுபட்டுவந்ததும் இதற்கு ஒரு முக்கியக் காரணம்) மேலே இடம்பெற்ற தொழில்நுட்பங்கள் தொடர்பான ஆவணங்கள், தரவுகளைத் தத்தமது புரவலர்களுக்கும் நிறுவனங்களுக்கும் ஐரோப்பியப் பயணிகள் தொகுத்துக் கொடுத்தனர். 1720களில் தொடங்கி 1820கள் வரையான காலகட்டத்தில் பதிவு செய்யப்பட்ட இத்தகைய ஐரோப்பிய ஆவணங்களில் இருந்துதான் ஐரோப்பா அல்லாத நாடுகளின் அறிவியல், தொழில்நுட்பம், சமூகப் பிரிவுகள், சமூக அமைப்புகள், பழக்க வழக்கங்கள், சட்ட திட்டங்கள் போன்றவைபற்றி நாம் தெரிந்துகொள்ள முடிகிறது. இந்தக் காலகட்டத்துக்கு முன்புவரை உலகின் பிற பகுதிகளைப்பற்றிப் புரிந்துகொள்ளும் திறன் ஐரோப்பியர்களுக்குக் குறைவாகவே இருந்திருக்கிறது. 1820களுக்குப் பிறகோ ஐரோப்பாவின் தேவைகள், பிரச்னைகளுக்கு உலக நாடுகளின் இந்தப் புதிய அம்சங்களால் எந்தப் பெரிய பலனும் இல்லை என்ற நிலை உருவாகிவிட்டது.

ஐரோப்பியர்கள் கால் வைத்த பிறகு உலகின் பிற பகுதிகளின் சமூக அமைப்புகள், அறிவியல், தொழில்நுட்பங்கள் எல்லாம் அதற்கு 50-100 வருடங்களுக்கு முன்பிருந்ததைப்போல் தொடரவும் முடிந்திருக்கவில்லை. அந்த நாடுகளின் அரசாட்சியும் இறையாண்மையும் சுதந்தரமும் பறிக்கப்பட்டதைப் போலவே இந்த அறிவியல், தொழில்நுட்ப அமைப்புகளும் வீழ்ச்சியைச் சந்தித்தன. ஐரோப்பா அல்லாத இந்த சமூகங்கள் எல்லாமே 'பின்தங்கியவையாகவும் காட்டுமிராண்டித்தனம் மிகுந்தவையாகவுமே' 1820 வாக்கில் ஐரோப்பிய சிந்தையிலும் பெரும்பாலான வரலாற்றுப் படைப்புகளிலும் குறிப்பிடப்படத் தொடங்கிவிட்டன. நிஜத்தில் அவை அப்படி இருந்திருக்கவில்லை.

ஆனால், ஐரோப்பா அல்லாத நாடுகளின் 'பின்தங்கிய, காட்டு மிராண்டித்தனமான' சித்திரமானது வெறும் 1820களில் அல்லது

அதையொட்டிய காலகட்டத்தில் திடீரென்று முளைத்த விஷயம் அல்ல. அது நீண்ட காலமாக மெள்ள மெள்ள உருத்திரண்டு வந்து 1780களுக்குப் பிறகு வேகம் பிடிக்கத் தொடங்கிய சிந்தனைப் போக்குதான். 1780களுக்கு பிந்தைய ஆவணங்களில் இந்தப் போக்கின் தடயங்களை நன்கு காண முடியும்.

பனாரஸ் வான் ஆராய்ச்சிக்கூடம், இந்திய வான சாஸ்திரம் ஆகியவை பற்றி 1780களுக்குப் பிந்தைய காலகட்டத்தில் எழுதப்பட்டிருக்கும் படைப்புகளில், பெரும்பான்மையோரிடம் இருந்த (படித்த, விஷயம் தெரிந்தவர்களிடையேயும் கூட) ஐரோப்பியமையவாத சிந்தனைப் போக்கு இருப்பதை நன்கு புரிந்துகொள்ளமுடியும். பேராசிரியர் ஜான் ப்ளேஃபெயர் எடின்பர்க் பல்கலையில் கணிதவியல் துறையில் பேராசிரியராக இருந்தவர். மிகச் சிறந்த கல்விமான். இந்திய வான சாஸ்திரம் பற்றி எழுதுகையில் ஐரோப்பிய மையவாத சிந்தனையுடனே அதைப் பதிவு செய்திருக்கிறார். கிறிஸ்து பிறப்பதற்கு 3102 ஆண்டுகளுக்கு முந்தைய காலகட்டத்து இந்தியர்களின் வான சாஸ்திரக் கணிப்புகளானது அனைத்துவகையான விஞ்ஞானபூர்வ சோதனைகளாலும் சோதித்துப் பார்த்து சரியென்று நிரூபிக்கப் பட்டிருக்கிறது.

இப்படியான துல்லியமான கணிப்புகள் சாத்தியமாக இரண்டு காரணங்கள் இருக்கக்கூடும். ஒன்று இந்தியர்களுக்கு அதி சிக்கலான வான சாஸ்திரக் கணக்குகள் தெரிந்திருக்கவேண்டும். அல்லது கி.மு. 3102-ல் அவற்றை வெறுமனே நேரடியாகப் பார்த்துப் பதிவு செய்திருக்கவேண்டும். பேரா. ஜான் ப்ளேஃபெயர் இரண்டாவது காரணம்தான் உண்மையாக இருக்கும் என்ற முடிவுக்கே வருகிறார். ஏனென்றால் முதலாவது காரணத்தை உண்மை என்று எடுத்துக் கொள்வதென்றால், அதாவது இந்தியர்களுக்கு அப்போதே அதி சிக்கலான வான சாஸ்திரக் கணக்குகள் தெரிந்திருந்தது என்று சொன்னால் ‘‘விண்வெளியின் அதி தொலைவுகளை மட்டுமல்ல; காலவெளியின் அதீத இடைவெளிகளையும் இணைக்கும் உலகளாவிய கோட்பாடுகளைக் கணித்துச் சொல்லும் வகையில் பிராமணர்கள் மத்தியில் அன்றே ஒரு நியூட்டன் தோன்றிவிட்டதாக ஒப்புக்கொள்ளவேண்டியிருந்திருக்கும்’.[4] இந்திய வான சாஸ்திரத்தின் மேதமையையும் அதன் பின்னால் இருந்த விஞ்ஞான நிபுணத்து வத்தையும் அங்கீகரிப்பதைவிட அதன் தொன்மையை அங்கீகரிப்பது அவருக்கு எளிதாக இருந்தது.

ஆனால், இந்திய வான சாஸ்திர ஞானத்தின் தொன்மையை அங்கீகரித்துப் புகழ்வது கூட குறுகிய காலத்துக்கு மட்டுமே நீடித்தது.

அடிப்படைவாத, இவாஞ்சலிக்கல் கிறிஸ்தவ சிந்தனைகள் வலுப்பெறத் தொடங்கியதைத் தொடர்ந்து இந்த அங்கீகாரம் கிறிஸ்தவத்துக்கு எதிரான செயலாகப் பார்க்கப்பட்டது. பழைய ஏற்பாட்டை அடிப்படையாகக்கொண்டு உருவாக்கப்பட்ட ஐரோப்பிய வரலாற்றுக் கருதுகோள்களின் அடிப்படையில் கி.மு.2348-ல் நடந்ததாகச் சொல்லப்படும் 'ஊழிப் பெரு வெள்ளத்தில்' தப்பிப் பிழைத்ததாகச் சொல்லப்பட்டவை நீங்கலாக வேறு எதையும் ஏற்றுக்கொள்ள அவர்கள் தயாராக இல்லை. கி.பி. 1814 வாக்கிலும்கூட 'எடின்பர்க் ரிவ்யூ' போன்ற பத்திரிகைகளில் இந்திய சாதனைகள் அரைமனதுடன் நியாயப்படுத்தப்பட்டன என்றாலும் பின்னாளில் இந்திய வான சாஸ்திரத்தின் தொன்மை மதிப்புகூட முழு ஐரோப்பிய நிராகரிப்பைச் சந்திக்க நேர்ந்தது.

குவியரின் 'தி தியரி ஆஃப் எர்த்'[5] பற்றிய விமர்சனக் கட்டுரையில் (குவியர் தன் படைப்பில் இந்திய வான சாஸ்திர அட்டவணைகளின் தொன்மையைக் கேலி செய்து, நிராகரித்திருந்தார்) எடின்பர்க் ரிவ்யூ ஐரோப்பாவுக்கும் பிற பகுதிகளுக்கும் இடையிலான தொடர்புகள், மனோபாவம் ஆகியவற்றில் ஏற்பட்ட மாற்றத்தைப் புரிந்து கொண்டுபின்வரும்வகையில் எழுதியிருந்தது: 'கீழைத்தேய நாடுகளின் அறிவியல் துறைகளின் தொன்மைக்கு எதிராக ஏராளமான வாதங்கள் முன்வைக்கப்பட்ட போதிலும் வானவியல் வரலாற்றாசிரியரின் (அதாவது பெய்லியின்) முக்கியமான வாதங்களை மறுக்கும் வகையில் எவையும் இதுவரை முன்வைக்கப்படவில்லை'.

மோசஸ் காலக் கருத்துகள், கிறிஸ்தவ நம்பிக்கை ஆகியவற்றுக்கும் இந்திய வானசாஸ்திர அட்டவணைகளின் தொன்மைக்கும் இடையிலான முரண்பாட்டை தீர்க்க இது முயற்சி செய்கிறது. இந்திய வான சாஸ்திரக் கணிப்புகள் மிகவும் தொன்மையானவையாக இருக்கின்றன. பைபிளில் சொல்லப்பட்ட ஊழிப்பெரு வெள்ளத்துக்கும் முந்தையதாக இருக்கின்றன. உண்மையில், இந்திய வானவியல் அறிவென்பது பெருவெள்ளத்தையும் தாண்டி எஞ்சி நிற்கும் மிச்சங்களாகவே இருக்கக்கூடும்'. இப்படியான பதிலைச் சொல்வது அதன்பின் எந்தப் பலனையும் அளிக்கப்போவதில்லை. அல்லது ஐரோப்பிய நூற்றாண்டாக ஆகிவிட்ட ஒன்றில் ஐரோப்பிய மேதைகளுக்கு அது தேவையானதாக இருந்திருக்கவும் இல்லை.

பேரா. ப்ளேஃபெயர் போல் இந்திய வானவியலின் தொன்மையை அங்கீகரித்தபோதிலும்கூட 18-ம் நூற்றாண்டில் இந்தியாவில் இருந்த வான சாஸ்திர நிபுணர்களுக்கு அந்தத் துறையில் ஏதேனும் உருப்படியாகத் தெரிந்திருந்தது என்பதை ஒப்புக்கொள்ள

ஐரோப்பியர்களுக்கு மிகவும் சிரமமாகவே இருந்திருக்கிறது. 'பதினெட்டாம் நூற்றாண்டு இந்திய வானவியலாளருக்கு அந்தக் கோட்பாடுகள், விதிகள் தொடர்பான அடிப்படைகள் எதுவும் தெரிந்திருக்கவில்லை'என்றே பேரா.ப்ளேஃபெயர்குறிப்பிட்டிருக்கிறார்.[6]

இந்திய வானவியலாளர்களுடன் பேசிப் பார்ப்பதன் மூலமே இந்திய வானவியல் பற்றி ஐரோப்பியர்களுக்கு தெரிய வரவாய்ப்பு இருந்தது. 1769-ல் இந்தியா வந்த எம்.லெ.ஜெண்டில் அப்படிப் பேசி, பரிமாறி இந்திய வானவியல் பற்றித் தெரிந்துகொண்டார். அவர் இந்துஸ்தானில் தங்கியிருந்தபோது பிராமணர்கள் அவருடைய வானவியல் அறிவு காரணமாக பிற ஐரோப்பியர்களிடம் பழகியதைவிட அவருடன் நெருக்கமாகக் கலந்துரையாடினர். அப்படியாக அவருக்கு இந்திய வான சாஸ்திரம் பற்றிக் கூடுதலாகத் தெரிந்துகொள்ள வாய்ப்புக் கிடைத்தது. இதன் பயனாக, 1772-ல் அகடமி ஆஃப் சயின்ஸில் இந்திய வான சாஸ்திர கணிப்புகள், விதிகள், அட்டவணைகள் பற்றி அவரால் எழுதி வெளியிட முடிந்தது.[7]

18-ம் நூற்றாண்டு இந்தியாவில் இருந்த அறிஞர்களுக்கும் பல்வேறு துறைகளில் நிபுணத்துவம் பெற்ற ஐரோப்பியர்களுக்கும் இடையில் தெளிவான தகவல் பரிமாற்றம் நடக்க வாய்ப்பு இல்லாமல் இருந்தது. அதற்கு இரண்டு முக்கிய காரணங்கள்: இந்திய அறிஞர்கள் பொதுவாகவே தமது ஞானத்தைப் பிறருடன் பகிர்ந்துகொள்ளத் தயாராக இருந்திருக்கவில்லை. இரண்டாவதாக, அவர்களுடைய கோட்பாடுகளின் நுட்பமும் சிக்கலான தன்மையும் அவர்களைப் பொறுத்தவரையில் ஐரோப்பியர்களால் புரிந்துகொள்ளமுடியாது என்று (சரியாகவோ தவறாகவோ) நினைத்தனர்.

இந்தியாவில் இருந்த தொழில்நுட்பங்களும் அறிவியல் துறைகளும் 1750 வாக்கில் வீழ்ச்சியடையத் தொடங்கியிருந்தன. அதற்கு முந்திய நூற்றாண்டுகளிலும் இப்படியான நிலையே இருந்துவந்தது. எனினும் இந்தப் புத்தகத்தில் குறிப்பிடப்பட்டிருக்கும் தொழில்நுட்பங்கள், செயல்முறைகள், கோட்பாடுகள், சூத்திரங்கள், உருவாக்கங்கள் எல்லாமே அன்றைய காலகட்டத்தில் அந்தந்த இடங்களில் நிஜத்தில் இருந்தன என்பதில் எந்த சந்தேகமும் தேவையில்லை. இந்த விஷயங்கள் எல்லாம் இந்தியாவின் எல்லா இடங்களிலும் பயன்பாட்டில் இருந்தனவா; கற்றுத் தரப்பட்டனவா; பிற பகுதிகளில் பரிமாறிக்கொள்ளப்பட்டனவா என்பது தொடர்பாக, விரிவான ஆய்வுகள் இன்னும் மேற்கொள்ளப்படவேண்டியிருக்கிறது. ஆங்கிலத்தில் எழுதப்பட்டிருக்கும் ஆவணங்களில் மட்டுமல்ல; இந்தியப் பழங்காலம் குறித்துப் பிற அந்நிய மொழிகளில்

எழுதப்பட்டிருப்பவற்றையும் ஆராய்ந்தாகவேண்டியிருக்கும். 18-ம் நூற்றாண்டின் மத்திய பகுதியில் இந்தியாவில் இருந்த அறிவியல் தொழில்நுட்பங்களை அதற்கு முந்தைய காலகட்டத்தில் இந்தியாவில் இருந்த தொழில்நுட்பங்களுடன் ஒப்பிட்டும் ஆய்வு மேற்கொள்ளப்பட்டாகவேண்டும்.

18-ம் நூற்றாண்டின் பிற்பகுதியில் இருந்த ஐரோப்பிய மையவாத சிந்தனைகள் வேறு பரிமாணங்களையும் கொண்டிருந்தன. பிற பகுதிகளில் இருக்கும் விஷயங்களின் வேர்கள் எல்லாம் இந்தியாவில் இருப்பதாகக் கருதப்பட்டன. இவற்றிலிருந்து மாறுபட்டு, ஹிந்து மதத்தின் வேர்கள் பிரிட்டிஷ் தீவுகளில் இருப்பதாகக்கூடச் சொல்லப் பட்டன[8] (ஹிந்து புராண இதிகாசங்களில் ஸ்வேத த்வீப் - வெள்ளைத் தீவு என்று சொல்லப்படுவது பிரிட்டனே என்றுகூடச் சொல்லப் பட்டது!). திட்டமிட்டுச் செய்யப்பட்டனவோ இல்லையோ இப்படியாக மாறுபட்ட யூகங்கள், கருத்தாக்கங்கள் எல்லாம் ஐரோப்பா அல்லாத பகுதிகளை மட்டம் தட்டி ஓரங்கட்டுவதிலேயே போய்முடிந்தன. ஐரோப்பாவைத் தவிர உலகின் பிற பகுதிகளில் வாழ்பவர்கள் எல்லாம் காட்டுமிராண்டிகள், மூடர்கள் என்பதை நேரடியாக முன்வைப்பவையாக அந்தப் படைப்புகளில் பெரும் பாலானவை இருந்தன. மற்ற நாட்டினர் ஐரோப்பியர்களுடைய எள்ளிநகையாடலுக்கும் வெறுப்புக்கும் எளிய இலக்குகளாகிப் போயினர்.

2

இந்தப் புத்தகத்தில் இடம்பெற்றிருக்கும் நான்கு ஆவணங்கள் வான சாஸ்திரம் பற்றிக் குறிப்பிடுகின்றன. இரண்டு ஆவணங்கள் கணிதம் பற்றிக் குறிப்பிடுகின்றன. 1772-ல் வந்து பார்த்த பிறகு சர் ராபர்ட் பார்கர் ஆவணப்படுத்தியிருக்கும் வாரணாசி வான் ஆராய்ச்சிக்கூடம் இன்றும் உருக்குலையாமல் அப்படியே இருக்கிறது. இப்போது அது 'மன் மந்திர்' என்று அழைக்கப்படுகிறது. 'தசவமேதா காட்'-க்கு சில நூறு அடி தொலைவில் அது இருக்கிறது. எந்தவிதப் பெரிய சிதிலமும் அடையாமல் இருக்கும் நிலையிலும் இன்று அது மிகவும் புறக்கணிக்கப்பட்ட நிலையில் இருக்கிறது. உலக அளவில் புகழ் பெற்றிருந்த ஐந்து வான் ஆராய்ச்சிக்கூடங்களில் ஒன்றாகவும் இந்தியாவில் மிகப் பெரிய அளவில் புகழ் வாய்ந்ததாகவும் இருந்த அது இன்று இப்படி இருப்பது வருத்தத்துக்குரிய விஷயம்தான். பிரிட்டனிலும் ஃப்ரான்ஸிலும் இருக்கும் இது போன்ற பழமையான

வான் ஆராய்ச்சிக்கூடங்கள் பெரிய அளவில் மதித்துப் பாதுகாக்கப் பட்டுவருகின்றன. மன் மந்திர் போன்ற இடங்கள் இந்தியாவுக்கும் இந்தியர்களுக்கும் அதே அளவு முக்கியத்துவம் வாய்ந்தவையே; அதே அளவுக்குப் போற்றிப் பாதுகாக்கப்படவேண்டியவையே.

இரண்டு நூற்றாண்டுகளுக்கு முன்பு ஆவணப்படுத்தப்பட்டபோது எப்படி இருந்ததோ அதைவிட மோசமான நிலையில் ஆங்கிலத்திலும் ஹிந்தியிலும் வான் ஆராய்ச்சி யந்திரங்கள் (கருவிகள்) பற்றிய ஓரிரு அறிவிப்புப் பலகைகள் மட்டுமே தொங்கிக் கொண்டிருக்கின்றன. வேறு இரண்டு அறிவிப்புப் பலகைகள் அந்தக் கட்டடம் கட்டப்பட்ட காலத்தையும் வான் ஆராய்ச்சிக்கூடம் நிறுவப்பட்ட காலத்தையும் குறிப்பிடுகின்றன. அந்தக் கட்டடம் 16-ம் நூற்றாண்டில் கட்டப் பட்டதாகவும் வான் ஆராய்ச்சிக்கூடமோ 18-ம் நூற்றாண்டின் முன் பகுதியில்தான் கட்டப்பட்டதாகவும் அவை தெரிவிக்கின்றன.

காலக்குறிப்புகளில் இப்படியான தந்திரமான குறிப்பு இருப்பதன் பின்னால் ஒரு பெரிய கதை இருக்கிறது. பார்க்கரின் ஆவணக் குறிப்புகள் 1777-ல் பிரிட்டிஷ் ராயல் சொசைட்டியின் டிரான்சாக்ஷன் தொகுப்பில் இடம்பெற்றிருக்கிறன. அது அந்த வான் ஆராய்ச்சிக் கூடமானது அதற்கு இரண்டு நூற்றாண்டுகளுக்கு முன்னதாக கட்டப் பட்டதாகத் தெரிவிக்கிறது. ராயல் சொசைட்டியின் வேண்டு கோளுக்கு இணங்க ஜே.எல். வில்லியம்ஸ் 1792-ல் வேறொரு ஆவணத் தொகுப்பை பதிவுசெய்திருக்கிறார். அது 1793-ல் டிரான்சாக்ஷனில் இடம்பெற்றிருக்கிறது.[9]

அந்த இரண்டாவது ஆவணம் போகிற போக்கில் சொல்வதுபோல் முன்வைக்கும் முக்கியமான விஷயம் என்னவென்றால் அந்த வான் ஆராய்ச்சிக்கூடம் 1777-ல் பெங்கால் கமாண்டர் இன் சீஃப் குறிப்பிட்டதுபோல் 16-ம் நூற்றாண்டில் உருவாக்கப்படவில்லை. ஐம்பது - 60 வருடங்களுக்கு முன் அதாவது 18-ம் நூற்றாண்டின் ஆரம்பகட்டத்தில் உருவானதுதான் என்று குறிப்பிட்டிருக்கிறது. இந்தக் கூற்றை நியாயப்படுத்த இரண்டு காரணங்களை அது முன்வைக்கிறது. ஒன்று பனாரஸ் இந்திய மெஜிஸ்டிரேட் சொன்னதாகச் சொல்லும் ஒரு வாக்குமூலம் மற்றும் பனாரஸ் பிராமணர் ஒருவருடைய கூற்று ஆகியவற்றை முன்வைக்கிறது. அந்த மாஜிஸ்டிரேடும் அவருடைய சகாக்களும் காரன்வாலிஸ் கொண்டு வந்த நீதித்துறை ஒழுங்குபடுத்தல் மூலம் பதவி நீக்கம் செய்யப் பட்டவர்கள். அந்த மாஜிஸ்டிரேட்டின் கூற்றுப்படி, அந்தக் கட்டடம் ராஜா மான்சிங்கால் கட்டப்பட்டிருந்தாலும் துறவிகள், புனிதப் பயணிகளின் உறைவிடமாகவே முதலில் கட்டப்பட்டிருந்தது. வான்

ஆராய்ச்சிக்கூடமானது ராஜா ஜெய் சிங்கால் பின்னர்தான் கட்டப்பட்டது என்று அந்த ஆவணம் குறிப்பிடுகிறது.

அந்த வான் ஆராய்ச்சிக் கூடம் 1794 சம்பத் ஆண்டு (கி.பி.1737) ஆரம்பிக்கப்பட்டு அடுத்த இரண்டு ஆண்டுகளில் கட்டிமுடிக்கப் பட்டது. ராஜா ஜெய்சிங் சம்பத் ஆண்டு 1800-ல் (கி.பி. 1743) இறந்தார் என்றும் அது தெரிவிக்கிறது. மாஜிஸ்டிரேட் சொன்ன இந்தக் கூற்றுக்கு வலுச் சேர்க்கும் வகையில் அந்தப் புதிய வான் ஆராய்ச்சிக் கல்லூரியில் பேராசிரியராக இருக்கும் வாரணாசி பிராமணர் ஒருவருடைய கூற்றும் அந்த ஆவணத்தில் குறிப்பிடப்பட்டிருக்கிறது. அவர் என்ன சொல்கிறார் என்றால், 'இந்த வான் ஆராய்ச்சிக்கூடம் அதற்கு முன்புவரை பயன்பாட்டில் இருந்திருக்கவில்லை. நுட்பமான எந்தவித ஆய்வும் செய்யும்வகையில் அதில் எந்த வசதி வாய்ப்பும் இருந்திருக்கவில்லை. அது துறவு சார்ந்த நோக்கத்துக்காகக் கட்டப் பட்டிருந்ததே தவிர எந்தவித பயனுள்ள அறிவியல் ஆய்வுக்காக அமைக்கப்பட்டிருக்கவில்லை'.

இந்த இரண்டு கூற்றுகள் நீங்கலாக, அந்த ஆவணத்தில் அந்த கட்டடத்தில் இருந்த பல்வேறு கருவிகளின் அளவுகளைப் பற்றி விரிவாகக் குறிப்பிடப்பட்டிருக்கிறது. 'வானவியல் விஷயங்களில் போதுமான பரிச்சயம் இல்லையென்பதால் இந்தப் பல்வேறு கருவிகள் பற்றியும் அவற்றின் பயன்கள் குறித்தும் தெளிவாக எதுவும் சொல்ல என்னால் முடியவில்லை. ஆனால், அந்த கருவிகள் அளவுகள் தொடர்பாக குறிப்பிடப்பட்டிருப்பவை எல்லாம் அதி துல்லியமாகக் கணக்கிடப்பட்டிருக்கின்றன என்று உறுதியாகச் சொல்ல முடியும்' என்று அந்த ஆவணத்தில் குறிப்பிடப்பட்டிருக்கிறது.

பனாரஸ் வான் ஆராய்ச்சிக்கூடம் பற்றி 1798-ல் இன்னொரு குறிப்பு வில்லியம் ஹண்டர் மூலம் இடம்பெற்றிருக்கிறது. மராத்தா ப்ரஸிடென்ஸியின் தலைநகரான பூனாவில் இருந்த பிரிட்டிஷ் பிரதிநிதியின் உதவியாளரான அவர், 'ஜெயநகர் மன்னர் ஜெங் சிங்கின் வான் ஆராய்ச்சிப் பணிகள்' என்ற தலைப்பில் ஒரு கட்டுரை எழுதியிருக்கிறார். அதில் ராஜா ஜெய்சிங்கின் வானவியல் ஈடுபாடு பற்றிக் குறிப்பிடப்பட்டுள்ளது. தேசப் பெருமிதம், மதப் பெருமிதம், கல்வி தொடர்பான முன்முடிவுகள் இவற்றை மீறி ராஜா ஜெய்சிங் தனது தேசத்தை அந்நிய தேசங்களில் இருந்து கிடைத்த அறிவியல்பூர்வ உண்மைகளின் அடிப்படையில் வளப்படுத்த விரும்பினார். அந்நிய தேசமென்பது இங்கு ஐரோப்பாவைக் குறிக்கிறது.

இந்த ஆவணப்பதிவை எழுதியவர் தனது நோக்கத்தை நேரடியாகவும் மிகவும் வெளிப்படையாகவும் முன்வைத்திருக்கிறார். 'கீழைத்தேய

நாடுகளுக்கு நமது அரசியல் மற்றும் ராணுவ வலிமையை உணரவைத்த பிறகு நமது ஐரோப்பிய அறிவியல் பார்வையை அவர்களிடையே புகுத்துவதைவிட வேறெதுவும் நம் தேசத்தின் பெருமிதத்தைப் பறைசாற்ற உதவாது என்றே திடமாக நம்புகிறேன். எனவே, அந்த இலக்கை நிறைவேற்றும் நோக்கில் நாம் இந்தியர்களில் ஐரோப்பிய துல்லியத்தையும் உன்னதமான அறிவியல் பார்வையையும் புரிந்துகொள்ளும் திறன் உடையவர்களை நாம் ஊக்குவித்தாக வேண்டும்.'[10]

18-ம் நூற்றாண்டின் ஆரம்பகட்டத்தில்தான் பனாரஸ் வான் ஆராய்ச்சிக்கூடம் நிறுவப்பட்டது என்ற கூற்றைப் பலப்படுத்த வேறொரு முயற்சியையும் மேற்கொண்டது; ஸீஜ் மொஹமத்ஷாஹி என்றழைக்கப்படும் நூலை இதற்கு ஆதாரமாக மேற்கோள் காட்டியது (இப்படி ஒரு நூல் இப்போதும் இருக்கிறதென்றால் அந்த 18-ம் நூற்றாண்டு மத்திய கால படைப்பானது யாரால் எழுதப்பட்டது; எந்த ஆண்டில் எழுதப்பட்டது; எந்த அமைப்பின் சார்பில் எழுதப்பட்டன என்பதையெல்லாம் ஆராய்ந்து பார்க்கவேண்டும்.) இந்த ஆவணத்தைப் பொறுத்தவரையில், 'பிராமண, இஸ்லாமிய, பண்டிதர்கள், வான ஆராய்ச்சியாளர்கள், வடிவ கணிதவியலாளர்கள் மற்றும் ஐரோப்பிய வான் ஆராய்ச்சியாளர்கள் ஆகியோரை ஒருங்கிணைத்து ராஜா ஜெய் சிங் இங்கு (தில்லி) வான் ஆராய்ச்சிக் கருவிகளைக் கொண்டுவந்து நிறுவி ஓர் வான் ஆராய்ச்சி மையத்தை அமைத்தார்.'

இந்த வான் ஆராய்ச்சி மையம் கண்டு சொல்லும் வானவியல் உண்மைகளை உறுதிப்படுத்திக்கொள்ளும் நோக்கில் ஜெய்பூர், மதுரா, பனாரஸ், உஜ்ஜயினி ஆகிய இடங்களிலும் அதே போன்ற வான் ஆராய்ச்சிக் கருவிகளைக் கொண்டு வான் ஆராய்ச்சிக் கூடங்களை அமைத்தார். ஸீஜ் மொஹமத்ஷாஹியில் இருந்து மேற்கோள்காட்டியது நீங்கலாக வேறு ஆதாரம் எதுவும் அந்த ஆவணத்தில் இடம்பெறவில்லை. 'சர் ராபர்ட் பார்கரும் திரு வில்லியம்ஸ¬ம் பனாரஸ் வான் ஆராய்ச்சிக்கூடம் பற்றிச் சொல்லியிருப்பது பற்றி எனக்குக் கூடுதலாகச் சொல்ல எதுவும் இல்லை'[11] என்று கூறிய இந்த ஆய்வாளர் அந்தக்கருவிகளின் அளவுகள் பற்றி சில விஷயங்களைக் குறிப்பிட்டிருக்கிறார்.

19-ம் நூற்றாண்டின் ஆரம்ப காலகட்டத்தில் பல்வேறு பிரிட்டிஷார்கள் பனாரஸ் வான் ஆராய்ச்சிக்கூடம் பற்றி அறிக்கைகள் சமர்ப்பித்திருக் கிறார்கள். அதைத் தொடர்ந்து சட்டென்று அந்த விஷயம் பொது வெளி உரையாடல்களில் இருந்து மறைந்துபோனது. 1920 வாக்கில், இந்திய அகழ்வாராய்ச்சி மையம் (ஏ.எஸ்.ஐ.) வெளியிட்ட 'எ கைடு

டு தி ஓல்ட் அப்சர்வேஷன்ஸ்'[12] என்ற படைப்பில் இதுபற்றி மீண்டும் குறிப்பிடப்பட்டது. மன் மந்திர் அதாவது பனாரஸ் வான் ஆராய்ச்சிக் கூடம் 17-ம் நூற்றாண்டின் தொடக்க கட்டத்தில் உருவாக்கப்பட்டதாக அது குறிப்பிட்டிருக்கிறது. கி.பி. 1737 வாக்கில் ராஜா ஜெய் சிங் ஆட்சியின்போது வான் ஆராய்ச்சிக் கருவிகள் நிறுவப்பட்டன. இது பற்றிய காலக் கணக்குகள் துல்லியமாகத் தெரியவில்லை. ஒவ்வொரு ஆய்வாளரும் ஒவ்வொரு காலகட்டத்தைக் குறிப்பிடுகிறார்கள் என்று அது தெரிவிக்கிறது.

அந்த ஆவணம் மேலும் கூறுகையில், 'பிரின்செப் என்ன சொல்கிறாரென்றால், அந்தக் கட்டடம் ராஜா ஜெய் சிங்கால் கி.பி. 1680-ல் வான் ஆராய்சிக்கூடமாக ஆக்கப்பட்டது' என்று தெரிவிக்கிறது. அதோடு தாவெர்னியரின் கூற்றையும் மேற்கோள்காட்டுகிறது. வான் ஆராய்ச்சிக்கூடம் அமைக்கப்பட்ட காலம் பற்றிய பிற அறிக்கைகளை எல்லாம் புறந்தள்ளிவிட்டு வில்லியம்ஸ் கூறியிருக்கும் காலமான கி.பி. 1737 தான் உண்மையானதாக இருக்கும். இதுதான் எல்லாவித பகுப்பாய்வுகளிலும் உண்மை என்று நம்பத்தகுந்ததாக இருக்கிறது. அந்தக் கருவிகளின் அளவுகள் பற்றி வில்லியம்ஸ் கூறியிருப்பவை மிகவும் துல்லியமானவையே என்று ஹண்டர் கூறியிருப்பதாகவும் தெரிவிக்கிறது.[13]

அப்படியாக பனாரஸ் வான் ஆராய்ச்சிக்கூடம் 18-ம் நூற்றாண்டில்தான் நிறுவப்பட்டது என்ற விஷயமானது 1793, 1798 ஆகிய இரண்டு ஆண்டுகளில் வெளியான கட்டுரைகளில் இருந்து முன்வைக்கப்படுகிறது. முதலாவது குறிப்பு ராயல் சொசைட்டியின் நல்கை பெற்ற ஒருவரால் முன்வைக்கப்பட்டிருக்கிறது. இரண்டாவது நீண்ட குறிப்பானது கீழைத்தேயர்களுக்கு ஐரோப்பிய விஞ்ஞானத்தின் மேன்மையைப் புரியவைக்கும் நோக்கிலும் '(ஐரோப்பிய)தேசத்தின் பெருமையை முன்னெடுத்துச் செல்லும் நோக்கிலும்' எழுதப்பட்டிருந்தது.

தாவர்னியர் தனது ஆவணமான 'டிராவல்ஸ்'ஸில் என்ன குறிப்பிட்டிருக்கிறாரென்றால், 'இந்த மாபெரும் கோவிலுக்கு அருகில் மேற்குப் பக்கத்தில் ஒரு கல்லூரி இருக்கிறது. மொகலாய ஆட்சிகாலத்தில் அதிகாரத்தில் இருந்த உருவ வழிபாட்டாள மன்னர்களிலேயே மிகவும் வலிமை மிகுந்தவரான ராஜா ஜெய்சிங்கினால் கட்டப்பட்டது. வசதி வாய்ப்புகள் மிகுந்த இளைஞர்களின் கல்விக்காக இதைக் கட்டியிருக்கிறார்'. [14]

தாவெர்னியர் 1655-56-ல் பனாரஸ் வந்திருக்கிறார். அமேர் பகுதியை ஆண்ட பல மன்னர்களுக்கு ஜெய சிங் என்ற பெயர் இருந்திருக்கிறது.

ஆண்டிருக்கிறார்கள். இதனால்தான் பனாரஸ் ஆய்வுக்கூடம் நிறுவப்பட்ட காலமாக பல்வேறு ஆண்டுகள் குறிப்பிடப்படுகின்றன.

பனாரஸ் வான் ஆராய்ச்சிக்கூடத்தின் காலத்தைக் கணிப்பதில் வேறு சில சுவாரசியமான தகவல்களும் கிடைத்திருக்கின்றன. பியர்ஸ் மற்றும் ஏ.கேம்பலுடன் பார்க்கர் 1772-ல் இந்த வான் ஆராய்ச்சிக் கூடத்தைப் பார்வையிட்டிருக்கிறார். 1737-ல் தான் இந்த வான் ஆராய்ச்சிக்கூடம் கட்டப்பட்டிருந்தது என்பது உண்மையென்றால், 1772-ல் 35 வருடங்கள் மட்டுமே ஆகியிருக்கும். ஆனால், அவர்கள் மிகத் தெளிவாக அந்த ஆராய்ச்சிக்கூடம் இரண்டு நூற்றாண்டுகளுக்கு முன்பிருந்தே அங்கிருப்பதாகக் குறிப்பிட்டிருக்கிறார்கள். அந்த ஆராய்ச்சிக்கூடம் 35 ஆண்டுகளுக்கு முன்னர்தான் கட்டப் பட்டிருந்தால் அது கட்டப்பட்டபோது இருந்தவர்களை அவர்கள் நேரில் பார்த்துப் பேசியிருப்பார்கள்.

1772-ல் ஐரோப்பிய ஆராய்ச்சியாளர்கள் பார்த்தபோது வான் ஆராய்ச்சிக்கூடம் நிறுவப்பட்ட ஆண்டு குறித்து எந்தவித காலக் குழப்பமும் இருந்திருக்கவில்லை என்பதால் அந்த ஆராய்ச்சியாளர்கள் சந்தித்துப் பேசியவர்கள் தவறான தகவல் தந்திருப்பார்கள் என்று நம்ப எந்த முகாந்தரமும் இல்லை. இரண்டு நூற்றாண்டுகளுக்கு முன் கட்டப்பட்ட ஆராய்ச்சிக்கூடத்தை 35 ஆண்டுகளுக்கு முன் கட்டப் பட்டதாக மாற்றிச் சொன்னதுதான் பிந்தைய கணிப்புகளில் அதிக கவனத்துடன் நாம் கவனிக்கவேண்டிய முக்கிய அம்சமாக இருக்கிறது.

அடுத்ததாக அந்த வான் ஆராய்ச்சிக்கூடம் பற்றிய மிக முக்கியமான ஆவணம் ஜான் ப்ளேஃபயர் 1789-ல் எழுதிய 'பிராமணர்களின் வானவியல் ஆய்வுகள் பற்றிச் சில குறிப்புகள்' என்ற கட்டுரைதான். கீழைத்தேய நாடுகளுடன் ஆரம்பகட்டத் தொடர்பு ஏற்பட்டபோது சில ஐரோப்பிய ஆராய்ச்சியாளர்களுக்குக் கிடைத்த வானவியல் அட்டவணைகள் பற்றிக் குறிப்பிடுகிறார். சில அட்டவணைகள் சியாம் பகுதியில் இருந்து கிடைத்துள்ளன. அவை குறிப்பிடும் காலகட்டம் 21, மார்ச், கி.பி.638. என்று குறிப்பிட்டிருக்கிறார். ஆனால் அந்த அட்டவணைகளின் ஆதார மெரிடியன் சியாமுக்கானது அல்ல; பனாரஸினுடையது!

இந்தியாவில் இருந்து கிடைத்திருக்கும் அட்டவணைகள் பலவற்றிலும் ஒரு பொது அம்சம் காணப்பட்டது. அது குறிப்பிடும் காலகட்டம் கி.மு. 3102-ல் தொடங்கியதாகச் சொல்லப்படும் கலியுகம் என்ற காலக்கணிப்புடன் ஒத்துப் போவதாக இருந்தது. அந்த யுகம் உண்மையா கற்பனையா என்ற ஆய்வை பிளேஃபெயர் ஆராய்ந்து பார்த்திருக்கிறார். அதாவது அப்போது இருந்த வான கிரகங்களின்

நிலை பற்றிக் குறிப்பிடப்பட்டிருப்பது உண்மையிலேயே அப்போதே கண்ணால் பார்த்துக் குறிக்கப்பட்டவையா நவீனகால அட்டவணைகளில் இருந்து பின்னோக்கிய கணக்கீடுகளின் மூலம் அந்தப் புராண கலியுகத்தின் காலம் குறிக்கப்பட்டுள்ளதா என்று அவர் ஆராய்ந்து பார்த்தார்.

பிற்காலத்தில் உருவான தொகை நுண்கணிதம் (இண்டக்ரல் கால்குலஸ்), புவியீர்ப்புக் கோட்பாடு ஆகியவை இல்லாமல் இப்படி 46 நூற்றாண்டுகளுக்கு முந்தைய கிரக நிலைகளைத் துல்லியமாகக் கண்டு சொல்வதென்பது என்னதான் வானவியல் மேதமையை பிராமணர்கள் பெற்றிருந்தாலும் சாத்தியமே இல்லை என்று அவர் குறிப்பிட்டிருக்கிறார்.

இந்திய பாரம்பரிய வான சாஸ்திர அட்டவணைகளில் குறிப்பிடப் பட்டிருக்கும் கிரஹ நிலைகள் எல்லாம் நவீன தொகை நுண்கணிதம், புவியீர்ப்பு விசைக் கோட்பாடு ஆகியவற்றின் அடிப்படையில் பின்னோக்கிக் கணக்கிட்டுக் கிடைக்கும் விடைகளுக்கு மிகவும் நெருக்கமாக மிகுந்த ஒத்திசைவுடன் இருப்பதையும் பேரா. பிளேஃபெயர் கண்டறிந்திருக்கிறார். சால்தியன் அல்லது எகிப்திய அல்லது கிரேக்க வானவியல் கோட்பாடுகளின் அடிப்படையில் கிடைத்த முடிவுகள் இந்த அளவுக்கு ஒத்திசைவுடன் இருந்திருக்கவே இல்லை. இந்துக்கள் அந்தக் கோட்பாடுகளை ஒருவேளை பயன் படுத்தியிருக்ககூடும் அல்லது தமது வானவியல் கோட்பாடுகளின் அடிப்படையிலேயே கூட அந்த முடிவுகளைக் கண்டடைந் திருக்கக்கூடும்.

எனவே, அவர் என்ன தீர்மானமான முடிவுக்குவருகிறாரென்றால், ‘பிராமணர்கள் இந்த கிரஹ நிலைகளைக் கண்ணால் கண்டு குறித்திருக்கவேண்டும்’. இத்தனை பழமையான காலகட்டத்திலேயே எப்படி அப்படி ஒரு விஷயத்தைச் செய்ய முடிந்திருந்தது என்று அவருக்கு ஆச்சரியமாகத்தான் இருக்கிறது. அந்த அட்டவணைகளைப் பார்க்கும்போது அதை உருவாக்கியவர்களுக்கு ஜியாமெட்டரி, எண் கணிதம், திரிகோணமிதிக்கு இணையான கால்குலஸ் போன்றவை யெல்லாம் நன்கு தெரிந்திருக்கவேண்டும் என்றும் தெரியவருவதாக பேரா.ப்ளேஃபெயர் குறிப்பிட்டிருக்கிறார்.

கர்னல் ட்டி.டி.பியர்ஸ் லண்டனில் இருந்த ராயல் சொசைட்டிக்கு ஓர் ஆவணம் அனுப்பியிருந்தார். அதில் வியாழனுக்கு இருக்கும் நான்கு நிலவுகள், சனி கிரஹத்துக்கு இருக்கும் ஏழு நிலவுகள் பற்றியும் பழங்கால இந்தியர்களுக்குத் தெரிந்திருந்தது என்று குறிப்பிடப்

பட்டிருக்கிறது. இவ்வளவு நுட்பமான விஷயங்கள் எல்லாம் தெரிந்திருக்கிறதென்றால் 'அந்தக்கால இந்தியர்களிடம் நிச்சயம் சக்தி வாய்ந்த ஏதோவொரு தொலைநோக்குக் கருவி இருந்திருக்க வேண்டும்' என்று பியர்ஸ் குறிப்பிட்டிருக்கிறார்.

'பியர்ஸின் ஆய்வுக் கட்டுரைகள்' (Pearse's memoirs) என்ற கட்டுரையை எழுதியவர் இதே தகவலைச் சற்றே மாறுபட்ட தொனியில் எழுதியிருக்கிறார்:

> 'பியர்ஸ் குறிப்பிடப்பட்டிருக்கும் இந்த விஷயத்தைப் பற்றி எதுவும் சொல்லாமல் நாம் தாண்டிவிடமுடியாது. வியாழன் கிரகத்தைச் சுற்றி நான்கு பெண்கள் நடனமாடிக் கொண்டிருப்பதாக இந்திய பாரம்பரிய நூல்களில் குறிப்பிடப்பட்டிருப்பதாக அவர் கூறியிருக்கிறார். பியர்ஸைப் பொறுத்தவரையில் 'பிராமணர்கள் அப்படிக் குறிப்பிட்டிருப்பதில் இருந்து இந்துக்களுக்கும் அராபியர்களுக்கும் அபாரமான வானவியல் அறிவு இருந்திருப்பது தெரியவருகிறது' என்ற முடிவுக்கு வருகிறார். நான்கு நடனப் பெண்கள் வியாழன் கிரகத்தின் நான்கு நிலவுகளைக் குறிப்பிடுகின்றன என்கிறார்.
>
> வியாழன் கிரஹத்தைச் சுற்றிவரும் அந்த நான்கு துணைக் கோள்களானது ஐரோப்பியர்களுக்கு 1609-க்கு முன்புவரை தெரிந்திருக்கவில்லை. சர்கம்ஜோவியல் துணைக்கோள்கள் என்று நவீன வானவியலாளர்களால் அவை குறிப்பிடப்படுகின்றன. அவற்றின் சுற்றுப்பாதையில் அவை வளைந்து நெளிந்து நடனமாடுவதுபோல் சுற்றுவதால் அந்தப் பெயரிடப்பட்டது. வானம் தெளிவாக இருக்கும் நாட்களில் மிகவும் அரிதாகவே இந்த நான்கில் மூன்றாவது, நான்காவது நிலவுகளைப் பார்க்க முடியும். அதோடு, சனி கிரஹமானது பழங்கால இந்து வானவியல் மரபில் ஏழு கரங்கள் கொண்டவராகச் சித்திருக்கப்பட்டிருப்பது உண்மையிலேயே ஆர்வமூட்டக்கூடிய விஷயம்தான்.
>
> ராயல் சொசைட்டிக்கு பியர்ஸ் தனது ஆய்வறிக்கையை அனுப்பிய காலகட்டத்தில் சனி கிரஹத்தின் ஆறாவது நிலவு கண்டுபிடிக்கப் பட்டிருக்கவில்லை. ஹெர்சல் (Herschel) 40 அடி குவிய தூரம் கொண்ட தொலைநோக்கியை உருவாக்கியபோது, அதாவது 1789-ஆகஸ்ட் 28-ல் தான் அதைக் கண்டுபிடித்தார். சனி உருவத்தின் (சனீஸ்வரரரின்) ஏழாவது துணைக்கோளானது ஹெர்சலால் 1789 செப் 17 அன்றுதான் கண்டுபிடிக்கப்பட்டது. இந்து மரபில் சனீஸ்வரருக்கு ஏழு கைகள் என்று குறிப்பிடப்பட்டிருப்பது அந்த கிரஹத்துக்கு ஏழு நிலவுகள் இருப்பதைத்தான் குறிக்கிறது

என்பதில் எந்த சந்தேகமும் இல்லை. சனி கிரஹத்தின் இந்த நிலவுகள் எல்லாமே மிகவும் சிறியவை. அதோடு அந்தக் கிரஹமோ பூமியில் இருந்து வெகு தொலைவில் இருக்கிறது. வலிமை மிகுந்த தொலைநோக்கிகள் இருந்தால் மட்டுமே பார்க்க முடியும். 'ஏழாவது கரம் அந்த வளையத்தைப் பற்றியிருப்பதாகச்' சித்திரிப்பதில் இருந்து அந்தக் குறியீடு வளைய வடிவிலான அந்தச் சுற்றுப்பாதையைத்தான் சித்திரிக்கிறது என்பதையே உணர்த்துகிறது அல்லவா? பழங்கால இந்திய வானவியலாளர்களிடம் நவீன கால வான் தொலைநோக்குக் கருவிகளில் இருந்து மாறுபட்ட ஆனால், மிகவும் சக்தி வாய்ந்தவை இருந்திருக்கும் என்பதில் எந்த சந்தேகமும் இல்லை.'

பியர்ஸின் ஆய்வுக் கட்டுரைகள் பற்றி எழுதியவர், 'கர்னல் பியர்ஸ் குறிப்பிட்டிருக்கும் இந்த விஷயம் பற்றி ராயல் சொசைட்டியின் எந்தவொரு பிற வெளியீட்டிலும் நம்மால் பார்க்க முடியவில்லை. ஆனால், ஹெர்சல் இந்த ஆய்வறிக்கையைப் படித்திருக்கக்கூடும். அந்த வானவியல் மேதையின் அபாரமான ஒப்புமையற்ற ஆய்வுகளுக்கு இந்தத் தகவல் கூடுதல் உந்துதலாக இருந்திருக்கக்கூடும் என்று நம்ப இடமிருக்கிறது' என்றும் குறிப்பிட்டிருக்கிறார்.[15]

ரூபென் பரோ கல்கத்தாவில் பணிக்கு வந்த சிறிது காலத்தில் பிரிட்டிஷ் கவர்னர் ஜெனரல் வாரன் ஹேஸ்டிங்குக்கு ஓர் ஆய்வறிக்கை அனுப்பியிருந்தார். அது நூலாக வெளியாகியிருக்கவில்லை. அதில் அவர் குறிப்பிட்டிருந்தவை பெரிதும் யூகத்தின் அடிப்படையில் அமைந்திருந்தது. அதோடு 18-ம் நூற்றாண்டு ஐரோப்பிய சிந்தனைப் போக்கை அப்படியே அடியொற்றியதாகவும் இருந்தது. அந்தச் சிந்தனை மரபு இன்றுவரையிலும் கூடத் தொடர்கிறது. காலம் செல்லச் செல்ல ஐரோப்பிய மையத்தன்மை அதிகரித்துக்கொண்டே வந்திருக்கும் அந்தச் சிந்தனைப்போக்கின்படி '19-ம் நூற்றாண்டின் பிற்பகுதியில் என்ன சொல்லப்பட்டதென்றால், இயற்கையின் கறாரான விதிகள் நீங்கலாக கிரேக்க வேர்கள் இல்லாத எதுவும் இந்த உலகில் இல்லை என்று மைன் தெரிவித்திருந்தார்'. அவர் பிரிடிட்ஷ் இந்திய கவர்னர் ஜெனரல் கவுன்சிலில் சட்ட உறுப்பினராக இருந்திருக்கிறார்.

ரூபென் பரோவின் ஆய்வறிக்கை உண்மைத் தரவுகளைத் தரவில்லை. இன்று நமக்குத் தவறென்று தெரியவந்திருக்கும் பல தவறான தீர்மானங்களை முன்வைத்திருந்தார் (அதைப் பின்னர் பார்க்கலாம்). ஆனால் அவர் யூகத்தின் அடிப்படையில் சொல்லியிருந்த சில விஷயங்கள் கணிதம் தொடர்பாக இந்திய அறிவுத் துறை சார்ந்து ஐரோப்பியர்களுக்குக் கூடுதல் ஆர்வம் ஏற்பட வழிவகுத்தது.

‘இந்துக்களுக்கு பைனாமியல் தியரம் (ஈருறுப்புத் தேற்றம்- இருபடித் தேற்றம்) தெரிந்திருந்தது’ என்று பரோ குறிப்பிட்டிருந்தார் (‘ஹிந்து அல்ஜீப்ரா’ என்பது பற்றி ஹெச்.ட்டி.கோல்ப்ரூக் பின்னாளில் குறிப்பிட்டிருந்தார். பிரம்மகுப்தர், பாஸ்கரர் ஆகியோரின் ‘எண் கணித, அளவியல் கணிப்புகளுடன் அல்ஜீப்ரா’ என்ற மொழிபெயர்ப்புப் புத்தகத்தின் முன்னுரையில் இப்படிக் குறிப்பிட்டிருக்கிறார்). இப்படியான யூகங்களை அந்த ஆய்வறிக்கை முன்வைத்திருந்தது. என்சைக்ளோபீடியா பிரிட்டானிகா (எட்டாவது பதிப்பு) அல்ஜீப்ரா பற்றிய கட்டுரையில், ஐரோப்பியர்களுடைய பார்வைக்கு இந்திய அல்ஜீப்ராவைக் கொண்டுவந்ததற்காக ரூபென் பரோவுக்கு நன்றி தெரிவித்திருந்தது:

> ‘இந்த ஆர்வமூட்டும் துறை (அல்ஜீப்ரா) தொடர்பான ஆரம்பகாலத் தகவல்களை ஐரோப்பிய சமுதாயத்துக்குக் கொண்டுவந்ததற்கு திரு ரூபென் பரோவுக்கு நாம் நன்றிக்கடன்பட்டிருக்கிறோம். கணிதவியல் வரலாறு தொடர்பான அவருடைய ஆர்வத்தினால் கீழைத்தேய ஆவணங்களைத் தொகுத்து ஆராய்ந்திருக்கிறார். அவற்றில் சில பாரசீக மொழியில் இருந்திருக்கின்றன. சிலவற்றை மொழிபெயர்த்து, தன் நண்பரும் ராயல் மிலிட்டரி கல்லூரியைச் சேர்ந்தவருமான திரு டால்பியிடம் கொடுத்தார். 1800 வாக்கில் அந்தத் துறை சார்ந்து ஆர்வத்துடன் கற்க வந்தவர்களுக்கு அவர் அதைக் கற்றுக்கொடுத்திருக்கிறார்.’[16]

இருபடித் தேற்றம் பற்றிய கட்டுரை கல்கத்தாவில் 1790-ல் வெளியிடப் பட்டது. அதுவரையிலும், ஏன் இருபதாம் நூற்றாண்டு என்சைக்ளோ பீடியா போன்ற பிரிட்டிஷ் அறிவுக் களஞ்சியப் புத்தகங்களில்கூட, நியூட்டன்தான் அந்தத் தேற்றத்தை உருவாக்கியதாகச் சொல்லப் பட்டிருந்தது.[17]

பரோவின் ஆய்வறிக்கைக்கு முப்பது வருடங்கள் கழித்து ‘அராபியர் களுக்குத் தெரிந்த இருபடித் தேற்றம் குறித்த கட்டுரை’[18] என்றொரு கட்டுரை வெளியானது. ரூபென் பரோ எழுதியதன் இரண்டாம் பாகமாக இருந்தது. ‘ஐரோப்பாவின் நிலை என்ன என்று தெரியவில்லை; ஆனால், பிரிக்ஸ் பேராசிரியராக இருந்த வெகுகாலத்துக்கு முன்பே அராபியர்கள் இருபடித் தேற்றத்தில் நல்ல பரிச்சயம் பெற்றிருந்தார்கள்’ என்று அது குறிப்பிட்டிருக்கிறது (நியூட்டனுக்கு நூறு வருடங்களுக்கு முன்பே 1600 வாக்கில் பிரிட்டனின் முதல் ஜியாமெட்டரி பேராசிரியராக இருந்தவர் ஹென்றி பிரிக்ஸ்).

இரண்டாவது கட்டுரையை எழுதியவர் ஐரோப்பாவில் இருபடித் தேற்றத்தின் தோற்றம் குறித்து டாக்டர் ஹட்டன் குறிப்பிட்டிருப்பதை

மேற்கோள்காட்டி காட்டியிருந்தார். டாக்டர் ஹட்டன் எழுதிய நீண்ட கட்டுரையில் கீழ்க்கண்ட பகுதியை இங்கு குறிப்பிடுவது மிகவும் சரியாக இருக்கும்.

> '1470 வாக்கில் கன மூலம் (cube root) கணக்கீட்டை அதே கெழுக்களைக் (coefficients) கொண்டு லூகாஸ் டி பர்கோ கண்டறிந்திருந்தார். பிரிக்ஸ்தான் முதன் முதலாக இருபடிக் கணக்கீட்டில் ஒன்றிலிருந்து அடுத்தது என கெழுக்களுக்கான விதிகளை கற்றுக் கொடுத்திருக்கிறார். 1600களிலேயே பேராசிரியர் பிரிக்ஸால் தெளிவாகக் கற்றுக்கொடுக்கப்பட்டிருக்கும் ஒன்றை பிற்காலத்திய நியூட்டன்தான் கண்டுபிடித்ததாக டாக்டர் வாலிஸ் போன்ற மிகுந்த வாசிப்புப் பழக்கம் கொண்ட மேதைகூடக் குறிப்பிட்டிருப்பது ஆச்சரியமாக இருக்கிறது. ஆனால், பிரிக்ஸ் கற்றுக்கொடுத்தவை பற்றி நியூட்டனுக்குத் தெரிந்திருக்காது என்று நம்புகிறேன். ஏனென்றால், நியூட்டன் இயல்பான மேதமையும் ஆழ்ந்த சிந்தனைப் போக்கும் கொண்டவர் என்றாலும் அவருக்கு வாசிப்புப் பழக்கம் பெரிதாகக் கிடையாது. அவர் பிரிக்ஸ் எழுதிய எதையும் படித்திராமல் தன்னளவில் தானாகவே அந்தக் கண்டுபிடிப்பை நிகழ்த்தியிருப்பார் என்பதில் எனக்கு எந்த சந்தேகமும் இல்லை'.[19]

ரூபென் பரோ, எஃப்.வில்ஃபோர்ட், எஸ்.டேவிஸ், எட்வர்ட் ஸ்ட்ராச்சி, ஜான் டெய்லர் போன்றோர் முன்னெடுத்த ஆய்வுகள் மூலமாகவும் தன்னுடைய தனிப்பட்ட தேர்ந்த அறிவின் மூலமும் ஹெச்.ட்டி.கோல்ப்ரூக் ஐரோப்பாவிலும் இந்தியாவிலும் கணிதத் துறையில் நடந்துவரும் முன்னேற்றங்கள் குறித்து நன்கு அறிந்து வைத்திருந்தார். அதனால்தான் அவர் 'ஹிந்து அல்ஜீப்ரா' என்ற பதத்தை முன்வைத்தார். ஆனால், இந்திய அல்ஜீப்ரா போன்றவை மேற்குலகைச் சாராமல் தன்னளவில் அடைந்துவரும் முன்னேற்றங்கள் அவருக்கு ஒருவித சங்கடத்தையே அளித்தன. எனவே, பரோ முன்வைத்த யூகங்களைச் சற்றே ஒதுக்கிவைத்துவிட்டு, 'கிரேக்கர்களின் அல்ஜீப்ரா' ஹிந்துக்களுக்கு கிரேக்க அறிஞர்கள் மூலம் உயர்நிலை வானவியல் ஆய்வு சார்ந்து கற்றுத் தரப்பட்டிருக்கும்' என்று குறிப்பிட்டிருக்கிறார். அந்நாளைய கிரேக்க அல்ஜீப்ரா பல போதாமைகள் கொண்டது என்று அவரே வேறொரு இடத்தில் குறிப்பிட்டிருக்கிறார். எனினும் இந்தியர்கள் கிரேக்கர்களிடமிருந்து தான் கற்றுக்கொண்டிருப்பார்கள் என்றும் குறிப்பிட்டிருக்கிறார்.

ஆனால், நவம்பர் 1817 எடின்பர்க் ரிவ்யூ இதழில் 'எண் கணிதம் மற்றும் அளவியலுடனான அல்ஜீப்ரா' என்ற நூல் பற்றிய மதிப்புரையில்

இந்திய அல்ஜீப்ரா நிச்சயம் கிரேக்க அறிஞர்களிடமிருந்து பெறப்பட்டதல்ல' என்று தெளிவாகக் குறிப்பிடப்பட்டிருக்கிறது:

'இந்திய அல்ஜீப்ராவானது கிரேக்க டைபந்தஸ்ஸின் அல்ஜீப்ராவை விட அபாரமான படிமுறைத் தீர்வு (algorithm) கொண்டதாகவும் பல மடங்கு உயர்ந்த நிலையில் இருப்பதாகவும் இரண்டையும் ஒப்பீட்டாய்வு செய்த திரு ஹெச்.ட்டி.கோல்ப்ரூக் குறிப்பிட்டிருக்கிறார். இருந்தும் அல்ஜீப்ரா கணக்கீடுகளானது கிரேக்கத்தில் இருந்தே இந்தியாவுக்கு வந்திருக்கும் என்று நம்பவே அவர் விரும்புகிறார். இந்தத் தீர்மானத்தை நாங்கள் சந்தேகிக்கிறோம். இந்தியர்களுக்குக் கற்றுத் தரும்படியாக கிரேக்கர்கள் இந்தத் துறையில் எதுவும் இருந்திருக்கவில்லை. கோல்ப்ரூக் அந்த முடிவுக்கு எந்த அடிப்படையில் வந்தார் என்பதை எங்களால் புரிந்துகொள்ளமுடியவில்லை'. அல்ஜீப்ராவின் வரலாற்றை ஆராய்ந்து பார்த்தால் இந்த தீர்மானத்துக்கு வரும்படியாக எந்த ஆதாரமும் இல்லை. ஆனால், பெருந்தன்மையும் தாராளமனப்பான்மையும் கொண்டவராக இருக்க விரும்பிய அவர், இந்து அறிஞர்களின் மேதமையை வைத்துப் பார்க்கும்போது கிரேக்கத்தில் ஆரம்பகட்டத்தில் இருந்த அந்த அல்ஜீப்ரா இந்தியாவில் வெகுவாகச் செழுமையடைந்து முழு வடிவம் பெற்றத் தனி கணிதவியல் துறையாகப் பரிணமித்தது என்று நம்ப இடமுண்டு என்று குறிப்பிட்டிருக்கிறார்.[20]

3

இந்திய அறிவியல் துறைகள் சார்ந்து 18-ம் நூற்றாண்டு ஐரோப்பாவில் மேற்கொள்ளப்பட்ட விவாதங்களைப்போல் இந்திய தொழில்நுட்பம் சார்ந்து பெரிதாக விவாதங்கள் எதுவும் எழுந்திருக்கவில்லை. இப்படியான போக்கு சாத்தியமும் இல்லை; அதற்கான தேவையும் இருந்திருக்கவில்லை. ஏனென்றால், அவை எந்தவொரு ஐரோப்பிய அடிப்படை நம்பிக்கையையும் கருதுகோளையும் எந்தவகையிலும் பாதிப்பதாக இருந்திருக்கவில்லை.

தொழில்நுட்ப சாதனைகளின் பலன்கள் அனைவருடைய பயன் பாட்டுக்கும் புரிதலுக்கும் உகந்ததாக நேரடியானவையாக இருந்தன. அதோடு இந்தியத் தொழில்நுட்பங்கள் பற்றிய ஐரோப்பியர்களின் அக்காலகட்ட முழு அறியாமையும் இப்படி இந்தியத் தொழில்நுட்பம் சார்ந்து எந்தப் பெரிய விவாதமும் எழாமல் போனதற்குக் காரணமாக இருக்கக்கூடும்.

இந்திய மருத்துவத்துறையினர் (18-ம் நூற்றாண்டுவாக்கில் அவர்கள் எந்தப் பெயரில் அழைக்கப்பட்டிருந்தாலும்) இந்தியாவில் பல்வேறு பகுதிகளில் அறுவை சிகிச்சைத் தொழில் நுட்பத்தைத் திறம்படப் பின்பற்றியிருந்திருக்கிறார்கள். கர்னல் கிட் (Colonel Kyd) இதுபற்றிக் கூறுகையில், அறுவை சிகிச்சைத்துறையில் (இந்தியர்கள் அதில் நம்மைவிட மிகவும் பின்தங்கியதாகக் கருதுகிறோம்) வயிற்றுப் புண்களைக் குணப்படுத்துதல், மிக மோசமான கொப்பளங்கள் (பெரியம்மை போன்றவை) போன்றவற்றையெல்லாம் நமது அறுவை சிகிச்சை மருத்துவர்களே ஆச்சரியப்படும்வகையில் இந்தியர்கள் குணப்படுத்துகிறார்கள். நாம் மேற்கொள்ளும் வழிமுறைகளுக்கு நேர்மாறாக, ஒருவருடைய உடலில் கொப்பளங்களை செயற்கையாக உருவாக்கி நோய் எதிர்ப்பு சக்தியைப் பெருக்கிக் குணப்படுத்து கிறார்கள். இதை அவர்கள் வெகு பழங்காலத்தில் இருந்தே செய்துவந்துமிருக்கிறார்கள்.[21] டாக்டர் ஹெச்.ஸ்காட் இந்தியாவின் மேற்குப் பகுதி நகரங்களில் உடல் உருமாற்று சிகிச்சை (plastic surgery) மேற்கொள்ளப்பட்டதாக லண்டன் ராயல் சொசைட்டிக்கு 1872-ல் அனுப்பிய ஆவணத்தில் குறிப்பிட்டிருக்கிறார்:

> ‘மருத்துவத்துறையில் இவர்களை (இந்தியர்களை) நான் பெரிதாகப் புகழ முடியாது. மிகவும் நுட்பமான அந்த அறிவுத்துறையானது போர், ஒடுக்குமுறை, சாம்ராஜ்ஜிய வீழ்ச்சிகள் இவற்றைத் தாக்குப் பிடிக்கும் திறன் இல்லாதது. இந்த இடத்தில் ஒரு விஷயத்தை நான் பாராட்டியாகவேண்டும். விழித்திரை லென்ஸின் ஒளி ஊடுருவும் திறன் குறைவுபடும்போது அதைச் சரி செய்து பார்வைத்திறனை மீட்டெடுக்கிறார்கள். சிறுநீரகக் கல்லை நீக்க வயிற்றில் தற்போது ஐரோப்பாவில் எந்த இடத்தில் அறுவை சிகிச்சை செய்கிறார்களோ அதே இடத்தில் இந்தியர்களும் செய்கிறார்கள். இதை அவர்கள் காலகாலமாகச் செய்து வருகிறார்கள். இந்த வழிமுறைகள் நமக்கு முன்பே தெரியாதவை.[22]

இரண்டு வருடங்கள் கழித்து அனுப்பிய ஆவணத்தில், ‘மூக்கு அறுபட்டவர்களுக்கு (புதிய) மூக்கைப் பொருத்துகிறார்கள்’ என்று குறிப்பிட்டிருக்கிறார். அதோடு அதற்குப் பயன்படும் ‘உடைந்த உடல் பாகங்களை ஒன்று சேர்க்கும்’[23] பசையைக் கொஞ்சம் லண்டனுக்கு அனுப்பியும் வைத்திருக்கிறார்.

பெரியம்மை நோயைத் தடுப்பதற்கான தடுப்பு ஊசி முறை (Inoculation - variolotion) இந்தியா முழுவதிலும் இருந்ததென்று சொல்ல முடியாது. எனினும் 1802-03 வாக்கில் வங்காள பிரஸிடென்ஸியில் கல்கத்தாவிலும் பிற பகுதிகளிலும் தடைசெய்யப்பட்டதற்கு

முன்புவரை வட தென் இந்தியாவின் பெரும்பாலான பகுதிகளில் நடைமுறையில் இருந்திருக்கிறது.

'மனிதாபிமான' நோக்கில்தான் அது பிரிட்டிஷ் அரசால் தடை செய்யப்பட்டது என்பதில் எந்த சந்தேகமும் இல்லை. 1798-ல் டாக்டர் ஈ.ஜென்னர் நோய்வாய்ப்பட்ட பசுக்களின் உடலில் இருந்து எடுத்த திரவத்தின் மூலம் உருவாக்கிய வேக்ஸின் பெரியம்மை நோயைக் குணப்படுத்தியதைத் தொடர்ந்து வேக்ஸின் மருந்துத் துறையின் சூப்பரிண்டெண்டெண்ட் ஜெனரல் அதைப் பரிந்துரைத்தார் (வேக்ஸின் என்பதன் வேர்ச்சொல்லான வேக்கா என்ற லத்தீன் சொல்லுக்கு பசு என்று பொருள்). அதைத் தொடர்ந்து வேக்ஸினைப் பயன்படுத்தும் சிகிச்சை முறைக்கு வேக்ஸின் தடுப்பு முறை என்று பெயர் வந்தது. அது அதற்கு முன்பு வரை இந்தியாவில் பின்பற்றப்பட்டுவந்த வழிமுறைக்குப் பதிலாகப் பயன்படுத்த ஆரம்பிக்கப்பட்டது. 1804- மார்ச்சில் அனுப்பப்பட்ட அவருடைய அறிக்கையில் அந்தப் பெயர் பயன்படுத்தப்பட்டது. [24]

இந்தியாவில் பெரியம்மை நோய்த் தடுப்பு சிகிச்சை பற்றி ஜே.இஸட்.ஹோல்வெல் லண்டன் மருத்துவ கல்லூரிக்கு விரிவான ஆவணம் ஒன்றை 1767-ல் அனுப்பியிருக்கிறார்.

இந்தியாவில் அது எப்படிச் செய்யப்பட்டது என்பது பற்றி விரிவாக எழுதியவர் மேலும் கூறுகையில், 'இந்த வழிமுறை மிகவும் கறாராக முறையாகப் பின்பற்றப்பட்டபோது அதிசயம் என்று சொல்லத் தக்கவகையில் லட்சத்தில் ஒருவருக்குத்தான் நோய் எதிர்ப்பு சக்தி உருவாகாமல் போயிருக்கிறது அல்லது பலனளிக்காமல் போயிருக்கிறது' என்று குறிப்பிட்டிருக்கிறார்.

1804-ல் நியமிக்கப்பட்ட சூப்பர் இண்டெண்டென்ட் ஜெனரல் ஆஃப் வேக்ஸின் தந்த விரிவான தரவுகளைப்போல் இது துல்லியமாக இருந்திருக்கவில்லை. சூப்பரிண்டெண்ட் ஆஃப் வேக்ஸின் குறிப்பிட்டபடி, பெரியம்மை நோய்க்கு இந்திய பாரம்பரிய முறையில் நோய்த் தடுப்பு சிகிச்சை தரப்பட்டவர்களில் 200 பேருக்கு ஒருவர் இறந்ததாகவும் இதே சிகிச்சையைப் பெற்ற ஐரோப்பியர்களில் (கல்கத்தா மற்றும் பிற பகுதிகளில் இருந்தவர்கள்) அறுபது எழுபது பேரில் ஒருவர் இறந்ததாகவும் குறிப்பிட்டிருக்கிறார்.[25] இந்த வழிமுறையில் வேறொரு பெரிய சிக்கல் என்னவென்றால், என்ன காரணத்தினாலோ இப்படியான நோய்த்தடுப்பு பெறாதவர்களுக்கு நோய்த் தடுப்பு பெற்றவர்களிடமிருந்து இந்த நோய் வெகுவாகத் தொற்றுவதாக இருந்தது.

இந்தியாவில் சில பகுதிகளில் இந்த மாதிரியான தடுப்பு முறை புழக்கத்தில் இருந்திருக்கவில்லை. இது ஏன் என்பதை ஆராய வேண்டும். ஆனால் இந்த வழிமுறை பின்பற்றப்படும் பகுதிகளில் இருக்கும் அனைவருமே இந்த சிகிச்சை பெறுகிறார்கள். வங்காளம், பிஹார், ஒரிஸா, மதராஸ் பிரஸிடென்ஸி போன்ற இடங்களில் பிரிட்டிஷ் ஆட்சி அமல்படுத்தப்பட்டதைத் தொடர்ந்து இந்த நிலைமை மாறத் தொடங்கியிருக்கிறது. சூப்பரிண்டெண்டெண்ட் ஆஃப் வேக்ஸின் கூறுகிறார்: 'மக்களில் ஒரு சிலர் ஏழ்மை காரணமாகவோ மதக் கொள்கை காரணமாகவோ இந்தப் பாரம்பரியத் தடுப்பு சிகிச்சையை ஏற்க முன்வருவதில்லை (ஏறத்தாழ 1800 வாக்கில்).[26] மதக் காரணங்களினால் இந்தத் தடுப்பு முறையை ஏற்க மறுப்பது கல்கத்தா மற்றும் பிற பகுதிகளில் இருக்கும் ஐரோப்பியர்களே. கிறிஸ்தவ மதக் கொள்கைகள் இதுபோன்ற நோய் தடுப்பு முறைகளை எதிர்ப்பதே அதற்கு முக்கிய காரணம். முன்பே சொன்னதுபோல், அவர்களில் இறப்பு விகிதம் அதிகமாக அதாவது அறுபது எழுபது பேரில் ஒருவர் இறக்க அதுவும் ஒரு காரணமாக இருக்கக்கூடும்'. [27]

'ஏழ்மை காரணமாக இந்த நோய் தடுப்பு முறையை ஏற்காதவர்கள்' என்பது இந்தியர்களைக் குறிக்கிறது. பள்ளி ஆசிரியர்கள், மருத்துவர்கள், மத நிறுவனங்கள், வழிபாட்டு மையங்கள், கிராம அமைப்புகள் எனப் பலரும் பலவும் உள்ளூர் நிதி ஆதாரங்களை நம்பியே இருந்தது போலவே பெரியம்மை நோய்த் தடுப்புக்கான சிகிச்சையளிப்பவர்களும் அதையே நம்பி இருந்திருக்கிறார்கள். பிரிட்டிஷ் ஆட்சி அமலாக்கப் பட்டதைத் தொடர்ந்து பல்வேறு துறைகளின் நிபுணர்கள் வாழ்வாதாரத்தை இழந்து நடுத்தெருவில் நிற்க நேர்ந்ததைப்போல் இவர்களும் தங்கள் நலன்களைத் தாங்களே பார்த்துக்கொள்ளும் நெருக்கடிக்கு ஆளானார்கள். இதனாலும் இந்திய மக்களிடையே அதிகரிக்கத் தொடங்கிய ஏழ்மையினாலும் பலரால் இந்த பாரம்பரிய நோய்த் தடுப்பு சிகிச்சையைப் பெற முடியாமல் போனது. இந்தச் சூழ்நிலையின் காரணமாகவும் ஐரோப்பியர்கள் வேக்ஸின் தடுப்பு முறையை ஏற்கத் தயங்கியிருக்கலாம். ஏற்கெனவே அவர்களுக்கு இந்த சிகிச்சை பெற்றுக் கொள்வதில் தயக்கம் இருந்திருக்கிறது.

எனவே 18-ம் நூற்றாண்டின் பிற்பகுதியில் இந்தியாவின் பெரும் பாலான பகுதிகளில் ஒப்பீட்டளவில் பெரிய அளவில் நோய்த் தொற்றுகள் எதுவும் இல்லாமல் (ஏனென்றால் எல்லாருக்குமே இதே பாணியில் பெரியம்மை நோய்த் தடுப்பு சிகிச்சை செய்யப் பட்டிருக்கிறது) திறம்பட நோயைக் குணப்படுத்திவந்த ஒரு வழிமுறை 1800 வாக்கில் கல்கத்தாவில் இருந்த ஐரோப்பியர்களுக்குப் பெரும் சிரமத்தைத் தந்ததாக ஆகிவிட்டிருக்கிறது.

பிரிட்டிஷ் அரசின் தடைகள், தடுப்புகள் ஆகியவற்றையும் மீறி கல்கத்தாவிலும் பிற ஊர்கள், நகரங்களிலும் இந்திய பாரம்பரிய சிகிச்சை முறையே நடைமுறையில் இருந்து வந்தது. வேக்ஸின் வழியிலான தடுப்பு சிகிச்சையின் பரவல் மிக மெதுவாகவே இருந்தது. இதற்கு, பிரிட்டிஷ் அரசு போதிய நிதி ஆதாரங்கள் வழங்காதது அல்லது முழு அலட்சியம் காரணமாக இருந்திருக்கக்கூடும்.

அல்லது வட மேற்கு பிராந்தியத்தின் சூப்பர் இண்டெண்ட் ஜெனரல் ஆஃப் வேக்ஸினேஷன் சொல்லியிருப்பதுபோல், 'குளிர் மிகுதியான காலகட்டத்தில் பிரிட்டிஷ் வேக்ஸினேஷன் தடுப்பு முறையைவிட இந்திய பாரம்பரியத் தடுப்புமுறை மிகவும் செயல் திறம் மிகுந்ததாக இருந்தது' என்பதும் வேக்ஸின் முறை பரவலான செல்வாக்கு பெறாமல் போனதற்குக் காரணமாக இருக்கக்கூடும்.[28]

எது காரணமாக இருந்தாலும் 1870 வரையிலும்கூட இந்திய பாரம்பரியத் தடுப்புமுறையே பெருமளவில் பின்பற்றப்பட்டு வந்திருக்கிறது. கல்கத்தாவுக்கு அருகில் இருந்த பகுதிகளில் அப்படியான தடுப்பு சிகிச்சை பெறாதவர்களின் எண்ணிக்கை 10%மாக மட்டுமே இருந்தது. பனாரஸ் பகுதியில் 36%மாக இருந்தது.[29]

19 மற்றும் 20-ம் நூற்றாண்டுகளின் தொடக்க காலகட்டத்தில் இந்தியாவின் பிற பகுதிகளில் பெரியம்மை நோய் பெருமளவில் அழிவை ஏற்படுத்தியதற்கு இரண்டு காரணங்கள் இருக்கக்கூடும். முதலாவதாக, அனைவருக்கும் வேக்ஸின் தடுப்பு சிகிச்சை தரப் போதிய ஏற்பாடுகளை அரசு செய்யாதது ஒரு காரணமாக இருக்கக்கூடும். இரண்டாவதாக, இந்திய பாரம்பரிய சிகிச்சை முறைக்குத் தேவையான ஆதரவை விலக்கிக் கொண்டதோடு நில்லாமல் அதைப் பின்பற்றுவதைக் கடுமையாக தடை செய்ததால் அந்த வழிமுறை மிகவும் ரகசியமாகவே செய்யப்படவேண்டியிருந்தது இன்னொரு காரணமாக இருக்கக் கூடும்.

திரு ஹோவெல் குறிப்பிட்டிருப்பதில் இருந்து தெரியவரும் இன்னொரு முக்கியமான விஷயம் என்னவென்றால், பெரியம்மை நோய்க்கான அந்தத் தடுப்பு சிகிச்சையை மேற்கொண்ட 18-ம் நூற்றாண்டு மத்திம கால இந்திய மருத்துவர்களிடையே பாக்டீரியா தொற்றினால் இந்த நோய் ஏற்படுகிறது என்ற புரிதல் இருந்தது தெரியவருகிறது.

அவர்களைப் பொறுத்தவரையில், 'பெரியம்மை நோயானது பெருமளவிலானவர்களை ஒரே நேரத்தில் தாக்கும் தொற்று நோய். அது தீவிரமானதாகவோ மிதமானதாகவோ இருப்பதென்பது காற்றில் அந்த நுண்கிருமி (அதாவது பாக்டீரியா) எந்த அளவுக்குப் பரவுகிறது

என்பதைப் பொறுத்தது. மேலும் அந்தக் கிருமிகள் கொழுப்பு, எண்ணெய் பதார்த்தங்கள், மீன் உணவு, பால் போன்றவற்றில் பெருமளவில் நிறைந்தும் காணப்படுகிறது. இப்படிக் காற்றில் மிதக்கும் இந்த நுண்கிருமிகளே பெரும்பாலான தொற்று நோய்களுக்குக் காரணம்; குறிப்பாக பெரியம்மை நோய்க்கு அவையே முக்கிய காரணம்.

விலங்குகள் மூச்சை இழுக்கும்போது அவற்றின் உடலுக்குள் செல்கின்றன. அவை மூச்சை வெளியே விடும்போது பிறவற்றுக்குத் தொற்றுகின்றன. விலங்குகளில் இவை எந்த தீங்கையும் விளைவிப்பதில்லை. மனிதர்களுடைய சுவாசத்தில் கலந்து உடலில் ஊடுருவுவதனாலும் எந்த நோயும் ஏற்படுவதில்லை. ஆனால், உணவின் மூலமாக உடலில் கலக்கும்போது நிலைமை வேறு. அப்போது அந்தக் கிருமிகள் ரத்தத்தில் கலந்துவிடுகின்றன. அந்தக் கிருமிகள் உடலில் ஒருவித கெட்ட திரவங்களை உற்பத்தி செய்கின்றன. அதனால் தோலில் கொப்பளங்கள் ஏற்படுகின்றன'.[30]

இதுபோலவே விவசாயம் தொடர்பாகவும் பல சுவாரசியமான தரவுகள் கிடைத்துள்ளன. 'நீர்ப்பாசனம், விவசாயம் எல்லாம் இந்தியாவுக்கு மட்டுமே சொந்தமான விஷயங்கள் அல்லதான். ஆனால், இந்தியாவில் மேற்கொள்ளப்படும் அளவுக்கு விரிவாகவும் தொழில் நேர்த்தியுடனும் உலகில் வேறு எங்குமே பின்பற்றப்பட வில்லை' என்று குறிப்பிட்டிருக்கிறார் அலெக்ஸாண்டர் வாக்கர்.[31]

18-ம் நூற்றாண்டு இந்தியாவில் மழைப்பாசனம் போன்ற இயற்கைப் பாசனம் நீங்கலாக மனித முயற்சிகளாலான செயற்கையான நீர்ப்பாசன வழிமுறைகள் ஒப்பீட்டளவில் பெருமளவில் இருந்திருக்க வில்லை'[32] என்று இன்றைய நம் பாடப்புத்தகங்களில் இடம் பெற்றுள்ள குறிப்புக்கு முற்றிலும் மாறானதாக இது இருக்கிறது.

இந்திய விவசாய வழிமுறைகள், எப்படி இந்தியாவின் வெவ்வேறு பகுதிகளில் மாறுபட்டதாக இருந்தன; உலகின் பிற பகுதிகளான சீனா, எகிப்து, ஐரோப்பா போன்றவற்றில் இருந்து எப்படி வேறுபட்டிருந்தது என்பதையெல்லாம் விரிவாக ஒப்பிட்டுப் பார்த்தபிறகே இது தொடர்பாக ஒரு முடிவுக்கு வரமுடியும். ஒப்பீட்டளவில் இந்திய விவசாயி எதிர்கொண்ட பிரச்னைகள் தொடர்பாக விரிவாக ஆய்வு மேற்கொண்டாகவேண்டும்.

செயற்கையான நீர்ப்பாசன வசதிகள் குறைந்ததென்பது 18-ம் நூற்றாண்டின் பிற்பகுதியில் இருந்துதான் தொடங்கியிருக்கும். அவை பிரிட்டிஷ் அரசாட்சியினால் ஏற்பட்ட நேரடி விளைவாகவே

இருக்கும். ஆனால், செயற்கையான நீர்ப்பாசன வசதிகள் நாடு முழுவதிலும் இருந்ததோடு, பயிர் சுழற்சி, உரங்கள், விதை கலப்பைநடவு, பல்வேறு திறமையான விவசாய வழிமுறைகள் போன்றவையும் பெருமளவில் பரவலாக இருந்துள்ளன. இயற்கைச் சூழல்கள், மண்ணின் தன்மை போன்றவை மலபார் போன்ற பகுதிகளில் நன்கு புரிந்துகொள்ளப்பட்டிருந்தன.

குறிப்பிட்ட சில நெல்வகைகள் விதைக் கலப்பை நடவு முறையில் (Drill Plough) பயிரிடப்பட்டன. விதைக் கலப்பை மற்றும் பல வழிமுறைகளை ஒவ்வொரு பகுதி விவசாயியும் வெவ்வேறு வகையில் மேற்கொண்டனர். ஏழை விவசாயிகளுக்கு விதைக் கலப்பை போன்ற கருவிகளும் காளைகளும் வாங்குவது சிரமமாக இருந்தது. பிற்காலத்தில் பயிர் வகைகள் குறைந்துபோயின; விவசாயக் கருவிகள், பயன்பாடுகள் அருகிப் போயின. இவற்றுக்கு 18-19-ம் நூற்றாடுகளில் பிரிட்டிஷ் அரசு முன்னெடுத்த பல்வேறு சட்ட திட்டங்கள், விதிமுறைகளே காரணம்.

நில வருவாயில் ஐம்பது சதவிகிதம் வரியாகப் பிடுங்கப்பட்டன. 1850களில் ரயத்வாரி முறை அமலில் இருந்த மதராஸ் பிரஸிடன்ஸியில் மூன்றில் ஒரு பங்கு நிலத்தில் விவசாயம் கைவிடப்பட்டது. ஏனென்றால், அந்தப் பகுதியில் நில வரியாகத் தரவேண்டியிருந்த தொகையானது அந்த நிலங்களில் இருந்து கிடைக்கும் வருவாய்க்கு ஏறத்தாழ சமமாக இருந்தது. சில நேரங்களில் விளைச்சலைவிட அதிக வரிகொடுக்கவும் வேண்டியிருந்தது.

'மெட்ராஸ் சாந்து கலவை' மிகவும் ஆர்வமூட்டும் பொருளாக இருந்தது. 18-ம் நூற்றாண்டிலும் இந்தியாவில் காகிதம் தயாரிக்கப் பட்டிருக்கிறது. அது கிட்டத்தட்ட இயந்திரமின்றித் தயாரிக்கப்படும் இன்றைய கைவினைக் காகித தயாரிப்பு போலவே இருந்திருக்கிறது. பழங்காலத்தில் மேற்கொள்ளப்பட்ட பனிக்கட்டி தயாரிக்கும் வழிமுறை இவற்றையெல்லாம்விட மிகவும் ஆர்வமூட்டக்கூடியது. 1775-ல் லண்டனில் வெளியான கட்டுரையில் அது விரிவாக விவரிக்கப்பட்டிருக்கிறது. இந்த விஷயமும் இந்தியாவில் பனிக்கட்டி தயாரிக்கப்படும் இந்த வழிமுறையும் பல்வேறு பிரிட்டிஷார்களால் அதற்கு முன்பேயும் பார்க்கப்பட்டிருக்கிறது. இந்திய விஞ்ஞானம் குறித்த ஆர்வத்தை இங்கிலாந்தில் அது தூண்டியிருந்தது என்பதும் தெரியவருகிறது. அதுவரையில் பிரிட்டிஷாருக்கு செயற்கை முறையில் பனிக்கட்டிகள் தயாரிக்கப்படுவது பற்றித் தெரிந்திருக்க வில்லை (பிற ஐரோப்பியர்களுக்கும் தெரிந்திருக்கவில்லை என்றே தோன்றுகிறது).

நீரைக் கொதிக்கவைப்பது அதை உறைய வைக்க மிகவும் அவசியம் என்ற இந்தியர்களின் புரிதல் சர் ராபர்ட் பார்க்கரிடம் மிகுந்த ஆர்வத்தைத் தூண்டியது. இந்தக் கட்டுரையை எழுதிய அவர், இப்படிச் சூடாக்குவது பற்றிக் குறிப்பிட்டு, இது எந்த அளவுக்கு விஞ்ஞானபூர்வமாக சரியானது என்று சந்தேகமாக இருந்திருக்கிறது; அதனால், எடின்பர்க் பல்கலையில் வேதியியல் பேராசிரியரான அவர் பல்வேறு பரிசோதனைகள் செய்துபார்த்துவிட்டுக் கீழ்க்கண்ட விளக்கத்தைத் தந்திருக்கிறார் :

'சுட வைக்கப்பட்ட நீரும் சாதாரண பச்சைத் தண்ணீரும் வெவ்வேறானவை. சாதாரண நீரை உறை நிலைக்கு சில டிகிரிகள் குறைவான வெப்பநிலையில் இருக்கும் காற்றுபடத் திறந்து வைத்தால் காற்றின் அந்த வெப்பநிலைக்கு அந்த நீரைக் குளிரவைத்துவிடமுடியும். எனினும் நீர்மமாகவே இருக்கும். ஆனால், சூடாக்கப்பட்ட நீரானது இப்படியான சூழலில் நீர்மமாகத் தொடர்ந்து இருக்காது. குளிரவைக்கப்படும்போது அந்த நீரின் ஒரு பகுதி பனிக்கட்டியாக மாறிவிடும். தொடர்ந்து குளிர்ந்த காற்றை அதன் மீது பட வைக்கும்போது மொத்த நீரும் பனிக்கட்டியாகிவிடும். இதிலிருந்து பனிக்கட்டி தயாரிக்க நீரை ஏன் சூடாக்குகிறார்கள் என்பதை ஒருவர் நன்கு புரிந்துகொள்ள முடியும்'.[33]

•

டாக்டர் ஹெச் ஸ்காட் 'டை' (வார்ப்பு) தயாரிப்பதுபற்றியும் அது தொடர்பான பிற வேதிபொருட்கள் பற்றியும் குறிப்பிட்டிருக்கிறார். கப்பல்களின் அடிப்பாகத்தை நீர் புகாமல் தடுக்கும் பசுமரப்பிசின் (கீழைத்தேய நாடுகளில் வெகு பரவலாகப் பயன்படுத்தப்படும் பசை[34]) அப்படியானவற்றுள் ஒன்று.

ஆனால், 1790களில் பிரிட்டிஷாரின் விஞ்ஞான தொழில் நுட்பத் தேடலைப் பெரிதும் கவர்ந்த பொருள் ஊட்ஸ் ஸ்டீல்! டாக்டர் ஸ்காட் பிரிட்டிஷ் ராயல் சொசைட்டியின் தலைவரான சர் ஜே பேங்க்ஸுக்கு அந்த எஃகின் சிறு துண்டு ஒன்றை அனுப்பிவைத்திருந்தார். பல நிபுணர்கள் அதைப் பரிசோதித்துப் பார்த்தார்கள்.[35] பிரிட்டனில் அப்போது தயாரிக்கப்பட்ட அதி உயர்ந்த எஃகின் தரத்துக்கு இணையாக அது இருந்தது. 'பிரிட்டனில் இரும்புப் பொருள் உற்பத்தியாளர்களுக்கு மிகவும் பயனுள்ளதாக இருக்கும்'[36] என்று அதைப் பயன்படுத்திய ஒருவர் கூறினார். அதிலும் குறிப்பாக, 'அறுவைசிகிச்சை போன்றவற்றுக்குப் பயன்படும் நுட்பமான கூர்மையான எஃகுப் பொருட்கள் தயாரிக்க இந்தியாவில் இருந்து

கொண்டுவரப்பட்ட எஃகு பெரிதும் உதவிகரமாக இருக்கும்' என்று குறிப்பிட்டிருக்கிறார்.

1794-ல் மாதிரி துண்டு அனுப்பப்பட்டு அதே ஆண்டின் கடைசிப் பகுதியிலும் 1795-லும் அதை வைத்து பரிசோதனைகள் செய்து முடிக்கப்பட்ட பிறகு அந்த எஃகின் கிராக்கி பிரிட்டனில் அதிகரிக்கத் தொடங்கியது. முன்பு கூறிய அந்தப் பயனாளர், 18 ஆண்டுகள் கழித்து என்ன சொன்னாரென்றால், 'இப்போது எனக்கு இந்திய எஃகு மிகவும் தாராளமாகக் கிடைக்கிறது. நான் அதை வைத்துப் பல பொருட்கள் தயாரித்து வருகிறேன். இதைவிடச் சிறந்த எஃகு கிடைத்தால் நான் நிச்சயம் அதைப் பயன்படுத்தத் தொடங்குவேன். ஆனால், இதுவரையில் நான் பார்த்தவற்றிலேயே இந்திய எஃகுதான் மிகவும் சிறந்தாக இருக்கிறது'.[37]

19-ம் நூற்றாண்டின் தொடக்க காலகட்டம் வரையிலும் பிரிட்டனில் குறைவான எஃகுதான் தயாரிக்கப்பட்டது. ஸ்வீடன், ரஷ்யா போன்ற நாடுகளில் இருந்து இறக்குமதி செய்துவந்தது. பிரிட்டனில் கிடைத்த இரும்புத் தாதுக்களின் தரம் மிகவும் குறைவாக இருந்தது. இரும்பை உருக்க கரியையே பயன்படுத்தியது. இதுபோன்ற காரணங்களினால் எஃகு உற்பத்தியில் பிரிட்டன் பின் தங்கியிருந்தது ('பிரிட்டன் தனது இரும்புத் தேவைகளுக்கு அயல் நாடுகளையே பெரிதும் நம்பியிருக்கிறது என்பது அனைவருக்கும் தெரிந்த விஷயம்தான்.

எஃகுத் தயாரிப்புக்கு மட்டும் கடந்த ஆண்டு இறக்குமதி செய்தது 12,000 டன் இருக்கும். தொழில் வளர்ச்சிக்கான துறை ஆண்டுதோறும் தரமான இங்கிலாந்து இரும்பைத் தயாரிக்க ஊக்கத்தொகை தர முன்வருகிறது. ஆனால், அதை யாரும் வாங்க முன்வருவதில்லை. இங்கிலாந்தில் இருக்கும் தரம் குறைந்த இரும்புக் கனிமச் சுரங்கங்களையும் எரிபொருட்களின் தரமின்மையையும் பார்க்கும் போது அதை யாரும் பயன்படுத்த முன்வரமாட்டார்கள் என்றே தோன்றுகிறது' - மதராஸ் பப்ளிக் ப்ரொசீடிங்ஸ், ஜன 1825). தரமான எஃகு தயாரிக்கும் தொழில்நுட்பமானது பிரிட்டிஷாருக்குத் தெரியாமல் இருந்ததும் இப்படியான பின்னடைவுக்கு ஒரு காரணமாக இருந்திருக்கும்.

பிற ஐரோப்பிய நாடுகளில் இந்திய எஃகு தயாரிப்பு பற்றிய கருத்து என்னவாக இருந்திருந்தாலும் பிரிட்டிஷாரைப் பொறுத்தவரை, அவர்கள் இந்திய எஃகை ஆராய்ந்து பார்த்தபோது என்ன முடிவுக்கு வந்தார்களென்றால் 'அந்தத் தரமான எஃகு நேரடியாக சுரங்கத்தில் இருந்து கிடைத்ததாகவே நினைத்தார்கள். அது தேனிரும்பு நிலையில் இருந்திருக்கவே இல்லை' என்றே நினைத்தனர்.[38] அப்படியாக

இந்திய எஃகின் உயர் தரத்துக்கான காரணத்தை கனிமச் சுரங்கத்துக்குக் கொடுத்துவிட்டனர். இந்திய எஃகு உற்பத்தியாளர்கள் மேற்கொண்ட தொழில்நுட்பங்களுக்கு எந்தவித அங்கீகாரமும் தந்திருக்கவில்லை. அதோடு அந்த எஃகு பாளங்கள் ஒவ்வொன்றும் ஒவ்வொருவிதமான குண நலன்களுடன் இருந்ததைவைத்து இந்திய எஃகுத் தொழில் நுட்பத்தின் நேர்த்தியின்மையே அதற்குக் காரணம் என்றும் நினைத்தனர்.

சுமார் முப்பது ஆண்டுகளுக்குப் பிறகே இந்த எண்ணமானது மாற்றிக் கொள்ளப்பட்டது. இதற்கு முன்பாகவே இந்தப் புரிதல் வர வாய்ப்பு இருந்திருக்கவில்லை. இரும்பானது மூடிய கலனில் கரியுடன் (கார்பன்) சேர்த்து உருக்கப்படும்போது எஃகு உருவாகும் என்ற உண்மை பிரிட்டிஷாரால் அப்போது கண்டுபிடிக்கப்பட்டிருக்க வில்லை. 1825-ல்தான் ஒரு பிரிட்டிஷ் எஃகு தயாரிப்பாளர் அதைச் செய்துவிட்டு அதன் காப்புரிமையையும் பெற்றுக்கொண்டிருந்தார்.

'இரும்பை எஃகாக மாற்ற அதை ஒரு மூடிய கலனில் அதி உயர் வெப்பத்தில் கரி ஏற்றம் பெற்ற ஹைட்ரஜன் வாயுவைச் செலுத்தி வினைபுரியச் செய்யவேண்டும். இப்படிச் செய்தால் ஒரு சில மணி நேரங்களிலேயே இரும்பானது உயர்தர எஃகாக ஆகிவிடும். முந்தைய வழிமுறையில் இப்படிச் செய்ய 14-20 நாட்கள் ஆகும்' என்று அவர் கண்டுபிடித்திருந்தார்.[39]

'இந்திய இரும்பு மற்றும் எஃகு கம்பெனி'யை நிறுவிய ஜே.எம்.ஹீத் பின்னாளில் ஷெஃபீல்ட் பகுதியில் எஃகு தொழிற்சாலை வளர்ச்சி அடையக் காரணமாகவும் இருந்தார். அவரைப் பொறுத்தவரையில் இந்திய எஃகுத் தொழில்நுட்பமானது 19-ம் நூற்றாண்டு பிரிட்டனில் மேற்கொள்ளப்பட்ட இரண்டு வழிமுறைகளின் கலவையாக இருந்ததாகக் குறிப்பிட்டிருக்கிறார். அவர் மேலும் கூறுகையில்:

'மேலே கூறப்பட்டிருக்கும் இரண்டு வழிமுறைகளின் அடிப்படையையும் இந்திய எஃகு உற்பத்தித் தொழிலில் பின்பற்றுகிறார்கள். இரும்பு, விறகு, பசுமையான இலைகள் இவற்றை ஒரு கலனில் ஒன்றாகப் போட்டு எரிக்கும்போது விறகு, இலைகளில் இருந்து கார்பனேற்றம் பெற்ற ஹைட்ரஜன் வாயு உருவாகும். அந்தப் புகையானது கலனில் இருந்து வெளியேற முடியாமல் ஒரு மூடியால் தடுக்கப்படும்போது அது இரும்புடன் வினைபுரியும். அதி உயர் வெப்பத்தில் கார்பன் வாயுவாகவே இரும்புடன் வினைபுரியும். இதனால் விரைவிலேயே தரமான எஃகு உருவாகிவிடும். திடமான கரியுடன் இரும்பைக் கலந்து உருக்கும்போது இன்னும் அதிக வெப்பமும் அதிக நேரமும் தேவைப்படும்'.[40]

'இரண்டரை மணி நேரத்தில் இந்தியாவில் இரும்பை எஃகாக மாற்றிவிடுகிறர்கள். நம் நாட்டில் அத்தனை கால அளவுக்குள் தரமான எஃகைத் தயாரிக்க முடிவதில்லை. ஷஃபீல்டில் குறைந்தது நான்கு மணி நேரமாவது இரும்பை நன்கு வடிவமைக்கப்பட்ட ஊது உலையில் உருக்கினால்தான் எஃகு கிடைக்கிறது. பிரிட்டனில் எஃகு தயாரிக்கப்படும் கலனானது இரும்பைப் போடும் போது அதி உயர் வெப்பத்தில் இருக்கும். இந்தியாவிலோ இரும்பைப் போடும்போது கலன் குளிர்ச்சியாகவே இருக்கும்' என்றும் அவர் குறிப்பிட்டிருக்கிறார்.[41]

இந்த பிரிட்டிஷ் பிரமுகர், இந்தியர்களுக்கு அவர்கள் செய்யும் செயலின் விஞ்ஞான அடிப்படை தெரிந்திருந்தது என்பதை ஒப்புக் கொள்ளவில்லை. 'இந்தியர்கள் பின்பற்றிய வழிமுறை விஞ்ஞான அடிப்படைகொண்டதாகத் தெரியவில்லை. அதற்கு நவீன வேதியல் தெரிந்திருக்கவேண்டும்.[42] அது இல்லாத நிலையில் இந்தியர்கள் இந்தத் தொழில்நுட்பத்தைக் கண்டுபிடித்தார்கள் என்று சொல்வது சரியல்ல' என்று கூறியிருக்கிறார். அதன் பிறகு அவர் வேறு நடைமுறை சார்ந்த விஷயங்களைப் பேசப் போய்விட்டார்.

இது தொடர்பாக பிரிட்டிஷார் எழுதிய வேறு சில ஆவணங்கள் (சில விரிவாகவும் சில மேலோட்டமாகவும்) இந்தியா முழுவதிலும் அதாவது சுமார் 100 மாவட்டங்களில் இரும்பு-எஃகு தயாரிப்பு நடைபெற்றதைத் தெரிவிக்கின்றன. சில ஆவணங்கள் 1790களில் எழுதப்பட்டிருக்கின்றன. என்றாலும் பெரும்பாலானவை 1820-1855 காலகட்டத்தில் எழுதப்பட்டவை. அவற்றில் சில பல்வேறு நாடுகளில் நடந்த எஃகு உற்பத்தியோடு ஒப்பிட்டு விவரிக்கின்றன. இந்தியாவில் இரும்பு, எஃகு உற்பத்தி பற்றி பிற ஐரோப்பிய மொழிகளிலும் 17-ம் நூற்றாண்டின் பிற்பகுதியில் ஓரளவுக்கு விரிவாக எழுதப்பட்டிருக்கின்றன.[43]

இந்தப் புத்தகத்தின் பிற்பகுதியில் இடம்பெறவிருக்கும் இந்திய எஃகு தயாரிப்பு உலைகளின் வடிவமைப்பு, அளவுகள், பிற கருவிகள் ஆகியவை பற்றி நிபுணர்களின் கருத்துகள் கேட்டறியப்படவேண்டும். ஆனால், மேலோட்டமாக இவற்றைப் பார்க்கும் எவருக்கும் கனிமச் சுரங்கங்களில் இருந்து எவ்வளவு இரும்புத்தாது எடுக்கப்பட்டது; எஃகாக மாற்ற எவ்வளவு கரி தேவைப்பட்டது போன்றவற்றை ஸ்வீடன்போன்ற நாடுகளின் இரும்பு எஃகு உற்பத்தியோடு எளிதில் ஒப்பிட்டுப் பார்க்க முடியும்.

இந்தியாவின் பல்வேறு பகுதிகளில் இந்த தாது, கரிப் பயன்பாடு எல்லாம் மாறுபட்டதாக இருந்தன. காலப்போக்கில் நடந்துவந்த

சீர்கேடுகளினால் எஃகு தயாரிக்கத் தேவைப்பட்ட கரியின் அளவு வெகுவாக அதிகரித்தது. இந்தக் காரணத்தைனால்தானோ என்னவோ மகாதேவ் கோவிந்த ரானடே (1890களில்) 'இந்திய எஃகு தயாரிப்பு முறையில் ஒரு டன் எஃகு தயாரிக்க சுமார் 14 டன் கரி தேவைப்பட்டது. இதனால் மிகுதியான இழப்பு ஏற்பட்டது' என்று குறிப்பிடநேர்ந்தது. 'அயல் நாட்டுப் போட்டி நீங்கலாக இந்திய எஃகு தொழில்துறை வீழ்ச்சியடைய எரிபொருள் தட்டுப்பாடும் ஒரு முக்கிய காரணம்' என்று குறிப்பிட்டார்.[44]

பதினைந்தாம் அத்தியாயத்தில் உள்ள ஆவணத்தின்படி[45] ஜபல்பூரில் 140 சேர் கரியைப் பயன்படுத்தி 70 சேர் கச்சா இரும்பு உற்பத்தி செய்யப்பட்டதாகத் தெரியவருகிறது. அதே மாவட்டத்தில் ஜோவ்லி பகுதியில் 165 சேர் கரியைப் பயன்படுத்தி 77 சேர் இரும்பு பிரித்தெடுக்கப்பட்டுள்ளது. கச்சா இரும்பை எஃகாக மாற்ற எவ்வளவு கரி தேவைப்பட்டது என்ற விவரம் அந்த ஆவணத்தில் இல்லை. எனினும் இரும்புத்தாதுவில் இருந்து இரும்பைப் பிரித்தெடுக்க ஐரோப்பிய நாடுகளில் இதே அளவு கரியைத்தான் பயன்படுத்தி யிருக்கிறார்கள். எனவே, இரும்பில் இருந்து எஃகு தயாரிக்கவும் இந்தியாவிலும் அதே அளவு கரியே பயன்படுத்தியிருப்பார்கள் என்று யூகிக்கலாம்.

18-ம் நூற்றாண்டு வாக்கில் இந்தியாவில் எத்தனை உலைகள் பயன்பாட்டில் இருந்தன என்பதைக் கணிப்பது எளிதல்ல. 18-ம் நூற்றாண்டின் மத்தியில் எழுதப்பட்ட சில ஆவணங்கள் சில மாவட்டங்கள், தாலுக்காக்களில் பயன்பாட்டில் இருந்த உலைகளின் எண்ணிக்கை ஒவ்வொரு பகுதியிலும் சில நூறுகளில் இருந்ததாகத் தெரிவிக்கின்றன. எனவே 18-ம் நூற்றாண்டின் பிற்பகுதியில் இந்தியாவில் பயன்பாட்டில் இருந்த இரும்பு-எஃகு உலைகளின் எண்ணிக்கை சுமார் பத்தாயிரமாக இருந்திருக்கும்.

இந்தப் புத்தகத்தில் இடம்பெற்றிருக்கும் ஆவணத்தின்படி ஒவ்வொரு உலையிலும் வாரத்துக்கு அரை டன் இரும்பு உற்பத்தி செய்யப் பட்டதாகத் தெரியவருகிறது. வருடத்துக்கு ஓர் உலை சுமார் 35-40 வாரங்கள் செயல்பாட்டில் இருந்ததாக எடுத்துக்கொண்டால், ஆண்டுக்கு ஒவ்வொரு உலையும் சுமார் 20 டன் இரும்பை உற்பத்தி செய்திருக்கும்.

இந்த உலைகளில் பயன்படுத்தப்பட்ட கருவிகள், பொருட்கள் எல்லாம் ஒவ்வொரு ஊருக்கும் ஒவ்வொருவிதமாக இருந்திருக் கின்றன. இரும்புத் தாதுவை நொறுக்கிப் பிரிக்கும் பணிக்கு குமாவோன் மற்றும் கர்வால் பகுதியில் பஞ்சகி (நீர் - சுழற்சி சக்கரம்)

பயன்படுத்தப்பட்டுள்ளது. ஜே.டி.ஹெர்பர், ஜே மான்சன் ஆகியோர், 'கனிமத் தாதுவைப் பிரிக்க தன்பூர் சுரங்கப் பணியாளர்கள் பஞ்சகி - நீர் சுழற்சி எந்திரத்தைப் பயன்படுத்துகிறார்கள். நீர் தாராளமாகக் கிடைக்கும்போது இரும்புத் தாதுவைப் பிரிக்க அதைவிட சிறந்த வழி இல்லை' என்று குறிப்பிட்டிருக்கிறார்கள். 46

இங்கு விவரிக்கப்பட்டிருக்கும் உலோகவியல் தொழில்நுட்பம் பற்றிப் பல கேள்விகள் எழுகின்றன. இந்தியர்களுக்கு இந்த வழிமுறைகளுக்குப் பின்னால் இருந்த வேதியல் விஞ்ஞானம் தெரிந்திருந்ததா என்ற ஐரோப்பியக் கேள்வி அதில் ஒன்று. இப்படியான எண்ணங்கள் ஐரோப்பிய மையவாத சிந்தனைகளில் இருந்தும் மனச்சாய்வுகளில் இருந்தும் உருவாகிறவையே. எந்த விஷயத்தைப் பற்றிப் பேசுகின்றனவோ அவற்றில் இருந்து உருவாகிறவை அல்ல.

இந்த வாக்கியங்கள் அதனளவில் முக்கியமானவையே. அவற்றைச் சரியா என்று கேள்விக்குட்படுத்த வேண்டிய அவசியமில்லை. ஆனால், ஒரு தொழிலைப் பல ஆண்டுகால பயிற்சிக்குப் பிறகு கற்றுக்கொள்ளும் ஒருவர் முன்பு ஒரு வேலை எப்படிச் செய்யப் பட்டதோ அதைவிடத் திறமையாக அதைச் செய்யும் பயிற்சியையே பெறுவார். அவருக்கு அந்த தொழில்நுட்பம், செயல்பாட்டின் விஞ்ஞான அடிப்படைகள் தெரிந்திருக்கவேண்டிய அவசியம் இல்லை. அப்படியான கோட்பாட்டுப் புரிதல், அது தொடர்பான ஆய்வுகள், புதிய கண்டுபிடிப்புகள், அறிவுகள், செழுமைப் படுத்தல்கள், வளர்ச்சி ஆகியவை எல்லாம் தனியாக வேறொரு பிரிவினரால்தான் மேற்கொள்ளப்படும். அப்படியான கோட்பாட்டு விஞ்ஞானிகளுக்கும் தொழிலில் ஈடுபடுபவர்களுக்கும் இடையில் மிகத் தெளிவான பிரிவு தற்போது முன்பை விட மிகவும் அதிகமாக இருக்கிறது.

அப்படியான அறிவியல் புரிதல் கொண்ட ஆய்வாளர்களுக்கும் தொழில்நுட்பத்தைப் பயன்படுத்தும் தொழிலாளர்களுக்கும் இடையிலான தொடர்பு இந்தியாவில் 18-ம் நூற்றாண்டு வாக்கில் வெகுவாக அறுந்துவிட்டிருந்தது. முழுவதுமாக அறுந்திருக்கா விட்டாலும் பல நூற்றாண்டுகளுக்கு முன்பிருந்தே இந்த வீழ்ச்சி ஆரம்பித்திருக்கும். இதற்கான காரணத்தை வெறும் யூகங்களின் அடிப்படையில் முன்வைப்பது சரியல்ல. ஏனென்றால் அந்தத் தொழில்நுட்பங்கள் 19-ம் நூற்றாண்டுவரை பல நூற்றாண்டுகளாக மிகச் சிறப்பாகப் பின்பற்றப்பட்டுவந்திருக்கின்றன.

ஆய்வாளர்களுக்கும் தொழிலாளர்களுக்கும் இடையிலான தொடர்பு அறுந்த நிலையிலும் அந்தத் தொழில் நுட்பம் தொடர்ந்து மேற்கொள்ளப்பட்டுவந்த நிலையில் எஞ்சியிருக்கும் அறிஞர்களையும் தொழிலில் ஈடுபட்டுவந்தவர்களையும் இணைக்கும் கண்ணிகளை 18-ம் நூற்றாண்டின் ஆரம்பகட்டத்தில் நிச்சயம் மீட்டெடுத்திருக்க முடியும். புதிதாக ஒரு வலுவான வலைப்பின்னலை உருவாக்கி இருக்கவும் முடியும்.

இது தொடர்பாக எழும் இன்னொரு கேள்வி என்னவென்றால், அப்படி அதி உயர் தரமான எஃகு உற்பத்தித் தொழில்நுட்பம் இந்தியா முழுவதிலும் பின்பற்றப்பட்டுவந்திருக்கும் நிலையில் அது ஏன், எப்படி திடீரென்று அழிந்துபோனது? இந்தியாவில் அது பரவலாக நடைமுறையில் இருந்தது என்பது தொடர்பாகவுமே நம்மிடம் குறைவான ஆதாரங்கள்தான் இருக்கின்றன. எனவே, இந்தக் கேள்விக்கு உறுதியான பதில் எதையும் நம்மால் சொல்லிவிட முடியாது. இந்திய தொழில்களுக்குச் சாதகமற்ற பிரிட்டிஷ் அரசின் அணுகுமுறையே இந்த வீழ்ச்சிக்கு முக்கிய காரணமாக இருந்திருக்கும்.

1800கள் தொடங்கி இந்தியர்கள் பிரிட்டிஷ் பொருட்களின் நுகர்வோர்களாகவே நடத்தப்பட்டனர். எனினும், அப்போதும் இந்தியாவில் பெருமளவில் இரும்பு, எஃகு உற்பத்தி செய்ய பல பிரிட்டிஷார்கள் முன்வந்திருக்கிறார்கள். பிரிட்டனின் எஃகுப் பொருட்களின் உற்பத்தியையும் அவற்றுக்கான இந்தியச் சந்தையையும் பாதிக்காத வகையில் இந்திய எஃகுத் தயாரிப்புப் பணிகளை முன்னெடுக்க மிகுந்த கவனம் மேற்கொள்ளப்பட்டுள்ளன. இப்படியான முன்னெச்சரிக்கையுடன் இந்திய உலைகளை அனுமதிப்பதுகூட அவர்களுக்கு ஒருகட்டத்தில் ஏற்பில்லாமல் போனது. வங்காளத்தில் இப்படி ஒரு ஆலை தொடங்குவது தொடர்பாக பிரிட்டிஷ் அரசுக்கு விண்ணப்பித்தபோது, 'இதுபோன்ற முயற்சிகளை ஊக்குவிப்பது தொடர்பாக எங்களுக்கு மிகுந்த தயக்கங்கள் இருக்கின்றன. இனிமேல் இதுபோன்ற முயற்சிகளை முன்னெடுக்கவேண்டாம்' என்று பிரிட்டிஷ் அரசு பதில் அனுப்பியது.[47]

4

பிரிட்டிஷ் ஆவணங்களில் குறிப்பிடப்படாத பல்வேறு தொழில் நுட்பங்கள், அறிவுத்துறைகள் பற்றியும் பின்வரும் பக்கங்களில் பார்க்கலாம். நெசவுத்துறை, நகைகள், தோட்டக்கலை, விலங்குப்

பண்ணைகள் போன்றவை அதில் அடங்கும். படகுகள் மற்றும் கடல் பயணம் மேற்கொண்ட கலன்களின் தயாரிப்பும் குறிப்பிடப்படவில்லை. 'லெ ஹிந்தூஸ்' என்ற பெயரில் கடல் ஓவியர் சால்வியன்ஸ் எழுதிய நூலில் இதுபற்றிக் குறிப்பிடப்பட்டிருக்கிறது. அதில் 1790களில் வட இந்தியாவில் பார்த்த சுமார் நாற்பது வகை படகுகள், ஆறுகளில் பயணம் செய்யப் பயன்படுத்திய கலன்களுடைய ஓவியங்களை வரைந்திருந்தார். மேலும் அந்த நூலில், 'கடல் பயணக் கலன்கள் தயாரிப்பில் மிகுந்த ஆர்வம் கொண்ட ஆங்கிலேயர்கள் இந்துக்களிடமிருந்து ஏராளமான விஷயங்களைக் கற்றுக்கொண்டு தமது கப்பல் துறையில் பெரும் வெற்றியைப் பெற்றிருக்கிறார்கள்'[48] என்று குறிப்பிட்டிருக்கிறார். 18-ம் நூற்றாண்டு வாக்கில் இந்தியா வந்த வேறொருவர் இந்தியர்கள் படகைச் செலுத்தும் விதம் பற்றிக் குறிப்பிட்டிருக்கிறார்: 'நமது வழிமுறைகளில் இருந்து வித்தியாசமான முறையில் இந்தியப் படகோட்டிகள் படகுகளைத் துழாவுகிறார்கள். காலால் துடுப்புகளை இயக்குகிறார்கள். கைகளில் இருப்பவற்றைக் கொண்டு படகின் திசையைத் திருப்புகிறார்கள்'.[49]

இந்தப் புத்தகத்தில் இடம்பெறும் ஆவணங்கள் எல்லாம் முன்பே யாருக்கும் தெரியாதவை அல்ல. வான சாஸ்திரம், கணிதம் போன்றவை தொடர்பாக இங்கு இடம்பெறுபவை அந்தந்தத் துறை சார்ந்த அறிஞர்களுக்கு நன்கு தெரிந்திருக்கும். காகிதத் தயாரிப்பு, மதராஸ் சாந்து, ராமநாயக்கன்பேட்டை பகுதியில் நடந்த இரும்பு உலைப்பணிகள் பற்றியவையெல்லாம் இன்னும் கூடுதல் நபர்களுக்கு நன்கு தெரிந்தவையாகவே இருக்கும்.

பெரியம்மை நோய்க்கான தடுப்புமுறை இந்தியாவில் பன்னெடுங் காலத்தில் இருந்தே பலருக்கும் தெரிந்ததாகவே இருந்திருக்கிறது. பதினோராம் நூற்றாண்டில் இருந்து சீனாவில் மேற்கொள்ளப்பட்ட பெரியம்மை நோய்த் தடுப்பு சிகிச்சை இந்தியாவில் இருந்து கற்றுக்கொள்ளப்பட்டதாகத் தெரிகிறது[50] என்று ஒரு நவீன கால ஆராய்ச்சியாளர் குறிப்பிட்டிருக்கிறார். மதராஸ் பிரஸிடன்ஸியின் துணை சர்வேயர் ஜெனரல் கேம்பல் எழுதிய ஆவணங்களின் மூலம் தெரியவந்திருக்கும் சேலம் பகுதியில் நடந்த இரும்பு, எஃகு தயாரிப்பும் பலருக்கும் தெரிந்த விஷயமே. காலம் சரியாகத் தெரியவில்லையே தவிர மகாதேவ ரானடேக்கு இந்திய எஃகு இங்கிலாந்து உள்ளிட்ட நாடுகளுக்கு ஏற்றுமதியான விவரம் தெரிந்திருந்தது.

ஆனால், அறிஞர்களுக்கும் இந்தியப் பொருளாதாரம், தொழில் நுட்பம் பற்றி எழுதிவரும் முக்கியமான எழுத்தாளர்களுக்கும்

தெரிந்திருக்கும் இந்த உண்மைகள் இந்திய அறிவியல் மற்றும் தொழில்நுட்பம் பற்றிய கல்விப்புலத்தில் எந்தவொரு தாக்கத்தையும் ஏற்படுத்தியிருக்கவில்லை. அல்லது 'இந்திய வரலாற்றில் 18-ம் நூற்றாண்டு இருண்ட காலமாக இருந்தது'[51] என்று இன்றும் நம்பப்படும் புனைவைக் கேள்விக்கு உட்படுத்தியிருக்கவில்லை. இந்திய கடந்த காலம் குறித்த உண்மைகளைப்பற்றி போதிய விழிப்புணர்ச்சி இல்லாமல் ஒருவித அலட்சியம் நிலவுவதற்குப் பல காரணங்கள் உண்டு. இந்தியப் பாரம்பரியம் தொடர்பான எந்தவொன்றைப் பற்றியும் அலட்சியம் ஏன் ஒருவித ஏளனமும் இருந்துவரும் சுதந்தர இந்தியாவின் கல்வித் துறைக்கு இதில் முக்கிய பங்கு உண்டு.

இந்திய பாரம்பரிய அம்சங்கள் தொடர்பாக 18-ம் நூற்றாண்டு வாக்கில் தொடங்கிய இந்த அலட்சியம் மற்றும் ஏளனப்பார்வையை என்சைக்ளோபீடியா பிரிட்டானிகாவின் எட்டாவது பதிப்பில் (1850) வெளியான அல்ஜீப்ரா பற்றிய கட்டுரை மிகத் தெளிவாகப் படம்பிடித்துக் காட்டுகிறது. இந்திய அல்ஜீப்ரா தொடர்பான அந்தக் கட்டுரை கோல்ப்ரூக் 'இந்திய அல்ஜீப்ரா' பற்றி எழுதியதை பேராசிரியர் ஜான் ப்ளேஃப்யர் குறிப்பிட்டிருப்பதை மேற்கோள் காட்டுகிறது:

> 1817-ல் வெளியான இந்தக் கட்டுரை ஹிந்து கணிதவியல் வரலாறு பற்றி எழுதப்பட்ட மிகவும் அருமையான, வெளிப்படையான, நேர்த்தியான ஆய்வுத் தரம் மிகுந்த கட்டுரைகளில் ஒன்று. இந்தக் கட்டுரையில் இந்திய வானவியல் சாஸ்திரத்தைப் பற்றி பெய்லி கூறியதன் மீதான நம்பிக்கை குறைந்துவிட்டிருப்பதைப் பார்க்க முடிகிறது. இந்திய கணிதவியல் துறைகளின் அதி தொன்மை தொடர்பான அவருடைய (கோல்ப்ரூக்கினுடைய) முந்தைய நம்பிக்கை தொடர்பாகவும் கொஞ்சம் சந்தேகத்துடன் பேச ஆரம்பித்திருக்கிறார். இந்திய வானவியல் துறையின் பழம் பெருமை தொடர்பாக நம் நாட்டிலும் (பிரிட்டன்) கண்டத்திலும் (ஐரோப்பா) பெரும் சந்தேகங்கள் எழுப்பப்பட்டுள்ளன. குறிப்பாக லாப்லேஸும் 'ஹிஸ்டொரே தெ லா அஸ்ட்ரானமெ அன்சினே', 'ஹிஸ்டொரே தெ லா அஸ்ட்ரானமே து மேயென் ஏஜ் டிஸ்கோர்ஸ் ப்ரிலிமினரே' நூல்களை எழுதிய தெலம்ப்ரேயும் இந்திய அல்ஜீப்ராவின் பழம் பெருமையை மட்டுப்படுத்தியே பேசியிருக்கிறார்கள்.

அந்தக் கட்டுரை மேலும் குறிப்பிடுகையில், பேரா லெஸ்லி தனது அறிவார்ந்த நூலான 'தி ஃபிலாசஃபி ஆஃப் அரித்மெடிக்', பக் 225-226-ல் லீலாவதி என்ற இந்தியக் கணித நூலானது மிகவும்

சுமாரானது. 'மனனம் செய்யப்பட்டுவந்த பூடகமான செய்யுள்களில் ஒரு சில அடிப்படைக் கணித விதிகள் இடம்பெற்றிருக்கின்றன. அவ்வளவுதான்' என்று குறிப்பிட்டிருப்பதைச் சுட்டிக்காட்டியிருந்தது.

ப்ளேஃபெயரின் கருத்துகள் லெஸ்லியின் கருத்தில் இருந்து மாறுபட்டிருந்தது. எனினும் இந்தியர்களின் கணிதவியல் மேதமை தொடர்பான அறிவார்ந்த சந்தேகங்களை முன்வைத்தது.

> இந்த பழங்கால அறிவுத்துறை அம்சங்களைப் பற்றிய ஆய்வுகள் பல ஆச்சரியங்களை நமக்குத் தருகின்றன. முதலாவதாக இந்தியாவில் மிகப் பெரும் பழங்காலத்திலேயே அல்ஜீப்ரா பற்றித் தெரிந்திருக்கிறது. சுமார் 1200 ஆண்டுகளுக்கு மேலாக எந்தவித புதிய சேர்க்கைகளோ முன்னேற்றங்களோ இல்லாமல் அப்படியே இருந்தும் வந்திருக்கிறது. பழங்கால ஆசிரியர்களுடைய கண்டுபிடிப்புகளுக்கு உரைகள் எழுதப்பட்டிருக்கின்றன. மிக எளிமையாக, அருமையாகப் புரியும்படி விளக்கப்பட்டிருக்கின்றன. ஆனால் புதிதாக எதுவும் கண்டுபிடிக்கப்பட்டிருக்கவில்லை. புதிய விதிகள், கோட்பாடுகள் உருவாக்கப்பட்டிருக்கவில்லை.
>
> அதி உயர் ஆய்வு நோக்குகள் தேவைப்படும் மிகக் கடுமையான கணிதக் கேள்விகளுக்கான விடைகள் பாஸ்கரருக்குத் தெரிந்தது போலவே பிரம்மகுப்தருக்கும் தெரிந்திருக்கிறது. இருவரையும் விட சில நூற்றாண்டுகளுக்கு முந்தைய ஆரியபட்டாவுக்கும் தெரிந்திருந்தது. வேறு பல கணித மேதைகளின் படைப்புகளில் துல்லியமும் அறிவுக்கூர்மையும் வெளிப்படுகின்றன. ஆனால், அவர்களில் ஒருவர் கூட முந்தையவர்கள் வரைந்த கோட்டைத் தாண்டி ஓர் அடி கூட எடுத்துவைக்கவில்லை. தேர்ந்த கல்வியும் அறிவும் மிகுந்தவர்களுமேகூட அந்த வரையறுக்கப்பட்ட எல்லைக்குள்ளாகவே தம்மைக் குறுக்கிக்கொண்டிருக்கிறார்கள். எல்லாமே கடக்க முடியாததாகவே இருந்திருக்கிறது. சரியும் தவறும் நிரந்தரமாக ஒரே மாதிரியானதாகவே நீடித்து வந்திருக்கின்றன. அரசியல், சட்டம், மதம், விஞ்ஞானம், சமூகப் பழக்க வழக்கங்கள் எல்லாமே வரலாற்றுக்கு முந்தைய ஆதி காலத்தில் எப்படி இருந்தனவோ அப்படியே நீடித்துவருகின்றன. இதற்கு என்ன காரணம்? ஓரளவுக்கு நாகரிகத்தையும் ஓரளவுக்கு மேம்பட்ட விஞ்ஞானத்தையும் ஹிந்துக்களுக்குக் கற்றுக் கொடுத்த சக்தியானது அதன் பிறகு செயலற்றுப் போய்விட்டதா அல்லது எதிர்க்க முடியாத ஏதோ ஒரு தடையினால் முடக்கப்பட்டு விட்டதா? அல்லது ஹிந்துக்களிடம் தற்போது இருக்கும் கண்டுபிடிப்புகள் எல்லாம் வேறு ஏதோவொரு தேடல் மிகுந்த

> பழங்கால சமூகத்திடமிருந்து பெறப்பட்டவையா. அந்த முன்னோர்களைப் பற்றி வேறு எந்தத் தகவல்களும் கிடக்காமல் போய் அறிவியல் துறைகளில் அவர்கள் கண்டுபிடித்தவை மட்டுமே இப்போதும் இருக்கின்றனவா?'[52]

1850-ல் வெளியான என்சைக்ளோபீடியா பதிப்பில் அந்நேரத்திய ஐரோப்பிய சிந்தனைபோக்கைப் பிரதிபலிக்கும் நோக்கிலேயே இந்தப் பத்தி இடம்பெற்றது. எடின்பர்க் ரிவ்யூ- நவ 1817-ல் எழுதியவர் பெயரின்றி இடம்பெற்ற 24 பக்க கட்டுரையில் இருந்துதான் இந்தப் பத்தி எடுத்தாளப்பட்டது. ஆனால், அந்தக் கட்டுரை வேறு பல விஷயங்கள் பற்றியும் பேசியது. அதே கட்டுரையில் ப்ளேஃப்யர் வேறொரு இடத்தில் கூறுவது:

> (அல்ஜீப்ரா பற்றி இரண்டாம் பாஸ்கரர் எழுதிய) பீஜகணிதம் பற்றி 1602-ல் எழுதப்பட்ட விளக்கவுரையானது அல்ஜீப்ரா பற்றி பல்வேறு கோட்பாடுகள், சூத்திரங்கள், விதிகள் பற்றிய விரிவான தெளிவான விளக்கங்களைக் கொண்டிருக்கிறது. 1621-ல் வேறொரு மேதை அந்த நூல் பற்றி இன்னும் விரிவாக வேறொரு நூலை எழுதியிருக்கிறார். இன்றைய இந்துக்களுக்கு அவர்களுடைய கடந்த கால அறிவுத் துறை சார்ந்த புத்தகங்கள் பற்றி எதுவும் தெரியவில்லை என்பது உண்மையென்றால் அந்த அறிவுப் பாரம்பரியம் வெகு விரைவில் வீழ்ச்சி அடைந்திருப்பதாகவே அர்த்தம். ஏனென்றால், இன்றிலிருந்து 200 ஆண்டுகளுக்கு முன்பாக இந்தியாவில் அறிவுத் துறைகள் கணிசமான ஒளியுடன் பிரகாசித்திருக்கும் என்பதில் எந்த சந்தேகமும் இல்லை.

பீஜ கணிதம் நூலிலும் சில கணித ஆய்வு நோக்குகள் குறைவாகவே இருக்கின்றன. என்றாலும் பிரம்மகுப்தர் மிகவும் கடினமான கணிதக் கோட்பாடுகள் தேரவியலா கணக்குகளுக்குத் (Indeterminate Problems) தீர்வுகளை முன்வைத்திருக்கிறார் என்று குறிப்பிட்டிருக்கிறார். மேலும் கூறுகையில், மிகவும் சிக்கலான கணிதக் கேள்விகளுக்கு 1200 வருடங்களுக்கு முன்பே இந்திய அல்ஜீப்ரா நிபுணர் விடை கண்டுபிடித்திருக்கிறார்கள். 18-ம் நூற்றாண்டில் கூட ஐரோப்பாவில் அவர்களுக்கு இணையான திறமையும் தேடலும் கொண்ட கணித மேதைகள் இருந்திருக்கவில்லை' என்றும் குறிப்பிட்டிருக்கிறார்.

பிரம்ம குப்தர் அந்த விடையை குத்து மதிப்பாக தற்செயலாகக் கண்டுபிடித்திருப்பார் என்ற விமர்சனத்தை ப்ளேஃபெயர் மறுக்கிறார். 'திறமையும் அறிவும் குறைவான நபர்கள் தற்செயலாக அதிர்ஷ்டவசமாக மிகப் பெரிய சாதனைகளைச் செய்வதென்பது உலகில் சில துறைகளில் நடந்திருக்கிறது. ஆனால் கணிதத்துறையில் அது

சாத்தியமில்லை. 'தேடல்' குணம் இல்லாத ஒருவரால் எதையும் இந்தத் துறையில் 'கண்டுபிடிக்க' முடியாது. தீர்க்கமான சிந்தனை, பொறுமையான ஆய்வு இவற்றுக்கு மட்டுமே இங்கு பரிசுகள், கண்டுபிடிப்புகள் கிடைக்கும்'.

ப்ளேஃப்யர், லாப்லாஸ், டாலம்ப்ரே போன்ற துறை சார் வல்லுநர்கள், இந்தியாவில் பணியில் இருந்த பிரிட்டிஷார் மத்தியில் பெருகத் தொடங்கியிருந்த 'கீழைத்தேயவியல் அறிஞர்கள்' (மிஷனரிகளில் இருந்தவர்களும் அடங்குவர்) ஆகியோருக்கு இந்திய அறிவுத் துறையின் மேதைமை குறித்து சந்தேகமும் கீழான எண்ணமும் இருந்துவந்தது. இந்நிலையில் இந்திய அறிவியல், தொழில்நுட்பம் ஆகியவை பற்றி மெக்காலேயின் கறாரான தீர்ப்பு தவிர்க்க முடியாததாகவே ஆகிவிட்டிருந்தது. மெக்காலே மட்டும்தான் இந்திய அறிவுத் துறை சார்ந்த தனது ஏளனமான பார்வையை நாடகீயமான முறையில் தடாலடியாக முன்வைத்தார். ஆனால், 1835, பிப், 2 அன்று நடந்த கூட்டத்தில் அவர் சொன்ன அந்த வார்த்தைகளுக்கு இந்தியாவின் அப்போதைய பிரிட்டிஷ் கவர்னர் ஜெனரலான பெண்டிக் பிரபு மட்டுமல்லாமல் ('நான் இந்தக் கூட்டத்தில் பேசப்பட்ட அனைத்துக்கும் என் மனப்பூர்வமான சம்மதத்தைத் தெரிவிக்கிறேன்') கூட்டத்தில் பங்கெடுத்த கற்றறிந்த, செல்வாக்கு மிகுந்த அனைத்து ஐரோப்பியர்களிடமும் முழு அங்கீகாரம் கிடைத்தது.

கீழைத்தேயவியல் அறிஞர்கள் பற்றிக் குறிப்பிடுகையில் மெக்காலே சொன்னார்:

> இந்திய, அராபிய அறிவுத்துறைகளில் எழுதப்பட்டிருப்பவை அனைத்துமே ஐரோப்பிய நூலகத்தின் ஒரே ஒரு அலமாரியில் வைக்கப்பட்டிருக்கும் புத்தகங்களுக்குகூட ஈடாகாது. இந்த உண்மையை மறுதலிக்கக்கூடிய ஒரே ஒரு கீழைத்தேயவியல் அறிஞரைக்கூட நான் இதுவரை பார்த்ததில்லை. மேற்கத்திய படைப்புகளின் உள்ளார்ந்த மேலாண்மையை கீழைத்தேய பாணி கல்விக்கு ஆதரவு தரும் இந்த அவையின் (பொதுக் கல்வித் துறை) உறுப்பினர்களும் முழுவதும் அங்கீகரிக்கவே செய்கிறார்கள்.
>
> கீழைத்தேய எழுத்தாளர்கள் செய்யுள் இலக்கியத்தில் மிகவும் சிறந்து விளங்குகிறார்கள் என்பதை யாரும் மறுக்கமாட்டார்கள் என்று நம்புகிறேன். எனினும் அராபிய, சமஸ்கிருத இலக்கியங்கள் எல்லாம் மாபெரும் ஐரோப்பிய தேசங்களின் படைப்புகளோடு ஒப்பிடத் தகுந்தவை என்று சொல்லும் ஒரு கீழைத்தேயவியல் அறிஞரையும் நான் இதுவரை சந்தித்ததில்லை. இலக்கியங்கள் அல்லாமல் தரவுகள் பதியப்பட்டும் கோட்பாடுகள் ஆய்வுக்கு

உட்படுத்தப்பட்டும் மேற்கொள்ளப்படும் விஞ்ஞான தொழில் நுட்பத்துறைகளில் மேற்கத்தியர்களின் மேன்மையானது அளவிட முடியாதது. அனைத்து சமஸ்கிருத நூல்களில் எழுதப்பட்டிருப்ப வற்றை ஒன்று சேர்த்தால் கூட இங்கிலாந்தில் ஒரு ஆரம்பப் பள்ளியில் கற்றுத் தரப்படுபவற்றைவிட அவை முக்கியத்துவம் குறைந்தவையாகவே இருக்கும் என்று சொன்னால் அது மிகையில்லை. அறிவியல் துறையானாலும் மத, தத்துவத்துறை யானாலும் இரு தேசங்களின் இடமும் இரண்டிலும் ஒன்றே'.

இந்தியப் பாரம்பரியக் கல்விக்கு எந்த ஆதரவும் தரவே முடியாது என்று சொன்ன அவர்,

'ஒருவேளை இந்த அரசானது இந்தியக் கல்வி அமைப்பு அப்படியே தொடரவேண்டும் என்று விரும்பினால் இந்தக் குழுவின் தலைவர் பதவியில் இருந்து விலகிக் கொள்ள எனக்கு அனுமதி தரவேண்டும் என்று பணிவுடன் கேட்டுக்கொள்கிறேன். என்னால் அரசுக்கு எந்தப் பலனும் கிடைக்காது. எந்தவொரு முக்கியத்துவமும் இல்லை என்று நான் திடமாக நம்பும் ஒரு கல்வி முறைக்கு நான் ஆதரவு கொடுத்ததாக ஆகிவிடும். உண்மையான அறிவின் வளர்ச்சிக்கு இன்றைய இந்தியக் கல்வி முறை எந்தவகையிலும் பயனளிக்காது. தானாகவே மரிக்கப் போகும் ஒன்றின் மரணத்தைத் தள்ளிப்போடும் செயலை மட்டுமே அதனால் செய்ய முடியும். பொது கல்வி இயக்கம் என்ற வகையில் அப்படியான ஒரு செயலைச் செய்ய நமக்கு எந்த அதிகாரமும் கிடையாது. இந்தியப் படைப்புகளைக் கொண்ட புத்தகங்களை அச்சிட்டால் வெற்றுக்காகிதமாக இருந்தால் என்ன மதிப்பு இருக்குமோ அதைவிடக் குறைவான மதிப்புதான் அந்தப் புத்தகங் களுக்கு இருக்கும். அப்படியான புத்தகங்களை அச்சிட்டால் அரசுப் பணத்தை வீணடித்தவர்களாவோம். அபத்தமான வரலாறு, அபத்தமான தத்துவவியல், அபத்தமான இயற்பியல், அபத்தமான இறையியல் ஆகியவற்றுக்கு வலிந்து ஆதரவு கொடுத்ததுபோல் ஆகும்.

இந்தக் கல்வியைப் பெறுபவர்களுக்கு அது ஒரு பெரிய சுமையாக, கறையாகவே இருக்கும். கல்விபெறும்போது அரசாங்கச் செலவில் வாழ்க்கையை ஓட்டுவார்கள். அவர்களுக்கு அந்தக் கல்வியால் எந்தவொரு பலனும் கிடைக்காது. கல்வியை முடித்த பிறகு ஒன்று பட்டினி கிடப்பார்கள் அல்லது அரசாங்கத்தின் தயவிலேயே காலத்தைக் கழித்தாக வேண்டியிருக்கும். இந்தியப் பாரம்பரியக் கல்வி முறையைப் பயனற்றது என்று மட்டுமல்ல மிகவும்

> கெடுதலானது என்றும் கருதுகிறேன். இந்த எண்ணங்கள் கொண்ட நான் அந்தக் கல்வி முறையை அடியோடு மாற்றி அமைக்காத ஒரு கல்விக் குழுவில் எந்தவொரு பங்கும் வகிக்க விரும்பவில்லை'.[53]

மேலே குறிப்பிடப்பட்டிருக்கும் இப்படியான கூற்றுகள், கணிப்புகள், மிரட்டல்கள், முழக்கங்கள் எல்லாம் சேர்ந்துதான் இந்தியாவைப் பற்றிய சித்திரத்தை உருவாக்கின. அந்த மனப்பான்மை இன்றும் ஏறத்தாழ அப்படியே தொடர்ந்துவருகிறது. மெக்காலேயும் அவருக்கு முந்தைய அவரைவிட செல்வாக்கு மிகுந்த (இந்தியாவில் அதிகம் அறியப்பட்டிராத) வில்லியம் வில்பர்ஃபோர்ஸ், ஜேம்ஸ் மில் போன்றோராலும் வழி நடத்தப்பட்ட திசையிலேயே இன்றும் விஷயங்கள் நடந்துவருகின்றன.[54] அறியாமை, அலட்சியம், 18-ம் நூற்றாண்டு இந்தியாவைப் பற்றி மட்டுமல்ல; ஐரோப்பாவின் சமூக வாழ்க்கை குறித்த முழுக்க முழுக்க குழப்பமான மனநிலை இவையே இப்படியான எழுத்துகளுக்குக் காரணமாக இருந்தன.

இந்திய அறிவுத் துறைகள் குறித்த சந்தேகங்கள், பிழையான பார்வைகள் (ப்ளேஃபெயர், லாப்லேஸ், மெக்காலே போன்றவர்களுடையவை) போன்றவற்றுக்கெல்லாம் வெறும் அறியாமை, அலட்சியம் மட்டுமே காரணமல்ல. அரசு, சமூகம் பற்றிய மாறுபட்ட முரண்பட்ட கருத்தாக்கங்களைக் கொண்டவர்களிடையே இப்படியான சிந்தனை உருவாவது இயல்பே. 17-18-19-ம் நூற்றாண்டுகளில் சமூகம், அறிவியல், தொழில்நுட்பங்கள், அரசியல் பற்றிய ஐரோப்பியர்களின் பார்வையெல்லாம் ஐரோப்பா அல்லாத உலக நாடுகள் அந்த அம்சங்கள் பற்றிக் கொண்டிருந்த பார்வையில் இருந்து நேர் எதிராக இருந்தன.

ஐரோப்பா அல்லாத நாடுகளின் அறிவியல், தொழில்நுட்பத் துறைகளின் தேடல்கள், வளர்ச்சிகள் எல்லாம் ஐரோப்பிய நாடுகளில் இருந்து வேறுபட்டிருந்தன. மேலும் இந்தியா போன்ற நாடுகளில் மையம் அழிக்கப்பட்ட அரசியல் அமைப்பு இருந்தது. எனவே அங்கு இருந்த சமூக அமைப்பு அதிகாரக் குவிப்புக்கு எதிரான அந்த அரசாங்கத்துக்கு இசைவானதாக இருந்தது. எனவே அவர்களுக்கு தங்களுடைய தொழில் பட்டறைகள் பிரமாண்டமானதாகவும் தொழில் கருவிகள் ராட்சஸத் தனமாகவும் இருந்தாகவேண்டிய அவசியம் இருந்திருக்கவில்லை. இரும்பு, எஃகு உலைகள், விதைக் கலப்பைகள் போன்ற தொழில்நுட்பங்கள் எல்லாம் எளிமையானதாகவும் சிறியதாகவும் இருந்ததென்பது அவர்களின் சமூக, அரசியல் விழிப்புணர்வினால் உருவானவையே. அதோடு அந்தத் தொழில்நுட்பங்கள் பற்றிய அறிவியல் கோட்பாடுகள், விதிமுறைகள் ஆகியவை தொடர்பான நல்ல புரிதலும் அவர்களுக்கு இருந்தது. 18-ம்

நூற்றாண்டில் இந்தியாவில் இருந்த தொழில்நுட்பங்கள், தொழில் கருவிகள் எல்லாம் அறிவியல் கோட்பாட்டளவிலும் கலையம்சத்திலும் தரத்திலும் உயர் தரத்தினதாக இருந்தன.

இதனால்தான் வோல்டர் போன்றவர்கள் இந்தியாவை 'அரச நிர்வாகத்துக்காகவும் அறிவுத்துறைகளின் மேன்மை'க்காகவும் புகழ்பெற்றது என்று சொன்னார்கள். இந்தியாவில் 'அபரிமிதமான வளம் கொழிப்பதாக' (தேச அளவிலும் தனி நபர் அளவிலும்) ஐரோப்பியர்கள் நம்பவும் காரணமாக அதுவே அமைந்தது. வளங்களைக் கைப்பற்றும் தாகமானது சுரண்டல், கொள்ளையடிப்பு என வால்டரின் காலகட்டத்திலேயே அதிகரிக்கத் தொடங்கின. அதனால்தான் அவர், 'தார்த்தாரியர்களுக்கும் நமக்கும் (பிரிட்டிஷார்-ஐரோப்பியர்) இந்தியர்களைப்பற்றித் தெரியவந்திருக்காவிட்டால் இந்த உலகிலேயே இந்தியர்கள்தான் மிகவும் சந்தோஷமானவர்களாக இருந்திருப்பார்கள்'[55] என்று சொல்ல நேர்ந்தது. அவர் இப்படி எழுதியதன் பிறகு நடந்தவற்றைப் பார்க்கும்போது அவருடைய கணிப்பு மிகவும் சரியானது என்பது உறுதியாகியுள்ளது. ஆனால், அப்படியான தொடர்புகள் நடக்காமல் இருந்திருந்தால் அரசியல், சமூக அமைப்புகளில் மட்டுமல்ல அறிவியல் தொழில்நுட்பங்களிலும் இப்போதிருப்பதிலிருந்து ஒட்டுமொத்த உலகமும் மாறுபட்டதாகவே இருந்திருக்கும். அந்த மாறுதல் எப்படியானதாக இருந்திருக்கும் என்று கற்பனை செய்வது ஆர்வமூட்டும் விஷயம்தான். என்றாலும் அது இந்த நூலுக்கு அப்பாற்பட்டது.

இப்போதும் ஒரு கேள்வி எஞ்சியிருக்கிறது. எட்டு பத்து தலைமுறைகளுக்கு முன்புவரை உயிர்த்துடிப்புடன் இருந்த ஒரு அறிவியல் தொழில்நுட்பப் பாரம்பரியம் முற்றிலும் மற(றை)க்கப்பட்டுப் போனது ஏன்? மறைவுக்கான காரணங்கள் மிகவும் சிக்கலானவை. இந்திய அறிவியல் துறைகள், தொழில்நுட்பங்கள், சமூகம் ஆகியவை தொடர்பான, முறையான, விரிவான ஆய்வுகள் மேற்கொள்ளப் படாததுவரை அந்தக் காரணங்கள் யூகத்தின் அடிப்படையில் சொல்லப்படுபவையாகவே இருக்கும். அவற்றில் சிலவற்றை இங்கு குறிப்பிடுகிறேன்.

1750-1900 களில் நடந்தேறிய இந்திய பொருளாதார வீழ்ச்சி தொடர்பான காரணங்கள்.

விவசாய, உற்பத்தித் துறை சார்ந்து நடந்த சுரண்டல் எப்படி எந்த அளவுக்கு நடந்தது என்பது பற்றியோ இந்தியாவில் இருந்து சுரண்டப்பட்ட அந்த பணமும் பொருட்களும் (விவசாயத்தில் வசூலிக்கப்பட்ட ஐம்பது சதவிகித வரி ஒரு சரியான உதாரணம்) எங்கு

போயின... எப்படிப் பயன்படுத்தப்பட்டன என்பது பற்றியோ நம்மிடையே மாறுபட்ட கருத்துகள் இருக்கலாம். ஆனால், இந்திய பொருளாதாரத்தில் ஏற்பட்ட நசிவு மிக மோசமானதாகவும் அனைத்துத் துறைகளையும் பாதித்ததாகவும் இருந்தது என்பதில் எந்த மாற்றுக்கருத்தும் இருக்க வாய்ப்பில்லை. இப்படியான ஒரு மோசமான தாக்குதல் நடக்கும்போது எந்தவொரு விஞ்ஞானமும் தொழில்நுட்பமும் தாக்குப்பிடிக்க வழியே இல்லை.

இரண்டாவது காரணம், ஐரோப்பியர்கள் இந்தியாவில் புதிய அரசுப் பொருளாதாரத்தை அமல்படுத்தியபோது அது முந்தைய இந்திய பாரம்பரிய அரச நிர்வாக அமைப்பில் (அல்லது அமைப்புகளில்) இருந்து மாறுபட்டதாக இருந்தது. இந்திய பாரம்பரிய பொருளாதார நிர்வாகம் என்பதில் அரசானது தனக்குக் கிடைத்த வருமானத்தில் பெரும்பகுதியை உள்ளூர் நிர்வாக அமைப்புகளுக்குக் கொடுத்தது.

பிரிட்டிஷார் உருவாக்கிய பொருளாதார நிர்வாக அமைப்பு அரசாங்கத்தின் வருவாயை இருமடங்கு மும்மடங்கு அதிகரித்தது. அனைத்து மக்களையும் ஒரே அமைப்பின் கீழ் கொண்டுவந்து சுரண்டியது. அரசு பணியாளர்களுக்கும் நகர்ப்புற பெரு சமஸ்தானங் களுக்கும் அனைத்து வருவாயையும் திருப்பிவிட்டது. என்னைப் பொறுத்தவரையில் இந்திய பாரம்பரிய அறிவியல், தொழில் நுட்பங்கள் எல்லாம் இந்திய சமூகத்தில் இருந்துமட்டுமல்ல; இந்திய மனங்களில் இருந்தும் முற்றாக மறைந்து போனதற்கு இதுவே முக்கிய காரணம் என்று தோன்றுகிறது.

இறுதியாக, இந்தப் பாரம்பரிய அறிவியல், தொழில்நுட்பங்கள் எல்லாம் முற்றாக அழிந்துவிடவும் இல்லை. அவற்றின் எச்சங்கள் இன்றும் பயன்தந்தபடி நீடித்து இருக்க வாய்ப்பு உண்டு. என்ன, அவையெல்லாம் புறக்கணிக்கப்பட்டு பரிதாபகரமான நிலையில் இருக்கும். காங்கரா, ஜுனாகத் பகுதிகளில் பாரம்பரிய உரு மாற்று அறுவை சிகிச்சை மிக சமீப காலங்கள் வரையிலும் நடைமுறையில் இருந்ததாகச் சொல்லப்பட்டது.[56]

சமூக வளர்ச்சி வீழ்ச்சிகள் பற்றி பல்வேறு கோட்பாடுகள் சொல்லப் பட்டுள்ளன. அல்லது ஒரு சமூகம் என்னென்ன படிநிலைகளைக் கடந்து செல்லும் என்று சொல்லப்பட்டுள்ளன. இந்திய சமூகத்தை ஆராயும்போது சொல்லப்படும் கோட்பாடான சிதைந்து அழியும் கோட்பாடு அவற்றில் ஒன்று. இந்திய சமுதாயத்தின் உருவாக்கம், வளர்ச்சி, வீழ்ச்சி ஆகியவற்றை விவரிக்க அந்தக் கோட்பாடு ஓரளவுக்கு உதவுவதாகவே இருக்கிறது. எனினும் யூகங்கள், கணிப்புகள் இவை அல்லாமல் கிடைத்திருக்கும் தரவுகளை வைத்துப்

பார்க்கும்போது 18-ம் நூற்றாண்டில் இந்திய சமூகத்தில் விஞ்ஞானமும் தொழில்நுட்பமும் ஏற்கெனவே வீழ்ச்சியை அடைந்திருந்தன என்ற சிதைவுக்கோட்பாட்டை மறுதலிப்பதாகவே இருக்கின்றன. சில தொழில்நுட்பங்கள் அப்படியான அழிவின் விளிம்பில் இருந்திருக்கக்கூடும். ஒட்டுமொத்தமாக அப்படி எதுவும் சொல்லிவிடவே முடியாது. சமூக வளர்ச்சி-வீழ்ச்சிபற்றிய வேறு பல கோட்பாடுகளும் இந்திய சமூகத்துக்கு நேர்ந்தவற்றை விவரிக்கத் தேவைப்படும்.

இந்திய சமூக வளர்ச்சி-வீழ்ச்சிபற்றி சிதைந்து அழியும் கோட்பாடு அல்லது வேறு ஐரோப்பிய வேர்களைக்கொண்ட கோட்பாடுகள் என்ன சொன்னாலும் 18-ம் நூற்றாண்டுக்கு முன்பாகவே இந்தியாவில் அறிவியல், தொழில்நுட்பங்கள் ஒருவித சமநிலையையும் தேவையான உயர் நிலையையும் எட்டிவிட்டிருந்தன என்றே தோன்றுகிறது. இந்திய கலாசார, சமூகத் தேவைகள், மதிப்பீடுகள், தேடல்கள் அடிப்படையில் (அவற்றின் மூலம் உருவான அரச அமைப்பு, பிற நிர்வாக அமைப்புகள் ஆகியவற்றின் அடிப்படையில்) பார்க்கும் போது அன்றைய இந்திய சமுதாயத்தில் இருந்த அறிவியல் தொழில் நுட்பங்களானது அழிவின் விளிம்பில் இருந்திருக்கவில்லை. இந்திய சமுதாயத்துக்குத் தேவையான பணிகளை, தேவையான வகையில் செய்வதாகவே இருந்தன. இந்தியச் சூழலுக்குத் தொடர்பில்லாமல் 18-ம் நூற்றாண்டு ஐரோப்பாவில் இருந்து வந்து சேர்ந்த அடிப் படைகள், தீர்மானங்கள், கோட்பாடுகள் எல்லாம் இந்திய அறிவியல், தொழில்நுட்பச் செயல்பாடுகளைச் சிதைத்து அழித்துள்ளன.

5

அரசாங்க-ராணுவக் கட்டமைப்பு நோக்கில் இந்தியா கொஞ்சம் பலவீனமானதுதான். என்றாலும் இந்தியாவின் அரசியல், சமூகக் கட்டமைப்பு ஆகியவற்றின் அடிப்படைகள் (அதன் சட்ட திட்டங்கள், நிர்வாக வழிமுறைகள், அறிவியல், தொழில்நுட்பங்கள் போன்றவை யெல்லாம்) ஐரோப்பியர்களின் வருகைக்கு முன்பாகவே ஒருவித பக்குவநிலையையும் சமநிலையையும் அடைந்துவிட்டிருந்தன. அந்தக் காலகட்டத்தில் இந்தியாவின் சமூக, அரசியல் கட்டமைப்பானது இன்றைய ஐரோப்பியக் கட்டமைப்பில் இருந்து மாறுபட்டதுதான். எனினும் அன்றைய இந்தியக் கட்டமைப்பானது இன்றைய ஐரோப்பிய நாடுகளில் இருப்பதுபோலவே சுதந்தரம், வளமான வாழ்க்கை, சமூகப் பாதுகாப்பு ஆகியவற்றை வழங்கியதாகவே இருந்தது.

ஆட்சியாளர்-ஆளப்படுபவர் தொடர்பான இன்றைய கோட்பாடுகள், பிரச்னைகளைத் தீர்ப்பதற்கான வழிமுறைகள், சட்டபூர்வமான தண்டனைகள், பாலியல் விழுமியங்கள், அதிகார மையத்துக்கு எதிரான போராட்டங்கள் போன்றவைபற்றியெல்லாம் இதேவிதமான சிந்தனைகள் அன்றே இந்தியாவில் இருந்திருக்கின்றன என்றே தோன்றுகிறது. இவையெல்லாம் மொத்தமாகப் பார்க்கும்போது பொதுவாகக் கூடுதல் சுதந்தரமும் சமத்துவமும் தந்த அதே வேளையில் மையம் அழிக்கப்பட்ட அரசியல் ராணுவ கட்டமைப்புடன் இருந்ததால் அந்நியப் படையெடுப்புகளைச் சமாளிக்க முடியாததாக இருந்திருக்கிறது.

12 மற்றும் 17ம் நூற்றாண்டுகளுக்கு இடையில் இப்படியான தாக்குதல்கள் மிக அதிகமாக இருந்தன. இந்திய சமூகம் ஒருவகையில் அந்தத் தாக்குதல்களை உள்ளிழுத்துக்கொண்டு அவற்றைத் தனக்குள் கலக்க அனுமதித்துவிட்டிருக்கிறது. காலப்போக்கில் அது ஏற்கெனவே இருந்த இந்திய அரசியல், ராணுவக் கட்டமைப்பின் பலவீனத்தை மேலும் அதிகரித்துவிட்டது. அதோடு, இந்தியாவின் பல்வேறு குலக்குழுக்களின் ஒத்திசைவான வாழ்க்கைக்குத் தேவையான ஆன்மிக, அறிவார்ந்த இணைப்புக் கண்ணிகளை வழங்கி, பல்வேறு குழுக்களை ஒருங்கிணைத்து வாழ வகுத்த அம்சங்களைச் சிதைத்தும் விட்டன. எனினும் என்னதான் சிதைக்கப்பட்டாலும் என்னதான் வலுவிழந்துவிட்டிருந்தாலும் அந்த இந்தியப் பாரம்பரிய அமைப்பின் முக்கியமான அடிப்படைகள் எல்லாம் பௌதிகரீதியிலும் ஆன்மிக, சமூக அளவிலும் இந்தியர்களின் தேவைகளைப் போதுமான அளவில் பூர்த்திசெய்துதான் வந்தன.

இந்திய பாரம்பரியக் கட்டமைப்புகள் ஒருவகையில் மறு உருவாக்கம் பெறத் தொடங்கியிருந்தபோதுதான் ஐரோப்பியர்களுடைய தாக்குதல் தொடங்கின. மறு உருவாக்கமானது சில நம்பிக்கைகளைப் பலப்படுத்தியபோதிலும் ராணுவக் கட்டமைப்பையும் அரசியல் நிர்வாக அமைப்பையும் வலுவிழக்கச் செய்துவிட்டிருந்தது. ஐரோப்பியர்களின் ஆதிக்கம் அதிகரிக்கத் தொடங்கியதும் இந்திய மறு மலர்ச்சியானது பொருளாதார வீழ்ச்சியில் ஆழ்ந்து, நம்ப முடியாத அளவுக்கு சீர்குலைவை அடைந்தது.

18-ம் நூற்றாண்டின் மத்தியில் பெருகிய அந்நியத் தாக்குதலைப் போலவே அதற்கு முன்பேயும் இந்தியா அந்நியத் தாக்குதலுக்கும் ஆக்கிரமிப்புக்கும் உள்ளாகித்தான் இருந்தது. எனினும் இப்போது வந்து சேர்ந்த ஐரோப்பியர்கள் இந்தியாவுடன் முற்றிலும் தொடர்பில்லாத வேறொரு உலகத்தைச் சேர்ந்தவர்களாக இருந்தனர்.

நீண்ட நெடும் நிலப்பிரபுத்துவ கால அதிகாரக் கட்டமைப்புகளின் வலிமைகளைத் தன்னுள் கொண்டிருந்த அவர்கள் இந்தியாவில் அப்படியான ஒரு கட்டமைப்பை அடுத்த இருநூறு முன்னூறு ஆண்டுகளுக்கு உருவாக்கும் வேலையில் ஈடுபட்டிருந்தனர். அவர்களிடம் அரசியல், ராணுவ ரீதியாகத் தோல்வியைச் சந்தித்தது இந்திய சமூகம். அதைத் தொடர்ந்து இந்தியாவில் நடைமுறைப் படுத்தப்பட்ட ஐரோப்பிய மதிப்பீடுகள், கோட்பாடுகள் எல்லாம் இந்திய அறிவியல், தொழில்நுட்பம், சமூகக் கட்டமைப்புகள் ஆகியவற்றை முற்றாகச் சிதைத்தன.

இந்தியாவில் அறிவியல் தொழில்நுட்பத்துறைகளில் சென்ற நூற்றாண்டில் குறிப்பாக 1947க்குப் பிறகு பெரும் வேகத்துடனும் நடந்தேறியிருப்பவையெல்லாம் ஐரோப்பிய நாடுகளில் கண்டுபிடிக்கப்பட்ட சில தொழில்நுட்பங்களின் பாதிப்பில் உருவானவையே. கோட்பாடுகள் விஷயத்தில் மட்டுமல்ல தொழில் நுட்பங்களின் நகர்வு, ஆராய்ச்சிகளின் முன்னெடுப்பு எல்லாமே ஐரோப்பாவின் பிரதிபிம்பமாகவே நடந்தேறியுள்ளன. இப்படி ஐரோப்பிய சிந்தனைகளின் பதியனிடுதலாகவே, நகலாகவே விஷயங்கள் நடந்தேறியதால், இந்திய விஞ்ஞானிகள், இந்தியத் தொழில்நுட்பங்கள் எல்லாம் ஐரோப்பியர்களுடையதைப் போலவே படைப்பூக்கமும் தேடலும் மிகுந்தவையாக இருந்தபோதிலும் அவற்றின் தாக்கம் இந்திய சமூகத்தில் மிகவும் குறைவாகவே இருக்கின்றன. ஒருவகையில் இந்திய அறிவியல், தொழில்நுட்பம் போன்றவைதான் அரசு நிர்வாகம் மற்றும் அதன் அரசியல் செயல்பாடுகள் ஆகியவற்றைவிட கொஞ்சம் மேம்பட்ட இந்தியத் தன்மையுடன் இருந்துவருகின்றன.

பிற நாடுகள், சமூகங்களிடமிருந்து கருத்துகள், நடைமுறைகளைக் கடன் வாங்குவதென்பது இந்தியாவின் வளர்ச்சிக்கோ படைப் பூக்கத்துக்கோ தடையாக இருக்கத் தேவையில்லைதான். கடந்த நூற்றாண்டுகளில் இந்தியா பிற நாடுகளில் இருந்து பல விஷயங்களைக் கடன் வாங்கிக் கொண்டுதான் இருந்திருக்கும். அரபு நாடுகள் போன்றவற்றில் இருந்து ஐரோப்பிய நாடுகள் பெற்றுக் கொண்டதுபோலவும் இந்தியாவிடமிருந்து அரபு நாடுகளும் பிற நாடுகளும் பெற்றுக்கொண்டது போலவே இந்தியாவும் எந்தவித அந்நியத் தாக்குதலுக்கும் ஆக்கிரமிப்புக்கும் ஆளாகாமல் இருந்திருந்தாலும் பெற்றுக் கொண்டிருக்கும். புதிய கண்டுபிடிப்பு களுக்கும் படைப்பூக்கச் செயல்பாடுகளுக்கும் அவை பக்கபலமாக இருந்திருக்கும் நிலையில் அவற்றை தாராளமாக வரவேற்கவே செய்திருக்கலாம். ஆனால், துரதிஷ்டவசமாக, ஐரோப்பிய அறிவியல்

தொழில்நுட்பங்களைக் கண்மூடித்தனமாக இந்தியாவில் அப்படியே திணித்ததன் மூலம் இந்தியப் பாரம்பரிய படைப்பூக்கம், தேடல் போன்றவை வேரோடு பெயர்க்கப்பட்டுவிட்டன.

இந்தியாவின் மற்றும் 18-19ம் நூற்றாண்டு ஐரோப்பிய ஆதிக்கத்துக்கு உட்பட்ட உலகின் பல நாடுகளின் இன்றைய பிரச்னை என்னவென்றால், பாரம்பரியப் படைப்பாற்றலையும் தேடல் முயற்சிகளையும் எப்படி மீட்டெடுப்பது என்பதுதான். அப்படி யானவை வலுவான விரிவான பாரம்பரிய அடித்தளம் இருந்தால் மட்டுமே சாத்தியம். இந்தியா போன்ற நாடுகளில் அப்படியான பாரம்பரிய அறிவியல், தொழில்நுட்பங்களின் ஆதரவுத் தளமானது இன்னும் கண்டடையப்பட்டு வளர்த்தெடுக்கப்படவில்லை. மேல்கட்டுமானமானது அதற்கு ஏற்ப மாற்றப்பட்டு அடித்தளத்துடன் இணைக்கப்படவில்லை. அவையெல்லாம் நடக்கவேண்டு மென்றால், பாரம்பரிய அமைப்புகள் ஐரோப்பிய ஆதிக்கத்துக்கு முன்பாக எப்படி இயங்கின என்பது பற்றி தெளிவாக, விரிவாகப் புரிந்துகொண்டாகவேண்டும். ஐரோப்பிய அறிவியல், தொழில் நுட்பங்களை ஆக்கபூர்வமான முறையில் உள்வாங்கிக் கொள்ளவும் தத்தமது பாரம்பரிய அறிவுகளோடு அவற்றைத் தொடர்புபடுத்தி வளர்த்துக்கொள்ளவும் இந்த காலனிய நாடுகள் அனைத்துமே அவற்றின் பூர்விக, பாரம்பரிய அறிவுத்துறைகள் பற்றி நன்கு தெரிந்துகொண்டாகவேண்டும்.

அடிக்குறிப்புகள்

1. லேடி மேரி வொர்ட்லி மாண்டேகு : *மெமாயர்ஸ்*
2. பிரிட்டிஷ் மியூசியத்தில் உள்ள *18*-ம் நூற்றாண்டு மத்திம பகுதி ஆவணம்: *ட்ராக்ட்ஸ் ஆன் இனாகுலேஷன்.*
3. *என்சைக்ளோபீடியா பிரிட்டானிகா 1910-11* பதிப்பு, விதை நடுதல் பற்றிய கட்டுரை.
4. பார்க்க அத்தியாயம் *2*
5. *எடின்பர்க் ரிவ்யூ*, தொகுதி *22*, ஜன, *1814*, பக் *474-75*.
6. பார்க்க அத்தியாயம் *2*
7. *என்சைக்ளோபீடியா பிரிட்டானிகா 1823* பதிப்பு, ஹிந்துக்கள் பற்றிய கட்டுரை; தொகுதி *10*, பக் *477*.
8. *எடின்பர்க் ரிவ்யூ*, தொகுதி பத்து *(1810)*. மேற்குலகின் சேக்ரட் ஐலண்ட்கள் பற்றிய கட்டுரை, ஃப்ரான்சிஸ் வில்ஃபோர்ட், *ஏசியாட்டிக் ரிசர்ச்சஸ்*, தொகுதி *8 (1808)*, பக் *246-47*

9. ஃபிலாசபிகல் டிரான்சாக் ஷன்ஸ், தொகுதி 83 (1793) ஜான் லாய்ட் எழுதிய கட்டுரை, பக் 45-49.

10. ஏசியாட்டிக் ரிசர்ச்சஸ், தொகுதி 5 (1798), ஹண்டர் எழுதிய கட்டுரை, பக் 177-211

11. அதே

12. ஜி.ஆர்.கை (இந்திய அகழ்வாராய்ச்சித்துறையின் கௌரவ கரெஸ்பாண்டண்ட், கல்கத்தா, அரசு அச்சகம், 1920.

13. அதே புத்தகம்

14. ஜே.பி.தாவர்னியர், டிராவல்ஸ் இந்தியா, கல்கத்தா, 1905, ப் 425.

15. பெங்கால் : பாஸ்ட் அண்ட் ப்ரசண்ட், தொகுதி 6, பக் 279-80

16. என்சைக்ளோபீடியா பிரிட்டானிகா, எட்டாவது பதிப்பு (1850), அல்ஜீப்ரா பற்றிய கட்டுரை.

17. என்சைக்ளோபீடியா பிரிட்டானிகா, 11-வது பதிப்பு (1910-11), பைனாமியல் தியரம் பற்றிய கட்டுரை.

18. ஆசியாட்டிக் ரிசர்ச்சஸ், தொகுதி 13 (1820), ஆர்.டைட்லர் எம்.டி., பக்கம் 456-67.

19. அதே புத்தகம்

20. பார்க்க அத்தியாயம் 6

21. இந்தியா ஆஃபீஸ் ரெக்கார்ட்ஸ் : MSS Eur F/95/I, ஹுக்ளி நதியின் மேற்குப் பகுதியில் இருக்கும் மண் மற்றும் அங்கு நடக்கும் விவசாயம், ff.81r.

22. பார்க்க அத்தியாயம் 17.

23. பார்க்க அத்தியாயம் 17.

24. வங்காளத்தில் மேற்கொள்ளப்பட்ட தடுப்பு ஊசி சிகிச்சை பற்றிய அறிக்கை, கல்கத்தா

25. அதே அறிக்கை பக் 27-28.

26. அதே அறிக்கை பக் 94.

27. பார்க்க: ட்ராக்ட்ஸ் ஆன் இனாகுலேஷன். 18-ம் நூற்றாண்டில் தடுப்பு ஊசி சிகிச்சைக்கு பிரிட்டனில் எழுந்த மத நோக்கிலான எதிர்ப்பு.

28. இந்தியா ஆஃபீஸ் ரெக்கார்ட்ஸ் : பனாரசில் தடுப்பூசி போடப்பட்ட விதம், சூப்பரிண்டெண்ட் ஆஃப் வேக்ஸினேஷன் அரசுக்கு அனுப்பிய அறிக்கை, N.W.P., 6, ஜுன், 1870, பக் 77.

29. அதே புத்தகம், ஆர்.எம்.மில்னே, சூப்பரிண்டெண்ட் ஆஃப் வேக்ஸினேஷன் அரசுக்கு அனுப்பிய அறிக்கை, 1, ஏப், 1870, பக் 72.

30. பார்க்க அத்தியாயம் 8,

31. பார்க்க அத்தியாயம் 12.

32. ரமேஷ் சந்திர மஜூம்தார், ஹெ.சி. ராய் சவுத்ரி, கலிகின்கர் தத்தா, என் அட்வான்ஸ்ட் ஹிஸ்டரி ஆஃப் இந்தியா, மூன்றாம் பதிப்பு (1967) பக் 564.

33. ஃபிலாசபிகல் டிரான்சாக் ஷன்ஸ், தொகுதி 65 (1775) ஜோசப்ஃப் பிளாக், எம்.டி., பக் 124-28.

34. பார்க்க அத்தியாயம் 17, பக் 258.

35. ஃபிலாசபிகல் டிரான்சாக் ஷன்ஸ், தொகுதி 85 (1795) பம்பாயில் உற்பத்தி செய்யப்பட்ட எஃகின் தரம் தொடர்பான பரிசோதனைகள்: இரும்பின் பல்வேறு நிலைகள் குணங்கள் பற்றிய ஒப்பீடு : ஜார்ஜ் பியர்ஸன் எம்.டி., எஃப்.ஆர்.எஸ். பக் 322-346. மேலும் பார்க்க : டி. மஷேத் இந்திய எஃகு அல்லது ஊட்ஸ் ஸ்டீல் மீதான ஆய்வுகள் (பிரிட்டிஷ் மியூசியம், கே.3. 727, பக் 650-62)

36. பி.ஹெய்னுக்கு ஸ்டோடர்ட் எழுதிய கடிதம். ஹெயின் தான் எழுதிய ட்ராக்ஸ் ஆன் இந்தியா நூலில் மேற்கோள்காட்டியிருக்கிறார்., 1814, பக் 363. ராபர்ட் ஹேட்ஃபீல் ஸ்டோடர்ட் பற்றிச் சொல்லியிருப்பது: மைக்கேல் ஃபாரடேக்கு ஸ்டீல் பொருட்கள் செய்துகொடுத்த தே மிஸ்டர் ஸ்டோடர்ட் இவர்தான் என்று தோன்றுகிறது (ஜர்னல் ஆஃப் அயர்ன் அண்ட் ஸ்டீல் இன்ஸ்டிட்யூட், தொகுப்பு 85). ஹெய்னைப் பொறுத்தவரையில் ஸ்டோடர்ட் ஒரு மிக சிறந்த எந்திர உற்பத்தியாளர். பியர்ஸனைப் பொறுத்தவரையில் 1794095-ல் ஊட்ஸ் எஃகில் பரிசோதனை செய்ய உதவிய ஸ்டோடர்ட் 'ஒரு சிறந்த தொழில் கலைஞர்'.

37. அதே புத்தகம் பக் 364.

38. ஃபிலாசபிகல் ட்ரான்சாக் ஷன், தொகுதி 85, பியர்சனின் பரிசோதனைகள்.

39. ஜே.எம்.ஹீத்: இந்திய இரும்பு மற்றும் ஸ்டீல் .

40. அதே புத்தகம்

41. அதே புத்தகம்.

42. அதே புத்தகம் பக் 669,671

43. பார்க்க டி ஹோவர்ட்டின் ரைஸ் அண்ட் டிக்லைன் ஆஃப் கோரமண்டல் (முதலில் டச்சு மொழியில் வெளியாஅது, 1692, அல்லது 1693) பக் 291-94, 401-03, மெக்கன்ஸி எம்.எஸ்.எஸ். (ப்ரைவேட்) தொகுதி 88, இந்தியனாபீஸ் ரெக்கார்ட்ஸ்.

44. எம்.ஜி. ரானடே, எஸேஸ் ஆன் இந்தியன் எக்கானமிக்ஸ், மூன்றாம் பதிப்பு, 1916, பக் 155.

45. பார்க அத்தியாயம் 15.

46. இந்திய தேசிய ஆவணக்காபகம், ஹோம். ஆவணங்கல் தொகுதி 437. இமயமலையின் கனிமவளங்கள் குறித்த ஆய்வு, 1826, பக் 627.

47. இந்தியன் ஆபீஸ் ரெக்கார்ட்ஸ், வங்காள அரசுக்கு அனுப்பப்பட்ட அறிக்கை, ஜுலை, 29, 1814, பத்தி 9

48. ஃப்ரான்காய்ஸ் பால்ட்சர் சோல்வைன்ஸ்: லெ ஹிந்தூஸ், 4 தொகுதி, 1802-12.

49. ஃபிலாசபிகல் டிரான்சாக் ஷன்ஸ், தொகுதி 18, ஃபாதர் பாபின், பெங்கால், டிசம்பர் 1968, 1709, பக் 226.

50. குர்ட் போலக் : தி ஹீலர்ஸ் : தி டாக்டர், தென் அண்ட் நௌ, ஆங்கில வடிவம் 18,1968, பக் 37-8.

51. மஜும்தார் அண்ட் அதர்ஸ் ஏன் அட்வான்ஸ்திஸ்டரி ஆஃப் இந்தியா, பக் 561.

52. என்சைக்ளோபீடியா பிரிட்டானிகா : 8ம் பதிப்பு, அல்ஜிப்ரா பற்றிய கட்டுரை.

53. இந்திய தேசிய ஆவணக்காப்பகம் : இந்தியா பப்ளிக் ப்ரிசீடிங்கஸ், மார்ச், 7, 1835, பொது கல்வி பற்றிய குறிப்பு.

54. ஸ்பீச்சஸ் ஆஃப் வில்பர் ஃபோர்ஸ் ஆன் இந்தியா இன் தெ பிரிட்டிஷ் ஹவுஸ் ஆஃப்காமன்ஸ், 1813 மற்றும் ஜேம்ஸ் மில் எழுதிய ஹிஸ்டரி ஆஃப் பிரிட்டிஷ் இந்தியா, 1817, குறிப்பாக தொகுதி 1.

55. வோல்டர் : கலெக்டட் வொர்க்ஸ், தொகுதி 38,(BM 1341 d 8), பக். 83-4, 87.

56. பார்க்க:எஸ்.சி. ஹிஸ்டர் அண்ட் எவல்யூஷன் ஆஃப் இந்தியன் மெதட் ஆஃப் ரினோப்ளாஸ்டி, பிளாஸ்டிக் சர்ஜரிதொடர்பான நான்காவது மாநாடு, ரோமாபுரி, 1967, எக்ஸர்ப்டா மெடிக்கா ஃபவுண்டேஷன், ஆம்ஸ்டெட்டாம், 1969.

பாகம் 1

அறிவியல்

1

பனாரஸ் வான் ஆராய்ச்சிக்கூடம்

சர் ராபர்ட் பார்கர், எஃப்.ஆர்.எஸ். (வெளி. 1777)

கீழைத்தேய இந்தியாவில் இருக்கும் நகரம் பனாரஸ். அது பிராமணர்கள் அல்லது இந்துஸ்தானியர்களின் புரோகிதர்களுடைய பழங்காலத்திய முக்கியமான கல்வி மையங்களில் ஒன்று. இன்றும் அந்தப் பிரிவினரின் முக்கிய மையமாக இருந்துவருகிறது. ஏராளமான மருத்துவமனைகள், கோவில்கள், சத்திரங்கள், மடாலயங்கள் அங்கு இருக்கின்றன. சில ஆயிரக்கணக்கானவர்கள் அங்கு வசிக்கிறார்கள். பழங்கால பிராமணர்கள் வானவியல் துறைபற்றித் தெரிந்து வைத்திருந்தனர் என்று பலர் சொல்லக் கேட்டிருக்கிறேன். வரப்போகும் சூரிய கிரகணம், சந்திரக் கிரகணம் பற்றி அவர்கள் துல்லியமாகக் கணிப்பதைப் பார்த்து அவர்களுக்கு வானவியல் துறையில் மேதமை இருக்கிறது என்பதை உறுதிப்படுத்திக் கொண்டிருக்கிறேன்.

நான் 1772 வாக்கில் பனாரஸில் இருந்தபோது அங்கிருந்த பிராமணர்களிடம் கிரகண காலத்தை அவர்கள் எப்படிக் கணிக்கிறார்கள் என்பது பற்றி நேரில் சென்று விசாரித்தேன். அந்த பிராமணர்களில் நான் பார்க்க முடிந்தவர்களில் மிகவும் அறிவார்ந்தவர் தந்த பதில் எனக்குத் திருப்தி தரவில்லை. அந்த வானவியல் விஷயங்கள் எல்லாம் ஒரு குறிப்பிட்ட சிலரிடம், குறிப்பிட்ட சில புத்தகங்களில், ஆவணங்களில் இருப்பதாகச் சொன்னார். அந்த ஆவணங்களில் சிலவற்றில் அவர்களுடைய மதம்பற்றிய புரியாத விஷயங்கள் இருந்தன. வேறு சிலவற்றில் வானவியல் தொடர்பான அட்டவணைகள் போன்றவை இருந்தன. அவை சம்ஸ்கிருதத்தில் எழுதப்பட்டிருந்தன. அது அவர்களுக்கு மட்டுமே புரிந்தது. நான் கிரகணக் கணிப்பு தொடர்பாக மேலும்

கேட்டபோது அதைக் கணிப்பதற்காகக் கட்டப்பட்டிருக்கும் இடத்துக்கு என்னை அழைத்துச் செல்வதாகச் சொன்னார்கள்.

ஒரு பழங்காலக் கற்கட்டடத்துக்கு அழைத்துச் சென்றார்கள். அதன் கீழ்த்தளம் தற்போது ஒரு குதிரை லாயமாக ஆக்கப்பட்டிருந்தது. அதோடு அங்கு விறகுகளும் அடுக்கிவைக்கப்பட்டிருந்தன. ஆனால், அங்கு இருந்த முற்றங்கள், அறைகளைப் பார்க்கும்போது அந்த இடமானது பொதுக்காரியங்களுக்கான மடமாக அல்லது கோவிலாக இருந்திருக்கும் என்று தோன்றுகிறது. அதனுள் நுழைந்து மேல் தளத்துக்குச் சென்றோம். கங்கை நதிக்கரையில் அமைந்திருந்த அந்தக் கட்டடத்தின் பிரமாண்ட மேல் தளத்தில் நான் கண்ட காட்சி என்னை ஆச்சரியத்தில் ஆழ்த்தியது.

அங்கிருந்த பல வான் ஆராய்ச்சிக் கருவிகள் நல்ல நிலையில் பராமரிக்கப்பட்டிருந்தன. கல்லால் ஆன அந்தக் கருவிகள் அசைக்க முடியா அளவுக்கு மிகவும் பிரமாண்டமாக இருந்தன. ஒரே இடத்தில் நிலையாகப் பொருத்தப்பட்டிருந்தன. சில இருபது அடி உயரம் கொண்டவையாக இருந்தன. இரு நூறு ஆண்டுகளுக்கு முன்பே கட்டப்பட்டதாகச் சொல்லப்பட்டன. ஆனால், அவற்றின் கட்டுமானத்தின் துல்லியத்தைப் பார்த்தபோது ஏதோ நவீன காலத்தில் உருவாக்கப்பட்டதுபோல் நேர்த்தியாக இருந்தது.

அந்தக் கருவிகளின் வடிவமைப்பு, துல்லியமான இணைப்பு இவற்றையெல்லாம் பார்க்கும்போது அபாரமான கணித அறிவு உள்ளவர்களால் மட்டுமே அதைச் செய்திருக்க முடியும் என்று புரிந்தது. பெரிய பெரிய கல் சுவர்கள், தூண்கள், வளையங்கள், அவற்றின் துல்லியமான இணைப்புகள், ஈயம், மற்றும் இரும்பு கொண்டு செய்யப்பட்ட கருவிகள், அவற்றின் நேர்த்தியான இணைப்பு எல்லாம் கணித மேதமையை எடுத்துக்காட்டின.

படம் எண் 1-ல் A என்று அடையாளப்படுத்தப்பட்டிருக்கும் இரண்டு பெரிய க்வாட்ரண்ட்ஸ் (Quadrants) கருவிகளின் ஆரம் 9 அடி இரண்டு அங்குலங்கள். (Quadrants - கோணங்களை அளக்கப்படும் கருவி. வானில் இருக்கும் நட்சத்திரங்கள் போன்றவற்றின் டிகிரி கோணம், இருப்பிடம் ஆகியவற்றை அளத்தல், அட்சக்கோடு, தீர்க்கக்கோடு போன்றவற்றை அளத்தல், மணி நேரத்தைக் கணக்கிடுதல் ஆகியவற்றுக்காகப் பயன்படுத்தப்பட்ட பழங்காலக் கருவிகளில் ஒன்று). 90 டிகிரி பாகையில் நிற்கும் அவை 25 டிகிரி சாய்மானத்தில் உள்ள ஒரு கடிகார முள் தகடைக் (Gnomon)கொண்டவையாக இருக்கின்றன. (Gnomon - சூரியக் கடிகாரத்தில் நிழலை ஏற்படுத்தும் தகடு அல்லது கம்பி).

அப்படியான சாய்வு நிலையில் இவ்வளவு பெரிய கருவி ஒன்றை உருவாக்குவது மிகவும் கடினம். அது அந்தக் கட்டுமானத்தில் அவர்களுடைய நிபுணத்துவத்தைக் காட்டுகிறது. முள் தகடு ஏற்படுத்தும் நிழலானது அது முதலில் வடிவமைக்கப்பட்ட கோணத்தில் இருந்து துளியும் மாறாமல் அப்படியே இருந்துவருகிறது. அதோடு ஒரு அங்குல விட்டம் கொண்ட இரும்பு வளையத்தில் கண்வைத்துப் பார்க்கும்போது 38 அடி எட்டு அங்குல நீளத்தில் மறுமுனையில் இதே மாதிரியான மூன்று முள்கள் நேர்கோட்டில் எந்தவித இடையூறுமின்றி ஆய்வு செய்ய முடியும்படியாக இருக்கிறது. இந்த வான் நோக்குக் கருவி அந்த அளவுக்கு நேர்த்தியாக வடிவமைக்கப்பட்டிருக்கிறது. ஐரோப்பிய விஞ்ஞானி எவரொருவருடைய உதவியும் இன்றி வடிவமைக்கப்பட்டிருக்கும் இந்தக் கருவியின் செயல் திறம் அபாரமானதாக இருக்கிறது. ஆனால், பிற கலை, தொழில்களைப் போலவே அறிவியல் திறமையும் கிழக்கத்திய நாடுகளில் வீழ்ச்சியடைந்துவிட்டிருக்கிறது.

ஆர்ச்சிபால்ட் கேம்பல் பிரிட்டிஷ் இந்தியாவில் லெஃப்டினண்ட் கர்னலாக இருந்தார். தான் வகித்த பதவிக்கு கௌரவம் சேர்த்துக் கொடுத்த கனவானான அவர் முன்னர் வங்காளத்தில் கிழக்கு இந்திய கம்பெனி சார்பில் பிரதான பொறியாளராகப் பணிபுரிந்திருக்கிறார். அவர் இந்த வான் ஆராய்ச்சிக் கருவிகளுடைய வரைபடத்தை ஒரே கோணத்தில் அமர்ந்து பார்த்து துல்லியமாக வரைந்திருக்கிறார். எனினும் 20 அடி விட்டம் கொண்ட சில பிரமாண்ட கோண அளவுக் கருவியின் படத்தை அவரால் முழுமையாக வரைய முடிந்திருக்க வில்லை.

மாறுபட்ட விட்டங்களைக் கொண்டதாக அந்த வட்டங்கள் இருக்கின்றன. அவற்றில் பெரியது 20 அடி விட்டம் கொண்டதாக இருக்கிறது. செங்குத்தாகக் கட்டப்பட்டிருக்கும் கல் தூண்களின் இரு பக்கங்களில் இவை அமைந்திருக்கின்றன. இந்த இடத்தை இரு சமமாகப் பிரிக்கும் விஷ்வ ரேகை பகுதியில் (மெரிடியனில்) அது இருக்கிறது என்று நினைக்கிறேன்.

ஒரு பித்தளை முனை கோண அளவுக் கருவியின் மையத்தில் பொருத்தப்பட்டுள்ளது. ஆய்வு மேற்கொள்ளும்போது ஒரு நீள் கயிறானது சுற்றுவட்டப் பரிதிக்கு இழுத்துப் பயன்படுத்தப்படும் என்று ஒரு பிராமணர் என்னிடம் சொன்னார். அதிலிருந்து நான் என்ன புரிந்துகொண்டேனென்றால், ஆய்வு செய்பவர் வட்டத்தின் பரிதிப் பாதையில் கண் பார்வையை மேலும் கீழுமாகச் செலுத்தி வானத்தில் தெரியும் நட்சத்திரம் அல்லது வேறு ஏதாவது ஒன்று இந்த

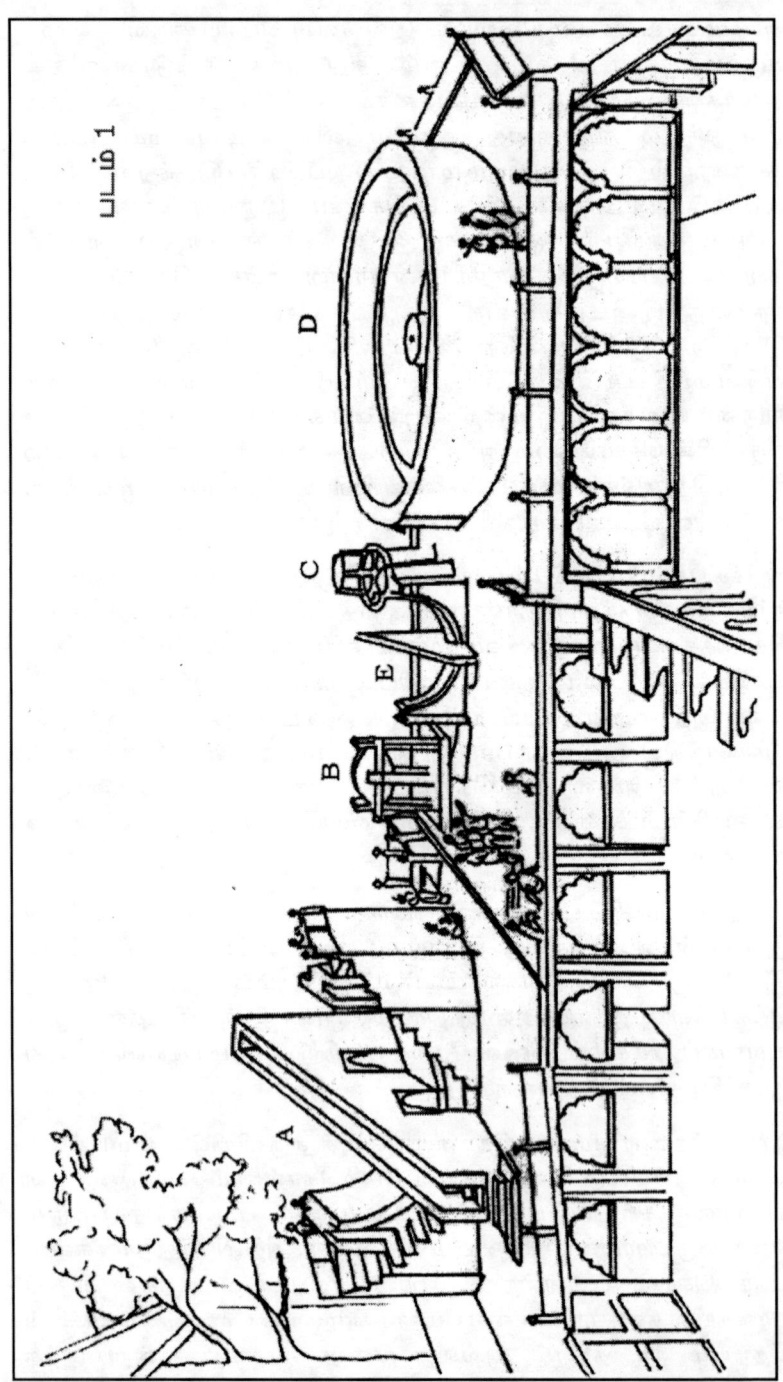

படம் 1

மெரிடியனுக்கு மேலாக நகர்ந்து போவதை ஆராய்ந்திருப்பார். இப்படிப் பார்வையை மேலும் கீழுமாக நகர்த்தி ஆராய ஏணி போன்ற ஒன்றைப் பயன்படுத்தியிருக்கக்கூடும்.

அந்த வானத்து நட்சத்திரத்தின் இருப்பிடத்தை (தொடுவானில் இருந்து எத்தனை டிகிரி தொலைவில் இருக்கிறது) கண்டுபிடிக்க இதைப் பயன்படுத்தியிருப்பார்கள். கோண அளவுக் கருவியில் எந்த வில் (Arc) பகுதியில் அந்த நட்சத்திரம் வருகிறது என்பதைக் கணக்கிட்டிருப்பார்கள். இந்த வில் பகுதியானது பெரிய ஒன்பது பகுதிகளாகப் பிரிக்கப்பட்டிருந்தது. அந்த ஒன்பது பகுதிகள் மேலும் பத்து சிறு அலகுகளாக அதாவது 90 டிகிரிகளாகப் பிரிக்கப்பட்டிருக்கின்றன. அவை இருபது அலகுகளாகவும் பிரிக்கப்பட்டுள்ளன. ஒவ்வொரு அலகும் மூன்று நிமிடத்தைக் குறிக்கும்வகையில் அப்படிப் பிரிக்கப்பட்டுள்ளன. ஒரு அங்குலத்தின் பத்தில் இரண்டு பாகம் என்ற அளவில் பிரிக்கப்பட்டுள்ளன. இதன் மூலம் அவர்களுக்குத் தெரிந்த ஏதோ ஒரு கணக்கீடுகளின்படி நட்சத்திரங்களின் நகர்வு, இருப்பிடம் மேலும் நுட்பமான துல்லியமான அளவுகளைக் குறித்துக்கொண்டிருக்கிறார்கள்.

எனக்கு நேர அவகாசம் குறைவாகவே இருந்தது. படம் -1 A-ல் இடம்பெற்றிருக்கும் சூரிய கடிகாரத்தின் நீள அகலங்கள் போன்ற பரிமாணங்களைக் குறிப்பெடுக்க மட்டுமே முடிந்தது. அதில் இருக்கும் முள் தகடை வைத்து சூரியக் காலக் கணக்கை அவர்கள் குறித்திருக்கிறார்கள். அதன் நிழலானது அதற்கு கிழக்குப் பக்கம் மற்றும் மேற்குப் பக்கத்தில் வைக்கப்பட்டிருக்கும் இரண்டு கோண அளவுக் கருவிகளில் விழுவதில் இருந்து காலத்தைக் கணக்கிட்டிருக்கிறார்கள். கோண அளவுக் கருவிகள், பித்தளைக் கருவிகள் ஆகியவை நீங்கலாக அங்கு அமைக்கப்பட்டிருந்த பிற கருவிகள், அமைப்புகள் எல்லாமே ஒரு குறிப்பிட்ட நோக்கத்திலேயே அமைக்கப்பட்டிருந்தன. அந்த நோக்கத்தைப் பின்னர் விவரிக்கிறேன்.

படம் 1- B யானது முள் தகட்டின் மூலம் மணி நேரத்தைத் துல்லியமாகக் கணக்கிட உதவும் இன்னொரு கருவி. அதன் கடிகார முள்ளானது வட்டவடிவிலான தட்டையான கற் பாளத்துக்குச் செங்குத்தாக இருக்கிறது. அந்த வட்ட வடிவக் கல்லானது சற்றே சாய்வான நிலையில் வைக்கப்பட்டுள்ளது. நான்கு நேரான கல் தூண்களாலும் ஒரு குறுக்குவாட்டுக் கம்பினாலும் தாங்கிப் பிடிக்கப் பட்டுள்ளது.

கடிகார முள்ளாக நெடுக்குவசத்தில் ஒரு இரும்புக் கம்பி பொருத்தப் பட்டுள்ளது. அதன் நிழலானது தட்டையான வட்ட வடிவக் கல்லில் டிகிரிகளாகப் பிரிக்கப்பட்டிருக்கும் பகுதிகளின் மேல் விழுகிறது.

படம் 1- C என்பது ஒரு பித்தளை வளையம். இரண்டு அடி விட்டம் கொண்டது. இரண்டு கல் தூண்களுக்கு இடையே இரண்டு வளையத்தின் மூலம் நெடுக்குவாக்கில் நகரும் வகையில் பொருத்தப் பட்டுள்ளது. வட்ட வடிவிலான கருவியின் மையத்தில் கிடைமட்ட மாக இருக்கும் அச்சு 360 பாகங்களாகப் பிரிக்கப்பட்டுள்ளது. ஆனால் அவற்றுக்கு இணையாக வட்டத்தில் துணை டிகிரி பாகைகள் இல்லை. ஒரு நட்சத்திரம் உதிக்கும்போது அல்லது மறையும்போது அதன் கோண அளவை அளவிடப் பயன்படுத்தப்பட்டிருக்கலாம். அல்லது சூரியன் உதிக்கும்போதும் மறையும் போதும் அதன் திசை வில் (azimuth) கோணத்தை அல்லது சூரிய நகர்வை (விலகலை) அளவிடப் பயன்படுத்தியிருக்கலாம்.

படம் 1-D யில் இருக்கும் கருவி பற்றி எனக்கு எதுவும் தெரியவில்லை. அதில் இரண்டு வட்ட வடிவச் சுவர்கள் இருக்கின்றன. வெளிவட்டச் சுவர் 40 அடி விட்டமும் எட்டு அடி உயரமும் கொண்டதாக இருக்கிறது. உள் சுவரானது வெளிச்சுவரின் உயரத்தில் பாதியாக இருக்கிறது. அதில் நின்று கொண்டு வெளிச் சுவரில் இருக்கும் மேல் வட்ட விதானத்தின் பிரிவுகளை அளவிடப் பயன்பட்டிருக்கும் என்று தோன்றுகிறது. வேறு எந்த காரணமும் அதன் பின்னால் இல்லை என்றே தோன்றுகிறது.

இரண்டு வட்டச் சுவர்களும் 360 டிகிரிகளாகப் பிரிக்கப்பட்டுள்ளன. ஒவ்வொரு டிகிரியும் கோண அளவுக் கருவிபோலவே மேலும் 24 சிறிய பாகைகளாகப் பிரிக்கப்பட்டுள்ளன. உள் வட்டச் சுவரை அடைய ஒரு பாதை இருக்கிறது. நடுவில் ஒரு தூண் சிறிய உள் சுவருக்கு இணையான உயரத்தில் காணப்படுகிறது. அதில் ஒரு சிறிய துளையும் இருக்கிறது. இரண்டு வட்டங்களின் மையமாக இருப்பதால் நெடுக்கு வசத்தில் செங்குத்தாக ஒரு இரும்புத் துண்டைச் செருகுவதற்கான பள்ளமாக அது இருந்திருக்கும். இதன் மேலே இருக்கும் டிகிரி பிரிவுகளும் பிற கருவிகளில் இருக்கும் டிகிரி பாகைகளும் காந்த ஊசி கொண்டு ஆராயும்போது சுவாரசியமான பல தகவல்களைத் தரக்கூடும்.

படம் 1 - E ஒரு சூரியக் கடிகாரமே. படம் 1 -A யைப் போலவே பெரிதாக உருவாக்கப்பட்டிருக்கிறது.

பிராமணர்கள் எந்தவிதத் தொலைநோக்கிகளும் இல்லாமலேயே வட பகுதி (ஐரோப்பிய, அமெரிக்க) வானவியலாளர்களைவிட அதிக

விஷயங்களை ஆராய்ந்திருக்கிறார்கள் என்ற உண்மையைச் சொல்லாமல் இந்த அறிக்கையை முடிக்க முடியாது. கிழக்கத்திய இந்தியப் பகுதியில் இரவு நேரங்களில் வானம் அவ்வளவு துல்லியமாக தெளிவாகப் பார்க்க முடிவதாக இருக்கிறது. பருவக் காற்றுகள் அல்லது மழைக்காலங்கள் நீங்கலாக பிற காலகட்டங்களில் வானம் மிக மிக துல்லியமாக பார்க்க முடிவதாக இருக்கும். நேரில் பார்க்காத ஒருவரிடம் இதைப் பற்றி விவரிப்பது மிகவும் கடினம்.

நம் நாட்டினருக்கு இப்படியான ஒன்றை எதனோடு ஒப்பிட்டுச் சொல்ல என்றே எனக்குத் தெரியவில்லை. ஒரு துளி மேகம் கூட இரவு நேர வானில் இருப்பதில்லை. அமைதியென்றால் அமைதி அப்படி யொரு அமைதி. அப்படியான அமைதியும் துல்லியமும் நிறைந்த வானில் நட்சத்திரங்களின் ஒளியானது மாபெரும் அதிசயமாகவும் துல்லியமான ஆய்வுகளுக்கு உகந்ததாகவும் இருக்கிறது.

மாமன்னர் அக்பரால் இந்த பனாரஸ் வான் ஆராய்ச்சிக்கூடம் கட்டப் பட்டதாகச் சொல்லப்படுகிறது. கலை, அறிவியல் துறைகளின் வளர்ச்சியில் ஆர்வம் கொண்ட அந்த அறிவார்ந்த மன்னர் இந்துஸ்தானின் அறிவுத்துறைகளை மேம்படுத்தும் நோக்கில் இதுபோன்ற ஆராய்ச்சிக்கூடங்களைக் கட்ட உத்தரவிட்டிருக்கிறார். டில்லியில் ஒன்று, ஆக்ராவில் ஒன்று மூன்றாவதாக பனாரஸில் ஒன்று என்று கட்டியிருக்கிறார்.

பழங்கால பிராமணர்களுக்கு வானவியல் பற்றித் தெரிந்திருந்ததா என்பது தொடர்பாக சில சந்தேகங்கள் எழுப்பப்படுகின்றன. பாரசீகர்கள் இந்துஸ்தானியர்களை வென்றபோது இந்துஸ்தானில் வானவியல் அடிப்படைகளை அறிமுகப்படுத்தினார்களா என்ற கேள்வியும் எழுப்பப்படுகிறது. என்னைப் பொறுத்தவரையில் அந்த சந்தேகங்கள் எல்லாம் இனியும் யாருக்கும் வரக்கூடாது. தமது முன்னோர்களிடமிருந்து வழிவழியாகப் பெற்றிருக்கும் ஏடுகளில் இருந்து இன்றைய பிராமணர்கள் சூரிய, சந்திர கிரகணங்களை அதி துல்லியமாக முன்கூட்டியே கணித்துச் சொல்லமுடிபவர்களாக இருக்கிறார்கள். அவர்கள் எந்த பகுதியில் வாழ்கிறார்களோ அந்தப் பகுதி மன்னர்களுக்கு அந்தத் தகவல்களை முன்கூட்டியே சொல்லி வருகிறார்கள்.

அவர்கள் இந்த வானவியல் கணிப்புகளில் சுயமாகவே திறமை மிகுந்தவர்களாக இருந்தவர்கள்தான் என்பதற்கு வேறொரு ஆதாரமும் இருக்கிறது. ராசி மண்டலம் பற்றிய வரைபடங்கள் சோழ மண்டலக் கடற்கரையோரமாக இருக்கும் அவர்களுடைய மடாலயங்களில் மிக விரிவாக இடம்பெற்றிருக்கின்றன. ஜான் கால் எஃப்.ஆர்.எஸ்.

ஆஸ்ட்ரானாமர் ராயல் அமைப்புக்கு அனுப்பிய கடிதத்தில் இதைப் பற்றிக் குறிப்பிட்டிருக்கிறார். அந்த விஷயம் தொடர்பாக வேறு ஆதாரம் எதுவும் நமக்குத் தேவையே இல்லை.

வெப்பம் நிறைந்த மதிய நேரத்தில் கன்னியாகுமரிக்கு அருகில் மதுரை பகுதியில் Verdapetah -ல் இருந்த ஒரு மண்டபத்தில் தலை சாய்த்துப் படுத்த ஜான் கால், மேல் விதானத்தில் ராசி மண்டலங்கள் பற்றிய வரைபடம் இருப்பதைப் பார்த்திருக்கிறார். அதே போன்ற முழுமையான ராசிக் கட்ட வரைபடத்தை முஞ்சிறை கோவில் தெப்பக்குளத்தின் நடுவிதானத்திலும் கோவில் விதானத்திலும் பார்த்திருக்கிறார். அந்த வரைபடத்தின் துண்டு துண்டான வரைபடங் களைப் பல இடங்களில் பார்த்துமிருக்கிறார்.

இந்த இடங்கள் எல்லாம் ஆதி பிராமணர்களின் வசிப்பிடங்கள் மற்றும் வழிபாட்டு மையங்களாக இருந்திருக்கின்றன. அவை மிகவும் புராதனமானவையாக பாரசீக ஆக்கிரமிப்புக்கு முன்பே கட்டப் பட்டவையாகவும் இருக்கின்றன. அதோடு இந்து சமூகத்தினரைப் பற்றி நாம் நன்கு கேள்விப்பட்டிருக்கிறோம். அவர்கள் அவர்களுடைய சடங்குகள், பழக்க வழக்கங்கள் போன்ற பாரம்பரிய விஷயங்களில் மிகவும் மூடுண்டவர்களாக இருப்பவர்கள். சிறிதளவு புதுமை, மாற்றம் இவற்றைக்கூட ஒருபோதும் அனுமதிப்பதில்லை. அவர்களைப் பற்றி நமக்குத் தெரியவந்த காலத்தில் இருந்து இன்று வரையும் அவர்களுடைய நடை, உடை, வாழ்க்கை முறை ஆகியவற்றில் எந்தவொரு மாற்றமும் ஏற்பட்டிருக்கவில்லை என்பதும் நமக்குத் தெரியும். எனவே, அந்த பிராமணர்கள் தங்களுடைய கோவில்களில் பாரசீக வானவியல் குறியீடுகள், படங்களைப் பொறித்திருப்பார்கள் என்று நம்ப இடமே இல்லை. இந்த ராசி மண்டலங்கள், கிரக நிலை படங்கள் எல்லாம் அவர் களுடைய சுய கண்டுபிடிப்புகளாகவே இருக்கும். அவர்களுடைய மத, வழிபாட்டுச் சடங்குகள் பிற கலாசாரக் கலப்பு எதுவும் இல்லாதவை என்று நாம் சொல்லும்போது இந்த வானவியல் போன்றவற்றிலும் அப்படியே இருந்திருக்கும் என்பதுதான் உண்மை.

மொகலாயப் பேரரசர்களின் வரலாறு பற்றிய தன் நூலில், திரு ஃப்ரேஸர், காலக் கணிப்பு பற்றிக் குறிப்பிட்டிருக்கிறார். சந்திர வருடம் 354 நாட்கள், 22 குரிஸ் (1 ¼ gurris = 30 minutes) 1 புல் (1 ¼ pull = 30 Seconds) கொண்டது. சூரிய வருடம் 365 நாட்கள் 15 குரிகள், 30 புல், 22 ½ பீல் (2 ½ peel = 1 Second) கொண்டது. 60 பீல்கள் ஒரு புல். 60 புல் ஒரு குரி. 60 குரி ஒரு நாள். பிராமணர்கள் அதாவது இந்திய புரோகிதர்களைப் பொறுத்தவரை இதுவே அவர்களுடைய

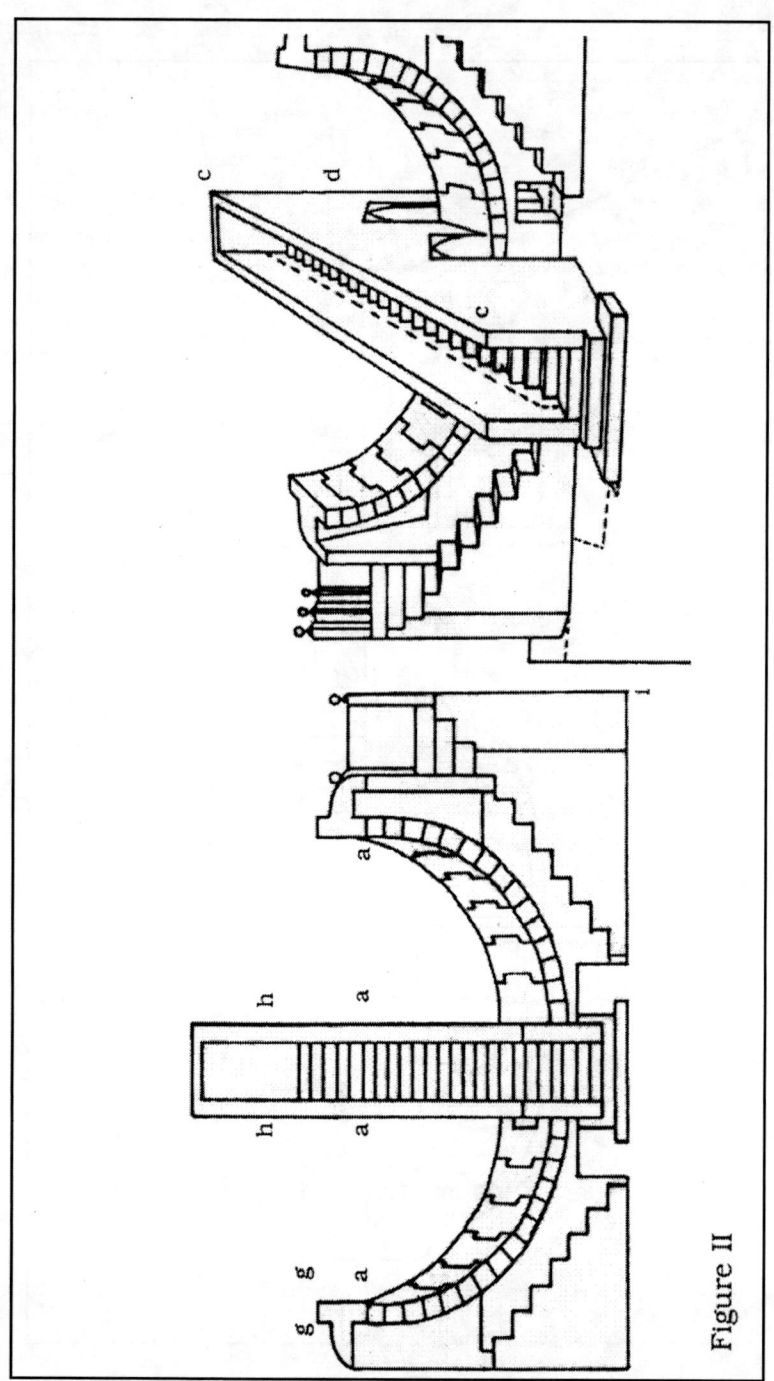

Figure II

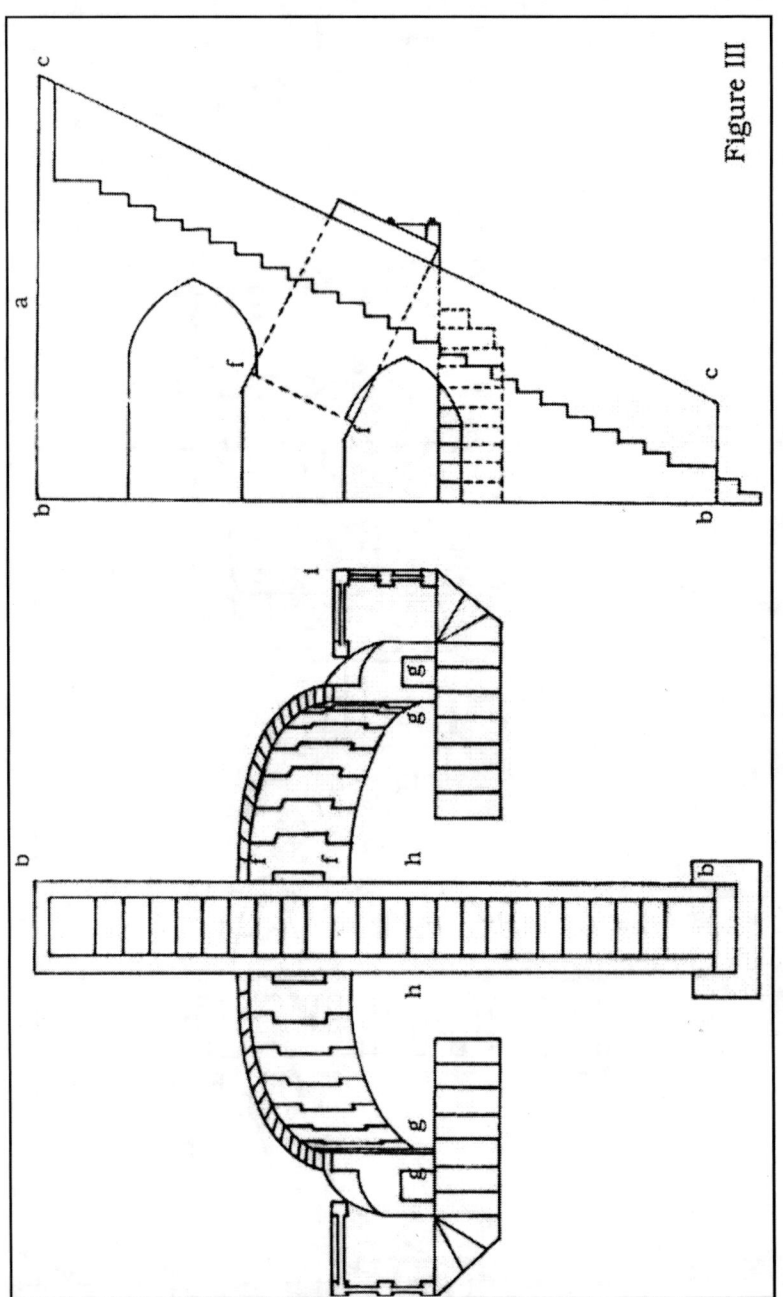

Figure III

காலக்கணக்கு. இந்தக் கணக்கையே இந்தியாவில் இருக்கும் மொஹமதியர்களும் பின்பற்றுகிறார்கள்.'

இவை ஃப்ரேஸர் குறிப்பிட்டிருப்பவை. மொஹமதியர்கள் இந்துஸ்தானத்துக்குள் வருவதற்கு முன்பாகவே பிராமணர்களுக்கு வானவியல் பற்றித் தெரிந்திருந்தது என்பதையே இந்தக் கூற்றுகள் உறுதிப்படுத்துகின்றன.

Equinoctial Sun-dial

பெரிய சூரியக் கடிகாரத்தின் அளவுகள் *(படம்* II -III)

	அடி	அங்குலம்
b b, *அடித்தளத்தில் இருக்கும் கடிகார முள்ளின் நீளம்*	*34*	*8*
கடிகார முள்ளின் நிழலின் சாய்வு நீளம் c c,	*38*	*8*
a a, *க்வாட்ரன்ஸ்களின் ஆரம்*	*9*	*2*
d *-ல் கடிகார முள்ளின் உயரம்*	*22*	*3*
f f, க்வாட்ரன்ஸ்களின் அகலம்	*5*	*10*
g g, *யின் கனம்*	*1*	*0*
b b, *முள்ளின் அகலம்*	*4*	*6*
i i, *கருவியின் மொத்த அளவு*	*37*	*4*

இந்த இடத்தின் அட்சரேகையானது டபுள் ஆல்டிடியூட் 25°10' *மூலம் கணக்கிடப்பட்டுள்ளது.*

சர் ராபர்ட் பார்க்கருடன் சென்ற கர்னல் ட்டி.டி.பியர்ஸின் இணைப்பு அறிக்கை

பனார்ஸில் முக்கியமாகப் பார்க்கவேண்டியது இந்த வான் ஆராய்ச்சிக்கூடம்தான். மன்னர் ஜெய்சிங்கின் மகன் மான்சிங்கினால் 200 ஆண்டுகளுக்கு முன்பாகக் கட்டப்பட்டது. வான் ஆராய்ச்சி ம்யூரல் ஆர்க் (Mural Arch) *வேலைப்பாடு அருமையாக வடிவமைக்கப் பட்டிருந்தது. பார்ப்பதற்குப் பளிங்குபோல் இருந்தது. மிகவும் பழங்காலத்தியது என்றாலும் மிக அற்புதமாக முழுமையான வடிவமைப்பாக இருந்தது. ஆனால், அதன் அளவீடுகள் கொஞ்சம் குறைவுபட்டதாக இருந்தது. ஆனால், வான் ஆராய்ச்சித் துறையில் ஈடுபாடு உள்ள ஒருவர் இந்தக் குறையை மீறித் துல்லியமான கணிப்பைச் செய்துவிடமுடியும். அதற்குத் தேவையான அளவீடுகள் அப்படியே இருக்கின்றன.*

இரண்டு பெரிய வளைய சூரிய கடிகார டயல்கள் (Equinoctial Ring-dial) இருக்கின்றன. மிகப் பெரியது ஆர்வத்தை தூண்டுவதாக இருக்கிறது. வட்டக்கல்லின் ஆரம் 9 அடி 8 அங்குலங்கள். கடிகார முள் நான்கு அடி நீளமும் ஆறு அங்குல தடிமனும் கொண்டது. அதன் சாய்வு பாகம் நாற்பது அடி நீளம் கொண்டது. கடிகார முள்ளில் படிகள் இருக்கின்றன அதன் மீது ஏறி உச்சிக்குச் செல்லமுடியும். அந்த இரண்டு கடிகார முள்களை நான் ஆராய்ந்து பார்த்ததில் அவை அட்சரேகை $25°$, $20'$யில் இருந்தன. அதுபோல் இரண்டு சிறிய டயல்களும் இருந்தன. அவற்றின் கடிகார முட்கள் அவை பொருத்தப்பட்டிருந்த தளத்துக்கு செங்குத்தான இருந்தன. அந்தத் தளத்தில் டிகிரிகள் குறிக்கப்பட்டிருந்தன.

இறுதியாக அங்கு இருந்த ஒரு கருவியைப் பற்றி எனக்கு எதுவும் சரியாகத் தெரியவில்லை. அதைப் பற்றிய குறிப்பைக் கீழே தருகிறேன்.

A, b என்பவை வட்ட வடிவ சுவர்கள். a 24 அங்குலம் தடிமன் கொண்டது. 16 அடி ஆரம் கொண்டது. b 18 அங்குலம் தடிமன் கொண்டது. a யின் மையத்தையே தனது மையமாகக் கொண்ட அது 12 அல்லது 13 அடி ஆரம் கொண்டது. c ஒரு கல் உருளை. சுவர்களின் மையமே அதன் மையமாகவும் இருக்கின்றது. B, C இரண்டும் ஒரே உயரம் கொண்டவை. அதாவது நான்கு அடி இரண்டு அங்குலம். வெளி வட்டச் சுவர் எட்டு அடி நான்கு அங்குலம் கொண்டது. அந்த வட்ட சுவர்களின் மேல் பகுதியானது கிடைமட்டமாக இருக்கின்றன. அவை மிக அழகாக டிகிரிகளாகவும் அவை மேலும் $6'$ சிறு அலகுகளாகவும் அருமையாகப் பிரிக்கப்பட்டுள்ளன. மேல் சுவரின் இரண்டு திசை முனைகளில் இரண்டு இரும்பு கம்பிகள் உள்ளன. எதற்காக என்று தெரியவில்லை. ஆனால், அதில் ஏதோவொரு கருவியைப் பொருத்தியிருப்பார்கள் என்று நினைக்கிறேன்.

சூரியனை ஆராயும் வேறொரு கருவியைப் பற்றிச் சொல்ல மறந்துவிட்டேன். அந்தக் கருவி பித்தளையால் மூடப்பட்ட இரும்பு வளையத்தை கொண்டிருக்கிறது. இதே உலோகங்களினாலான அச்சு, கண்ணால் வானைக் கூர்ந்து பார்க்கக்கூடிய வசதி, தேவையான அளவீடுகள் கொண்டதாக இருக்கிறது. அந்த அச்சானது அது பொருத்தப்பட்ட வளையத் தூணில் இங்குமங்கும் நகரும்படியாக இருக்கிறது. அந்தத் தூண்கள் பூமி அச்சுக்கு இணையாக இருக்கின்றன. பிற கல் கருவிகளில் இருந்ததைவிட இதில் டிகிரி அளவுகள் சுமாராகவே குறிக்கப்பட்டுள்ளன.

2

பிராமணர்களின் வானவியல் பற்றிச் சில குறிப்புகள்

ஏ.எம். ஜான் ப்ளேஃபெயர், எஃப்.ஆர்.எஸ், எடின்பர்க் (வெளி. 1790)

பழங்கால புராண புனைகதைகளில் புதிரான தன்மையுடன் இருந்த வானவியல் கணிப்புகள் அதிலிருந்து மேலெழத் தொடங்கியபோது பல்வேறு நாடுகளில் அது எப்படிக் கணிக்கப்பட்டது என்பது தொடர்பான லேசான தகவல்கள் நீங்கலாக வேறு எதுவும் தெரியவந்திருக்கவில்லை. நபூநாசிர் காலகட்டத்தில் சால்தியாவில் முறையான வானவியல் கணிப்புகள் குறிக்கப்படத் தொடங்கின. பிந்திய காலகட்டங்கள் பொருட்படுத்திப் பார்க்கும்வகையிலான முதல் ஆராய்ச்சிக் கணிப்புகள் அவையே. கிரேக்கர்களின் தேடலும் இந்த விஷயத்தில் தீவிரமாக இருந்தது. வானத்து நட்சத்திரங்கள், வானவியல் கோட்பாடுகள், கணிப்புகள் தொடர்பாக தெளிவாக முதன் முதலில் விளக்கிச் சொன்னவர்கள் அவர்களே. தாலமியின் எழுத்துகளில் வெளிப்பட்ட அந்த அம்சங்கள் எந்த எதிர்ப்போ முன்னேற்றமோ இல்லாமல் சுமார் 500 ஆண்டுகளுக்கு எகிப்திய, இத்தாலிய, கிரேக்க வானவியலாளர்களுக்கு அப்படியே வழிகாட்டியது.

அலெக்ஸாண்ட்ரியாவில் அறிவுத்துறைகளின் வீழ்ச்சியைத் தொடர்ந்து தாலமியின் எழுத்துகள் கீழைத்தேயத்துக்குள் நுழைந்தன. அங்கு பாக்தாதின் காலிஃப்கள் வானவியலை வெற்றிகரமாக அபாரமாக வளர்த்தெடுத்தனர். பாக்தாதிலிருந்து பெறப்பட்டதை பாரசீக அரசர்கள் மேலும் வளர்த்தெடுத்தனர். அவர்கள் கிரேக்க எச்சங்கள் மிஞ்சியிருந்த டெர்பிசாண்டில் இருந்து கணித அறிவைப்

பெற்றுக்கொண்டனர். செங்கிஸ்கானின் வெற்றி, தைமூரின் வெற்றி ஆகியவை கீழைத்தேயப் பகுதிகளில் வானவியல் துறையில் முன்னேற்றங்கள் நிகழ்வதைத் தடுத்திருக்கவில்லை. அந்த இரு பேரரசர்களின் பேரன்கள் அறிவுத்துறைகள் மீது காட்டிய அக்கறை மிகவும் அதிகம். பாரசீகத்தில் ஹுலாகு வானவியலை மீட்டெடுத்தார். தார்தாரி பகுதியில் உலுபே இதே விஷயங்களை முன்னெடுத்தார்.

அதன் பிறகு அராபியர்கள் மூலம் ஸ்பெயினுக்குள் அந்த ஆய்வுகள் பரவின. கேஸிலேயைச் சேர்ந்த அல்போன்ஸா ஆய்வாளராகவும் ஆய்வை ஊக்குவிப்பவராகவும் செயல்பட்டார். அதன் பிறகு ஐரோப்பாவின் வட பகுதிக்கு வானவியல் துறை முயற்சிகள் எடுத்துச் செல்லப்பட்டன. அங்கு கோப்பர் நிக்கஸ், கெப்ளர், நியூட்டன் போன்ற மேதைகளின் மூலமாக அது முழுமையான அறிவுத் துறையாகப் பரிணமித்தது.

2. இப்படியாக சிந்து நதி தீரத்தில் இருந்து அட்லாண்டிக் வரை அனைத்து நாடுகளிலும் பரவிய இந்த வானவியல் துறையின் அனைத்துவித முன்னேற்றங்களும் துல்லியமாகப் பதிவுசெய்யப் பட்டுள்ளன. ஒரு நாடு வேறு எந்த நாட்டிலிருந்து எதையெல்லாம் பெற்றிருக்கிறது, ஒட்டுமொத்த உலக வானவியல் அறிவுக் கருவூலத்தில் எதையெல்லாம் சேர்த்திருக்கிறது என்பதைத் தெரிந்து கொள்வது மிக மிக எளிது. ஒவ்வொரு நாட்டிலும் இருந்துவந்த வானவியல் அம்சங்கள் எல்லாம் பிற நாடுகளுடன் தொடர்புடையவையாக இருந்திருக்கின்றன. அவை எல்லாமே ஒரே மூலத்தில் இருந்து உருவாகிக் கிளைத்திருக்கின்றன. இவற்றைப் பார்க்கும்போது வானத்து நட்சத்திரங்களைப் பற்றிய மனிதர்களின் ஆய்வுமுறைகள், அது தொடர்பான அவர்களுடைய கோட்பாடுகள் எல்லாமே ஏதோ ஒரே ஒருமுறை மட்டுமே மேற்கொள்ளப்பட்டவைபோல் ஒரே மாதிரியாகவே இருக்கின்றன.

அறிவியல் பார்வைக்கு அப்பாற்பட்டதாக, சிந்து நதிதீரத்துக்கு அப்பால் உள்ள பகுதியில் இருக்கும் வானவியல் அறிவைப் பற்றி ஆராய்வது மிகுந்த சுவாரஸ்யத்தைத் தரக்கூடியதாக இருக்கிறது. நமது ஐரோப்பிய அறிவியல் எல்லைகளைத் தாண்டிய அந்த வானவியல் விஷயங்கள் உலகம் முழுவதும் பரவி அந்த நாடுகளை வானவியல் துறையில் முன்னேறச் செய்துள்ளது. இந்தியாவில் கோட்பாடுகள் புரியாமல் விதிமுறைகளை அப்படியே பின்பற்றும் ஆய்வாளர் களிடம் இருந்த வானவியல் அறிவானது எப்போது ஆரம்பித்தது என்று அவர்களுக்கே தெரியாது. ஏதோ மிக மிகப் பழங்காலத்தில் ஆரம்பித்தது என்று மட்டுமே சொல்லத் தெரிகிறது. நம்முடைய

கணிப்பின்படி அவர்கள் சொல்லும் அந்தப் பழங்காலம் என்பது கிரேக்க புராண காலகட்டமாக இருக்கக்கூடும்.

3. இந்துஸ்தானின் வானவியல் ஆய்வுகள் பற்றி நமக்கு முதன் முதலில் 1687-ல் தெரியவந்தது. எம்.லா லாபர் சியாம் தூதரகத்தில் இருந்து திரும்பிவந்தபோது சியாமிய ஆவணம் ஒன்றைக் கையுடன் எடுத்துவந்திருந்தார். அதில் சூரிய, சந்திரர்களின் இடங்களைக் கணிக்கும் அட்டவணைகள், வானவியல் விதிமுறைகள் போன்றவை இடம்பெற்றிருந்தன.[1] அந்தக் கோட்பாடுகள் உருவாக்கப்பட்ட விதம், அந்த விதிமுறைகள், சூத்திரங்கள் கணக்கிடப்படும் விதம், எந்த அடிப்படையில் அவை உருவாக்கப்பட்டுள்ளன என்பது பற்றி யெல்லாம் எதுவும் தெரியவில்லை. புகழ்பெற்ற வானவியலாளரான காஸினி போன்ற ஒருவருடைய உதவியின் மூலம் தான் அவற்றைப் புரிந்துகொள்ள முடிந்தது.

அதன் பிறகு, வேறு இரண்டு வானவியல் அட்டவணைகள் இந்துஸ்தானில் இருந்த மிஷனரிகளால் பாரிஸுக்கு அனுப்பி வைக்கப்பட்டன. ஆனால், 1769-ல் வெள்ளி கிரகம் சூரியனைக் கடந்து செல்வதைப் பார்க்க இந்தியாவுக்குச் சென்றிருந்த எம்.லெ.ஜெண்டில் திரும்பி பாரிஸுக்கு வருவதுவரை மிஷனரிகள் அனுப்பிய அட்டவணைகளை யாரும் என்னவென்று ஆராய்ந்து பார்த்திருக்க வில்லை. இந்தியாவில் நீண்டகாலம் தங்கியிருந்த அவர் இந்திய வானவியல் அறிவுகள் பற்றி மிகுந்த ஆர்வத்துடன், நேரடியாக ஆய்வுகள் மேற்கொண்டார்.

பொதுவாக அந்நியர்களிடம் இருந்து விலகியிருக்கும் பிராமணர்கள் எம்.லே ஜெண்டிலின் வானவியல் அறிவினால் அவரை நெருக்கமாக உணர்ந்து அது தொடர்பான உரையாடலுக்கு முன்வந்தனர். ஃப்ரெஞ்சு வானவியலாளரான லே ஜெண்டிலை வந்து சந்தித்த திருவள்ளூரைச் (Tirvalore) சேர்ந்த பிராமண அறிஞர் சூரிய சந்திர கிரகணங்களைக் கணக்கிட அவர்கள் பின்பற்றும் வழிமுறைகளையும் பிற வானவியல் அட்டவணைகள், கணக்கீடுகள் பற்றியும் விளக்கமாகச் சொல்லித் தந்திருக்கிறார். 1772-ல் லே ஜெண்டில் அவற்றை மெமாயர்ஸ் ஆஃப் தி அகடமி ஆஃப் சயின்ஸில் வெளியிட்டிருக்கிறார்.

ஹிஸ்டரி ஆஃப் ஆஸ்ட்ரானமி என்ற அற்புதமான புத்தகத்தை எழுதிய லே ஜெண்டில் பிராமணர்களிடமிருந்து தான் தெரிந்து கொண்டவற்றை பிற நாட்டு வானவியல் அட்டவணைகளுடன் ஒப்பிட்டு அந்த நூலில் மிக விரிவான அத்தியாயம் ஒன்றை எழுதினார். அதில் பல சுவாரசியமான தீர்மானங்களை முன்வைத்திருந்தார்.[2]

இந்துஸ்தானின் வானவியல் ஆய்வுகள் அவருடைய கவனத்தை ஈர்த்ததில் ஆச்சரியமில்லை. ஏனென்றால், இந்திய வானவியலின் தொடக்கம், அதன் பழமை தொடர்பான விஷயங்களில் பல துல்லியமான ஆதாரங்களை அது வழங்கியது.

4. அந்த ஆவணங்களில் இருந்தும் கடைசியாகக் குறிப்பிட்டிருக்கும் ஆய்வறிக்கை தொடர்பான தீவிரமான பரிசீலனை வாயிலாகவும் இந்த ஆய்வுக்கட்டுரையை எழுதியிருக்கிறேன். இந்த ஆய்வுக் கட்டுரையில் சொல்லப்பட்டிருப்பவை என் சொந்தக் கருத்துகள் அல்ல. இது தொடர்பாக என் மன்னிப்புக்கோரலைப் பணிவுடன் தெரிவிக்கக் கடமைப்பட்டிருக்கிறேன்.

'அஸ்ட்ரானமே இண்டியனே' நூலாசிரியரின் மீது மிகுந்த மரியாதை வைத்திருக்கிறேன். எனினும் அந்த நூலைப் படிக்கும்போது கொஞ்சம் சந்தேகம் இருக்கவே செய்தது. புதியதான, அசாதாரணமான விஷயத்தை முதன் முதலாகப் படிக்கும்போது இப்படியான உணர்வு எழுவது சகஜம்தானே. அதில் சொல்லப்பட்டிருக்கும் கணக்குகள், அடிப்படை விதிகள், சூத்திரங்கள், தீர்வுகள் எல்லாவற்றையும் மிகுந்த கவனத்துடன் பரிசோதித்துப் பார்த்தேன். அந்த வானவியல் கணிப்புகள் ஒன்று படு துல்லியமானவையாக இருந்தன. அல்லது வலுவான கோட்பாடாக இருந்தன. என்னை ஆச்சரியத்தில் ஆழ்த்திய அவற்றை மற்றவர்களுக்குப் புரியும்வகையில் எடுத்துச் சொல்வது அவசியம் என்று நினைக்கிறேன். இந்த ஆய்வுக் கட்டுரையின் முக்கிய நோக்கம் இதுவே.

இந்தக் கட்டுரை மூன்று முக்கிய விஷயங்களைப் பற்றிக் கருத்தில் கொண்டிருக்கிறது. முதலாவதாக, மேலே குறிப்பிடப்பட்டிருக்கும் அட்டவணைகளின் அடிப்படையில் இந்திய வானவியல் பற்றி சுருக்கமான அறிமுகம் செய்துவைக்க விரும்புகிறேன். அடுத்ததாக, அந்த வானவியலின் பழமை பற்றித் தெரிந்துகொள்ள உதவும் வகையில் இந்த அட்டவணைகளில் இருந்து சில முக்கிய அம்சங் களை முன்வைக்க விரும்புகிறேன். மூன்றாவதாக, இந்த இந்திய வானவியல் ஆராய்ச்சியானது எவ்வளவு அபாரமாக வடிவ இயல் துல்லியத்துடன் இருக்கிறது என்பது பற்றியும் கூறவிரும்புகிறேன்.

முதல் விஷயத்தில் நான் எம்.பெய்லி சொன்னவற்றையொட்டியே பெரிதும் பயணித்திருக்கிறேன். இரண்டாவதில் சில நேரங்களில் நான் வேறு வழியில் என் ஆய்வை மேற்கொண்ட போதிலும் அவர் முன்வைத்த தீர்மானத்துக்கே வந்து சேர்ந்திருக்கிறேன். வானவியல் அடிப்படையில் அமையாத எந்தவொரு தரவையும் விளக்கத்தையும்

புறமொதுக்கியிருக்கிறேன். எந்தவித யூகத்துக்கும் கற்பிதத்துக்கும் இடம் கொடுக்கவில்லை.

மூன்றாவது விஷயத்தில் எம். பெய்லி எழுதிய நூல் பேசியிராத ஒரு விஷயத்தைப் பற்றிப் பேசியிருக்கிறேன்.

5. நமக்கு முன்பே தெரிந்ததுபோல், இந்திய வானவியலானது அந்த அறிவியல் துறையின் ஒரு பிரிவைப் பற்றியது மட்டுமே. அதில் எந்தவித கோட்பாடோ வானத்து நிகழ்வுகளின் விவரணைகளோ இல்லை. ஆனால், வானில் நடக்கும் சில மாற்றங்களைக் கணிக்கும் திறன் கொண்டதாக இருக்கிறது. குறிப்பாக, சூரிய, சந்திர கிரகணங்களைத் துல்லியமாகக் கணிக்கும் திறன் பெற்றிருக்கிறது. அதற்குத் தேவையான விதிமுறைகள், அட்டவணைகள் ஆகியவற்றைக் கொண்டிருக்கிறது.

தரையில் அமர்ந்தபடி ஒரு பிராமணர் தன் முன்னால் சோழிகளை ஒழுங்குபடுத்திவைக்கிறார். தனது கணிப்பைத் துல்லியமானதாக ஆக்க உதவும் புதிரான சில செய்யுள்களைத் (மந்திரங்களைத்) திரும்பத் திரும்பச் சொல்கிறார். ஓலைச்சுவடியில் இருந்து கணக்கீடுகளுக்குத் தேவையான எண்களை குறித்துக்கொள்கிறார். அதன் பிறகு அவற்றை வைத்துக் கணக்கிட்டு மிகத் துல்லியமாக விரைவில் கிரகண காலத்தைக் கணித்துச் சொல்கிறார். ஆனால், அந்தக் கணக்கீடுகள், விதிமுறைகள் எதன் அடிப்படையில் உருவாக்கப் பட்டன என்பதையோ கூடுதலாக அவை பற்றித் தெரிந்துகொள்ள வேண்டும் என்ற ஆர்வமோ இல்லாமல் இருக்கிறார்கள்.

கிரகணங்கள் தொடங்கும் நேரம், கிரகணம் விடும் நேரம் என அவர்கள் கணித்துச் சொல்பவை மிகவும் துல்லியமாகவே எப்போதும் இருப்பதால் அதுவே போதும் என்ற மிகுந்த மனநிறைவுடன் இருக்கிறார்கள். இதைத் தாண்டி வானவியல் தொடர்பான தேடல்கள் எதுவும் அவர்களிடம் இல்லை. தாங்கள் இருக்கும் இடத்தின் மெரிடியன் கோட்டைத் தீர்மானித்தல், ஒரு நாளின் பகல் நேரத்தின் அளவு ஆகியவற்றைத் தீர்மானித்தல் என்பதைத் தாண்டி எதுவும் செய்வதில்லை.

எனவே, இந்துஸ்தானின் வானவியல் நமக்குத் தெரிவிக்கும் மூன்று முக்கியமான விஷயங்கள் இவையே : 1. சூரிய, சந்திரனின் இருப்பிடங்களைக் கணிக்க உதவும் அட்டவணைகள், விதிமுறைகள். 2. கிரகங்களின் இருப்பிடத்தைக் கணிக்கும் அட்டவணைகள், விதிமுறைகள். 3. கிரகணங்களைக் கணிப்பது தொடர்பான விதிமுறைகள்.

இவற்றில் முதலாவது விஷயம் தொடர்பாகவே நமது கவனம் பெரிதும் குவியவேண்டும். பிற இரண்டும் கூட நமக்கு சில பயனுள்ள தகவல்களைத் தரக்கூடும்.

6. பிற வானவியலாளர்களைப் போலவே பிராமணர்களும் சூரியன், சந்திரன், கிரகங்கள் ஆகியவை சுழலும் வானத்தைத் தனியாகப் பிரித்து ஆய்வு மேற்கொண்டிருக்கிறார்கள். இந்த வான் வெளியை ராசி மண்டலம் என்று 27 அலகுகளாகப் பிரித்திருக்கிறார்கள். ஒவ்வொன்றுக்கும் ஒரு நட்சத்திரத்தை அல்லது நட்சத்திரத் தொகுப்பை வகுத்திருக்கிறார்கள்.[3] வானவியலின் மழலைப் பருவத்தில் இப்படியான ராசி மண்டலப் பிரிப்பு இயல்பான விஷயம்தான். ஏனென்றால், நிலவானது ஒரு சுழற்சியை முக்கிய நட்சத்திரங்களினூடாக 27 நாட்களில் முடிக்கிறது. எனவே, 27 அலகுகளாகப் பிரிப்பது மிகவும் இயல்பான செயல்தான். அந்தப் பழம் பெரும் காலகட்டத்தில் நட்சத்திரங்களின் இருப்பைக் கணிக்க உதவிய கருவியாக (ஒரு பேச்சுக்காக அப்படி வைத்துக்கொண்டால்) நிலவு மட்டுமே இருந்தது என்பதை நாம் கவனத்தில் கொள்ள வேண்டும்.

நிலவின் சுழற்சி தொடர்பான குழப்பமான விஷயங்கள் முழுவதும் தெரிந்திராத நிலையில் கிழக்கு நோக்கிய அதன் மிக விரைவான நகர்வு நட்சத்திரங்களின் இடங்களைக் கணிக்கப் பெரிதும் உதவியது. நிலவின் பல்வேறு நிலைகள் காலத்தை மாதம், வாரங்கள், ஏழு நாட்கள் கொண்டது வாரம் என்பது போன்று பிரிக்க உதவியது. உலகம் முழுவதுமே இந்தக் கணிப்பு இவ்விதமே இருந்தும் இருக்கிறது.[4] நம்மைப் போலவே பிராமணர்களும் வாரத்தின் ஏழு நாட்களை ஏழு கிரகங்களுடன் தொடர்புபடுத்திக்கொண்டிருக்கிறார்கள். ஆனால், இதில் ஆச்சரியம் என்னவென்றால் அவை மிகவும் துல்லியமாக நாம் வரிசைப்படுத்தியிருக்கும் விதத்திலேயே அமைந்திருக்கின்றன.

7. 27 சம பாகங்களாகப் பிரிக்கப்பட்ட இந்தியர்களுடைய நட்சத்திர மண்டலத்தில் இருக்கும் இந்த நட்சத்திர உருவங்களை அந்நாட்டு வானவியலாளர்கள் நம்மிடம் இருக்கும் விலங்குகளின் வடிவங்களாக அடையாளப்படுத்தவில்லை. எம். லே ஜெண்டில் இந்தியர்கள் அந்த உருவங்களை என்ன பெயரில் அழைத்தார்கள் என்பதையும் என்ன வடிவில் அவற்றை அடையாளப்படுத்தி இருக்கிறார்கள் என்பதையும் குறிப்பிட்டிருக்கிறார்.[5] சிறிய சிறிய நட்சத்திரத் தொகுப்புகளைக் கொண்ட அந்த உருவங்கள் Pleiades அல்லது Hyades போல (ஏழு விண்மீன்கள் அடங்கிய கார்த்திகை தொகுதி) வடிவமைக்கப்பட்டுள்ளன. ஒரே தொகுதியைச் சேர்ந்த நட்சத்திரங்கள் நேர்கோடுகளினால் இணைக்கப்பட்டன.

அவர்களுடைய ராசி மண்டலத்தின் முதலாவது தொகுப்பு ஆறு நட்சத்திரங்களைக் கொண்டிருக்கிறது. நம் ராசிமண்டலத்தின் ஏரியஸின் தலையில் தொடங்கி ஆண்டோமேடாவின் கால் வரையிலான தொகுப்பாக இருக்கிறது. தீர்க்கரேகையில் பத்து டிகிரி வரையான இடத்தைக் கொண்டதாக இருக்கிறது.

இந்த நட்சத்திரத் தொகுப்புகள் ராசி மண்டலத்தின் எல்ல நட்சத்திரங்களையும் தன்னுள் கொண்டதாக இருப்பதில்லை. தொகுப்பில் இடம்பெறும் வகையில் தேர்ந்தெடுக்கப்படும் நட்சத்திரங்கள் எல்லாம் அவற்றுக்கிடையே கோடுகள் வரைந்து, தெளிவாக அடையாளப்படுத்த முடிந்தவையாகவே இருக்கின்றன. அதோடு நிலவின் நகர்வைத் துல்லியமாகச் சுட்டிக்காட்ட முடிந்தவையாகவும் இருக்கின்றன என எம் லே ஜெண்டில் குறிப்பிடுகிறார்.

அப்படியாக, ராசி மண்டலத்தில் இருக்கும் நட்சத்திரங்கள் எல்லாமே 27 நட்சத்திரத் தொகுதிகளாக வரையறுக்கப்பட்ட பிறகு, அந்த ஒட்டுமொத்த ராசி மண்டலமானது 12 கட்டங்களாக ஒவ்வொன்றும் நாம் செய்திருப்பது போலவே, 30 டிகிரி என்ற அளவில் பிரிக்கப் பட்டுள்ளன. இந்தப் பிரிப்பு முற்றிலும் கற்பிதமானது. கணக்கீடு களுக்காகவே அப்படிச் செய்யப்படுகிறது. இவற்றுக்கான குறியீடுகள், பெயர்கள் எல்லாம் நாம் பயன்படுத்துவதுபோலவேதான் இருக்கின்றன.[6] வார நாட்களின் வரிசையைப் போலான இப்படியான ஒத்திசைவுக்கு கடந்த காலத்தில், நமக்குத் தெரிந்துகொள்ளமுடியாத வகையில் நடந்திருக்கும் ஏதோவொரு தகவல் தொடர்பே காரணமாக இருந்திருக்கும்.

8. இப்படி நட்சத்திரங்கள் எல்லாம் கிழக்கு நோக்கி நகர்வதுபோலவும் அவற்றின் இடத்தில் இருந்து விலகிச் செல்வதுபோலத் தோன்றுவதும் சூரியனானது வெர்னல் ஈக்வினாக்ஸில் (கோடைக்கால சம பகலிரவு நாளில் -வருட ஆரம்ப நாள்) கிருத்திகை நட்சத்திரத்தில் இருக்கிறது என்பதும் பிராமணர்களுக்குத் தெரிந்திருக்கிறது. இந்த விஷயங்கள் எல்லாமே அவர்களுடைய அட்டவணைகளில் தெளிவாக இடம் பெற்றுள்ளன.[7] இந்த நகர்வை ஆண்டுக்கு 54″ என்பதாகக் கணக்கிட்டிருக்கிறார்கள். எனவே அவர்களைப் பொறுத்தவரையில் நிலையான நட்சத்திரங்கள் ஒரு முழு சுற்றை முடிக்க (*annus magnus*) 24,000 வருடங்கள் ஆகும் என்பதாகக் குறிப்பிட்டுள்ளனர். இந்த நகர்வு கொஞ்சம் அதி வேகமானது. ஆண்டுக்கு 4″ குறைவு என்பதுதான் உண்மை. தாலமி இதையே 14″ குறைவாகக் கணித்திருந்தார். அதோடு ஒப்பிடும்போது இந்தப் பிழை மிகவும் சிறியதுதான்.

இந்திய வானவியலில் உள்ள இன்னொரு முக்கியமான வித்தியாசம் என்னவென்றால், நாம் சூரிய சந்திரர்களின் இடத்தை கோடைக்கால சம பகலிரவு நாளில் இருந்து கணக்கிட்டுச் சொல்வது வழக்கம். ஆனால், இந்தியர்களோ நகரும் ராசிமண்டலத்தின் தொடக்க கட்டத்தில் இருந்து எந்த தீர்க்கரேகையில் சூரிய, சந்திரனின் இடம் இருக்கிறது என்பதைக் குறிப்பிடுகிறார்கள். முன்பே சொன்னதுபோல் அவை 30 டிகிரிகளாகப் பிரிக்கப்பட்டுள்ளன. அவை மேலும் 60' ஆகப் பிரிக்கப்பட்டுள்ளன.

காலத்தின் இப்படியான அலகிடுதலில் அவர்களுடைய கணக்கீடுகள் அறுபதை அடிப்படையாகக் கொண்டவையாக (sexagecimal) இருக்கின்றன. நாள் ஒன்றை 60 மணிநேரம் கொண்டதாகவும், மணி நேரத்தை 60 நிமிடங்கள் கொண்டதாகவும் பிரிக்கிறார்கள். அந்தவகையில் அவர்களுடைய ஒரு மணி நேரம் என்பது நம்முடைய 24 நிமிடங்களுக்கு சமம். அவர்களுடைய ஒரு நிமிடம் என்பது நம்முடைய 24 நொடிகளுக்குச் சமம்.

9. எல்லா அட்டவணைகளிலும் இந்தக் கணக்கீடுகள் பின்பற்றப் பட்டுள்ளன. இதில் மிகவும் வித்தியாசமாக இருப்பவற்றை நாம் முதலில் எடுத்துக்கொண்டு பார்ப்போம். முதலில் சியாம்.

ஒரு குறிப்பிட்ட நேரத்தில் வானத்து நட்சத்திரம், கிரகம் அல்லது ஏதாவது ஒன்றின் இருப்பிடத்தைக் கணிக்க மூன்று விஷயங்கள் தேவை. கடந்த காலத்தில் ஒரு குறிப்பிட்ட நேரத்தில் அந்த கிரகம் இருந்ததாகக் கணிக்கப்பட்ட இடம்; அந்தக் குறிப்பிட்ட காலகட்டமே அட்டவணைகளின் மூல ஆதார காலகட்டம் (Epoch).

இரண்டாவதாக அந்த கிரகத்தின் ஒரு சுழற்சிக்கான வேகம். ஆதார காலகட்டத்துக்கும் கணிப்பு மேற்கொள்ளப்படும் காலகட்டத்துக்கும் இடையிலான இடைவெளி அடிப்படையில் கணக்கிடப்படும். ஆதார காலகட்டத்தில் ஒரு கிரகத்தின் இருப்பிடத்துடன் இதையும் சேர்த்துக் கணிக்கும்போது அந்த கிரகத்தின் உண்மையான இடம் (Mean place ஒரு நிலையான நட்சத்திரத்தின் இடம் அதன் உதயம் மற்றும் அஸ்தமனத்தின் மூலம் நிர்ணயிக்கப்படும்) அல்லது வானில் அது எந்தவித தடங்கலும் இன்றிச் சுழன்றிருக்கும்பட்சத்தில் அது இருந்திருக்கும் இடம் கிடைக்கும்.

மூன்றாவதாக, சுழற்சியில் தடங்கல் ஏதேனும் இருந்திருப்பின் அதற்கு ஏற்ப செய்துகொள்ளவேண்டிய திருத்தம். இந்த திருத்தத்தை இடத்துக்கு ஏற்றாற்போல் அதன் Mean place உடன் கூட்டி அல்லது கழித்துக் கணக்கிடவேண்டும். அப்போதுதான் அந்த கிரகத்தின்

சரியான இடத்தைக் கண்டுபிடிக்க முடியும். அது அந்த கிரகத்தின் சுழற்சிப் பாதையின் நீள்வட்டத் தன்மை சார்ந்து உருவாகும்போது மையத்தின் சமன்பாடு சார்ந்த திருத்தம் (ஒரு நட்சத்திரம் நீள்வட்டப் பாதையில் இருக்கும் இடத்துக்கும் அது அதே வேகத்தில் வட்டமான சுழற்சிப் பாதையில் சுற்றியிருந்தால் இருக்கும் இடத்துக்கும் இடையிலான கோண வேறுபாட்டைக் கணக்கிடும் சமன்பாடு) என்று அழைக்கப்படும்.

10. சியாமில் இருந்து கொண்டுவரப்பட்டிருக்கும் ஆவணங்கள் கணக்கிடப்பட்ட காலகட்டம் என்பது வெகு பிந்தைய காலமெல்லாம் இல்லை. நமது இந்த யுகத்தின் 638-ம் ஆண்டு மார் 21ம் தேதி, காலை 3 மணி, (சியாம் மெரிடியனில்) என்ற காலத்தையே குறிப்பதாக எம். காஸினி குறிப்பிட்டிருக்கிறார்.[8] இந்தக் காலகட்டத்தில்தான் அந்த வானவியல் ஆண்டுக்கணிப்பு தொடங்கியிருக்கிறது. அப்போதுதான் நகரும் ராசிமண்டலத்தில் மேஷ ராசியில் சூரியனும் சந்திரனும் நுழைந்திருக்கின்றன.

எல்லா இந்துஸ்தானிய அட்டவணைகளிலும் மாறும் ராசி மண்டலத்தினுள் சூரியன் நுழைந்த தருணத்திலேயே அவர்களுடைய வானவியல் ஆண்டு தொடங்கியிருக்கிறது. அப்போதுதான் பருவ காலச் சுழற்சிகளுக்கு ஏற்ப ஆண்டுகள் தொடர்ச்சியாக முன்னகர்ந்து சென்று 24,000 வருடச் சுழற்சியை முடிக்கமுடியும்.

மேலே குறிப்பிடப்பட்டிருக்கும் மூல ஆதார காலகட்டத்தின் அடிப்படையில் பார்த்தால், 800 ஆண்டுகளில் 2,92,207 நாட்கள்[9] என்ற வகையில் சூரியனின் mean place ஐக் கணக்கிட முடியும். இது நட்சத்திர வருடம் (sidereal year) அதாவது சூரியனானது மாறும் ராசி மண்டலத்துக்குள் மீண்டும் மேஷ ராசியில் நுழையும் காலமானது $365^d, 6^h, 12', 36''$.[10] இதிலிருந்து டிராபிகல் வருடத்தைக் கண்டுபிடிக்க அல்லது பருவகாலங்களின் அடிப்படையிலான வருடத்தைக் கணக்கிட 21' 55'' ஐக் கழிக்கவேண்டும். ஏனென்றால் சூரியன் 54''க்கு மேலாகச் செல்ல எடுக்கும் காலகட்டம் அது. நட்சத்திரங்கள் நகர்ந்து சென்றிருக்கும் தொலைவு அது. எனவே இதில் $365^d, 5^h, 50', 41''$ எஞ்சியிருக்கும். அதுதான் டிராபிகல் வருடத்தின் கால அளவு. சியாமில் இருந்து பெறப்பட்ட அட்டவணைகளில் மட்டுமல்ல; பிற எல்லா இந்திய வானவியல் அட்டவணைகளிலும் இந்தக் கணக்கீடே காணப்படுகிறது.[11] இந்தக் கணிப்பு, தெ லா கண்டு சொன்னதைவிட 1' 53'' அதிகம். பழங்கால வானவியல் அட்டவணைகளில் இவ்வளவு குறைந்த வித்தியாசம் கொண்டது வேறு எதுவுமே இல்லை.

11. இந்த அட்டவணைகளில் இருந்து தெரியவரும் இன்னொரு முக்கியமான விஷயம் என்னவென்றால், சூரியனின் mean place தொடர்பான திருத்தம். அதை நாம் சூரியனின் மையச் சமன்பாடு என்று குறிப்பிடுகிறோம். சூரியனுடைய நகர்வில் தென்படும் நீள்வட்டத்தன்மையினால் அதன் இருப்பிடம் தொடர்பாக சில மாறுதல்களைச் செய்துகொள்ளவேண்டியது அவசியம். ஆண்டின் ஒரு பாதியில் mean placeக்கு பின் தங்கியதாக அதன் இருப்பிடமிருக்கும்; மறு பாதியில் mean placeஐத் தாண்டியதாக இருக்கும். சூரியன் மெதுவாக நகரும்போது அதன் இருப்பிடமானது அபோஜி புள்ளியை (apogee) அடையும். பூமியில் இருந்து அதன் தொலைவு அப்போது மிகவும் அதிகமாக இருக்கும் (அபோஜி என்றால் கிரேக்க மொழியில் பூமியில் இருந்து வெகு தொலைவில் என்று பொருள்).

கோட்பாடுகள் தொடர்பாக தெளிவான வரையறைகள் இல்லாத இந்திய வானவியலில் இந்த இடமானது வானத்தைக் கண்ணால் பார்க்கும்போது சூரியனின் வேகம் மிகவும் குறைவாக இருக்கும் நேரத்தில் தென்படும் புள்ளி மற்றும் அதிலிருந்து 90° தொலைவில் இந்த விலகல் நகர்வில் தென்படும் புள்ளியைக் குறிக்கிறது. இந்த மாறுபட்ட நகர்வானது 2° 12′.[12] அதாவது ஐரோப்பிய வானவியல் துறையால் தற்போது கணக்கிடப்பட்டிருப்பதைவிட 16′ அதிகம்.

இந்த மாறுபாடு பெரிய அளவு அல்ல. இதைப் பிழை என்றுகூட நாம் சொல்லமுடியாது. சூரியனின் நகர்வின் பிற புள்ளிகளில் இந்த மாறுபாடு இதையும்விடக் குறைவாகவே இருக்கிறது. அபோஜி புள்ளியானது ராசி மண்டலத்தின் தொடக்கப் புள்ளியில் இருந்து 80° தாண்டிய நிலையில் இருக்கிறது. நிலையான நட்சத்திரங்களுடன் இந்த இடைவெளி தொடர்ந்து அப்படியாகவே நீடிக்கிறது.[13] இந்தக் கணிப்பு அவ்வளவு துல்லியமானது அல்லதான். ஏனென்றால், அபோஜியானது ஆண்டுக்கு 10″ நகர்ந்துகொண்டே செல்லும். எனினும் தாலமி கண்டு சொன்னதைவிட இந்துஸ்தானின் கணிப்பு மிகவும் துல்லியமானதாக இருக்கிறது. தாலமியின் வானவியல் கோட்பாட்டின்படி சூரியனின் அபோஜி நகராமல் இருப்பதாகச் சொல்கிறது. இதனால், நிலையான நட்சத்திரங்களுக்கும் அதற்குமான இடைவெளி தொடர்ந்து அதிகரித்துக்கொண்டே செல்லும்.[14]

12. இந்துஸ்தானின் அட்டவணைகளில் நிலவின் நகர்வானது சில குறுக்குக் கணக்கீடுகளின் மூலம் கண்டுபிடிக்கப்பட்டிருக்கிறது. 19 வருடங்களில் அது 235 முறை சுற்றி வருகிறது. ஏதன்ஸைச் சேர்ந்த மேடன் கண்டுபிடித்துச் சொன்ன இந்த நிலவின் சுழற்சி பற்றிய கணக்கீடானது சியாம் ஆவணங்களிலும் காணப்படுவதைப் பார்க்க

ஆச்சரியமாக இருக்கிறது.[15] நிலவின் அபோஜி புள்ளியானது மாறும் ராசிமண்டலத்தின் தொடக்கத்தில் இருக்கும். ஆதார காலகட்டமான 21, மார்ச், 638 ஆண்டுக்கு 621 நாட்கள் கழித்து இருக்கும். ஒரு முழுச் சுற்றுக்கு 3232 நாட்கள் எடுத்துக்கொள்ளும்.[16] முதலாவது கணிப்பு மேயரின் (Mayer) அட்டவணையில் இருந்து ஒரு டிகிரி அளவுக்குத்தான் வித்தியாசப்படுகிறது. இரண்டாவது கணிப்பு 11^h, 14′, 31″ - மட்டுமே மாறுபடுகிறது. அபோஜி புள்ளியானது இவ்வளவு துல்லியமாகக் கணிக்கப்பட்டிருப்பது சாதாரன விஷயம் அல்ல. எந்த வான் ஆராய்ச்சியாளராலும் வெறும் கண்ணால் பார்த்துக் கண்டுபிடிக்க முடியாதது.

13. இப்படியாகக் கண்டுபிடிக்கப்பட்ட நிலவின் அபோஜி புள்ளியின் மூலம் நிலவின் நகர்வில் இருக்கும் மாறுபாடுகள் கணக்கிடப்பட வேண்டும். நிலவின் mean place, உண்மையான இடம் போன்ற வற்றைக் கண்டுபிடிக்க அது தேவை. நிலவின் நகர்வின் இரு முக்கியமான புள்ளிகளில் (மிக நெருக்கமான, மிக தொலைவிலான புள்ளிகள்) மையச் சமன்பாடு (ஒரு வான் பொருள் தன்னுடைய நீள் வட்டச் சுற்றுப் பாதையில் இருக்கும் இடத்துக்கும் அந்த வான் பொருள் வட்டப் பாதையில் சுற்றினால் இருக்கும் இடத்துக்கும் இடையிலான கோண வித்தியாசத்தைக் கணக்கிடும் சமன்பாடு) மற்றும் எவக்ஷன் (evection - நிலவின் நீள்வட்ட உச்சிப் புள்ளி) இரண்டுமே நிலவின் அபோஜியையே சார்ந்தவை என்பதால் ஒரேவிதமாகவே இரண்டும் தோன்றும். உண்மையில் அந்த இரண்டும் ஒன்றையொன்று மறுதலிக்கும். இவற்றின் வித்தியாசத்துக்கு ஏற்பவே நிலவின் வேகம் அதிகரிக்கும் அல்லது குறையும்.

மேயரின் அட்டவணையின்படி இந்த உச்சபட்ச அளவு 4°, 57′, 42″. சியாமிய ஆவணங்களின்படி இந்த உச்சபட்ச அளவு 4°, 56′. இந்தக் கணிப்பின்போது நிலவின் mean distance அபோஜியில் இருந்து 90°-யாக இருக்கும். பிற நேரங்களில் இந்த கோண விலகல் குறைவாக இருக்கும்.[17]

14. சியாமிய ஆவணம் இந்தக் கணக்கீடுகளோடு முடிகிறது. இந்த வானவியலாளர்கள் பிற கணக்கீடுகளை எப்படிச் செய்திருக்கிறார்கள் என்பதுபற்றி எதுவும் விளக்கவில்லை. அந்தக் கணக்கீடுகளை அவர்கள் ஜோதிட விஷயங்களுக்காக மேற்கொண்டிருப்பதாகத் தெரிகிறது. இந்த அட்டவணைகளை விளக்கிச் சொன்னதற்கு நாம் எம். காஸினிக்குத்தான் நன்றி தெரிவிக்கவேண்டும். அவர் இதுபற்றிக் கூறும்போது அந்தக் கணக்குகள் சியாம் மெரிடியனை அடிப்படையாகக் கொண்டு மேற்கொள்ளப்படவில்லை. மேலே குறிப்பிட்டிருக்கும்

தீர்க்கரேகையில் இருந்து சூரியனை 3′ அளவும் நிலவை 40′ அளவும் நகர்த்திக் கணக்கிட்டிருக்கின்றன.[18] அந்த அட்டவணைகளின் மெரிடியன் சியாமுக்கு மேற்கே 1^h, 13′ அல்லது 18°, 15′. இதில் சுவாரசியமான விஷயம் என்னவென்றால் இது பழங்கால இந்தியர்களின் வானவியல் மையமான பனாரஸின் மெரிடியனுக்கு[19] வெகு அருகில் வந்துவிடுகிறது. அது இந்துக்கள் தங்களுடைய முதல் மெரிடியனாகக் குறிப்பிட்டிருப்பதை ஒத்ததாக இருக்கிறது. அது சிலோன் மற்றும் ராமேஸ்வரக் கடற்கரையோரமாகச் செல்கிறது. இதிலிருந்து நமக்கு என்ன தெரிகிறதென்றால் இந்த சியாமிய அட்டவணைகள் இந்துஸ்தானில் சுயமாகத்தான் உருவாகி வந்திருக்கவேண்டும்.

15. இன்னொரு வானவியல் அட்டவணையானது 1750-ல் மறைந்த திரு எம். தெ லெஸில்க்கு (கர்நாடகப் பகுதியில் கிருஷ்ணாபுரத்தில் இருந்தவர்) ஃப்ரெஞ்சுக்காரரான து சாம்ப் அனுப்பியது. அது தற்போது அகாதமி ஆஃப் சயின்சஸில் இருக்கிறது.

மேலே விவரித்திருக்கும் அட்டவணைக்கும் இதற்கும் நெருங்கிய தொடர்பு இருக்கிறது. மேலும் அதைவிட வானவியல் அறிவு மிகுந்ததாகவும் இருக்கிறது. மொத்தம் 15 அட்டவணைகள் இருக்கின்றன. சூரியன், சந்திரன், கிரகங்கள் ஆகியவற்றின் இயக்கங்கள், சூரிய சந்திரனின் மையச் சமன்பாடு, அனைத்து கிரகங்கள் தொடர்பான இரு திருத்தங்கள் (ஒன்று தோற்ற நிலை, இன்னொன்று விலகல் சார்ந்த கணக்கீடு) ஆகியவை இடம்பெற்றுள்ளன. கிருஷ்ணாபுரத்தைச் சேர்ந்த பிராமணர்களிடமிருந்து கேட்டுத் தெரிந்து கொண்ட கோட்பாடுகள், உதாரணங்கள் ஆகியவற்றின் ஃப்ரெஞ்சு மொழிபெயர்ப்புகளும் உடன் அனுப்பப்பட்டுள்ளன.[20]

இந்த அட்டவணைகளின் மூல ஆதார காலகட்டம் முந்தைய அட்டவணைகள் அளவுக்குப் பழமையானது அல்ல. 1491, மார்ச், 10 சூரிய உதய நேரம். சூரியன் மாறும் ராசிமண்டலத்தினுள் நுழையும் நேரம். பூமியில் இருந்து பார்க்கும்போது நிலவுக்கு நெருக்கமாக இருப்பது போன்று தோன்றும் நிலை. இந்த இரண்டு மாறுபட்ட நிலைகளை அடிப்படையாக வைத்து இந்திய சகாப்தங்கள் அனைத்துமே வித்தியாசப்படுத்தப்படுகின்றன.

சூரியன், நிலவு இரண்டும் இருக்கும் இடங்களாகச் சொல்லப் படுபவையெல்லாம் மேயர், தெ லா காலி ஆகியோர் கணக்கிட்டுச் சொன்னவற்றோடு பெரிதும் ஒத்துப்போகின்றன. நகர்வுகளின்போது சொல்லப்படும் அளவுகள் இவற்றிலிருந்து கொஞ்சம் மாறுபடு

கின்றன. எனினும் கிரகணம் போன்றவற்றைக் கணக்கிடுவதில் எந்தப் பிழையும் அவர்களுடைய கணிப்பில் நேர்வதில்லை.

சூரியனின் அபோஜியானது நட்சத்திரங்களைவிட ஒன்பது ஆண்டுகளுக்கு 1" என்ற கணக்கில் வேகமாக இருப்பதாகச் சொல்லப்படுகிறது. இது உண்மையல்ல. எனினும் இந்திய வானவியல் ஆராய்ச்சியின் சுயம்புவான தன்மைக்கு வலுவான ஆதாரமாக இது இருக்கிறது. சியாமிய அட்டவணையில் இருந்து சூரியனின் மையச் சமன்பாட்டுக் கோணமானது மாறுபட்ட அளவாகக் குறிக்கப்பட்டிருக்கிறது. இந்த அட்டவணையில் அது 2°, 10′, 30″; நிலவின் மையச் சமன்பாட்டுக் கோணம் 5°, 2′, 47″; அதன் பாதை சூரியனுடைய பாதையைக் குறுக்கிடும் இடத்தில் ஏற்படுத்தும் கோணம் 4°, 30′. நிலவின் அபோஜி, சூரியனுடன் நேர்கோட்டில் வரும்போதான புள்ளி இரண்டும் கிட்டத்தட்ட மிகச் சரியாகவே கணிக்கப்பட்டுள்ளன.

16. இன்னொரு வானவியல் ஆவணம் ஃப்ரெஞ்சுக்காரரான படோலியே மூலம் எம்.தெ எல்ஸிலுக்கு அனுப்பப்பட்டது. கிருஷ்ணாபுரத்தில் இருந்து வந்த ஆவணம் அனுப்பப்பட்ட அதே காலகட்டத்தில்தான் இதுவும் அனுப்பப்பட்டிருந்தது. எந்தக் குறிப்பிட்ட இடம் பற்றிய தகவலும் அதில் இல்லை. 16°, 16′, தீர்க்கரேகை அடிப்படையில் ஒரு நாளின் பகல் பொழுதின் நீளத்தைக் கணக்கிட்டிருப்பதில் இருந்து அந்த இடம் நரசிங்கபுரமாக (Narsapur) இருக்கும் என்று எம்.பெய்லி குறிப்பிட்டிருக்கிறார்.[21]

இந்த அட்டவணைகளுடன் அனுப்பப்பட்டிருக்கும் வானவியல் கோட்பாடுகள் உதாரணங்கள் எல்லாம் சூரிய, சந்திர கிரகணங்களைக் கணிக்கும் வழிமுறைகளைப் பற்றியதாகவே இருக்கின்றன. ஆனால், அட்டவணையில் கிரகங்களின் நகர்வுகள் பற்றியும் இடம்பெற்றிருக் கின்றன. கிருஷ்ணாபுரத்து அட்டவணை போலவேதான் இவையும் இருக்கின்றன. ஆனால், அதுபோல் விரிவாக இல்லை. பெரிதும் புதிரான அம்சங்கள் கொண்டதாகவும் இருக்கிறது.[22]

இந்த அட்டவணைகளின் மூல ஆதாரக் காலகட்டம் 1569, மார்ட், 17 - 18க்கு இடைப்பட்ட நடு இரவு என்று எம். பெய்லி கண்டுபிடித்துக் குறிப்பிட்டிருக்கிறார். அதிலிருந்து சியாம் அட்டவணையைப் போலவே சூரிய, சந்திரனின் இடங்கள் குறிக்கப்பட்டுள்ளன. இரண்டும் கிட்டத்தட்ட ஒரே மாதிரியே இருக்கின்றன. நிலவின் நகர்வு சார்ந்த திருத்தமானது நிலவைச் சார்ந்தது அல்ல; சூரியனைச் சார்ந்தது என்ற அடிப்படையில் அமைந்திருந்தது. சூரியனின் நகர்வுக்கு நேர்விகிதத்தில் அது இருக்கிறது. பத்தில் ஒரு பங்காகவும் இருக்கிறது. நரசிங்கபுர அட்டவணைகள் சூரியனுடைய ஆண்டு

சுழற்சி சமன்பாட்டை மட்டுமே குறிப்பிட்டிருக்கின்றன. ஆனால், இது மட்டுமே அவர்களுடைய தவறு அல்ல. ஏனென்றால் நிலவின் தீர்க்கரேகையுடன் இதைக் கூட்டிக் கணக்கிடுகிறார்கள். உண்மையில் அதைக் கழித்துக் கணக்கிடவேண்டும்.

இந்தப் பிழை எப்போதிலிருந்து கணக்கீடுகளுக்குள் வந்தது என்பது தெரியவில்லை. இது பெரிய தவறு இல்லைதான். ஆனால், இந்த அட்டவணையை உருவாக்கிய வானவியலாளர்கள் இதை எப்படிச் செய்தார்கள்; இவற்றின் இருப்பைக் கணிக்க முடிந்த அவர்களால் இந்த அளவைக் கூட்டிக் கணிக்க வேண்டுமா கழித்துக் கணிக்க வேண்டுமா என்பதை எப்படிப் புரிந்துகொள்ள முடியாமல் போனது என்பது ஆச்சரியம்தான். இந்தத் தவறுக்கு வேறு ஏதோதான் காரணமாக இருக்கும். ஆனால், நிலவின் நகர்வில் தென்படும் இந்த விலகல் நிலைகள் பற்றி இந்தியாவுடன் தொடர்பில் இருந்த எந்த நாட்டு வானவியல் துறையிலும் இருந்திருக்கவில்லை. அதிலிருந்து இது இந்தியாவின் சுயமான கண்டடைதல் என்பது உறுதிப்படுகிறது.

17. இதுவரை விவரிக்கப்பட்டிருப்பவற்றிலேயே திருவள்ளூர் பிராமணர்களின் வானவியல் அட்டவணைகள், வழிமுறைகள் எல்லாம் பலவகைகளில் ஆச்சரியமூட்டுபவை.[23] சூரிய வருடமானது அவர்களைப் பொறுத்தவரையில் 12 சமமற்ற மாதங்களாகப் பிரிக்கப்பட்டுள்ளது. ஒரு மாதம் என்பது ராசி மண்டலத்தின் ஏதேனும் ஒரு ராசியில் நகர அல்லது நீள்வட்டப்பாதையில் 30 டிகிரி நகர எடுத்துக்கொள்ளும் காலகட்டம். ஜூன் மாதத்தில் (தமிழில் ஆனி மாதம்) அதாவது சூரியன் மூன்றாவது ராசியில் இருக்கும்போது அதன் வேகம் மிகவும் குறைவாக இருக்கும். அந்த மாதம் 31d, 36h, 38' கால அளவைக் கொண்டது. ஒன்பதாவது ராசியில் டிசம்பர் அல்லது மார்கழி மாதத்தில் சூரியனின் வேகம் மிகவும் அதிகமாக இருக்கும். அந்த மாதம் 29d, 20h, 53' கால அளவைக்கொண்டது.[24]

இந்த மாதங்களின் கால அளவானது 24 மணிநேரங்களைக் கொண்ட நாட்களாகக் குறிப்பிடப்பட்டுள்ளன. இதனால் அபோஜி மற்றும் மையச் சமன்பாடு கோணம் ஆகியவற்றை உள்ளடக்கியவையாக இந்த அட்டவணைகள் இருக்கின்றன. ராசிக்கட்டத்தின் தொடக்கப் புள்ளியில் இருந்து சூரிய அதி விலகல் புள்ளி 77° விலகி இருப்பது போல் தெரிகிறது. இரண்டாவது விலகல் கோணம் முந்தைய அட்டவணைகளைப் போலவே 2°, 10′ அளவில் இருக்கிறது.

அவர்களுடைய கணிப்புகளில் 24 மணி நேரம் கொண்ட இயல்பான நாட்கள் (நள்ளிரவு 12 மணிக்குத் தொடங்கிக் கணக்கிடப்படுவது) நீங்கலாக சூரியன் ஒரு டிகிரி நகரும்போது ஒரு நாளைக் கணக்கிடும்

வானவியல் நாட்களையும் (மதியம் 12 மணியை நாளின் தொடக்கமாகக் கணக்கிடுவது) கணக்கிட்டிருக்கிறார்கள். அதன்படி ஒரு ஆண்டுக்கு 360 நாட்கள் மட்டுமே வரும்.[25]

18. இந்த அட்டவணைகள் மிகப் பழங்காலத்தையும் கணக்கிட்டுள்ளன. கிறிஸ்து பிறப்பதற்கு 3102 ஆண்டுகள் முந்தைய காலத்தில் தொடங்கிய கலியுகம் என்பது அவர்களுடைய முக்கியமான யுகமாகக் கணக்கிடப்படுகிறது. ஒரு குறிப்பிட்ட காலகட்டத்தில் சூரியன் வானில் இருக்கும் இடத்தைக் கணக்கிட அந்த நாளுக்கும் கலியுகத்தின் தொடக்கத்துக்கும் இடைப்பட்ட காலத்தை நாட்களாக்கிக் கொண்டு அந்த வருட அளவை 365^{d}, 6^{h}, 12′, 30″ ஆல் பெருக்கி 2^{d}, 3^{h}, 32′, 30″ ஐக் கழித்துக் கணக்கிடுகிறார்கள். அப்படியாக வானவியல் யுகமானது இயல்பான யுகத்தில் இருந்து அந்தக் கால அளவு காலந்தாழ்த்தித் தொடங்குகிறது.[26]

அதற்கு அடுத்ததாக அவர்கள், சில வகுத்தல் கணக்குகள் செய்து குறிப்பிட்ட வருடம் எப்போது தொடங்கியது என்றோ அது தொடங்கி எத்தனை நாட்கள் கழிந்திருக்கிறது என்பதையோ கணக்கிட்டுக் கொள்கிறார்கள். அதன் பிறகு அந்த மாத அளவை வானவியல் மாதங்களாக மாற்றிக்கொள்கிறார்கள். ராசிக்கட்டத்தின் மூலம் சூரியனின் தீர்க்கரேகையையும் இதன் மூலம் கண்டுபிடிக்கிறார்கள்.

19. கிட்டத்தட்ட இதுபோலவே ஆனால், கொஞ்சம் சிக்கலான கணக்குகளின் மூலம் குறிப்பிட்ட காலத்தில் நிலவின் இருப்பிடத்தை யும் கணிக்கிறார்கள். கலியுகத்தின் தொடக்கத்தில் நிலவு எங்கு இருந்தது என்பதன் அடிப்படையில் இதைக் கண்டுபிடிக்கிறார்கள்.[27] நிலவின் நகர்வு அது பூமியில் இருந்து வெகு தொலைவில் இருக்கும் புள்ளிகள் ஆகியவற்றை உள்ளடக்கிய இந்தக் கணக்கிடுகள் மிகவும் சிக்கலாக இருக்கின்றன. இந்தக் கணிப்பின்படி மேலே சொல்லப் பட்ட கலியுகத்தின் தொடக்க காலத்தில் இருந்து 1,600,894 நாட்களுக்குப் பின் நிலவு தனது அதி தொலைவுப் புள்ளியில் ராசி மண்டலத்தின் தொடக்கத்தில் இருந்து 7^{s}, 2°, 0′, 7″ தொலைவில் இருந்தது. 12,372 நாட்களுக்குப் பிறகு மீண்டும் நிலவு அதிதொலைவுப் புள்ளியை அடைகிறது. அதன் தீர்க்கரேகை அளவு 9^{s}, 27°, 48′, 10″ அதிகரிக்கிறது. 3031 நாட்கள் மேலும் ஆனபிறகு மீண்டும் தன் அதி தொலைவுப் புள்ளியை எட்டுகிறது. இப்போது தீர்க்கரேகை அளவு 11^{s}, 7°, 31′, 1″ மாறுகிறது. கடைசியாக இன்னும் 248 நாட்கள் கழிந்த பிறகு மீண்டும் அதி தொலைவுப் புள்ளியை எட்டுகிறது. தீர்க்கரேகையின் அளவு 27°, 44′, 6″, ஆக இருக்கிறது. முன்பு

சொல்லியிருக்கும் மூன்று அளவுகளை வைத்து 248 நாட்களில் நிலவு எவ்வளவு நகர்ந்திருக்கிறது என்பதைக் கண்டுபிடிக்கிறார்கள்.

தனது சுழற்சிப்பாதையில் ஒரு டிகிரியைக் கடக்க எத்தனை கால அளவை எடுத்துக்கொள்கிறது என்பதைக் கணக்கிட்டு ஒரு ராசிகட்டத்தில் எவ்வளவு தூரம் நகர்ந்திருக்கிறது என்பதைக் கண்டுபிடிக்கிறார்கள்.[28] இந்தக் கணக்கீடுகள் முழுக்க முழுக்க இந்திய வானவியலுக்கே உரிய அம்சங்களைக் கொண்டதாக இருக்கிறது. அதன் துல்லியத்தன்மை குறிப்பிட்டுச் சொல்லத் தகுந்ததாக இருக்கிறது. அதோடு அதன் படைப்பூக்கம், செழுமைப்படுத்தப்பட்ட நிலையெல்லாம் அபாரமானவையாக இருக்கின்றன. இவை யெல்லாவற்றுக்கும் மேலாக அதன் எளிமை அவ்வளவு சிறப்பாக இருக்கிறது.

20. திருவள்ளூர் வானவியல் அட்டவணைகள் முன்பே விவரித்த வற்றில் இருந்து மாறுபட்டு இருக்கின்றன. என்றாலும் பல அம்சங்களில் ஒத்திசைவுடனும் இருக்கின்றன. ஆண்டுக்கான கால அளவு இரண்டிலும் ஒரே மாதிரியே இருக்கின்றன. ஒரே மாதிரியான சூரிய, சந்திரன் நீள் வட்ட நகர்வு தொடர்பான கோண விலகல் கணிப்புகள், கிட்டத்தட்ட ஒரே மெரிடியனை ஆதாரமாகக் கொண்ட தன்மை[29] ஆகியவற்றில் ஒத்திசைவு காணப்படுகின்றன. ஆனால், கிறிஸ்தவ சகாப்தத்துக்கு 3102 ஆண்டுகளுக்கு முந்தையதாக மூல ஆதார காலகட்டத்தைக் கணிப்பதில்தான் வேறுபாடு காணப்படுகிறது. எனவே, இந்த யுகக் கணிப்பு உண்மையா, கற்பிதமானதா? தெளிவான அந்நேரத்தைய நேரடி ஆய்வின் மூலம் உருவாக்கப்பட்டதா... பிற பிந்தைய கால யுக கணிப்பு அட்டவணைகளில் இருந்து இந்தப் பழங்கால யுகம் பின்னோக்கிக் கணக்கிட்டுக் கணிக்கப்பட்டதா என்ற விஷயங்களை நாம் ஆராய்ந்து பார்க்கவேண்டும். ஏனென்றால், பிற்காலத்தில் வான் ஆராய்ச்சி மேற்கொண்ட பிராமணர்கள் அல்லது பிற நாடுகளில் இருந்து வானவியல் அறிவைப் பெற்றுக்கொண்ட அவர்கள் கலியுகம் என்ற பழங்கால யுகத்தைக் கற்பனையாகக் கணித்திருக்கக்கூடும். அதன் அடிப்படையில் வானத்து நட்சத்திரங்கள், கிரகங்களின் இருப்பிடங்களைப் பின்னோக்கில் கணக்கிடுதல் முறையில் கணக்கிட்டுவிட்டு முன்னோர்கள் எல்லாம் அதை அன்றே ஆராய்ந்து சொன்னதாகச் சொல்லியிருக்க வாய்ப்பு உண்டு.

21. பிராமணர்கள் தமது வானவியல் அட்டவணைகளைப் பின்னோக்கிக் கணக்கிட்டு உருவாக்கியிருக்கும்பட்சத்தில் அவர்களுடைய அந்த ஏமாற்று வேலையைக் கண்டுபிடிப்பதற்கான தடயங்களும் இருந்திருக்கவேண்டும். ஆனால், வானவியலில் அதி

உயர்ந்த நிபுணத்துவம் இருந்தால் மட்டுமே இப்படியாக சுமார் 46 நூற்றாண்டுகளுக்கு முந்தைய காலகட்டத்தில் நட்சத்திரங்கள், கிரகங்கள் எங்கு இருந்தன என்பதைத் துல்லியமாகக் கணிக்க முடியும் என்பதை ஒப்புக்கொள்ளவேண்டும்.

ஐரோப்பாவின் நவீன வானவியல் துறையானது தொலைநோக்கிக் கருவிகள், இன்ன பிற வானியல் கருவிகள் இருந்த பிறகும் இப்படிக் கடினமான ஒரு பணியைச் செய்ய முடிந்திருக்கவில்லை. கடைசியில் புவியீர்ப்பு விசைக் கோட்பாடு, நூற்றுக்கும் மேலான ஆண்டுகளில் மேம்படுத்தப்பட்ட இண்டக்ரல் கால்குலஸ் (தொகை நுண்கணிதம்) போன்றவை மட்டும் இல்லாவிட்டிருந்தால் வானியல் தொடர்பான உண்மைகளைப் புரிந்துகொண்டிருக்க முடியாது. சூரியன், சந்திரன், கிரகங்கள், நட்சத்திரங்கள் ஆகியவற்றின் நகர்வுகள், இருப்பிடங்கள், அவற்றைக் கணக்கிடத் தேவையான மாறிலிகள், திருத்தங்கள், கோண விலகல்கள் ஆகியவற்றுக்கு ஏற்ப மாறுதல்களைச் செய்துகொண்டு கணித்தால்தான் இந்த அட்டவணைகள் தரும் தகவல்கள் உண்மைக்கு நெருக்கமாக இருக்கும். இல்லையென்றால் இவை தரும் தரவுகள் பிழையான வானவியல் தகவல்களாகவே இருக்கும்.

இப்படியான கால நகர்வுக்கு ஏற்ற திருத்தங்கள் செய்வதில் சரியாக இருந்தாலும் சூரிய, சந்திர, கிரக நகர்வுகளின் கோண விலகல்களைச் சிறிது தவறாகக் கணித்தாலும் அடுத்தடுத்த கால கணிப்புகளில் பிழை அதிகரித்துக் கொண்டே போய் நாம் கணிக்கும்போது பெரிய பிழையாக வந்து நிற்கும். எனவே, ஒரு வானவியல் அட்டவணையானது எந்தக் காலகட்டத்திய நேரடி ஆராய்ச்சியின் மூலம் உருவாக்கப் பட்டது என்பது தெரியவில்லையென்றால், எந்தக் காலகட்டத்து வானியல் நிகழ்வுகளை அது கிட்டத்தட்டத் துல்லியமாகக் காட்டுகிறதோ அந்த காலகட்டத்தையே அந்த அட்டவணையின் காலமாக எடுத்துக்கொள்ளலாம்.

எனவே, இந்த இடத்தில் நாம் இந்திய வானவியலானது மிகப் பழங்காலத்தைச் சேர்ந்தது என்ற கருதுகோளின் நம்பகத்தன்மையைப் பரிசோதித்துப் பார்ப்போம். நமது வானவியலானது குறைகளற்றது என்று சொல்லமுடியாதுதான். என்றாலும் பெரிய தவறுகள் எதுவும் இல்லாமல் கலியுகம் போன்ற மிகப் பழமையான காலத்து வானத்து நிகழ்வுகளைக்கூட துல்லியமாகக் கணிக்க முடியக்கூடியது என்ற நம்பிக்கையில் இதைச் செய்ய வேண்டும்.

நமது ஆய்வுகள் விரிவான ஆராய்ச்சியை அடிப்படையாகக் கொண்டது; அந்த ஆராய்ச்சிகளில் சில மிகவும் பழங்காலத்தைச் சேர்ந்தவை. பிற காலகட்டக் கணிப்புகளைப் போலவே நம்

பழங்காலக் கணிப்புகளும் துல்லியமானவையே. பிற துறைகளில் இருந்து கிடைத்திருக்கும் நிபுணத்துவம் ஆகியவற்றை நம் ஆய்வு களுக்கான தெளிவான, வலுவான பின்புலமாக வைத்திருக்கிறோம். இவற்றை அடிப்படையாகக் கொண்டு இந்திய வானவியல் அட்டவணைகளை ஆராய்வோம்.

22. பிராமணர்கள் தங்களுடைய கலியுகத்தின் தொடக்கத்தில் மாறும் ராசி மண்டலத்தின் தொடக்கமாக வெர்னல் ஈக்வினாக்ஸ்க்கு (கோடைக்கால சம பகல் இரவு நாளுக்கு) 54 டிகிரி முன்பாக குறித்திருக்கிறார்கள். அதாவது நமது வானவியல் கணிப்பின் அடிப்படையில் பார்த்தால் 10^s, 6° தீர்க்க ரேகையாகக் குறித்திருக்கிறார்கள். எம் லெ ஜென்டில் இந்திய ராசி மண்டலத்தின் வரைபடம் ஒன்றைக் கொண்டுவந்திருக்கிறார். அதில் குறிப்பிடப் பட்டிருக்கும் நட்சத்திரங்களுடைய இருப்பிடங்களை ஓரளவு துல்லியமாக கணித்துவிட முடியும்.[30] அல்டிபேரன் (Aldebaran -ரோகினி நட்சத்திரம்) அதாவது தாரஸின் முதல் நட்சத்திரமானது நான்காவது நட்சத்திரத் தொகுப்பின் கடைசி டிகிரியில் குறிக்கப் பட்டிருக்கிறது. அதாவது ராசி மண்டலத்தின் தொடக்கக் கட்டத்தில் இருந்து 53°, 20′ அளவில் குறிக்கப்பட்டிருக்கிறது. எனவே, இந்திய வானவியல் கணிப்பைப் பொறுத்தவரையில், கிறிஸ்து பிறப்பதற்கு 3102 வருடங்களுக்கு முன் அல்டிபேரன் நட்சத்திரமானது வெர்னல் ஈக்வினாக்ஸுக்கு 40' முன்பாக இருந்திருக்கிறது. ஆனால் அதே நட்சத்திரமானது இன்றைய நவீன வானவியல் ஆராய்ச்சியின்படி 1750-ம் வருடத்தில் தீர்க்க ரேகை 2^s, 6°, 17′, 47″ யில் இருக்கிறது.

சம பகல் இரவு நாளின் முன்னகர்வு ஆண்டுக்கு 50‘ என்ற அடிப்படையில் பின்னோக்கிக் கணக்கிட்டுப் பார்த்தால் அந்த நட்சத்திரமானது கலியுகத்தில் சம பகல் இரவு நாளின் கோணத்துக்கு 1°, 32′ முன்னதாக இருக்கும். ஆனால் இந்த முன்னகர்வு தொடர்பான மாறுதல் பற்றிய எம். தெ லே க்ரான்ஜே[31] (M. De La Grange) மேற்கொண்ட வானவியல் ஆராய்ச்சியின்படி இந்த முடிவைக் கொஞ்சம் திருத்த வேண்டி இருக்கும். அதாவது ரோகினி நட்சத்திரத்தின் தீர்க்க ரேகை அளவுடன் 1°, 45′, 22″ ஐச் சேர்த்துக் கணக்கிட வேண்டும். அப்படி செய்தால் கலியுகத்தின் தொடக்கத்தில் அந்த நட்சத்திரத்தின் தீர்க்க ரேகையானது வெர்னல் ஈக்வினாக்ஸில் இருந்து 13′ விலகி இருக்கும். அதாவது இந்திய வானவியல் கணிப்பின்படியான 53′க்கு ஏகதேசம் ஒத்திசைவுடன் இருக்கும்.[32]

இந்த ஒத்திசைவானது மிகவும் அபாரமானது. பிராமணர்கள் பிற்காலத்தில் வானத்தை நேரடியாக ஆராய்ந்து அதில் கிடைத்த

வானவியல் கணிப்புகளின் அடிப்படையில் பின்னோக்கிக் கணக்கிட்டிருந்தால் இப்படிச்சரியாகக் குறிப்பிட்டு இருக்க முடியாது. நிலையான நட்சத்திரங்களின் நகர்வாக ஆண்டுக்கு 3'க்கு அதிகமாக அவர்கள் குறிப்பதால் *1491*-ல் இருந்து பின்னோக்கி கணக்கிட்டிருந்தால் நிலையாக இருக்கும் நட்சத்திரங்களை அவர்களுடைய கலியுக காலகட்டத்தில் இப்போது குறிப்பிட்டிருப்பதில் இருந்து 4° அல்லது 5° குறைவாகவே குறிப்பிட்டிருப்பார்கள். இது பிராமணர்களின் வானவியல் ஆய்வு பற்றிய முக்கியமான உண்மையை அழுத்தமாகச் சுட்டிக்காட்டுகிறது. இந்த ஒரே ஒரு ஆதாரம்தான் இருக்கிறது என்ற நிலை இருந்தால்கூட இந்திய நேரடி வானவியல் ஆராய்ச்சியானது கலியுகம் என்று சொல்லப்படும் காலகட்டம் அளவுக்கு நிச்சயம் பழமையானதுதான். பிந்தைய கால ஆராய்ச்சிகளை வைத்துக்கொண்டு பின்னோக்கிக் கணக்கிடப் பட்டதல்ல என்பதையே இது உணர்த்துகிறது.

23. கலியுகத்தின் தொடக்க கட்டத்தில் சூரியனும் சந்திரனும் எங்கே இருந்தன என்பதை இந்திய வானவியல் அட்டவணைகளைப் பயன்படுத்தியும் நவீன வானவியல் ஆய்வுகளை பயன்படுத்தியும் இப்போது பார்ப்போம். முதலில் சூரியனை எடுத்துக்கொள்வோம். இதிலிருந்து எந்தத் தெளிவான இறுதி முடிவுக்கும் வந்து விட முடியாது என்று அது தோன்றக்கூடும். திருவள்ளூர் மற்றும் கிருஷ்ணாபுரத்து அட்டவணைகளை ஒப்பிட்டு ஆராய்ந்த எம்.பெய்லி முதலாவது அட்டவணையின் மூல ஆதார காலகட்டமானது கிறிஸ்து பிறப்பதற்கு *3102* ஆண்டுகளுக்கு முன்பான பிப்ரவரி மாதம் *17 - 18*[33] தேதிகளின் நடு இரவு என்று குறிப்பிட்டிருக்கிறார். அந்த நேரத்தில்தான் சூரியன் மாறும் ராசி மண்டலத்தில் மேஷத்தினுள் பிரவேசிக்கிறது. அப்போது அதன் தீர்க்கரேகை 10^s, 6°. ஆனால், வானவியல் அட்டவணைகள் எல்லாம் குறிப்பிடவேண்டிய சூரியனின் கற்பித இடம் (Mean Place) இது அல்ல என்று பெய்லி கருதுகிறார்(Mean Place - சூரியனை பூமியானது நீள்வட்டப் பாதையில் சுற்றுகிறது. எனவே சூரியனுக்கும் பூமிக்குமான இடைவெளி எல்லா நேரங்களிலும் ஒரே மாதிரியாக இருக்காது. பூமிக்கும் சூரியனுக்கும் இடையிலான இடைவெளி மாறாததாக அதாவது பூமி சூரியனை வட்டமான பாதையில் சுற்றுவதாகக் கருதிக்கொண்டு பார்த்தால் சூரியனுடைய இடமாக ஒரு புள்ளி கிடைக்கும். இந்தக் கற்பிதமான புள்ளியே Mean Place எனப்படும்). கற்பித இடத்தில் இருந்து சூரியனின் மைய சமன்பாடு விலகல் அடிப்படையில் விலகி இருக்கும்.[34] அதாவது நீள்வட்டப்பாதையில் இருக்கும் உண்மையான இடத்தை (True Place) குறிப்பதாகக் கருதுகிறார்.

| 119 |

வானவியல் அட்டவணைகளை உருவாக்குவதில் மிகவும் மோசமான, நிபுணத்துவமே இல்லாத கணிப்பு இது என்பதை ஒருவர் புரிந்து கொள்ள வேண்டும். அது அப்படித்தான் குறிப்பிடப்பட்டிருக்கிறது என்று வைத்துக்கொண்டு பார்த்தால் சூரியனின் கற்பித இடமானது கலியுகத் தொடக்கத்தின்போது $10^s, 3°, 38', 13''$ ஆக இருந்திருக்கும். தே லா கய்லேயின் அட்டவணையின்படி அதே காலகட்டத்தில் சூரியனின் கற்பித தீர்க்க ரேகை (Mean Longitude) என்பது, இப்போது போலவே ஈக்வினாக்ஸ் முன்னகர்வு ஆண்டுக்கு $50'$ என சீராக இருப்பதாக வைத்துக் கொண்டு பார்த்தால், $10^s, 1°, 5', 57''$ ஆக இருந்திருக்கும். ஆனால் எம் தே லா கிராண்ஜே என்ன சொல்லி இருக்கிறார் என்றால் இன்றைய காலகட்டத்தைவிட ஈக்வினாக்ஸின் முன்னகர்தல் பழங்காலகட்டத்தில் குறைவாகவே கணக்கிடப் பட்டிருந்தது. எனவே, அவருடைய தீர்மானத்தின்படி இதற்கு முன்பு கண்டுபிடிக்கப்பட்டிருக்கும் சூரியனுடைய தீர்க்க ரேகையுடன் $1°, 45', 22''$ சேர்த்துக் கணக்கிடவேண்டும். அப்படியானால் அது $10^s, 2°, 51', 19''$, ஆக இருக்கும். அதாவது திருவள்ளூர் அட்டவணைகளில் இருந்து $47''$ மட்டுமே கூடுதல்.

அந்தப் பழங்கால அட்டவணை வெகு பழங்காலத்தைக் குறிப்பிடக் கூடியதுதான் என்பதற்கான வலுவான ஆதாரம் இது. ஆனால், சூரியன் இடத்தைக் கற்பித இடமாகக் கருதாமல் உண்மையான இடமாகக் கணக்கிட்டிருப்பதைக் கருத்தில் கொண்டு பார்த்தால், இந்த கணக்கீட்டுக்கு அதிக மரியாதை தர எனக்கு விருப்பம் இல்லை. நிலவின் இருப்பிடம் பற்றிய கணிப்பில் இப்படியான பிரச்னை எதுவும் இல்லை.

24. கலியுகத்தின் தொடக்கத்தில் (அதாவது பனாரஸ் பகுதியில் கிறிஸ்து பிறப்பதற்கு 3102 ஆண்டுகளுக்கு முன் பிப்ரவரி 17-18 தேதிகளுக்கு இடைப்பட்ட நடு இரவு) நிலவின் கற்பித இடமானது மேயரின் அட்டவணையில் இருந்து கண்டுபிடிக்கப்பட்டுள்ளது. இந்த நூற்றாண்டின் தொடக்கத்தில் நிலவின் இயக்கம் எப்படி இருந்ததோ அதுபோலவே எப்போதும் இருந்திருக்கும் என்ற யூகத்தின் அடிப்படையில் மேற்கொள்ளப்பட்ட இந்தக் கணக்கீட்டின்படி நிலவின் இருப்பிடம் அன்று $10^s, 0°, 51', 16''$.[35]

ஆனால், மேயர் நிலவின் நகர்வு பற்றி என்ன சொல்லியிருக்கிறா ரென்றால், நிலவின் சுழற்சி வேகமானது சிறிய அளவில் ஆனால், சீராக அதிகரித்துவருகிறது என்று கூறியிருக்கிறார். அதாவது நிலவின் கோண நகர்வானது ஒரு நூற்றாண்டுக்கு ஒருமுறை முந்தையதைவிட முந்தையதைவிட $9'$ அதிகரித்துக்கொண்டே வரும். எனவே, இந்த

4801 ஆண்டு இடைவெளியில் 5°, 45′, 44″ அதிகரித்திருக்கும். நிலவின் சரியான கற்பித இடத்தைக் கணக்கிட கலியுகத்தின் போது நிலவு இருந்த இடமாக இந்திய அட்டவணை குறிப்பிடுவதனுடன் இதையும் சேர்த்துக் கணக்கிடவேண்டும். அப்படியானால் அதனுடைய அந்த நேரத்தைய கற்பித இடம் 10^{s}, 6°, 37′ ஆக இருக்கும். அதே இடமானது திருவள்ளூர் அட்டவணையின்படிப் பார்த்தால் 10^{s}, 6°, 0′. இரண்டுக்குமான வித்தியாசம் ஒரு டிகிரியில் மூன்றில் இரண்டு பங்குக்கும் குறைவு. பன்னெடுங்காலத்து வானவியல் கணிப்பைப் பொறுத்தவரையில் இவ்வளவு ஒத்திசைவுடன் இருக்கிறதென்றால் அதுநிச்சயமாக அன்று அவர்கள் தமது கண்ணால் பார்த்துக் குறித்து வைத்ததாகவே இருக்கவேண்டும்.

25. இந்த முடிவை உறுதிப்படுத்த எம். பெய்லி அதே யுகத்தில் நிலவின் இடத்தை இந்திய வானவியலாளர்களுக்கு அந்தக் காலத்தில் கிடைத்திருக்க வாய்ப்புள்ள பிற நாட்டு அட்டவணைகளில் இருந்து கணக்கிட்டு ஒப்பிட்டும் பார்த்திருக்கிறார்.[36] தாலமியின் ஆய்வுகளை முதலில் எடுத்துக்கொண்டிருக்கிறார். பாபிலோனிய அரசர் நபோன்ஸரின் யுகத்தில் இருந்து கலியுகம் வரையான காலகட்டத்தை எடுத்துக்கொண்டு இந்திய எகிப்திய வருடங்களின் கால அளவு, அலெக்ஸாண்டிரியாவுக்கும் திருவள்ளூருக்கும் இடையிலான மெரிடியனில் இருக்கும் வித்தியாசம் ஆகியவற்றைக் கணக்கில் கொண்டு பார்த்தால் இந்திய அட்டவணைகளில் இப்போது குறிப்பிடப்பட்டிருப்பதில் இருந்து சூரியனின் தீர்க்கரேகை 10°, 21′, 15″ அதிகமாகவும் நிலவின் தீர்க்கரேகை 11°, 52′, 7″ இருப்பதைப் பார்க்கமுடிகிறது.[37]

3000 ஆண்டுகள் என்ற நீண்ட நெடிய காலகட்டம் அல்லாமல் குறைவான காலகட்டத்துக்குக்கூட பின்னோக்கி வானவியல் நட்சத்திரங்கள், கிரகங்களின் இருப்பிடத்தைக் கணிப்பது மிகவும் சிரமமான பணிதான். இதிலிருந்து இந்திய வானவியல் அட்டவணைகள் தாலமியின் ஆய்வுகளில் இருந்து எதுவும் இடம்பெறவில்லை என்பது உறுதிப்படுகிறது.

தைமூரிய அரசரும் வானவியலாளருமான உலுக் பேக்கின் வானவியல் அட்டவணைகள் எகிப்திய அட்டவணைகளைவிட மிகவும் துல்லியமாக இருக்கின்றன. இந்தியாவில் இருந்து அவ்வளவு தொலைவில் இல்லாத நாடும்கூட. கிருஷ்ணாபுரத்து அட்டவணைகளின் காலகட்டமான 1491க்கு ஒரு சில வருடங்கள்தான் முந்தையது.[38] அவர்களுடைய அட்டவணையின் மூல ஆதாரக் காலம் ஜூலை, 4, மதியம், 1437, சாமர்கந்த் பகுதியில் அளவிடப்பட்டது. எனினும்

மேலே குறிப்பிட்டிருக்கும் 1491 காலகட்டத்திலும் கூட இவை இந்திய அட்டவணைகளுடன் ஒத்திசைவு பெற்றிருக்கவில்லை. ஆனால், கிறிஸ்து பிறப்பதற்கு 3102 ஆண்டுகளுக்கு முந்தைய கலியுக காலகட்டத்திய வானவியல் அட்டவணையில் சூரியனின் இருப்பிடம் 1°, 30′ வித்தியாசத்துடனும் நிலவின் இருப்பிடம் 6° வித்தியாசத்துடனும் காணப்படுகின்றன. இதனால், இந்தியப் பழங்கால வானவியல் அட்டவணைகளானது தார்தாரியர்களிடம் இருந்தும் பெறப்பட்டதல்ல என்பது நிரூபணமாகிறது.

அரேபியர்கள் தமது வானவியல் அட்டவணைகளில் தாலமி குறிப்பிட்டிருப்பதுபோன்ற சூரிய, சந்திரனின் கற்பித இடங்களையே குறிப்பிட்டிருந்தனர். மிகப் பழங்காலத்திய சிரிஸோகோகா மற்றும் பிந்தைய நஸிரிதேன்[39] அட்டவணைகளில் பாரசீகர்களும் அவ்விதமே குறிப்பிட்டிருக்கின்றனர். எனவே, பிராமணர்களின் வானவியல் அட்டவணைகள் கிரேக்கர்களிடமிருந்தோ அராபியர்களிடமிருந்தோ பாரசீகர்களிடமிருந்தோ தார்தாரியர்களிடமிருந்தோ பெறப்பட்ட தல்ல என்பது இதில் இருந்து நிரூபணமாகிறது.

சியாம் அட்டவணைகளை மட்டுமே காஸினி ஆராய்ந்து பார்த்திருந்தார். இந்திய வானவியல் அட்டவணைகளின் தனித் தன்மையான அம்சங்கள் பற்றிப் பெரிதாக எதுவும் அவருக்குத் தெரிந்திருக்கவில்லை. எனினும் அவர் தனக்குக் கிடைத்த சொற்ப தரவுகளை வைத்தே இந்திய வானவியல் ஆய்வுகள் கிரேக்க தாலமியையோ பாரசீகர்களையோ யாரையும் சார்ந்திருக்கவில்லை என்று தெளிவாகக் குறிப்பிட்டிருக்கிறார். இந்திய வானவியல் அட்டவணைகள் கலியுக காலத்தில் குறிப்பிடும் சூரிய, சந்திரனின் அதி விலகல் புள்ளி, சூரியனுடைய மைய விலகல் சமன்பாடு இவை யெல்லாம் கிரேக்க, பாரசீக அட்டவணைகளில் இருந்து மிகவும் மாறுபட்டதாகவே இருக்கின்றன என்று குறிப்பிட்டிருக்கிறார்.[40]

26. இப்போது நிலவின் நகர்வில் இருக்கும் வேக மாறுபாடு பற்றிப் பார்ப்போம். திருவள்ளூர் அட்டவணைகள் போன்ற பழங்கால அட்டவணைகள் நிலவின் வேகத்தை இப்போது இருப்பதைவிடக் குறைவாக இருப்பதாகவே கணித்திருக்கும். அந்த அடிப்படையில் பார்த்தால், 4383 ஆண்டுகள் 94 நாட்களில் நிலவின் இடமானது கலியுகத்தின் மாறும் ராசிமண்டலத்தில் இருந்து 7^s, 2°, 0′, 7″, அல்லது 9^s, 7°, 45′, 1″ விலகிக் காணப்படும். மேயரின் ஆய்வுகளின்படி கணக்கிட்டுப் பார்த்தால் அதே காலகட்டத்துக்கான கற்பித நகர்வானது இதைவிட 2°, 42′, 4″ அதிகமாக இருக்கும்.[41] நிலவின் வேகம் கூடிக் கொண்டுவருகிறது என்று மேயர் குறிப்பிட்டிருக்கிறார். அந்த

வேகத்தின் அடிப்படையில் பார்க்கும்போது நிலவின் இடமானது வெகுவாகப் பின்தங்கியதாகவே தெரிகிறது.

பிற அட்டவணைகளைப் பொறுத்தவரை இது உண்மையல்ல. ஏனென்றால், நிலவின் 4383 ஆண்டுகள் 93 நாட்கள் நகர்வு தொடர்பாக திருவள்ளூரில் இருந்து கிடைத்த அட்டவணையில் இருந்து கிருஷ்ணாபுரத்தில் இருந்து கிடைத்த வானவியல் அட்டவணையில் நிலவின் நகர்வானது 3°, 2′, 10″ குறைவாக இருக்கிறது.[42] இவற்றின் அடிப்படையில் எம். பெய்லி முந்தைய அட்டவணையானது பிந்தைய பகுதி அட்டவணையைவிட மிகவும் பழமையானது என்ற முடிவுக்கு வருகிறார். மேலும் கிருஷ்ணாபுர வானவியல் அட்டவணைகளின்படி நிலவின் நகர்வானது மேலே குறிப்பிடப் பட்டிருக்கும் கால அளவில் மேயரின் அட்டவணையைவிட 5°, 44′, 14″ குறைவானது. இதுவே அவர்களைப் பொறுத்தவரை நிலவின் வேகத்தில் ஏற்பட்ட மாறுபாடு.

27. இப்போது இதையே மேயரின் அட்டவணைப்படிக் கணக்கிட்டுப் பார்த்தால் அதாவது கலியுகத் தொடக்கத்தில் இருந்து 4383 ஆண்டுகள் 94 நாட்களில் நிலவின் சுழற்சி சீரானதாக இருந்தால் அதன் கோண நகர்வு எவ்வளவு குறைவாக இருக்கும் என்று கணக்கிட்டபோது அது 5°, 43′, 7″ என்று தெரியவந்திருக்கிறது. முந்தையதைவிட 1′, 7″ அளவு குறைவு. அப்படியாக கிருஷ்ணாபுரத்து வானவியல் அட்டவணை களில் நாலாயிரம் ஆண்டுகளுக்கு மேலான நகர்வு தொடர்பாக 1′, 7″ வேகம் சார்ந்த திருத்தம் செய்துகொண்டாலே மேயரின் வானவியல் கணிப்புகளுடன் ஒத்துப்போகின்றன. இவ்வளவு துல்லியமாகக் கணிக்கப்பட்டிருப்பதால் இந்த அட்டவணைக்கு ஆதாரமாக அமைந்த வானவியல் ஆராய்ச்சியானது கலியுக காலத்தைவிடப் பழமையானதாக இருக்க முடியாது என்பதற்கு மிக அதிக சாத்தியக்கூறு இருக்கிறது. கணிதவியல் வளர்ச்சியின் அடிப்படையில் பார்த்தால் அந்தக் காலகட்டத்தைக்குப் பிந்தையதாக அதுவும் கிறிஸ்து பிறப்புக்கு 2000 ஆண்டுகளுக்கு முந்தையதாக இருக்கவும் முடியாது என்றும் தோன்றுகிறது.[43]

28. இந்திய ஐரோப்பிய வானவியல் கண்டுபிடிப்புகளில் இருக்கும் பல ஒற்றுமைகளில் இதுவும் ஒன்று. அந்த ஒப்புமைகளை ஆராய்ந்து சொல்லியிருக்கும் வரலாற்றாய்வாளர்கள் நிலவின் நகர்வின் வேக மாற்றத்தின் அடிப்படையில் இதைச் சொல்லியிருப்பதால் மிகவும் தீர்மானகரமான முடிவாகவே இதை எடுத்துக்கொள்ளலாம். ஏனென்றால் அந்த வேக மாற்றமானது நவீன கால வான் ஆராய்ச்சிகளின் முடிவுகளுடன் பழங்கால ஆராய்ச்சியை ஒத்திசைவு

பெறவைக்கச் செய்யப்பட்ட கணக்கியல் சமன்பாட்டு அலகு அல்ல. ஈதரின் தடை அல்லது புவியிர்ப்பு விசை சென்றடையத் தேவையான கால அளவு என்பது போன்ற கற்பிதமான கணிப்பும் அல்ல. எம்.தெ லா ப்ளேஸின்[44] புவீஈர்ப்பு தொடர்பான கோட்பாட்டின் மூலமும் எம்.தெ லா க்ரான்ஜே கண்டிபிடித்த பூமியின் சுற்றுப்பாதையின் நீள்வட்ட வடிவம் தொடர்பான சமன்பாடு ஆகியவற்றின் அடிப்படையிலும் கண்டுசொல்லப்பட்ட விஞ்ஞானபூர்வமான கணிப்பு.

அப்படியாக நிலவின் சுழற்சி வேகமானது கிரகங்களின் நகர்வுகளினால் மறைமுகமாக பாதிக்கப்பட்டு அதிகரித்திருக்கிறது. அந்த வேகமானது நிலவானது நீள்வட்டப் பாதையில் சுழல்வதால் மாறி மாறிக் கூடிக் குறைந்து வருகிறது. பூமியைச் சுற்றிய நிலவின் நகர்வை சூரியனானது கோணங்களில் ஏற்படும் கூடுதல் குறைவுக்கு ஏற்ப பாதிக்கிறது. நீண்ட காலகட்டத்தை எடுத்துப் பார்க்கும்போது இந்த மாற்றமானது நிலவின் சுழற்சி வேகத்தில் ஏற்பட்ட அதிகரிப்பு போல் இறுதிவிளைவாகத் தோன்றக்கூடும். ஆனால், இந்த மாற்றம் மிக மிக குறைவாக மிக மிக மெதுவாக நடந்து வந்திருக்கிறது.

நிலவின் சுழற்சி வேகத்தில் ஏற்படும் மாற்றத்தைக் கணக்கிட எம்.தெ லா ப்ளேஸ் ஒரு சூத்திரத்தை வடிவமைத்திருக்கிறார். இது கோட்பாட்டுரீதியான கணக்கீடுதானென்றாலும் மேயர் நேரடியாகப் பார்த்து உருவாக்கிய கணிப்பைவிட மிகவும் துல்லியமாக இருக்கிறது.[45] முந்தைய கணக்கீடுகளுக்குப் பதிலாக இதை நான் பயன்படுத்தினால் நிலவின் இருப்பிடம் தொடர்பான மாறுபட்ட அளவைத் தரும் என்றாலும் அது பொதுவான தீர்மானத்தை பாதிப்பதாக இருக்காது.

கலியுகக் காலகட்டத்தில் இருந்து *4383* ஆண்டுகள் கழித்த பிறகு நிலவின் வேகமானது மேயருடைய கணக்குகளைவிட 17′, 39″, அதிகமாக இருக்கிறது. எனவே, கிருஷ்ணாபுரத்து வானவியல் அட்டவணைகளில் இருந்து 16′, 32″, அதிகமாக இருக்கிறது. இவ்வளவு ஒத்திசைவுடனான முடிவுகள் கிடைத்திருப்பது இந்தக் கோட்பாட்டின் துல்லியத்தையும் இந்த அட்டவணைகளின் நம்பகத்தன்மையையும் அழுத்தமாகக் காட்டுகின்றன.

இந்துஸ்தானில் இப்படியான வான் ஆராய்ச்சிகள் மேற்கொள்ளப் பட்ட காலகட்டத்தில் ஐரோப்பாவின் பெரும்பகுதி மக்கள் வசிக்கத் தொடங்காத வனாந்தரமாக இருந்தது. அல்லது ஐரோப்பியர்கள் காட்டுமிராண்டிகளாக இருந்தனர். ஐந்தாயிரம் ஆண்டுகள் கழித்து ஐரோப்பியாவில் உருவான ஈர்ப்பு விசை தொடர்பான நுட்பமான ஆய்வுகளில் இருந்து கிடைத்த தரவுகள் எல்லாம் ஐந்தாயிரம் ஆண்டுகளுக்கு முந்தைய இந்திய வானவியல் ஆராய்ச்சி முடிவுகளை

உறுதிப்படுத்துவதாக இருப்பதென்பது மனித குலத்தின் விஞ்ஞான வளர்ச்சியின் அற்புதமான எடுத்துக்காட்டாக விளங்குகிறது.

29. வானத்து நட்சத்திரம், கிரகங்களின் இருப்பிடங்கள், தோற்ற நகர்வுகள், கற்பித நகர்வுகள் இவற்றில் மட்டுமல்ல, ஆண்டின் கால அளவு, வான் பொருட்களின் நீள் வட்டப் பாதை, சூரிய நகர்வில் இருக்கும் மாறுபாடுகள் ஆகியவற்றை எம். தெ லா கிரான்ஜேயின் கோட்பாடுகளில் இருந்த கிடைத்தவற்றுடன் ஒப்பிட்டுப் பார்த்தாலும் அதே அபாரமான துல்லியமான ஒத்திசைவு இருப்பதைப் பார்க்க முடிகிறது. நமது ஆய்வுகள் இந்திய வானவியல் ஆய்வுகளுக்குப் பெருமளவுக்குக் கடன்பட்டுள்ளன. வானவியல் நிகழ்வுகள் எல்லாமே குறிப்பிட்ட ஒழுங்குக்குள் மீண்டும் அப்படியே நடக்கக் கூடியவை என்ற அவர்களுடைய கண்டுபிடிப்பானது மிகவும் முக்கியமானது. எல்லாமே மாறிக்கொண்டே இருக்கும்; அதே நேரம் இப்போது இருக்கும் அதே நிலைக்குக் குறிப்பிட்ட கால கட்டத்துக்குப் பிறகு திரும்பிவரும். எந்தவித மாறுதலும் இல்லாமல் எந்தவித பிழையும் இல்லாமல் அதே பழைய நிலைக்குத் திரும்பும். ஒரு ஆண்டானது அதே கால அளவைக் கொண்டதாக மீண்டும் வருவதற்கு அல்லது சூரியனின் அமைப்பு, நகர்வு அதே போல வருவதற்கு நீண்ட காலகட்டம் (யுகம்) எடுத்துக்கொள்ளும்.[46] எனவே, மிகவும் அநாதியானது என்று சொல்லப்படும் இந்திய வானவியல் கணிப்புகள் போன்றவை நம்முடைய நவீன காலக் கணிப்புகளில் இருந்து நிச்சயம் மாறுபட்டே காணப்படும்.

இந்த மாறுபாடுகள் எல்லாம் ஒரு ஒழுங்குக்கு உட்படாதவையாக இருந்தால் இவற்றைப் பிழையான கணிப்பு என்றே சொல்ல வேண்டியிருக்கும். ஆனால், நமது கோட்பாட்டின்படியான முறையான மாறுபாடுகளை அடைந்தால் அவை கணிப்புகளின் துல்லியத்தன்மையை உணர்த்துவதாகவே இருக்கும்.

எம். பெய்லி செய்ததுபோலவே நாமும் மேலே சொல்லியிருப்ப வற்றில் எது நடக்கிறது என்று பார்ப்போம்.[47]

30. நாம் முன்பே பார்த்தபடி கலியுகத்தைத் தனது மூல ஆதாரக் காலகட்டமாகக் கொண்டிருக்கும் கிருஷ்ணாபுர வானவியல் அட்டவணையில் ஒரு நட்சத்திர வருடம் என்பது 365^d, 6^h, 12′, 30″ அளவைக் கொண்டது. எனவே அதன் சூரிய வருடம் என்பது 365^d, 5^h, 50′, 35″ ஆக இருந்தது. அது தெ லா கைலியின்[48] கணிப்புகளைவிட இது 1′, 46″ அதிகம். இன்றைவிட சூரிய வருடம் அன்று அதிகம். நட்சத்திர வருடம் அதாவது பூமி தன் சுழற்சியில் ஒரே இடத்துக்கு மீண்டும் வர எடுத்துக்கொள்ளும் கால அளவு மாறவே செய்யாது.

எனினும் சூரிய வருடமானது ஈக்வினாக்ஸ் ப்ரிசிஷனால் (சுழல் அச்சு மாறுபாட்டினால்) சிறிய அளவு பாதிக்கப்படும். அந்த விலகல் 3′, 40″-ஐ ஒருபோதும் தாண்டாது. மிகவும் மெதுவாகவே அந்த மாற்றம் நிகழும்.

இந்த மாற்றத்தைக் கணக்கிட எம். தெ லா கிரான்ஜே ஓர் அற்புதமான விதிமுறையைக் கண்டுபிடித்திருக்கிறார். முன்பே குறிப்பிட்ட அற்புதமான நூலில் அது இடம்பெற்றிருக்கிறது.[49] அதன்படி கிறிஸ்து பிறப்பதற்கு 3102 ஆண்டுகளுக்கு முந்தைய கலியுகமானது இந்த நூற்றாண்டின் தொடக்க வருடத்தைவிட 40½″ அதிகம்.[50] எனவே திருவள்ளூர் வானவியல் அட்டவணைகளைவிட 1′, 5½″ அதிகம்.

31. ஆனால், வருடங்களின் கால அளவானது ஒன்றுக்கொன்று நீண்ட இடைவெளி கொண்ட காலகட்டங்களை (யுகங்களை) ஒப்பிட்டுக் கணக்கிடப்பட்டிருக்கிறது. அதில் ஏற்படும் ஒத்திசைவு திருவள்ளூர் வானவியல் அட்டவணைகளில் ஏற்படுவதுபோல் இன்னும் இசைவுடன் இருக்கவேண்டுமென்றால் அந்த ஒப்பீட்டு இடைவெளியானது சில யுகங்களாக இருக்கவேண்டும்.

எம். பெய்லி என்ன சொல்கிறாரென்றால், கலியுகம் என்று பிராமணர்கள் அடிக்கடிக் குறிப்பிடும் யுகத்துக்கு தொட்டடுத்த 2400 வருடங்களுக்கு முன்பாக இந்த நேரடி ஆய்வுகள் மேற்கொள்ளப் பட்டிருந்தால், பின்னோக்கி கணக்கிடுகையில் ப்ரிசஷன் ஆஃப் ஈக்வினாக்ஸ் மாறும் என்பதையும் கணக்கில் கொண்டால், அதில் பாதி அளவில் அதாவது கலியுகத்துக்கு முந்தைய 1200 ஆண்டு அளவில் ஒரு ஆண்டின் அளவு 365^d, 5^h, 50′, 41″ ஆக இருக்கும். அதாவது திருவள்ளூர் வானவியல் அட்டவணையில் சொல்லப்பட்டிருப்பதுடன் அப்படியே முழுவதுமாக ஒத்துப் போவதாக இருக்கும். இதிலிருந்து சூரிய வருடம் தொடர்பான இந்தக் கணிப்பானது கலியுகத்தில் இருந்து 1200 வருடங்கள் இன்னும் பழமையானது. அதாவது கிறிஸ்து பிறப்பதற்கு 4300 வருடங்களுக்கு முந்தையது என்ற முடிவுக்கு இயல்பாக வந்து சேர முடியும் என்று எம். பெய்லி குறிப்பிட்டிருக்கிறார்.[51]

32. எனினும் இந்த முடிவை ஏற்றுக்கொள்வது கடினம். எம்.பெய்லியும் இதை அவ்வளவு உறுதியாக நம்பியிருக்கவும் இல்லை. மேலே குறிப்பிட்டிருக்கும் வேகத்தில்தான் ஈக்வினாக்ஸ் ப்ரிசிஷன் இருந்திருக்கும் என்று உறுதியாகச் சொல்ல முடியாது.[52]

எம். தெ லா கிரான்ஜேயின் சூத்திரத்தின்படிப் பின்னோக்கிக் கணக்கிட்டுப் பார்த்தால், சூரிய வருடத்தின் மாறுபாடானது கலியுகத்தின் தொடக்கத்தில் இந்த மாறுபாடுகளின் உச்சிப்புள்ளியை

எட்டியிருப்பதைக் காணமுடியும். பல நூற்றாண்டுகள் கழிந்த பிறகே இந்த நிலையை எட்டியிருக்க முடியும். அந்தப் புள்ளியில் சூரிய வருடமானது முன் எப்போதும் இல்லாத அளவுக்கு அல்லது பல யுகங்களுக்கு முன்பாக இருந்ததுபோல் நீண்ட கால அளவைக் கொண்டதாக இருந்திருக்கும். இன்றைய சூரிய வருடத்தின் கால அளவைவிட 40½" அதிகமாக இருந்திருக்கும். ஆனால், கிறிஸ்துவின் பிறப்புக்கு 5500 ஆண்டுகளுக்கு முன்பாக அந்த வித்தியாசம் பெய்லியின் கணிப்புப்படியான 2', 50" க்குப் பதிலாக வெறும் 29" மட்டுமே அதிகம். அந்த 2400 ஆண்டு கால இடைவெளியில் ஒரு வருடத்தின் கால அளவில் இருக்கும் வித்தியாசமானது இந்த இரண்டு எல்லைகளுக்கு இடைப்பட்டதாகவே இருக்கும். எனவே பழங்கால அட்டவணைகளில் பிழைகளுக்கான அளவானது 1', 5"-க்குக் குறைவாக ஆக வாய்ப்பில்லை. இவ்வளவு சிறிய பிழை என்பது அந்த இந்திய வானவியல் அட்டவணைகள் மிகப் பழங்காலத்தைச் சேர்ந்தவையாகவே இருக்கக்கூடும் என்பதோடு அவற்றின் துல்லியத் தன்மையையும் ஓரளவுக்கு உறுதிப்படுத்துவதாக இருக்கின்றன.

33. சூரியனின் மையம் தொடர்பான சமன்பாடு இந்திய வானவியல் அட்டவணைகளில் கலியுகக் காலத்துக்கும் முந்தையதாக இருக்கிறது. இந்த அட்டவணைகளில் அந்த சமன்பாட்டின் உச்ச பட்ச புள்ளியாக 2°, 10', 32" இருக்கிறது. எம். தெ லா கைலியைப் பொறுத்தவரை அது 1°, 55½'. அதாவது பிராமணர்களின் கணிப்பைவிட 15' குறைவு. எம். தெ லா கிரான்ஜே குறிப்பிட்டிருப்பதுபோல் பூமியின் நீள்வட்டச் சுற்றுப்பாதையைச் சார்ந்து இருக்கும் சூரியனின் மையச் சமன்பாடு கூடிக் குறைந்து காணப்படும். ஒட்டுமொத்தமாக பல காலமாக அது குறைந்துகொண்டேயும் வந்திருக்கும். கிறிஸ்து பிறப்பதற்கு 3102 ஆண்டுகளுக்கு முன்பாக அந்த மையச்சமன்பாடானது 2°, 6', 28½" ஆக இருந்திருக்கும். அதாவது பிராமணர்களின் வானவியல் அட்டவணை களைவிட 4' மட்டுமே குறைவு. கலியுகத்துக்கு முந்தைய காலகட்டத்து நேரடி ஆய்வுகளின் அடிப்படையில் கணிக்கப் பட்டதாக இருந்தால் இந்த சூரிய மையச் சமன்பாடானது மேலும் ஒத்திசைவுடன் இருக்கும். கலியுகத்துக்கு 1200 ஆண்டுகளுக்கு முன்பான ஆய்வு என்றால் அதாவது நமது காலகட்டத்தைவிட 4300 ஆண்டுகளுக்கு முன்பான ஆய்வு என்றால் எம். தெ லா கிரான்ஜேயின் கணிப்பின்படி அந்த சூரிய மையச்சமன்பாடு 2°, 8', 16" ஆக இருக்கும். இந்திய வானவியல் ஆய்வானது அந்த அளவுக்குப் பழமையானது என்றால் இந்த சமன்பாடு சார்ந்து அதன் பிழை என்பது வெறும் 2' மட்டுமே.[53]

34. வான் பொருட்களின் சுழற்சிப் பாதையின் சாய்மானம் (obliquity of the ecliptic) தொடர்பாகவும் இந்திய வானவியல் கணிப்புகளுக்கும் ஐரோப்பியக் கணிப்புகளுக்கும் இடையில் வித்தியாசம் இருக்கிறது. ஆனால், இந்திய வானவியல் கணிப்புகள் மிகப் பழமையான காலத்தைச் சேர்ந்தவை என்பதால் அந்த வித்தியாசம் இருக்கத்தான் செய்யும். பிராமணர்கள் சுழற்சிப் பாதையின் சாய்மானமாகக் கணித்துச் சொல்லியிருப்பது 24° தெ.லா கிரான்ஜே கணிப்பின் படி சாய்மானம் சார்ந்த மாறுபாடு[54] 22', 32". கி.பி. 1700-ல் இருந்த சாய்மானத்துடன் இதைச் சேர்த்தால் 23°, 28', 41" என்று வரும். நமது காலகட்டத்துக்கு 3102 ஆண்டுகளுக்கு முன்பாக என்று பார்த்தால் இது 23°, 51', 13", ஆகவரும். அதாவது இந்திய வானவியலாளர்கள் கணித்ததில் இருந்து 8', 47" குறைவு.

ஆனால், சூரியனின் மையச் சமன்பாடு தொடர்பாக நாம் கருதியது போலவே, இந்தக் கணிப்புகள் கலியுகத்துக்கு 1200 ஆண்டுகளுக்கு முன்பாகச் செய்ததாக வைத்துக்கொண்டால் சுழற்சிப்பாதையின் சாய்மானம் என்பது 23°, 57', 45" ஆக இருக்கும். அப்படியானால் இந்திய வானவியல் கணிப்புக்கும் ஐரோப்பியக் கணிப்புக்கும் இடையிலான வித்தியாசம் வெறும் 2' மட்டுமே.[55]

35. இப்படியாக டிராபிகல் வருடத்தின் அளவு, சூரியனின் மையச் சமன்பாடு, சுழற்சிப் பாதையின் சாய்மானம் இவை தொடர்பான இந்திய பழங்கால வானவியல் கணிப்புகள் எல்லாம் நமது காலகட்டத்துக்கு 3102 ஆண்டுகள் அல்லது அதற்கும் முந்தைய காலகட்டத்துக் கணிப்புகளுடன் ஒத்திசைவுடன் இருக்கின்றன. ஒன்றுக்கொன்று தொடர்பு இல்லாத மூன்று விஷயங்களில் இப்படியான ஒத்திசைவு இருப்பதென்பது நிச்சயம் தற்செயலானது அல்ல.

இந்த மூன்று விஷயங்கள் தொடர்பாக பழங்கால இந்திய வானவியலாளர்களின் கணிப்புகளுக்கும் நம்முடைய நவீன காலக் கணிப்புகளுக்கும் இடையிலான வேறுபாடானது தனித்தனியானதாக இருந்தால் கணிப்பில் உள்ள குறை என்று சொல்லலாம். ஆனால், இந்த மூன்று வேறுபாடுகளும் ஓர் குறிப்பிட்ட ஒழுங்குக்குள் இப்படியான குறைவான வித்தியாசத்துடன் இருப்பது எப்படி என்பது புரியவில்லை. இவற்றை வைத்துப் பார்க்கும்போது, இந்திய வானவியலானது மேலே சொல்லப்பட்டிருக்கும் கலியுகக் கால அளவுக்கு அல்லது அதுபோல் குறிப்பிடப்பட்டிருக்கும் பிற கால அளவுக்கு நிச்சயம் பழமையானதுதான் என்ற நம்பமுடியாத முடிவுக்கே வரவேண்டியிருக்கும்.

36. கிருஷ்ணாபுர வானவியல் அட்டவணையில் இடம்பெற்றிருக்கும் நட்சத்திரங்கள், கிரகங்கள் பற்றிய தகவல்களை அடிப்படையாக வைத்து எம். பெய்லி மேற்கொண்ட ஆய்வுகளை நாம் பார்த்தால் அவை இந்தத் தீர்மானங்களுக்கு வலு சேர்க்கவே செய்யும்.[56] ஆனால் இந்த ஆய்வுக்கட்டுரை ஏற்கெனவே மிக நீளமாகிவிட்டதால் ஒரு சில முக்கியமான விஷயங்களை மட்டுமே சொல்கிறேன்.

1491 ஆண்டைச் சேர்ந்த இந்த அட்டவணைகளில் சூரியன், நிலவின் கற்பித நகர்வுகள் மிகத் துல்லியமாகக் குறிப்பிடப்பட்டுள்ளன. அதே நேரம் தாலமியின் கணிப்புகளில் இருந்து அல்லது இங்கு குறிப்பிட்டிருக்கும் வேறு எந்த வானவியலாளரிடமிருந்தும் எதையும் எடுத்துக்கொண்டிருக்கவில்லை என்றும் தோன்றுகிறது. சீக்ரம் (schigram) மந்தனம் (manda) என இரண்டு வித்தியாசங்கள் இந்திய வானவியல் கணிப்பில் ஒவ்வொரு கிரகத்துக்கும் தனித்தனியே குறிப்பிடப்பட்டிருக்கின்றன.[57] முதலாவது, நாம் பூமியின் பாதையில் தென்படும் இடமாறு தோற்றப்பிழை (parallax of earth's orbit) என்று குறிப்பிடுவதற்கு சமமாக இருக்கிறது. கிரகங்களின் உண்மையான சுழற்சியினால் அல்லாமல் ஆய்வு செய்பவரின் பார்வைக்குத் தோன்றும் மாறுபாடுகள் இவை. இந்திய வானவியலில் இது சரியான காரணத்தினால் புரிந்துகொண்டு மேற்கொள்ளப்பட்டிருக்கிறதா ஒரு கிரகத்தின் முழுச்சுழற்சி (epicycle) தொடர்பாகக் கணக்கிடப் பட்டிருக்கிறதா என்பது பற்றிய குறிப்புகள் இந்திய அட்டவணையில் இல்லை. ஆனால், கிரகங்களின் நகர்வு தொடர்பான கணிப்புகளில் அது பயன்படுத்தப்பட்டிருக்கும் விதமும் சுழல் பாதையின் வெவ்வேறு புள்ளிகளில் அதைக் கணக்கிட்டிருக்கும் விதமும் அதி துல்லியமாக உண்மை அளவுகளுக்கு மிகவும் நெருக்கமாகவே இருக்கின்றன.

வேறொரு வித்தியாசமானது கிரகங்களின் நீள் வட்டச் சுழற்சியினால் ஏற்படக்கூடியது. புதன் கிரகத்தின் சுழற்சி சம்பந்தமான கணிப்புகள் மட்டுமே பிழையானதாக இருந்தன. உலகின் அனைத்து நாட்டு வானவியலாளர்களும் அதில் தவறு செய்திருக்கிறார்கள். இந்த மாறுபாடானது நிலவு, சூரியனின் விஷயத்தைப் போலவே அந்த கிரகங்களின் அதி மெதுவான நகர்வுப்புள்ளி அல்லது aphelion (சேய்மை நிலை) என்று நாம் அழைக்கும் புள்ளி சார்ந்தது. மேலும் அதில் இருந்து 90° தொலைவில் உச்சியை எட்டுவதாகவும் இருக்கும்.

கற்பித வட்டச்சுற்றுப்பாதை, உண்மையான நீள்வட்டச்சுற்றுப்பாதை சார்ந்த இந்த மாறுபாடுகளுக்கு இந்திய வானவியலாளர்கள் கொடுத்திருக்கும் பெயர்களின் வேர்ச்சொற்கள், சொல் உருவாக்க வழிகளைத் தெரிந்துகொள்ள முடிந்தால் எந்தக் கோட்பாட்டின்

அடிப்படையில் இந்த வானவியல் அட்டவணைகளை வடிவமைத்திருக்கிறார்கள் என்பது தெரியவரும். aphelion (சேய்மை நிலை), ஹீலியோ செண்ட்ரிக் (சூரிய மையக் கோட்பாடு), ஜியோ செண்ட்ரிக் (புவி மையக் கோட்பாடு) என்பது போல் நாம் பயன்படுத்தும் வார்த்தைகள் கோப்பர் நிக்கஸின் ஆய்வுகளை அடிப்படையாகக் கொண்டவை. இந்திய வானவியல் கலைச் சொற்களின் ஆதார மூலம் தெரியவந்தால் அவை எந்த அடிப்படையைக் கொண்டவை என்பது தெரியவரும்.

37. ஒரு கிரகத்தின் கற்பித இடம் தொடர்பான கணக்கியல் திருத்தங்களுக்கு இந்த இரண்டு மாறுபாடுகளை பயன்படுத்துவதில் இந்திய, ஐரோப்பிய வானவியல் விதிகள் ஒரே மாதிரியாகவே இருக்கின்றன. பெரிய கிரகங்கள் சம்பந்தப்பட்ட ஆய்வுகளில் மந்தனச் சமன்பாட்டைக் கணக்கிட மீன் அனொமலியைப் (Mean anomaly கோண விலகல்) பயன்படுத்துவதில்லை. அதற்கு பதிலாக ஒரு பாதியில் சீக்ரம் சார்ந்த கணிப்பு மறுபாதியில் மந்த கதி சமன்பாடு சார்ந்த கணிப்பு ஆகியவற்றின் மூலம் கிடைக்கும் கோண விலகலைப் (ஒரு கிரகம் தன் சுழற்சிப் பாதியில் சூரியனுக்கு மிக அருகில் வரும் புள்ளியில் இருந்து தற்போது இருக்கும் தொலைவு - கோணம்) பயன்படுத்துகிறார்கள்.[58] இதன் மூலம் கிடைக்கும் மையச் சமன்பாட்டின்படி அந்த கிரகத்தின் கற்பித தீர்க்கரேகைக்கான திருத்தம் செய்துகொள்ளப்படுகிறது. அதன் மூலம் அந்த கிரகத்தின் சூரிய மைய இடம் கண்டுபிடிக்கப்படுகிறது. அதனுடன் ஆண்டு சுழற்சியின் இடமாறு தோற்றப்பிழை சேர்க்கப்பட்டு அந்த கிரகத்தின் புவி மைய இடம் கண்டுபிடிக்கப்படுகிறது. இந்தக் கணக்கீடுகளில் ஒரே ஒரு சிக்கல்தான் வருகிறது. இந்த அட்டவணைகளில் இருந்து மையச் சமன்பாடுகளைக் கண்டுபிடிப்பதில் சிரமம் இருக்கிறது.

கணக்கீடுகளில் வரும் சில குறைபாடுகளைச் சரிசெய்யும் நோக்கில் இந்தச் சமன்பாடு பயன்படுத்தப்படுகிறது. அது பொதுவாக வேறு வகையில் நேரடிக் கணிப்பின் மூலமும் கண்டுபிடிக்கப்படும். எம்.பெய்லியின் மேதமை மிகுந்த விளக்கங்களுக்குப் பிறகும் அதைப் புரிந்துகொள்வது சிரமமாகவே இருக்கிறது.

38. சிறிய கிரகங்களின் இருப்பிடத்தைக் கணக்கிடுவது பெரிய கிரகத்தின் இடத்தைக் கண்டுபிடிப்பதுபோலவே இருக்கிறது. எனினும் மந்த சமன்பாடு அல்லது மையச் சமன்பாடானது கிரகத்தின் கற்பித இடத்தைச் சரி செய்ய அல்லாமல் சூரியனின் கற்பித இடம் தொடர்பான திருத்தத்துக்குப் பயன்படுத்தப்படுகிறது. அப்படியாக சூரியனின் கற்பித இடம் சரிசெய்யப்பட்ட பிறகு சீக்ர சமன்பாட்டில்

அது பயன்படுத்தப்பட்டு அந்த கிரகத்தின் புவி மைய இடம் கண்டுபிடிக்கப்படுகிறது.[59] இதிலிருந்து என்ன தெரியவருகிற தென்றால், சிறிய கிரகங்கள் சுற்றிவரும் பாதையானது சூரியனைப் பொறுத்தவரையில் ஒரே மாதிரியான நகர்வைக் (இடைவெளியைக்) கொண்டதாகவே இருக்கும். ஆனால், அது சூரியனுடைய உண்மையான இடத்தில் இருந்து விலகிய புள்ளியா அல்லது சரியான இடமேதானா, நகர்வு சார்ந்ததா அல்லது நிலையானதாகக் கருதப்படும் புள்ளியா என்பதெல்லாம் கணிக்கப்படவில்லை. இந்த விஷயத்தில் இந்திய வானவியலில் தாலமி, டைகானிக், கோப்பர் நிக்கஸ் ஆகியோரின் கணிப்புகளுக்கு இணையான ஒரு நிலையே காணப்படுகிறதா இல்லையா என்பது நமக்கு உறுதியாகத் தெரியவில்லை.

39. இந்த அட்டவணைகளில் கிரகங்களின் நிலையானது கி.பி.*1491* ஆண்டை அடிப்படையாகக் கொண்டு கணக்கிடப்பட்டிருக்கிறது என்றாலும் கலியுகக் காலகட்டத்துடன் தொடர்புபடுத்தப்பட்ட தாகவும் இருக்கிறது. கலியுக முதல் வருடத்தில் அந்த கிரகங்கள் எங்கு இருந்தன என்பதைக் கணக்கிட்டுப் பார்த்தால் அவை எல்லாமே மாறும் ராசிமண்டலத்தின் தொடக்கபுள்ளியில் சூரியனுடன் நேர்கோட்டில் இருந்ததாகத் தெரிகிறது. அவற்றின் பொதுவான தீர்க்கரேகை 10^s, 6°.[60] நமது வானவியல் அட்டவணைகளைப் பொறுத்தவரை புத கிரகம் தவிர மீதி கிரகங்கள் அனைத்தும் சூரியனுடன் ஒரே நேர்கோட்டில் இருப்பதாகத் தெரிகிறது. ஆனால், இந்திய வானவியலாளர்கள் குறிப்பிட்டிருப்பதுபோல் அவ்வளவு துல்லியமான நேர்கோட்டில் இருந்திருக்கவில்லை.

எல்லா கோள்களும் ஒரே நேர்கோட்டில் வரும் காலகட்டத்தை அன்று கண்ணால் பார்த்துக் கண்டுபிடித்திருக்க முடியாது. ஆனால், இதைவைத்து இந்திய அட்டவணைகளின் நம்பகத்தன்மையை நாம் முற்றாக நிராகரித்துவிடமுடியாது. ஆனால் அந்த யுகத் தொடக்கம் தொடர்பான சில கற்பனைக் கதையாடல்கள், இயற்கையே இப்படி ஒரு மாபெரும் யுகத் தொடக்கத்தை வித்தியாசப்படுத்திக் காட்டி இருக்கக்கூடிய விதம் இவையெல்லாம் பிராமணர்களின் வானவியல் கணிப்புகளைப் பாதித்திருக்கின்றன. எனினும் பிராமணர்களின் வானவியல் கணிப்புகளுக்கும் ஈர்ப்புவிசைக் கோட்பாட்டுக்கும் இடையில் சில ஒத்திசைவுகள் காணப்படுகின்றன. இதை நாம் மறந்துவிடக்கூடாது.

40. ஜூபிடரின் aphelion புள்ளி (சூரியனில் இருந்து அதி தொலைவில் இருக்கும் புள்ளி) என்பது *1491*-ல் ராசி மண்டலத்தின் தொடக்க

கட்டத்தில் 5^s, 21°, 40′, 20″, தீர்க்கரேகையாக இருந்தது. அதில் இருந்து *2,00,000* ஆண்டுகளில்[61] இந்த அட்டவணைகளில் 15° பின்னோக்கி நகர்ந்திருக்கும். கிறிஸ்து பிறப்பதற்கு *3102* ஆண்டுகளுக்கு முன்னதாக, ஜுபிடரின் அதி தொலைவுப்புள்ளியின் தீர்க்கரேகை யானது 3^s, 27°, 0′ ஈக்வினாக்ஸ் கணக்கீட்டின்படி ஆக இருந்திருக்கும். எம்.தெ லா லாந்தேயின் கணக்குகளின்படிப் பார்த்தால், இது 3^s, 16°, 48′, 58″; அதாவது பிராமணர்களின் அட்டவணைப்படிப் பார்க்கும் போது *10°* வித்தியாசம் இருக்கிறது. ஆனால், விழாயன் கிரகத்தின் நகர்வுகள் சனி கிரகத்தின் மூலம் வெகுவாகப் பாதிக்கப்படும் என்பதைக் கவனத்தில் கொள்ளவேண்டும். எம்.தெ லா லாந்தே இதைக் கணக்கில் கொண்டதாகத் தெரியவில்லை. எனவே பிராமணர்களின் இந்த கணிப்பு தொடர்பாக எந்த தீர்மானத்துக்கும் வருவதற்கு முன்பாக, எம். தெ லா கிரான்ஜேயின் சூத்திரங்களைப் பார்ப்போம்.[62]

அவருடைய சூத்திரங்களின்படிப் பார்த்தால், வியாழன் கிரகத்தின் அதி தொலைவுப் புள்ளி 3^s, 26°, 50′, 40″ ஆக இருக்கும். அது பழங்கால பிராமணர்களின் கிருஷ்ணாபுர அட்டவணைகளின் கணிப்பில் இருந்து 10′, 40″ வித்தியாசத்தில் இருக்கிறது. ஃப்ரெஞ்சு மற்றும் இந்திய வானவியல் கணிப்புகள் கிட்டத்தட்ட சரியாகவே இருக்கின்றன. இரண்டு காலகட்டங்களுக்கும் இடையில் ஐந்தாயிரம் ஆண்டுகள் என்பதால் ஏற்பட்ட வித்தியாசம் மட்டுமே இருக்கிறது.

41. சனி கிரகத்தின் மையச் சமன்பாடு தொடர்பான விஷயத்திலும் இப்படித்தான் இருக்கிறது. எம்.தெ.லா லாந்தேயின் கணிப்புகளின் படி சனி கிரகத்தின் அதி தொலைவுப் புள்ளி 6°, 23′, 19″ ஆக இருக்கிறது. மேலே குறிப்பிடப்பட்டிருக்கும் சூத்திரங்களில் ஒன்றின்படி எம்.பெய்லி *3102* ஆண்டுகளுக்கு முந்தையதாகக் கணக்கிட்டுப் பார்த்ததில் 7°, 41′, 22″ ஆக இருக்கிறது.[63] பிராமணர்களின் அட்டவணைகளின்படி இது 7°, 39′, 44″ ஆக இருக்கிறது. இந்த நூற்றாண்டில் இருக்கும் அளவைவிட இந்த வித்தியாசம் 1°, 16′, 25″ அதிகமாக இருக்கிறது. என்றாலும் எம்பெய்லியின் கணக்கீடுகளில் இருந்து 1′, 38″ மட்டுமே வித்தியாசப்படுகிறது.

42. பிற கிரகங்கள் விஷயத்தில் இப்படியான ஒத்திசைவு இல்லை என்று எம்.பெய்லி குறிப்பிட்டிருக்கிறார். ஆனால், ஈர்ப்பு விசை தொடர்பான புதிய ஆராய்ச்சிகளின் அடிப்படையில் பார்க்கும்போது இப்படியான மேலும் பல ஒத்திசைவுகள் இருப்பதைப் பார்க்க முடிகிறது. கிரகங்கள் மீது பாதிப்பை ஏற்படுத்தும் விசைகள் பற்றிய கோட்பாட்டை வகுத்த இந்த இரண்டு மாபெரும் கணித-

வானவியலாளர்களும் இந்திய வானவியலின் பழமையை உறுதிப் படுத்துவதில் பெரும் பங்கு வகித்திருக்கிறார்கள். எம். பெய்லியின் புத்தகம் வெளியானதற்குப் பிறகு இந்திய பழங்கால அட்டவணை களுக்கும் ஈர்ப்பு விசைக் கோட்பாடு மூலம் முன்வைக்கப்பட்ட தீர்மானங்களுக்கும் இடையே இரண்டு விஷயங்களில் துல்லியமான ஒத்திசைவு இருப்பது கண்டறியப்பட்டது. இதை எம். தெ லா ப்ளேஸ் அவருக்கு எழுதிய கடிதத்தில் குறிப்பிட்டிருந்தார். இந்த இரண்டும் ஜர்னல் தெஸ் சவன்ஸில் (Journal des Savans) சேர்க்கப்பட்டுள்ளன.

நவீன கால ஆராய்ச்சிகளில் வியாழன், சனி கிரகங்களின் வட்டச் சுற்றுப் பாதையிலான கற்பித நகர்வு பற்றிக் கணிக்க புதிய சமன்பாடு களைப் பயன்படுத்தவேண்டும் என்று எம்.தெ லா ப்ளேஸ் கண்டுபிடித்திருக்கிறார். மேலும் இந்த இரண்டு கிரகங்களும் பரஸ்பரம் தம் மீது செலுத்திக்கொள்ளும் விசையின் மூலம் அவற்றின் சுழற்சியில் பாதிப்புகள் ஏற்படும். இவற்றின் சுழற்சி காலம் மிகவும் அதிகம். எனவே, வெவ்வேறு காலகட்டத்தில் இவற்றின் நகர்வுபற்றி ஆராயும்போது வித்தியாசமான தரவுகளே கிடைக்கும் என்பதையும் அவர் கண்டுபிடித்துச் சொல்லியிருக்கிறார். கிறிஸ்து பிறப்பதற்கு 3102 ஆண்டுகளுக்கு முன்பாக சனி கிரகத்தின் கற்பித வட்டச் சுற்றுப் பாதை நகர்வு 12°, 13′, 14″ என்று நான் கண்டுபிடித்திருக்கிறேன். பழங்கால பிராமணர்களின் அட்டவணைகளின்படி அது 12°, 13′, 13″. இதே மாதிரியாக வியாழன் கிரகத்தின் கற்பித நகர்வு என் கணிப்பின்படி கலியுக தொடக்கத்தில் 30°, 20′, 42″. இந்திய வானவியல் அட்டவணை துல்லியமாக இதையே குறிப்பிட்டிருக்கிறது.[64]

43. இப்படியாக ஒன்பது வான் அம்சங்கள்[65] ஆகியவை தொடர்பாக இந்திய வானவியல் அட்டவணைகள் குறிப்பிட்டிருப்பவை பிந்தைய காலகட்டத்துக் கணிப்புகளுடன் ஒத்திசைவுடன் இருப்பதைப் பார்க்கமுடிகிறது. கிறிஸ்து பிறப்பதற்கு 3000 ஆண்டுகளுக்கு முந்தைய காலகட்டத்திலேயே ஈர்ப்புவிசை பற்றி அவர்களுக்குத் தெரிந்திருக்கிறது. அந்தக் காலகட்டத்தில் அல்லது அதற்கு முந்தைய காலகட்டத்தில் வான் ஆராய்ச்சியானது அவர்களால் நேரடியாகப் பார்த்து செய்யப்பட்டிருக்கும். அதன் மூலமே இந்தத் தீர்மானங் களைக் கண்டடைந்திருக்கிறார்கள். பிந்தைய காலகட்டங்களைச் சேர்ந்த பிராமணர்கள் தமது காலகட்ட ஆய்வுகளை என்னதான் கலியுக காலகட்ட ஆய்வுகளுக்கு இணையாக அதன் அடிப்படையில் வடிவமைக்க முயன்றாலும் அந்த அளவுக்குத் துல்லியமாகச் செய்ய முடிந்திருக்கவில்லை. எனவே, இப்படியாக, தான் வாழ்ந்த காலகட்டத்து வானத்து நிகழ்வுகளைச் சரியாக கணிக்க முடியாதவர்கள் அதற்கு வெகு முந்தைய காலகட்டத்து நிகழ்வுகளை

இவ்வளவு துல்லியமாக எப்படிக் கணக்கிட்டுச் சொல்லியிருக்க முடியும் என்ற கேள்வி எழுகிறது.

44. பழங்கால இந்திய வானவியல் ஆய்வுகள் எந்த அளவுக்கு சுயமானவை என்ற கேள்விக்கான பதிலானது அந்த வானவியல் கணிப்புகளில் இடம்பெற்றிருக்கும் வடிவவியல் (Geometry) கோட்பாடுகளை நாம் முழுமையாகப் பரிசீலிக்காமல் கிடக்க வாய்ப்பில்லை. பொதுவான கோட்பாடுகளுடன் வடிவவியல் கோட்பாடுகளைச் சேர்த்துக் கணக்கிட்டுத்தான் இந்தத் தீர்மானங்களை அவர்கள் கண்டடைந்திருக்கமுடியும். அதற்கு கிரேக்க வானவியலின் உதவி அவர்களுக்கு நிச்சயம் கிடைத்திருக்கவேண்டும். இது தொடர்பாக நான் சில புதிய விஷயங்களைச் சொல்லவிரும்புகிறேன்.

45. சூரிய சந்திரனின் இருப்பிடத்தை வைத்து கிரகணத்தை இந்திய வானவியலாளர்கள் கணித்திருப்பதில் வடிவவியலின் நேரடியான பயன்பாட்டைப் பார்க்கமுடியும். பிராமணர்கள் எந்தக் கோட்பாடுகளின் அடிப்படையில் தங்களுடைய வானவியல் அட்டவணைகளை வடிவமைத்திருக்கிறார்களோ அவை பற்றி எம்.லெ.ஜெண்டில் தனது ஆய்வுக்கட்டுரையில் விரிவாகக் குறிப்பிட்டிருக்கிறார். அந்தக் கட்டுரையைப் பல இடங்களில் நான் இந்தக் கட்டுரையில் மேற்கோள் காட்டியிருக்கிறேன். கிருஷ்ணாபுர அட்டவணைகளில் பயன்படுத்தப்பட்டிருக்கும் வழிமுறை பற்றி ஃப்ரான்சிஸ் தூ சேம்ப் குறிப்பிட்டிருப்பதையும் மேற்கோள்காட்டியிருக்கிறேன்.[66]

உலகின் ஒரு பகுதியில் வரப்போகும் கிரஹணத்தைக் கணிக்க அந்தப் பகுதியின் வானத்தின் மீது சூரியன் கடக்கப் போகும் நேரம் பற்றிய துல்லியமான விவரம் தேவை. இதைக் கண்டுபிடிக்க பிராமணர்கள் பயன்படுத்திய வழிமுறை மிகவும் எளியது. அற்புதமானது. அவர்கள் எந்தப் பகுதியில் அந்த ஆய்வை மேற்கொள்கிறார்களோ அங்கு ஒரு சூரிய கடிகாரத்தைப் பயன்படுத்தி அந்த இடத்தில் இரவும் பகலும் சரி அளவில் இருக்கும் ஈக்வினாக்ஸ் நாளில் அதன் முள் ஏற்படுத்தும் நிழலை நட்ட நடு பகலில் கணக்கிட்டுக்கொள்கிறார்கள். அந்த நேரத்தில் சூரியன் உலகின் (பூமியின்) நடு உச்சியில் இருப்பதாகக் கருதுகிறார்கள். அந்தக் கடிகார முள்ளானது 720 சம அலகுகளாகப் பிரிக்கப்பட்டு அவற்றின் நிழலின் நீளமும் கணக்கிடப்படுகின்றன. சம பகல் - சம இரவு நாளுக்கு ஒரு மாதம் கழித்து வரும் நாட்களின் பகலின் அளவு இந்த அளவில் மூன்றில் ஒரு பங்கு அளவுக்கு 12 மணி நேரத்தைவிட அதிகமாக இருக்கும். இரண்டாவது மாதத்தில் நான்கில் ஐந்து பங்கு அதிகமாக இருக்கும். மூன்றாவது மாதத்தில் இதில் மூன்றில் ஒரு பங்கு அதிகமாக இருக்கும்.[67]

46. சூரியனின் சரிவுக் கோணம் தெரிந்தால் ஒரு பகுதியில் தீர்க்கரேகையின் தொடுகோட்டுக்கும் எந்தவொரு இடத்திலும் பகலின் கால அளவு அதிகரிப்புக்கும் இடையிலான விகிதம் ஒரே அளவில் இருக்கும் என்ற யூகத்தின் அடிப்படையில் இந்த சூத்திரங்கள் உருவாக்கப்பட்டுள்ளன. ஏனென்றால், அந்தத் தொடுகோடு என்பது சூரியக் கடிகார நிழலின் நீளத்தை சூரியக் கடிகார முள்ளின் உயரத்தால் வகுப்பதால் கிடைக்கும் ஈவுதான். ஆனால் இந்த கணக்கீடு முழுவதும் சரியல்ல. ஏனென்றால் மேலே சொல்லப்பட்டிருக்கும் தொடு கோட்டுக்கும் வளைவின் நாணுக்கும் இடையில் மட்டுமே அது சரியாக இருக்கும். எனவே இந்த விதிமுறையானது உண்மைக்கு சற்று நெருக்கமானதுமட்டுமே. ஏனென்றால் இந்த சூத்திரமானது இங்கு கணக்கீட்டில் எடுத்துக்கொண்டிருக்கும் வளைவை மிகவும் சிறியதாக அதன் நாண் அளவுக்கே இருப்பதாகக் கருதுகிறது. குறைவான தீர்க்கரேகைப் பகுதிகளில் மட்டுமே இது சரியாக இருக்கும். எனவே இந்த சூத்திரமானது நிலநடுக்கோட்டுக்குஅருகில் இருக்கும் நாடுகளுக்கு மட்டுமே பொருந்தும். தொலைவில் உள்ள நாடுகளில் இந்த சூத்திரத்தைப் பயன்படுத்திக் கணக்கிட்டால் எளிதில் கண்டுவிட முடியும்படியான பெரிய தவறான முடிவுகளையே தரும்.[68]

முந்தைய சில விதிமுறைகள் எந்தக் காலத்தை அடிப்படையாகக் கொண்டு அந்த அட்டவணை உருவாக்கப்பட்டது என்பதைக் கண்டுபிடிக்க உதவியதுபோல், இந்தக் கணிப்புகள் எந்த இடத்தில் இந்த ஆராய்ச்சிகள் மேற்கொள்ளப்பட்டன என்பதை உறுதிப்படுத்த ஒருவகையில் உதவுகின்றன. இந்த சூத்திரமானது நில நடுக்கோட்டு வெப்ப மண்டலத்தின் சுற்றுச் சூழல் மூலமாக இந்துஸ்தானின் வானவியலாளர்களுக்கு அவர்கள் இருக்கும் இடத்தின் விசேஷத் தன்மை மூலமாகக் கண்டுபிடிக்க உதவியிருக்கிறது. கோள வட்டங்கள் (Circles of Sphere) பற்றிய அறிவு, திரிகோணமிதி பற்றிய அறிவு, உயர் நிலை கணித அறிவு ஆகியவை இருந்திருந்தால்தான் இவற்றைக் கணித்திருக்க முடியும்.

ஆரம்பகால வடிவவியல் கணிதவியலாளர்கள் தங்களுடைய கணிப்புகளில் இருந்த பிழைகளைத் திருத்தம் செய்ய இயலாதவர் களாகவே இருந்திருப்பார்கள். ஏனென்றால் அவர்களுடைய கணிப்புகளில் ஏராளமான பிழைகள், நிச்சயமின்மைகள் மலிந்திருக்கும். கிரேக்கர்கள்தான் முதன் முதலில் இந்தக் கணக்கீடுகளில் இருந்த பிழைகளைச் சரி செய்யும் வழிகளைக் கண்டடைந்தனர். ஆர்க்கிமிடிஸின் காலத்தில்தான் இது பற்றிய கணித அறிவு அவர்களுக்குக் கிடைத்ததாகத் தெரிகிறது. இந்தியக் கணக்கீடுகள் இதற்கு வெகு முந்தைய காலத்தைச் சேர்ந்தவை.

47. பகல் நேர அளவில் ஏற்படும் கூடுதல் குறைவுகளை இப்படியாகக் கணக்கிட்ட பிராமணர்கள் இதே வழிமுறையைப் பிற கணிப்புகளுக்கும் பயன்படுத்தியிருக்கிறார்கள். கிரகணம் நேரும் நேரத்தில் எக்லிப்டிக் தளத்தின் புள்ளியைக் கண்டறிவது அவசியம் என்பதைத் தெரிந்துகொண்ட அவர்கள் அது தொடர்பான right ascension உதயப் புள்ளிகளுக்கான அட்டவணையை வடிவமைக்கிறார்கள். இதன் மூலம் ஒவ்வொரு ராசியும் அந்தப் புள்ளியில் இருந்து கீழிறங்கும் கால அளவைக் கணித்துக்கொள்கிறார்கள்.[69] வானவியல் மேதமை மிகுந்தவர்களால் மட்டுமே பின்பற்ற முடிந்த நேர்த்தியான வழிமுறை இது. ஒவ்வொரு ராசியின் right ascension வேறுபாடுகள் என்பவை சில நொடிகளாக ஒரு டிகிரியில் பத்தில் ஒரு பங்காகவே இருக்கும். இது சூத்திரங்கள் கொண்டு கணக்கிடப்படும் ஒன்றுதான். எனினும் இது துல்லியமானதுதான்.

கோள திரிகோணமிதி சார்ந்த மேதமை அல்லது அதற்கு இணையான கணித அறிவு இல்லாமல் இந்தக் கணிப்புகளைச் செய்திருக்கவே முடியாது. இந்தக் கணிப்புகளைச் செய்திருக்கும் இந்திய வானவியலாளர்களுக்கு இது தொடர்பான குறைந்தபட்ச அறிவு இருந்ததாக வைத்துக்கொள்வோம். இந்த வளைவுகளானது கிரேக்க, எகிப்திய வானவியலாளர்கள் கண்டுபிடித்த வான மண்டல மாதிரிக் கருவி (armillary sphere) போன்ற மிகப் பெரிய கோளம் ஒன்றின் வட்டங்களில் இருந்து கணிக்கப்பட்டிருக்கின்றன. எனினும் இந்திய அட்டவணைகளில் சில வளைவுகளின் அளவுகள் நொடித் துல்லியமும் டிகிரி துல்லியமும் கொண்டதாக இருக்கின்றன. மாதிரிக் கருவிகளைக் கொண்டு செய்த கணக்குகளினால் இவ்வளவு துல்லியமாகக் கணிக்கவே முடியாது. அந்த அளவுகளை இந்திய வானவியலாளர்கள் நேரில் பார்த்தே கணித்திருக்கவேண்டும்.

48. கிரகணங்களைக் கணிக்கும் கணக்குகளின் வேறொரு பகுதியில் வடிவவியலின் நேரடிப் பயன்பாடு மிக அதிகமாக இருக்கிறது. சூரிய கிரகணத்தின் கால அளவைக் கணக்கிட சூரிய சந்திரன்களின் ஆரங்களைக் கூட்டி அதன் இரு மடியைக் கணித்துக்கொள்கிறார்கள். நிலவின் பாதையில் சூரியனின் மையத்தில் இருந்து வரையப்பட்ட செங்குத்துக்கோட்டின் இருமடியை அதில் இருந்து கழித்துக் கொள்கிறார்கள். கிடைக்கும் தொகையின் வர்க்க மூலத்தைக் கணக்கிடுகிறார்கள். அதுவே கிரகண கால அளவாகும்.[70] சந்திர கிரகணத்துக்கும் இப்படியே கணக்கிடப்படுகிறது.[71] கிரகணத்தின் போது வானில் என்ன நடக்கிறது என்பது பற்றியும் ஒரு செங்கோண முக்கோணத்தில், அதன் செம்பக்கத்தின் நீளத்தின் இருமடியானது, மற்ற பக்க நீளங்களின் இருமடிகளின் கூட்டுக்கு சமம் என்ற தேற்றம்

பற்றியும் தெரிந்திருந்ததாலேயே சாத்தியமாகியிருக்கிறது. இந்த பிதாகரஸ் தேற்றம் இந்தியாவில் தான் முதலில் கண்டுபிடிக்கப் பட்டிருக்கும். பிதாகரஸ் அங்கிருந்துதான் இதையும் வேறு சில கணிதச் சமன்பாடுகளையும் கற்றுக்கொண்டு தனது சீடர்களுக்குக் கற்றுக் கொடுத்திருக்கவேண்டும்.

49. சூரிய, சந்திரனின் ஆர அளவுகளை முந்திய கணிப்பில் பயன்படுத்தியதாகக் குறிப்பிட்டிருக்கிறேன். அதை எப்படிக் கண்டுபிடித்தார்கள் என்பதை இங்கு சொல்வது சரியாக இருக்கும். சூரியனின் தோற்ற விட்டத்தைக் கணக்கிட அதன் சுழற்சி காலத்தின் ஒன்பதில் நான்கு பங்கை எடுத்துகொள்கிறார்கள். சந்திரனின் விட்டத்தைக் கணக்கிட அதன் சுழற்சியின் இருபதில் ஐந்து பங்கை கணக்கிட்டுக் கொள்கிறார்கள். கிரகணத்தின்போது நிலவின் விட்டத்தைப் போல் ஐந்து மடங்கு பெரிய நிழல் விழும் என்று கணிக்கிறார்கள். இந்தக் கணிப்பு அதி துல்லியமாக இருப்பதோடு மிகவும் எளிமையானதாகவும் இருக்கிறது. சூரிய சந்திரனின் கோண திசைவேகத்துக்கு ஏற்ப சூரிய சந்திரனின் தோற்ற விட்டங்கள் கூடிக் குறையும். ஒரு குறிப்பிட்ட விகிதத்திலேயே கூடிக் குறையும் என்று கணிப்பதில் சிறிய பிழை இருக்கிறது என்றாலும் தொலைநோக்கிகள், உருப்பெருக்கிகள் கொண்டு ஆராய்ந்தால் மட்டுமே இந்தப் பிழையைத் தவிர்க்க முடியும். அதுபோலவே சூரியனின் உத்தேச விட்டம் தெரிந்திருந்தால் நிலவின் நிழல் அதிகரிக்க அதிகரிக்க அல்லது அல்லது பூமியில் இருந்து நிலவின் தொலைவு குறையக் குறைய பூமியின் நிழலும் அதற்கேற்ப கூடிக் குறையும்.

50. எம். லெ ஜெண்டிலின் ஆய்வுக்கட்டுரை பற்றி அகடமி ஆஃப் சயின்சஸின் பிரதிநிதி சில கருத்துகள் குறிப்பிட்டிருக்கிறார். ஆய்வுக் கட்டுரையில் இடம்பெற்றுள்ள வானவியல் கணக்கீடுகளின் சூத்திரங்கள் சூரிய கிரகண காலத்தின் போதான உண்மையான மற்றும் தோற்ற இணைப்புப் புள்ளியைக் கணக்கிடும் வழிமுறையில் நிலவின் இடமாறு தோற்றப் பிழைக்கான கணிப்புகளும் இருக்கின்றன. ஆனால், தீர்க்கரேகை தோற்றப் பிழைக்குப் பதிலாக right ascension தோற்றப்பிழையைக் கணக்கீட்டில் பயன்படுத்துகிறார்கள்.[72] இந்த வானவியலாளர்கள் தாலமியின் எழுத்துகளைப் படித்திருந்தால் இந்தத் தவறை எளிதில் தவிர்த்திருக்கமுடியும். தீர்க்க ரேகை தோற்றப் பிழையைக்கு அடுத்ததாக அட்ச ரேகை தோற்றப் பிழையைக் கணக்கிடுகிறார்கள். இதற்கு ஒரே மாதிரியான முக்கோணங்களுக்கான விதிமுறை பயன்படுத்தப்படுவதைப் பார்க்க முடிகிறது. ஏனென்றால், இந்த இரண்டில் முதலாவதானது இரண்டாவதுக்கு 25க்கு 2 என்ற நிலையான விகிதத்தில் இருக்கும். இந்த இடத்தில்

இன்னொரு வடிவவியல் தேற்றம் பயன்படுத்தப்பட்டிருப்பதைப் பார்க்க முடிகிறது.

51. இந்தக் கணக்குகளின் மூலம் பிராமணர்களுக்குக் கிடைக்கும் விடையானது அதி துல்லியமாக இருக்கிறது. அவர்கள் இந்த எளிமையான துல்லியமான கணிப்புகளை வந்தடைய எவ்வளவு கால நேரடி வான் ஆராய்ச்சியை மேற்கொண்டிருப்பார்கள் என்பதை நினைத்தால் ஆச்சரியமாக இருக்கிறது. எம்.லெ.ஜெண்டில் பழங்கால இந்திய வானவியல் கணக்கீடுகளின்படி இந்தியாவில் இரண்டு சந்திர கிரகணங்களைக் கணித்துப் பார்த்து அதைத் தனது ஆய்வுகளுடன் ஒப்பிட்டுப் பார்த்திருக்கிறார். இரண்டுக்குமான வித்தியாசம் இரண்டிலுமே 23′ கால அளவைக்கூடத் தாண்டவில்லை. கிரகணத்தின் கால அளவு, அதன் வீச்சு இவையெல்லாம் இந்தக் கணக்கீட்டில் உண்மை நிகழ்வுக்கு மிக நெருக்கமானதாக இருந்தன.[73]

52. சூரிய சந்திர நகர்வுகள் வான் பொருட்களின் நீள் வட்டச் சுழற்சியினால் ஒரே மாதிரியானதாக எல்லா இடங்களிலும் இருப்பதில்லை என்ற உண்மையைத் தெரிந்துகொண்டிருக்கிறார்கள். பிறகு சுழற்சிப் பாதையில் வெவ்வேறு புள்ளிகளில் அது சார்ந்த கணிப்புகளை மேற்கொள்வது ஆரம்பகட்டத்தில் மிகவும் சிரமமானதாக இருந்திருக்கிறது. பழங்கால இந்திய வானவியலாளர்கள் அந்தப் பிரச்னையை எப்படித் தீர்த்திருக்கிறார்கள் என்பதை நாம் விரிவாகப் பார்ப்போம்.

இவற்றைக் கணக்கிட சாயா (Chaiaa) அல்லது சூரிய சந்திரனின் மையச் சமன்பாடு, மந்த (Manda) அதாவது கிரகங்களின் மையச் சமன்பாடு ஆகியவற்றை எப்படிக் கணக்கிட்டிருக்கிறார்கள் என்பதைப் பார்க்க வேண்டும். முதல் சமன்பாடு தொடர்பான சியாம் அட்டவணைகளை எம்.கஸினி ஆராய்ந்து சொல்லியிருப்பதைப் பார்ப்போம். அதில் ஒரு கிரஹத்தின் சுழற்சிப் பாதையில் பூமியில் இருந்து அதி தொலைவில் இருக்கும் புள்ளியான அபோஜியில் (apogee) இருந்து எவ்வளவு தொலைவில் இருக்கிறது என்றதன் அடிப்படையில் அந்த சமன்பாடுகள் கணக்கிடப்பட்டிருக்கின்றன. ஆனால் சுழற்சிப் பாதையில் சில புள்ளிகளில் மட்டுமே இது கணக்கிடப் பட்டிருப்பதால் இந்த விதிமுறையை எந்த அளவுக்கு முழுமையாகப் பயன்படுத்தியிருக்கிறார்கள் என்ற கேள்வி எழுகிறது.

ஆனால், கிருஷ்ணாபுர அட்டவணைகளில் இந்தக் குழப்பம் இல்லை. அதில் சுழற்சிப் பாதையின் ஒவ்வொரு டிகிரிக்கும் இந்த சமன்பாடு கணக்கிடப்பட்டிருக்கிறது. அதன் மூலம் அபோஜியில் இருந்து இருக்கும் தொலைவின் சைன் மதிப்பாக இருக்கும். இந்தக்

கணிப்புகளை சிறிய சிறிய மாறுதல்களுடன் பின்பற்றுகிறார்கள். கோணம் 30°-ஆக இருக்கும்போது இந்த மாறுபாடு மிகவும் அதிகமாக இருக்கும். அங்கும் கூட கால அளவு வித்தியாசம் என்பது ஒரு நிமிடம் அளவுக்குக்கூட இருக்காது. சூரியனின் சமன்பாடு தொடர்பாகப் பார்த்தால், 90°-ஆக இருக்கும்போது அட்டவணையில் குறிப்பிடப் பட்டிருக்கும் அளவு 2°, 10′, 32″. சைன் விதிகளை முழுவதுமாக முறையாகப் பின்பற்றுவதாக இருந்தால் இது 30°-ல் பாதியாக அதாவது 1°, 5′, 16″ ஆக இருக்கவேண்டும். ஆனால், அது 1°, 6′, 3″ ஆக அதாவது 47″ அதிகமாக இருக்கிறது. இது 30°சைனுக்கும் 90° சைனுக்கும் இடையிலான விகிதத்தினால் உருவாகியிருக்கவில்லை. அது ஒன்றுக்கு இரண்டு என்பதாக இருந்திருக்கவேண்டும். இந்த அட்டவணைகளை உருவாக்கிய வானவியலாளர்களுக்குத் தெரிந்திருக்கவேண்டிய எளிய வடிவவியல் சூத்திரம்[74] இது. எனவே சைன்களுக்கான சூத்திரத்தை இங்கு பயன்படுத்தவில்லை என்பது தெளிவாகிறது.

இந்த இரண்டு அட்டவணைகளில் பயன்படுத்தப்பட்டிருக்கும் எண்கள் மற்றும் இந்த விதிமுறைப்படியான எண்கள் ஆகியவற்றுக்கு இடையிலான வித்தியாசங்களானது 30°-ல் இருந்து குறைந்து கொண்டே வரும். தொடக்கப்புள்ளி, முடிவுப் புள்ளி ஆகிய இடங்களில் பூஜ்ஜியமாகும்.

இந்த கணிப்புகள் நரசிம்மபுர[75] வானவியல் அட்டவணைகளுக்கும் பொருந்தும். சூரிய, சந்திர மையச் சமன்பாடுகள், சுற்றளவுகளில் எல்லாம் எம்.காஸினியின் கணக்கீட்டுக்கும் இந்திய வானவியல் அட்டவணையில் இடம்பெற்றிருப்பவற்றுக்கும் இடையில் வித்தியாசம் இருக்கிறது. சூரியனைப் பொறுத்தவரை இருக்கும் வித்தியாசம் சந்திரனுடைய அளவுகளைவிடக் குறைவாகவே இருக்கிறது. ஆனால், சூரியனுடைய மையச் சமன்பாட்டு அளவு சந்திரனுடையதைவிட இருமடங்கு அதிகமாக இருக்கிறது.

கிரகங்களின் மந்த கதி தொடர்பான அட்டவணைகளில் அவற்றுக்கான சைன் விகிதத்தைவிட அந்த விலகல்கள் அதிகமாக இருக்கும். 30°-ல் மிக அதிகமாக இருக்கும். சனி, வியாழன், செவ்வாய் கிரகங்களுடைய கால அளவுகளில் வித்தியாசமானது சில நிமிடங்கள் அளவுக்கு இருக்கும். அவற்றில் செவ்வாய்க்கான வித்தியாசம் மிகவும் அதிகமாக இருக்கும்.

53. இந்த ஒப்பீடுகளின் அடிப்படையில் பார்க்கும்போது இந்திய பிராமணர்களின் வழிமுறை எம்.காஸினியின் வழிமுறையில் இருந்து வேறுபட்டது என்றாலும் பெருமளவுக்கு ஒத்துப்போகிறது என்பதும்

தெரியவருகிறது. அந்தவகைக் கணக்கீடுகளின் வரிசைக்கிரம வரலாறைச் சொல்வதென்றால் இந்திய வானவியலே இதற்கு முன்னோடி என்று சொல்லலாம். ஆனால், இதை உறுதிபடக் குறிப்பிட நாம் மேலும் விரிவாகப் பல ஆய்வுகள் செய்ய வேண்டியிருக்கும். ஏனென்றால் மையச் சமன்பாட்டுக்கும் ஒரு கிரகத்தின் விலகல் மதிப்புக்கும் (anomaly - ஒரு கிரகத்தின் சுழற்சிப் பாதையில் சூரியனுக்கு மிக அருகில் இருக்கும் புள்ளியில் இருந்து ஒரு கிரகத்தின் கோண விலகல் தொலைவு) இடையிலான தொடர்பைச் சார்ந்தது. அதாவது அந்த அனமலியின் சைன் அளவுக்கு அவை நேர்விகிதத்தில் இருக்கும். எனவே, மேலே குறிப்பிடப்பட்டிருக்கும் வித்தியாசங்களின் காரணத்தை விவரிக்கும் முன் அனுமானக் கோட்பாட்டை நாம் அலசிப்பார்க்கவேண்டும். ஆனால், இதை அவர்கள் எப்படிச் செய்தார்கள் என்பது தொடர்பாக மிக விரிவாக நான் விவரிக்கப்போவதில்லை.

இந்த அட்டவணையில் குறிப்பிடப்பட்டிருக்கும் எண்களுக்கும் நவீனக் கணக்கிடுகளுக்கும் இடையிலான வித்தியாசமென்பது மையச் சமன்பாட்டுக்கும் அனமலிக்கும் இடையிலான வித்தியாசத்துக்கு இணையானதாகவே இருக்கிறது என்பதை மட்டும் சுட்டிக்காட்ட விரும்புகிறேன். அனமாலி கோண விலகல் என்று இங்கே நான் சொல்வது கெப்ளர்தன் விதிமுறைகளில் பயன்படுத்திய கோணத்தை அல்ல. ஆனால், அதற்கு இணையான ஒரு செயலையே செய்திருக்கும் வேறொன்றையே குறிப்பிடுகிறேன். அதாவது கோள்கள் எல்லாம் வட்டப் பாதையில் சுழல்வதாகவும் ஒரேவிதமான வேகத்தில் சுழல்வதாகவும் எடுத்துக்கொண்டு அதன் மூலம் கணக்கிடப்படும் மையப் புள்ளியானது உண்மையான மையப்புள்ளியில் இருந்து விலகியே இருக்கும். ஏனென்றால் பூமியானது அதாவது ஆய்வு செய்பவர் இருக்கும் புள்ளியானது அந்த கிரகத்துக்கு மறு பக்கத்தில் இருக்கும். ஒரு கிரகத்தில் இருந்து மையத்துக்கு வரையப்படும் கோட்டின் கோணம் என்பது அந்தவகையில் அபோஜியில் இருந்து வரையப்படும் கோட்டின் கோணமாக இருக்கும். இந்திய அட்டவணைகளில் இந்தக் கோணமானது இதனுடன் பொருந்துவதாக இருக்கிறது.

இப்படியான இரு மையக் கோட்பாடானது வானில் நகரும் பொருட்களைப் பொறுத்தவரையில் கணிப்பது மிகவும் கடினம். ஆனால், அது இந்திய அட்டவணைகளைப் பொறுத்தவரையில் மிகவும் துல்லியமாகப் பொருந்திவருகிறது. சந்திரன், பிற கிரகங்கள் ஆகியவற்றைப் பொறுத்த அளவுகளை மிகவும் துல்லியமாகக் குறிப்பிட்டிருக்கிறது. அதைப் பார்க்கும்போது இந்த அட்டவணைகள்

இரு மையக் கோட்பாட்டை அடிப்படையாகக் கொண்டே உருவாக்கப்பட்டிருக்கவேண்டும் என்பதில் எந்த சந்தேகமும் ஒருவருக்கு இருக்க வாய்ப்பில்லை.[76]

54. இந்த அட்டவணைகளில் தரப்பட்டுள்ள எண்களில் இருந்து எந்த ஐந்து கிரஹங்களின் இடத்தைக் கணக்கிட்டுப் பார்த்தாலும் மேலே கூறிய விஷயம் நிரூபணமாகிறது. அப்படிப் பார்த்தால் மையச் சமன்பாட்டைக் கண்டுபிடிக்க வருடச் சுழற்சிப் பாதையின் இடமாறு தோற்றப் பிழை அல்லது சீக்ரம் என்பது தெரிந்திருக்க வேண்டியிருக்கும். அதை அடிப்படையாக வைத்துக் கணக்கிடும் போது அந்த மையச் சமன்பாடு சிறிதளவுக்கு பிழையுடையதாகவே இருக்கும். ஏனென்றால் உண்மையில் அது எந்த தாக்கத்தையும் ஏற்படுத்தக்கூடியதல்ல. எனவே அந்தச் சமன்பாடானது எந்தப் பிழையும் இல்லாததாக இருக்கவேண்டுமென்றால் இடமாறு தோற்றப் பிழையே இல்லாததாக அதாவது கிரகங்கள் எல்லாம் சூரியனுக்கு நேர் எதிர் பக்கத்தில் இருப்பதாகக் கணக்கிடப்பட வேண்டும். அப்படியானால், மீன் அனமலியானது இப்போது அட்டவணையில் குறிப்பிடப்பட்டிருப்பதில் பாதியை கூட்டியோ கழித்தோ கணக்கிடப்படவேண்டும். அதன் பிறகு அந்த அளவுகளைப் பயன்படுத்தி மையச் சமன்பாட்டைக் கணக்கிடவேண்டும். அதன் பிறகே அதை மீன் அனாமலி கணிப்பில் சேர்த்துக்கொள்ளவேண்டும்.

54. இந்திய வானவியல் அட்டவணைகளில் இருந்து ஒரு கிரகத்தின் வட்ட நீள் வட்டச் சுற்றுப் பாதைகளின் கோண விலகல் அளவைப் பயன்படுத்தி மீன் அனாமலி கண்டுபிடிக்கப்படுகிறது. இது முன்னர் குறிப்பிடப்பட்டிருக்கும் முடிவுகளுடன் ஒத்துப்போகிறது.[77] இந்த தீர்மானமானது அனைத்து கிரஹங்களுக்கும் பொருந்தும். அவை ஒவ்வொன்றும் இந்தவகை வானவியல் கணக்கீட்டைப் பொறுத்த வரை வட்டப் பாதையில் சுழல்கின்றன. பூமியை மையமாகக் கொண்டு அவை சுழலவில்லை. கிரகங்களின் கோண திசைவேக மானது ஒரு சில புள்ளிகளில் மட்டுமே சீரானதாக இருக்கும்.

55. சூரியன், நிலவு ஆகியவற்றின் இருப்பிடங்கள், அவற்றைக் கொண்டு செய்யும் கணக்கீடுகள் ஆகியவற்றில் இரண்டு இந்திய அட்டவணைகளுக்கும் இடையில் வித்தியாசம் இருக்கிறது. இரண்டிலும் வட்ட விலகல் அனாமலியானது கோண விலகல் அனாமலியாக கருதப்படவில்லை. சூரியனுடைய இருப்பிடத்தை அளப்பதில் நமது கணிப்புகளுடன் ஒத்துப்போகவில்லை. சூரியனுடைய வட்ட விலகல் மிகவும் குறைவானது. எனவே மாறுபாடானது வட்ட விலகலாக எடுத்துக்கொண்டாலும் கோண விலகலாக எடுத்துக்கொண்டாலும் மிகவும் குறைவாகவே இருக்கும்.

ஆனால், நிலவின் விஷயத்தைப் பொறுத்தவரையில் வட்ட விலகலுக்குப் பதிலாக கோண விலகலைப் பயன்படுத்தினால் கணிசமான வித்தியாசம் ஏற்படும். அப்படியாக இந்த அட்டவணைகளில் பயன்படுத்தப்பட்டிருக்கும் விதிமுறையானது ஒன்றுக்கொன்று மாறுபட்டதாக இருக்கிறது. இரண்டாவதையே நாம் சரியானதாகச் சொல்லமுடியும். ஏனென்றால் அதுவே நிலவின் இருப்பிடத்தைக் கணிப்பதில் முந்தையதைவிடத் துல்லியமாக இருக்கிறது. நிலவின் இருப்பிடத்தைக் கணக்கிட்ட வழியிலேயே பிற கிரகங்களின் இருப்பிடத்தையும் பிராமணர்கள் கணக்கிட்டிருப்பது அவர்களுடைய வானவியல் அறிவு மேன்மையைக் காட்டுகிறது.

56. இந்திய வானவியல் கோட்பாடுகள் இவற்றின் அடிப்படையில் தான் அமைந்திருப்பதாகவைத்துக்கொண்டு பார்க்கும்போது நாம் சில தீர்மானங்களுக்கு வரமுடியும். அதாவது பிராமணர்களின் வானவியல் கணிப்புகளுக்கும் தாலமியின் கணிப்புகளுக்கும் இடையில் நெருங்கிய தொடர்பு இருக்கிறது. தாலமியின் கணக்கீடுகளில் ஐந்து கிரகங்களுக்குப் பொருந்துவதாக இருக்கும் வழிமுறைகள் பிராமணர்களின் கணிப்புகளில் அனைத்துக்குமே பின்பற்றப் பட்டிருக்கிறது. அதாவது கிரகங்களின் சுற்றுப் பாதை வட்டவடிவமே. கிரகங்களில் ஒன்றாகவே பூமியும் இருக்கிறது. மையத்தில் இருந்து சற்று தொலைவில் இருக்கிறது. ஒவ்வொரு கிரகமும் சீரான திசை வேகத்தில் தனது சுற்றுப் பாதையில் சுழலவில்லை. அந்தச் சுற்றுப் பாதையின் மையத்தில் இருந்து (அந்த மையமானது பூமிக்கு மேலே இருப்பதால்) வெகு தொலைவில் இருந்து பார்க்கும்போது அந்த சுழற்சிவேகமானது சீரானதாக இருப்பது போன்று தென்படுகிறது. தாலமியின் வானவியலில் அது equant-ன் மையம் எனப்படுகிறது.

இந்த இரண்டு வானவியல் கணக்கீடுகளுக்கும் இடையில் இப்படியான ஒத்திசைவு இருப்பதை வைத்துப் பார்க்கும்போது இது தற்செயலானதாக இருக்க வாய்ப்பில்லை. ஒருவேளை இந்த வானவியல் துறையில் இப்படியான தீர்மானங்கள்தான் சாத்தியமா? அல்லது இந்திய கிரேக்க வானவியலாளர்களிடையே நமக்கு தெரிந்து கொள்ள முடியாதவகையில் ஏதேனும் தகவல் பரிமாற்றங்கள் இருந்திருக்குமா... எது உண்மை என்று தெரியவில்லை.

ஆரம்பத்தில் கோள்களின் சுற்றுப் பாதை வட்டமானது என்றும் பூமியே அதன் மையத்தில் இருந்தது என்றும் தான் சொல்லப்பட்டது. இன்றைய நவீன கருவிகள் இந்தத் தீர்மானங்களைப் பொய் என்று நிரூபித்துவிட்டிருக்கின்றன. இந்த சீரான நகர்வின் மையத்தில் பூமி இல்லை என்பது தற்போது நன்கு தெரிந்துவிட்டது. பூமியானது

கிரகங்களின் சுற்றுப் பாதையின் மையத்தில் இருந்து சற்று தள்ளி இருப்பதும் தெரியவந்துவிட்டது. அதோடு கிரகங்கள் தமது சுற்றுப் பாதையில் முன்பிருந்த அதே வேகத்துடனே சுற்றி வருவதாகவும் தெரியவந்துள்ளது. இந்த இரண்டு யூகங்களுமே மிக முக்கிய மானவையே. பூமியில் ஒவ்வொரு நாடும் தகவல் தொடர்புகளில் இருந்து துண்டிக்கப்பட்டிருந்த போதிலும் வானவியல் தொடர்பான ஆய்வுகள் கற்றுக்கொள்ளப்பட்டுள்ளன. இந்த இரண்டு வானவியல் கருத்தாங்கங்களும் ஒன்றை அடுத்து இன்னொன்று கண்டறியப் பட்டுள்ளன. கிரேக்க மரபிலும் அப்படியே நடந்திருக்கிறது என்று உறுதியாக நம்புகிறேன்.

நவீன வானவியல் கணிப்புகள் பழங்காலக் கணிப்புகளின் போதாமைகளை எடுத்துக்காட்டியிருக்கும் நிலையில் முன்றாவதாக ஒரு யூகத்தை நாம் முன்வைக்கவேண்டியிருக்கும். ஒருவேளை கிரேக்க வானவியலாளர்கள் கிரகங்களின் வட்டப் பாதை, சீரான நகர்வு ஆகியவை தொடர்பாக புராணவியல் நம்பிக்கைகள் மூலமாகவும் நேரில் பார்க்கும்போது தெரிவதையும் வைத்து தமது வானவியல் கணிப்புகளைச் செய்திருக்கக்கூடும். இந்த வானவியலுக்கும் புராண நம்பிக்கைகளுக்கும் இடையிலான தொடர்பு வேறு நாடுகளில் இருந்திருக்க வாய்ப்பில்லை. இந்த அடிப்படையில் பார்க்கும்போது கிரேகத்திடமிருந்தே இந்திய வானவியலாளர்கள் கற்றுக்கொண்டிருக்கக் கூடும் என்ற முடிவுக்கும் ஒருவர் வரவேண்டியிருக்கும்.

57. இந்தத் தீர்மானத்தில் சிறிது உண்மை இருக்கத்தான் செய்கிறது. ஆனால், கிரேக்கர்களிடமிருந்தே இந்தியர்கள் கற்றுக்கொண்டிருப்பார்கள் என்பது மேலே சொன்ன மூன்றாவது கற்பிதத்தின் அடிப்படையில் மட்டுமே உறுதிப்படவில்லை. கிரேக்கர்களுடைய கணிதவியல் சாதனைகள் அதை மேலும் வலுப்படுத்துகின்றன. வடிவ இயல் சார்ந்த கிரேக்கர்களின் மேதமையானது வானவியல் சாதனைகளுக்கு வழிவகுத்திருக்கின்றன.

வானவியல் மற்றும் வடிவ இயல் இரண்டும் ஒரு குறிப்பிட்ட எல்லைக்கு மேல் வளர்ந்திராத ஒரு நாட்டில் எக்சண்ட்ரிக் சுற்றுப்பாதை பற்றிய கண்டுபிடிப்புக்கு அடுத்ததாக ஈக்வாண்ட் (Equant) கோட்பாடு முன்வைக்கப்படும். எனவே இதை ஒரு ஆதாரமாக எடுத்துக்கொண்டு இரு வேறு நாடுகளில் உருவான வானவியல் கோட்பாடுகளை ஒரே மூலாதாரத்தில் இருந்து உருவானதாகச் சொல்ல முடியாது. இந்திய வானவியல் அட்டவணை களில் இருக்கும் வேறு பல கணக்கீடுகளைப் பார்க்கும்போது அவை

மேற்குலகில் இருந்து பெறப்பட்டிருக்க வாய்ப்பில்லை என்றே தெரியவருகிறது.

முதலாவதாக இந்திய வானவியலாளர்கள் தமது கணக்கீடுகளை சந்திரன், சூரியன், பிற கிரகங்கள் அனைத்துக்கும் அந்த கற்பித் கோட்பாடுகளைப் பயன்படுத்தியிருக்கிறார்கள். தாலமியும் அவருடைய கோட்பாடுகளைப் பின்பற்றி ஆராய்ந்தவர்களும் அதை கிரகங்களுக்கு மட்டுமே பயன்படுத்தியிருக்கின்றனர். கோள்கள் நீள் வட்டப் பாதையில் சுழல்கின்றன என்ற கெப்ளருடைய அசாதாரணமான வானவியல் கண்டுபிடிப்பானது சூரியனுடைய சுழற்சிப் பாதையைக் கண்டுபிடிக்க ஈக்வாண்ட் புள்ளியை முன் அனுமானம் செய்துகொண்டாகவேண்டும் என்றதில் இருந்துதான் தொடங்கியிருக்கிறது. இந்திய வானவியல் அட்டவணைகளிலும் சூரியனுடைய நகர்வானது இதைப் போலவே கணக்கிடப்பட்டுள்ளது. ஆனால், அந்த கணக்கியல் வழிமுறையைப் பயன்படுத்தும் விதமானது அதை உருவாக்கிய வழிமுறைக்கு உகந்த வகையில் இருந்திருக்க வில்லை என்பதையும் சொல்லியாகவேண்டும்.

57. அடுத்ததாக, இந்த அட்டவணைகளில் கிரகங்களின் இடத்தைக் குறிப்பிடும் எக்சண்ட்ரிக்கின் அனாமலி கணக்கீடானது (anomaly of the eccentric) முற்றிலும் தனித்தன்மை வாய்ந்ததாக இருக்கிறது. கிரகங்களின் இடம் தொடர்பான தாலமியின் அட்டவணைகள் இந்திய வானவியல் முன் அனுமனங்களின் அடிப்படையில்தான் அமைந்திருக்கின்றன. என்றாலும் இந்திய வழிமுறைகளில் இருந்து முற்றிலும் மாறுபட்டதாகவே இருக்கிறது. அது mean anomaly யை அடிப்படையாகக் கொண்டு கணக்கிடுகிறது. இந்திய அட்டவணை களில் பயன்படுத்தப்பட்டிருக்கும் வழிமுறையானது தாலமியால் மட்டுமல்ல கெப்ளருடைய காலம் வரையிலும் வேறு எந்த வானவியலாளராலும் பயன்படுத்தப்பட்டிருக்கவில்லை. கெப்ளருமே கூட அதை வட்ட விலகல் சமன்பாடாகப் பயன்படுத்திக் கொண்டிருக்கவில்லை.[78]

இந்திய கிரேக்க வானவியல் கோட்பாடுகளிடையே பல வித்தியாசங்கள் இருக்கத்தான் செய்கின்றன. என்றாலும் இந்த இரண்டுக்கும் இடையில் இருக்கும் ஒத்திசைவானது இரண்டு நாட்டு வானவியலாளர்களுக்கும் இடையில் ஏதோவொரு வகையிலான தொடர்பு இருந்திருந்தால் மட்டுமே சாத்தியம். அதுவும் இந்தியாவில் இருந்துதான் கிரேக்கத்துக்கு வானவியல் அடிப்படைகள் சென்றிருக்க வேண்டும். இந்த தீர்மானத்தை உறுதிப்படுத்த ஒரு விஷயம் சொல்கிறேன். தாலமி கிரகங்களின் சுழற்சி தொடர்பாக அவற்றின்

சுற்றுப்பாதையின் வட்ட விலகல் தொடர்பான கணக்கீட்டைத் தன் கோட்பாட்டில் இடம்பெறச் செய்திருக்கவில்லை. இது அவருடைய கணிப்புகளைவிட இந்திய வானவியலாளர்களின் கணிப்புகளே மேதமை மிகுந்தவை என்பதை உணர்த்துகின்றன.

58. கிரகங்கள் தொடர்பான அட்டவணையில் இன்னொரு சமன்பாடு பற்றியும் நாம் கவனத்தில் கொள்ளவேண்டும். பூமியின் சுற்றுப் பாதையின் இடமாறு தோற்றப் பிழை அல்லது சூரிய மையக் கோட்பாடு மற்றும் புவி மையக் கோட்பாடு இரண்டுக்கும் இடையிலான வித்தியாசம் பற்றிப் பார்க்கும்போது நாம் அதைக் கவனத்தில் கொள்ளவேண்டும். சூரியனில் இருந்து பூமிக்கும் கிரகத்துக்கும் வரையப்படும் கோடுகள் மற்றும் கிரகத்தில் இருந்து பூமிக்கு வரையப்படும் கோடு ஆகியவற்றாலான முக்கோணம் ஒன்றைக் கருத்தில் கொள்வோம். இடமாறு தோற்றப் பிழைக் கோணமானது சூரியனில் இருந்து பூமிக்கு வரையப்படும் கோடானது வளைவின் இரு புள்ளிகளையும் தொட்டுச் செல்லும்போது ஏற்படுத்தும் கோணமே ஆகும். இந்த மதிப்பீடே இந்திய அட்டவணைகளில் பயன்படுத்தப்பட்டுள்ளன. இதுவே சீக்ரம் என்ற அளவாகப் பயன்படுத்தப்பட்டுள்ளது.

சூரியனின் கற்பித வட்டத் தீர்க்கரேகைக்கும் கிரகத்தின் கற்பித வட்டத் தீர்க்கரேகைக்கும் இடையிலான வித்தியாசத்தின் அடிப்படையில் இது கணக்கிடப்படுகிறது. கிரகங்களின் சுழற்சிப் பாதைகள் வட்டமாக இருப்பதாக எடுத்துக்கொள்ளப்பட்டிருக்கின்றன. ஆனால் உண்மையில் கோள்கள் நீள் வட்டப்பாதையில் சுழலும் என்பதால் ஏற்படும் வேக வித்தியாசங்கள் பூமியின் சுழற்சியை வைத்துப் புரிந்துகொள்ளப்பட்டனவா அல்லது கிரகங்களின் சுழற்சியை வைத்துப் புரிந்துகொள்ளப்பட்டனவா என்பது தெரியவில்லை. சுழற்சி வேக வித்தியாசத்தைப் பொறுத்தவரை ஒரே விடை கிடைக்க இந்த இரண்டு முன் அனுமானங்களையுமே பயன்படுத்தி தேவையான திருத்தங்கள் செய்து கணக்கிடப்பட வழி உண்டு. பூமி அல்லது சூரியனிலிருந்து கிரகங்களின் தொலைவை இந்த அட்டவணைகளில் இருந்து கண்டுபிடிக்க முடியும். இவை உண்மை அளவுகளுக்கு நெருக்கமாகவே இருக்கின்றன.

59. மேலே குறிப்பிடப்பட்டிருக்கும் இந்தக் கணக்கீடுகளைச் செய்வதற்குப் பல துணைக்கணக்குகள், அட்டவணைகள் இருந்திருக்கவேண்டும். அப்படி எதுவும் இதுவரையில் இந்தியாவில் கிடைக்கவில்லை. அவற்றில் இடம்பெற்ற வடிவ இயல் அம்சங்கள் நீங்கலாக ஒரு வட்டத்தின் சுற்றளவுக்கும் அதன் விட்டத்துக்கும்

இடையிலான விகிதம் சார்ந்த கணிப்பும் தெரிந்திருக்கவேண்டும். ஆனால், இந்திய அட்டவணைகளில் இருந்து இதை நாம் கண்டறிய முடியவில்லை. இது மிகவும் குறைவான அளவு என்பதால் இந்திய அட்டவணைகளில் இதை பயன்படுத்தாமல் விட்டிருக்கக்கூடும்.

இது தொடர்பாக நமக்கு வேறொரு தகவல் கிடைத்திருக்கிறது. அய்னி அக்பரி என்ற நூலில் ஒரு வட்டத்தின் விட்டத்துக்கும் அதன் சுற்றளவுக்கும் இடையிலான விகிதம் 3927/1250[79] என்ற விகிதத்தில் இருப்பதாக இந்துக்கள் கணக்கிட்டிருப்பதாகச் சொல்லியிருக்கிறது. ஆர்க்கிமிடிஸ் இதை 22/7 என்று குறிப்பிட்டிருந்தார். இதைவிட இந்துக்களின் கணிப்பு மிகவும் துல்லியமானது. மிகப் பெரிய மேதைகளிடமும் கல்வி கேள்விகளில் சிறந்த தேசங்களிலுமெல்லாம் இல்லாத துல்லியம் இவ்வளவு எளிய மக்களிடம் இருந்ததைக் கண்டு நான் வியக்கிறேன்.

வட்டத்ததைச் சதுரமாக்கல் கணக்கில் 3927/1250 என்ற கணிப்பு மிகவும் சரியானது. மெடியஸ் இதை 355/113 என்று கணித்திருந்தார். அதாவது 3.1416. மிக எளிய அடிப்படையான வழிமுறையின்படி ஒரு வட்டத்தில் 768 பக்கங்கள் கொண்ட பல் கோணத்தை உள்ளடக்கியதாக இருக்க வேண்டும். வளைவு பற்றிய முக்கியமான அம்சங்கள் தெரிந்திருக்கா விட்டால் இந்த கணக்கீட்டை நிச்சயம் செய்திருக்க முடியாது. குறைந்தபட்சம் வர்க்க மூலத்தின் 9 அடுக்கு விடைகள் ஒவ்வொன்றும் பத்து தசம புள்ளி துல்லியத்துடன் தெரிந்திருக்கவேண்டும். இவையெல்லாமே இந்தியாவிலேயே கண்டுபிடிக்கப்பட்டிருக்கவேண்டும். ஏனென்றால் இந்தக் கணக்கீடுகள் மேற்கில் இருந்து பெறப்பட்டிருக்க வாய்ப்பே இல்லை. ஆர்க்கிமிடிஸின் கோட்பாடு நீங்கலாக கிரேக்கர்களின் வடிவ இயலில் வேறு எதுவும் இது தொடர்பாகக் கிடைக்கவில்லை. அரேபிய கணிதவியலாளர்கள் இந்த விஷயத்தில் எதுவும் கண்டுபிடித்திருக்கவில்லை. நவீன கால ஐரோப்பிய வடிவ இயலை பழங்கால இந்திய கணிதவியல் கணிப்புகளுக்கு வழிகாட்டியதாகச் சொல்லவே முடியாது. மெடியஸும் வியட்டாவும் தான் வட்டச் சதுரமாக்கல் விஷயத்தில் ஆர்க்கிமிடிஸின் கணிப்பை விட மேம்பட்ட துல்லியத்தைக் கண்டடைந்திருந்தனர். அவர்கள் இந்தியாவில் அக்பர் ஆட்சியில் இருந்த காலகட்டத்துக்கு சமமான காலகட்டத்தில் வாழ்ந்தனர்.

60. மேலே சொல்லப்பட்டவற்றில் இருந்து கீழ்க்கண்ட முடிவுகளுக்கு நாம் வரமுடியும்:

அ. இந்திய வானவியலானது கிறிஸ்து பிறப்பதற்கு 3000

ஆண்டுகளுக்கு முந்தைய வான் ஆய்வுகளின் அடிப்படையில் அமைந்திருக்கிறது. சூரிய, சந்திரனின் இடம், கலியுக காலகட்டத்தின் தொடக்கம் இவையெல்லாம் நேரடியாகப் பார்த்துப் பதிவு செய்யப் பட்டிருக்கவேண்டும்.

திருவள்ளூரில் கிடைத்த இந்திய வானவியல் அட்டவணைகள் எல்லாம் தெ லா கேலி, மேயர் ஆகியோரின் கணிப்புகளுடன் வெகுவாகப் பொருந்தியிருக்கின்றன. குறிப்பாக சந்திரனுடைய வேக மாறுபாடு விஷயத்தில் மிகத் துல்லியமாகப் பொருந்துகின்றன. ஈக்வினாக்ஸைப் பொறுத்தவரையில் நிலையான நட்சத்திரங்களின் இடங்களாக இந்திய ராசி மண்டலத்தில் குறிப்பிடப்பட்டிருப்பவை; சூரிய வருடத்தின் கால அளவு; வியாழன், சனி கிரகங்களின் இடங்கள், அவற்றின் சுற்றுப் பாதையின் நீள் வட்ட வடிவம், அவை வட்டப்பாதையில் சுற்றியிருந்தால் எப்படியான கணக்குகள் தேவைப்படும் என்பது போன்றவற்றில் மிகவும் துல்லியமான கணிப்புகளை இந்திய பழங்கால வானவியல் அட்டவணைகள் தெரிவிக்கின்றன.

மொத்தமாகப் பார்க்கையில் நமது வானவியல் அட்டவணைகளுடன் இந்திய பிராமணர்களின் வானவியல் அட்டவணைகளை ஒப்பிட்டுப் பார்க்கும்போது என்னவெல்லாம் மாற்றங்கள் இதுவரை நடந்திருக் கின்றன என்பதைத் தெரிந்துகொள்ளமுடிகிறது. கடந்த 48 நூற்றாண்டுகளில் ஒரு கிரகம் இன்னொரு கிரகத்தின் நகர்வுகளில் ஏற்படுத்தியிருக்கும் தாக்கமானது இன்றைய நிலையில் இருந்து பின்னோக்கிக் கணக்கிட்டுப் புரிந்துகொள்ள முடிகிறது.

பழங்கால இந்தியா வானவியல் அட்டவணைகளில் குறிப்பிடப் பட்டிருக்கும் சூரியனின் நீள்வட்ட, கற்பித வட்டச் சுற்றுப்பாதை களுக்கு இடையிலான கோணம், சுழல் அச்சின் சாய்வுக் கோணம் ஆகியவற்றை இன்றைய அளவுகளுடன் ஒப்பிட்டுப் பார்த்தால் இந்திய வானவியல் அட்டவணைகள் இன்னும் 1000 அல்லது 1200 ஆண்டுகள் மேலும் பழமையானதாக அதாவது கிறிஸ்தவ சகாப்தத்தில் இருந்து 4200 ஆண்டுகள் பழமையானதாகத் தெரிகின்றன. கலியுகத் தொடக்க காலகட்டத்து அட்டவணைகளில் தென்படும் துல்லியத்தைப் பார்க்கும்போது அதற்கு ஆயிரம் ஆண்டுகளுக்கு முன்பிருந்தே வானவியல் ஆய்வுகள், பார்த்துப் பதிவு செய்தல் போன்றவை தொடங்கியிருக்கவேண்டும் என்ற முடிவுக்குத்தான் வரவேண்டியிருக்கும்.

இவ்வளவு மிக மிகப் பழங்காலத்துக் கணிப்புகள் நவீன காலக் கணிப்புகளுடன் ஒத்துப்போவதை வெறும் தற்செயல் என்று சொல்லமுடியுமா என்ன? எனவே நேரடி இந்திய வானவியல் ஆய்வுகள் (Observations) மிகப் பழங்காலத்திலேயே தொடங்கி விட்டது என்ற முடிக்குத்தான் வரவேண்டியிருக்கும். இதை ஏற்க மறுத்தோமென்றால், ''விண்வெளியின் அதி தொலைவுகளை மட்டுமல்ல காலவெளியின் அதீத இடைவெளிகளையும் இணைக்கும் உலகளாவிய கோட்பாடுகளைக் கணித்துச் சொல்லும் வகையில் பிராமணர்கள் மத்தியில் அன்றே ஒரு நியூட்டன் தோன்றிவிட்டதாக ஒப்புக்கொள்ளவேண்டியிருந்திருக்கும்'. மேலும் கால இடைவெளி, வான் வெளி ஆகிய இரண்டினூடாகவும் மிகச் சிக்கலான நுட்பமான கணிப்புகளைச் செய்யக்கூடிய தெ லா க்ரான்ஜே உருவாகியிருந்தார் என்று கருதவேண்டியிருக்கும்.

ஆ. இன்று பிராமணர்கள் வசம் இருக்கும் இந்திய வானவியல் மிக மிகப் பழங்காலத்தைச் சேர்ந்தது என்பது உண்மையென்றாலும் அதில் இருக்கும் பெரும்பாலான கணிப்புகள், கணக்கீடுகள், விதிமுறைகள் எல்லாம் பிற்காலத்தில் உருவாக்கப்பட்டவையே.

திருவள்ளூர் அட்டவணைகளில் இருந்து சந்திரனின் இடம் குறித்த கணக்கை வைத்துப்பார்க்கும்போது கலியுகத் தொடக்க காலகட்டத்தில் இருந்து 16,00,984 நாட்களைக் கழித்தாக வேண்டியிருந்தது. அதாவது நமது காலகட்டத்தின் 1282ஆம் வருடத்தில் குறிக்கப்பட்ட அளவாக அது இருக்கிறது. இந்தக் காலகட்டத்தில்கூட சந்திரனின் இடம், அதன் சுற்றுப்பாதையில் அதி தொலைவுப் புள்ளி (அபோஜி) ஆகியவற்றை அதி துல்லியமாகக் குறித்திருக்கிறார்கள். இது நிச்சயம் அந்தக் குறிப்பிட்ட நாளில் அல்லது அதற்கு சில நாட்கள் முன்பாகவோ பின்பாகவோ கண்ணால் பார்த்துப் பதிவு செய்ததாகவே இருக்கவேண்டும். எனவே, அந்தக் காலகட்டத்தில் இந்தியாவில் வான் ஆய்வுகள் நடந்திருக்கவேண்டும். இன்றைய பிராமணர்களைப் போல் அல்லாமல் அன்றைய பிராமணர்களுக்கு வானவியல் விதிமுறைகள், கோட்பாடுகள் மிகவும் நன்றாகத் தெரிந்திருக்கவேண்டும். எப்போது இந்த வானவியல் அறிவு கை நழுவிப்போனது என்பதை யூகிக்க முடியவில்லை. ஆனால், இப்போது சொல்லப்பட்டிருக்கும் காலகட்டத்துக்கும் முன்னால் வானவியல் ஆய்வுகள் இருந்ததற்கான எந்தத் தடயங்களும் கிடைத்திருக்கவில்லை. ஏனென்றால் இந்த அட்டவணைகளில் இடம்பெற்றிருக்கும் நவீன காலகட்டம் பற்றிய கணிப்புகள் எல்லாம் மிகப் பழமையான ஆய்வில் இருந்து கணக்கிடப்பட்டு உருவாக்கப்

பட்டிருக்கும். கிருஷ்ணாபுர அட்டவணைகளில்[80] குறிப்பிடப் பட்டிருக்கும் அளவுகளில் இருந்து எளிய, பின்னோக்கிக் கணக்கிடும் வழிமுறைகள் மூலம் அவற்றைக் கண்டுபிடித்திருக்கமுடியும்.

இந்த நவீன காலகட்டக் கணிப்புகளில் நரசிம்மபுர அட்டவணைகள் கி.பி 1656 ஐச் சேர்ந்தது. இவற்றில் மிகவும் பழமையானது கி.பி. 78-ஐச் சேர்ந்தது. அது சாலிவாகனம் என்ற அவர்களுடைய ஒரு மன்னர் இறந்த வருடம். அவருடைய காலகட்டத்தில் இந்திய வானவியல் கணிப்புகளில் முக்கியமான மாற்றங்கள் கொண்டுவரப்பட்டதாகச் சொல்லப்படுகிறது. கலியுகத் தொடக்க கட்டத்தில் இருந்து இந்தக் காலகட்டம்வரை வேறு எந்தவொரு தகவலும் குறிப்பும் கிடைத்திருக்கவில்லை.

எனவே, இந்திய வானவியல் தொடர்பாகக் கிடைத்திருக்கும் ஆவணங்கள் எல்லாமே பழம் பெருமை வாய்ந்தவை அல்ல. அல்லது இந்த அட்டவணைகளில் குறிப்பிடப்பட்டிருப்பவற்றில் இருந்து இவை எந்தக் காலகட்டத்தில் உருவாக்கப்பட்டன என்பதைக் கண்டுபிடிக்கமுடியாது. ஏனென்றால் கிருஷ்ணாபுர அட்டவணைகள் கி.பி.1491 ஐச் சேர்ந்தவை. ஆனால் கலியுகக் காலகட்டத்திலிருந்து குறிப்பிடும் திருவள்ளூர் அட்டவணைகளைவிட அவை குறிப்பிடும் காலகட்டம் மிகவும் பழமையானவை. மேலும் அவை சிறிய அளவிலான மாறுதலுக்கு மட்டுமே உள்ளாகியிருக்கின்றன என்பதை நாம் ஏற்கெனவே பார்த்திருக்கிறோம். முதலில் குறிப்பிடப் பட்டிருக்கும் அட்டவணைகளில் நிலவின் வேகம் குறைவாக இருப்பதாகக் குறிப்பிட்டிருக்கிறது. மேயர் முன்வைத்த சமன்பாடுகள் மற்றும் எம்.தெ. லா ப்ளேஸ் விவரித்திருப்பவை ஆகியவற்றின் அடிப்படையில் இவை மிகவும் துல்லியமாகப் பொருந்தவும் செய்கின்றன. இதில் இருந்து இந்த முடிவுக்கு நாம் வந்திருக்கிறோம்.

ஆனால், கிருஷ்ணாபுரம் அல்லது திருவள்ளூர் அட்டவணைகளில் ஏதோவொன்று அல்லது நமக்கு அறியக் கிடைத்திருக்கும் வேறு ஏதோ இந்திய அட்டவணைதான் இந்திய அட்டவணைகளியே மிகவும் பழமையானது என்று சொல்லமுடியாது. பிராமணர்கள் பனாரஸ் வானவியல் என்ற ஒன்றை 'மிகவும் பழமையானது'[81] என்று அடிக்கடிக் குறிப்பிடுகிறார்கள். அதில் உள்ளவற்றைத் தங்களால் தற்போது புரிந்துகொள்ளமுடியவில்லை என்றும் தங்களுடைய தற்காலக் கணிப்புகளைவிட அவை மிகவும் துல்லியமானவை என்று நம்புவதாகவும் சொல்லியிருக்கிறார்கள்.

அந்தப் பழங்கால வானவியல் அட்டவணைகள் இவற்றைவிட மிகவும் துல்லியமாக இருக்கும் என்பதை ஏற்கமுடியவில்லை. அவை

மிகவும் பழமையானவை என்பதை யாரும் மறுக்க முடியாது. ஆனால், அவை துல்லியமானவையாக இருக்கும் என்பதை முறையான ஆய்வும் கணக்கீடும் செய்து பார்க்கும் ஒருவரால் ஏற்கமுடியாது. புதிராக இருக்கும் இந்த விலைமதிப்பு மிக்க அரிய விஷயங்களை விளக்கிச் சொல்லி வெளிச்சத்துக்குக் கொண்டுவரும் பணியைப் போல் சிறந்த முக்கியமான பணி வேறு எதுவும் இருக்கமுடியாது. அதைச் சாத்தியப்படுத்த விஷய ஞானமும் நிபுணத்துவமும் மிகுந்த சர் வில்லியம் ஜோன்ஸின் வழிகாட்டுதலில் வங்காளத்தில் அறிவுத்தேடல் மிகுந்த கல்வி மையம் ஆரம்பிக்கப்பட்டுள்ளது. இந்தக் கல்வி மையம் பழங்கால இந்திய வானவியல் சார்ந்து மேற்கொள்ளவிருக்கும் ஆராய்ச்சிகள் ஒரு வானவியலாளரையோ கணிதவியலாளரையோ மட்டுமல்ல படிப்படியான மனிதகுல முன்னேற்றத்தின் மீது ஆர்வம் கொண்டவர்களையும் இந்த பூமிப் பந்தின் தொல் குடிகளைப் பற்றித் தெரிந்துகொள்வதில் ஆர்வம் கொண்டவர்களையும் சந்தோஷத்தில் ஆழ்த்தும். வானவியல் துறை மூலமாகமட்டுமே இந்த அம்சங்கள் நவீன கால மனிதருக்குப் புரியவைக்கப்படமுடியும். எவ்வளவு மங்கலானதாக இருந்தாலும் எந்தவித மாசுகளும் கலக்காத எந்தவித போலிப் பெருமிதங்களும் மூட நம்பிக்கைகளும் கலக்காததாக இருக்கும் அந்த அறிவு ஒளியே அதைச் செய்துகாட்டமுடியும்.

இ. நாம் ஆராய்ந்து பார்த்திருக்கும் நான்கு வானவியல் கோட்பாடுகளின் அடிப்படையும் ஒன்றே. இந்திய முழுவதிலும் இவை பரவி சிதறிக் கிடந்த போதிலும் அவை அனைத்தும் ஒரே சுயத்தன்மையுடன் உருவாக்கப்பட்டுள்ளன. ஒன்று அவை கனோஜி, பாலிபோத்ரா (பாடலிபுத்ரம்), பனாரஸ் ஆகியவற்றினூடாகச் செல்லும் ஒரே தீர்க்கரேகையை மையமாகக் கொண்டு அமைந்திருக் கின்றன. அல்லது அருகருகே இருக்கும் தீர்க்கரேகைகளை மையமாகக் கொண்டிருக்கின்றன. நிலநடுக்கோட்டுப் பகுதியின் வான் நிகழ்வுகளை அடிப்படையாகக் கொண்ட விதிமுறைகளைக் கொண்டவையாக இருக்கின்றன. அவற்றின் காலகட்டம் எதுவாக இருந்தாலும் கலியுகத்துடன் தொடர்புடையவையாக இருக்கின்றன.

இவை நீங்கலாக இன்னொரு, எளிதில் விவரிக்கமுடியாத விஷயம் ஒன்றும் இவற்றை இணைக்கின்றன. இந்த ஆய்வுகள் அனைத்தில் இடம்பெற்றுள்ள கோட்பாடுகளும் விதிமுறைகளும் சூத்திரங்களும் அதி நிபுணத்துவத்தின் மூலம் மிக மிக எளிமையாக ஆக்கப் பட்டுள்ளன. ஆனால், எளிய கணக்குகளையும் அவர்கள் செயற்கையாக மிகவும் சிக்கலாக்கிக் கொண்டே கணக்கிடுகிறார்கள். ஒரு பிராமணர் பெருக்கல் கணக்கை மேற்கொள்ளும்போது எவ்வளவு

தேவையோ அதைவிட மிகப் பெரிய எண்ணைக் கொண்டே பெருக்கிக் கொள்கிறார். இதனால் என்ன ஆகிறதென்றால், வகுப்பதற்கும் அதுபோலவே பெரிய எண்ணைப் பயன்படுத்தியாக வேண்டிவருகிறது.

கலியுகத் தொடக்க காலகட்டத்தில் இருந்தே நிலவின் நகர்வைக் கணிக்க முற்படுவதுபோலவே சாலிவாகன யுகத்தின் காலகட்டத்தையும் பெரும் கணக்கீடுகளைச் செய்தே கணக்கிட்டுக்கொள்கிறார். உள் ஒடுங்கிய தன்மை, அறிவார்ந்த விஷயங்களைப் பகிர்ந்துகொள்வது தொடர்பான பயம் போன்ற பிராமணர்களின் மத நம்பிக்கைகளே அவர்களுடைய கணித, வானவியல் போன்ற அறிவுசார் விஷயங்களையும் வழிநடத்துகின்றன. மத விஷயங்களிலும் சரி அறிவுசார் துறைகளிலும் சரி தனக்குத் தெரிந்ததை மற்றவர்களுக்குக் கற்றுக் கொடுக்கவோ மற்றவர்களிடமிருந்து கற்றுக்கொள்ளவோ அவர்கள் தயாராக இல்லை.

இதுபோன்ற காரணங்களினால் இந்திய வானவியலானது இந்தத் துறையில் மேதமை மிகுந்த மற்றும் இந்தத் துறை சார்ந்த அரிய நூல்கள், ஆவணங்கள் ஆகியவற்றைத் தம் வசம் கொண்டிருக்கக்கூடிய பரம்பரை வழியாகக் கைமாறித்தரப்பட்டுள்ளன. எவ்வளவு முடியுமோ அவ்வளவு விரிந்த, பரந்துபட்ட அறிவுத்துறையாக இது பரிணமித்திருக்கிறது. இவ்வளவு மேதமை நிறைந்த அறிவுத் துறையானது பரந்து விரிந்த வகையில், இவ்வளவு ஆழமாக, பரந்துபட்டவர்களிடையே வேரூன்றியிருப்பதைப் பார்க்கும்போது இது இந்தியாவில்தான் உருவாகியிருக்கும். அல்லது இந்தியாவில் எந்தப் பகுதியில் இந்த ஆவணங்கள் கண்டெடுக்கப்பட்டிருக்கின்றனவோ அந்தப் பகுதியில் மிக மிகப் பழங்காலத்தில் இருந்து வாழ்ந்துவருபவர்களுடையதாகவே இருந்திருக்கும்.

ஈ. பழங்கால இந்திய வானவியல் அட்டவணைகளைப் பார்க்கும் போது அவற்றை உருவாக்கியவர்கள் வடிவ இயல், எண் கணிதம், வானவியலின் கோட்பாட்டுரீதியான அம்சங்கள் ஆகியவற்றில் நிபுணத்துவம் பெற்றிருந்திருப்பது தெரியவருகிறது. இதை உறுதிப்படுத்த இதுவரை விரிவாகச் சொன்னதை மீண்டும் நான் இங்கு சொல்லவிரும்பவில்லை. எனினும் கிரகணங்களைக் கணிப்பதற்காகப் பயன்படுத்தப்படும் இந்த அட்டவணைகள் தொடர்ந்து அனுபவபூர்மாகப் பார்த்துப் பதிவு செய்து உருவானது அல்ல. அதாவது, கிரகணங்கள் குறிப்பிட்ட இடைவெளியில் மீண்டும் மீண்டும் நிகழ்வதைப் பார்த்துப் பதிவு செய்து கண்டுபிடிக்கப்பட்டதல்ல. சரோஸ் சுழற்சி (Saros) அதாவது 6585 நாட்கள் 8 மணி நேரங்கள்

அல்லது 223 சந்திரோதயங்கள் (சந்திர மாதங்கள்) என சால்திய வானவியலாளர்கள் பயன்படுத்தியதுபோல் எந்தக் கணிப்பும் இந்திய வானவியல் வழிமுறைகளில் இடம்பெற்றிருக்கவில்லை.

உலகின் எந்த நாட்டைச் சேர்ந்த ஆதிகால வானவியலாளர்களும் கிரகணங்கள் ஏற்படக் காரணமான விஞ்ஞானபூர்வ விஷயங்களைத் தெரிந்துகொள்வதற்கு முன்பாகப் பின்பற்றியிருக்கவேண்டிய வழிமுறை இது. இப்படிப் பார்த்துப் பதிவு செய்யும் வழிமுறை இந்தியாவில் ஒருகாலத்தில் இருந்திருந்தாலும் அது தற்போது மறக்கப்பட்டுவிட்டது. அது சார்ந்த தரவுகள் எதுவும் இப்போது இல்லை. அதற்கு பதிலாக அந்த நிகழ்வின் முழுமையான விஞ்ஞான பூர்வமான ஆய்வுகள், கணக்குகள், சூரிய சந்திரனின் நகர்வுகள் பற்றிய முழு விவரங்கள், அவை நேர்கோட்டில் வந்து நிற்கும் காலம் என ஒவ்வொன்றாக மிகத் துல்லியமாகக் கணிக்கும் வழிமுறையே இருந்துவந்திருக்கிறது.

இப்படியாக வானவியல் நிபுணத்துவம் மிகுந்த அணுகுமுறை இருந்திருக்க முக்கிய காரணம் சூரிய வட்ட விலகல் சமன்பாடு, சந்திர விலகல் சமன்பாடு அதாவது கிரகங்கள், வான் பொருட்கள் உண்மையான நீள் வட்டப்பாதையில் அல்லாமல் கற்பிதமான வட்டப் பாதையில் சுற்றினால் எது மையப்புள்ளியாக இருக்கும், சுழற்சி வேகம் சீராக இருக்கும் என்பதைக் கணிக்கும் கற்பிதத் தீர்மானங்களைப் பயன்படுத்தியதுதான் என்று சொல்லமுடியும்.[82] இதோடு வடிவ இயல் துறையில் பழங்காலத்தில் இருந்த அபார அறிவு, வானவியல் சார்ந்த கோட்பாட்டுரீதியிலான புரிதல்கள், சூத்திரங்கள், அவற்றின் மூலம் அவர்கள் வந்தடைந்த துல்லியமான தீர்மானங்கள், திரிகோணமிதிக்கு இணையான நுண் கணிதம் இறுதியாக வட்டச் சதுரமாக்கல் என பழங்கால இந்திய வானவியல் துறையில் பயன்படுத்தப்பட்டிருக்கும் கணித, அறிவியல் விஷயங் களைப் பார்க்கும்போது பிரமிப்புதான் ஏற்படுகிறது. இந்த நிபுணத்துவம் இந்தியாவில் மிக மிகப் பழங்காலத்தில் இருந்தவர்களுக்கு சுயமாகவே இருந்திருக்கிறது. மேற்குலகில் இருந்து எதுவும் பெற்றிருக்கவில்லை.

இந்த ஆய்வறிக்கையில் நான் குறிப்பிட்டிருக்கும் விஷயங்களில் இருந்து இந்த முடிவுக்குத்தான் ஒருவர் வந்தாகவேண்டியிருக்கும். இந்திய வானவியல் மேதமை எந்த சந்தேகத்துக்கும் இடமில்லாத வகையில் அபாரமானது. இதை நான் மிக விரிவாக முழுமையாக இந்த ஆய்வுக் கட்டுரையில் நிரூபித்திருக்கிறேன் என்றே நினைக்கிறேன். இந்தத் தீர்மானம் பொய் என்று நிரூபிக்க முடிந்தால் அது இந்த

உண்மைகள் ஏற்படுத்தும் ஆச்சரியத்தைவிட மிக மிக அதிகமாக இருக்கும்.

ஆனால், இந்த உண்மைக்கு மாறானதாக எதுவும் இருக்கமுடியாது என்றே தோன்றுகிறது. ஏனென்றால் இந்தத் துறை சார்ந்த அனைத்து ஆதாரங்கள், ஆவணங்கள் எல்லாம் இன்னும் பொதுப்பார்வைக்கு வரவிவில்லை. பனாரஸில் இருக்கும் ஆவணக் களஞ்சியங்களில் இருக்கும் மொத்தத் தரவுகள் இந்த உண்மையை உறுதிப்படுத்தி பிற யூகங்களைப் பொய்யென்று நிரூபிக்கக்கூடியதாகவே இருக்கும்.

அடிக்குறிப்புகள்

1. *Mem. Acad. Scien.*, tom.8, p.281.
2. *ட்ரெய்டே தெ ல அச்ட்ரானமி இண்டியனே எ ஓரியண்டேல், எம். பெய்லி, பாரிஸ், 1787.*
3. *Mem. sur I'Astronomie des Indiens,* எம்.லே ஜெண்டில் *1772,* இரண்டு, பக் 207. இந்த இடத்தில் கான்ஸ்டலேஷன் என்பதை ராசிமண்டலத்தில் சந்திரன் இருக்கும் இடம் என்பதாக ஃப்ரெஞ்சில் இருந்து மொழிபெயர்த்திருக்கிறோம்.
4. *Mem. Acad. Scien.*, 1772, II p.189.
5. அதே புத்தகம் பக் *209.*
6. *Mem. Acad. Scien.*, 1772, II p.200. ஜோடி மண்டலம் அல்லது நட்சத்திர சக்கரம் என்று ராசி மண்டலத்தை அழைக்கிறார்கள்.
7. அதே புத்தகம் பக் *194,* பக் *43.*
8. *Mem. Acad. Scien.*, tom.8, p.312.
9. *Ast.Ind page 7*
10. *Mem. Acad. Scien.*, tom8, page 328.
11. *Ast.Ind page 124.* திருவள்ளூர் அட்டவணைகள் வருடத்தை 6″ குறைவாகக் கணக்கிடுகின்றன
12. சூரியச் சமன்பாடு அல்லது சாயா என்று அவர்கள் அழைக்கும் ஒன்றை சயாமிய அட்டவணையில் மீன் அனாமலியின் ஒவ்வொரு 15 டிகிரிக்கும் கணக்கிட்டிருக்கிறார்கள்.
13. *Ast. Ind.*, p.9.
14. அபோஜியை அடிப்படையாக வைத்துப் பார்க்கும்போது இந்தப் பிழையானது இப்போது தெரிவதைவிடக் குறைவாகவே இருக்கும். ஏனென்றால், இந்திய ராசி மண்டலத்தின்படி நட்சத்திரங்களின் வேகம் 4′ வேகமானதாகவும் அபோஜியைவிட 6″ குறைவானதாகவும்

இருக்கும். இந்திய ராசி மண்டலத்தின் திசைவேகமானது நட்சத்திரங்களுக்கு அல்லது சூரியனின் அபோஜி இரண்டுக்குமே இசைவானது அல்ல. இரண்டின் சரசாரியாகவே இருக்கும்.

15. நமது கோல்டன் நம்பர் கணக்கீடைவிட (ஈஸ்டரைக் கணக்கிட உதவும் எண்) இந்திய காலக்கணிப்பு 35′ துல்லியமானது. இந்தியர்கள் தமது திருவிழாக்களை இதன் அடிப்படையில் கணித்துக்கொள்கிறார்கள். *Ast.Ind page 5*

16. *Ast.Ind page 11 & 20*

17. *Ast.Ind page 13* காசினி. *Mem. Acad. Scien.tom. 8, p 304.*

18. *Mem. Acad. Scien.* tom.8, pp.302 & 309

19. *Ast. Ind.,* இது மெரிடியன் 82°, க்ரீன்விச்சுக்கு 34′ கிழக்கே. பனாரஸ் 83°-ல் இருக்கிறது. க்ரீன்விச்சுக்கு 11′-ல் இருக்கிறது. ரெனெல் வரைபடம்.

20. இந்த அட்டவணைகள் எம். பெய்லியால் வெளியிடப்பட்டன. *Ast. Ind.,* பக்கம் *335*, மேலும் பார்க்க பக் *31*.

21. *Ast. Ind.,* பக் *49*.

22. இவற்றை எம். லெ ஜெண்டில் *1784*, பக் *482*-ல் விளக்கியிருக்கிறார். ஐரோப்பாவுக்கு இதை அனுப்பிய மத போதகருக்கு இதன் அர்த்தம் புரியவில்லை. அவருக்குச் சொன்ன பிராமணர்களுக்கும் இது புரிந்திருக்கவில்லை என்றே தோன்றுகிறது. இவை கல்வெட்டுகளில் இருந்து எழுதியெடுக்கப்பட்டிருக்கலாம் என்று எம்.லெ ஜெண்டில் கருதியிருக்கிறார். நிமிடம், நொடி இவையெல்லாம் நெடுக்குவாக்கில் அமைக்கப்படவில்லை. ஒன்றன் கீழ் ஒன்றாக கிடைமட்ட வசத்தில் அமைக்கப்பட்டுள்ளன. அவற்றுக்கிடையிலான தொடர்பை அல்லது அர்த்தத்தைக் குறிக்கும்வகையில் எந்த தலைப்பும் இடம்பெறவில்லை. *Mem. Acad. Scien.* Ibid p.492, and *Ast. Ind.,* p.414-ல் இந்த அட்டவணைகள் இடம்பெற்றுள்ளன.

23. கோரமண்டல் (சோழமண்டல) கடற்கரையில் அமைந்திருக்கும் சிறிய ஊர் திருவள்ளூர் . நாகப்பட்டினத்துக்கு *12* மைல் மேற்கே *10*^{0}, *44'* அட்சரேகையில் க்ரீன்விச்சிலிருந்து கிழக்கே *79*^{0} *42'* தீர்க்க ரேகையில் அமைந்துள்ளது (ரெனெல் வரைபடம்). பிராமணர்களிடமிருந்து கிடைத்த தரவுகளில் இருந்து லே ஜெண்டில் அதன் அட்சரேகையாகக் 10°, 42′, 13″ (*Mem. Acad. Scien.* II, p.184) குறிப்பிட்டிருக்கிறார். திருவள்ளூரின் மெரிடியன் சிலோனின் மேற்கு பாகத்தைத் தொட்டுச் செல்கிறது. அதனால் முதல் மெரிடியனுடன் பொருந்துவதாகவும் இருக்கிறது (போதகர் து சேம்ப்). திருவள்ளூர் கணக்கீடுகளில் தீர்க்கரேகை தொடர்பான பேராமெட்ரிக் கணக்குகள் செய்யப்பட்டிருக்கவில்லை.

24. இந்திய மணி நேரங்கள்.

25. *Mem. Acad. Scien.* II, p.187; *Ast. Ind.,* p.76 & c.

26. இந்திய மணி நேரங்கள் ஐரோப்பியர்களுக்கு விளக்கப்பட்டுள்ளன.

27. *Mem. Acad. Scien,* Ibid. p.229. *Ast. Ind.,* p.84.

28. எம். லெ. ஜெண்டில் தந்த அட்டவணை. *Mem. Acad. Scien.,* Ibid. p.261.

29. ஹிந்துக்களின் வானவியல் அளவுக்கு அவர்களுடைய பூகோளவியல் துல்லியமானது அல்ல. இதனால் அவர்களுடைய அட்டவனைகளின் மெரிடியன்களைத்தீர்மானிப்பது மிகவும் கடினம். திருவள்ளூர் மற்றும் சியாமின் அட்டவணைகளின் மெரிடியன்களில் இருக்கும் வித்தியாசமானது அந்த இடங்களின் தீர்க்கரேகைகளைக் கணிப்பதில் இருக்கும் இருக்கும் பிழையினால் ஏற்பட்டதாகவே இருக்கும். திருவள்ளூர் அட்டவணைகளின் தீர்க்கரேகை 79°, 42′. சியாமின் தீர்க்கரேகை 82°, 34′.வித்தியாசம் 2°, 52′.பூகோளம் சார்ந்த பிழை தாண்டி இதில் வேறு எந்தக் கணிப்புப் பிழையும் இல்லை.

கிருஷ்ணாபுர அட்டவணைகளைப் பொறுத்தவரை அதன் மெரிடியன் குமரி முனையின் மெரிடியனுடன் பொருந்துவதாக இருக்கிறது. அதாவது தீர்க்கரேகை 77°, 32′, 33″. கிருஷ்ணாபுரத்துக்கு அரை டிகிரி மேற்கே இது இருக்கிறது. ஆனால், இந்தத் தீர்மானம் உறுதியானதல்ல. எம் பெய்லியைப் பொறுத்தவரை மத போதகர் து சேம்ப் அனுப்பிய அட்டவணைகள் கிருஷ்னாபுரத்து அட்சரேகையோடு பொருந்துவதாக இல்லை. மிக அதிகமானதாக இருக்கிறது.

முதல் மெரிடியனை பிராமணர்கள் கணக்கிட்ட விதமும் ஒவ்வொரு இடத்துக்கும் மாறுபட்டதாகவே இருக்கிறது. சில நேரங்களில் அது சிலோனைக் குறுக்குவெட்டாகப் பிரிப்பதாக இருக்கிறது. சில நேரங்களில் அதன் மேற்குப் பகுதியைத் தொட்டுச் செல்வதாக குமரி முனை வரை கூட செல்வதாக இருக்கிறது. இலங்கை ஏரி என்று போதகர் து சேம்ப் குறிப்பிட்டிருப்பது சிலோனைத்தான். எம்ரெனல் அந்த இலங்கைஏரியை சிலோனின் மத்திய பகுதியில் 80, 42’ -ல் குறிப்பிட்டிருக்கிறார். ஆனால், அயினி அக்பரியில் இருக்கும் இந்து வரைபடத்தை வைத்துப் பார்த்தால் இலங்கைஎன்பது ஒரு தீவாகத் தெரிகிறது. குமரி முனையில் முதல் மெரிடியன் நில நடுக்கோட்டுடன் தொட்டுச் செல்கிறது. ஒருவேளை அது மால தீவுகளைக் குறிப்பதாக இருக்கலாம். பார்க்க அயினி அக்பரி பக் 36.

30. *Mem. Acad. Scien.* 1772 II, p.214. *Ast. Ind.,* p.129.

31. *Mem. Acad. Berlin* 1782, p.387. *Ast. Ind.,* p.144.

32. *Ast. Ind.* p.130.

33. *Ast. Ind.,* p.110. பிராமணர்கள் இந்த யுகத் தொடக்கத்தை ஆறு மணி நேரம் தாமதமாக அதாவது சூரிய உதயத்தையே அந்த நாளின் தொடக்க நேரமாகக் கணக்கிடுகிறார்கள். பல்வேறு அட்டவணைகளை ஒப்பிட்டுப் பார்த்ததில் இருந்து இந்த பிழை கண்டுபிடிக்கப் பட்டுள்ளது.

34. *Ast. Ind.,* p.83.

35. *Ast. Ind.*, p.142 முதல் மெரிடியன் பனாரஸ் வழியாகச் செல்வதாக கருதப்பட்டது. 3° மேற்கு நோக்கித் தள்ளிக் கணக்கிட்டாலும் 42′-க்குத்தான் அது அதிகரிக்கும்.

36. *Ast. Ind.*, p.114.

37. அதே புத்தகம் p.115.

38. அதே புத்தகம் p.117.

39. அதே புத்தகம் p.118.

40. *Mem. Acad. Scien*. tom.8, p.286.

41. *Ast. Ind.*, p.145.

42. அதே புத்தகம் p.126.

43. மிகுந்த கால இடைவெளி கொண்ட கணிப்புகளை ஒப்பிட்டுத்தான் நிலவின் நகர்வு வேகம் எல்லா வானவியல் அட்டவணைகளிலும் கண்டுபிடித்துப் பயன்படுத்தப்பட்டுள்ளன. இந்த நூற்றாண்டிந் தொடக்கம் மற்றும் மிகப் பழங்காலத்தில் அதாவது கிருஷ்ணாபுர அட்டவணை போன்று கணக்கிடப்பட்ட காலம் இவற்றுக்கு இடையிலான நூற்றாண்டுகளை x என்று வைத்துக்கொள்வோம். அதைவிட பிந்தைய நவீன காலக்கணிப்புகளுக்கு அதே காலகட்டம் y என்று வைத்துக்கொண்டால், $x - y$ காலகட்டத்து நிலவின் நகர்வு என்பது $(x^2-y^2)\ 9''$.

m என்பது கடைசியாகக் குறிப்பிடப்பட்டிருக்கும் அட்டவணையின்படி நிலவின் நூற்றாண்டுக்கான நகர்வு என்று வைத்துக்கொண்டால் $m(x-y) - 9''\ (x^2-y^2)$ என்பதுதான் $x - y$ காலகட்டத்துக்கான கிருஷ்ணாபுர அட்டவணையின்படியான சராசரிநகர்வு. a என்பது ஏதேனும் ஒரு இடைவெளி என்று வைத்துக்கொண்டால் உதாரணமாக 43.83 நூற்றாண்டுகள் என்று வைத்துக்கொண்டால் கடைசி அட்டவணையின்படி சராசரி நகர்வு என்பது

$$\frac{ma\,(x\text{-}y)\text{-}9''\,a(x^2\text{-}y^2)}{x\text{-}y} = ma\text{-}9a\,(x+y)$$

அட்டவணையில் இருந்து எடுக்கப்பட்ட சராசரி நகர்வு = na என்றால்

$ma\text{-}na=9a\,(x+y)$ (அல்லது)

$$x+y = \frac{m - n}{g} = 52.19$$

xக்கும் yக்கும் இடையிலான இடைவெளி எதுவாக இருந்தாலும் அவற்றின் கூட்டுத்தொகை எப்போதும் ஒரே மாதிரியாகவே இருக்கும். அதாவது 5219 ஆண்டுகளாகவே இருக்கும். அந்த இடைவெளியானது மிகத் துல்லியமான நகர்வைக் கொடுக்கும்போது அது 2000க்குக்

குறைவாக இருக்க வாய்ப்பு இல்லை. அப்படியானால் x என்பது 3609 வருடங்களாக இருக்கும். அதுவே மிகவும் குறைவான அளவு. ஆனால் 1700லிருந்து இந்த 3609ஐ கழித்துப் பார்த்தால் 1909 ஆண்டுகள் கிறிஸ்து பிறப்புக்கு முன்னதாக ஆகும்.

சம்பந்தப்பட்ட ஆய்வு நடந்த காலமாக மிக பிந்தைய (நவீன) காலமாக எதைச் சொல்ல முடியும் என்பதைத்தான் நாம் இங்கு கணக்கிடுகிறோம். $x-y=a$ இதுவே சாத்தியமான காலகட்டம். இதன்படி $x=4801$. அதுவே கலியுகத்தின் தொடக்கமாகக் கணக்கிடப்படவேண்டியிருக்கும்.

44. Mem. Acad. Scien. 1786, p.235
45. Mem. Acad. Scien. 1786, p.260.
46. Mem. Acad. Berlin, 1782, p.170.
47. Ast. Ind. p.160
48. Supra, §18 and 10.
49. Mem. Acad. Berlin, 1782. p.289.
50. Ast. Ind., p.160.
51. Ibid. p.161.
52. He says, 'Sans doute il ne peut resulter de ce calcul qu'un appercu.'
53. Ast. Ind., p.163.
54. Mem. Acad. Berlin 1782, p.287.
55. Ast. Ind., p.165.
56. Ast. Ind., p.173.
57. Ibid. p.177.
58. Ast. Ind., p.194.
59. Ibid. p.199.
60. Ast. Ind., p.181.
61. Ibid. p.184. §13.62. Mem. Acad. Berlin 1782, p.246. Ast. Ind., p.186.
62. Mem. Acad. Berlin, 1782. p.246. Asst. Ind. p.186.
63. Ast.Ind., p.188.
64. Esprit des Journeaux Nov. 1787, p.80.
65. ஈக்வினாக்ஸ் ப்ரிசிஸனில் இருக்கும் சமமின்மை; நிலவின் வேக முடுக்கம்; சூரிய ஆண்டின் கால அளவு; சூரிய மையத்தின் சமன்பாடு; சுழற்சிப்பாதையின் சாய்மானம்; ஜூபிடரின் அப்ஹீலியன்; சனி கிரகத்தின் மையம்; இந்த இரண்டு கிரகங்களின் நகர்வின் சராசரி.
66. Ast. Ind., p.355.
67. Mem. Acad. Scien. II, p.175.

68. இந்த கணிப்பின் துல்லியத்தன்மையைத் தெரிந்துகொள்ளவேண்டுமென்றால் O என்பது சுற்றுப் பாதையின் சாய்மானம், மிக நீண்ட பகல் நாளில் எக்ஸ் என்பது செமிடியூர்னல் வளைவின் மிகுதி, 90 டிகிரிக்கு மேலே எனில்

$$\sin. x = \tan. O \times \tan. lat.$$

G என்பது முள்ளின் உயரமென்றால் S என்பது சம பகலிரவு நாளொன்றில் விழும் அதன் நிழல் என்றால்

$$\frac{S}{G} = \tan. lat \text{ and } \sin .x = \tan. O \times \frac{S}{G}$$ ஆக,

$$x = \tan . O \times \frac{S}{G} + \tan. \frac{\tan. O^3 \times S^3}{6G^3} + \frac{\tan O^3 \times S^3}{24\, G^3}$$

அல்லது இந்திய வழிமுறைப்படிக் கணக்கிடப்படும் நேரம்

$$x = 572.957 (\tan. O \times \frac{S}{G} + \tan . O^3 \times \frac{S^3}{6G^3}$$

O=24, tan.O=4452 என்றால் இந்த சூத்திரத்தின் முதல் பாகத்தின்படி

$$x = 572.957 \times \frac{.4452\, S}{G} = \frac{255S}{G}$$

இது பிராமணர்கள் கண்டு சொன்னதுடன் ஒத்திசைவாக இருக்கிறது. அந்த சூத்திரத்தின்படி

$$2x = \frac{720\, S}{G}\left(\frac{1}{3} + \frac{4}{15} + \frac{1}{9}\right) = \frac{512S}{G} \text{ or } x = \frac{256S}{G}$$

இதனால் $\frac{S}{G}$ ன் குணகத்தை முடிந்த அளவுக்குத் துல்லியமாகக் கணக்கிட்டிருக்கிறார்கள். பிறவற்றை விட்டுவிட்டுக் கணக்கிட்டதால் ஏற்படும் வித்தியாசமானது 1′ க்கு அதிகமாக இருக்காது. மிதவெப்பப் பகுதிகளில் மட்டுமல்ல அதைத் தாண்டியும் அது அதிகரித்துக் கொண்டே செல்லும். 45 டிகிரியில் அது 8′ ஆக ஆகிவிடும்.

69. *Mem. Acad. Scien.* 1772 II, p.205.

70. *Mem. Acad. Scien.* 1772 II, p.259.

71. *Ibid.* 241.

72. *Hist. Acad.* II, p.109. Ibid. Mem. 253-256.

73. அவர்களுடைய விதிமுறைகளையும் பயன்படுத்திய பெயர்களையும் அலசிப் பார்த்தால் அந்த மகத்தான மற்றும் அறியாமை நிரம்பிய பழங்காலம் பற்றித் தெரிந்துகொள்ளமுடியும். இந்த அம்சத்துக்கு ஐரோப்பிய வானவியலும் விதிவிலக்கு அல்ல.கிரஹணம் என்பது

நிலவை பாம்பு முழுங்கும் நிகழ்வு என்ற இந்திய அறியாமை சார்ந்த கணிப்பை எம். லெ ஜெண்டிலும் லா லுனே அஃப்பன்ஸி து டிராகன் என்றே குறிப்பிட்டிருக்கிறார். நிலவின் nodeகள் டிகாரனின் தலை, டிராகனின் வால் என்றே நம்மாலும் அழைக்கப்பட்டிருக்கிறது. ஒருவகையில் பார்த்தால் பழங்காலத்தில் அவற்றுக்கு பயன்படுத்தப் பட்ட பெயர்கள் பொதுவாகவே மிகவும் ஆராய்ந்து வைக்கப் பட்டதாகவே இருக்கின்றன. அயனம்ஸம் என்ற பதமானது அயனம் அதாவது நகர்வு, அம்சம் அதாவது பொருள் என்பதைக் குறிப்பதாக இருக்கிறது. *Mem. Acad. Scien.* II. p.251.

74. *Euc. Lib.* IV, Prop.15.

75. See these tables, *Ast. Ind.*, p.414.

76. சுழற்சிப் பாதையின் மாறுபாடுகளில் இருந்து மையச் சமன்பாட்டைக் கணக்கிட இந்த சூத்திரம் பயன்படுத்தப்படுகிறது. x என்பது மையச் சமன்பாடு. f என்பது சுழற்சிப் பாதையின் மாறுபாடு. e என்பது க்ரேட்டஸ்ட் சமன்பாடின் டேன் ஜெண்ட் என்றால்

$$2e \sin. f + \frac{2e^3 \sin.3f}{3} + \frac{2e^5 \sin.5f}{5} + \&c.$$

77. இந்தக் கணிப்பு மிகவும் துல்லியமானது. சனி கிரஹத்தின் சுழல் வட்டப்பாதை தொடர்பாக மேற்கொள்ளப்பட்ட ஆய்விலும் இந்திய அட்டவணைகளின் அடிப்படையில் கணக்கிட்டால் ஒரு நிமிட வித்தியாசம் கூட வருவதில்லை. கிரஹங்களின் மையச் சமன்பாட்டைக் கணக்கிடுவது தொடர்பான இந்திய வானவியல் விதிமுறைகளைப் புரிந்துகொள்வது சிரமமாகவே இருக்கிறது. இந்த சூத்திரத்தில் மந்த கதி தொடர்பான திருத்தம்தான் புரிகிறது. சீக்கிர கதி தொடர்பான திருத்தம் புரியவில்லை.

78. *Almagest. lib.* XI, cap.9 & 10.

79. *Ayeen Akbery,* Vol.III. p.32.

80. *Ast. Ind.* p.307.

81. *Ast. Ind.* p.309, M. Le Gentil, *Mem. Acad. Scien.* 1772. p.II. p.221.

82. கிரகங்களின் சுழற்சி தொடர்பான கணக்கீடுகளுக்காக தாலமி முன்வைத்த ஈக்வாண்ட் மற்றும் அது தொடர்பான இந்திய கணிப்புகள் ஆகியவற்றை எம்.பெய்லி ஒப்பிட்டுப் பார்த்திருக்கிறார். தாலமி சொல்லும் ஈக்வாண்ட் என்பது கற்பிதமையம்தான் என்று எடுத்துக் கொள்ளும் எம். பெய்லி அதன்படி அந்தப் புள்ளியானது சூரியனுக்கும் பூமிக்கும் இடையிலான தொலை இரண்டாகப் பிரிக்கும் புள்ளியாகச் சொல்கிறார். அது ஒருவகையில் ஈக்வாண்டில் இருந்து மாறுபட்ட புள்ளி. எம் பெய்லி தனது இந்த தீர்மானத்தை மந்த சமன்பாடு, சீக்கிர சமன்பாடு ஆகியவற்றைப் பயன்படுத்தி இதைக் கணக்கிட்டிருக்கிறார்.

ஈக்வாண்ட் தொடர்பான கற்பிதக் கணிப்பை இந்திய கணிப்புகளை விளக்கப் பயன்படுத்திய முதல் நபர் எம். பெய்லிதான்.

இந்தியர்களிடமிருந்து சால்தீயர்களும் கிரேக்கர்களும் பெற்றுக் கொண்டிருக்கும் வானவியல் கோட்பாடுகள் பற்றிச் சொல்ல வேண்டுமானால், அஸ்ட்ரானமே இண்டியனே நூலின் பத்தாம் அத்தியாயத்தைப் பார்க்கவேண்டும். அந்த விஷயம் அதில் மிகவும் விரிவாக அலசப்பட்டிருக்கிறது. இந்திய வானவியல் பற்றி பழங்காலத்தில் கிரேக்கர்கள் பலரும் ஏன் பேசாமல் இருந்ததைப் புரிந்துகொள்வது மிகவும் சிரமம்தான். முதன் முதலாக இந்திய வானவியல் பற்றி அராபியர்கள்தான் குறிப்பிட்டிருக்கிறார்கள். 12-ம் நூற்றாண்டைச் சேர்ந்த மசௌதி சொல்கிறார்: பிரம்ம (குப்தர்) எழுதிய சிந்த்-ஹிந்த் என்ற நூலில் இருந்து மகிஸ்தி என்ற நூல் எழுதப்பட்டது. அதிலிருந்து தாலமியில் அல்மாகெஸ்ட் எழுதப்பட்டது.

அபுல்பராகஸ் சொல்கிறார்: பாபிலோனின் ஏழாவது காலிஃபான அல் மைமனின் காலத்தில் (நமது யுகத்தின் 813) வானவியலாளர் ஹபாஷ் மூன்று அட்டவணைகளை வடிவமைத்திருக்கிறார். அதில் ஒன்று அட் ரெகுலஸ் சிந்த் ஹிந்த். அது இந்திய வானவியல் கோட்பாடுகளின் அடிப்படையில் இருப்பதாக திரு கஸ்டர்ட் சொல்லியிருக்கிறார். பிரம்ம (குப்தர்) எழுதியதாக மசௌதி குறிப்பிட்டிருக்கும் அதே வானவியல் நூல்தான் இது என்பதில் எந்த சந்தேகமும் இல்லை.

3

பனாரஸ் வான் ஆராய்ச்சிக்கூடம் பற்றிய குறிப்புகள்

ரூபன் பரோ (1783)

(மூல ஆவணத்தில் இருக்கும் சில பெயர்கள், வார்த்தைகளைச் சரியாகப் புரிந்துகொள்ளமுடியவில்லை. அவற்றை நட்சத்திரக் குறியீடு (★) மூலம் அடையாளப்படுத்தியிருக்கிறேன். அவை எதைக் குறிக்கக்கூடும் என்பதை யூகித்து இந்த நூலில் குறிப்பிட்டிருக்கிறேன் - ஆங்கில நூல் எடிட்டர்)

அறிவியலுக்குப் பரிசோதனைகள் எவ்வளவு முக்கியமோ வரலாற்றியலுக்குப் பழங்கால நினைவுச் சின்னங்கள், பொருட்கள் அவ்வளவு முக்கியமானவை. பரிசோதனைகள் இல்லையென்றால் அறிவியலே இல்லை. நினைவுச் சின்னங்கள் இல்லையென்றால் வரலாறே இல்லை.

பல்வேறு நடுகளைச் சேர்ந்த கற்றறிந்தவர்களிடையே தொடர்புகளை ஏற்படுத்துதல், கலை, இலக்கியத்துறைகளின் தடைகளைத் தாண்டுவதில் அவர்களுடைய சக்தியை ஒருங்கிணைத்தல், அறிவுலகின் எல்லைகளை விரிவடையச் செய்தல் இவையே லண்டனிலும் பாரிஸிலும் இருந்த ராயல் சொசைட்டிகளின் முக்கிய இலக்குகளாக இருந்தன. பரந்து விரிந்து செல்கையில் அறிவுத்துறை மேலும் எளிமையானதாக ஆகும். கடந்த காலப் பட்டயங்கள், கட்டடங்கள், கலைப் பொருட்கள் பற்றித் தெரிந்துகொள்வது உண்மையான கடந்த காலத்தைப் பற்றிய தேடலுக்குப் பெரிதும் உதவும். அதன் மூலம் பல நன்மைகள் கிடைக்கும் என்பது அவர்களுக்குத் தெரிந்திருந்தது.

கடந்த காலம் பற்றிய ஆய்வுகளில் ஆர்வம் கொண்டிருந்த ஐரோப்பியர்கள் கிரேக்க, ரோமானிய, பல்மைரேனிய, எகிப்திய கடந்த காலத்துப் பொருட்கள் பற்றிய ஆராய்ச்சிகளில் ஈடுபட்டனர். நாம் அந்தப் பழங்காலப் பொருட்களின் பயன்பாடு, வசதி, கலை நயம் இவற்றை எந்த அளவுக்கு மதிக்கிறோம், அவை எந்த அளவுக்கு இன்று நமக்குப் பயன்படும் என்பது ஒரு பெரிய விஷயமே இல்லை. அவர்கள் சேகரித்திருப்பவை பற்றி பொதுவெளியில் பரவலாகத் தெரியவரும்போது மிகப் பெரிய ஆதாயங்கள் பின்னாளில் கிடைக்கும். எனினும் அவற்றில் இருந்து தற்போது கிடைக்கும் ஒரு சிறு நன்மை கூட நமக்குப் பெரும் வெற்றியாகவே கருதப்பட வேண்டும். அது உலகளவில் நம் தேசத்துக்குப் பெரும் முன்னிலையைத் தேடித்தரும்.

கடந்த நூற்றாண்டைச் சேர்ந்த ஐரோப்பியர்கள் தமது திறமைகள் குறித்து சில முன் அனுமானங்கள் கொண்டிருந்தனர் என்பது உண்மை தான். நாம் அதை ஒதுக்கிவிட்டுப் பார்த்தால், ராயல் சொசைட்டியைச் சேர்ந்த சில ஆரம்பகட்ட உறுப்பினர்கள் சீனா, இந்தியா போன்ற நாடுகளைப் பல்வேறு அறிவுத்துறைகளில் சாதனை புரிந்த, இதுவரை கண்டுபிடிக்கப்படாத புதிய உலகங்களாக மதிக்கும் அளவுக்கு விஷய ஞானம் பெற்றிருந்தார்கள். ஏராளமான விஷயங்கள் பற்றி எழுதினார்கள். எண்ணற்ற ஆராய்ச்சிகள் மேற்கொண்டார்கள். உலகுக்குத் தெரியவந்திராத இந்தப் பகுதிகளின் கலைப் பொருட்கள், நினைவுச்சின்னங்கள் ஆகியவற்றை பொக்கிஷமாக மிகுந்த ஆர்வத்துடன் பாதுகாக்க முயன்றனர். ஆனால் தவறான வழிகளைப் பின்பற்றியதால் அந்த முயற்சியில் தோற்றனர். ஆனால், அவர்களுடைய அந்த முயற்சியும் ஆர்வமும் போற்றத்தகுந்தவையே. அந்தப் பழங்கால அறிவுகள் எல்லாம் கைவிட்டுப் போய்விட்டதாக அவர்கள் வெகு சீக்கிரமாகவே ஒரு தவறான முடிவுக்கு வந்து விட்டார்கள். அதற்கு அறியாமையும் முன் அனுமானங்களுமேதான் காரணம்.

இது இந்திய சீன அறிவுச் சுரங்கங்களை முழுமையாகத் தேடிக் கண்டுபிடிக்காமல் முடங்கச் செய்துவிட்டது. அப்படி மட்டும் அவர்கள் செய்திருக்காவிட்டால், ஆசியாவின் அதி அற்புதமான விஷயங்களையும் ஐரோப்பாவின் மிகச் சிறந்த விஷயங்களையும் கொண்டவர்களாக இருந்திருப்போம். கீழைத்தேய விஞ்ஞானங்கள், தொழில்கள், கலைப் பொருட்கள் இன்று இருக்கும் நிலையைவிட மேலானதாக இருந்திருக்கும். ஆசிய பொருட்களின் கலை அழகும் மேன்மையும் வடிவ இயல் சார்ந்த புறக்கணிப்பையும் வீழ்ச்சியையும் தடுத்திருக்கக்கூடும்.

பழங்காலப் பொருட்களைத் தேடி அலைந்தவர்களால் கிரேக்க ரோமானியக் கலைப் பொருட்கள் நினைவுச் சின்னங்கள் எல்லாம் தரைமட்டமாக்கப்பட்டு ஆய்வுக்குட்படுத்தப்பட்டுவிட்டன. முந்தைய முன் அனுமானங்கள் இப்போதும் மறையவில்லை. கீழைத்தேயப் பகுதிகள் முற்றாகப் புறக்கணிக்கப்பட்டுள்ளன. இந்தப் பகுதிகளில் ஆர்வத்தைத் தூண்டும் விஷயங்கள் ஏராளம் இருக்கின்றன. எனினும் இந்துக்களின் சட்டம் பற்றிய மொழி பெயர்ப்பு நீங்கலாக இந்திய மண்ணின் மைந்தர்களிடமிருந்து மிகக் குறைவான விஷயங்களையே ஐரோப்பியர்கள் தெரிந்துகொண்டிருக் கிறார்கள். அதுபோல் இந்தக் கீழைத்தேய இந்தியாவுக்கு ஹன்ஸ்கள் (Huns) மற்றும் காட்டுமிராண்டிகளை அனுப்பியது நீங்கலாக வேறு எதையும் அவர்களுக்குத் தந்திருக்கவும் இல்லை. இருந்தும் இந்தியாவே அறிவுத்துறைகளின் தாய் (பொதுவாக, எகிப்தியர் களுக்குத்தான் இது சொல்லப்படுவதுண்டு) என்று கருத இடம் உண்டு. ஒரு பக்கம் சீனா மற்றொரு பக்கத்தில் பாபிலோனியா என இவற்றில் வானவியல் ஆய்வுக்கான ஆதாரங்கள் உள்ளன. இருந்தும் என்னதான் பழம் பெருமை கொண்டதாகச் சொல்லப்பட்டாலும் எகிப்தில் வானவியல் சார்ந்த சாதனைகள் எதுவுமே இல்லை.

ரோமானிய, கிரேக்க, எகிப்திய நினைவுச் சின்னங்களின் பெரும் அணிவகுப்பில் ஏதேனும் ஒரே ஒரு வான் ஆராய்ச்சிக்கூடம் இருந்ததற்கான தடயம் கூடக் கிடைத்திருக்கவில்லை. பிரமிடுகள் வடக்கு தெற்காக அமைந்திருப்பதற்கு வானவியல் காரணங்களைச் சொல்கிறார்கள். டெல்லாஜெலஸ்கள் (Delhazelles)★ அவற்றை ஆராய்ந்து பார்த்ததாகவும் அவை வானவியல் காரணங்களுக்காகவே அப்படி அமைக்கப்பட்டிருப்பதாகவும் சொல்லியிருக்கிறார்கள். ஆனால், இதில் எனக்கு மிகப் பெரிய சந்தேகம் இருக்கிறது. ஒன்றை ஆராய்ச்சி செய்து பார்த்திருந்தால் அதுபோன்ற பிற அம்சங்களையும் ஆராயாமல் இருந்திருக்க வாய்ப்பே இல்லை. ஒருவேளை அவர் அப்படி ஆராய்ச்சி செய்யப் போதிய திறமை கொண்டவராக இருந்திருந்தால் (இது சந்தேகத்துக்கு உரிய விஷயமே) ஃப்ரான்ஸோ இங்கிலாந்தோ அது சார்ந்த ஆராய்ச்சிகளை மேற்கொள்ளத் தேவையான உபகரணங்களைத் தந்திருக்க முடியாது. மேலும் இறந்தவருடைய நினைவாக பிரமிடுகளைக் கட்டியவர்கள் மிகுந்த சிரமமெடுத்து அதை மெரிடியன் பகுதியில் கட்டியிருப்பார்கள் என்று நம்ப எந்த ஆதாரமும் காரணமும்கூட இல்லை. எனினும் சந்தேகத்துக்குரிய இந்த மிகச் சிறிய ஆதாரத்தைவைத்து அப்படியான முடிவுக்கு வந்திருப்பது ஆச்சரியத்தையே தருகிறது.

மிகச் சமீப காலம் வரையிலும்கூட இந்தத் தீர்மானத்தை நடைமுறையில் சோதித்துப் பார்க்கும் வழி ஏதும் புலப்பட்டிருக வில்லை. ஆனால், அதிர்ஷ்டவசமாக, வானவியல் துறையைப் பொறுத்தவரையில் இந்தியாவின் பனாரஸ் பகுதியில் மிக பிரமண்டமான வான் ஆராய்ச்சிக் கருவி நிறுவப்பட்டிருக்கிறது. வான் ஆராய்ச்சிக்காகவே அந்த மையம் அமைக்கப்பட்டிருப்பது உண்மை என்பதால் அந்தக் கருவி மிகத் துல்லியமாக இந்திய மெரிடியனில் நிறுவப்பட்டுள்ளது. இந்த வான் ஆராய்ச்சிக் கருவி அசைக்கவே முடியாத அளவுக்கு கல்லால் பிரமாண்டமானதாகக் கட்டப் பட்டிருப்பதால் ஐரோப்பிய வான் ஆராய்ச்சிக் கருவிகளைப் போல் தனது திசை வில் ஆய்வு எல்லையை (azimuth) மாற்ற முடியாது. அது அமைக்கப்பட்டிருக்கும் இடமானது இந்திய தீர்க்கரேகை, நில நடுக்கோடு ஆகியவற்றைப் பொறுத்தவரையில் மிகத் துல்லியமாகக் கணக்கிடப்பட்டு அமைக்கப்பட்டிருக்கிறது. இதிலிருந்து பல உண்மைகளை நாம் தெரிந்துகொள்ளமுடியும். வான் ஆராய்ச்சித் துறையில் மிகுந்த மேதமை இருந்ததால்தான் இதைச் செய்ய முடிந்திருக்கிறது என்ற திடமான முடிவுக்கு நாம் வரமுடியும்.

உத்தராயண மாற்றத்தைக் கண்டுபிடிப்பது, பூமியின் சுழல் அச்சின் மாறுபாடு ஆகியவை தொடர்பான சிக்கலான அம்சங்களை சில கணித நிபுணர்கள் கணக்கில் கொண்டிருக்கிறார்கள். எனினும் இது தொடர்பாகப் பொதுவான தீர்மானத்தை அவர்களால் அடைய முடிந்திருக்கவில்லை. நியூட்டன், சிம்சன், வாம்ஸ்லே, சில்வியன் பெய்லி போன்ற மேதைகள் சூரிய, சந்திர நகர்வுகளினால் நில நடுக்கோடு இடம் மாறுவதாகவும் பழைய அச்சைச் சுற்றி வேறு கோணத்தில் சுழலவைப்பதாகவும் கருதினார்கள். அதேநேரம் தெ அலெம்பர்ட், யுலர், லா கிரான் ஜே, டைடஸ் போன்றோர் புதிய நில நடுக்கோடு, புதிய அச்சு இருப்பதாகச் சொன்னார்கள். இரண்டாவதாகச் சொன்னதுதான் ஓரளவுக்குச் சரி என்று தோன்றுகிறது. இல்லை யென்றால் ரஷ்யாவிலும் சைபீரியாவிலும் நிலநடுக்கோடு சார்ந்த அம்சங்கள் இருப்பதை எப்படிப் புரிந்துகொள்ளமுடியும்? அல்லது பனி படர்ந்த பகுதிகள் நிலநடுக்கோட்டுப் பகுதியில் வருவதை எப்படிப் புரிந்துகொள்ளமுடியும்? இது மிகவும் குழப்பமான விஷயம்தான். விரிவான வான் ஆராய்ச்சிகள் தேவை.

இந்தத் துறை சார்ந்து மிகப் பெரிய சாதனைகள் செய்திருப்பவர்கள்கூட மிக முக்கியமான சில விஷயங்களைக் கோட்டைவிட்டிருப்பதாக நினைக்கிறேன். ஏனென்றால் சிலர் சூரிய இழுவிசையின் அளவைக் குறைத்து மதிப்பிட்டிருக்கின்றனர். மேலும் அனைவருமே தமது கணக்கீடுகளில் பூமியின் நிலநடுக்கோட்டுக்கு அப்பாலான

பகுதிகளை மாறுதல்களுக்கு அப்பாற்பட்டதாகக் கருதியிருக் கிறார்கள். அது உண்மையல்ல. ஏனெனில் நிலநடுக்கோட்டின் ஆறில் ஐந்து பகுதி நீரால் நிறைந்தது. மடகாஸ்கர், சுமந்த்ரா பகுதிகளுக்கு இடைப்பட்ட பகுதியில் மட்டுமே நீர் குறைவாகக் காணப்படுகிறது.

இது கோட்பாட்டுரீதியாக விளக்கமுடியாத விஷயம். மிகச் சிறந்த கணிதவியல் மேதைகள்கூட தமது தீர்மானங்களில் வெகுவாக வேறுபடுகிறார்கள் என்பதில் எந்த சந்தேகமும் இல்லை. ஆனால், பூமிக்கு புதிதாக வேறொரு அச்சு இருந்தால் அதன் தீர்க்கரேகைகளும் மாற்றத்துக்கு உள்ளாகும். பனாரஸில் அந்த வான் ஆராய்ச்சிக் கருவியை நிறுவியபோது இந்திய தீர்க்கரேகை அந்தப் புள்ளிவழியே போயிருந்தால் இன்று அது மாறியிருக்கும். எவ்வளவு தூரம் விலகியிருக்கிறதோ அதை இன்று துல்லியமாகக் கவனமாகக் கணக்கிட்டுப் பார்த்தால் அது வானவியல் சார்ந்த பல கேள்விகளுக்கு விடைதரும். அந்த வான் ஆராய்ச்சிக்கூடம் எப்போது நிறுவப்பட்டது என்ற கேள்விக்கான விடையும் அதில் இருந்து கிடைக்கும்.

சுழல்பாதையின் சாய்மானம் பற்றியும் சில பயனுள்ள தகவல்களை பனாரஸ் வான் ஆராய்ச்சிக்கூடத்தில் இருந்து நாம் பெற முடியும். பழங்கால ஆய்வுகளில் இருந்து கிடைத்த சில தகவல்கள் இன்றைய கணிப்புகளுடன் ஒத்திசைவுடன் இல்லை. இந்த வித்தியாசங்களைச் சரி செய்ய இந்த கருவிகளைக் கொண்டு சில குறிப்பிட்ட நட்சத்திரங்கள் அல்லது வானத்தில் குறிப்பிட்ட எல்லைக்குட்பட்ட பகுதிகளை ஆராய்ந்து சில முடிவுகளை அதில் இருந்து பெற முடியும்.

பனாரஸில் இருக்கும் வான் ஆராய்ச்சிக் கருவிகளில் அளவுகள் அலகிடப்பட்டிருப்பதாகச் சொன்னார்கள். ஆனால், அது பற்றி விரிவான தகவல்கள் எனக்கு இன்னும் கிடைக்கவில்லை. அந்த அலகுகள் மேலும் சிறு உள் அலகுகளாக, எண்களாகப் பிரிக்கப் பட்டிருந்தால் பழங்கால கணக்கீட்டு முறைகள் பற்றிச் சில விஷயங் களை அவை நமக்குப் புரியவைக்கக்கூடும். அந்தக் கருவிகளின் நீள, அகல, உயர விவரங்கள் கிடைத்தால் இந்துக்கள் பழங்காலத்தில் என்னவிதமான அளவுகளைப் பயன்படுத்தினார்கள் என்பது தெரியவரக்கூடும்.

பனாரஸ் வான் ஆராய்ச்சிக் கூடத்துக் கருவிகளின் அளவுகளை மிகத் துல்லியமாகக் குறித்துக்கொள்ளவேண்டும். அந்தக் கருவிகள் கொண்டு என்னவெல்லாம் ஆராய முடியுமோ அவற்றையெல்லாம் ஆராயவேண்டும். வடிவ இயல் கணக்கீடுகளில் பல்வேறு புள்ளி களைக் கொண்டு பல்வேறு அளவீடுகளைச் செய்தால்தான் துல்லியமான முடிவுகளுக்கு வந்து சேர முடியும். ஆதாரபூர்வமான

தரவுகள், புள்ளிவிவரங்கள் கிடைத்தால்தான் தெளிவான தீர்மானங் களைக் கண்டடையமுடியும். எனவே அதற்கான எந்தவொரு வாய்ப்பையும் கை நழுவ விடக்கூடாது. வேறு எதற்காக இல்லை யென்றாலும் எதிர்காலத்தில் செய்யப்போகும் ஆய்வுகளுக்கு அவை நிச்சயம் உதவிகரமாக இருக்கும்.

எவ்வளவு பரிசோதனைகள் செய்கிறோமோ அவ்வளவுதான் அறிவு பெருகும் என்று சொல்ல முடியாது. அதைவிடக் கூடுதலாகவே அதிகரிக்கும். அதுபோல் தனியாக ஓர் ஆய்வு எந்தப் பெரிய கண்டுபிடிப்பையும் தராமல் போகலாம். ஆனால் அதையே வேறு பல ஆய்வுகளுடன் இணைத்துப் பார்க்கும்போது மிகப் பெரிய திறப்பாக அமைய வாய்ப்பு இருக்கிறது.

உதாரணமாக வடிவ இயலில் ஒரு தனி புள்ளி என்பது எதையும் குறிக்காது. இரண்டு புள்ளிகள் சேர்ந்தால் ஒரு கோடு கிடைக்கும். வேறு இரண்டு புள்ளிகள் சேர்க்கப்பட்டால் ஆறு நேர்கோடுகள் கிடைப்பதோடு நான்கு வட்டங்கள் மற்றும் ஒரு பரவளையத்தின் இடமும் அளவும் கிடைக்கும். மேலும் இரண்டு புள்ளிகளைச் சேர்த்தால் (அது தனியாக இருந்தால் ஒரு கோட்டை மட்டுமே உருவாக்கும்) 15 நேர் கோடுகள், 20 வட்டங்கள். 15 பர வளையங்கள் ஆறு நீள்வட்டங்கள் அல்லது ஆறு அதி பரவளைவுகள் என எத்தனையோ உருவாக்க முடியும். இவற்றில் இருந்து முடிவற்ற பல்வேறு முடிவுகளைக் கண்டடைய முடியும்.

இது போன்ற ஆராய்ச்சிகளில் முதலில் ஏதேனும் ஒரு குறிப்பிட்ட விஷயம் மட்டுமே கிடைக்கும் (இந்த உதாரணத்தில் கோடு என்ற ஒன்று கிடைத்ததுபோல்) ஆனால் அதே தரவுகளை ஒன்று சேர்த்துப் பார்த்தால் பிற பல விஷயங்களைப் புரிந்துகொள்ள முடியும். இதே போலவேதான் பனாரஸில் மேற்கொள்ளப்பட்டுள்ள வானவியல் ஆய்வுகளை வணிகம், வியாபாரம், வரலாறு, கால வரிசை என பல விஷயங்களை ஆராயப் பயன்படுத்த முடியும்.

இந்தியாவில் பல்வேறு அறிவியல் துறைகள் பழங்காலத்திலேயே உருவாகியிருகின்றன. பிற நாடுகளுக்கு அந்த விஷயங்கள் கொண்டு செல்லப்படுவதற்கு முன்பாக இந்தியாவிலேயே அந்த அறிவியல் துறைகள் அதி உன்னத நிலையை எட்டியும்விட்டிருக்கின்றன என்று நாம் நம்ப ஏராளமான ஆதாரங்கள் இருக்கின்றன. இந்த அறிவு ஏற்றுமதியானது இந்தியாவுக்கு வந்தவர்கள் எந்த அளவுக்கு திறமையும் ஆர்வமும் கொண்டிருந்தார்கள் என்பதைப் பொறுத்து அதிகமாகவும் குறைவாகவும் இருந்திருக்கிறது. இந்தியர்களின்

அறிவார்ந்த அம்சங்களும் பிற நாட்டினரின் அறிவுத்துறைகளும் கூடிக் கலந்து ஒருவித புதிரான மொழியில் பதிவு செய்யப்பட்டுள்ளன. வால் நட்சத்திரங்கள் பற்றிய கோட்பாடுகளை தமது ஆய்வுகள், கணக்கீடுகள் மூலம் கண்டுபிடித்திருந்தாலே போதும்; சால்தியர்கள், 'வால் நட்சத்திரங்கள் எல்லாம் நீள் வட்டப்பாதையில் சுழலும் கிரகஹங்களே' என்ற உண்மையை கோள்களின் இடங்களைக் கணக்கிடவோ அவற்றின் தொலைவை மதிப்பிடவோ தெரிந்திராமலேயே தெரிந்துகொண்டிருப்பார்கள். பிதாகரஸுக்கு இது தெரிந்திருந்தது என்பது நம் இந்தக் கூற்றை நிரூபிக்கும் ஒன்றாகவே இருகிறது. அவர் இந்தியாவுக்குக் கல்விபெற வந்திருக்கிறார் என்பது நமக்குத் தெரியும்.

கற்றுக் கொள்பவரின் திறமைக்கு ஏற்பவே அவருடைய நிபுணத்துவம் இருக்கும். யூக்ளிடின் 47வது தேற்றத்தை மிகப் பெரிய கண்டுபிடிப்பாக பிதாகரஸ் கருதியிருக்கிறார் என்றால் இந்திய கணக்கியலின் அதி நுட்பமான விஷயங்கள் எதையுமேஅவரால் புரிந்துகொள்ள முடியவில்லை என்றே அர்த்தம். எனவே, பிரபஞ்ச இயக்க விதிகள், கிரகங்களின் இயங்கு விதிகள், பல உலகங்கள் பற்றிய கருத்தாக்கம், மறு பிறவிக் கோட்பாடு போன்றவை பற்றியெல்லாம் மேலோட்டமாகவே புரிந்துகொண்டிருப்பார். சால்தியர்கள் வால் நட்சத்திரங்கள் பற்றித்தெரிந்துவைத்திருந்தனரா, கிரகணங்களைக்கணிக்கத் தெரிந்து வைத்திருந்தனரா, என்பது குறித்து பல வரலாற்று ஆய்வாளர்களும் மாறுபட்ட கருத்துகளைச் சொல்வதற்கு இதுவே காரணம். ஏனென்றால் ஒவ்வொரு தத்துவ மேதையும் அறிவியல் மேதையும், இந்தியாவில் இருந்துதான் கற்றுக் கொண்டோம் என்பதை மறைத்து வைத்தே தனது சீடர்களுக்குக் கற்றுக் கொடுத்திருக்கிறார்கள். அவர்கள்தான் ஒன்றை முதலில் கண்டுபிடித்தார்கள் என்று மதிக்கப்பட வேண்டும் என்பதற்காக அப்படிச் செய்திருக்கிறார்கள்.

ஒரு கலையானது அல்லது அறிவுத்துறை சாதனையானது அதைக் கற்றுக் கொடுப்பவர் அல்லது கற்றுக் கொள்பவர் ஆகியவர்களுக்கு ஏற்பவே முக்கியத்துவம் பெறும்; மதிக்கப்படும். இதனால்தான் சால்திய போரோசுஸ்தான் குவி ஆடி சூரிய கடிகாரத்தை உருவாக்கினார் என்று விட்ருவியஸ் சொல்ல அதுவே காரணம். உண்மையில் அந்த சூரிய கடிகாரம் ஓர் இந்திய உருவாக்கம். ஏனென்றால் பனாரஸில் அதுபோன்ற ஒன்று கண் முன்னே இருக்கிறது.

இந்த அறிவியல் துறைகள் இந்தியாவில் தன் உச்சத்தை எட்டி விட்டிருந்தன என்று நம்ப இன்னொரு முக்கியமான காரணம் என்னவென்றால் உலகின் பிற நாடுகளைவிட வெகு முன்னதாகவே

இந்தியர்கள் நாகரிகமடைந்துவிட்டிருந்தார்கள். மனிதர்கள் நாகரிகமடையத் தொடங்கிய பிறகே கலை, அறிவுத் துறைகளில் சாதனை படைக்கத் தொடங்குவார்கள் என்பது நமக்குத் தெரிந்த விஷயம்தான். இந்தியர்கள் வெகு காலத்துக்கு முன்பே நாகரிக மடைந்துவிட்டிருந்தனர் என்பது அவர்களுடைய இன்றைய நிலையைப் பார்த்தாலே தெரிந்துகொள்ளமுடியும். அரசியல்ரீதியான பெரும் தாக்குதலை அவர்கள் சந்தித்திருக்கும் நிலையிலும் இந்த உண்மையை ஒருவர் புரிந்துகொள்ளமுடியும். ஆனால், முந்தைய அமைப்புக்கும் பிந்தைய அமைப்புக்கும் இடையிலான மோதலில் இரண்டின் தீமைகள் மட்டுமே இருப்பதாகவும்முந்தைய அமைப்பின் நன்மைகள் எதுவுமே இல்லாததாகவும் ஆகிவிட்டிருப்பது துரதிஷ்டமே.

இந்திய வானவியலாளர்கள் பல்வேறு அளவுகள், கணிப்புகள் ஆகியவற்றைச் சுவடிகளில் குறித்துவைத்திருக்கிறார்கள். இந்தியர் களுடன் நன்கு பழகும் ஒருவர் இவற்றைப் பற்றித் தெரிந்துகொள்ள முடியும். அதே நேரம் பனாரஸில் இருக்கும் வான் ஆராய்ச்சிக் கருவிகளைத் தனியாக ஆராய்ந்து பார்க்கவும்வேண்டும். நாம் செய்யும் நேரடி ஆய்வுகள் நமக்குப் பல வகையில் உதவக்கூடும். நமது அலகுகள் 24 என்று இருப்பதை சீனர்கள் 23, 39', 18'' என்று கணக்கிட்டிருக்கிறார்கள்.

ஃபாதர் குப்பில் சீன கருவிகளுக்கும் நம் கருவிகளுக்கும் இடையிலான ஒப்பீட்டைச் சொல்லியிருக்கவிட்டால் இந்த வான் ஆய்வுத் தரவுகளை நம்மால் புரிந்துகொண்டிருக்க முடியாமல் போயிருக்கும். இந்தியாவில் பனாரஸில் மட்டுமே வான் ஆராய்ச்சிக் கூடம் இருக்கிறது என்பதால் அதை விரிவாக ஆராயும் எந்தவொரு வாய்ப்பையும் நாம் தவறவிட்டுவிடக்கூடாது. இந்தக் கருவிகள் விபத்தினாலோ காட்டுமிராண்டித்தனத்தினாலோ அழிக்கப்பட்டு விடுவதற்கு முன் நாம் இவற்றை ஆராய்ந்து முடிக்க வேண்டும். இல்லையெனில் இந்தியர்கள் பல நூறு ஆண்டுகளாகச் சேகரித்த வானவியல் தரவுகள் எல்லாம் பயனற்றுப் போய்விடும். என்னவிதமான கோண அளவுகள், துணை அலகுகள் ஆகியவற்றைப் பயன்படுத்தியிருக்கிறர்கள் என்பதை முதலில் தெரிந்துகொள்ள வேண்டும். அதிலிருந்து இந்திய வானவியலாளர்களுக்கு அரேபியா அல்லது சீனா போன்ற நாட்டு ஆராய்ச்சியாளர்களுடன் ஏதாவது தொடர்பு இருந்திருக்கிறதா என்பதைத் தெரிந்துகொள்ள அது உதவும்.

சர் ஐசக் நியூட்டன் எழுதிய 'பண்டையகால சாம்ராஜ்ஜியங்களின் திருத்தப்பட்ட கால வரிசை (The Chronology of Ancient Kingdoms Amended) என்ற புத்தகத்தில் கிரேக்க தொன்மவியல் பற்றிக்

குறிப்பிட்டிருக்கிறார். சிரோன் (Chiron) ஆர்கனாட்டிக் கடல் பயணங்களுக்கு (argonautic expedition) உதவும் வகையில் ஒரு கோளத்தை உருவாக்கினார் என்றும் பல்வேறு நட்சத்திரத் தொகுப்பு வடிவங்களை உருவாக்கினார் என்றும் கிரேக்க தொன்மவியலில் சொல்லியிருப்பதாகக் குறிப்பிட்டிருக்கிறார். இப்போது நாம் பயன்படுத்துவதுபோல் வானத்து நட்சத்திர நிலைகளைப் பயன்படுத்தி வழிகாட்டும் முறையை சிரோன் உருவாக்கினார் என்று கிரேக்கர்கள் நம்பியிருக்கிறார்கள்.

ஏரிஸ் (தங்க ஆடு - மேஷம்), தாரஸ் (காளை - ரிஷபம்), ஜெமினி (காஸ்டர் போலக்ஸ் இரட்டையர் - மிதுனம்) போன்றவற்றை சிரான் உருவாக்கியதாக கிரேக்க தொன்மவியலில் நம்பப்படுவதை நியூட்டன் குறிப்பிட்டிருக்கிறார். சிரோன் இந்த வான நட்சத்திர வடிவங்களை கடல் பயணிகளுக்கு உதவ உருவாக்கியதாக நம்பப்படுகிறது. Equinoctian Coloure* என்பது அப்போது ஏரிஸ் நட்சத்திரத் தொகுப்பின் நடுவில் இருந்திருக்கிறது.

இந்தக் கற்பிதமானது சில முரண்பாடான அம்சங்களைக் கொண்டிருக்கிறது. இந்துக்களும் இதுபோன்ற நட்சத்திரத் தொகுப்புகள் பற்றிக் குறிப்பிட்டிருக்கிறார்கள். சிரோன் உருவாக்கியதாகச் சொன்ன அதே வடிவிலேயே இந்துக்கள் குறிப்பிட்டிருக்கும் நட்சத்திரத் தொகுப்புகளும் இருக்கின்றன.

இதில் இரண்டு சாத்தியக்கூறுகள் உள்ளன. ஒன்று, சிரோன் இந்த ராசி மண்டல நட்சத்திரத் தொகுப்பு வடிவங்களை இந்தியர்களிடமிருந்து கற்றுக்கொண்டிருக்கவேண்டும். அது உண்மையென்றால், அவர் அந்தத் தகவல்களைப் பெற்றுக்கொண்ட காலகட்டத்தில் equinoctian coloure இருப்பு சந்தேகத்துக்கிடமானதாகவும் அதனால் ஆர்கானாட்டிக் பயணங்கள் நடந்தாகச் சொல்லப்படும் காலகட்டம் தவறாகக் குறிப்பிடப்பட்டிருப்பதாகவும் ஆகும்.

அல்லது இந்தியர்கள் கிரேக்கர்களிடமிருந்து வானவியல் பற்றித் தெரிந்துகொண்டு பிற விஷயங்களை முன்னெடுத்திருக்கக்கூடும். எதுவானாலும் இரண்டு நாடுகளுக்கும் இடையில் அறிவுப் பரிமாற்றம் இருந்திருக்கிறது என்பதை இது காட்டுகிறது. வானவியல் சார்ந்த விஷயங்களில் மட்டுமல்ல கிரேக்க இலக்கியங்கள் பல வற்றையும்கூட பிராமணர்களிடமிருந்தே கிரேக்கர்கள் பெற்றிருக்கக் கூடும்.

வானவியல் சார்ந்த இந்த ஆதிக் கோட்பாடுகள் கிரேக்கத்தை அடைவதற்கு முன்பாக பல நாடுகளுக்குச் சென்று வந்திருக்கிறது

என்று நம்ப இடமிருக்கிறது. ஏனென்றால், இப்படியான கற்பிதக் கோட்பாடுகளைவைத்துக்கொண்டு பாபிலோனியர்கள்வானவியலில் பல விஷயங்களைச் செய்திருக்க முடியாது. அலெக்ஸாண்டர் காலகடத்துக்கு 2000 ஆண்டுகள் முன்பாகவே பாபிலோனியாவில் வானவியல் ஆய்வுகள் நடந்திருப்பது நமக்குத் தெரியும். பழங்கால பிதாகோரஸ் அமைப்பை ஒப்பிட்டுப் பார்த்தால் தாலமியின் ஓர்ப்களும் எபி சைக்கிள்களும் (சூரிய சந்திர, கிரகங்களின் சுழற்சி வேகத்தில் தென்படும் மாற்றங்கள், சுழற்சி திசையில் ஏற்படும் விலகல்கள் பற்றிய கணிப்பு) வெகு பிந்தைய காலத்தவையே.

பிற்காலத்தைய கிரேக்கர்கள், ரோமானியர்கள் ஆகியோருக்கு வானவியல் சார்ந்து பெரிதாக எதுவும் தெரிந்திருக்கவில்லை. சமீபத்தில் நான் பாரசீக பழங்கால நினைவுச் சின்னம் ஒன்றைப் பார்த்தேன். அதில் அப்போலோ ஒரு காளையை அதன் கொம்பைப் பிடித்து இழுத்துச் செல்வதுபோல் சித்திரிக்கப்பட்டிருக்கிறது. பரஸ்பர ஈர்ப்பு விசை பற்றிய குறியீட்டு வடிவம் என்று நினைக்கிறேன். அந்தச் சித்திரத்தில் சூரியனானது வட்டப்பாதையில் ஒரு கூம்பை வெட்டிச் செல்கிறது. மைய விசைப்புள்ளியையும் பூமியின் சுழல் அச்சையும் அது குறிப்பிடுகிறது. வானவியலாளர் இஸ்மயேல் புலியல்தஸ் (Ismaël Bullialdus) தனது நூலில் குறிப்பிட்டிருப்பதுபோலவே இது இருக்கிறது.

பாரசீகர்கள் நிலவைக் குறிப்பிட காளை வடிவத்தைப் பயன்படுத்தி யிருப்பதாகத் தெரிகிறது. இந்தியாவிலும் கூட அப்படித்தான் பயன்படுத்தியிருக்கிறார்கள் போலிருக்கிறது. ஏனென்றால் இந்தியாவில் பசு, காளை ஆகியவையும் சந்திரனும் புனிதமாக மதிக்கப்படக்கூடியவை என்பது நமக்குத் தெரியும்.

கீழைத்தேய இந்தியர்களுக்கும் யூதர்களுக்கும் இடையிலும் ஒத்திசைவு காணப்படுகிறது. ஏனென்றால் யூதர்களும் கன்றுக் குட்டியை வணங்கியிருக்கிறார்கள். பௌர்ணமி நாட்களில் ட்ரம்பெட்கள் முழங்கி சொர்க்கத்தின் தேவதைக்கு இனிப்புகள் சமர்ப்பித்துக் கொண்டாடுவதுண்டு. யூதர்களின் புனித நூலான அமோஸின் ஐந்தாவது அத்தியாயத்திலும் ஆக்ட்ஸ் ஆஃப் அபோஸ்தலரின் ஏழாம் அத்தியாயத்திலும் இந்து உருவ வழிபாடு போன்ற ஒன்று விவரிக்கப்பட்டுள்ளது.

இந்துக்கள் தமது தெய்வத்தின் திரு உருவத்தை சப்பரத்தில் வைத்து எடுத்துச் செல்வது போல ஒரு வழிபாடு யூதர்கள் மத்தியில் இருந்ததை அவை காட்டுகின்றன. யூதர்கள் அப்படியான உருவ வழிபாட்டை இனியும் தொடர்ந்தால் பாபிலோனைத் தாண்டி நாடு

கடத்தப்படுவார்கள் என்று அதில் எச்சரிக்கை செய்யப்பட்டிருக்கிறது. அதாவது பாபிலோனைத் தாண்டியிருக்கும் அந்தப் பகுதியில் இருந்துதான் (அதாவது கீழைத்தேய இந்தியாவில் இருந்துதான்) அவர்களுக்கு அந்த உருவ வழிபாட்டுப் பழக்கம் வந்திருக்கும் என்பதால் அப்படி அதில் சொல்லப்பட்டிருக்கிறது.

இந்து நினைவுச் சின்னங்கள், நூல்கள் விஷயத்தில் கூடுதல் அக்கறை எடுத்துக்கொண்டு ஆராய்ந்தால் இப்போது புரியாமல் இருக்கும் பல விஷயங்கள் பின்னர் புரியவரக்கூடும். அது எவ்வளவு சிரமமானதாக இருந்ததாலும் அந்தக் கடினமான பணியை நாம் செய்து பார்க்க வேண்டும். பழங்கால நூல்களில் கூடுதல் ஆய்வுகள் மேற்கொண்டு பார்த்தால் அதில் இடம்பெற்றிருக்கும் இந்து அம்சங்கள் பற்றிக் கூடுதல் தகவல் தெரியவரும். சில வரலாற்று உண்மைகளைத் தெரிந்துகொள்ள அது நிச்சயம் உதவிகரமாக இருக்கும்.

'கிரகணங்களைக் கணிப்பது நீங்கலாக இந்திய வானவியலாளர் களுடைய ஆய்வுகள் வேறு எதையும் பேசுவதில்லை' என்று பொதுவாக அவர்களை மட்டம் தட்டிப் பேசப்படுகிறது. ஆனால், கிரகண காலத்தைத் துல்லியமாகக் கணிப்பது நம் வானவியலிலும் சாதாரண விஷயமல்ல. அதிலும் பிராமணர்களுக்கு துல்லியமாக கிரகணத்தை மிக எளிய வழியில் கணித்துச் சொல்லும் திறமை இருக்கிறதென்றால் அந்த வழிமுறைகளைப் பற்றி நாம் நிச்சயம் தெரிந்துகொண்டாகவேண்டும். ஏனென்றால் இது தொடர்பான நம்முடைய வழிமுறைகள் மிகவும் சிரமமானவையாக இருக்கின்றன.

அதோடு பிராமணர்கள் வால் நட்சத்திரங்கள் (Comets) வருவதையும் கணித்துச் சொல்லும் திறமை பெற்றிருப்பதாகத் தெரிகிறது. இன்று நம்மிடம் இருக்கும் அனைத்து அறிவுத்துறை அம்சங்களைப் பயன்படுத்திப் பார்த்தாலும் இது மிக மிக ஆச்சரியகரமான சிக்கலான அபாரமான சாதனையே. பிராமணர்களால் அதைச் செய்ய முடிந்திருக் கிறதென்றால் (என்னைப் பொறுத்தவரையில்) பிராமணர்கள் தமது வானவியல் அறிவில் அதி உன்னத நிலையில் இருந்தார்கள் என்பதை நிரூபிக்க இதைவிட வேறு எந்தவொரு ஆதாரமும் தேவையில்லை என்றே சொல்வேன்.

பிராமணர்கள் கிரகணங்களை நம்மைப் போல் அட்டவணைகளைப் பயன்படுத்திக் கணக்கிடுவதில்லை. அதற்கென சில சூத்திரங்கள் வைத்திருக்கிறார்கள் என்று பொதுவாகச் சொல்லப்படுகிறது. இந்த சூத்திரங்கள் நமுடைய வழிமுறையைப் போலவே இருக்கக்கூடும். அல்லது இல்லாமலும் இருக்கக்கூடும்.

அதாவது, ஒருவேளை சால்தியர்கள் சரோஸ் என 223 சந்திரோதயங்கள் அல்லது 600 ஆண்டுகள் கொண்ட நேரோஸ்* என்பதுபோல் ஏதோவொரு கணக்கை அடிப்படையாக வைத்து கிரகணம் மீண்டும் மீண்டும் வரும் சரியான நாளைக் கணித்ததுபோல் இந்தியர்களும் கணித்திருக்கலாம். அல்லது நம்முடைய கணக்கீடுகளைப் போன்ற ஒன்றையே பயன்படுத்தியிருந்தார்கள் என்றால், அவர்கள் மிகப் பழங்காலத்திலேயே அல்ஜீப்ராவில் மிகுந்த நிபுணத்துவம் பெற்றவர்களாக இருந்திருக்க வேண்டும். பீரியாடிக்கல் அப்ராக்ஸிமேஷன் செய்வதற்கு தொடர் பின்னக் கணிப்பீடு தெரிந்திருக்க வேண்டும்.

என்னைப் பொறுத்தவரையில் இரண்டாவதுதான் உண்மையாக இருக்கும் என்று திடமாக நம்புகிறேன். ஏனென்றால், எனக்குத் தெரியவந்ததுவரை பிராமணர்கள் கிரகணத்தைத் துல்லியமாகக் கணிக்க பல வழிமுறைகள் வைத்திருக்கிறார்கள் என்றும் எவ்வளவு துல்லியமாகக் கணிக்க வேண்டும் என்பதற்கு ஏற்ப அந்த வழிமுறை கூடுதல் சிக்கலாக இருக்கும் என்றும் கேள்விப்பட்டிருக்கிறேன். அல்ஜீப்ரா வழிமுறையிலும் இப்படித்தான் இருக்கும். நியூட்டனின் சீரிஸ் கோட்பாடுக்கும் இதற்கும் தொடர்பு உண்டு.

மேலோட்டமாகப் பார்க்கும்போது பழங்கால இந்திய வானவியலாளர்களுக்கு இவை எப்படித் தெரிந்திருக்க முடியும் என்று பலமான சந்தேகம் வரக்கூடும். ஆனால், பிராமணர்களிடம் அரபு நாட்டு அல்ஜிப்ரா தொடர்பான நூல்கள் இருந்ததைப் பார்த்திருக்கிறோம். அரபு நாட்டவர் அல்ஜீப்ராவில் மிகுந்த தேர்ச்சி பெற்றிருந்தனர் என்பது நமக்குத் தெரியும். க்யூபிக் சமன்பாடுகளைத் தீர்க்கும் வழிமுறைகள்கூட அவர்களுக்குத் தெரிந்திருந்ததாகச் சொல்லப்படுகிறது. அலெக்ஸாண்ட்ரியாவைச் சேர்ந்த டைபாஃந்தஸின் 13 புத்தகங்கள் அவர்களிடம் இருந்ததாகவும் கடைசி ஏழு அழிந்து விட்டதாகவும் சொல்லப்படுகிறது. எஞ்சியிருக்கும் ஆறில் நாம் இப்போது எந்த அளவுக்கு கணக்கீடுகள் செய்கிறோமோ அதே அளவுக்கு எழுதப்பட்டிருப்பதாகச் சொல்லப்படுகிறது. அப்படி யானால், அதையெல்லாம் படித்திருக்கும் பிராமணர்களுக்கு நம்மைவிட அல்ஜீப்ரா மிக நன்றாகத் தெரிந்திருக்கக் கூடுதல் வாய்ப்பு இருக்கிறது.

இதுவரையிலும் நான் பனாரஸ் வான் ஆராய்ச்சிக்கூடம் மிகவும் பழமையானது என்று சொல்லியிருந்தேன். ஒருவேளை அக்பர் காலத்தைச் சேர்ந்ததாக இருந்தால்கூட மேலே சொல்லியிருக்கும் சாதக அம்சங்கள் கிடைத்திருக்க வாய்ப்பு உண்டு. இதன் மூலம் ஆரம்பகால கணிப்புகளுக்கு இசைவான கணக்கீடுகளை

பின்னோக்கிக் கணிக்கும் வழி முறை மூலம் கண்டைந்திருக்கவும் முடியும். பழங்காலக் கணிப்புகளுக்குப் பயன்படுத்திய வழிமுறை களை மிகுந்த மரியாதையுடன் மதிக்கும் தன்மையும் இருந்திருக்க வாய்ப்பு உண்டு.

அந்தப் பழங்கால கணிப்பு முறையை இன்றைய பிராமணர்கள் பின்பற்றவில்லை. பின்பற்றுவதாகச் சொல்லிக் கொள்வதும் இல்லை. அவை அந்தக் கணிப்புகளில் எந்த மாற்றத்தையும் ஏற்படுத்துவதுமில்லை. ஏனெனில் வான் ஆய்வுப் பதிவுகள் என்பவை தனிப்பட்ட எந்த தேசத்தையோ எந்த அறிவியல் நிபுணர்களையோ கோட்பாடுகளையோ சார்ந்தவை அல்ல. அவை வானில் நடக்கும் நிகழ்வுகளின் உண்மையான பதிவுகள். தாலமியுடைய ஆய்வானாலும் கோபர் நிக்கஸின் ஆய்வானாலும் அவை வான் நிகழ்வுகளைச் சார்ந்தவை மட்டுமே. அந்த ஆய்வுகள் பெருமளவில் செய்யப்பட வேண்டும்; மிகுந்த துல்லியத்துடன் செய்யப்படவேண்டும் என்பது தான் மிகவும் முக்கியம்.

இன்றைய பிராமணர்களுக்கு வானியல் குறித்துப் பெரிதாக எதுவும் தெரிந்திருப்பதாக என்னால் சொல்ல முடியவில்லை. குறிப்பாக கல்கத்தா பகுதியில் இருப்பவர்களுக்கு வானியல் பற்றி அதிகம் தெரிந்திருக்கவில்லை. எனினும் அவர்கள் வசம் இருக்கும் புத்தகங்களில் நிச்சயம் ஆர்வத்தைத் தூண்டும், பயனுள்ள பல விஷயங்கள் இருக்கும் என்றும் அவர்களில் சிலரிடமிருந்து பல முக்கிய விஷயங்களைத் தெரிந்துகொள்ள முடியும் என்றும் நம்புகிறேன்.

பழங்கால பிராமணர்கள் எத்தனை தலைமுறைகள் தமது திறமை, நிபுணத்துவம் இவற்றைத் தக்கவைத்துக் கொண்டிருந்தார்கள் என்பது தெரியவில்லை. ஆனால், அவர்களுடைய மேதமை குறித்து எனக்கு எந்த சந்தேகமும் இல்லை. ஆதிகால இந்திய பிராமண சமூகம் என்பது பிற்காலத்தைய ஜேஸுயிட் சபை போன்ற ஒன்று என்றே நான் நினைக்கிறேன். சால்திய வானவியலாளர்கள், பாரசீக மாகிகள், பாபிலோனிய குறி சொல்லிகள், கீழைத்தேய ஞானிகள், ஜோதிடர்கள், மந்திர தந்திரங்களில் நிபுணர்கள், நட்சத்திரக் கணிப்பாளர்கள் போல் பைபிளிய இறைத்தூதர்கள் எதிர்த்த நபர்கள் போன்றவர்கள்தான்.

இன்று ஜேசுயிட்கள் உலகில் ஒவ்வொரு நாடுகளுக்கும் பயணம் செய்து ஒவ்வொரு ராஜ சபைகளிலும் ஆட்சி அதிகாரம், ராஜ நிர்வாக ஆலோசனை வழங்கி செயல்படுவதுபோல் பிராமணர்களும் பழங்காலத்தில் செய்திருப்பார்கள் என்று நினைக்கிறேன். தமது அறிவியல் துறைகளில் தமக்கு இருக்கும் திறமையைப் பயன்படுத்தி பிற முக்கிய விஷயங்களிலும் வழிகாட்டும் பொறுப்பை எடுத்துக் கொண்டிருப்பார்கள்.

இந்தத் தீர்மானத்தை நான் முன்வைப்பதற்கான காரணங்களைச் சொல்வதென்றால் மிக விரிவாகப் பேசவேண்டியிருக்கும். ஒரு சில அழுத்தமான உதாரணங்கள் மட்டுமே சொல்கிறேன். யூத அரசர் ஆஹாஸ் (Ahas) காலத்து புனித நூலில் குறிப்பிடப்பட்டிருக்கும் சூரியக் கடிகாரம் இந்துஸ்தானத்தின் பிராமணர்களால்தான் உருவாக்கப்பட்டதாகத்தான் இருக்கும் என்று தோன்றுகிறது. ஏனென்றால், ஜெருசல தீர்க்க ரேகையை அடிப்படையாக வைத்து அது உருவாக்கப்பட்டிருந்தால் ஆஹாஸ் கால கடிகாரம் போல் கணிப்புகளை செய்திருக்கமுடியாது. அந்தக் கடிகாரம் ஏதோ நில நடுக்கோட்டுப் பகுதி தீர்க்கரேகையை அடிப்படையாக வைத்து உருவாக்கப்பட்டிருக்கவே வாய்ப்பு அதிகம். அதோடு அது கடிகார முள் ஏற்படுத்தும் நிழலை வைத்து நேரத்தைக் கணிக்கும் அடிப்படையைக் கொண்டதாக இருக்கிறது.

ஒரு குறிப்பிட்ட தீர்க்கரேகையை மையமாக வைத்து உருவாக்கப் படும் சூரியக் கடிகாரம் இன்னொரு இடத்துக்கும் பயன்படக்கூடும். ஆனால், அதற்கு அதை உருவாக்கியவர்களுடைய உதவி நிச்சயம் தேவைப்பட்டிருக்கும். யூதர்களுக்கு அந்த கடிகாரத்தை மிகச் சரியான இடத்தில் மிகச் சரியான வகையில் பொருத்த பிராமணர்கள்தான் நிச்சயம் உதவி புரிந்திருக்கவேண்டும். யூத ஆஹாஸ் மன்னர் இந்து வழிபாட்டைப் பின்பற்றியவர் என்பதும் இந்துக்களின் சடங்குகள், கலைகளை ஆதரித்தவர் என்பதும் நமக்குத் தெரியும்.

ஒரு இடத்தின் தீர்க்கரேகையும் சூரியனின் டிக்ளினேஷன் கோணமும் (சரிவுக் கோணமும்) ஒன்றாக இருக்கும்போதும் சரிவுக்கோணத்தை விட தீர்க்கரேகை குறைவாக இருக்கும்போது சூரிய கடிகார முள்ளின் அடிப்பாகமானது அதிபரவளையத்தின் குவி பாகம் இல்லாத நிழலாக விழும். அந்தப் புள்ளியில் இருந்து வளைவுக்கு ஒரு தொடுகோடு வரையமுடியும். நிழல் எப்போது குறுகலாகும் என்பதை இது சுட்டிக்காட்டும். இந்த எல்லா நேரங்களிலும் கடிகார முள்ளின் நிழலானது முழுவதும் இந்த கூம்பு வளையத்துக்குள்ளேதான் விழும். இந்தக் கோட்பாட்டின்படி நிலநடுக்கோட்டுப் பகுதியில் திசைக் கோணங்களைக் கணக்கிட பிற பகுதிகளில் பின்பற்றப்படும் வழிமுறைகளைவிட மிக எளிதாக இருக்கும் ஒரு வழிமுறையை இந்தியாவில் இருந்தபோது தெரிந்துகொண்டேன். அதோடு மிகத் துல்லியமான விடைகளைத் தருவதாகவும் அந்த வழிமுறை இருக்கிறது.

ஆஹாஸ் உள்ளிட்ட இஸ்ரவேல் அரசர்கள் உருவ வழிபாடுகளில் ஈடுபட்டதாக பைபிளில் குறிப்பிடப்பட்டிருக்கிறது. இதை வைத்துப் பார்க்கும்போது இந்து மதமானது இந்துஸ்தானில் இருந்து மத்திய

தரைக்கடல் நாடுகள் வரை பல நாடுகளில் பரவி இருந்தது தெரியவருகிறது. யூதர்கள் தொடர்ந்து அந்த உருவ வழிபாட்டுச் சடங்குகளில் ஈடுபட்டு வந்திருக்கிறார்கள். செதுக்கிய, வார்த்த உருவங்களை மரத்தினடியில் அமைந்த பீடங்களில் வைத்து வழிபட்டுவந்திருக்கிறார்கள். இன்று பிராமணர்களும் ஃபகீர்களும் செய்வதுபோல் தமது மகன்கள், மகள்களை தீயின் மீது நடக்கச் செய்திருக்கிறார்கள். யூதர்களின் வழிபாட்டுச் சடங்குகளில் நெருப்புக்கு மிக முக்கியமான இடம் இருந்திருக்கிறது. இன்று மலபார் கடலோரங்களில் இருப்பதுபோல் முன்பு இந்தியா முழுவதிலும் தீ வழிபாடு இருந்து வந்திருக்கிறது.

குழந்தைகளைத் தீயினூடாக நடக்கச் செய்வது உண்மையிலேயே அவர்களைப் பலியிடும் வழக்கத்தில் இருந்து வந்ததா இல்லையா என்று எனக்கு உறுதியாகச் சொல்லத் தெரியவில்லை. ஆனால், அப்படித்தான் வந்திருக்கும் என்று நம்புகிறேன். மலபார் கடற்கரையோர மக்கள் அந்தச் சடங்கை எந்த அடிப்படையில் மேற்கொள்கிறார்கள் என்பதை ஆராய்ந்தறிய வேண்டும். இந்தச் சடங்குகள் எவ்வளவு தொலைவுகளுக்குப் பரவியிருந்தன; பனாரஸ் பிராமணர்களிடம் இந்தச் சடங்குகளின் எச்சங்கள் ஏதேனும் இன்றும் மிச்சம் இருக்கின்றனவா என்றும் ஆராய வேண்டும். நிச்சயமாக அந்தச் சடங்குகள் இப்போதும் அவர்கள் மத்தியில் இருக்கும் என்று நான் நம்புகிறேன்.

பிராமணர்கள் கலை, இலக்கியங்களில் இத்தனை மேதமை பெற்று விளங்குவதற்கு எது காரணம் என்பதை நம்மால் கண்டுபிடிக்க முடியவில்லை. ★ வருடங்களுக்கு முன்பாக (வருடம் தெரியவில்லை - ஆங்கில எடிட்டர்) அவர்களை வென்ற விக்ரமஜீத் என்ற மன்னர் தாலமிய வானவியல் கோட்பாடுகளை அறிமுகப்படுத்தியதாகச் சொல்லப்படுகிறது. அதைத் தொடர்ந்து அவருடைய உத்தரவின் பேரில் இந்துஸ்தானின் வானவியல் வழிமுறை முழுவதுமாக மறைந்ததாகச் சொல்லப்படுகிறது.

இந்தக் கூற்றில் ஓரளவுக்கே உண்மை இருக்கும் என்று தோன்றுகிறது. ஏனென்றால், இந்திய வானவியல் வழிமுறைகளில் ஆழமான நிபுணத்துவம் பெற்றவர்கள் மன்னர் ஒருவருடைய முட்டாள்த் தனமான உத்தரவு நீங்கலாக வேறு எந்தக் காரணமும் இல்லாமல் வேறொரு கோட்பாட்டை ஏற்றுக்கொண்டு தம்முடையதை அப்படியே கைவிட்டுவிட வாய்ப்பு இல்லை. அந்தப் பழங்கால இந்துஸ்தானிய வானவியல் வழிமுறை நீண்ட காலத்துக்கு தனிப்பட்ட முறையில் பின்பற்றப்பட்டிருக்கும் என்றே நினைக்கிறேன்.

பிராமணர்கள் அரச அதிகாரத்துக்குக் கட்டுப்பட்டதுபோல் வெளியில் காட்டிக் கொண்டு தமது வழிமுறையை நிச்சயம் தொடர்ந்து பின்பற்றியிருப்பார்கள். ஐரோப்பாவில் கத்தோலிக்கப் பகுதிகளில் அதுதானே நடக்கிறது.

போப்பின் ஆணையின்படிப் பார்த்தால் கோப்பர் நிக்கஸின் கோட்பாட்டை ஏற்பது கிறிஸ்தவ மதத்துக்கு விரோதமானது. அதை வெளிப்படையாக ஆதரித்தாலோ கிறிஸ்தவத்தை தூற்றுவதற்குச் சமம். எனவே, கற்றறிந்த ஒவ்வொருவரும் வெளிப்படையாக கோப்பர் நிக்கஸின் கோட்பாட்டை மறுதலித்தும் தனிப்பட்ட உரையாடல்களில் அதை ஆதரித்தும் பேசுவது வழக்கம். பிராமணர்கள் எழுதியிருக்கும் படைப்புகளை நாம் விரிவாக நுட்பமாக ஆராய்ந்து பார்த்தால்தான் தாலமியின் கோட்பாடுகள் இந்தியாவில் எந்த அளவுக்கு ஏற்றுக்கொள்ளப்பட்டிருந்தன என்பது தெரியவரும். இந்த இரண்டு காலகட்டங்களுக்கு இடையிலான இடைவெளி மிகவும் அதிகம் இல்லை என்பதால், இந்துக்களின் சுயமான வானவியல் கோட்பாடுகள் மிக மெதுவாகவே வழக்கொழிந்துபோயிருக்கும். அது உண்மையென்றால் அவற்றின் மிக முக்கியமான படைப்புகளில் சில, கால வெள்ளத்தில் அழியாமல் நம்மை வந்தடைவதற்கான வாய்ப்புகள் நிச்சயம் அதிகம் இருக்கும்.

வானவியல் கணிப்புகளுக்கு நாம் பொதுவாக நினைப்பதைவிட கூடுதலாக கணிதத்துறை நிபுணத்துவம் தேவைப்படும். இந்த பனாரஸ் வான் ஆராய்ச்சிக்கூடம் நவீன காலத்தில் கட்டப்பட்டதாக வைத்துக்கொண்டால் கணிதம் போன்ற துறைகளில் மிகுந்த மேதமையை அந்தக் கட்டத்தில் எட்டியிருக்கவும் வேண்டும். இந்த கணித நிபுணத்துவமானது ஒன்று பழங்கால பிராமணர்களின் படைப்புகளில் இருந்து பெறப்பட்டிருக்கவேண்டும். அல்லது வேறு நாட்டில் இருந்து இங்கு அறிமுகப்படுத்தப்பட்டிருக்கவேண்டும். பழங்கால பிராமணர்களிடமிருந்தே பெறப்பட்டிருந்தால் அந்தப் புத்தகங்கள் தற்போதும் அவர்கள் வசம் இருக்கும். அதை நாம் பெற்றுப் புரிந்துகொள்வதில் பெரிய சிரமம் இருக்காது. வேறு நாட்டில் இருந்து கணித அறிவு இறக்குமதியாகியிருந்தால், எப்போது, எந்த நாட்டில் இருந்து வந்து சேர்ந்தது என்பதை நாம் முதலில் கண்டுபிடித்தாகவேண்டியிருக்கும். ஏனென்றால், அப்போதுதான் எந்த நாட்டு ஆவணங்களை நாம் ஆராய வேண்டியிருக்கும் என்பதைத் தெரிந்துகொள்ளமுடியும்.

அந்த நாடுதான் அக்கம்பக்கத்து நாடுகளின் அறிவுச் சுரங்கங்களைச் சேகரித்து வைத்திருக்கும். அரபு நாட்டு கணிதத்தின் மூல

வடிவங்களைத்தொகுத்து வைத்திருக்கும். ஆனால், நமக்குத் தெரிந்த அரபு நாட்டு கணித மேதைகள் எல்லாரும் கிரேக்க கணித படைப்பு களைக் கைவசம் வைத்திருந்தது தெரியவந்திருக்கிறது (நமக்குத் தெரிய வந்திருக்கும் கிரேக்க கணிதம் என்பதே அரபு நாட்டு படைப்புகளில் இருந்துதான் பெறப்பட்டிருக்கிறது). எனவே, இந்த கணித நூல்களின் மூலப் படைப்பைக் கண்டுபிடிக்கும் முயற்சியில் நாம் ஆர்கிமிடிஸ், யூக்ளிட், டைஃபன்ந்தஸ், அபோலோனியஸ் ஆகியோரின் அற்புதமான படைப்புகளைக் கண்டடைந்தாகவேண்டும். வெகு காலத்துக்கு பயன்பாட்டில் இல்லாத அவற்றை ஐரோப்பியக் கணிதவியலாளர்கள்தான் கண்டுபிடித்துத் தொகுத்துவருகிறார்கள்.

ஒருவேளை இந்த பனாரஸ் வான் ஆராய்ச்சிக்கூடம் வான் ஆராய்ச்சி நோக்கங்களுக்காக உருவாக்கப்படாமல் துறவியர் மடமாகவே கட்டப்பட்டிருந்தால் அந்த வான் ஆராய்ச்சிக்கூடம் பற்றி பெரிதாகக் குறிப்பிட்டுச் சொல்ல எதுவுமே இருக்காது. எந்தவொரு வான் ஆய்வுத் தகவலும் கிடைக்காது. அதன் வடிவம், நீள அகலம், அங்கு இருக்கும் கருவிகள், பொருட்கள், அது அமைந்திருக்கும் இடம், கோணம் என அதுவுமே நமக்கு எந்தவொரு பயனுள்ள தகவலையும் அளிக்கக் கூடியதாக இருக்காது. ஒருவேளை இவை உண்மையாகவே இருந்தாலும் அந்த வான் ஆராய்ச்சிக்கூடத்தை ஆய்வு செய்ய நாம் செலவிடும் தொகை எந்த நஷ்டத்தையும் கொண்டுவராது. ஏனெனில் புவியியல், உலோகவியல், வானவியல் தொடர்பாக பல வேறு தகவல்கள் நமக்குக் கிடைக்கும். அது நாம் மேற்கொள்ளும் சிரமங்களுக்குக் கிடைக்கும் சன்மானமாக இருக்கும்.

இந்தியா தொடர்பாக மிகக் குறைவான ஆய்வுகளே இதுவரை நடந்திருக்கின்றன. பாண்டிச்சேரி நீங்கலாக வேறு இந்தியாவின் எந்தவொரு பகுதியின் அட்சரேகையும் முறையாகக் கணிக்கப்பட வில்லை. தீர்க்கரேகைக் கணிப்புகளும் இதுபோலத்தான் இருக்கின்றன. இந்தியா குறித்த பிரிட்டிஷ் வரைபடங்கள் எல்லாமே சர்வேயர்கள் என்று சொல்லிக்கொண்டவர்களால் பொத்தாம் பொதுவான மலைகளின் வரிசை, குத்துமதிப்பிலான காடுகள் பற்றிய விவரங்கள் இவற்றைக் கொண்டதாகவே இருக்கின்றன. துல்லியமான அட்சரேகை, தீர்க்கரேகைக் கணக்குகள் எதுவும் இல்லாமல் வெறுமனே படம் வரையும் திறமையை மட்டுமே கொண்ட நபர்களால் உருவாக்கப் பட்டுள்ளன அந்த வரைபடங்கள். இப்படியானவர்கள் உருவாக்கும் வரைபடங்கள் என்பவை அந்த நாட்டின் இடங்கள் பற்றி மிக மோசமாகச் சுட்டிக்காட்டுபவையாகவே இருக்கும். புவியியல்ரீதியாக இந்தப் படங்களால் எந்தவொரு நன்மையும் கிடைக்காது. மாறாக அவை மிகப் பெரிய இடையூறாகவே இருக்கும்.

4

சனி கிரகத்தின் ஆறாவது துணைக்கோள் – 1

கர்னல் ட்டி.டி.பியர்ஸ், லண்டன் ராலச் சொசைட்டி செக்ரட்டரிக்கு அனுப்பிய ஆவணம் (மதராஸ், 22 செப்டம்பர் 1783)

'தி வொண்டர்ஸ் ஆஃப் தி க்ரியேஷன்' என்ற தலைப்பில் பாரசீக மொழியில் எழுதப்பட்ட மிகப் பெரிய புத்தகமொன்றின் சிறிய பகுதியை இந்தக் கடிதத்துடன் இணைத்து அனுப்பியிருக்கிறேன். அந்தப் புத்தகம் ஒருவகையான பொதுவான வரலாறு பற்றியது. அராபியர்கள் மேற்கொண்ட நிலவழிப் பயணங்கள், கடல் பயணங்கள் ஆகியவற்றிலிருந்தும் அறிவுத்துறை சார்ந்த நூல்களில் இருந்தும் தொகுத்து உருவாக்கப்பட்ட புத்தகம். அராபியர்கள் அயல் நாடுகளுடன் மிகப் பெரிய அளவில் வாணிபம் செய்ததும் கீழைத்தேய இந்தியப் பகுதிகளில் பல குடியேற்றங்களை அமைத்ததும் நன்கு தெரிந்த விஷயமே. அந்தப் பகுதிகளில் இன்றும் அவர்களுடைய மதமும் பழக்க வழக்கங்களும் பின்பற்றப்பட்டுவருகின்றன. அந்தப் புத்தகம் தொடர்பான விவரங்களை ராயல் சொசைட்டிக்கு, பணிவுடன் சமர்ப்பிக்கிறேன்.

வான்வெளியின் அதிசயங்கள், கிரகங்கள் பற்றிய வருணனைகளில் இருந்து இந்தப் புத்தகம் ஆரம்பிக்கிறது. தாலமிய சிஸ்டத்தை அடிப்படையாகக் கொண்டது. செவ்வாய் மற்றும் வியாழன் கிரகங்கள் நீங்கலாக பிறவற்றுக்கு உருவங்கள் கற்பிக்கப்பட்டுள்ளன. நான் படித்த புத்தகத்தில் அந்த கிரகங்களின் வடிவங்களுக்கு காலி இடங்கள் விடப்பட்டுள்ளன. சூரியனும் சந்திரனும் நாம் வரைவதைப் போலவேதான் குறிப்பிடப்பட்டுள்ளன. புதன் கிரகத்துக்கான நபர் கையில் காகிதம், எழுதுகோலுடன் எழுதிக் கொண்டிருப்பதுபோல் சித்திரிக்கப்பட்டுள்ளது. அவர் முன்னால் ஒரு மைக்கூடும்

காணப்படுகிறது. அயர்லாந்து ஹார்ப் போன்ற தந்தி இசைக்கருவியை அமர்ந்தபடி இசைக்கும் ஒரு பெண் வடிவில் வெள்ளி கிரகத்து நபர் சித்திரிக்கப்பட்டிருக்கிறார். இந்தக் கடிதத்தை நான் எழுதுவதற்கு முக்கிய காரணம் சனி கிரகம் பற்றிய சித்திரம் தான்.

இந்தப் பகுதியைச் சேர்ந்த கற்றறிந்தவர்களிடம் பேசியபோது செவ்வாய் கிரகத்துக்கு போர் வீரன் சித்திரமும் வியாழன் கிரகத்துக்கு முதியவர் ஒருவரும் அவரைச் சுற்றி நான்கு பெண்கள் ஆடிக் கொண்டிருப்பதுபோலவும் வரைந்திருப்பதாகச் சொன்னார்கள். ஆனால், இந்தப் புத்தகத்தில் இதற்கு சற்று மாறான விஷயம் சொல்லப் பட்டிருக்கிறது. நான் அந்தச் சித்திரத்தைப் பார்க்கவில்லை. எனவே அவர்கள் சொன்னதை இங்கு அப்படியே குறிப்பிட்டிருக்கிறேன்.

ஹிஜிரா வருடக் கணிப்பின்படியான ஐந்து அல்லது ஆறாவது நூற்றாண்டில் இந்தப் புத்தகம் எழுதப்பட்டிருக்கலாம். திரு பாக் (Mr.Palk) என்பவரிடம் இருந்த பிரதியை வாங்கி நான் ஒரு நகல் எடுத்துக்கொண்டேன். அந்தப் புத்தகத்தில் இருந்த உருவங்கள் எல்லாமே ஓவியங்களாக வரையப்பட்டிருந்தன. அந்தப் புத்தகம் எத்தனை வருடம் பழமையானது என்பதை என்னால் சொல்ல முடியவில்லை.

நான் இந்தப் புத்தகத்தைப் பற்றி ஏன் சொல்கிறேன் என்பதை இப்போது விளக்கமாகச் சொல்கிறேன். சனி கிரகத்தின் சித்திரங்களை உங்களுக்குச் சொல்வதற்காகவே இந்தப் புத்தகத்தைப் பிரதியெடுத்தி யிருக்கிறேன். அந்தப் புத்தகத்தின் ஒரு நகல் பிரதியுடன் அந்த கிரகம் தொடர்பான பகுதிகளை லண்டனுக்கு அனுப்புவதற்காக நான்கு ஆண்டுகளுக்கு முன்பே மொழிபெயர்க்கவும் தொடங்கியிருந்தேன். ஆனால், அந்தப் பெரிய புத்தகத்தில் இருந்த ஓவியங்களை வரைந்து எடுக்க வேண்டியிருந்ததால் என்னால் உடனடியாக அதைச் செய்து முடிக்க முடியாமல் போய்விட்டது. எனினும் 1780-ல் அந்த ஓவியங்கள் வரைந்துமுடிக்கப்பட்டன. என் பங்குப் பணியான மொழிபெயர்ப்பைச் செய்யத் தொடங்கினேன். ஆனால், ஹைதர் அலியுடனான போர் என்னை கர்நாடக பகுதிக்குச் செல்ல வைத்துவிட்டது. அந்தப் பெரிய புத்தகத்தில் இருந்து சொசைட்டிக்கு அனுப்ப விரும்பிய பகுதி என்னிடம் தான் இருந்தது. எனினும் அவற்றை மொழிபெயர்க்க எனக்கு நேரம் கிடைக்கவில்லை.

அந்தப் புத்தகத்தின் பழமை பற்றியும் சனி கிரகம் பற்றியும் மட்டுமே கொஞ்சம் போல் மொழிபெயர்க்க முடிந்தது. அதில் சனி கிரகத்தின் துணைக்கோள்கள் பற்றியோ அதைச் சுற்றி இருக்கும் வளையம் பற்றியோ எதுவும் குறிப்பிடப்பட்டிருக்கவில்லை. அந்தப்

புத்தகத்தில் சனி கிரகத்தின் சுழற்சி காலம் பற்றிய குறிப்பு தவறானதாகவே இருந்தது. 70 ஆண்டு சுழற்சி காலம் கொண்ட ஏழாவது கிரகத்துடன் அதை இணைத்துச் சொல்கிறது. சனி கிரகத்தைப் பார்க்கவே முடிவதில்லை. பார்க்க முடிந்தால் உலகுக்கே பெரும் கேடு என்றே நான் சந்தித்த பிராமணர் சொன்னார்.

அந்த ஓவியத்தை நான் பார்த்ததும் அது எனக்கு சனி கிரகத்தையே நினைவுபடுத்தியது. நமக்கு இதுவரை தெரிந்திராத ஒரு விஷயத்தையும் அது குறிப்பால் உணர்த்தியது. அதாவது சனி கிரகத்தின் துணைக்கோள்கள் மற்றும் வளையம் பற்றிச் சொல்கிறேன். ஐரோப்பியர்கள் இதுவரை சனி கிரகத்துக்கு ஐந்து துணைக்கோள்கள் இருப்பதையே கண்டுபிடித்திருக்கிறோம். இந்தப் ஓவியத்தில் ஆறு துணைக்கோள்கள் (ஆறு கரங்கள் கொண்ட சனி உருவம்) இருப்பதாகச் சித்திரிக்கப்பட்டிருக்கிறது. அந்தக் கரங்களில் வைத்திருக்கும் பொருட்கள் அவற்றின் பெயர்களைக் குறிப்பதாகக் கருதுகிறேன். அந்த துணைக்கோள்கள் குறிப்பிட்ட எல்லைக்குள் நகரக்கூடியவை; ஒருபோதும் சனி கிரகத்தைவிட்டு விலகிச் செல்லாது என்பதை இந்தக் கரங்களின் அமைப்பு குறிப்பால் உணர்த்துகிறது. ஏழாவது கரம் ஒரு கிரீடத்தைக் கொண்டிருக்கிறது. அது நான்கு பாகங்களாகப் பிரிக்கப்பட்டுள்ளன. வளையத்தின் நான்கு கான்செண்ட்ரிக் பகுதிகளை (ஒரே மையத்தைக் கொண்ட வட்டங்களை) அது குறிப்பதாகக் கருதுகிறேன்.

வளையத்தைப் பற்றியிருக்கும் கரத்தின் கீழே தென்படும் இருளானது அந்த வளையம் உடம்பை எந்த இடத்திலும் தொடவில்லை. உடம்புக்கும் (கிரகத்துக்கும்) வளையத்துக்கும் இடையே இடைவெளி இருக்கிறது என்பதைச் சுட்டுகிறது. கால்கள் மடங்கியநிலையில் சித்திரிக்கப்பட்டுள்ளன. இந்த வளையம் கிரகங்களைத் தாங்கிப் பிடிப்பதன் குறியீடு அது என்று நினைக்கிறேன். அல்லது அந்த உடல் (கிரகம்) அந்த வளையத்தின் மீது அமரும்படியாக இருக்கிறது அல்லது அந்த வளையத்துக்குள் உடல் இருக்கிறது என்பதைச் சுட்டுகிறது என்று நினைக்கிறேன். அந்த சனி உருவத்துக்கு நீண்ட தாடி இருக்கிறது. மெலிந்த உடலாக இருக்கிறது. இவையெல்லாம் மிக மிகப் பழங்காலத்தியது என்பதையும் லகுவாக நகரக்கூடியது என்பதையும் சுட்டுவதாகக் கருதுகிறேன்.

பழங்காலத்தில் இப்படித் துல்லியமாகச் சித்திரிக்க உதவும் வகையில் எந்தவொரு தொலைநோக்குக் கருவியும் இருந்திருக்காது. எனவே இந்த ஓவியத்தை இப்படிப் புரிந்துகொள்வது தவறு என்று ஒருவர் சொல்லக்கூடும். ஆனால், என்றாவது சனி கிரகத்துக்கு ஆறாவது

துணைக்கோள் இருக்கும் விஷயம் கண்டுபிடிக்கப்பட்டால் இந்தப் பழங்கால ஓவியம் சுட்டிக்காட்டுவது அதைத்தான் என்பது உறுதிப்படும் என்றே கருதுகிறேன். நம்மிடம் தற்போது இருப்ப வற்றைவிட மிகவும் சக்தி வாய்ந்த வானியல் உபகரணங்கள் பழங்காலத்தில் அவர்களிடம் இருந்திருக்கும் என்று நான் உறுதியாக நம்புகிறேன். இந்தக் கடிதத்தை நான் மிகவும் சுருக்கமாக எழுதவே விரும்பியிருக்கிறேன். எனவே, நான் இந்த ஒரு விஷயத்தை மட்டுமே சொல்கிறேன்.

அல்ஹசன் (இராக்கில் பிறந்த எகிப்திய வடிவ இயல் - ஒளிபெருக்கியியல் மேதை) நிறங்கள், ஒளிபெருக்கிகள், தொலை நோக்கிகள் பற்றி ஆராய்ந்து சொன்னவர். நான் அவரைப் பார்த்த தில்லை. ஆனால், அவருடைய புத்தகங்கள், ஆவணப் பொருட்கள் எனக்குக் கிடைத்தால் அவற்றில் இருந்து தொலைநோக்கிகள் பற்றி என்னால் தெரிந்துகொள்ள முடியும். அப்படி எதுவும் கிடைக்க வில்லையென்றால் அதற்காக அப்படி ஒரு கருவி அன்று இருந்திருக்க வில்லை என்று அர்த்தமாகாது. பழங்கால நூல்கள், ஆவணங்கள், பொருட்கள் எல்லாம் எவ்வளவு அழிந்துவிட்டன என்பது நமக்குத் தெரியும்.

வானவியல் போன்ற அறிவியல் துறைகளில் எல்லாம் கல்வி கேள்விகளில் சிறந்தவர்கள் மட்டுமே ஈடுபட்டிருப்பார்கள். அவர்கள் வசம் இருந்த ஓலைச்சுவடிகள் எல்லாம் மிக மிகக் குறைவாகவே இருந்திருக்கும். இன்றும்கூட அப்படியான புத்தகங்களின் பிரதிகள் மிகக் குறைவாகவே அச்சிடப்படுகிறன. அவற்றில் கூட ஏராளமானவை வழக்கொழிந்துவிட்டன. ஒரு சில மிகப் பெரிய நூலகங்களில் மட்டுமே ஓரிரு பிரதிகள் இருக்கின்றன. வெறும் ஓலைச்சுவடிகளில் கையால் எழுதி வந்த காலகட்டத்தில் உருவான படைப்புகள் இதைவிடக் குறைவாகவே இருந்திருக்கும். இதைவிட பெருமளவில் அழிந்தும் போயிருக்கும்.

உலகில் எந்த நாட்டிலும் தொலைநோக்கி, வானவியல் கருவிகள் போன்றவற்றைப் பயன்படுத்தியவர்கள் வெகு சொற்பமே என்ற நிலையில் அது தொடர்பான சுவடிகளும் வெகு குறைவாகவே இருந்திருக்கும் என்பதில் எந்த சந்தேகமும் இல்லை. ஜோதிடப் பயன்பாடுகளுக்கு உதவக்கூடிய வானியல் கணக்குகள், அட்டவணை கள் அளவுக்குக்கூட பிற வானியல் புத்தகங்கள் இருந்திருக்காது. அப்படி மிக அரிதாக இருக்கும் சுவடிகள் ஐரோப்பியர்களுக்குக் கிடைப்பது மிகவும் அரிது.

பழங்காலத்தினரிடம் நம்மிடம் தற்போது இருப்பதுபோன்ற வானவியல் ஆராய்ச்சிகளுக்கான தொலை நோக்கிகள் இருந்திருக்க வாய்ப்பு இல்லை. எனினும் வேறு வகையானவை இருந்திருக்கும் என்பதற்கான ஆதாரங்களை இப்போது குறிப்பிட விரும்புகிறேன். இதுபோன்ற விஷயங்களை நான் அடிக்கடிப் பேசும் ஒரு அறிவார்ந்த முஸல்மானிடம் கேட்டேன். நாம் பயன்படுத்துவதுபோன்ற தொலைநோக்கிகள் பற்றி பழங்கால நூல்களில் ஏதேனும் குறிப்பிட்டிருக்கிறதா என்று கேட்டேன். அராபியர்களில் அல்ஹசன் நீங்கலாக வேறு யாரும் இதுபற்றி எதுவும் குறிப்பிட்டிருப்பதாகத் தெரியவில்லை என்று சொன்னார். அல்ஹசனும்கூட அந்தக் கருவிகள் பற்றி எதுவும் குறிப்பிடவில்லை. ஆனால், தொலைநோக்கிகள் தொடர்பான கோட்பாடுகள் பற்றிக் குறிப்பிட்டிருக்கிறார் என்று சொன்னார்.

அல்ஹஸன் ஒளி பற்றியும் ஒளிபிரதிபலிப்பு பற்றியும் எழுதியிருக்கிறார். முப்பட்டைகள், ஆடிகள் மூலம் ஒளிச் சிதறல் ஆய்வுகள் பற்றி எதுவும் குறிப்பிட்டிருக்கவில்லை என்றே வைத்துக்கொள்வோம். அதனால் அவரிடம் தொலைநோக்கிகளும் இருந்திருக்காது என்ற முடிவுக்கு நாம் வரமுடியாது.

ஒளி விலகல், ஒளிச் சிதறல் பற்றி விஞ்ஞானபூர்வமான ஒரு புத்தகம் தொலைநோக்கிகள் பற்றியோ அது தொடர்பான கோட்பாடுகள் பற்றியோ எதுவும் குறிப்பிடப்படாமல் எழுதப்படுவதாக வைத்துக் கொள்வோம். ஏதோவொரு விபத்தின் மூலமாக (அல்லது கால ஓட்டத்தில்) அந்தத் துறைபற்றி புத்தகங்கள், அல்லது தொலைநோக்கிகள் பற்றிய புத்தகங்கள், தொலைநோக்கிகள் எல்லாமே அழிந்து போய்விடுவதாக வைத்துக்கொள்வோம். நீண்ட காலம் கழித்து இது தொடர்பாக ஆராய்பவர்களுக்கு அந்தக் கோட்பாடுகள் பற்றியோ அதன் அடிப்படையில் அமைந்த கருவிகள் பற்றியோ எதுவுமே கிடைக்க வாய்ப்பில்லை. அதனால் அவை இருந்திருக்கவில்லை என்று சொல்லமுடியுமா என்ன?

அல்ஹசன் தொலைநோக்கிகள் பற்றிய கோட்பாடுகளைப் பற்றிக் குறிப்பிட்டிருக்கிறார். கைவினைஞர்களிடம் அந்தக் கருவிகள் இருந்திருக்கும். அவர்களுக்கு கல்வி அறிவு பெரிதாக இல்லையென்றாலும் இப்போதைய கைவினைக் கலைஞர்களைப் போலவே பயிற்சியின் மூலம் செய்து பார்த்து கற்றுக்கொண்டிருப்பார்கள்.

எனக்குப் பரிச்சயமான பிராமணர் ஒருவரிடம் வானவியல் அட்டவணைகளை அவர்கள் எப்படி உருவாக்குகிறார்கள் என்று கேட்டேன். பழங்காலத்தில் இருந்தவர்கள் மிகப் பெரிய குழியை

வெட்டி அதில் நீரைத் தேக்கி அதில் பிரதிபலித்த நட்சத்திரங்கள், கிரகங்களின் பிம்பத்தை ஆராய்ந்து அட்டவணைகளை வடிவமைத்ததாகச் சொன்னார். என்னவிதமான வழிமுறைகளைப் பின்பற்றினார்கள் என்பது அவருக்குத் தெரியவில்லை. 'அந்த அட்டவணைகளைப் பயன்படுத்தமட்டுமே தெரியும். புதிதாக எதையும் உருவாக்கத் தெரியாது' என்றார்கள்.

சூரியக் கடவுளை அறுபது ஆண்டுகள் தொடர்ந்து விடாமல் தவம் செய்த பிராமணர் ஒருவருடைய விடா முயற்சியைப் பாராட்டி சூரிய பகவான் இவற்றை பரிசாகக் கொடுத்ததாகச் சொன்னார். தொடந்து அறுபது வருடங்கள் தவம் செய்தார் என்பது இடைவிடாமல் செய்த கடினமான வான் ஆராய்ச்சியின் குறியீட்டு வடிவம்தான் என்று நான் சொன்னதை அந்த பிராமணர் ஒப்புக்கொண்டார்.

என்னைப் போலவே அந்த முஸல்மானும் அல்ஹசனைப் பற்றி நினைத்தார். எனினும் தொலைநோக்கிகளைப் பற்றிய விவரங்கள் இல்லையென்பதால் அனைத்தையுமே சந்தேகத்துக்கு இடமானதாகவே ஆக்குகிறது (வெள்ளி கிரகம் சூரியனைக் கடப்பது பற்றி நமது வானாராய்ச்சியாளர்கள் ஆராய்ந்து சொல்லியிருந்ததை அவரிடம் சொன்னேன். அதுதான் அப்படியான முதல் சம்பவம் என்று நினைத்தேன். ஆனால், அதற்கு முன்பே அரபு மொழியில் அது பற்றிக் குறிப்பிட்டிருப்பதாக அவர் சொன்னார். அந்தப் புத்தகத்தின் பெயரைக்கூடக் குறிப்பிட்டார். அதை நான் மறந்துவிட்டேன். ஆனால், அதைப் பற்றிக் குறிப்பு என் வங்காளக் குடியிருப்பில் உள்ள கட்டுரையில் இடம்பெற்றிருக்கிறது).

எனினும் ஒருநாள் ஆயிரத்தோரு அராபிய இரவுகள் கதையின் ஆங்கில மொழிபெயர்ப்பைப் படித்துக்கொண்டிருந்தேன். அதில் ஆப்பிள், பாய்களுடன் வெகு சர்வ சாதாரணமான பொருளைப் போல் தொலைநோக்கிகள் பற்றிக் குறிப்பிட்டிருந்ததைப் பார்த்தேன்.

மூன்று இளவரசர்கள் அதிசயப் பொருட்களைத் தேடிச் சென்றார்கள். தேவதை பரிபனோ மூவருக்கும் வெவ்வேறு வடிவிலான பொருட்களைத் தந்தது. முதலாவது இளவரசருக்கு அதிக விலை மதிப்பு கொண்ட ஒரு பாயைக் கொடுத்தது. அந்தப் பாயின் வேலைப்பாடுக்காக அல்ல; அதன் பறக்கும் சக்திக்காகவே அவ்வளவு தொகையை வசூலித்தது. அந்தப் பாயில் ஏறி உட்கார்ந்தால் நினைத்த இடத்துக்குப் பறந்து சென்றுவிட முடியும்.

இரண்டாவது இளவரசருக்கு ஒரு பழத்தைக் கொடுத்தது. அதை வைத்துத் தொட்டால் எந்தத் தீராத வியாதியும் தீர்ந்துவிடும்.

மூன்றாவது இளவரசருக்கு ஒரு தொலைநோக்கி தந்தது. ஒரு பக்கமாக வைத்துப் பார்த்தால் இருந்த இடத்திலிருந்தே உலகில் நாம் விரும்பும் எந்தவொரு இடத்தையும் அதன் மூலம் பார்க்க முடியும். மறு பக்கத்தை வைத்துப் பார்த்தால் பொருட்கள் சாதாரணமாகத் தெரியும். இரு பக்கங்களிலும் கண்ணாடி வில்லை பதிக்கப்பட்ட தந்தத்தாலான ஒரு குழாய் என்று அது சொல்லப்பட்டிருக்கிறது.

ஐரோப்பாவில் தொலைநோக்கிகள் பயன்படுத்தப்படுவதற்கு முன்பே எழுதப்பட்ட புத்தகம் அது. அந்தக் காலகட்டத்தில் அரபு நாடுகளில் அது சர்வ சாதாரணமாக புழக்கத்தில் இருந்திருக்கிறது. அப்போது நாம் அவற்றைப்பற்றி எதுவுமே கேள்விப்பட்டிருக்க வில்லை. ஜான் டோலண்ட் விளக்கமாகக் கூறி வடிவமைத்ததுபோல் அராபிய இரவுகள் கதைகளில் சொல்லப்பட்டிருக்கவில்லை. என்றாலும் அவையும் தொலைநோக்கிகளே. இப்போதும் தொலைநோக்கிகள் பற்றிப் பேசுபவர்களில் எத்தனை பேருக்கு வான் ஆராய்ச்சிகளில் பயன்படும் தொலைநோக்கிகள் பற்றி விளக்கிச் சொல்லமுடியும்.

அரிய கண்டுபிடிப்புகள் அழிவது இயல்பே. இதற்கு நம்மிடையே உதாரணங்களுக்கா பஞ்சம். எகிப்திய மம்மிகள் ஒன்றே போதுமே, அந்த உண்மையைப் புரியவைக்க. நமது காலகட்டத்திலுமேகூட ஜான் டொனால்ட் உருவாக்கிய தொலைநோக்கிகள் மூன்று கண்ணாடி வில்லை வடிவமைப்பு வந்ததும் போதிய கண்ணாடி வில்லைகள் கிடைக்காமல் போனதால் வழக்கொழியத் தொடங்கிவிடவில்லையா? வெடி மருந்து என்பது நவீன கால கண்டுபிடிப்பாகவே நம்பப்படுகிறது. ஆனால், ஒரு கிரேக்க எழுத்தாளரின் படைப்பை வைத்துப் பார்க்கும்போது அலெக்ஸாண்டரின் காலகட்டத்திலேயே வெடிமருந்துகள் பயன்படுத்தப்பட்டது தெரியவரும்.

வங்காளத்தில் இருக்கும்போது இந்தக் கடிதத்தை எழுதியிருந்தால் இது தொடர்பாக நிறைய உதாரணங்களை என்னால் எடுத்துக்காட்டி யிருக்கமுடியும். இப்போது சுருக்கமாக நான் சொல்லவிரும்புவது ஒன்றே : ஒரு அறிவியல் அறிவோ, கண்டுபிடிப்போ வழக்கொழிந்து போய்விட்டதால் அது முன்பு ஒருபோதும் பயன்பாட்டில் இருந்திருக்காது என்று நிச்சயமாக நாம் சொல்ல முடியாது. இதை எதற்குச் சொல்கிறேனென்றால் சனி கிரகம் பற்றி நான் பார்த்த ஓவியத்தை உங்களிடம் விளக்கிச் சொல்லவே. அதில் குறிப்பிடப் பட்டிருக்கும் ஆறாவது துணைக்கோளை (நிலவை) இனி வரும் காலத்திய வான் ஆராய்ச்சிகளே உறுதிப்படுத்தமுடியும் என்பது

உண்மைதான். எனினும் அந்தக் கூற்று வெறும் கற்பனைக் கட்டுக்கதை அல்ல.

எனக்குத் தெரியவந்த சில அதிசய நிகழ்வுகள் பற்றி உங்களிடம் சொல்லவிரும்புகிறேன். மூன்று வால் நட்சத்திரங்களின் வருகை, நிலநடுக்கம் பற்றிய தகவல் இவையெல்லாம் அவை நடப்பதற்கு வெகு முன்னதாகவே எனக்குக் கடிதங்கள் மூலம் தெரியப்படுத்தப் பட்டிருந்தன. அந்தக் கடிதங்களில் சொல்லியிருந்தது போலவே லாகூரைச் சுற்றியிருந்த பகுதிகளில் நிலநடுக்கம் ஏற்பட்டது. துரதிஷ்டவசமாக அந்தக் கடிதம் வங்காளத்தில் இருக்கிறது. திரு.ஹேஸ்டிங்க்ஸிடம் அந்தக் கடிதத்தின் ஒரு பிரதி இருக்கிறது. என் கையொப்பத்துடன் இருக்கும் அதில் அந்தக் கடிதம் என் கைக்குக் கிடைத்த தேதி குறிப்பிடப்பட்டிருக்கும். ஜுன் மாதத்தில் எனக்கு அது கிடைத்தது. செப்டம்பரில் அல்லது ஆகஸ்ட் இறுதிவாக்கில் நிலநடுக்கம் நடந்தது. வரும் 1779 அல்லது 1780 என்று நினைக்கிறேன்.

ஆனால், வால் நட்சத்திரத்தின் வருகை தொடர்பாக நான் இதுபோன்ற வேறு இரண்டு கணிப்புகள் பற்றிய நகல்களை உங்களுக்கு அனுப்பி வைக்கிறேன். அவற்றில் ஒன்று சாமர்ஸெட், பாத்தில் நடந்து உறுதிப்படுத்தப்பட்டிருக்கிறது. நான் படையெடுப்பில் இருந்ததால் என்னால் அதைப் பார்க்க முடிந்திருக்கவில்லை. நான் கொஞ்சம் ஓய்வாக இருந்திருந்தால் நிச்சயமாக அதைப் பார்க்க வந்திருப்பேன்.

ஒரு பிராமணர் 108 வால் நட்சத்திரங்கள் பற்றிய அட்டவணையை எனக்குத் தருவதாகச் சொன்னார். நான் வங்காளத்துக்குத் திரும்பும் போது அந்த பிராமணர் உயிருடன் இருந்தால் சென்று அவரிடமிருந்து அதைப் பெற்றுக் கொள்வேன். வால் நட்சத்திரங்களில் பல வகைகள் இருப்பதாக அவர் சொல்கிறார். சிலவற்றுக்கு வால் நீண்டதாக இருக்கும். சிலவற்றுக்குக் குறுகலாக இருக்கும். சிலவற்றுக்கு விசிறி போன்று இருக்கும். சிலவற்றுக்கு எதுவுமே இருக்காது. சில வால் நட்சத்திரங்கள் கிழக்கில் இருந்து மேற்காகச் செல்லும். சில விண்வெளியைக் கடந்து செல்லும்.

அவர் சொல்லும் இன்னொரு விஷயத்தை நான் எப்படிச் சொல்ல என்று தெரியவில்லை. இன்றைய காலகட்டத்துக்கு முந்தைய யுகத்தில் எழுதப்பட்ட புத்தகம் என்றும் நாம் சிருஷ்டி என்று சொல்வதில் இருந்து அந்தப் புத்தகம் தொடங்குவதாகவும் சொல்கிறார்.

நாம் சமஸ்கிருதம் கற்றுக்கொண்டுவிட்டால் இதுபோன்ற புத்தகங் களில் சொல்லப்பட்டிருப்பதாகச் சொல்பவற்றை உறுதிப்படுத்திக் கொள்ள முடியும். அல்லது மறுதலிக்க முடியும். நான் என்னிடம்

அவர் என்ன சொல்கிறாரோ அதை அப்படியே சொல்கிறேன். எது உண்மை என்று எதையும் நான் சொல்ல விரும்பவில்லை. மேலும் அந்த பிராமணர் என்னை ஏமாற்ற விரும்புவதாகவும் நான் நினைக்கவில்லை. ஒரு சீடனைப் போல் அவரிடம் தகவல்களைக் கேட்டேன். அவர் சொல்லும் விஷயங்களை நமது வானவியல் கண்டுபிடிப்புகளுடன் ஒப்பிட்டுக் கேள்வி கேட்டேன். அவர் சொன்னார்: வானவியலில் நாமும் இஸ்லாமியர்களும் மாறுபட்ட கோட்பாடுகளைக் கொண்டிருப்பதாகவும் இந்துக்களுடைய கோட்பாடுகளில் இருந்து வேறுபட்டுச் சிந்திப்பதாகவும் சொன்னார்:

'இஸ்லாமியர்கள் சூரியன் பூமியை தினமும் மற்றும் ஆண்டுதோறும் சுற்றிவருவதாகச் சொல்கிறார்கள். ஆனால், உங்களுடைய மற்றும் எங்களுடைய கோட்பாட்டின்படி பூமி தன்னுடைய சுழல் அச்சில் தினமும் தன்னைத்தானே சுற்றிக்கொள்கிறது. முஸல்மான்கள் தாலமியின் வானவியல் கோட்பாட்டைப் பின்பற்றுகிறார்கள். நாங்கள் புராதன நூல்களைப் பின்பற்றுகிறோம். நீங்கள் உங்களுக்கென தனி வழிமுறை வைத்திருக்கிறீர்கள். அது எங்களுடையதில் இருந்து வந்திருக்கவில்லை என்று நினைக்கிறேன்' என்றார்.

இந்தக் கடிதத்தை இந்த இடத்தில் நிறுத்த வேண்டியிருக்கிறது. அது குழப்பத்தையே ஏற்படுத்தும் என்று தெரியும். ஆனால், ஹிந்து மதத்தில் இருக்கும் வானவியல் தெரிந்த நபர்கள் தமக்குத் தெரிந்தவற்றைப் பிறருடன் பகிர்ந்துகொள்வதில் மிகவும் தயக்கம் காட்டுகிறார்கள்.

5

பழங்கால இந்துக்களுக்கு இருபடித் தேற்றம் தெரிந்திருந்தது என்பதற்கான ஆதாரம்

ரூபன் பரோ (1790)

வங்காள விரிகுடாவின் தீவுக்கூட்டங்களில் பெரும்பாலானவை கிளிஞ்சல்களாலும் கடல் வாழ் உயிரினங்களின் ஓடுகளாலும் நிரம்பிக் கிடக்கின்றன. கங்கைச் சமவெளியின் ஹரித்வார் பகுதியில் மிக நீண்ட கூழாங்கல் படுகைகள் காணப்படுகிறன. இவற்றிலிருந்து இந்தக் கடல் மெள்ளப் பின்வாங்கிக் கொண்டிருப்பது தெரிகிறது. அது போலவே நில நடுக்கோடானது இப்போது இருக்கும் இடத்திலிருந்து முன்பு மேலும் வடக்கில் இருந்திருக்கும் என்றும் தெரிகிறது.

வேறு நாடுகளிலும் இதுபோன்ற ஆய்வுகள் செய்து பல விஷயங்கள் கண்டுபிடிக்கப்பட்டால் அவற்றிலிருந்து பூமி, துருவங்கள் நிலநடுக்கோடு போன்றவை முன்பு எப்படி இருந்தன என்னென்ன மாற்றங்கள் பூகோள ரீதியாக நடந்துள்ளன என்பதை ஓரளவுக்கு யூகித்து அறிய முடியும். அது பல்வேறு கேள்விகள், புதிர்களுக்கு விடையளிக்கக்கூடும். இதற்காகத்தான் வட தீர்க்க ரேகைப் பகுதிகளில் நிரந்தரமான மெரிடியன் கோடுகளை வரைந்து வைப்பது அவசியம். அப்போதுதான் பின் வரும் காலங்களில் ஏற்படும் மாற்றங்களை ஒப்பிட்டு ஆராய அது உதவும். அதுபோலவே கடல் பாறைகளில் இப்போதைய கடல் மட்டத்தின் அளவைக் குறித்து வைக்கவேண்டும்.

நில நடுக்கோட்டில் மேலே குறிப்பிடப்பட்டிருக்கும் பகுதிகளில் தார்தாரி பகுதியில் மக்கள் வாழ முடியும். சைபீரிய தட்பவெப்ப நிலையானது மிதமாக இருக்கிறது. புஹாரியாவின் பாலைவனப் பகுதிகள்தான் மோசஸ் சொல்லும் வாக்களிக்கப்பட்ட பூமியாக

இருக்கும். ஏதெனின் நான்கு புனித ஆறுகள் முறையே இந்தியா, சீனா, சைபீரியா, காஸ்பியன் கடல் வழியாகப் பாய்ந்திருக்கும்.

இந்தியாவின் வட பகுதியில் இருந்த ஒரு பிராமணரிடம் இருந்த சம்ஸ்கிருத குறிப்புகள் இருந்த உலக வரைபடத்தில் இருந்து இரண்டு வருடங்களுக்கு முன்பு தெரிந்துகொண்டேன். பூகோளவியல் தொடர்பான விலை மதிப்பு மிக்க புத்தகமும் அவரிடமிருந்து எனக்குக் கிடைத்தது. திரு வில்ஃபோர்டு தலைமையிலான வங்காள இன்ஜினியர்களுக்கு இந்த புத்தகங்களையும் என்னுடைய யோசனைகளையும் சேர்த்துத் தெரிவித்திருக்கிறேன். அவர் முதல் நபராக ஹிந்து பூகோளம் தொடர்பான தெளிவான உண்மையான தரவுகளை உலகுக்கு விரைவில் தருவார் என்று நினைக்கிறேன்.

மேலே சொன்ன கங்கைப் பகுதியில் இருந்து இந்து மதம் உலகம் முழுவதும் பரவியிருக்கிறது என்று நினைக்கிறேன். ஒவ்வொரு வட துருவ நாடுகளிலும் அவர்களின் வழிபாடுகளுக்கான தடயங்கள் இருக்கின்றன. இங்கிலாந்தில் இவை மிகவும் துலக்கமாகத் தெரிகின்றன. அங்கு இருக்கும் ஸ்டோன்ஹென்ஜ் (Stonehenge-நடுகல்-பூத வழிபாடு-இறந்தவர் வழிபாடு) என்பது இந்து வேர்கள் கொண்ட வழிபாடுகளில் ஒன்றே. கணிதவியல், வானவியல், ஜோதிடம், விடுமுறைகள், விளையாட்டுகள், நட்சத்திரங்களின் பெயர்கள், நட்சத்திரத் தொகுப்புகளின் பெயர்கள், பழங்கால நினைவுச் சின்னங்கள், சட்டங்கள், பல்வேறு நாடுகளின் மொழிகள் என அனைத்திலும் மூல இந்து வேர்களின் தடயங்களைக் காண முடியும். சூரிய வழிபாடு, அக்னி வழிபாடு; நரபலி, விலங்கு பலிகள் போன்றவை உலகம் முழுவதிலும் ஒருகாலத்தில் வழக்கத்தில் இருந்துள்ளன.

ரோமாபுரி மதச் சடங்குகள் பல கங்கைச் சமவெளியினர் மற்றும் ஃபகீர்களின் அப்பட்டமான நகலாகவே இருக்கின்றன. கிறிஸ்தவ இறையியல் என்பது மூல பைராகிகளின் வழிமுறைகளைப் போன்றதாகவே இருக்கின்றன. வடதுருவப் பகுதிகளின் நரகம் பற்றிய நம்பிக்கைகள் கூட ஒரு சில இடங்கள் நீங்கலாக பைபிளில் சொல்லப்பட்டிருப்பதைப் போன்றதாக இருக்கவில்லை. ஆனால் ஹிந்துக்களின் நரகச் சித்திரிப்புகளைப் பெரிதும் ஒத்ததாக இருக்கின்றன.

புனித பேட்ரிக்கின் மரணத்துக்குப் பிந்தைய தூய்மைப்படுத்தப்படும் நிகழ்வில் குறிப்பிடப்பட்டிருக்கும் படைவீரர் பற்றிய கதை சமஸ்கிருதத்தில் எழுதப்பட்டிருப்பதன் அப்பட்டமான நகலாகவே எனக்குத் தோன்றுகிறது. பெயர்களை மட்டும் மாற்றிக்கொண்டிருக்கிறார்கள். ரோமாபுரி மதமும் தேயிஸமும் (Deism) இந்து மதத்தின்

பிரம்மம், (பஞ்ச) பூதம் போன்றவற்றில் ஒரே மாதிரியான கோட்பாடு களையே கொண்டிருக்கின்றன. தாலமிய வானவியல் கோட்பாட்டின் மூல கர்தாக்கள் பிராமணர்களே. அதுபோலவேதான் பஞ்ச பூதக் கோட்பாட்டை முன்வைத்தவர்கள்தான் ஃபிலோலைக் அல்லது கோப்பர்நிக்கஸ் கோட்பாடுகளின் மூன்னோடிகளாக இருக்க வேண்டும். அவர்கள்தான் கிரகங்களிடையேயான ஈர்ப்புவிசை பற்றிய கோட்பாட்டையும் முதலில் கண்டு சொன்னவர்களாக இருக்கும்.

இலூசினிய புதிர்கள், கிரேக்க மதம் போன்றவை இரண்டு மாறுபட்ட பிரிவுகளின் உருவாக்கங்களாகவே இருக்கக்கூடும். பிரிட்டனின் ட்ரூயிட்கள் (செல்டிக் மதகுருமார்கள்) பிராமணர்கள்தான் என்பதில் எந்த சந்தேகமும் இல்லை. அவர்கள் எல்லாரும் கொல்லப்பட்டு விட்டார்கள்; அவர்களுடைய அறிவுத்துறை சாதனைகள் எல்லாம் அழிந்துவிட்டன என்று சொல்வதில் உண்மையிருக்க வாய்ப்பில்லை. அவர்கள் இப்போது பள்ளிக்கூட ஆசிரியர்களாகவும் ஃப்ரீமேசன் களாகவும் ஜோதிடர்களாகவும் ஆகியிருக்கக்கூடும். தமது ஞானங்கள் எல்லாம் அடுத்த தலைமுறைக்கு மாற்றித் தர இதுவே சரியான வழி என்று நினைத்திருக்ககூடும்.

லாக்கேவுக்குக் (Locke) கிடைத்திருக்கும் ஒரு ஆவணமானது எவ்வளவு பழைமையானது என்பதற்கும் இந்த யூகத்துக்கும் சான்று பகர்வதாக இருக்கிறது. இந்த யூகத்தின் அடிப்படையில் பல விடைதெரியாத புதிர்களுக்கும் ஹிந்துக்களின் மற்றும் நமது அறிவியல் துறைகளுக்கும் இடையிலான மிகப் பெரிய ஒத்திசைவுக்குமான விளக்கத்தைப் பெற்றுவிடமுடியும். நமது பழங்கால அறிவியல் மேதைகள் எழுதியவற்றையும் ஹிந்துக்களின் பழங்கால நூல்களையும் ஒப்பிட்டுப் பார்த்தால் இந்த விஷயம் சந்தேகத்துக்கு இடமின்றி உறுதிப்படுத்தப்பட்டுவிடும்.

அதிர்ஷ்டவசமாக பீட் (Bede)யின் எழுத்துகள் நம்மை 1200 ஆண்டுகள் பின்னோக்கி இழுத்துச் செல்கின்றன. ட்ருயிட்களின் காலகட்டத்து எச்சங்கள் மிஞ்சியிருந்த காலகட்டம். நானே இவற்றை ஒப்பிட்டுப் பார்த்திருக்கவேண்டும். ஆனால், பீட் இந்த நாட்டைச் சேர்ந்தவர் அல்ல. நாகரி மொழியில் குறிப்புகள் எழுதப்பட்ட வான் ஆராய்ச்சிக் கருவியை (டாக்டர் மெக்கினோன் ஜெய்நகரில் இருந்து கொண்டுவந்தது) ஜெஃப்ரி சாசர் எழுதிய வான் ஆராய்ச்சிக்கருவி பற்றிய நூலுடன் ஒப்பிட்டுப் பார்த்தேன். நுட்பமான அம்சங்களில்கூட ஆச்சரியப்படும் அளவிலான ஒற்றுமை இருப்பதைப் பார்க்க முடிந்தது. ‘குதிரைத் தலை’ என்று சாசர் குறிப்பிடும் மைய ஊசியானது குதிரைத் தலை கொண்டதாகவே ஜெயநகர் வான் ஆராய்ச்சிக் கருவியில் இருக்கிறது.

ஜெஃப்ரி சாசரின் விவரிப்புகள் பீட் குறிப்பிட்டதில் இருந்துதான் பெறப்பட்டிருக்கும் என்றால் என் இந்த யூகம் சரி என்றே ஆகும். அராபியர்களிடமிருந்து எதையும் பெறவில்லை என்பதை அது உறுதிப்படுத்துவதாக ஆகும். தாமஸ் பங்கேயும் ஸ்விசெட்டும் என்ன எழுதியிருக்கிறார்கள் என்பதையும் இந்து நூல்களோடு ஒப்பிட்டுப் பார்க்கவேண்டும். லீலாவதி, பீஜகணிதம் அல்லது இந்துக்களின் கணித, அல்ஜிப்ரா நூல்களின் மொழிபெயர்ப்புகளை விரைவில் வெளியிடவும் தீர்மானித்துள்ளேன்.

ஹிந்துக்களின் அற்புதமான பழங்கால நூல்களில் பல அழிந்து விட்டன. இப்போது எஞ்சியிருக்கும் பலவும் முழுமையற்றதாகவே இருக்கின்றன. ஒரு பண்டிதரின் உதவியுடன் நான், ஆறு வருடங்களுக்கு முன் பீஜ கணிதம் என்ற நூலை மொழிபெயர்த்தேன். அதுவரையிலும் எந்தவொரு ஐரோப்பியரும் ஏன் நானுமே கூட ஹிந்துக்களுக்கு அல்ஜீப்ரா தெரிந்திருக்கும் என்று நம்பியிருக்கவே இல்லை. ஆனால், அந்தப் புத்தகம் முழுவதும் கிடைத்திருக்கவில்லை யென்பதால் மொழிபெயர்ப்பைப் பாதியில் நிறுத்திவிட்டு முழு புத்தகத்தையும் தேடத் தொடங்கினேன்.

அதன் பின் கொஞ்சம் கூடுதல் சுவடிகள் கிடைத்தன. அவைபோல் பலவற்றைப் பார்க்க முடிந்தது. அதன் நகல் பிரதிகளை எழுதி எடுத்தவர்கள் அவை முழுமையானவை என்று சொன்னார்கள். ஆனால், அவை எல்லாமே முழுமையற்றவையாகவே எனக்குத் தோன்றின. இதே காரணத்துக்காகவே லீலாவதி புத்தகத்தையும் முழுமையற்றதாகவே கருதுகிறேன். இதைவிட அடுத்த கட்டங் களுக்குக் கொண்டுசெல்லப்பட்ட அல்ஜீப்ரா கணக்கு புத்தகங்கள் நிச்சயம் இங்கு இருக்கும். ஏனென்றால் வானவியல் ஆய்வுகளில் அவையெல்லாம் பயன்படுத்தப்பட்டே கணக்கிடப்பட்டிருக் கின்றன.

உதாரணமாக, ஆர்க்கின் சைன் அளவைக் கண்டுபிடிக்க அது மிகவும் அவசியம். செங்கோண முக்கோணத்தின் கர்ணத்தின் நீளம் அந்த எதிர் பக்கங்களின் கோணம் இவற்றை சைன் அட்டவணைகளைப் பயன்படுத்தாமலேயே கண்டுபிடிக்கும் வழியும் இருந்திருக்கிறது. இதுபோல் பல சிக்கலான கணக்கீடுகள் வானவியல் ஆராய்ச்சியில் தேவைப்பட்டிருக்கிறது.

முன்பொருமுறை என்னுடன் பேசிய பண்டிதர் ஒருவர், பல சிக்கலான அல்ஜீப்ரா கணக்கு புத்தகங்கள் இருப்பதாகவும் நேரில் பார்த்திருக்க வில்லை; ஆனால், கேள்விப்பட்டிருப்பதாகவும் சொன்னார். அநேகமாக

அவை இந்தியாவில் எங்கேனும் இருக்கும் என்றே நம்புகிறேன். ஆனால், அவை இப்போது அழிவின் விளிம்பில் இருக்கும். எனவே இதுபோன்ற அறிவுத்துறை சார்ந்த புத்தகங்களை எவ்வளவு முடியுமோ அவ்வளவு விரைவாக தீவிரமாக சேகரித்தாகவேண்டும் (அவர் களுடைய செய்யுள் இலக்கியங்களுக்கு எந்த அபாயமும் இல்லை. பஞ்ச பூதங்கள் பற்றிய நூல்கள் திபெத்தில் கூட இருக்கக்கூடும்).

பழங்கால இந்துக்களின் பிற அறிவியல், அறிவுத்துறை சார்ந்த ஏராளமான புத்தகங்கள் அழிந்துவிட்டன என்பதில் எந்த சந்தேகமும் இல்லை. ஏனென்றால் இன்று வடிவ இயல் தொடர்பாக ஒரு புத்தகம் கூடக் கிடைக்கவில்லை. ஆனால் அவர்களுடைய சில கணக்கீடுகள், கருவிகளைப் பார்க்கும்போது யூக்ளிடையெல்லாம் விட மிகவும் விரிவான ஆழமான கணக்கீடுகளுக்கான படைப்புகள் நிச்சயம் இருந்திருக்கவேண்டும். பிரபஞ்சவியலிலும் இதுபோலவே நிச்சயம் தற்போது கிடைத்திருக்கும் சூரிய சித்தாந்தம் போன்ற படைப்பு களையும்விட வலுவான ஆழமான புத்தகங்கள் நிச்சயம் இருந்திருக்க வேண்டும்.

வானவியல் தொடர்பான அவர்களுடைய அட்டவணைகள், விதிமுறைகள் சூத்திரங்கள், தற்செயலாக அவர்கள் கண்டைந் திருக்கும் தீர்வுகள் இவற்றையெல்லாம் வைத்துப் பார்க்கும்போது நிச்சயம் இப்போது கிடைத்திருப்பதைவிட விரிவான புத்தகங்கள் இருந்திருக்கும் என்பது உறுதிப்படுகிறது. நியூட்டனின் கணக்கீடு களுக்கு இணையான வகையீட்டுச் சமன்பாடுகள் பழங்கால இந்துக்களுக்குத் தெரிந்திருக்கவேண்டும். மூன்று வருடங்களுக்கு முன் நான்மொழி பெயர்க்க ஆரம்பித்த ஹிந்து வானவியல் புத்தகம் ஒன்றில் இருந்து அப்படி நான் நம்புவதற்கான ஏராளமான ஆதாரங்களைப் பட்டியலிடமுடியும்.

கடந்த இரண்டு வருடங்களாக என்னுடைய பணிச்சுமை மிக அதிகமாக இருந்ததால் அந்தப் புத்தகத்தை மொழிபெயர்த்து முடிக்க என்னால் முடியாமல் போய்விட்டது. கிடைத்த சொற்ப நேரத்தைப் பயன்படுத்தி நியூட்டனின் சில படைப்புகளுக்கான விளக்கவுரையை எழுதினேன். அவற்றை உள்ளூர் பிரமுகர் ஒருவருக்கு விளக்கிச் சொன்னேன். அவர் அதை அரபு மொழியில் மொழிபெயர்த்தார். ஹிந்து வானவியல் நூல்களை ஆங்கிலத்தில் மொழிபெயர்க்க சீக்கிரமே நேரம் கிடைக்கும் என்று நம்புகிறேன். இப்போதைக்கு ஹிந்துக்களுக்கு வகைக்கெழு சமன்பாடுகள் தெரிந்திருந்தது என்பதை நிரூபிக்கும்வகையிலான சில உதாரணங்களை அவர்களுடைய வானவியல் அட்டவணையில் இருந்து இங்கு முன்வைக்கிறேன்.

1783-ன் கடைசி மாதங்களிலும் 1784-ன் தொடக்க மாதங்களிலும் எழுதப்பட்ட பல்வேறு ஆங்கில ஆவணங்களின் அடிப்படையில் நான் என் கருத்துகளை இங்கு முன்வைக்கிறேன். அந்த ஆவணங்களில் சில ஏற்கெனவே இங்கிலாந்துக்கு அனுப்பியும் வைக்கப்பட்டுள்ளன. இந்த ஆய்வுக் கட்டுரையின் முக்கிய நோக்கம் லெ ஜெண்டில் எழுதிய வாயேஜ் (Je n'ai pu savoir sur quels principes cet te table est fondee,) நூலின் 253, 254, 255 பக்கங்களில் எழுதப்பட்டிருக்கும் சூத்திரங்கள், விதிகளை அடிப்படையாக வைத்து சில விஷயங்களை முன்வைப்பது தான். அந்தப் புத்தகத்தில் கீழ்க்கண்டவாறு குறிப்பிடப்பட்டுள்ளது:

'முந்தைய ஆய்வுக்கட்டுரையில் சொல்லப்பட்டிருப்பதன் அடிப்படையில் திருவள்ளூர் பகுதியின் வானவியல் தீர்க்கரேகை (Right ascension) மற்றும் மெரிடியனைக் கடந்த ஆறு மணிநேரம் கழிந்த பிறகான அதன் அளவு (Ascensional difference - அல்லது ஒரு வான் பொருளின் உதயம், அஸ்தமனம் ஆகிய நேரத்துக்கும் ஆறு மணிக்கும் இடையிலான வித்தியாசம்) ஆகியவற்றைக் கணக்கிட்டுப் பார்த்தோம். அதன் பிறகு அந்த வித்தியாசத்தை அல்ஜீப்ரா மூலம் கணக்கிட்டு கீழ்க்கண்ட அட்டவணையுடன் பொருத்திப் பார்த்தோம்.

S	Obl Ascens R.A.Asc Diff			First diff of Obl Ascension			Ditto reduced to Plus of Gurry	ditto further a reduced
	°	, °	,	°	, °	,		
0	0	0-0	0					
1	27	54-2	19	27	54-2	19	279-23	256
2	57	49-4	13	29	55-1	54	299-19	280
3	90	0-4	59	32	11-0	46	322-8	314
4	122	11-4	13	32	11+0	46	322+8	330
5	152	6-2	19	29	55+1	54	299+19	318
6	180	0+0	0	27	54+2	19	279+23	302
7	200	54+2	19	27	54+2	19	279+23	302
8	237	49+4	13	29	57+1	54	299+19	318
9	270	0+4	59	32	11+0	46	322+8	330
10	302	11+4	13	32	11-0	46	322-8	314
11	332	6+2	19	29	55-1	54	299-19	280
12	360	0+0	0	27	54-2	19	279-23	256

இந்த அட்டவணையில் ஐந்தாம் ஆறாம் நிரல்களில் இருப்பவை லே ஜெண்டில் எழுதிய புத்தகத்தில் 253, 254 பக்கங்களில் இருப்பவற்றை ஒத்ததாக இருக்கின்றன. பிற கணக்கீடுகள் மிகவும் சிரமாக இருக்கின்றன. பவுஜாவைக் (Bauja) கணக்கிடுவதில் அல்லது அசென்ஷனல் வித்தியாசத்தைக் கணக்கிடுவதில் சூரிய கடிகாரத்தின் நிழலின் 20/60 முதல் அளவாக ஏன் எடுத்துக்கொள்ளப்பட்டது; முதல் அளவில் 4/5 இரண்டாவது அளவாகவும் முதலாவதன் 1/3 அளவு மூன்றாவதாகவும் ஏன் கணக்கிடப்பட்டுள்ளன என்பது தெரிய வில்லை'. இதற்கான காரணம் என்னவாக இருக்குமென்றால், இந்த சூரிய நிழல் கடிகாரத்தில் நாண்கள்(Chords) வட்டத்தின் வில்களுக்குக் (arc) கிட்டத்தட்ட சமமாக இருக்கும். இந்த வித்தியாசங்களைச் சேர்ப்பதன் மூலம் வில்களின் அளவை எளிதில் கண்டுபிடித்துவிட முடியும் என்பது ஒரு காரணமாக இருக்கும்.

இது போன்ற மேலும் சில கணக்கீடுகளைப் பார்க்கும்போது பழங்கால பிராமணர்களுடைய வானவியல் கணிப்புகளுக்கும் இன்றைய கணிப்புகளுக்கும் இருக்கும் ஒத்திசைவை வைத்து பழங்காலத்தில் அவர்களுக்கு வகைக்கெழு சமன்பாடு அல்லது அல்ஜீப்ரா தெரிந்திருக்கும் என்ற உறுதியாக முடிவுக்கு வந்துவிட முடியாதுதான். ஆனால், அவர்களுக்கு அந்த இரண்டுமே தெரிந்திருக்கும் என்ற வலுவான சந்தேகத்தையே அவை எனக்குள் ஏற்படுத்தின.

சமஸ்கிருதத்தில் அல்ஜீப்ராவை என்ன பெயரில் அடையாளப் படுத்தியிருந்தார்கள் என்பதைக் கண்டுபிடிக்க எனக்கு மேலும் இரண்டு வருடங்கள் ஆகின. அப்போதுதான் எனக்கு சமஸ்கிருதத்தில் அல்ஜீப்ரா தொடர்பான ஒரு புத்தகம் கிடைத்தது. இதுகூட எனக்குக் கிடைத்திருக்காமல் போயிருக்கக்கூடும். நான் மட்டும் இந்த விதிமுறைகள், சூத்திரங்களை எப்படி பயன்படுத்தினார்கள் என்று தேடியிருக்கவில்லையென்றால் இந்தப் புத்தகமும் கிடைத்திருக்காது. இது தொடர்பாக மேலும் ஆய்வுகள் மேற்கொள்ளப்பட்டால் என்னைவிட கூடுதல் தகவல்கள் நிச்சயம் வேறு யாருக்கேனும் கிடைக்க வாய்ப்பு உண்டு.

இருபடித் தேற்றத்தைப் பொறுத்தவரையில் அவற்றை பின்ன அடுக்கேற்றத்துக்குப் (Fractional Indices) பயன்படுத்துவது நியூட்டன் கண்டுபிடித்ததாகவே இருக்கக்கூடும். ஆனால் கீழே தரப்பட்டிருக்கும் கணக்கும் அதன் தீர்வையும் பார்க்கும்போது இந்துக்கள் பிரிக்ஸைவிடவும் அதிலும் பாஸ்கலைவிட மிக அதிகமாகவே இருபடித்தேற்றத்தை முழு எண்களுக்கான கணக்கீடுகளில் நன்கு தெரிந்துவைத்திருந்தனர் என்று சொல்லமுடியும்.

ஹென்றி ஷெர்வினின் கணித வாய்ப்பாடு பற்றிய நூலில் டாக்டர் ஹட்டன் பிரிக்ஸுக்கு உரிய மரியாதை தந்திருந்தார். ஆனால், சில ஆண்டுகளுக்கு முன்பாக திரு விட்செல், 'வகைக்கெழு சமன்பாடு களைப் பொறுத்தவரையில் பிரிக்ஸ் அதைக் கண்டுபிடித்ததாகச் சொல்லமுடியுமா தெரியவில்லை. ஏனெனில் வேறு பல முந்தைய காலகட்ட கணித மேதைகளின் படைப்புகளில் இருபடித் தேற்றத்தின் தடயங்கள் இருந்ததாகக்' குறிப்பிட்டிருந்தார். அந்த கணித மேதை பின்பற்றிய கணித வழிமுறையானது சமஸ்கிருதப் படைப்பில் இருந்து அப்படியே பயன்படுத்தியது போலவே இருந்தது.

ஒரு ராஜாவின் அரண்மனையில் எட்டு கதவுகள் இருக்கின்றன. இவற்றை ஒரு நேரத்தில் ஒன்று வீதம் ஒவ்வொன்றாகத் திறக்கலாம். அல்லது ஒரே நேரத்தில் இரண்டு கதவுகளாகத் திறக்கலாம். அல்லது மூன்று மூன்று கதவுகளாகத் திறக்கலாம். இப்படியே அனைத்தையும் ஒரே நேரத்தில் திறப்பது என்பதுவரை செய்துகொண்டே போகலாம். இப்படி எத்தனை தடவைகள் செய்ய முடியும்?

முதலில் கீழிறங்கு வரிசையில் கதவுகளின் எண்ணிக்கையை எழுதிக்கொள்ளுங்கள். பிறகு மேலேறும் வரிசையில் எழுதுங்கள்.

8	7	6	5	4	3	2	1
1	2	3	4	5	6	7	8

முதலில் இருக்கும் எண்ணான எட்டை அதற்குக் கீழிருக்கும் எண்ணால் (ஒன்றால்) வகுக்கவும். கிடைக்கும் விடையான எட்டு என்பது அத்தனை தடவை அந்த எண்ணிக்கையிலான கதவுகளை ஒரே நேரத்தில் திறக்கமுடியும் என்பதைக் குறிக்கும். இந்தக் கடைசி எண்ணான எட்டை அதற்கு அடுத்த எண்ணான ஏழால் பெருக்கவும். கிடைக்கும் விடையான 56ஐ அதற்குக் கீழே இருக்கும் எண்ணான இரண்டால் வகுத்தால் 28 விடையாகக் கிடைக்கும். இதன் அர்த்தம் என்னவென்றால், இரண்டு வெவ்வேறு கதவுகளை ஒரே நேரத்தில் திறப்பதென்றால் 28 தடவை திறக்கமுடியும். இப்போது கிடைத்திருக்கும் 28 என்ற எண்ணை அடுத்த எண்ணான ஆறால் பெருக்கவும். கிடக்கும் விடையான 168 ஐ ஆறுக்குக் கீழே இருக்கும் மூன்றால் வகுத்தால் கிடைக்கும்விடை 56. அப்படியானால், ஒரே நேரத்தில் மூன்று வெவ்வேறு கதவுகளைத் திறப்பதென்றால் 56 முறை திறக்க முடியும்.

மீண்டும் இந்த 56ஐ அடுத்த எண்ணான ஐந்தால் பெருக்குங்கள். கிடைக்கும் விடையான 280 ஐ நான்கால் வகுத்தால் கிடைக்கும் விடை 70. அதாவது நான்கு வெவ்வேறு கதவுகளை ஒரே நேரத்தில்

திறப்பதென்றால் 70 முறை திறக்க முடியும். இதேபோல் கணக்கிட்டுப் பார்த்தால் ஐந்து வெவ்வேறு கதவுகளை இப்படித் திறப்பதென்றால் 56 முறை திறக்க முடியும். ஆறு கதவுகளையென்றால் 28 தடவைகள் திறக்க முடியும். ஏழு கதவுகளையென்றால் எட்டு தடவை திறக்க முடியும். எட்டு கதவுகளையென்றால் ஒரே ஒரு தடவை திறக்க முடியும். இப்போது இந்த அனைத்து விடைகளையும் கூட்டினால் கிடைப்பது 255. அப்படியாக மொத்தம் இந்த விதத்தில் கதவுகளைத் திறப்பதென்றால் 255 தடவைகள் ஆகும்.

கணிதத்தில் புலமை கொண்டவர்களுக்கு இந்த வழிமுறை எளிதில் புரியும்.

பின் குறிப்பு : துருவங்களின் மாறுபாடுகள் குறித்து ஒரு முக்கியமான விஷயம் சொல்ல விரும்புகிறேன். பாறைகள் மீதான கடல் நீர் தடத்தின் ஒரு அடிக்கு மேலே சிறிய இறந்த கிளிஞ்சல்கள் இருப்பதைப் பார்த்தேன். அந்த கிளிஞ்சல்களைப் பார்த்தே அவை எந்தக் காலகட்டத்தைச் சேர்ந்தவை என்பதை துறை சார் நிபுணர்கள் சொல்லிவிடக்கூடும். அதன் மூலம் அந்தக் கிளிஞ்சல்கள் உருவாகியிருக்கும் இடத்தில் கடல் மட்ட மாற்றம் எந்த அளவுக்கு நடந்திருக்கிறது என்பதை எளிதில் மதிப்பிட்டுவிடவும் முடியக்கூடும்.

அரகான் கடலோரத்தில் செதுபா தீவுக்கு ஏழு மைல் தொலைவில் நான் ஒரு ஆய்வு மேற்கொண்டேன். அங்கிருக்கும் பாறையொன்றின் உயரம் கடல் மட்டத்தில் இருந்து 18 அடிக்கு மேலே இருந்தது. அந்தப் பாறை முழுவதுமே கிளிஞ்சல்கள் அப்பிக் கிடந்தன. அவை யெல்லாம் இறந்துவிட்டிருந்தன. ஆய்வு மேற்கொண்ட 1788, பிப்ரவரி 2 அன்று இருந்த கடல் மட்டத்துக்கு ஒரு அடிக்கு மேலே இருந்த கிளிஞ்சல்கள் மட்டுமே உயிருடன் இருந்தன. கடல் மட்டத்தில் இருந்து பாறையின் உயரம் அதிகரிக்க அதிகரிக்க கிளிஞ்சல் தொகுப்பின் அடர்த்தியும் மாறுபட்டு வந்திருக்கிறது. ஆனால், பல வருடங்களாகவே கிளிஞ்சல்கள் அங்கு ஒட்டி வசித்திருப்பது போலவே தெரிகின்றன. அக்கம் பக்கத்தில் இருக்கும் தீவுக் கூட்டங்களில் இருக்கும் பாறைகளிலும் இப்படியாகவே கிளிஞ்சல்கள் இருக்கின்றன. எனவே, கடலடித் தள தீ அல்லது அதுபோன்ற ஏதேனும் ஒன்றினால் நடந்த நிகழ்வாக இருக்க வாய்ப்பு இல்லை. செதுபா தீவில் கடலோரம் முழுவதும் அழுகிய நிலையில் ஏராளமான கிளிஞ்சல் குவியல்கள் இருப்பதைப் பார்க்கும்போது அது மேலும் உறுதிப்படுகிறது. என் கணிப்பின்படி இந்தப் பகுதியில் கடலானது ஆண்டுக்கு மூன்று அங்குலம் உள்வாங்கிச் சென்றிருக்கும் என்று தோன்றுகிறது.

6

ஹிந்து அல்ஜீப்ரா

'எண் கணிதம், அளவியல், அல்ஜீப்ரா - பிரம்ம குப்தர், பாஸ்கரருடைய சமஸ்கிருதப் படைப்புகளில் இருந்து' என்ற புத்தகத்துக்கான முன்னுரையாக ஹெச்.ட்டி. கோல்ப்ரூக் எழுதியது (வெளியிடப்பட்ட ஆண்டு 1817)

அறிவுத்துறைகளின் வரலாறானது அவற்றின் முன்னோடிகள் என்ற பெருமையைத் தக்கவைக்கும் அரசியல் காரணிகளைத் தாண்டி பிறவகையிலும் ஆர்வங்களைத் தூண்டுவதாகவே இருந்திருக்கிறது. எந்தவொரு அறிவுத் துறையின் மூலாதாரம் தொடர்பான தேடலும் அந்த அறிவுத் துறை படிப்படியாக எவ்விதம் பரிணமித்திருக்கிறது என்பதும் மிகுந்த ஆர்வத்தைத் தூண்டுவதாகவே இருந்திருக்கிறது. குறிப்பிட்ட கண்டுபிடிப்புகள் தொடர்பான தனி நபர்களின் பெயர்கள், அடுத்தகட்ட நகர்வுகள் பற்றி நாம் தெரிந்துகொள்ளவே விரும்புகிறோம். சில நேரங்களில் ஆராய்ச்சிகளில் அப்படி எந்தக் குறிப்பிட்ட நபரின் பெயரோ வேறு தகவலோ தெரிந்துகொள்ள முடியாமல் போனாலும் நம் ஆராய்ச்சிகள் பயனற்றுப் போவதில்லை. மனித இனத்தின் வளர்ச்சி தொடர்பாக ஏதேனும் சிறு புரிதலையாவது அவை ஏற்படுத்தவே செய்கின்றன.

கணிதவியல் வரலாற்றில் அல்ஜீப்ராவானது எந்த நாட்டில் எந்தப் பகுதியில் யாரால் முதன் முதலில் வடிவமைக்கப்பட்டது; யாரால் வளர்த்தெடுக்கப்பட்டது; யாரால் அதற்கான தெளிவான வடிவம் தரப்பட்டது? எந்தக் காலகட்டத்தில் இருந்து இந்த முறைப்படுத்தப் பட்ட கணிதவியல் துறை உலகெங்கும் பரவத் தொடங்கியது? என்ற கேள்விகள் நீண்டகாலமாகவே தெளிவான பதில் இல்லாமல் இருந்துவருகின்றன. நவீன ஐரோப்பாவுக்கு எந்த நாட்டில் இருந்து அது வந்து சேர்ந்தது என்பதில் எந்த சந்தேகமும் இல்லை.

அராபியர்களே நமக்கு இதைக் கற்றுத் தந்தவர்கள் அல்லது கடத்தித் தந்தவர்கள்.

அராபியர்கள் அல்ஜீப்ராவைத் தாங்கள்தான் கண்டுபிடித்ததாகச் சொல்லிக்கொள்வதுமில்லை. அவர்கள் அதன் உண்மையான வடிவமைப்பாளர்கள் அல்ல. அவர்கள் அதில் நிபுணத்துவம் பெற்றிருந்தார்கள். அவ்வளவுதான். அல்ஜீப்ரா கணக்குகளின் மூல வேர்களை கிரேக்கர்களிடம் நாம் காணமுடிகிறது. அதன் காலத்தை சரியாகக் கணிக்க முடிவில்லை. ஆனால், அராபியர்களிடையே நாகரிகத்தின் முதல் வெளிச்சக் கீற்றுகள் தோன்றும் முன்பான காலகட்டமாக அது இருந்திருக்கும். அதேநேரம் நவீன ஐரோப்பியர்களுக்கு அராபியர்கள் அறிமுகப்படுத்துவதற்கு வெகு முந்தைய காலகட்டத்திலேயே இந்த அல்ஜீப்ராவானது ஹிந்துக்களிடையே மிக உயர்ந்த நிலையை எட்டியிருந்தது.

இந்த ஆய்வுக் கட்டுரையின் முக்கிய நோக்கம் ஹிந்துக்களிடம் அந்த அல்ஜீப்ரா எந்த அளவுக்கு முன்னேறிய நிலையில் இருந்தது என்பதை விவரிப்பதுதான். இந்தியாவின் மிக மிகப் பழமையான சமஸ்கிருத மொழியில் எழுதப்பட்டிருக்கும் ஒரு புத்தகத்தில் இருந்து சில பகுதிகளை எடுத்துக்காட்டி அதை நிரூபிக்க விரும்புகிறேன். அந்த புத்தகம் அல்ஜீப்ரா கணிதத்தில் மிகவும் முக்கியமானதாக மதிக்கப் படுகிறது. அதனுடன் அந்த நூலின் முந்தைய மூல நூல்களில் ஒன்றின் பிரதியையும் (ஒன்று மட்டுமே எஞ்சியிருக்கிறது) இங்கு குறிப்பிடப் போகிறேன்.

இந்த நூல்கள், மற்றும் இங்கு தரப்போகும் வேறோரு ஆதாரம் ஆகியவற்றின் அடிப்படையில் மிக மிகப் பழங்காலத்தில் இந்த கணிதத் துறை எந்த அளவுக்கு இந்தியாவில் முன்னேறி இருந்தது என்பதைப் பார்ப்போம். இந்திய அல்ஜீப்ராவை அராபிய, கிரேக்க, நவீன அல்ஜீப்ரா ஆகியவற்றுடன் ஒப்பிட்டும் சில விஷயங்கள் சொல்லப்போகிறேன். புற மற்றும் உள்ளார்ந்த தரவுகளை அலசிப் பார்த்து இவர்களில் யார் அல்ஜீப்ராவை முதலில் வடிவமைத்தது அல்லது யார் முதலில் அதன் கணிப்புகள், வழிமுறைகளைச் செழுமைப்படுத்தியது என்ற ஒரு தீர்மானகரமான முடிவுக்கு வரும் பொறுப்பை இந்தத் துறையின் நிபுணர்களிடமே விட்டுவிடுகிறேன்.

இன்று கணிதத்துறை வெகுவாக முன்னேற்றம் அடைந்திருக்கிறது. இந்நிலையில் பழங்கால சமஸ்கிருதக் கணிதவியல், அளவியல், அல்ஜீப்ரா படைப்புகள் அந்த வளர்ச்சியை மேம்படுத்தும் வகையில் எந்தப் பங்களிப்பும் ஆற்றமுடியுமென்றோ இன்றைய கணிதக் கேள்விகளுக்கு அல்லது வேறு துறைகளுக்குப் புதிய வெளிச்சம்

பாய்ச்ச முடியும் என்றோ நம்ப இடம் இல்லைதான். அந்த சமஸ்கிருதப் படைப்புகளுக்கு வரலாற்று முக்கியத்துவம் மட்டுமே இருக்க முடியும் என்பது உண்மைதான். ஆனால், இந்த சமஸ்கிருதப் படைப்புகள் முன்பே கண்டுபிடிக்கப்பட்டிருந்தால், உடனே அவை மொழிபெயர்க்கப்பட்டிருந்தால் அதில் இருக்கும் விஷயங்கள் எல்லாம் பிந்தைய கால கணித மேதைகளுக்குப் பெரிதும் பயனுள்ளதாக இருந்திருக்கும். அவர்கள் மீண்டும் அந்த விஷயங் களை புதிதாக வடிவமைத்து மேம்படுத்த சிரமப்பட்டிருக்கவேண்டிய தேவை இருந்திருக்காது என்பதில் எந்த சந்தேகமும் இல்லை.

இங்கு பாஸ்கர ஆச்சார்யாவின் பீஜ கணிதம், லீலாவதி என்ற நூல்களும், பிரம்ம குப்தரின் கணித அத்யாய(ம்) மற்றும் கக்ஷாத்யாய (Cuttacadhyaya) என்பவற்றைப் பற்றியும் பார்ப்போம். முதலிரண்டு படைப்புகள் வானவியல் பற்றிய பாஸ்கரரின் 'சிந்தாந்த சிரோமணி' என்ற நூலின் முதல் பகுதியாக இடம்பெற்றுள்ளன. அடுத்த இரண்டு படைப்புகளும் பிரம்மகுப்தரின் 'பிரம்ம சித்தாந்தா' எனப்படும் வானவியல் நூலின் 12வது மற்றும் 18வது அத்தியாயங்களாக இருக்கின்றன.

இந்தப் படைப்புகள் பற்றி இங்கு முதலில் கேட்க வேண்டிய கேள்விகள் இவை எந்த அளவுக்கு நம்பகமானவை. இந்தப் படைப்புகள் எழுதப்பட்ட காலம் என்ன? அதற்கான விடையைத் தேடிப் பார்ப்போம்.

இப்போது சொல்லப்பட்டவர்களில் பிந்தைய காலகட்டத்தைச் சேர்ந்த பாஸ்கரரின் காலம் மிகத் துல்லியமாகக் கணிக்கப்பட்டுள்ளது. அவர் தன்னுடைய அபாரமான படைப்பான சித்தாந்த சிரோமணியை சஹ வருடம் 1072-ல் எழுதி முடித்திருக்கிறார். அந்த நூலிலேயே அவர் அதைக் குறிப்பிட்டிருக்கிறார்.[1] இந்த வருடம் சரிதானா என்பதை சோதித்தறிய ஒருவர் விரும்பினால் அவருடைய பிற படைப்புகளின் வருடத்தை ஒப்பிட்டுச் செய்ய முடியும். அவருடைய இன்னொரு புத்தகமான கரணசதுஹலா (Caranacutuhala), சஹ வருடம் 1105-ல் எழுதப்பட்டிருக்கிறது.[2] முக்கியமான முதல் புத்தகத்தை முடித்து 33 வருடங்கள் கழித்து இதை முடித்திருக்கிறார். பீஜ கணீதம், லீலாவதி ஆகிய நூல்களை உள்ளடக்கிய சித்தாந்த சிரோமணி நூலானது 12-ம் நூற்றாண்டின் மத்தியில் கி.பி.1150-ல் எழுதப்பட்டது என்று உறுதியாகச் சொல்லிவிடமுடியும்.[3]

இந்தப் படைப்பின் முக்கியத்துவம் மற்றும் நம்பகத்தன்மைக்கு சான்றாக பல சமஸ்கிருத உரை நூல்களை முன்வைக்க முடியும். இந்த நூல் பாரசீகத்தில் மொழிபெயர்க்கவும்பட்டுள்ளது. அந்த மூல

நூலுக்கான உரைகள் தொடர்ச்சியாக பல்வேறு காலகட்டங்களில் எழுதப்பட்டுள்ளன.[4] அவற்றில் மூல நூலின் ஒவ்வொரு பத்தியும் ஒவ்வொரு வார்த்தையும் மேற்கோள் காட்டப்பட்டு விளக்கம் தந்துள்ளார். அந்த உரைகளை ஒப்பிட்டுப் பார்க்கும்போது எவை யெல்லாம் மூல நூலில் உள்ளவை; எவையெல்லாம் மாற்றப்பட்டுள்ளன அல்லது இடைச்செருகலாக இடம்பெற்றுள்ளன என்பவற்றைத் தெளிவாக ஆராய்ந்து பார்க்கவும் முடியும். பல்வேறு உரை விளக்கங்களின் ஒப்பீடு, தொகுப்பு, மூலப் படைப்பின் மூன்று நகல் பிரதிகள் அனைத்தும் கைவசம் உள்ளன. அவற்றின் மொழி பெயர்ப்பில் இடம்பெற்றிருக்கும் குறிப்புகளில் இருந்து இந்த மாறுபாடுகள் எல்லாம் பொருட்படுத்தத் தகுந்தவை அல்ல என்பதை ஒருவர் புரிந்துகொள்ள முடியும்.

ஒப்பிட்டுப் பார்க்கும்போது என்ன தெரிகிறது என்றால் பாஸ்கரருடைய படைப்புகள், இப்போது நம்மிடம் இருப்பது போலவே ஒரே மாதிரியானதாகவே இருக்கின்றன. இரண்டு மூன்று நூற்றாண்டு களுக்கு முன்பாக முகமதியர்கள் மற்றும் இந்துக்களிடம் அவை இருந்திருக்கின்றன. அவற்றிலிருந்து எழுதி எடுக்கப்பட்ட பிரதிகள் இந்தியா முழுவதும் அதற்கு முன்பாகவே இருந்திருக்கின்றன. இந்தியாவின் வட, மேற்கு, தென் என ஒன்றுக்கொன்று வெகு தொலைவில் இருந்த பகுதிகளில் கூட இந்தப் படைப்புகள் படிக்கப்பட்டும் மேற்கோள் காட்டப்பட்டும் வந்துள்ளன. குறிப்பிட்டுச் சொல்வதானால் இந்தியாவின் மேற்குப்பகுதியின் ஜம்பு சாரா, வட இந்துஸ்தான் ஏன் ஆக்ரா, பார்த்த புரா, கோல கிராமா, அமராவதி, தென்னிந்தியாவில் நந்திகிராமம் ஆகிய இடங்களி லெல்லாம் இந்தப் படைப்புகள் கற்பிக்கப்பட்டுள்ளன.

இது அப்படி ஒன்றும் மிகவும் பழங்காலத்து விஷயம் அல்ல; இதன் ஆசிரியரும் அப்படி ஒன்றும் ரொம்பவும் பழங்காலத்து சேர்ந்தவர் அல்ல; கணித ஆய்வுகள், ஒருபடி, இருபடிச் சமன்பாடுகளின் தேரவியலா கணக்குகளுடைய தீர்வுகளின் பொதுவான வழிமுறைகள் எல்லாம் பீஜ கணித நூலில் தெளிவாக விளக்கப்பட்டுள்ளன. ஒருபடிச் சமன்பாடுகளின் தீர்வுகள் லீலாவதி நூலிலும் இடம்பெற்றுள்ளன. ஃப்ரான்ஸ், இங்கிலாந்து நாடுகளைச் சேர்ந்த அல்ஜிப்ரா கணித மேதைகள் கடந்த இரண்டு நூற்றாண்டுகளில் தாமாகவே கண்டடைந்த இந்தத் தீர்வுகள் இந்திய நூல்களில் அதற்கு முன்பாகவே இருந்திருக்கின்றன என்பது அவர்களுக்குத் தெரிந்திருக்கவில்லை. 650 வருடங்களுக்கு முன்பாக வாழ்ந்த பாஸ்கராவும் ஒரு தொகுப்பாளராக மட்டுமே செயல்பட்டிருக்கிறார்; அவருக்கு முன்பாகவே இவற்றைக்

கண்டு சொன்ன கணிதமேதைகளின் படைப்புகளிலிருந்து எடுத்துக் கொண்டிருக்கிறார்.

பாஸ்கரருடைய படைப்புகள் தொகுக்கப்பட்ட காலத்தில் இருந்து இன்று அதற்கான விளக்கங்கள் எழுதப்பட்டிருக்கும் காலம் வரை உள்ள படைப்புகளைப் பார்க்கும்போது பல உண்மைகள் தெரியவருகின்றன. அவை மிக நுட்பமாக ஒவ்வொரு வழிமுறை களையும் கணக்கில் கொண்டிருக்கின்றன; ஒவ்வொரு சிறிய மாறுபாடுகளையும் எவ்வளவு அக்கறையுடன் கவனித்து பதிவு செய்திருக்கிறார்கள்; முந்தைய விளக்கவுரைகள், அந்த நூலாசிரியரின் விளக்கங்கள் எல்லாம் ஒப்பிட்டு ஆய்வு செய்து கொள்ளத் தகுந்த வகையில் இருக்கின்றன. முந்தைய விளக்க உரைகள் எல்லாம் அவ்வப்போது தெளிவாக, பெயர் குறிப்பிட்டு மேற்கோள் காட்டப்பட்டுள்ளன. குறிப்பாக, 'கணித கௌமுதி' என்ற நூலானது பல கணித நூலாசிரியர்களால் குறிப்பிடப்பட்டுள்ளது.[5]

பாஸ்கரருடைய அல்ஜீப்ராவாக நம்மிடம் இருக்கும் கணிதப் படைப்புகள் பன்னிரண்டாம் நூற்றாண்டின் நடுப்பகுதி வாக்கில் பாஸ்கரால் தொகுக்கப்பட்டு, எழுதப்பட்டுள்ளன. இதை நாம் எந்தவித சந்தேகமும் இன்றி உறுதியாகச் சொல்ல முடியும். அவருக்கு முந்தைய ஆசிரியர்களின் காலகட்டத்தை அவ்வளவு துல்லியமாக நம்மால் சொல்ல முடியவில்லை. நம்மிடம் கைவசம் இருக்கும் தரவுகளை ஆராய்ந்து அவர்களின் காலத்தைப் பற்றி ஒரு தெளிவான முடிவுக்கு வர முயற்சி செய்வோம்.

பாஸ்கரர் அல்ஜீப்ரா பற்றிய தனது படைப்பின் இறுதி அத்தியாயத்தில்[6] ஒரு விஷயத்தைக் குறிப்பிடுகிறார் : அவரது படைப்பானது இதே விஷயம் தொடர்பான பிரமமே (பிரம்மகுப்தா), ஸ்ரீதரா, பத்மநாபா போன்ற கணித மேதைகளின் படைப்புகளைத் தொகுத்தும் சுருக்கியும் உருவாக்கப்பட்டது. தனது படைப்பில் ஸ்ரீதரரின் அல்ஜீப்ராவி லிருந்து[7] ஒரு பகுதி, பத்மநாபாவின்[8] அல்ஜீப்ராவிலிருந்து ஒரு பகுதி ஆகியவற்றை மேற்கோள் காட்டியிருக்கிறார்.

மேலும் அவர் தனது காலகட்டத்துக்கு முந்தைய கணித மேதைகளை பொதுவான வார்த்தைகளில் அடிக்கடி மேற்கோள் காட்டவும் செய்கிறார். பாஸ்கர் உடைய படைப்புகளை விவரித்து எழுதிய பிந்தைய நூலாசிரியர்கள் அவர் மேற்கோள் காட்டும் கணித மேதைகள் ஆரியபட்டர், பிரம்மகுப்தர், சதுர்வேத ப்ரதூதக ஸ்வாமி[9], மற்றும் மேலே குறிப்பிட்டிருக்கும்பிற கணித மேதைகளை குறிப்பதாக புரிந்துகொண்டு குறிப்பிட்டிருக்கிறார்கள்.

பாஸ்கரர் மேற்கோள் காட்டும் முந்தைய காலப் படைப்புகள் எல்லாம், அவருடைய படைப்புகளுக்கு விளக்க உரைகள் எழுதிய கணித நூல் ஆசிரியர்களுக்குக் கிடைத்திருக்கவில்லை. குறிப்பாக பிரம்மகுப்தர், ஆரியபட்டா ஆகியோர் எழுதிய படைப்புகள் கிடைக்கவில்லை.[10] இந்தியா முழுவதும் தீவிரமாக மேற்கொள்ளப் பட்ட விரிவான நீண்ட கால ஆராய்ச்சிக்குப் பிறகும் பத்மநாப பீஜ கணிதம் (பத்மநாபரின் அல்ஜீப்ரா), ஆரியபட்டாவின்[11] அல்ஜீப்ரா போன்ற படைப்புகள் எதுவும் கிடைத்திருக்கவில்லை. ஆனால் இந்த மொழிபெயர்ப்பாளருக்கு ஸ்ரீதரர் மற்றும் பிரம்ம குப்தரின் படைப்புகள் கிடைத்துள்ளன. முழுவதுமாக இல்லை என்றாலும் ஸ்ரீதரரின் கணித நூல், பிரம்மகுபதரின் பிரம்ம சித்தாந்தம் ஆகிய நூல்கள் கிடைத்திருந்தன. கணிதம் மற்றும் அளவீடுகள் பற்றிய ஒரு அத்தியாயம், அல்ஜிப்ரா பற்றிய ஒரு அத்தியாயம் ஆகிய இரண்டும் அதிர்ஷ்டவசமாக முழுமையாக கிடைத்திருந்தன.[12]

இந்த விளக்கவுரை மிகவும் நீண்டு கொண்டே செல்லக் கூடியதாக இருந்தது. எடுத்துக்கொண்ட படைப்பின் முழு வரிகளையும் மேற்கோள் காட்டி, ஒவ்வொரு வார்த்தைக்கும் விளக்கம் கொடுத்து, தனிப்பட்ட குறிப்புகள் கொடுத்து விரிவாக விளக்கிச் சென்றது. ஒவ்வொரு அத்தியாயத்தின் இறுதியிலும் அந்தப் படைப்பின் பெயரும் ஆசிரியரின் பெயரும் குறிப்பிடப்பட்டிருந்தன.[13]

பிரம்மகுப்தருடைய மாணவர்களில் ஒருவரான சதுர்வேத ப்ரதூதக ஸ்வாமி என்பவருடைய பெயர் பாஸ்கரருடைய படைப்புகளுக்கு விளக்கவுரை எழுதியவர்களாலும் பிற வானவியல் நூலாசிரியர் களாலும் பலமுறை குறிப்பிடப்பட்டுள்ளது. பாஸ்கரருடைய படைப்புகளின் விளக்க உரையாசிரியர்கள் பிரம்ம சித்தாந்தம், அல்லது பிரம்ம ஸ்புத சித்தாந்தம் என்ற பெயரில் அறியப்படும் பிரம்மகுப்தருடைய படைப்புகளைப் பற்றிக் குறிப்பிட்டிருக் கிறார்கள்.[14] விரிவான வடிவில் எழுதிய பாஸ்கரருடைய படைப்புகளின் உரையாசிரியரான லட்சுமிதாஸர் பிரம்மகுப்தரின் நூலில் இருந்து மேற்கோள் காட்டியுமிருக்கிறார்.[15]

இந்த ஒத்திசைவைக் குறிப்பிட்டபடியே மொழிபெயர்ப்பாளர், மூல நூலையும் உரையையும் இரண்டிலிருக்கும் பல்வேறு மேற்கோள் களையும் சேர்த்தே தொகுத்திருக்கிறார். இந்த ஆய்வின் மூலம் பிரம்மகுப்தரின் மூலப் படைப்பு, அதன் உரைகள், ப்ரதூதகருடைய படைப்பு ஆகியவற்றின் உண்மைத்தன்மையை ஆதாரபூர்வமாக உறுதிப்படுத்தியிருக்கிறார். வராகமிஹிரரின் சம்ஹிதைக்கான பத்தோத்பலரின் உரையிலும் பிரம்ம சித்தாந்தம் பற்றிய பல்வேறு

மேற்கோள்கள் காட்டப்பட்டிருப்பதில் இருந்து அதன் நம்பகத் தன்மை மேலும் உறுதிப்படுகிறது. அந்த உரையில் (இதை எழுதியவர் 850 வருடங்களுக்கு முன் வாழ்ந்தவர்) பிரம்ம சித்தாந்தத்தில் இருந்து மேற்கோள்காட்டப்பட்டிருப்பவை நாம் இப்போது பரிசீலித்துவரும் படைப்பின் மூலம் உறுதிசெய்யப்பட்டுள்ளன.[16]

பிரம்ம குப்தருடைய புகழ் பெற்ற படைப்பில் எண் கணிதம் மற்றும் அல்ஜீப்ரா இரண்டு அத்தியாயங்களும் அதிர்ஷ்டவசமாக முழுமை யாகக் கிடைத்திருக்கின்றன. பல இடங்களில் குறைபாடுடையதாக இருக்கிறது. எனினும் இங்கே விவரிக்கப்பட்டிருப்பதுபோல் அது ஆதாரபூர்வமானது. மிகவும் நம்பகமானது என்ற முடிவுக்கு நாம் தைரியமாக வரலாம். இப்போது அந்த நூலாசிரியரின் கால கட்டத்தைக் கணிக்க வேண்டும்.

ஹிந்துக்களின் வானவியல் கணிப்புகள்[17] பற்றிய சரியான பார்வையை உலகுக்கு அறியத் தந்த திரு டேவிஸ், பிரம்மகுப்தர் கி.பி. ஏழாம் நூற்றாண்டில் வாழ்ந்ததாகக் குறிப்பிட்டிருக்கிறார்.[18] உஜ்ஜயினியில் இருந்த பிரிட்டிஷ் தூதரகத்தில் சில காலம் பணிபுரிந்த டாக்டர் வில்லியம் ஹண்டர், பழங்கால ஹிந்துக்களின் வானவியல் அறிவின் எச்சங்கள் காணப்பட்ட அந்தப் பகுதியில் மிக விரிவான ஆராய்ச்சிகள் செய்திருக்கிறார். அவர் அங்கு சந்தித்துப் பேசிய இந்து வான சாஸ்திரிகள் முக்கியமான பழங்கால வானவியல் மேதைகளின் காலம் பற்றி அவரிடம் குறிப்பிட்டிருக்கிறார்கள். பிரம்ம குப்தரின் காலம் சக வருடம் 550 அதாவது கி.பி.628 என்று குறிப்பிட்டிருக்கிறார்கள். அவர்கள் எந்த அடிப்படையில் அதைச் சொன்னார்கள் என்பது துரதிஷ்டவசமாக நமக்குத் தெரியவரவில்லை. ஆனால், அவர்கள் பாஸ்கரருடைய வயதையும் வேறு பலருடைய காலத்தையும் சரியாகக் குறிப்பிட்டிருக்கிறார்கள். விளக்கிச் சொல்லியிருக்கா விட்டாலும் அவர்களிடம் தெளிவாகக் கணக்கிடும் ஏதோ ஒரு வழிமுறை இருந்திருக்கிறது என்று நாம் நிச்சயம் யூகிக்கலாம்.[19]

பிரம்ம குப்தர் இவ்வளவு பழங்காலத்தைச் சேர்ந்தவராக இருந்திருப்பார் என்பதை ஏற்கத் தயங்கும் திரு பெண்ட்லி, 'பிரம்ம குப்தர் விவரிக்கும் வானவியல் அமைப்புகளை அடிப்படையாகக் கொண்டு பார்த்தால் அவர் 12 அல்லது 13-ம் நூற்றாண்டுக்கு இடைப் பட்டவராகவே இருக்கவேண்டும்' என்று குறிப்பிட்டிருக்கிறார்.[20] பிரம்ம குப்தர் முன்வைத்திருக்கும் வானவியல் கணிப்புகள் எல்லாம் அவர் காலத்தில்[21] அவர் கண்ணால் கண்ட கிரக நிலைகளை அடிப்படையாகக் கொண்டதாகவே இருந்திருக்கும் என்றபட்சத்தில் அவற்றின் காலமே பிரம்மகுப்தரின் காலமாக இருக்க வாய்ப்பு

அதிகம். அப்படியானால் டாக்டர் பெண்ட்லி சொல்வதே உண்மைக்கு நெருக்கமாக இருக்கும் என்று தோன்றுகிறது.

ஹிந்து வானவியல் கணிப்புகளில் சில குறைபாடுகள் இருக்கும் என்பதைக் கணக்கில் கொண்டாலும் அந்தக் கணிப்புகளின் காலகட்டம் கிட்டத்தட்ட கிரஹ நிலைகளின் காலகட்டமாகவே இருக்கும் என்ற முடிவுக்கு நாம் வரமுடியும்.

மொழிபெயர்ப்பாளர் அந்த நூலை எழுதிய கணித மேதையின் வயதை சம பகலிரவு நாளானது சூரியன் ராசி மண்டலத்தில் அஸ்வினி நட்சத்திரத்துக்கு வரும்போது இருந்த காலகட்டத்துக்கு அடுத்ததாகத் தீர்மானித்திருக்கிறார்.[22] ஹிந்து எக்ளிப்டிக் இப்போதுதான் ஆரம்பிக்கிறது. பாஸ்கரர் மற்றும் இந்திய பிற வானவியலாளர்கள் இதையேதான் சொல்கிறார்கள். சங்கராந்தி (சூரியன் தன் பாதையை மாற்றிக்கொள்ளும் நாள்) தொடர்பான பிரம்மகுப்தருடைய கோட்பாடுகளில் இருந்து (அவற்றை அவர் பருவகால நகர்வாகச் சொல்லவில்லை) சம பகலிரவு நாளானது அஸ்வினி ஆரம்பத்திலிருந்தும் சித்திரை நடுவிலிருந்தும் விலகியிருக்காத காலகட்டத்தில்தான் அவர் வாழ்ந்திருக்கவேண்டும்.[23] அந்த அடிப்படையில் கிறிஸ்தவ சகாப்தத்தின் ஏழாம் நூற்றாண்டு தொடக்கத்தில் அல்லது ஆறாம் நூற்றாண்டில்தான் பிரம்மகுப்தர் வாழ்ந்திருக்கவேண்டும் என்ற முடிவுக்கு வருகிறார்.[24] பிந்திய கணக்குகள் இந்தக் கூற்றை மேலும் உறுதிப்படுத்தும். அராபியர் களிடையே கணிதவியல் அறிவு உருவாவதற்கு முன்பே பிரம்மகுப்தர் வாழ்ந்தார் என்பதும் இதன் மூலம் தெளிவாகும். அராபியர்களுக்கு அல்ஜீப்ரா தெரியவருவதற்கு முன்பே ஹிந்துக்களுக்கு அது தெரிந்திருந்தது என்பதையும் அது உணர்த்தும்.

அல்ஜீப்ரா பற்றி முதன் முதலாக எழுதப்பட்ட இந்திய நூல் பிரம்மகுப்தருடையது அல்ல. 'பீஜ கணிதம்' என்ற தலைப்பின் கீழ் ஆரியபட்டா எழுதியதில் அல்ஜீப்ரா பற்றிய குறிப்பு இருப்பதாக பாஸ்கரரின் முக்கியமான உரையாசிரியர்[25] குறிப்பிட்டிருக்கிறார். கட்டகா என்பது பற்றித் தனியாகக் குறிப்பிட்டுமிருக்கிறார். அது அல்ஜீப்ராவின் ஒருபடிச் சமன்பாடைச் சேர்ந்த தேரவியலா கணக்குகளின் (indeterminate problems of the first degree) தீர்வைத் தருவதாக இருக்கிறது.

பாஸ்கரரின் உரையாசிரியர்களில் மிகவும் முக்கியமானவராகக் கருதப்படும் ஒருவர்,[26] மத்யமஹரானா என்ற ஒன்றைப் பற்றிக் குறிப்பிட்டிருக்கிறார். இருபடிச் சமன்பாடுகளின் தீர்வுகளை வர்க்க நிரப்பி முறை மூலம் (கம்ப்ளீஷன் ஆஃப் தி ஸ்கொயர் மூலம்)

முன்வைத்திருப்பதாகச் சொல்கிறார். அப்போதுவரை மறையாமல் இருந்த ஆரியபட்டாவின் அல்ஜீப்ரா கோட்பாடு இருபடிச் சமன்பாடுகள் பற்றி ஆராய்ந்திருப்பது இதிலிருந்து தெரியவருகிறது. ஒருபடிச்சமன்பாடைச் சேர்ந்த தேரவியலா கணக்குகள் பற்றியும் அது அலசியிருக்கிறது. இருபடிச் சமன்பாடுகள்பற்றி ஆராய்ந்ததாகச் சொல்ல முடியாது.

பழங்கால வானவியலாளரும் அல்ஜீப்ரா மேதையுமான ஆரியபட்டா, பிரம்மகுப்தருக்கும் வராஹமிஹிரருக்கும் முந்தைய காலத்தைச் சேர்ந்தவர். பிரம்மகுப்தர் அவரைப் பற்றி பல இடங்களில் குறிப்பிட்டிருக்கிறார். ஆரியபட்டாவுடைய காலம் எது என்பதைத் தீர்மானிப்பது மிகவும் சுவாரசியமான விஷயமே. அவருடைய வானவியல் கணிப்புகள் பிந்தைய வானவியலாளர்களின் கணிப்புகள் சிலவற்றில் ஒத்துப்போவதாகவும் பிறவற்றில் முரண்பட்டும் இருக்கிறது. ஹிந்து வானவியலாளர்கள் இன்றும் அதைத் தக்கவைத்த வண்ணம் வந்திருக்கிறார்கள். [27]

ஆரியப்பட்டாவுடைய காலத்தைக் கணிப்பது ஆர்வமூட்டும் விஷயமாகவே இருக்கிறது. சூர்ய சித்தாந்தம், சிரோமணி[28] ஆகிய நூல்களின் உரையாசிரியர்கள் ஆரியபட்டாதான் செவ்வியல் வானவியல் துறையின் முன்னோடி என்று கருதுகிறார்கள். ஜோதிட சாஸ்திரத்தின் முன்னோடியான வேத கால பராசர மஹரிஷி கிரகங்களின் ஒரு சுற்றுக்கு ஆகும் நேரம் பற்றிய கணிப்புகளில் சில திருத்தங்கள் செய்து ஆரியபட்டா தன் செவ்வியல் வானவியல் கோட்பாட்டை வடிவமைத்ததாகச் சொல்கிறார்கள். துர்கசிங்கர், மிஹிரர் ஆகியோர் தேவையான திருத்தங்களை அதன் பின் செய்தனர். அதன் பிறகு ஜிஷ்ணுவின் மகன் பிரம்மகுப்தர் அந்த ஆய்வைப் பின்தொடர்ந்தார் என்று சொல்கிறார்கள்.[29]

சுருக்கமாகச் சொல்வதானால், ஆரியபட்டாவே இந்திய வானவியலின் தந்தை. அதுபோலவே வராஹமிஹிரருக்கும் பிரம்மகுப்தருக்கும் முன்னோடியான புலிசரும் இன்னொரு முன்னோடியே. சூரிய உதயத்தில் இருந்து கிரக நகர்வுகளை ஆரியபட்டா கணித்தார். இரண்டாமவர் லான்கா மெரிடியனில் நடு இரவில் இருந்து கணித்தார்.[30] மூன்றாவது பிரிவினர் வானவியல் நாள் மற்றும் க்ரேட் பீரியட் என்பது மதியத்தில் ஆரம்பிப்பதாகக் கருதுகிறார்கள்.

அராபியர்களின் படைப்புகளைப் பார்க்கும்போது (அபாசதி காலிஃப் என்று தோன்றுகிறது) ஹிந்துக்களிடையே மூன்றுவகையான வானவியல் அமைப்பு பற்றிய பார்வை இருந்ததாகத் தெரியவருகிறது. அர்ஜபஹார் அல்லது அர்ஜாப்ஹர்[31] என்று ஒன்று

குறிப்பிடப்பட்டிருக்கிறது. அடுத்த இரண்டில் பிரம்ம குப்தரின் சித்தாந்தா (அது பற்றி அராபியர்களுக்கு நன்கு தெரிந்திருந்தது) அதை அவர்கள் சிந்த் ஹிந்து என்று குறிப்பிட்டிருக்கிறார்கள். அடுத்தது அர்கா (சூரியன்) அதை அரேபியர்கள் அர்ஹந்த் என்று குறிப்பிட்டிருக்கிறார்கள். அந்தப் பெயர் ஹிந்தியில் இன்றும் பேச்சு வழக்கில் இருக்கிறது.[32]

பிரம்மகுப்தரைவிட ஆரியப்பட்டா வான் பொருட்கள் பற்றி தெளிவான புரிதல்கள் கொண்டிருப்பதாகத் தெரிகிறது. முன்னோடியின் கணிப்புகளில் இருந்த சில தவறுகளைத் திருத்தியபோதிலும் அவருடைய சரியான பார்வையில் இருந்து விலகியே சென்றிருக்கிறார். இந்திய வானவியலானது முன்னோடியின் காலத்துக்குப் பின்னர் மேம்படுத்தப்படாமல் சிதையத் தொடங்கியிருக்கிறது.

ஆர்யபட்டாவின் வானவியல் மேதமை, அல்ஜீப்ரா பற்றிய அவருடைய குறிப்புகள் ஆகியவற்றைப் படித்திருக்கிறேன். வானவியல் சிந்தனைப் பள்ளி ஒன்றை நிறுவியவர்; அல்ஜீப்ராவின் முன்னோடி[33] என்று சொல்லப்படுவதையும் அந்தப் படைப்புகள் அழியாமல் இருந்த காலகட்டத்தில் அவரைக் குறிப்பிட்டு எழுதப்பட்ட உரைகள் ஆகியவற்றையும் பார்த்திருக்கிறேன். இவற்றின் அடிப்படையில் ஆரியபட்டாவே இந்தியாவின் மகத்தான வானவியல், கணித மேதையாகத் தெரிகிறார். அவர் காலத்தில் அடைந்த உச்சமானது அதன் பின் இந்தியர் யாராலும் பெரிதாகத் தாண்டப்பட்டிருக்கவில்லை. பிரம்மகுப்தர், பாஸ்கரர், ஞான ராஜா ஆகியோர் பல நூற்றாண்டு இடைவெளிகளில் வசித்தவர்கள். ஆனால், இவர்கள் ஆரியபட்டாவின் கூற்றுகளைத் தாண்டி வெகு சொற்பமாகவே கண்டடைந்திருக்கிறார்கள்.

ஹிந்துக்களில் அல்ஜீப்ரா பற்றித் தெரிந்துகொண்டிருந்த முதல் முன்னோடி ஆரியபட்டாவே. அவர்தான் அதைக் கண்டுபிடித்தவர் என்று சொல்லமுடியாவிட்டாலும் அதை மிக உயர்ந்த அளவுக்கு வளர்த்தெடுத்தவர் அவரே. அவருடைய காலம் பற்றித் தெளிவான நேரடியான குறிப்புகள் எதுவும் இல்லாத நிலையில், அப்படியான மெல்லிய தடயங்களைத் தேடுவது மிகவும் சவாலான, சுவாரசியமான விஷயமாகவே இருக்கிறது. பிரம்மகுப்தருடைய காலமோ தெளிவாகவே தீர்மானிக்கப்பட்டுவிட்டிருக்கிறது.[34]

குறிப்பு பகுதியில்[35] சொல்லப்பட்டிருப்பதை வைத்துப் பார்த்தால் பிரம்மகுப்தரையும் வராஹமிஹிரரையும்விட ஆரியபட்டா சில நூறாண்டுகள் முந்தியவர். பிரம்மகுப்தர் 12 நூற்றாண்டுகளுக்கு முன்பே இருந்தவர்.[36] வராஹமிஹிரரின் படைப்புகள் மற்றும்

துணைக்குறிப்புப் பகுதியில்[37] சொல்லப்பட்டிருப்பவை ஆகியவற்றை வைத்துப் பார்க்கும்போது அவரும் கி.பி. ஆறாம் நூற்றாண்டுவாக்கில் வாழ்ந்திருக்கக்கூடும்.[38] இவற்றை அடிப்படையாக வைத்துப் பார்த்தால் ஹிந்து அல்ஜீப்ரா முதன் முதலில் எழுதப்பட்ட காலமானது ஐந்தாம் நூற்றாண்டு அல்லது அதற்கு முன்பாக இருக்கக்கூடும். எனவே, கிரேக்க டைபந்தஸ்ஸின் காலகட்டத்தைச் சேர்ந்தவராக ஆரியபட்டா இருக்கக்கூடும். பேரரசர் ஜூலியனின் காலமான கி.பி. 360களில் டைபந்தஸ் வாழ்ந்ததாக அபுல்ஃபராஜ்[39] தெளிவாகக் கூறியிருக்கிறார்.

ஹிந்து மற்றும் கிரேக்க அல்ஜீப்ரா கணித மேதைகள் ஒரே காலகட்டத்தைச் சேர்ந்தவர்களாக இருக்கக்கூடும் என்பதை ஏற்கும் போது இந்திய அல்ஜீப்ரா மேதை கிரேக்க மேதையைவிட மிகச் சிறந்தவராக இருந்திருக்கிறார் என்பதையும் நாம் ஒப்புக்கொண்டாக வேண்டும். ஏனென்றால், ஆரியபட்டாவுக்குத் தெரிந்த பல கணித சமன்பாடுகளுக்கான தீர்வுகள், விளக்கங்கள் எல்லாம் டைபந்தஸுக்குத் தெரிந்திருந்தா என்பது தெளிவாகத் தெரியவில்லை. நிச்சயமாக ஒருபடிச் சமன்பாடுகளின் தேரவியலா கணக்குகளின் தீர்வுகளுக்கான பொதுவான வழிமுறையானது டைபந்தஸுக்குத் தெரிந்திருக்க வில்லை. அவர் சில கணிதத் தீர்வுகளை அபாரமான சிந்தனைத் திறனுடன் தெளிவான புரிதலுடன் முன்வைத்திருக்கிறார். என்றாலும் சில வழிமுறைகள் அவருக்குத் தெரிந்திருக்கவில்லை.

இந்திய, கிரேக்க, அராபிய அல்ஜீப்ரா மேதைகளை ஒப்பிட்டுப் பார்த்தால் இவர்களில் யார் ஆரம்ப காலத்தில் உச்சத்தை எட்டியிருந்தார்கள் என்பதைத் தெரிந்துகொள்ள முடியும்.

இதைத் தெரிந்துகொள்ள அல்ஜீப்ராவின் அல்காரிதம் (படிமுறைத் தீர்வு) இவர்கள் மூவருக்கும் எந்த அளவுக்குத் தெரிந்திருந்தது என்பதைப் பார்ப்பது மிகவும் அவசியம். இந்திய அல்ஜீப்ராவில் அது எப்படியாக இருக்கிறது என்பதைப் பார்த்துவிட்டு கிரேக்க, அரேபிய அல்ஜீப்ராக்களுடன் அதை ஒப்பிட்டுப் பார்ப்போம்.

பழங்கால ஹிந்து அல்ஜீப்ராவினர் சுருக்கக்குறியீடுகளைப் பயன்படுத்தியிருக்கிறார்கள். குறியீடுகளுக்கு முதல் எழுத்துகளைப் பயன்படுத்தியிருக்கிறார்கள். எதிர்மறை (நெகட்டிவ்) மதிப்பை ஒரு புள்ளி மூலம் குறிப்பிட்டிருக்கிறார்கள்.[40] ஆனால், எதிர்மறைக் குறியீடு இல்லையென்றால் நேர்மறை என்பதாகவே இருக்கிறது. நேர்மறை மதிப்பைக் குறிக்க எந்தத் தனி அடையாளமும் இல்லை. கூட்டல், பெருக்கல் இவற்றைக் குறிப்பிட எந்த அடையாளங்களும் இல்லை. சமம்,[41] பெரியது, சிறியது[42] என்பதைக் குறிக்கும்

குறியீடுகளும் இல்லை. ஆனால், மேற்கொள்ளப்படும் கணிதச் செயலின் முதல் எழுத்து குறிப்பிடப்படுகிறது.[43] அவற்றுக்கு இடையே சில நேரங்களில் புள்ளி சேர்க்கப்படும். பின்னமானது வகுபடு எண்ணுக்குக் கீழே வகுக்கும் எண்ணை எழுதுவதன் மூலம் குறிக்கப்படுகிறது.[44] ஆனால் இரண்டுக்கும் நடுவே எந்தவித சாய்கோடோ கிடைமட்டக்கோடோ இருப்பதில்லை.

ஒரு சமன்பாட்டின் இரண்டு பக்கங்களும் கூட இப்படியே ஒன்றன் கீழ் ஒன்றாக[45] எழுதப்படுகின்றன. இப்படி ஒன்றன் கீழ் இன்னொன்று எழுதப்படுவதானது பிற இடங்களிலும்[46] அப்படியே பின்பற்றப் படுகிறது. அல்ஜீப்ரா வழிமுறையுடன் அதை எழுத்தால் எழுதி அப்படியே வாசிப்பதுண்டு. ஒரு கணித சமன்பாட்டில் கிடைமட்டக் கோடு செய்யும் வேலையை இந்த வாசிப்பு செய்துவிடுகிறது. அதேநேரம் நேர்மறை, எதிர்மறை என தனியான குணங்களை எடுத்துச் சொல்லவும் அவை பயன்படுகின்றன. தெரியாத அம்சமென்பது (மாறி) பல வகைகளில் குறிப்பிடப்படுகிறது. நிறங்களின் பெயர்களின்[47] முதல் எழுத்துகள் பயன்படுத்தப்படுகின்றன. இதே அர்த்தத்தில் போம்பிலியின் டாண்டோவிலும் குறிக்கப்படுகிறது. அவரும் இதை அந்த நோக்கத்துக்காகவே பயன்படுத்தினார். அதற்கு இணையான சம்ஸ்கிருத வார்த்தை வர்ணம்.

எழுத்துகளும் குறியீடுகளாகப் பயன்படுத்தப்படுகின்றன. ஒன்று அகரவரிசையில் இருந்து எடுக்கப்படுகின்றன.[48] அல்லது கணித சமன்பாட்டில் இருக்கும் உறுப்புகளின் முதல் எழுத்து பயன் படுத்தப்படுகின்றன. பொதுவான தன்மை கொண்ட[49] அல்லது அல்ஜீப்ரா கணக்குகளில் சிறப்பான வடிவியல் விதிமுறைகள் கொண்டவற்றுக்கும் அப்படியான முதல் எழுத்து பயன்படுத்தப் படுகிறது.[50] குறியீடுகளும் பயன்படுத்தப்படுகின்றன. என்ன மதிப்பு என்பது தெரியாத, மதிப்பு கண்டுபிடிக்கப்படவேண்டிய மாறிகளுக்கு மட்டுமல்ல; முதலிலேயே மதிப்பை இட முடிந்தவற்றுக்கும் குறியீடு கள் பயன்படுத்தப்படும் (*பீஜ கணிதம் அத்தியாயம்-6, குறிப்பு பக்கம் 153-156*). அடுக்குகளை எத்தனை படி என்பதைக் குறிக்க அவற்றின் முதல் எழுத்துகள் பயன்படுத்தப்படுகின்றன. அவை இணைந்து காணப்பட்டால் அதிகபட்ச மடங்கைக் குறிக்கும். படிகள் கூட்டுத் தொகையாகக் கணிக்கப்படாது. பெருக்கல் கணக்காகவே பார்க்கப் படுகிறது.[51] வர்க்கமூலமும் அதுபோலவே குறிக்கப்படுகிறது.[52]

மொத்த மதிப்பானது மடங்குகளின் வரிசைக்கு ஏற்ப இடம்பெறும். முழு எண் கடைசியாக வரும். அதுவும் முதல் எழுத்தினால் பிரித்துக் காட்டப்படும்.[53] எண் கெழுக்கள் பயன்படுத்தப்பட்டுள்ளன. ஒன்றை

உள்ளடக்கியதாகவும் பின்னங்களைக் குறிப்பதாகவும் இருக்கும்.[54] ஏனென்றால் வகுக்கும் எண்ணானது பொதுவாக மாறிகளுக்குக் கீழே குறிக்கப்படுவதில்லை. அதுபோல் எதிர்மறைக் குறியீடான புள்ளியானது எண் கெழுவுக்கு மேலே குறிப்பிடப்படுவதுண்டு. கெழுக்கள் எல்லாம் மாறிகளின் குறியீடுகளுக்கு அடுத்ததாகக் குறிக்கப்படுகின்றன.[55]

எல்லா நேர்மறை மதிப்புகளும் இடம்பெறும்விதமாக சமன்பாடுகள் வரிசைப்படி இருப்பதில்லை. முழு மதிப்பில் நேர்மறை எண்களுக்கு முன்னொட்டு தரப்படுவதில்லை; ஏனென்றால் எதிர்மறைக் குறியீடுகள் மட்டுமே தக்கவைக்கப்படுகின்றன. மேலும் அவையே முன்னுரிமையுடன் காட்டப்படுகின்றன. ஒரு சமன்பாட்டின் இரு பக்கங்களையும் குறிக்கும்போது பொதுவாக முதலில் ஒரு பக்கத்தில் இருக்கும் ஒவ்வொரு உறுப்பையும் மீண்டும் மீண்டும் உச்சரிப்பார்கள். குறிப்பிட்ட டினாமினேஷன் இல்லாமல் இருந்தால் கெழுக்களுக்கு பூஜ்ஜியத்தை இணைத்துக்கொள்வார்கள்.

கிரேக்க டைபந்தஸ், அரேபிய அல்ஜிப்ரா மேதைகளின் படைப்புகள், இவர்களின் ஆரம்பகால ஐரோப்பிய சீடர்கள் ஆகியவர்கள் எழுதியவற்றோடு இவை முற்றிலும் வித்தியாசமாகவே இருக்கின்றன. டைபந்தஸ் எதிர்மறை அம்சத்தைக் குறிக்க* இன்வெர்டட் மெடியலைப் பயன்படுத்துகிறார்.[56] விடை தேடும் கேள்விக்கு முன்பாக γ குறிப்பிடுகிறார். மாறிக்கு அரித்மாஸ் என்று பெயர். அதை இறுதி எழுத்தான எஸ் மூலம் குறிப்பிடுகிறார். பன்மைக்கு இதை இரண்டு முறை குறிப்பிடுகிறார். எண் என்பதற்கு இணையான வார்த்தையை அரேபியர்கள் மாறிலிக்குப் பயன் படுத்துகிறார்கள். மாறாக, இந்துக்கள் எண் தன்மையை கெழுவுக்குப் பயன்படுத்துகிறார்கள். மொனாட் அல்லது யுனிட் அப்சொல்யூட்டை μ° என்று குறிப்பிடுகிறார்கள்.

லீனியர் அளவானது அரித்மோஸ் என்று அழைக்கப்படுகிறது. மாறியை சிக்மா மூலம் குறிப்பிடுகிறார். அடுத்துவரும் மடங்குகளை அந்த வார்த்தைகளின் முதல் எழுத்தின் மூலம் குறிப்பிடுகிறார்கள். δ^v, x^v, $\delta\delta^e$, δx^v, xx^v : க்யூபோஸ், க்யூப்; டைனமோ டைனமிஸ், பைக்வாட்ரேட் எனக் குறிப்பிடுகிறார்கள். படி அடுக்குகளை கூட்டுத்தொகையாகக் கணக்கிடுகிறார்கள்; பெருக்கல் தொகையாக அல்ல. அப்படியாக ஆறாவது அடுக்கு என்பது அவர்களைப் பொறுத்தவரையில் க்யூபோ க்யூபாஸ். இதை ஹிந்துக்கள் க்வாட்ரடெக்யூப் (இருபடியின் மும்மடி அல்லது மும்மடியின் இருபடி) என்கிறார்கள்.

பழங்கால அராபிய அல்ஜிப்ரா மேதைகள் குறியீடுகளை மிகவும் குறைவாகவே இன்னும் சரியாகச் சொல்வதானால் பயன்படுத்துவதே இல்லை.[57] மாறி, மாறிலி, பாசிட்டிவ், நெகட்டிவ் எனவோ அல்ஜீப்ரா கணிப்புகளின் வழிமுறைகள் எனவோ எதற்குமே எந்தக் குறியீட்டையும் பயன்படுத்துவதே இல்லை. அனைத்தையுமே எழுத்துகள், வார்த்தைகள், வாக்கியங்கள் மூலமே குறிப்பிடு கிறார்கள். அவர்களை அடிப்படையாக வைத்துச் செயல்பட்ட ஐரோப்பிய மேதைகள் சிலவற்றுக்குச் சில சுருக்க வரையறைகளைப் பயன்படுத்தியிருக்கிறார்கள் மூன்று அடுக்குகளுக்கு c^o, c^e, c^u; முதல் மற்றும் இரண்டாவது மாறிகளுக்கு c^o, q^2; கூட்டல் கழித்தலுக்கு p, m (ப்ளஸ், மைனஸ்); ரேடிக்காலிட்டிக்கு (வர்க்க மூலக் குறியீட்டுக்கு) R*எனப் பயன்படுத்தியிருக்கிறார்கள். முதல் புத்தகமான பாசியோலோவின்[58] அல்ஜீப்ரா நூலில் இவையெல்லாம் குறிப்பிடப் பட்டுள்ளன. அராபியர்களின் படைப்புகளின் ஆரம்பகட்ட உரையாசிரியரான பிஸா வின் லியனோர்டா பொனாசி[59] அகரவரிசையின் சிறிய வடிவத்தை (ஸ்மால் லெட்டர்ஸ்) எண் அளவுகளைக் குறிக்கப் பயன்படுத்தியதாக தர்கியோனி தசெட்டி குறிப்பிட்டிருக்கிறார்.[60] ஆனால், லியனார்டோ எண் மதிப்பைக் குறிக்க நேர் கோடுகளையும் அந்தக் கோடுகளை எழுத்துகளாலும் குறிப்பிடுவதால் அப்படிச் செய்கிறார்.[61]

அராபியர்கள் மாறிகளை 'ஷாய்' என்று குறிப்பிடுகிறார்கள். லியனார்டோவும் அவருடைய சீடர்களும் அதற்கு இணையான லத்தீன் வார்த்தையான 'ரெஸ்' என்றும் இத்தாலிய 'காஸா' என்றும் குறிப்பிடுகிறார்கள். பெசியோலோ[63] குறிப்பிடுவதுபோல் அல்ஜீப்ரா அல்லது யூகக் கணிப்புகளை ரெகோலா தெ லா கோஸா - காஸ் விதி என்றும் கொசைக் வழிமுறை கொசைக் எண் ஆகியவற்றின் மூலம் குறிப்பிடுகிறார்கள்.[62] பின்னாளைய கணித மேதைகள் சமன்பாடின் வர்க்க மூலத்துக்கு கொசைக் எண்ணைப் பயன்படுத்தியிருக்கிறார்கள்.

அராபியர்கள் மாறிகளின் இருபடியை மால் (செல்வம்) என்று குறிப்பிட்டிருக்கிறார்கள். லத்தீனில் அது 'சென்சஸ்' என்றும் இத்தாலியில் அது 'சென்சோ' என்றும் அதே அர்த்தத்தில் மொழி பெயர்க்கப்பட்டுள்ளன. சொத்து அல்லது நிலத்தின் மதிப்பு[64] என்ற அர்த்தத்தில் லியனார்டோ இதைப் பயன்படுத்தியிருக்கிறார்.

அரேபியர்கள் மும்மடியை கப் (க்யூப்) என்று குறிப்பிட்டுள்ளார்கள். மால், கப் இரண்டையும் இணைத்து அவற்றைவிட அதிக அடுக்கு களைக் குறிப்பிட்டிருக்கிறார்கள். டைபந்தஸ் செய்திருப்பது போலவே அடுக்குகளைக் கூட்டவே செய்திருக்கிறார்கள்.

ஹிந்துக்களைப் போல் பெருக்கல் மதிப்பை எடுத்துக்கொள்ள வில்லை. இப்படியாகத்தான் அவர்களுடைய நவீன கணித அடிப்படை விஷயங்களும் இருக்கின்றன. முந்தைய காலத்திலும் இப்படியேதான் கணக்கிட்டார்களா என்பது தெரியவில்லை. ஏனென்றால் அவர்களுடைய வழியைப் பின்பற்றிய இத்தாலிய அல்ஜீப்ரா நிபுணர்கள் பிரிமோ, செகண்டோ, டெர்ஷியோ என்றுதான் வரிசைப்படுத்தியிருக்கிறார்கள்.

நேர்மறை எண்ணை ஜெயித் (சேர்த்தல்) என்றும் எதிர்மறை எண்ணை நகிஸ் (கழித்தல்) என்றும் அழைக்கிறார்கள். இவை இரண்டையும் குறிப்பிட எந்த அடையாளத்தையும் பயன்படுத்தவில்லை.

நேர்மறை எண்களுடைய எதிர்மறை தன்மைகளைப் பயன்படுத்த வேண்டியிருந்தால் அந்த படிநிலைக்கு ஜேப்ர் என்று அல்லது அல்ஜெப்ர் என்று பெயரிட்டிருக்கிறார்கள். அதாவது மீட்டெடுத்தல் என்று அதற்கு பொருள். ஒரே மாதிரியானவற்றை ஒப்பிட்டு சமப்படுத்திச் சொல்ல முகாபலா ஒப்பீடு என்று அழைக்கிறார்கள். தாரிக் அல்ஜெபர் வா அல்முகாப்லா என்றால் மீட்டெடுத்தல் மற்றும் ஒப்பிடுதல் என்று அர்த்தம். அல்ஜீப்ராவுக்கான பெயர்க்காரணம் இப்படியாகவே வந்திருக்கிறது. ப்ரிஸ்தகாரஜூல் மஜ்ஹூலத் பா தாரிக் அல்ஜெபர் வா அல்முகாபலா.[65] அல்ஜிராயெ எட் அல்முசாபலே.[66]

அப்படியாக கணிதத்தின் இரண்டு படிநிலைகள் அல்லது செயல் பாடுகள் சேர்ந்து இந்தக் கணித வகைக்குப் பெயர் கொடுத்திருக் கிறார்கள். இந்த வித்தியாசப்படுத்தல் இல்லாமல் டைபந்தஸின் கணிதத்திலும் இதுவே இடம்பெற்றுள்ளது. சமன்பாட்டின் இரு பக்கத்திலும் இருக்கும் உறுப்புகளின் தன்மை நேர்மறையானதாக இருக்கவேண்டுமென்றால் ஒன்று மற்றொன்றுக்கு சமமாக இருக்க வேண்டும் என்று டைபந்தஸ் குறிப்பிட்டிருக்கிறார். சமன்பாட்டின் ஏதாவது ஒரு பக்கத்தில் இருப்பது எதிர்மறை மதிப்புடன் இருந்தால் எதிர்மறை மதிப்பை இரண்டு பக்கமும் கூட்டி இருபக்கமும் நேர்மறை மதிப்பு கொண்டதாக ஆக்கப்படவேண்டும். அதன் பிறகு ஒரே மாதிரியானவை எடுக்கப்பட்டு இரண்டு பக்கமும் ஒரே உறுப்பு இருக்கும்படிச் செய்யவேண்டும் என்று கூறியிருக்கிறார்.[67]

ஹிந்து அல்ஜீப்ராவில் ஒரு சமன்பாட்டில் எல்லாமே நேர்மறை மதிப்புடன் இருக்க எதிர்மறை மதிப்பைச் சேர்த்து சமன்படுத்தும் முதல் கட்ட வழிமுறை இல்லை. ஆனால், சம கழித்தல் (சமசோதனா) படிநிலைக்குச் சென்றுவிடுகிறது. அரேபிய அல்ஜிப்ராவில் முகாபலாவில் (ஒப்பீட்டில்) இதுவே பின்பற்றப்படுகிறது.

அப்படியாக அந்த விஷயத்தில் அராபிய அல்ஜீப்ராவானது இந்திய வழிமுறையைவிட கிரேக்க வழிமுறைக்கு நெருக்கமானதாகவே இருக்கிறது.

ஹிந்துக்கள் இந்த அல்ஜீப்ராவில் அடைந்திருந்த முன்னேற்றத்துக்கு அவர்கள் சுர்த் படிமூலத்தை (Nம்படி மூலம்) தெரிந்துவைத்திருந்தது தான் காரணமாக இருக்கவேண்டும்.[68] ஒரு எண்ணை பூஜ்ஜியத்தால் வகுத்தால் கிடைக்கும் முடிவிலி ஈவு அவர்களுக்குத் தெரிந்திருந்தது.[69] இருபடி சமன்பாடுகளுக்கான பொதுவான தீர்வுகள் அவர்களுக்குத் தெரிந்திருந்தது. உயர் நிலை எண்கள் சார்ந்த தீர்வுகளை நெருங்கியிருந்தனர். இருபடித் தீர்வுகளுக்கு உதவும் வகையில் அதன் வழிமுறைகள் இருந்தன.[70] ஒருபடிச் சமன்பாடுகளின் தேரவியலா கணக்குகளின் தீர்வுகளை இப்படியாக அவர்கள் கண்டடைந்தனர்.[71] இருபடிக் கணக்குகளுக்கு பல தீர்வுகளைக் கண்டடையும் வழிமுறையையும் தெரிந்துவைத்திருந்தனர். அப்படியான கணிதக் கேள்விகளுக்கான தீர்வை நோக்கிய வழிநிலையில் தீர்வுக்கு அருகில் வந்துவிட்டதை அது காட்டுகிறது.[72] லா க்ரான்ஜே காலத்தில்தான் ஐரோப்பாவில் இந்த வழிநிலையை எட்டினார்கள். இப்படியான கணிதக் கேள்விகள் அனைத்துக்குமான தீர்வை முழு எண்களாகத் தான்[73] கண்டடைய முடியும் என்பதை அவரே முதலில் கண்டு சொன்னார். அப்படியாக ஹிந்துக்கள் இப்படியான உயர் நிலைக் கணக்குகளுக்கான விடையைத் தேடி, ஒருபடிச் சமன்பாடுகளுக்குப் போதுமானதாக இருந்த வழிமுறைகளைப் பின்பற்றியிருக் கிறார்கள்.[74] அதில் அவர்களுக்கு சரியான விடைகள் பல நேரங்களில் கிடைத்திருக்கவில்லை. ஆனால், அது எதிர்பார்க்க முடிந்த விஷயம்தான்.

ஹிந்துக்கள் வானவியலுக்கும்[75] வடிவ இயலுக்கும்மட்டும்[76] அல்ஜீப்ராவைப் பயன்படுத்தவில்லை. மாறாக, அல்ஜீப்ரா வழிமுறைகளுக்கும்[77] வடிவ இயல் கோட்பாடுகளைப் பயன்படுத்தி யிருக்கிறார்கள். அதாவது வடிவ இயலைவிட அல்ஜீப்ராவை மிக அதிக அளவுக்கு வெற்றிகரமாக வளர்த்தெடுத்திருந்தனர். ஒன்றில் குறைவான அறிவும்[78] இன்னொன்றில் மிக அதிக உயர் நிலை அறிவும் கொண்டிருப்பதில் இருந்து இது நன்கு தெரியவருகிறது. வானவியல் ஆய்வுக்காகவும் முக்கியமாக ஜோதிடக் கணக்குகளுக்காகவும் இப்படியாகச் செய்திருக்கின்றனர். ஆரம்ப கால அல்ஜீப்ரா கணக்காக நமக்குக் கிடைத்திருப்பது பிரம்மகுப்தரின் வானவியல் கணிப்புகள் தான். இவற்றில் தேரவியலா கணக்குகளின் தீர்வுகள் சில நேரங்களில் ரியல் ஆகவும் நடைமுறைப் பயன்பாடு சார்ந்தவையாகவும் இருக்கின்றன. பாஸ்கரருடைய பிற்கால அல்ஜீப்ராவில் வேறு

அம்சங்கள் கானப்படுகின்றன. அவற்றில் பல வடிவ இயல் சார்ந்தவையாக இருக்கின்றன. ஒன்று மட்டுமே வானவியல் கணக்காவும் எஞ்சியவை நியூமராலகவும் இருக்கின்றன. அவற்றில் பல தேரவியலா கணக்குகளாக இருக்கின்றன. இவற்றில் சில டைபந்தஸ் கவனத்தில் கொண்டிருந்த கணக்குகள் சிலவற்றைத் தீர்க்க முயன்றிருக்கின்றன. ஆனால், எந்த நிலையிலும் டைபந்தஸ் கையாண்ட கணக்குகளும் ஹிந்து அல்ஜீப்ராவில் இருக்கும் எல்லையற்ற கணிப்புகளும் ஒரே மாதிரியானவை அல்ல. பாஸ்கரருடைய அல்ஜீப்ரா கணக்குகள் அல்லாமல் எண் கணிதக் கணக்குகளில் சில டைபன்தியக் கூறுகளைப் பார்க்க முடிகிறது.[79]

ஒப்பீட்டை மேலும் தொடர்ந்து மேற்கொண்டால், டைபந்தஸ் இருபடிச் சமன்பாடுகளின் நேரடி தீர்வுகள் சார்ந்தே இயங்கியிருக்கிறார். ஆனால் அவற்றின் வழிமுறைகள், கையாளுகை பற்றி அதிகம் தெரிந்திருக்கவில்லை. ஒருபடிச் சமன்பாடுகளின் தேரவியலா கணக்குகள் சார்ந்தே பெரிதும் அவர் செயல்பட்டிருக்கிறார். ஆனால், அவற்றின் தீர்வுகள் தொடர்பாக பொதுவான விதிமுறை எதுவும் அவரிடம் இருந்திருக்கவில்லை. சமன்பாட்டின் உருவாக்கம் தொடர்பான அவருடைய ஆரம்ப நிலை வழிகாட்டிக் குறிப்புகள் சுருக்கமாகவே இருக்கின்றன.[80] அவருடைய வழிமுறைகள் முன்பே சொன்னதுபோல் போதாமைகளுடனும் சிரமமானதாகவுமே இருக்கின்றன.

சுருக்கமாகச் சொல்வதானால், அல்ஜீப்ராவில் அவர் இந்தியர்களை விட வெகு பின்னாலே இருக்கிறார். மிகுந்த கணித ஞானம் கொண்டிருக்கிறார். ஆனால், வழிமுறைகளைப் பொது விதியாக வடிவமைக்கவில்லை. பல குறைகளுடனே நமக்கு அவர் தன் கணக்குகளை வழங்கியிருக்கிறார். அவருடைய நூலின் முன்னுரையில் குறிப்பிட்டிருக்கும் 13 நூல்களில் ஆறு அல்லது ஏழுதான் கிடைத்திருக்கின்றன.[81] கிடைத்திருப்பவற்றில் இருந்து என்ன தெரியவருகிறதென்றால், தொலைந்துபோனவற்றில் நிச்சயம் கூடுதல் சாதனைகள் செய்யப்பட்டிருக்கக்கூடும். அவரும் அவருக்கு முந்தைய கணித மேதைகளும் அடைந்திருந்த முன்னேற்றத்தை கிடைத்திருக்கும் படைப்புகள் தெளிவாக எடுத்துக்காட்டவும் செய்கின்றன (கிரேக்க அல்ஜீப்ராவின் தந்தையாக இவரைச் சொல்லமுடியாது. ஏனென்றால் அவருக்கு முன்பே அது தெரிந்திருந்ததாகவே குறிப்பிட்டிருக்கிறார்).

மிகச் சிறப்பான தெளிவான படிநிலை வரிசை இந்து அல்ஜீப்ராவில் இருக்கிறது. அதுபோக கிரேக்க அல்ஜீப்ராவில் இருந்து இந்து

அல்ஜீப்ரா வேறுபடும் இடங்கள்: 1. ஒன்றுக்கு மேற்பட்ட மாறிகளைக் கொண்ட சமன்பாடுகளைக் கையாளும் விதம் ஹிந்து அல்ஜீப்ராவில் இருக்கிறது (அராபியர்கள் கண்டு சொன்ன எளிய, சிக்கலான சமன்பாடுகள் ஆகியவற்றோடு கூடுதலாக இருக்கும் சமன்பாடு). 2. உயர் நிலை சமன்பாடுகளின் தீர்வுகள். இவற்றில் குறைவான வெற்றியே இந்துக்களால் அடையப்பட்டுள்ளது. என்றாலும் அவர்களுடைய முயற்சி மற்றும் பை க்வாட்ராடிக்ஸ் (நான்மடி) சார்ந்து நவீன தீர்வு ஒன்றை முன்யூகித்திருந்தது இவையெல்லாம் பெரிய சாதனையே. 3. முதல், இருபடிச் சமன்பாடுகளின் தேரவியலா கணக்குகளின் தீர்வுகளுக்கான பொதுவான தரப்படுத்தப்பட்ட வழிமுறைகள் இந்துக்களுக்குத் தெரிந்திருந்தன. இவற்றில் டைபந்தஸைவிட வெகு தூரம் முன்னேறியிருந்தனர். நவீன அல்ஜீப்ராவினர் கண்டடைந்தவற்றை ஹிந்துக்கள் யூகிக்கவும் செய்திருந்தனர். 4. வானவியல் ஆய்வு களுக்கும் வடிவ இயல் கணக்குகளுக்கும் அல்ஜீப்ராவைப் பயன்படுத்தியிருந்தனர். அவற்றில் பிற்காலத்தில் தெளிவாக மறு கண்டுபிடிப்பு செய்யப்பட்ட சிலவற்றை அவர்கள் அன்றே கண்டு சொல்லியிருந்தனர்.

நவீன காலத்தில் கண்டுபிடிக்கப்பட்டவற்றை பழங்கால ஹிந்து அல்ஜீப்ராவில் எப்படி யூகித்து நெருங்கியிருந்தனர் என்பதைப் பற்றி இப்போது பார்ப்போம். குறிப்பாக மூன்று விஷயங்களில் அந்த சாதனையை அவர்கள் செய்திருந்தனர்.

முதலாவதாக பிதாகோரஸ் கோட்பாட்டை அவர்கள் தெளிவாக விளக்கியிருந்தனர். ஒரு செங்கோண முக்கோணத்தில், அதன் செம்பக்கத்தின் (கர்ணத்தின்) நீளத்தின் இருமடியானது, மற்ற பக்க நீளங்களின் இருமடிகளின் கூட்டுக்கு சமம். பாஸ்கரரின் அல்ஜீப்ராவில் (பீஜ கணிதம் பக்கம் 146) இது இரண்டு வகைகளில் விளக்கப்பட்டுள்ளது. முதலாவது, வாலிஸ் தன்னுடைய ஆங்குலர் கணிப்புகளில் (அத்தியாயம் 6) விளக்கியதுபோலவே இருக்கிறது. இரண்டாவது அப்போதுதான் முதல் முதலாகச் சொல்லப் பட்டதாகவே இருக்கிறது.[82]

அந்தக் கோட்பாட்டின் விளக்கம் சார்ந்து ஒரு விஷயத்தைச் சொல்லியாகவேண்டும். ஹிந்து கணித மேதைகள் அல்ஜீப்ரா சார்ந்தும் வடிவ இயல் சார்ந்தும் பிதாகோரஸ் கோட்பாட்டை விளக்கியிருக்கிறார்கள். பாஸ்கரர் தன்னுடைய அல்ஜீப்ரா கணக்குகளில் குறிப்பிட்டிருப்பதுபோலவே, தேரவியலாக் கணக்குகளுக்கு இரண்டு வழிகளில் தீர்வுகளைக்

குறிப்பிட்டிருக்கிறார். இரண்டு மாறிகளைக் கொண்ட கணக்குகளுக்கான தீர்வைத் தந்திருக்கிறார். அவர் முன்வைக்கும் வழிமுறையானது ஹிந்து அல்ஜீப்ராவின் மிகப் பழங்கால கட்டத்திலேயே கண்டடையப்பட்டது. அவருக்கு முந்தைய பிரம்மகுப்தருடைய படைப்புகளிலும் அதைப் பார்க்க முடிகிறது. பிரம்மகுப்தருடைய படைப்பிலும் அவருக்கு வெகு முந்தைய காலப்படைப்பை மேற்கோள்காட்டி அது விவரிக்கப்பட்டிருக்கிறது.

அடுத்ததாக, ஒருபடிச் சமன்பாடுகளின் தேரவியலா கணக்குகளின் தீர்வுகள் என்பது ஹிந்து அல்ஜீப்ராவின் மற்றொரு சாதனை. நவீன காலகட்டத்தில் 1624-ல்தான் பாக் தெ மெஸிரியாவால் முதன் முதலில் இது முன்வைக்கப்பட்டது.[83] $ax\text{-}by=c$ என்ற வடிவிலான சமன்பாடுகள் $ax\text{-}by = \pm 1$ ஆக எளிமைப்படுத்தப்பட்டது. மேலும் அந்த சமன்பாட்டை தீர்க்க அவர் முயற்சி செய்கிறார். a ,b ஆகிய இரண்டின் மிகப் பெரிய பொது வகு எண்ணைக் கண்டுபிடிக்கிறார். மீதிகளை c, d, e, f என்று வகைப்படுத்துகிறார். இறுதி மீதியானது ஒன்றாகவே இருக்கும். a ,b இரண்டும் ஒன்றுக்கொன்று ப்ரைம் ஆக இருக்கும். மீதிகள் ஒற்றையா இரட்டையா என்பதற்கு ஏற்ப $e \pm 1$ or $f \pm 1$ பின்னோக்கி கணக்கிடப்படும்.

$$e \mp 1 = \varepsilon, \frac{\varepsilon d \pm 1}{e} = \delta, \frac{\delta c \mp 1}{d} = \gamma, \frac{\gamma b \pm 1}{c} = \beta, \frac{\beta a \mp 1}{b} = a$$

$$or\ f \pm 1 = \zeta, \frac{\zeta e \mp 1}{f} = \varepsilon, \frac{\varepsilon d \pm 1\delta}{e}, \&c.$$

கடைசி எண்கள் β, μ தான் x , y ன் மிகச் சிறிய மதிப்புகளாக இருக்கும். a ,b இரண்டும் ஒன்றுக்கொன்று ப்ரைம் ஆக இல்லையென்றால்,இந்த சமன்பாடு முழு எண்களில் இருக்க முடியாது.அல்லது cயானது a,bயின் மிகப் பெரிய பொது வகுஎண் மூலம் வகுபடக்கூடியதாக இருந்தாகவேண்டும்.

ஹிந்து அல்ஜீப்ராவினர் பின்பற்றிய வழிமுறை. அது மேற்கோள் காட்டப்பட்ட பாப்பின் விவரமும் இருக்கின்றன. பார்க்க பிரம்மகுப்தர், அல்ஜீப்ரா, பிரிவு 1, பாஸ்கரர் எழுதிய லீலாவதி அத்தியாயம் 12, பீஜ கணிதம் அத்தியாயம் 2.

ஹிந்து அல்ஜீப்ராவில் எந்தப் பழங்கால நூலில் இருந்து எல்லாம் பயன்படுத்தப்பட்டுள்ளன என்ற விவரங்களைத் தவறாமல் குறிப்பிடுவது வழக்கம். பார்க்க லீலாவதி § 248.

இந்து மற்றும் நவீன அல்ஜீப்ரா கண்டுபிடிப்புகளிடையே உள்ள ஒற்றுமை சார்ந்து நாம் பார்க்கப் போகும் அடுத்த விஷயம் இருபடிச் சமன்பாடுகளின் தேரவியலா கணக்குகளின் தீர்வுகள். இதற்கான பொதுவான வழிமுறையை பிரம்மகுப்தர் தெளிவாகக் குறிப்பிட்டிருக் கிறார். கூடவே, அதற்குக் கீழான கணக்குகள் பற்றியும் குறிப்பிட்டிருக்கிறார். இரண்டு பொதுவான வழிமுறைகள் மற்றும் விசேஷ கணக்குகள் தொடர்பான தீர்வுகள் ஆகியவை முன்வைக்கப் பட்டுள்ளன. அனைத்து நிலைகளிலும் முழு எண்களே கிடைக்க ஒருபடி மற்றும் இருபடி கணக்குகளின் வழிமுறைகளைக் கலந்து, மாறி மாறி அவற்றைப் பயன்படுத்தி அதாவது இந்து அல்ஜீப்ராவில் சொல்லப்பட்டிருப்பதுபோல் வட்டச் சுழற்சி வடிவில் பயன் படுத்தியிருக்கிறார்கள்.

இந்த இருபடி தேரவியலா கணக்குகளின் தீர்வுக்கான பாஸ்கரரின் இரண்டாவது வழிமுறையானது (பீஜகணிதம் § 80-81) லார்ட் ப்ரௌன்கர் சொன்னதோடு அப்படியே ஒத்துப்போகிறது. 1657-ல் ஃப்ரெமர் எழுப்பிய கேள்விக்கு பதிலாக அவர் அதைச் சொல்லியிருந்தார். இன்னுயூமரபிள் ஸ்கொயர் (முடிவிலி அடுக்கு) எண்ணைக் கண்டுபிடிப்பதற்கான வழிமுறை. லார்ட் ப்ரௌன்கர் முன்வைத்த விதி: ஏதாவது ஒரு எண் n. r^2 என்பது ஏதாவது ஒரு இருமடி. d என்பது n க்கும் r^2 $(r^2{\sim}n)$க்கும் இடையிலான வித்தியாசம்.

$$r^2(r^2{\sim}n) \text{ was } \frac{4r^2}{d^2} = \left(\frac{2r}{d} \times \frac{2r}{d}\right)$$

ஹிந்து அல்ஜீப்ரா விதியின் படி இதே குறியீடுகளைப் பயன்படுத்தி கண்டுபிடிக்க வேண்டிய வர்க்க மூலம் 2r/d [84]

ஆனால், ப்ரௌனகரோ இன்னொரு வழிமுறையைக் கண்டு சொன்ன வாலிஸோ அந்தக் கேள்வியை எழுப்பிய ஃபெர்மரோ (இவர் முன்வைத்த தீர்வு இவர் பெயரில் அறியப்படவில்லை. ஏனென்றால் ப்ரௌனகரோ வாலிஸோ சொன்னதைத் தாண்டி இவரால் எதுவும் சொல்லப்பட்டிருக்கவில்லை)[85] வாலிஸும் ப்ரௌனகரும்[86] சொன்னதைத் தாண்டி எதுவும் கூடுதலாகச் சேர்த்திராத ப்ரெனிசிலோ இந்த கணிதக் கேள்வியின் முக்கியத்துவம் மற்றும் அவற்றின் விரிவான பயன்பாடு பற்றித் தெரியாதவர்களாகவே இருந்திருக் கிறார்கள். கடந்த நூற்றாண்டின் நடுவில் யூலர் இதற்கான விடையைக் கண்டுபிடித்தார். நாம் யூலர் கண்டு சொன்னதாகச் சொல்லும் வழிமுறையை ஆயிரம் ஆண்டுகளுக்கு முன்பே இந்து அல்ஜீப்ராவில் கண்டுசொல்லிவிட்டார்கள்.[87]

தேரவியலா கணக்குகள் தொடர்பான கணித முன்னேற்றத்தை அடுத்த கட்டத்துக்குக் கொண்டு சென்ற லாக்ரான்ஜே வெகு பின்னாளிலேயே 1767ல்தான் அதை முன்வைத்திருக்கிறார்.[88] இருபடிக் கணக்கின் முழுமையான தீர்வு 1769-ல் தான் அவரால் தெளிவாக முன்வைக்கப் பட்டது.[89]

கிரேக்க வடிவ இயலில் இதற்கான தடயங்கள் இருந்ததாக வெறுமனே சொல்லப்பட்டன. யூக்லிடின் 13வது புத்தகத்தில் முதல் ஐந்து ப்ரொபோசிஷன்களில் (தேற்றங்களில்) அது சொல்லப்பட்டிருப்ப தாகச் சொல்வதுண்டு.[90] வாலிஸ் சொல்வதுபோல், அங்கு நமக்குக் கிடைப்பது தெயான் அல்லது வேறு ஏதோவொரு பழங்கால கணிதவியலாளரின் கூற்றுதான் இருக்கிறதே தவிர யூக்ளிடினுடையது அல்ல. பாபுஸின்[91] கணக்குகள், ஆர்கிமிடிஸ், அபோலோனியஸ் ஆகியோரின் கணக்குகள் ஆகியவற்றில் அல்ஜீப்ராவைப் போன்ற அல்லது அதன் தாக்கம் கொண்ட வழிமுறைகள் மிகக் குறைவாகவே தென்படுகின்றன.[92]

அனாலிசிஸ் (பகுவியல்) மற்றும் அல்ஜீப்ரா என்ற இரண்டையும் ஒன்றுக்கொன்று பதிலீடு செய்யத் தக்கதாகப் பார்க்கும் போக்காகவே இது இருக்கிறது. யூக்ளிடின் அல்லது தியோனின் பகுவியல் என்பது அல்ஜீப்ரா கணிப்புதான் என்று சொல்வது சரியல்ல.[93]

நிச்சயமாக அவர்கள் வடிவ இயல் கணிப்புகளை மேற்கொண்டிருக் கிறார்கள். இதற்கான தடயங்கள் ஒன்றுக்கு மேற்பட்ட கிரேக்க கணிதவியலாளர்களின் படைப்புகளில் தென்படுகின்றன. குறிப்பாக ஆர்க்கிமிடிஸின் படைப்புகளில் அது தென்படுகிறது. ஆனால், இது அல்ஜீப்ரா கணக்குகளில் இருந்து மிகவும் வேறுபட்டது. இன்வெர்ஸ் (நேர்மாறுச் சார்பு) வழிமுறை வரைமட்டுமே ஒன்றாக இருப்பது போல் தோன்றுகிறது. ஹிந்துக்களும் அராபியர்களும் பின்பற்றும் அல்ஜீப்ரா வழியில் இருந்து இதை மாறானதாகவே கருதுகிறார்கள். எனவே இந்துக்கள் இதை எண் கணிதம் மற்றும் அளவுகள் கணிதத்துடன் இணைத்தே பார்க்கிறார்கள்.[94]

ஹிந்து கணிதவியலாளர்களைப் பொறுத்தவரை பகுவியல் வழிமுறை என்பது வெறும் யூக கணிப்பு மட்டுமே. அதற்கு குறியீடுகள் கிடையாது. அது ஒரு தனி கணித வழிமுறை அல்ல. இன்னும் தெளிவாக வரையறுப்பதானால் இந்துக்களைப் பொறுத்தவரை அது கோட்பாட்டு அடிப்படையிலான கணிப்பு மட்டுமே.[95] நவீன கணிதவியலாளர்[96] பகுவியல் என்பதற்குச் சொல்லும் விளக்கம்: கணித கேள்விகளை எளிய சமன்பாடுகளாக்கி தீர்வு காணும் முறை.

அது நிச்சயமாக கிரேக்க கணித மேதைகளில் டயபந்தஸைத் தவிர வேறு யாருடைய படைப்பிலும் தென்படவில்லை.

அவருடைய படைப்புகளில் அல்ஜீப்ராவின் தடயங்கள் தெளிவாகவே இருக்கின்றன. அவர் நேர்மறை, எதிர்மறை அம்சங்களுக்கான படி வரிசை முறையைக் குறிப்பிட்டிருக்கிறார். சமன்பாடு உருவாக்கம் பற்றிப் பேசியிருக்கிறார். எதிர்மறை தன்மைகளை மாற்றுதல், மாறி, மாறிலியைக் கொண்ட எளிய சமன்பாடு ஒன்றை உருவாக்குதல் பற்றியெல்லாம் குறிப்பிட்டிருக்கிறார்.

ஐந்தாம் நூற்றாண்டு வாக்கிலேயே அந்தப் பெயரிலான (டயபந்தஸ்) ஒரு கணித மேதையைப் பற்றி ஹைபாஷியா குறிப்பிட்டிருக்கிறார்.[97] அராபிய படைப்புகள் அர்மேனிய கிறிஸ்தவ கணித மேதை[98] ஒருவரைப் பற்றிக் குறிப்பிட்டிருக்கின்றன. அது அவரை ஜூலியனுடைய சம காலத்தவராகவே சொல்லியிருக்கிறது. இதிலிருந்து டயபந்தஸ் கி.பி. நான்காம் நூற்றாண்டைச் சேர்ந்தவர் என்பது தெரியவருகிறது. சரியாகச் சொல்வதானால், கி.பி.360 ஐச் சேர்ந்தவர்.[99] நான்காம் நூற்றாண்டுவாக்கில் கிரேக்கர்களிடம் அல்ஜீப்ரா நன்கு தெரிய வந்திருக்கிறது. ஒருபடிச் சமன்பாடுகளின் தீர்வுகள், இருபடிச் சமன்பாடுகள் சிலவற்றின் தீர்வுகள் கூட அவர்களுக்குத் தெரிந்திருக்கிறது. ஆனால், பிந்தைய கணக்குகளின் பொதுவான வழிமுறை தெரிந்திருக்கவில்லை.

அராபியர்கள் அல்ஜீப்ராவின் சிம்பிள் மற்றும் காம்பவுண்ட் (லீனியர் மற்றும் க்வாட்ராடிக்) சமன்பாடுகள் பற்றித் தெரிந்துவைத்திருந்தனர். ஆனால் ஒரு சில கணக்குகளின் தீர்வுகள்மட்டுமே அவர்களுக்குத் தெரிந்திருந்தன. எட்டாம் நூற்றாண்டு அல்லது 9-ம் நூற்றாண்டின் தொடக்கவாக்கில்தான் இவை அவர்களுக்குத் தெரிய வந்திருக்கிறது. அல்ஜீப்ரா தொடர்பான படைப்புகள் அபாசிதே அல்மமுன் காலகட்டத்தில் அரபு மொழியில் இரண்டு கணித மேதைகளினால் எழுதப்பட்டுள்ளன. அவர்களில் மிகவும் பழங்காலத்தைச் சேர்ந்தவர் முஹம்மது பின் மூஸா அல் குவாரேஸ்மி. இவரே அராபிய அல்ஜீப்ராவின் தந்தை என்று போற்றப்படுகிறார். இவர் அல்முன்சுர் காலகட்டத்தில் இந்தியர்களிடமிருந்து ஒரு வானவியல் படைப்பை எடுத்து அல்மமுனின் விருப்பத்துக்கு ஏற்ப சுருக்கி எழுதினார். அதுபோலவே கிரஹ நிலை அட்டவணைகளை இந்திய படைப்புகளின் அடிப்படையில் உருவாக்கினார். இந்தியக் கணிப்பு முறைகளைக் கற்றுக்கொண்டு அராபியர்களுக்குக் கற்றுக் கொடுத்தார். அவர்களுடைய எண் கணிதம், அனலிட்டிக் கால்குலஸ் எல்லாமே இப்படிக் கற்றுக்கொள்ளப்பட்டவையே.[100]

ஹிந்துக்களுக்கு ஐந்தாம் நூற்றாண்டு அல்லது அதற்கு முன்பாகவே[101] அல்ஜீப்ராவில் ஒருபடி, இருபடி அணிக்கோவை மற்றும் தேரவியலா கணக்குகளுக்கான தீர்வுகள் தெரிந்திருந்தன. அடுத்தகட்டமாக தனிப்பட்ட சில இருபடிக் கணக்குகளுக்கான விசேஷத் தீர்வுகளும் மும்மடித் தீர்வுகளும் தெரிந்துகொண்டனர்.

கிரேக்கர்கள் அல்லது ஹிந்துக்கள்தான் அல்ஜீப்ராவின் முன்னோடி களாக நிச்சயம் இருக்கவேண்டும். ஆனால், அரேபியர்கள் அதை ஒப்புக்கொள்வதில்லை. தாம்தான் முதலில் பயன்படுத்தியதாகச் சொல்கிறார்கள். அவர்கள் இதை நிச்சயம் வேறு நாட்டில் இருந்துதான் கற்றுக்கொண்டிருக்கவேண்டும். இந்துக்களிடமிருந்து எண்களைக் கற்றுக்கொண்டதாக அவர்களே தெளிவாகச் சொல்லியுமிருக் கிறார்கள். எனவே ஹிந்து அல்ஜீப்ராவையும் அப்படியாகத் தெரிந்து கொண்டிருக்கவே அதிக வாய்ப்புகள் உள்ளன. ஹிந்துக்களிடமிருந்து எண் கணிதத்தைக் கற்றுக்கொண்டு அராபியர்களுக்குக் கற்றுத் தந்த அராபிய கணித மேதை தானாகவே அல்ஜீப்ராவைச் சிந்தித்து உருவாக்கினார் என்று நம்ப இடம் குறைவாகவே இருக்கிறது.

கிரேக்க வானவியல், கணிதவியல் பற்றித் தெரிந்துகொள்வதற்கு முன்பாகவே அராபியர்கள் இந்திய வானவியல், கணிதவியல் பற்றித் தெரிந்துகொண்டுவிட்டிருக்கிறார்கள். ஒன்று அல்லது இரண்டு நூற்றாண்டுகள் கழிந்த பின்னரே முஹம்மது அப்துல்வாஃபா அல் பஸானி மூலமாக டயபந்தஸைப் பகுதியாகவோ முழுவதுமாகவோ அராபியர்கள் தெரிந்துகொண்டிருக்கிறார்கள். மேலும் அவர் க்வாரெஸ்மைட் முஹம்மது பின் மூஸா, பின்னாளைய அபி யாஹ்யா ஆகியோரின் அல்ஜீப்ரா நூல்களுக்கு உரையும் எழுதியிருக்கிறார். பிந்தையவரின் விரிவுரைகளை நேரில் கேட்டுமிருக்கிறார்.[102] டயபந்தஸின் எண் கணிதத்தைத் தெரிந்துகொண்டிருப்பதாகவோ அராபியர்களின் அல்ஜீப்ராவில் அவருடைய தாக்கம் இருப்பதாகவோ எந்தவொரு தடயமும் கிடைக்கவில்லை. மாறாக இந்தியக் கணிதவியலை நன்கு கற்றுக்கொண்டு அராபியர்களுக்குக் கற்றுக் கொடுத்த அராபிய கணிதவியலாளர் பற்றிய குறிப்புகள் மிகத் தெளிவாகவே இருக்கின்றன.

ஹிந்து அல்ஜீப்ராவின் தந்தையின் (ஆரியபட்டாவின்) காலகட்டத்தை டயபந்தஸின் காலத்துக்கு முன்பாகவோ அல்லது அதற்கு இணையாகவோகூடக் கொண்டு செல்ல ஆதாரங்கள் கிடைத்திருக்க வில்லை. இதுவரையில் கிடைத்திருக்கும் தரவுகளை வைத்துப் பார்த்தால் கிரேக்கர்களே அல்ஜீப்ராவின் முன்னோடியாக இருக்க வேண்டும். ஹிந்துக்கள் இந்தத் துறையில் டயபந்தஸின் காலத்துக்கு

சுமார் 100 ஆண்டுகள் கழித்து தனியாகவே, தாமாகவேதான் முன்னேறியிருக்கிறார்கள் என்பதில் எந்த சந்தேகமும் இல்லை. ஹிந்துக்களுக்கு எண் கணிதக் கணக்குகள் நன்கு தெரிந்திருந்தன. கிரேக்கர்களுக்கு அது குறைவாகவே தெரிதிருந்தது. எண் கணிதம் நன்கு தெரிந்திருக்கும் இடத்தில் அல்ஜீப்ரா கணிப்புகள் இயல்பாகவே தெரியவர வாய்ப்புகள் அதிகம். இருவருக்குமிடையே பரிமாற்றம் இருந்ததாகச் சொல்லும்படியாக டயபந்தஸின் அல்ஜீப்ராவுக்கும் ஹிந்து அல்ஜீப்ராவுக்கும் இடையில் எந்த ஒற்றுமையும் இல்லை. கிரேக்க ஹிந்து அல்ஜீப்ராக்கள் இரண்டுமே தனித்தனியாக, தாமாகவே அவர்களால் கண்டடையப்பட்டிருக்கும் என்பதுதான் உண்மை.

அலெக்ஸாண்டிரியாவின் கிரேக்கர்களிடமிருந்து அல்லது பாக்ட்ரியாவிலிருந்து இந்தியாவுக்கு கணித விதைகள் சென்று சேர்ந்திருக்கலாம் என்று சொல்ல லேசான முகாந்திரம் இருக்கிறது. என்றாலும் இந்திய மண்ணில் அது மிக விரைவாக வளர்ந்து செழித்தது என்பதை ஒப்புக்கொண்டேயாகவேண்டும்.

கிரேக்கர்களிடமிருந்து வானவியல் சார்ந்து ஹிந்துக்கள் தெரிந்து கொண்டதில் இருந்து அதன் ஓர் அங்கமாக இருந்த அல்ஜீப்ரா கணிப்புகளையும் புரிந்துகொண்டிருக்க வாய்ப்பு இருக்கிறது.

ஹிந்துக்களிடையே வானவியலில் நிச்சயம் மிகப் பெரிய சாதனைகள் முன்பே செய்யப்பட்டிருந்தது உண்மைதான். அவர்களுடைய அன்றாட மற்றும் மத நாட்காட்டியானது சந்திர சூரியர்களின் நகர்வுகளினால் தீர்மானிக்கப்பட்டவையாக இருந்தன.இந்த வான்பொருட்களின் நகர்வுகள் மிகவும் நுணுக்கமாக ஆராயப்பட்டன. அது எந்த அளவுக்கு வெற்றிகரமானதாக இருந்ததென்றால் கிரேக்கர்கள் நிலவின் சினாடிக் சுழற்சியைக் (சூரிய வழி சுற்றுக் காலம்) கணக்கிட்டதைவிட இந்தியர்கள் அதி துல்லியமாகக் கண்டுபிடித்திருந்தனர்.[103] எக்ளிப்டிக் (சூரியப் பாதை) பாதையை 27-28 பாகங்களாகப் பிரித்து சந்திரனின் சுழற்சி காலகட்டத்தை நாட்களில் குறித்துவைத்திருந்தனர். இது முழுக்கவும் ஹிந்துக்களின் தனித்தன்மைவாய்ந்த கணிப்பு. அதையே அராபியர்கள் அவர்களிடமிருந்து கற்றுக்கொண்டனர்.[104]

ஹிந்துக்கள் நிலையான நட்சத்திரங்களை ஆராய்ந்து பார்த்து அவற்றின் இடங்களைத் துல்லியமாகத் தெரிந்துகொண்டனர். மதம் சார்ந்த தேவைகளுக்காகவும் கற்பித நம்பிக்கைகளின் அடிப்படையிலும் நட்சத்திர உதயம் மற்றும் சிலவற்றைக் கண்டுகொண்டனர். சூரிய வழிபாடு, கிரஹ வழிபாடு, நட்சத்திர

வழிபாடு என பிற வழிபாட்டுப் பொருட்களுடன் இவையும் சேர்ந்து கொண்டன. வேதங்களில்[105] இவற்றுக்கு மிக முக்கிய இடம் தரப்பட்டிருந்தது. இதனால் வானத்து நிகழ்வுகளை மிகவும் கவனத்துடன் பார்த்து வந்தனர்.

பிரதான கிரஹங்கள் பற்றி நிறைய விஷயங்கள் தெரிந்து வைத்திருந்தனர். வியாழ கிரஹத்தின் காலமானது சூரிய சந்திர நேரங்களுடன் இணைக்கப்பட்டு இந்துக்களின் அன்றாட மற்றும் மத நாட்காட்டியை வடிவமைக்கப் பயன்படுத்தப்பட்டது. சால்தியர் களைப் போலவே அறுபது வருடச் சுழற்சி கொண்ட காலப்பகுப்பை வடிவமைத்தனர். அதை இந்துக்கள் இன்றுவரை பின்பற்றி வருகின்றனர். இப்படியான காலப்பகுப்பில் தொடங்கி சால்தியர் களைப் போலவே இந்துக்களும் முன்னேறிச் சென்றுள்ளனர். மற்றவர் சொன்ன கணிப்புகளுடன் ஒப்பிட்டு அல்லது துல்லியமாகத் தாமாகவே கண்டுபிடித்து வானத்து கிரகங்களின் சுழற்சி பற்றித் துல்லியமாகக் கணித்தனர்.

அல்ஜீப்ரா கணக்குகளைப் பயன்படுத்தி கிரஹங்களின் சுழற்சி காலத்தை மிகத் துல்லியமாகக் கணித்தனர்.[106] இறுதியாக மஹாயுகங் கள் மற்றும் கல்பங்கள் ஆகியவற்றை வந்தடைந்தனர். ஜோதிடக் கணிப்புகளுக்காகவே வானவியல் ஆய்வுகளை வளர்த்தெடுத்தனர். மனிதர்கள் மீது கிரஹங்கள், நட்சத்திரங்கள் தாக்கம் செலுத்துகின்றன என்ற நம்பிக்கை மிக மிகப் பழங்காலத்திலிருந்தே இருந்துவருகிறது. சூரியனையும் கிரகங்களையும் கடவுள்களாக ஆக்கிய அவர்களுடைய சிந்தனையின் இயல்பான நீட்சியாகவே இவை திகழ்கின்றன. கிரஹங்களின் தாக்கம், அது செயல்படும் விதம் ஆகியவற்றை மனிதர்களால் முன்கூட்டியே தெரிந்துகொள்ளமுடியும். என்ன விளைவுகள் ஏற்படும் என்பதை முன்கூட்டியே கணிக்க முடியும். ஒரு குறிப்பிட்ட நேரத்தில் கிரகங்களின் நகர்வுகள், இருப்பிடம் ஆகியவற்றைத் தெரிந்துகொள்வதன் மூலம் இவற்றையெல்லாம் தெரிந்துகொள்ளமுடியுமென்று நம்புகிறார்கள். கிரஹங்கள் எல்லாம் தெய்வாம்சம் கொண்டவையாக நம்பப்படுவதோடு தன்னிச்சையாக இயங்குபவையாகவும் நம்பப்படுகின்றன.

கிரஹங்கள், நட்சத்திரங்கள் ஆகியவற்றின் நகர்வுகளைத் தெரிந்து கொள்வதன் முலமும் வானவியல் கணிப்புகளின் மூலமும் பூமியில் நடப்பவற்றைத் தெரிந்துகொள்ளமுடியும் என்ற நம்பிக்கை எதன் அடிப்படையில், எப்போது ஏற்பட்டது என்பவை ஒருபுறம் இருக்கட்டும். ஹிந்துக்கள் ஜோதிடம் சார்ந்து பிற தேசங்களில் இருந்து பல விஷயங்களைத் தெரிந்துகொள்ள ஆர்வத்துடன்

இருந்திருக்கிறார்கள் என்பது மறுக்கமுடியாத உண்மையே. கிறிஸ்தவ சகாப்தத்துக்கு வெகு முன்பாகவே பராசரர், கர்கர் போன்றவர்களில் காலகட்டத்திலிருந்தே ஜோதிடம் குறித்து பல விஷயங்களை அவர்களாகவே கணித்துவைத்திருந்தனர். எனினும் கிரேக்கர்கள் அல்லது சால்தியர்கள் போன்றவர்களிடமிருந்து இது தொடர்பான தகவல் பரிமாற்றம் இருந்ததாக நம்ப இடமிருக்கிறது. ஏனென்றால் கிரேக்கர்களுமே கூட அவர்களுக்கேயான பழங்கால ஜோதிட நம்பிக்கைகள், கணிப்புகளைக் கொண்டிருந்திருக்கிறார்கள். அது பெரிதும் வானிலை சார்ந்த ஆய்வாகவே இருந்திருக்கிறது.

இந்தக் கருத்தானது இப்போதுதான் சொல்லப்படுவதாகக் கருத வேண்டாம். இது குறித்து முன்பும் பேசப்பட்டுள்ளன.[107] அது பின்னர் மேலும் வலுப்படுத்தப்பட்டும் வந்துள்ளது. நாம் இப்போது அலசிக் கொண்டிருக்கும் அறிவுத்துறையுடன் இந்த கருத்து நெருங்கிய தொடர்புடையது என்பதால் அதுபற்றி பின் இணைப்பில் விரிவாகப் பார்க்கலாம். [108]

கிரேக்கர்களைப் போலவே ஹிந்துக்கள் ராசி மண்டலத்தை 12 ஆகப் பிரித்திருக்கிறார்கள்; அவர்களைப் போலவே ஒரேவிதமான விலங்குகளால் அவற்றைக் குறித்திருக்கிறார்கள்; கிரேக்கர்கள் என்னவிதமான பொருளில் பெயரிட்டார்களோ அதே போலவே பெயரிட்டிருக்கிறார்கள்; தாலமி அல்லது ஹிப்பார்சுஸ் முன்வைத்ததன் அடிப்படையில் தமது வானவியல் அமைப்பை வடிவமைத்திருக்கிறார்கள்; கிரகங்களின் சுழற்சியில் ஏற்படும் மாற்றங்களைக் கணிக்க எபி (புவிமையச்) சுழற்சி, பெரிய வட்டச் சுழற்சி ஆகியவற்றைப் பயன்படுத்தியிருக்கிறார்கள்; அல்லது இவற்றைக் கணிக முறப்பட்டிருக்கிறார்கள். இவற்றையெல்லாம் வைத்துப் பார்க்கும்போது ஹிந்துக்கள் நிச்சயம் கிரேக்கர்களிடமிருந்து இது தொடர்பான சூசகங்களைப் பெற்றிருப்பார்கள் என்பது நன்கு தெரியவருகிறது.

கிரேக்கர்களின் அல்ஜீப்ராவானது அவர்களிடம் பெரிய அளவுக்கு வளர்ச்சி அடைந்திருக்கவில்லை. டயபந்தஸ் முன்வைத்ததுபோல் ஒரே ஒரு மாறியைக் கொண்ட சமன்பாடுகளின் தீர்வுகள் என்பதைத் தாண்டி எதையும் பெரிதாகக் கண்டடைந்திருக்கவில்லை. அந்த அல்ஜீப்ரா கணிப்புகள் இந்தியர்களுக்கு வானவியல் சார்ந்த உயர்நிலை தகவல் பரிமாற்றம் மூலமாக கிரேக்கர்களிடமிருந்து தெரியவந்திருக்கும். ஆனால், ஹிந்து வானவியல் மேதைகளின் நிபுணத்துவத்தினால் அந்த அல்ஜீப்ரா தகவல்கள் எல்லாம் மிக விரிவாக வளர்த்தெடுக்கப்பட்டிருக்கின்றன. ஆரியபட்டா முன்னெடுத்தது

போல் மிக விரிவான தனியான கணிதப் பிரிவாக முன்னேறி யிருக்கிறது. பிரம்மகுப்தர், பாஸ்கரர் ஆகியோர் தொகுத்த படைப்புகளில் காணப்படும் கணிப்புகளாக வளர்ந்திருக்கிறது.

அடிக்குறிப்புகள்

1. கோளாத்யாயா அல்லது கோளம் குறித்த விரிவுரை. c.II.§ 56. As. Res. vol. 12. p.214.
2. As. Res. Ibid.
3. இது அறிமுகம்தான். எனினும் ஆரம்பநிலை அல்ஜீப்ரா, எண் கணிதம் தொடர்பான உரைகள் சேர்க்கப்பட்டிருக்கும். இது தொடர்பான குறிப்புகள் வானவியல் பகுதியில் இடம்பெற்றுள்ளன. கிரகங்கள் பற்றிய உரைகளுக்குப் பின்னால் கோளங்கள் பற்றிய உரைகளுக்கு முன்னால் (இதன் காலம் குறிப்பிடப்பட்டுள்ளது) இவை வரிசைப் படுத்தப்பட்டிருக்கும்.
4. Note A. (A முதல் O வரை குறிப்பிடப்பட்டிருப்பவை இங்கு இடம்பெறவில்லை - ஆங்கில நூல் எடிட்டர்).
5. உதாரணமாக, சூரியதாஸராலும் (லீலாவதியில்) கூடுதலாக ரங்கநாதாவாலும் அதிகம் குறிப்பிடப்பட்டுள்ளன.
6. பீஜ கணிதம். பக் 218.
7. அதே புத்தகம் பக் 131.
8. அதே புத்தகம் பக் 142.
9. பீஜ கணிதம், அத்தியாயம் 5. சூரிய தாஸரின் குறிப்பு. பீஜ கணிதம் பக் 174, லீலாவது பக் 246.
10. லீலாவதி அத்தியாயம் 11.
11. Note G.
12. Note B.
13. பிரம்ம சித்தாந்த உரையாக மதுசூதனரின் மகன் சதுர்வேத பிரிதுதாச ஸ்வாமி எழுதிய வசன பாஷ்யம்
14. பொதுவாக பிரம்மகுப்தரைப் பற்றிக் குறிப்பிட்டுவிட்டு பிரம்ம சித்தாந்தத்தை மேற்கோள் காட்டுவது வழக்கம்.
15. Note C.
16. Note D.
17. As. Res. 2. 225.
18. அதே 9. 242.
19. Note E.

20. *As. Res.* 6. 586.
21. *சுப்ரா*
22. *As. Res.* 2. 329.
23. *அதே* 12. *பக்* 215
24. Note F.
25. *கணேசா, புகழ்பெற்ற கணித, வானவியல் மேதை.*
26. *பீஜ கணிதம் பக் 128.*
27. Note G.
28. *நிரீசினா, கணேசா*
29. *As. Res.* 2. 225. 242 and 244: Note H
30. பிரம்மகுப்தர், அத் 11., உதயம் என்பதில் இருந்து அதியாக; அர்த்த ராத்திரி என்பதில் இருந்து அர்த்தராத்ரிகா என்ற பெயர்கள் பயன்படுத்தப்பட்டுள்ளன. வராஹமிஹிரரின் உரையாசிரியரான பதோத்பலர் மத்யானதிவஸ் என்று மதிய நேரத் தொடக்கத்தைக் குறிப்பிட்டிருக்கிறார்.
31. சம்ஸ்கிருத t உச்சரிப்பை அராபியர்கள் r என்பதாகத் தவறாக உச்சரிப்பதுண்டு. ஹிந்தியில் வரும் t என்பதை ஆங்கிலத்தில் r என்று உச்சரிப்பார்கள். உதா Ber (தமிழில் இலந்தை) மரம்.
32. பார்க்க notes I, K, and N.
33. பீஜ கணிதம் பற்றி சூரிய தாஸர், அத்தியாயம் 5.
34. Note I
35. ஒரிஜினலில் குறிப்பிடப்படவில்லை. 34 ஆகவே இருக்கக்கூடும்.
36. Note F
37. Note K
38. பொகோகின் பதிப்பு மொழிபெயர்ப்பு, பக் 89.
40. பீஜ கணிதம்
41. சமம் என்பதற்கான = குறியீடானது முதலில் ராபர்ட் ரெகார்டியால் பயன்படுத்தப்பட்டது. இணையான இரண்டு கோடுகளைவிட வேறு எதுவுமே இதைச் சிறப்பாகக் குறிக்கமுடியாது என்று அவர் இந்தக் குறியீட்டைப் பற்றிக் கூறியிருக்கிறார்.
42. பெரியது (>) சிறியது (<) ஆகியவற்றைக் குறிக்கும் இந்தக் குறியீடுகள் முதலில் ஐரோப்பிய அல்ஜீப்ராவில் ஹேரியட்டால் அறிமுகப் படுத்தப்பட்டன.
43. பீஜ கணிதம் பக் 21
44. லீலாவதி பக் 33
45. பீஜ கணிதம் மற்றும் பிரம்ம சித்தாந்தம் பக் 18

46. பீஜ கணிதம் பக் 55
47. பீஜ கணிதம் பக் 17, பிரம்ம சித்தாந்தம் பக் 18
48. பீஜ கணிதம் அத்தியாயம் 6
49. பீஜ கணிதம் பக் 111
50. பீஜ கணிதம் பக் 146
51. லீலாவதி பக் 26
52. பீஜ கணிதம் பக் 29
53. பீஜ கணிதம் பக் 17
54. இதேபோல் ஸ்டீவனஸ் குணங்களில் பின்னத்தை இணைத்தார்.
55. இதுபோலவே வியேடாவும் செய்தார்.
56. இதற்கு இணையாக சம்ஸ்கிருதத்தில் தனா என்பது ஹிந்து அல்ஜீப்ரா வினரால் பயன்படுத்தப்படுகிறது. அதன் அர்த்தமும் செல்வம்தான்.
56a. Def. 9. (Reference not legible in text)
57. As. Res. 12. 183.
58. அல்லது பேசியோலி, பேசியூலோ. இத்தாலியர்கள் இந்தப் பெயரைப் பலவிதமாக எழுதியிருக்கிறார்கள்.
59. Note L.
60. வியாஜ்ஜி இரண்டாம் பதிப்பு தொகுதி 2, பக் 62.
61. கோசாலி, ஒரிஜினி டெல்லா அல்ஜீப்ரா
62. ராபர்ட் ரெகார்டியின் வெட்ஸோன் ஆஃப் விட்டே.
63. Secondo noi detta Pratica Speculativa. *Summa* 8.1.
64. *Census*, quicquid fortunarum quis habet. Steph. Thes.
65. *Khulasatulhisab* c. 8. கல்கத்தா
66. *Liber abbaci*, 9.15.3. M.S. in Magliab. Libr.
67. Def. 11.
68. பிரம்ம சித்தாந்தம் பக் 18, 27-29, பீஜகணிதம் 29-52.
69. லீலாவதி பக் 45, பீஜகணிதம் பக் 15-16 மற்றும் 135.
70. பீஜகணிதம் பக் 129 மற்றும் 137-138.
71. பிரம்ம சித்தாந்தம் பக் 18, 3-18, பீஜகணிதம் பக் 53-73, லீலாவதி பக் 248-265.
72. பிரம்ம சித்தாந்தம் பக் 18, 29-49, பீஜகணிதம் பக் 75-99.
73. Mem. of Acad. of Turin: and of Berlin.
74. பீஜ கணிதம் பக் 206-207.
75. பிரம்ம சித்தாந்தம் பக் 18, பீஜகணிதம்
76. பீஜ கணிதம் பக் 117-127, 146-152

77. *பீஜ கணிதம் பக் 212-214.*

78. *பிரம்ம சித்தாந்தம் பக் 12-21., லீலாவதி 169-170.*

79. *லீலாவதி 59-61. முந்தைய கணித மேதைகள் இதை அல்ஜீப்ரா அடிப்படையில்தீர்வு கண்டிருக்கிறார்கள். மேலும் பார்க்க 139-146.*

80. Def. 11.

81. Note M.

82. He designates the sides C.D. Base B. Segments χ, δ. Then

$$\left.\begin{matrix} B : C :: C : c \\ B : D :: D : d \end{matrix}\right\} \text{and therefore} \left\{\begin{matrix} C^2 = Bc \\ D^2 = Bd \end{matrix}\right.$$

Therefore, $C^2+D^2 = B\chi + B\delta = B$ into $\chi + \delta) = B^2$

The Indian demonstration, with the same symbols, is

$$\left.\begin{matrix} B : C :: C : c \\ B : D :: D : d \end{matrix}\right\} \text{Therefore} \left\{\begin{matrix} c = \dfrac{C^2}{B} \\ d = \dfrac{D^2}{B} \end{matrix}\right.$$

Therefore $B = c + d = \dfrac{C^2}{B} + \dfrac{D^2}{B}$ and $B^2 = C^2 + D^2$.

83. Problémes plaisans et délectables qui se font par les nombres. 2nd Edit. (1624). *யூலரின் அல்ஜீப்ராவுடன் லா கிரான் ஜேயின் சேர்க்கை பக் 382 (பதிப்பு 1807)*

84. *பீஜகணிதம் பக் 80-81*

85. *வாலிஸ் அல்ஜீப்ரா பக் 98.*

86. *அதே புத்தகம்*

87. *பாஸ்கரா பீஜ கணிதம் பக் 173 மற்றும் 207. பிரம்ம சித்தாந்தம் அல்ஜீப்ரா பிரிவு 7.*

88. *Mem. Acad. de Berlin,* vol.24.

89. *பார்க்க யூலரின் அல்ஜீப்ராவின் மொழிபெயர்ப்பு. பக் 286. லெஜெண்ட்ரே தியரே தெஸ் நொம்பர்ஸ் பக் 6, எண் 36.*

90. *வாலிஸ் அல்ஜீப்ரா பக் 2.*

91. *அதே புத்தகம் முன்னுரை*

92. *அதே புத்தகம், நுனேஸ் அல்ஜீப்ரா பக் 114.*

93. *வாலிஸ் அல்ஜீப்ரா, வியெட்டாவின் வழிமுறையைப் பின்பற்றி,*

94. *லீலாவதி 3.1 பக் 47. குலசத் ஹிசாப் பக் 5*

95. *பீஜ கணிதம் பக் 110,174,215,224.*

96. *தெ அலம்பெர்ட்*

97. Suidas, in voce *Hypatia*.

98. Gregory Abulfaraj. Ex iis etiam {nempe philosophis qui prope tempora Juliani floruerunt} Diophantus, cujus liber, quem Algebram vocant, celebris est, in quem si immiserit se Lector, oceanum hoc in genere reperiet.—*Pococke*.

99. *360-363 காலகட்டத்தில் ஜூலியன் அரசராக இருந்தார். பார்க்க* Note M.

100. Note N.

101. See Note I.

102. See Note N.

103. *As. Res.* 2 and 12.

104. *As. Res.* 9, Essay vi.

105. *As. Res.* 8.

106. *பிரம்மகுப்தர், அல்ஜீப்ரா.*

107. *As. Res.* 12.

108. Note O.

பாகம் 2

தொழில்நுட்பம்

7

வங்காளத்தில் அம்மை நோய்க்கு தடுப்பு ஊசி

வங்காளத்தில் இருக்கும் நோய்கள் பற்றி ரோ.கல்ட் டாக்டர் ஓலிவர் கல்டுக்கு எழுதிய கடிதம். (கல்கத்தா, 10 பிப்ரவரி 1731)

வங்காளத்தில் அம்மை நோய்த் தடுப்பு தொடர்பாகச் செய்யப்படும் வழிமுறை பற்றி இங்கு அறியத் தருகிறேன். அங்கிருக்கும் பிராமணர்களிடமிருந்து தெரிந்துகொண்ட விஷயங்கள் இவை.

வங்காள சமஸ்தானத்தில் இந்த வழிமுறைக்கு தீகா என்று பெயர். சுமார் 150 ஆண்டுகளாகவே இதுநடைமுறையில் இருந்துவருவதாக பிராமணர்களிடம் இருக்கும் ஏடுகளில் இருந்து தெரியவருகிறது. கங்கைக் கரையில் இருக்கும் சம்பாநகர் எனும் ஒரு சிறிய ஊரில் வசித்துவந்த தன்வந்திரி ஒருவரால் முதன் முதலில் இந்த சிகிச்சை செய்யப்பட்டதாகச் சொல்லப்படுகிறது. இன்று அவர் மிகப் பெரும் மரியாதையுடன் பக்தியுடன் போற்றப்படுகிறார். கடவுள் அவருடைய கனவில் தோன்றி இந்த சிகிச்சை ரகசியத்தைச் சொல்லித்தந்ததாகவும் நம்பப்படுகிறது.

அம்மை நோய்க்கான இந்த சிகிச்சை எப்படிச் செய்யப்படுகிறதென்றால், செயற்கையாக அந்த நோயை ஒருவருடைய உடம்பில் மிதமாக உருவாக வைத்து நோய் எதிர்ப்பு சக்தியை உருவாக்குகிறார்கள். இதனால் நிஜமாக அந்த நோய் தாக்கும்போது உடம்பானது அதை எளிதில் எதிர்த்துவிடுகிறது. முதலில் அந்த நோய் வந்தவர்களுடைய உடம்பில் நன்கு முற்றிய நிலையில் இருக்கும் கொப்பளத்தில் இருந்து நீளமான முள் ஒன்றினால் குத்தி சீழானது பஞ்சில் உறிஞ்சி எடுக்கப்படுகிறது. தடுப்பு சிகிச்சை செய்யப்பட வேண்டியவருக்கு தோள்பட்டைக்குக் கீழே அல்லது முன் நெற்றியில்

சீழ் இருக்கும் ஊசியால் பல முறை குத்தி அதன் பின் அந்த இடத்தை சோற்றுப்பசையால் மூடுகிறார்கள்.

விரைந்து குணமாகவேண்டுமென்றால், அந்த சீழ் கொண்டு உருவாக்கப்பட்ட மாத்திரையும் சாதமும் உடனே தருகிறார்கள். இதுபோல் மதிய நேரத்தில் இரண்டு நாட்களுக்கு தொடர்ந்து செய்கிறார்கள்.

எந்த இடத்தில் ஊசியால் குத்தி இந்த சிகிச்சை செய்திருக்கிறார்களோ அங்கு விரைவில் கொப்பளம் முற்றி சீழ் வைத்துவிடும். அப்படி நடக்கவில்லையென்றால், அந்த நபருக்கு அம்மை நோய் வருவதற்கான வாய்ப்பு இன்னும் இருக்கிறது என்றே அர்த்தம். கொப்பளம் உருவாகி முற்றி, பிறகு காய்ச்சலோ தொடர்ந்து கொப்பளங்களோ உருவாகவில்லையென்றால் அந்த நபருக்கு அதன் பிறகு அம்மை நோய் வராது. துளை போட்ட இடங்களில் பொருக்கு தட்டி கொப்பளமும் காய்ந்து உதிர்ந்துவிடும்.

இந்த தடுப்பு சிகிச்சையைத் தொடர்ந்து அவருடைய வயது மற்றும் உடல் வலுவுக்கு ஏற்ப காய்ச்சல் வரும். பொதுவாக மூன்று அல்லது நான்காவது நாளில் காய்ச்சல் வரும். காய்ச்சல் வருவதற்கு முன்பாக அவர்களால் முடிந்த அளவுக்குக் குளுமையான இடத்தில் தடுப்பு சிகிச்சை பெற்றவரைப் படுக்கவைப்பார்கள். குளீர்ந்த நீரால் உடம்பை கழுவிவிடுவார்கள்.

கொப்பளங்கள் அமுங்கிவிட்டால் அடிக்கடி குளிர்ந்த நீரால் குளிப்பாட்டுவார்கள். அதே நேரம் வெதுவெதுப்பான திரவ மருந்துகளையும் கொடுப்பார்கள். கொப்பளம் பெரிதாக வந்தால் குளிர்ந்த நீரினால் குளிப்பாட்டுவதை நிறுத்திவிடுவார்கள். அதே நேரம் குளுமையான இடத்திலேயே வைத்திருந்து குளிர்ச்சிப்படுத்தும் மருந்துகள் தந்துவருவார்கள்.

அம்மை நோயைத் தடுப்பதில், குணப்படுத்துவதில் இந்த வழிமுறை யின் வெற்றி விகிதம் பற்றி எனக்கு எதுவும் உறுதியாகச் சொல்ல முடியவில்லை. ஏப்ரல் மே மாதங்களில் இந்த நோய்த் தொற்று அதிகரிப்பதுண்டு என்பதை மட்டும் என்னால் சொல்ல முடியும்.

8

கிழக்கிந்தியாவில் அம்மை நோய்த் தடுப்பு

லண்டன் மருத்துவக் கல்லூரி தலைவர் மற்றும் உறுப்பினர்களுக்கு
ஜான் ஃஜெபனியா ஹோல்வெல், எஃப்.ஆர்.எஸ் அனுப்பிய கடிதம் (1767)

அம்மை தடுப்பு வழிமுறைகள் பற்றிச் சில நூல்களைப் படித்து விட்டிருக்கிறேன். அதன் அடிப்படையில் இந்துஸ்தானின் பிராமணர்கள் அம்மைத் தடுப்புக்கு என்ன வழிமுறையைப் பின்பற்று கிறார்கள் என்பதுபற்றிச் சில குறிப்புகளை இங்கு அறியத் தருகிறேன். இந்தத் தடுப்பு முறை மகத்தான வெற்றியைத் தருவதாக இருக்கிறது. நமக்கு அந்நியமான இந்த வழிமுறை மூலம் மனித குலத்துக்கு மிகப் பெரிய நன்மை கிடைக்க வாய்ப்பு இருக்கிறது.

டாக்டர் ஷுல்ட்ஸ் அம்மை நோய்த் தடுப்பு பற்றி எழுதியிருக்கும் நூலில் பக் 65, 9வது குறிப்பின்படிப் பார்த்தால் நான் இப்போது எழுதும் விஷயத்துக்கு டச்சு எழுத்தாளர் திரு கேய்ஸுக்கு இந்த உலகம் நன்றி செலுத்தவேண்டும் என்று தோன்றுகிறது. எனினும் நான் இப்போது சொல்ல வருவதை அது எந்தவிதத்திலும் தடுக்கப் போவதில்லை. அது வேறு மொழியில் இருப்பதால் நம் நாட்டு மக்களுக்கு அதனால் எந்தப் பலனும் இல்லை.

இந்த அம்மை நோய்த் தடுப்பு பற்றிய விஷயங்கள் என் கவனத்துக்கும் தேடலுக்கும் உரியதாக மாறி பல வருடங்கள் ஆகிவிட்டன. கற்றறிந்த மரியாதைக்குரிய உறுப்பினர்களின் பரிசீலனைக்கு என் ஆய்வு முடிவிகளைப் பணிவுடன் சமர்ப்பிக்கிறேன்.

நம் லண்டன் மருத்துவ கல்லூரியின் பெருமைக்குரிய மிகச் சிறந்த உறுப்பினர் ஒரு முக்கியமான விஷயத்தைச் சொல்லியிருக்கிறார். அதாவது, ‘மருத்துவ அறிவியல் துறையானது சில நேரங்களில்

தற்செயலாக நடந்த கண்டுபிடிப்புகளுக்குப் பெரிதும் நன்றிக்கடன் பட்டிருக்கிறது; மருத்துவத்துறையின் மகத்தான சில உயர்நிலை சிகிச்சைகள் எல்லாம் எளிய, மருத்துவப் படிப்பே இல்லாத சாதாரண மக்களிடமிருந்து கிடைத்திருக்கின்றன' என்று சொல்லியிருக்கிறார். அம்மை நோய்க்கான தடுப்பு மருந்து கண்டுபிடிக்கப்பட்டதை இதற்கு மிகவும் சரியான உதாரணமாகச் சொல்லலாம். இங்கிலாந்தில் வெகு உற்சாகமாகப் பின்பற்றப்படும் குறிப்பிட்ட இந்த வழிமுறையானது வெகு பழங்காலத்தில் இருந்தே (இந்துஸ்தானில்) பின்பற்றப் பட்டுவந்த ஒரு வழிமுறையே. சிற்சில மாறுபாடுகள் உண்டு. என்றாலும் அந்த கற்றறிந்த நபர் எழுதிய விஷயத்தின் மூல வடிவம் எது என்பதைச் சொல்லிக்காட்டுவதோடு அந்த வழிமுறையை மேலும் ஆர்வத்துடன் பின்பற்ற வழிவகுத்துத் தருவதாகவே இருக்கிறது.

இந்த நோயானது, வங்காளத்தில் (அந்தப் பகுதியில் மட்டுமே ஆய்வுகள் மேற்கொண்டேன்) ஐந்தாறு வருடங்களுக்கு எந்தவித பெரிய பாதிப்பும் இல்லாமல் இருக்கிறது. ஒரு சிலருக்கு மட்டுமே இந்த நோய் ஏற்படுகிறது. இந்த நோய்பற்றி எந்தவொரு பீதியும் இருப்பதே இல்லை. எத்தனை பேருக்கு தடுப்பு சிகிச்சை தரப்படுகிறது என்பதையெல்லாம் தாண்டி இந்தக் காலகட்டத்தில் ஐரோப்பாவில் பொதுவாக இந்த நோய்த்தொற்று எவ்வளவு அபாயகரமாகப் பரவுமோ அப்படியெல்லாம் எதுவுமே நடப்பதில்லை.

ஒவ்வொரு ஏழாவது வருடமும் வங்காளத்தில் மார்ச், ஏப்ரல், மே மாதங்களில் மீண்டும் பரவத் தொடங்குகிறது. சில நேரங்களில் ஜூன் மாத நடுப்பகுதிவரையிலும் கூட நீடிப்பதுண்டு. அதன் பிறகு மழைக்காலம் ஆரம்பித்ததும் நோய்ப் பரவல் குறைந்துவிடுகிறது. ஏழு ஆண்டுக்கு ஒருமுறை இப்படித் திரும்ப வீரியமாகும் நோய்த் தொற்றுகளில் (அவற்றில் பாதிக்கப்பட்ட நான்கு பேரை நான் நேரில் பார்த்தேன்) ஒருசில உள்ளூர்வாசிகள், ஐரோப்பியர் மட்டுமே உயிர் பிழைத்தனர். நோய்த் தாக்கி கொப்பளங்கள் ஏற்பட்ட முதல் நாள், இரண்டாம் நாள் அல்லது மூன்றாம் நாளில் இறந்துவிட்டிருந்தனர். அம்மைநோய்த் தடுப்பு சிகிச்சைகளுக்கு மேற்குலகைப் போலவே கீழைத்தேய நாடுகளிலும் பயமும் மூட நம்பிக்கை சார்ந்த முன் தீர்மானங்களும் இருக்கவே செய்கின்றன. ஐரோப்பியர்கள் இப்படியான நோய்த் தொற்று பரவ ஆரம்பிப்பதற்கு முன்பாக சொந்த நாடுகளுக்குத் திரும்பிவிடுவது வழக்கம்.

அம்மைநோய் செயிண்ட் ஹெலனா தீவில் இதுவரை ஏற்பட்ட தில்லை என்பது அனைவருக்கும் தெரிந்த விஷயமே. ஆனால், இந்த நோய்த்தொற்று பரவும்போது வங்காளத்தில் வசிக்கும் செயிண்ட்

ஹெலனா தீவு பூர்வகுடிகள் ஆண், பெண் பேதமில்லாமல் அனைவருமே உயிர் துறப்பது வாடிக்கை. இந்த விஷயத்துக்கு எது காரணம் என்பது இதுவரை தெரியவில்லை. ஆனால், நான் சில காரணங்களைச் சொல்ல முயற்சி செய்கிறேன். அந்தப் பழங்குடியினர் பெரும்பாலும் பருவ வயது வந்த பின்னரே அவர்களுடைய தீவில் இருந்து வேறு நாடுகளுக்குச் செல்வது வழக்கம். அந்தத் தீவில் வசிக்கும்போது சிறு வயதிலிருந்தே கசப்பான 'யாம்' எனப்படும் வேர்க் கிழங்கை அதிகம் சாப்பிடுவார்கள். அது அவர்களை பயங்கரமான பேதி, தொண்டை அழுகிப் போவது ஆகியவற்றுக்கு ஆளாக்கும். இந்த உணவைத் தொடர்ந்து சாப்பிட்டு வந்ததால் அவர்களுடைய ரத்தத்தில் எந்தவித வீக்கம், தடிப்பு, கொப்பளம் போன்ற வியாதிகளை எதிர்கொள்ளும் சக்தி இல்லாமல் இறந்து போகிறார்கள். குறிப்பாக, நாம் இப்போது பேசிக் கொண்டிருக்கும் அம்மை போன்ற நோய்களை (இதிலும் உடல் வெகுவாக அழுகத் தொடங்கும்) தாங்கும் சக்தி அவர்களுக்கு இருப்பதில்லை. இந்த நோயானது பிறருடைய உடல்களில் மிகக் குறைவான கெடுதல்களைச் செய்யும் காலங்களில் கூட ஹெலனா தீவு மக்கள் இறந்து விடுகிறார்கள். உலகில் எந்தப் பகுதியில் வசித்தாலும் இவர்கள் அம்மை நோய் தாக்கினால் இறந்துவிடுவது வழக்கம்.

ஆஃப்ரிக்க கறுப்பர்களிடமும் இப்படியான விஷயத்தைப் பார்த்திருக்கிறேன். அதற்கான காரணமும் தெரியவில்லை. ஆனால், அவர்களுடைய பிரதான உணவில்தான் அதற்கான காரணம் இருக்கும் என்று நினைக்கிறேன். மனித இனங்களில் இந்த இரண்டு பிரிவினர் மட்டுமே அம்மை நோய்த் தாக்குதலுக்கு மிக எளிதில் ஆளாகி இறந்துவிடுகின்றனர் என்பது மட்டும் மறுக்க முடியாத உண்மையாக இருக்கிறது.

வங்காளத்தில் இந்த நோய் பற்றிய சில தரவுகளை இப்படியாக முன்வைத்தபின் (பிரிட்டிஷ் சாம்ராஜ்ஜியத்தின் பிற பகுதிகளிலும் நிலைமை இப்படியாகத்தான் இருக்கும் என்றே நம்புகிறேன்) இந்த நோய் பற்றிப் பதிவு செய்யப்பட்டிருக்கும் முதல் ஆவணம் பற்றி ஒருசில வார்த்தைகள் சொல்லிவிட்டு அதன் பின் இந்த கட்டுரையின் முக்கியமான பகுதிக்குச் செல்கிறேன்.

அம்மை நோய் பற்றிய முதன் முதல் ஆவணக் குறிப்பு என்று பார்த்தால், முஹம்மதின் வழித்தோன்றலான ஒமரின் காலத்தில் எகிப்தில் இந்த அம்மை நோய் இருந்தற்கான குறிப்பைத்தான் சொல்ல வேண்டும். கிரேக்கர்களுக்கு இந்த நோய் பற்றி எதுவும் தெரிந்திருக்க வில்லை. அராபியர்கள் மூலமே அது கிரேக்கத்தில் பரவியது. மேலும்

தொலைவில் உள்ள கீழைத்தேய தேசங்களில் இருந்தும் வந்திருக்கலாம் என்று கேலன் காலத்தில் இருந்து மருத்துவ சிகிச்சைகள் பற்றிய வரலாற்று நூலை எழுதிய மதிப்புக்குரிய டாக்டர் நண்பர் குறிப்பிட்டிருக்கிறார். இந்துக்கள் போற்றக்கூடிய ‘அகுதோர பதே’ (*Aughtorrah Bhade Shastah* - அதர்வ-ஆயுர் வேத சாஸ்திரம் -*3366* ஆண்டுகளுக்கு முந்தையது என்று பிராமணர்கள் சொல்கிறார்கள்) ஏடுகளை அடிப்படையாகக் கொண்டு பார்த்தால் வெகு பழங்காலத்திலேயே அம்மை நோய் இருந்திருக்கிறது. கூடே கா தகோரன் (கொப்பளங்களைக் குணப்படும் தெய்வம்) என்ற பெண் தெய்வத்தை இந்த பெரியம்மை பரவும் காலங்களில் காணிக்கைகள் கொடுத்து வணங்கி உதவிக்கு அழைத்திருக்கிறார்கள். தட்டம்மை பரவும் காலத்திலும் இந்தப் பெண் தெய்வத்தைக் கும்பிடுவது உண்டு. எனவே இந்த விஷயங்களைக் கணக்கில் கொண்டு பார்ந்த்தால் இந்த நோய் வெகு பழங்காலத்தில் இருந்தே இருந்துவந்திருக்கவேண்டும். எனவே நாம் முன்பே சொன்னதுடன் வேறொன்றையும் சேர்த்துக் கொள்ளலாம். அராபியர்கள் மட்டுமல்ல கிரேக்கர்களுமே கூட செங்கடல், மோசா வளைகுடா ஆகியவற்றின் மூலம் இந்தியாவுடன் வர்த்தத்தில் ஈடுபட்டிருப்பதால் பெரியம்மை நோயானது இந்தியாவில் இருந்தே அங்கு பரவியிருக்கவேண்டும். ஏனென்றால், இந்தியாவில் வெகு பழங்காலத்தில் இருந்தே அந்த நோய் இருந்துவந்திருக்கிறது.

இந்துஸ்தானில் அம்மை நோய்த் தடுப்பு சிகிச்சையானது பிராமணர்கள் என்று அழைப்படும் பிரிவினரால் செய்யப்பட்டு வந்திருக்கிறது. பிருந்தாவன், அலகாபாத், பனாரஸ் ஆகிய பகுதிகளில் இருக்கும் கல்லூரிகளில் இருந்து இந்த நோயைத் தீர்க்கும் மருத்துவர்களை தொலை தூர பிராந்தியங்களுக்கு ஆண்டுதோறும் அனுப்புவார்கள். ஒரு குழுவில் மூன்றிலிருந்து நான்கு மருத்துவர்கள் இருப்பார்கள். இந்த நோய் ஒவ்வொரு பகுதியிலும் எப்போது வருமோ அதற்குச் சில வாரங்கள் முன்பாக அங்கு தடுப்பு சிகிச்சை செய்யும் வகையில் தமது மருத்துவப் பயணத்தைத் திட்ட மிட்டிருப்பார்கள். வங்காளத்துக்கு பிப்ரவரி மாத முதல் வார வாக்கில் வந்து சேருவார்கள். இருந்தும் நோய்ப் பரவல் பற்றிய தகவல்கள் முழுமையாகக் கிடைப்பதற்காக மார்ச் மாதம் வரை காத்திருந்து அதன் பின்னரே சிகிச்சையை ஆரம்பிப்பார்கள்.

வங்காளத்தின் பருவ நிலையை நான்கு மாதங்கள் வீதம் மூன்று பகுதிகளாக மட்டுமே பிரிக்கமுடியும். ஜூன் 15லிருந்து அக்டோபர் 15 வரை மழைக்காலம். அக்டோபர் 15லிருந்து பிப்ரவரி 15 வரை பனிக்காலம். ஆனால், ஒருபோதும் பனிக்கட்டி உருவாகும் அளவுக் கெல்லாம் உறைநிலையை எட்டுவதில்லை. இந்தக் காலகட்டத்தில்

வங்காளத்தில் இருப்பதுபோன்ற அருமையான தட்பவெப்ப நிலையை உலகில் வேறு எங்குமே பார்க்கமுடியாது. ஆனால், இந்தக் காலகட்டத்தில் ஐரோப்பியர்கள் வாழும் சுதந்தரமான வாழ்க்கை யானது அடுத்துவரும் காலகட்டத்தில் வரும் நோய்களுக்கான விதைகளை விதைப்பதாக இருக்கும்.

பிப்ரவரி நடுவில் இருந்து ஜூன் நடுப்பகுதிவரை வறண்ட, காற்று அதிகம் வீசும் கோடைக்காலம். இந்தக் காலகட்டத்தில் மழை இருக்காது. ஆனால், புயற்காற்றும், இடியும், மின்னலும் அவ்வப் போது ஏற்படும். 'கால் பைசாகி' வடமேற்கு பருவக்காற்று என்று இது அழைக்கப்படுகிறது. எவ்வளவு புயற்காற்று வீசுகிறதோ அந்த அளவுக்கு அந்தப் பருவத்தில் நோய் குறைவாக இருக்கும். இந்தக் காலகட்டத்தில் காற்று வேகமாக வீசுவதால் வெளியானது அடிக்கடி தூய்மைப்படுத்தப்பட்டதுபோல் இருக்கும். இந்த வடமேற்குப் பருவக்காற்றால் மழையும் கிடைக்கும். மார்ச், ஏப்ரல், மே மாதங்களில் நிலவும் கடுமையான கோடை வெப்பம் மற்றும் வெப்பக் காற்றுகளில் இருந்து காப்பாற்றுவதாக இருக்கும். இப்படியாக அடிக்கடி புயற்காற்றும் மழையும் வீசும் காலகட்டத்தில் நோய்கள் மிகவும் குறைவாகவே இருக்கும். ஆனால், அப்படி காற்றும் மழையும் இல்லையென்றால் (*1744-ல் அக் 20 முதல் ஜூன் 20 வரை மழையே இல்லாமல் இருந்தபோது*) இந்தக் காலகட்டத்தில் கல்லீரல் தொற்றுகள், மார்புத் தொற்றுகள், பேதி போன்ற குடல் நோய்கள் ஏற்படும். இவற்றோடு மிக மோசமான பெரியம்மை நோய்களும் பெருமளவில் தாக்கும்.

ஜூலை நடுப்பகுதியில் இருந்து (மழைக்காலத்தின் இரண்டாம் மாதத்தில்), காற்று வீசுவது வெகுவாகக் குறைந்துபோகும். இந்த மாதத்தின் எஞ்சிய நாட்களிலும் ஆகஸ்ட், செப்டம்பர் மாதங்களிலும் சுற்றுச்சூழலானது மூச்சுமுட்டவைக்கும் அளவுக்கு புழுக்கமாக, வெக்கையாக இருக்கும். இது நோய்கள் உருவாக மூலகாரணியாகத் திகழும். காய்ச்சல்கள் அதிகம் ஏற்படும். இந்தக் காய்ச்சல்களில் இருந்து உள்ளூர்வாசிகள் பெரிதும் தப்பிப் பிழைத்துவிடுவார்கள். ஐரோப்பியர்கள் தப்புவது கடினம். அதிலும் முந்தின மே, ஜூன் மாதங்களில் மாம்பழம், மீன் போன்றவற்றை மிகுதியாக விரும்பி ருசித்திருந்தார்களென்றால், மது மாது என கேளிக்கைகளில் ஈடுபட்டிருந்தால் இந்தக் காய்ச்சல்களில் சிக்கி உயிர் துறப்பது நிச்சயம். இப்படி இந்தக் காலகட்டமானது நடத்தைகளில் கொண்டுவரும் பிறழ்வுகள் எல்லாம் இந்தக் கடைசி மூன்று மதங்களில் பெரும் மரண வேட்டையை ஆடித்தீர்க்கும். இந்தக் காலகட்டத்தில் யாருக்காவது பெரியம்மை வந்தால் மரணம் நிச்சயம்.

வங்காளக் காய்ச்சல் பற்றி இங்கு சில விஷயங்கள் சொல்ல விரும்புகிறேன்.

இந்தக் காய்ச்சல் வருவதற்கு ஓரிரு நாட்களுக்கு முன்பாக, நோய்பீடிக்கப்படுபவருக்கு பசியற்றுப் போகும். சோர்ந்து களைத்துப் போவார். வாய் உலர்ந்து போகும். எந்தவித பெரிய அறிகுறியும் இல்லாமல் உற்சாகம் குன்றிப்போவார். சரியாகத் தூங்கவும் முடியாமல் போகும். வேறு எந்தவித நோய் அறிகுறியோ காய்ச்சல் போன்று உடல் சூடோ இல்லாமல் இருப்பதால் இந்த அசௌகரியங் களையெல்லாம் கோடையின் வெப்பத்தால் ஏற்படுவதாக நினைத்துக்கொள்வார். சாப்பிடாமல் இருந்தும், வீட்டைவிட்டு வெளியே அதிகம் வேலைகளுக்குப் போகாமல் இருந்தும் நண்பர்களைச் சென்று சந்தித்து உற்சாகப்படுத்திக்கொண்டும் எல்லாம் எளிதில் சரியாக ஆகிவிடும் என்று நம்பிக்கையுடன் இருந்துவிடுவார். ஆனால், மூன்றாவது நாளில் இந்த அறிகுறிகள் எல்லாமே தீவிரமடையத் தொடங்கும். அப்போதுதான் அவர் தனக்கு ஏதோ பிரச்னை என்று புரிந்துகொண்டு மருத்துவரை அழைப்பார். ஆனால், காப்பாற்ற வாய்ப்பு இருந்த காலகட்டம் கடந்துவிட்டிருக்கும்.

எனது 18 வருட அனுபவத்தில் இருந்து சொல்கிறேன், இப்படிக் காய்ச்சலின் முதல் மூன்று நாளில் எந்த சிகிச்சையும் எடுக்காத எவருமே ஐந்து அல்லது ஏழு நாளுக்கு மேல் உயிருடன் தப்பியதில்லை. இந்த நோய் தாக்கிய சிலருக்கு நாடித் துடிப்பு முழுவீச்சில் இருக்கும். ஆனால், ஒருவகையில் உள்ளொடுங்கியதாகத் தெரியும். வேறு சிலரில் நாடித்துடிப்பு குறைந்தும் தளர்வுற்றும் தென்படும். ஆனால், இரண்டுக்குமே ஒரேவிதமான சிகிச்சையே தரப்படவேண்டும். புதிதாக வரும் மருத்துவர்கள் முழுவீச்சில் இருக்கும் நாடித்துடிப்பைப் பார்த்து தவறான முடிவெடுத்து விடுவார்கள். அதைத் தொடர்ந்து நோய் தாக்கப்பட்டவரின் நாடித் துடிப்பு திடீரென்று குறையும். அப்படி நடந்தால் ரத்தக்கசிவு, பேதி என நடந்து அந்த நபர் ஐந்து அல்லது ஏழாம் நாளில் இறந்துவிடுவார். இரண்டாவது அல்லது மூன்றாவது நாளில் இப்படி ஏற்பட்டால் (இதையும் நான் பார்த்திருக்கிறேன்) அவர்களும் ஈட்டி குத்தியவர் இறப்பதுபோல் இறப்பது நிச்சயம்.

ஆறாவது நாள் முடிவதுவரை தோலும் சிறுநீரும் எந்த மாற்றமும் இல்லாமல் இருக்கும். காய்ச்சல் இருக்கும்போதே தோலில் வெப்பம் அதிகரித்தாலோ சிறுநீரின் நிறம் மாறினாலோ ஏழாம் நாளில் மரணம் நிச்சயம். இந்தக் காய்ச்சல் வந்த உடனேயே சிகிச்சை கொடுத்தால் 11வது நாளில் தலையில், மார்பு, கழுத்து, தொண்டை, முன் நெற்றி பகுதிகளில் சிறிய கொப்பளங்கள் ஏராளம் தோன்றும். பத்தாவது

நாளில் இருந்தே இது பரவ ஆரம்பிக்கும். குளிர்ந்த காற்று உடம்பில் பட்டால், இழுப்பு ஏற்பட்டு சில மணிநேரங்களில் மரணம் சம்பவிக்கும். கொப்பளங்கள் ஏற்பட்ட இடமானது ஊதா நீல நிறத்தில் மாறும். உடல் அழுகச் செய்யும் டைபஸ் காய்ச்சல் வங்காளத்தில் ஏற்படுத்தும் தாக்கங்கள் இவையே.

மிகவும் வீரியமான தொற்று எதிர்ப்பு மருந்துகள் கொடுத்தபின்னரும் (முறையான பராமரிப்பு இல்லாமல் போவதால்) 21வது நாளில் மீண்டும் நோய் பெரிதாவதைப் பார்த்திருக்கிறேன். தொடர்ந்து வயிற்றுப் போக்கு ஏற்பட்டு பனிக்காலத்தின் தொடக்கவாக்கில் இறந்துவிடுவார். ஒருவேளை அந்த நபருக்கு உடல் வலு மிகுதியாக இருந்தால் பிரவரிமாதம் வரை இழுத்துத் தாக்குப் பிடிக்க முடியும். அந்தப் பருவத்தில் கிடைக்கும் மாம்பழத்தை பாலுடன் கலந்து சாப்பிட்டால் நோய்வாய்ப்பட்டவருக்கு நல்ல உடல் பலத்தை தவறாமல் மீட்டுக் கொடுக்கிறது.

விஷயத்துக்கு வருகிறேன்.

வங்காளத்தில் இருப்பவர்களுக்கு அம்மைத் தடுப்பு சிகிச்சை செய்யும் பிராமணர்கள் எப்போது வருவார்கள் என்பது நன்கு தெரியும் என்பதால் அதற்கான முன்னேற்பாடுகள் செய்துவைத்துக்கொள்வார்கள். மீன், பால், நெய் ஆகியவற்றை ஒரு மாத காலம் சாப்பிடாமல் நிறுத்துவார்கள். வங்காளத்தின் அனைத்து பிராந்தியங்களிலும் கணிசமான அளவில் இருக்கும் போர்ச்சுக்கீசியர்களும் முஹமதியர்களும் குறிப்பாக மீன் சாப்பிடுவதை நிறுத்திவிடுவார்கள்.

தடுப்பு ஊசி போடும்போது பிராமணர்கள் வீடு வீடாகச் சென்று சிகிச்சை தருவார்கள். ஒரு மாத கால பத்தியம் இருந்திராதவர்களுக்கு நிச்சயம் தடுப்பு ஊசி போடமாட்டார்கள். குழந்தைகளுக்கு எத்தனை ஊசி (குத்தல்) போடவேண்டும் என்று பெற்றோரிடம் கேட்பார்கள். எதற்கு இப்படிக் கேட்கிறார்கள் என்று நமக்குத் தோன்றலாம். ஆனால், பெற்றோர் சொல்வதைவிட கூடுதலாகவோ குறைவாகவோ ஒருபோதும் ஊசி குத்துவதில்லை.

எந்த இடத்தில் தடுப்பு ஊசி போடச் சொன்னாலும் செய்வதுண்டு. ஆனால், அவர்களிடம் பொறுப்பைவிட்டால், ஆண்களுக்கு மணிக்கட்டுக்கும் முழங்கைக்கும் இடைப்பட்ட பகுதியில் ஊசி போடுவதுண்டு. பெண்களுக்கு முழங்கைக்கும் தோளுக்கும் இடைப்பட்ட பகுதியில் தடுப்பு ஊசி போடுவதுண்டு. ஒரு உலர்ந்த துணியை எடுத்து ஊசி போடவேண்டிய இடத்தை நீண்ட நேரம் நன்கு அழுந்தத் துடைப்பார். அதன் பின் வெள்ளி ஊசியால்[1] ஒரு சொட்டு

ரத்தம் வருவதுபோல் மெதுவாகக் குத்துவார். தனது இடுப்பில் கட்டியிருக்கும் பையில் இருந்து நோய்த்தடுப்பு உயிரி இருக்கும் பஞ்சு எடுத்து அதை கங்கை நீரால் நனைத்து ரத்தம் வரும் இடத்தில் அழுத்தி வைத்து கட்டிவிடுவார். ஆறு மணி நேரத்துக்கு கட்டு அவிழ்க்கக் கூடாது. அதன் பின் அவிழ்க்கலாம். பஞ்சு தானாக விழும்வரை அப்படியே விட்டுவிடுவார்கள். சில நேரங்களில் (அரிதாகவே) அந்தப் பஞ்சை வைத்துக் கட்டும் முன் அதை கைகளால் அழுத்தி சொட்டு மருந்து காயத்தில் விழும்படிச் செய்வார். கையைத் துடைத்து தயார்ப்படுத்துதல், பஞ்சை வைத்துக் கட்டுதல் ஆகிய நேரங்களில் ஆயுர்வேதம் என்ற நூலில் இடம்பெற்றிருக்கும் ஸ்லோகங்களைச் சொல்லிக்கொண்டே இருப்பார். இரட்டைமடி காலிகோ பையில் வைக்கப்பட்டிருக்கும் அந்த பருத்தித் துணியானது முந்திய வருடத்தில் நோய் வந்தவருடைய உடம்பில் இருந்து எடுக்கப்பட்ட சீழில் முக்கி அதுவே நோய் முறி மருந்தாக ஆக்கப்பட்டிருக்கும். அப்போதுதான் நோய்வாய்ப்பட்டவருடைய உடம்பில் இருந்து எடுத்த நோய் முறி கிருமிகள் கொண்டு அல்லது அப்போதுதான் இயற்கையாகவே நோய் வந்தவருடைய உடம்பில் இருந்து பெறப்பட்ட எதிர் உயிரிகளைக் கொண்டு இந்த தடுப்பு சிகிச்சையைச் செய்யமாட்டார்கள்.

அதன் பிறகு நோய்த் தடுப்பு பெறுபவர் என்னவிதமான பத்தியம், சிகிச்சை தரவேண்டும் என்று சொல்வார்கள். மீன், பால், நெய் ஆகியவற்றை நோய் தடுப்பு சிகிச்சை செய்ததில் இருந்து மேலும் ஒரு மாத காலத்துக்கு தவிர்க்கச் சொல்வார். இந்த சிகிச்சைக்கு முந்தின நாள் காலையில் நான்கு சொம்பு நீரால் அவரைக் குளிப்பாட்ட வேண்டும். காய்ச்சல் வரும்வரை (நோய் தடுப்பு சிகிச்சை செய்யப் பட்டதில் இருந்து அநேகமாக ஆறாவது நாள் வரை) தினமும் காலையில் தலைவழிய குளிப்பாட்ட வேண்டும். அதன் பிறகு உடம்பில் கொப்பளங்கள் வருவரை குளிப்பாட்டக்கூடாது. அது அநேகமாக காய்ச்சல் வந்ததில் இருந்து மூன்றாம் நாளில் கொப்பளங்கள் வந்துவிடும். அதன் பிறகு கொப்பளங்கள் உடைந்து உடல் சரியாவது வரை தினமும் முன்பு சொன்னதுபோல் குளிக்க வேண்டும்.

கொப்பளம் நிறம் மாற ஆரம்பித்ததுமே, சீழ் திரவ நிலையில் இருக்கும்போதே ஒரு கூர்மையான முள்கொண்டு குத்தி உடைக்க வேண்டும். வீட்டுக்குள் அடைந்து கிடக்கவே கூடாது. வீசும் காற்று முழுவதும் உடலில் படும்படியான இடத்தில் இருக்கவேண்டும். காய்ச்சல் வந்ததும் மிக அதிக கவனம் செலுத்தப்படும். நோய் தடுப்பு சிகிச்சை பெற்றவரை வாசலில் ஒரு பாயில் படுக்கவைப்பார்கள்.

அப்போது கிடைக்கக்கூடிய குளிர்ச்சியான பொருட்கள் அனைத்தையும் சாப்பிடும்படிச் சொல்வார்கள். வாழை, கரும்பு, பூசணி, அரிசி கஞ்சி என அனைத்தையும் சாப்பிடக் கொடுப்பார்கள். நோய்த் தடுப்பு பெற்று உடல் சீக்கிரம் குணமாகவேண்டுமென்று அம்மனுக்கு பூஜை செய்யச் சொல்வார்கள்.

சிகிச்சையளித்த பிராமணருக்கு சேவைக்கட்டணமாக ஒரு பென்னி ஸ்டெர்லிங்குக்கு சமமான கைப்பிடி சோழி (பண்டமாற்று நாணயம்) கொடுப்பார். அதைப் பெற்றுக்கொண்டு அடுத்த வீட்டுக்கு சிகிச்சைக்குச் செல்வார். நாளொன்றுக்கு ஒரு வீட்டில் எட்டு பத்து பேருக்கு இந்த அம்மைத் தடுப்பு சிகிச்சை செய்வார். தானாக இயற்கையாகவே இந்த நோய் வந்தவர்களுக்கும் இதுபோலவே சிகிச்சை தரப்படும். கொப்பளம் வருவதற்கு ஒரு நாள் முன்பாக காயப்படுத்தப்பட்ட இடத்தில் இருந்து ஒரு திரவம் கசியத் தொடங்கும். அது நோய் இருக்கும் காலம் முழுவதும் தொடரும். கொப்பளங்கள் உதிர்ந்த பின்னரும்கூட அது அப்படியே தொடர்ந்து கசிந்தவண்ணம் இருக்கும். காயத்தைச் சுற்றிலும் வட்டமாகச் சில கொப்பங்கள் ஏற்படும். இவை இரண்டும் நடந்தால்தான் நோய்த் தடுப்பு பெற்றவருக்கு வருங்காலத்தில் நோய் வராது என்று உறுதியாக நம்புவார்கள்.

மேலே சொல்லப்பட்ட விதிமுறைகள் எல்லாம் முறையாகப் பின்பற்றப்பட்டால், லட்சத்தில் ஒருவருக்கு மட்டுமே நோய்த் தொற்று ஏற்படாமல், அல்லது சிகிச்சை பிழையாகப் போயிருக்கிறது. நோய்த் தடுப்பு பெற்றவர்களில் கொப்பளங்களானது ஐம்பதுக்குக் குறைவாகவே இருப்பதைப் பார்த்திருக்கிறேன். ஒருபோதும் 200ஐத் தாண்டிச் சென்றதும் இல்லை. கிழக்கத்திய இந்த வழிமுறையானது வெகு பழங்காலத்திலிருந்தே எந்தவித பெரிய மாறுதலும் இல்லாமல் வெற்றிகரமான விளைவுகளைத் தரும்வகையில் பின்பற்றப்பட்டு வந்திருக்கிறது. எனவே இந்த வழிமுறையானது பகுத்தறிவு சார்ந்த பரிசோதனை முயற்சிகளின் விளைவாகக் கண்டுபிடிக்கப்பட்டதாகத் தான் இருக்கும் என்ற முடிவுக்கே வருகிறேன்.

எனினும் இந்த நோய்த்தடுப்பு முறையில் குளிர்ச்சியான உணவுப் பொருட்கள், காற்று முழுவதுமாகப் படும்படியாகப் பார்த்துக் கொள்வது இவையெல்லாம் எனக்கு முதலில் தவறென்றே பட்டது. ஆனால், வங்காளத்தில் பிராமணர்கள் துணிந்து மிக அபாயகரமான எல்லை வரை அதைப் பின்பற்றியிருக்கிறார்கள். சில வருட அனுபவத்துக்குப் பின்னர் எனக்கு அவர்கள் செய்வது சரி என்றே தோன்றுகிறது. நானும் அதையே பின்பற்றினேன். வெற்றி விகிதம்

அதிகரிக்கவும் செய்திருக்கிறது. இந்த வழிமுறைகளைப் பின்பற்றாத பல மருத்துவர்களின் நோயாளிகள் (உள்ளூர்வாசிகள், ஐரோப்பியர்கள் இவர்களிடையே உரிய வித்தியாசமான வழிமுறைகளைப் பின்பற்றியும்) இறந்துபோயிருக்கிறார்கள். இந்த வழிமுறைகளைப் பின்பற்றியிருந்தால் அவர்களைக் காப்பாற்றியிருக்கமுடியும் என்று நான் துணிந்து சொல்கிறேன்.

பல உதாரணங்களை இதற்கு நான் சொல்லமுடியும். எல்லா சிகிச்சைகளும் பலனளிக்காமல் போன பின்னரே என்னை அழைத்திருந்தனர். இந்தக் கிழக்கத்திய வழிமுறைபற்றி உறுதியான துல்லியமான தீர்மானத்துக்கு வரவேண்டுமென்றால், இந்த நோய்த் தடுப்புக்கான பத்திய முன்னேற்பாடுகள் தொடங்கி அது முடிவடையும் வரையான வழிமுறையை விரிவாக அலசிப் பார்க்க வேண்டும். பிராமணர்கள் என்னவிதமான கோட்பாடுகளின் அடிப்படையில் செயல்படுகிறார்கள், எதன் அடிப்படையில் தமது வழிமுறையை நியாயப்படுத்துகிறார்கள் என்பதை ஆராயவேண்டும்.

மீன், பால், நெய் ஆகியவற்றை நோய் தடுப்பு சிகிச்சைக்கு ஒரு மாதம் முன்பாகவே நிறுத்திவிடவேண்டும் என்று சொன்னதைப் பார்த்தோம். மீன் உணவு பற்றி இப்போது பார்ப்போம். அது உண்மையிலேயே வீக்கம், தோல்நோய் ஆகியவற்றை ஏற்படுத்தக்கூடிய உணவுதான். துர்நாற்றம் கொண்டது. தோல், மலக்குடல், வயிற்றுப் பிரச்னைகளை ஏற்படுத்தக்கூடியது. கபத்தை உருவாக்கும். அப்படியாக மனித உடல் உறுப்புகளுக்கு பல வகைகளில் பிரச்னையை ஏற்படுத்தக்கூடியது. எனவே இதைத் தவிர்க்கச் சொன்னது மிகவும் நியாயமான விஷயமே.

அரிசி உணவுக்கு அடுத்ததாக பாலை இந்துஸ்தானில் அதிகமாகப் பயன்படுத்துகிறார்கள். எனவே அதைத் தவிர்க்கச் சொன்னதைப் பார்த்ததும் முதலில் ஆச்சரியப்பட்டேன். அவர்கள் அதற்கான காரணத்தைச் சொன்னதும் தான் எனக்குப் புரிந்தது. அவர்கள் சொன்னார்கள்: பால் மிகவும் சத்தானது. அதனுடைய இயல்பான குணத்தினால் மட்டுமல்ல; அது எளிதில் ரத்தத்தில் கலக்கும் குணம் கொண்டதாக இருக்கிறது. அது வெதுவெதுப்பான உடலைச் சூடுபடுத்தும் தன்மை கொண்டது. எனவே அதற்கு உடம்பில் வீக்கங்களை உருவாக்கும் குணமும் கொஞ்சம்போல் இருக்க வாய்ப்பு உண்டு. ரத்தமானது அசாதாரணமான முறையில் நொதித்தல் போன்ற வினைக்கு உட்படுத்தப்படும்போது அதாவது செயற்கை முறையில் பெரியம்மை நோயைச் சிறிய அளவில் உடம்பில் உருவாக்கும் இந்த தடுப்பு சிகிச்சை முறை தரப்படும் காலத்தில் அல்லது அந்த நோய் தானாகவே வர வாய்ப்புள்ள காலத்தில் பாலையும் தவிர்ப்பது நல்லதுதான்.

இதனால்தான் பெண்களுக்கும் கூட மாத விலக்கு நாட்களில் பால் பொருட்களை உண்பதில் இருந்து மிகவும் கறாராக விலக்கி வைத்திருக்கிறார்கள். ஏனென்றால் அது எதிர்பாராதவிதமான சளி, கர்ப்பபை வீக்கம், வயிற்றுப் புண் போன்றவற்றை ஏற்படுத்தி விடக்கூடும். அதுபோல் பிரசவத்துக்குப் பின்னரும் சில வாரங்களுக்கு பால் பொருட்களை உண்பதில்லை. இந்தியாவில் வசிக்கும் நமது ஐரோப்பிய பெண்களும் இதையே பின்பற்றுவதுண்டு. தேநீருடன் மிகச் சிறிய அளவே பால் கலந்துகொள்வார்கள். இதை அவர்கள் அவர்களுடைய இந்தியப் பணிப் பெண்களிடமிருந்தும் சிகிச்சைக்கு வரும் பிராமண மற்றும் பிற மருத்துவர்களிடமிருந்தும் தெரிந்து கொண்டிருகிறார்கள்.

மூன்றாவதான நெய். மீனைப் போலவே இதுவும் உடல் சார்ந்த பல பிரச்னைகளை உருவாக்கும் என்பதால் அனைத்துவகை கொழுப்பு, என்ணெய் உணவுகளை முற்றாகத் தவிர்க்கச் சொல்கிறார்கள். அவற்றைச் சாப்பிட்டால் ஜீரண உறுப்புகளில் பிரச்னை ஏற்படும். ரத்தத்திலும் பிற உடல் திரவங்களிலும் கலந்து பிரச்னைகளை உருவாக்கும். அவர்களுடைய தாவர மைய உணவில் நெய்யும் எண்ணெயும்தான் மிக முக்கிய இடத்தைப் பிடிக்கின்றன. இதனால் எண்ணெய் உணவுகளை முற்றாகத் தவிர்க்கச் சொல்வதில் அர்த்தம் இருப்பதாகவே நம்புகிறேன்.

அப்படியாக பிராமணர்கள் சொல்லும் இந்தப் பத்திய உணவு முறை பகுத்தறிந்து, காரண காரியங்களோடு சொல்லப்பட்டதாகவே எனக்குத் தெரிகிறது. மேலும் இந்த மூன்று பொருட்களை அவர்கள் தவிர்க்கச் சொல்வதற்கு வேறு சில காரணங்களும் இருக்கின்றன. அவை வெறும் கற்பனைக் காரணம் என்று இல்லாவிட்டாலும் வெறும் யூகங்கள் என்று சிலருக்குத் தோன்றலாம். ஒவ்வொரு மனிதர் மற்றும் விலங்கு உடலிலும் பெரியம்மை நோய் தொற்றுவதற்கான காரணிகள் (முதல் நிலை) இருப்பதாக நம்புகிறார்கள்.[2] சுற்றுப் புறத்தில் அந்த முதல் நிலைக் காரணிகளைக் தூண்டிவிடக்கூடிய இரண்டாம் நிலைக் காரணிகள்(கிருமிகள்) மிக அதிக அளவில் இருப்பதாகவும் நம்புகிறார்கள். சுற்றுச் சூழலில் பெருமளவில் இருக்கும் இவையே எல்லாவகை நோய்த்தொற்றுகளும் பெரிய அளவில் பரவக் காரணம் என்றும் நம்புகிறார்கள். குறிப்பாக, சில குறிப்பிட்ட பருவங்களில் பெரிதாகவோ சிறிதாகவோ திரும்பத் திரும்பவரும் பெரியம்மை போன்ற நோய்கள் அப்படிப் பரவுவதாகவே நம்புகிறார்கள்.

இந்தக் கிருமிகள் எல்லாம் மனிதக் கண்களால் பார்க்க முடியாதவை. விலங்குகள் எல்லாவகை இடங்களிலும் புழங்குவதால் அவற்றின்

உடம்பினுள் இவை சுவாசத்தின் மூலம் உள்ளே சென்றுவிடுகின்றன. விலங்குகளுக்கு இந்தக் கிருமிகள் எந்தத் தீங்கையும் செய்வதில்லை. ஆனால், விலங்குகளிடமிருந்து கிடைக்கும் உணவுப் பொருட்களை உண்டால் மனிதர்களுடைய உடம்புக்குள் அந்த கிருமிகள் நுழைந்துவிடுகின்றன. நாம் அந்த உணவை ஜீரணம் செய்து ரத்தத்தில் கலக்கச் செய்யும்போது நம் உடம்பில் ஏற்கெனவே இருக்கும் காரணிகளை அவை தூண்டிவிடுவதால் தோலில் கொப்பளங்களாக அம்மை நோய் உருவாகின்றது. பசை போன்ற, கொழுப்பு, எண்ணெய் போன்றவற்றில் இந்தக் கிருமிகள் அதிகம் இருக்கின்றன. மீன், பால், நெய் போன்ற உணவுப் பொருட்கள் அப்படியான தன்மை கொண்டவை என்பதால், பெரியம்மை தடுப்பு சிகிச்சையின் பத்தியத்தில் அவற்றை உண்பதைத் தடைசெய்திருக்கிறார்கள்.

சுற்றுச்சூழலில் இந்த நுண் உயிரிகள் எந்த அளவுக்கு அதிகமாகவோ குறைவாகவோ இருக்கின்றனவோ, எந்த அளவுக்கு இவ்வகை உணவுகளை உண்கிறோமோ அதற்கு ஏற்பவே அந்தப் பருவத்தில் நோயின் தாக்கம் இருக்கும். நாம் சுவாசிப்பதன் மூலம் அந்த நுண்ணுயிர்கள் எப்படியும் நம் உடம்பினுள் செல்வது உண்டுதான். ஆனால், நோயைத் தூண்டும் அளவுக்கு அது இருப்பதில்லை. எனினும் பிற நோய்களுக்கான விதைகளை நம் உடம்பில் விதைத்து நோய்த் தொற்றைப் பரவ வழிசெய்வதுண்டு. இதனால்தான் எந்தவொரு பெரிய தொற்று நோயும் தனியாக வருவதில்லை.

மனித உடம்பில் பெரியம்மை நோயை உருவாக்கும் பிரதான காரணியானது தடுப்பு மருந்து சிகிச்சை மூலம் கொப்பளங்கள் மற்றும் பிற வகைகளில் உடம்பில் இருந்து வெளியேற்றப்பட்டுவிடுகிறது. அதனால், அடுத்த முறை அந்த நுண்ணுயிரியால் மனித ரத்தத்தில் நோயைத் தூண்ட முடியாமல் போய்விடுகிறது. மனித உடம்பில் நோயை உருவாக்கும் பிரதான காரணியைக் கட்டுப்படுத்தும் அம்மன் தான் தடுப்பு சிகிச்சைக்கான வழிமுறையை மனிதர்களுக்குக் காட்டியிருக்கிறார். மனிதர்களுடைய அறிவுக்கும் தொலை நோக்குப் பார்வைக்கும் அப்பாற்பட்ட சிந்தனை அது. பெரியம்மை நோயை செயற்கையாக மிதமான அளவில் உடம்பில் உருவாக்குவதன் மூலம் நோய் எதிர்ப்பு சக்தியானது உடம்பில் உருவாகிவிடுகிறது.

சுற்றுப்புறத்தில், காற்றில் இருக்கும் நுண்ணுயிர்கள் மூலமாகவே தொற்று நோய்கள் பரவுகின்றன என்பது பிராமணர்களுக்கு மட்டுமே தெரிந்த உண்மை அல்ல. ஆனால், அவற்றில் இருந்து கண்டடைந் திருக்கும் சில தீர்மானங்கள் முழுவதும் அவர்களுடையதே. நமக்கு அவை புரியாதவையாக இருக்கலாம். ஆனால், அவை தரும்

சாதகமான விளைவுகளைப் பார்க்கும்போது நாம் அவற்றைப் பொருட்படுத்திப் பார்க்கவேண்டும் என்றே தோன்றுகிறது.

பூமியின் ஒவ்வொரு பகுதியும் குறிப்பிட்ட பருவங்களில் ஏன் இப்படியான தொற்று நோய்களுக்கு ஆளாகின்றன? அபாயகரமான நுண்ணுயிரிகள், காற்றின் போக்கு, நீர் தேங்கிய குட்டைகள், உணவு மற்றும் சுவாசம் மூலம் உடலுக்குள் தொற்றுதல் என பல தொடர் காரணங்களின் மூலம் இது நடக்கிறது. ஆண்டுதோறும் தாவரங்களில் பூச்சிகளின் தாக்குதல் நடப்பதும் இதுபோன்றுதான் இருக்கிறது. நாம் என்னதான் வலிமையான கண்ணாடிகளைக் கொண்டு பார்த்தாலும் இந்த நுண் உயிர்களை நம்மால் பார்க்க முடிவதில்லை. தாவரங்களில் ஏற்படும் நோய்களும் மனிதர்கள், விலங்குகளில் ஏற்படும் தொற்று நோய்களும் ஒன்றோடு ஒன்று சேர்ந்தே ஒரே மூல காரணியின் மூலம் ஏற்படுவதாகவே எனக்குத் தோன்றுகிறது.

கீழைத்தேய தடுப்பு சிகிச்சை தருபவர்கள் மிகவும் சரியான முறையிலேயே மனித ரத்தத்தில் நோய்க்கிருமிகளைப் புகுத்து கிறார்கள். முதலில் உடம்பில் எந்த இடத்தில் அந்த நுண்ணுயிரியைப் புகுத்தத் தீர்மானிக்கிறார்களோ அந்த இடத்தை நன்கு அழுத்தமாகத் தடவிவிடுகிறார்கள். நுண்ணுயிரி இருக்கும் பஞ்சை நீரால் நனைத்துக்கொள்கிறார்கள். இதற்கான காரணங்களாக அவர்கள் சொல்பவை: அழுத்தமாக உராய்வதால் கைகளில் இருக்கும் நரம்புகளில் ரத்த ஓட்டம் அதிகரிக்கப்படுகிறது. கங்கை நீரினால் பஞ்சு நனைக்கப்படுவதால் அது புனிதமாக்கப்படுவதோடு நுண்ணுயிரானது ரத்தத்தில் எளிதில் கலக்கவும் வழி பிறக்கிறது. உராய்வும், நனைத்தலும் அருமையான அறிவார்ந்த செயலாகவே தெரிகின்றன. கங்கை நீரின் வலிமை என்பது பிற எந்தவொரு புனித நீர்களைப் போலவேதான் என்றே நான் நினைக்கிறேன். இது நோயாளிக்கு நம்பிக்கையைத் தருவதற்காகச் செய்யப்படுவதாக எடுத்துக் கொண்டால் அந்த வகையில் அதுவும் வரவேற்கத் தகுந்த விஷயமே.

முந்தைய வருடத்து நுண்ணியிரியை ஏன் எடுத்து தடுப்பு மருந்தாகப் பயன்படுத்துகிறார்கள் என்பதற்கான காரணத்தைப் பார்ப்போம். அதனுடைய வீரியம் என்பது நன்கு தெரிந்திருக்கும் (பல வருடங்களுக்கு முந்தைய நுண்ணுயிரிகளைப் பெறுவதும் பாதுகாத்து வைப்பதும் சிரமம்). தேவை என்பதும் அனுபவ அறிவும் முந்தைய வருடத்து நுண் உயிரியைப் பயன்படுத்துவதே சரி என்று உணர்த்தியுள்ளன. அந்தப் பருத்தித் துணியை காற்றுப் புகாத வகையில் பாதுகாத்து வைத்தால் அதனுடைய வீரியம் அதிகரிக்கும் என்று சொல்கிறார்கள். நாலைந்து வருடங்களுக்கு முன்பு சேகரித்த

நுண்ணுயிரியைக் கொண்டும் தடுப்பு மருந்து சிகிச்சை தருவதுண்டு. என்றாலும் முந்தைய வருடத்து நுண்ணுயிரியைக் கொண்டு சிகிச்சை தருவதையே பெரிதும் விரும்புகிறார்கள். நோயைத் தூண்டும் சக்தியானது வருடங்கள் செல்லச் செல்லக் குறையும். ஒரு வருடம் கழிந்ததும் அதன் வீரியம் கணிசமாகக் குறைந்துவிடும் என்று நம்பப்படுகிறது.

அடுத்ததாக, தடுப்பு மருந்து செலுத்தியதும் காய்ச்சல் வரும்வரை அந்த நபரை காலையிலும் மாலையிலும் குளிர்ந்த நீரால் குளிப்பாட்டுவது பற்றிப் பார்ப்போம். இது பிராமணர்கள் கண்டுபிடித்த, அவர்கள் மட்டுமே பின்பற்றும் வழிமுறை. இதற்கான காரணத்தை நாம் பார்க்கும் முன் கீழைத்தேய நாடுகளில் மருத்துவ சிகிச்சை சார்ந்து குளிர்ந்த நீரால் குளிப்பது பற்றிச் சில விஷயங்களைப் பார்ப்போம். இப்படிப் பயன்படுத்தும் நீரானது முந்தின நாள் இரவிலேயே மூன்று அல்லது நான்கு குடங்களில் எடுக்கப்பட்டு திறந்த வெளியில் இரவு நேரப் பனியால் மேலும் குளிரும்படியாக வைக்கப்படும். சூரிய உதயத்துக்கு முன்பாகவே அந்த நீரானது இடைவெளியின்றி மளமளவெனத் தலைவழியாக ஊற்றப்படும். இரண்டு பேர் ஆறு அங்குல உயரத்தில் குடத்தைப் பிடித்துக்கொண்டு நீரை முழுவதுமாக சிகிச்சை பெற இருப்பவர் மேல் ஊற்றுவார்கள்.

ஐரோப்பிய மருத்துவர்கள் தலை வழியாகக் குளிர்ந்த நீரை ஊற்றும் வழிமுறையை கிழக்கத்திய மருத்துவர்களிடமிருந்து தெரிந்து கொண்டு பயன்படுத்திவருகிறார்கள். நீரில் மெதுவாக முங்கிக் குளிப்பதைவிட இப்படி தலை வழியாக இடைவெளியின்றி நீரை ஊற்றுவது நல்ல பலனைத் தருகிறது. நீரில் முங்கிக் குளிப்பதைவிட கிழக்கத்திய பாணி குளியலானது மிக அதிக அதிர்ச்சியையும் நீடித்த குளிர்ச்சியையும் தருகிறது. இதை அனுபவபூர்மாக நானே அனுபவித்திருக்கிறேன். என்னுடைய நோயாளிகளில் யாருமே கிழக்கத்திய பாணி குளியல் முறை வேண்டாம் என்று மறுத்தது மில்லை. கிழக்கத்திய பாணி குளியலில் இருக்கும் அதிர்ச்சியானது மிக மிக அதிகமாக இருக்கும். அப்படியான குளியலுக்குப் பின் அந்த நபர் இறுக்கம் தளர்ந்தும் ஆசுவாசமாகவும் உணர்வார். சிகிச்சையை ஆரம்பிப்பதற்கு முன்பாக இப்படியான நிலையில் ஒருவர் இருப்பது மிக மிக அவசியமானது.

முடக்குவாதம், மூட்டு வலிகள், வயிறு, மலக்குடல் நெகிழவைக்கப் படுதல் ஆகியவற்றுக்காகப் பயன்படுத்தப்படும் இந்தக் குளியலானது பெரியம்மை நோய் தடுப்பிலும் முக்கிய பங்கை ஆற்றுகிறது. குளிர்ந்த நீர் உடம்பில் படுவதால் ஏற்படும் அதிர்ச்சியினால் ரத்த ஓட்டம் முழு உடம்பிலும் வெகு விரைவாகத் தூண்டப்படுகிறது. இதனால்

நோயைத் தூண்டும் செயல்பாடும் தூண்டப்படுகிறது. இதனால்தான் நோய் தடுப்பு சிகிச்சை பெற்ற ஆறாவது நாளிலேயே காய்ச்சல் வந்துவிடுகிறது. காய்ச்சல் வந்ததும் குளிர்ந்த நீரில் குளிப்பாட்டுவதை நிறுத்திவிடுகிறார்கள். உடம்பில் நோய் ஆரம்பித்ததும் ரத்தத்தில் வேறு தூண்டல்கள் எதுவும் இருக்ககூடாது என்பதை அதற்கான காரணமாகச் சொல்கிறார்கள்.

கொப்பளங்கள் தோன்ற ஆரம்பித்தபின்னர் குளிர்ந்த நீர் குளியலைத் தொடர்ந்து மேற்கொள்கிறார்கள். நோய் முழுவதும் குணமாகும்வரை இதைச் செய்கிறார்கள். தினம் தினம் ரத்த ஓட்டத்துக்கு அப்படியான உந்துதலைத் தந்தால்தான் நோய்க்கிருமிகளை சீழ் வடிவில் முழுவதுமாக வெளியேற்ற வழி பிறக்கும் என்று சொல்கிறார்கள். இப்படிச் செய்ததால் கொப்பளங்கள் சுருங்கி, நோயாளி கிட்டத்தட்ட அபாயகரமான நிலையில் இருந்தவர் மூன்று நான்கு சொம்பு குளிர்ந்த நீரை ஊற்றியதால் உடனே நல்ல நிலைக்குத் திரும்பியதை நானே என் கண்ணால் பார்த்திருக்கிறேன். கொப்பளங்கள் நிரம்பி மாயம் செய்ததுபோல் நோயாளி புத்துணர்ச்சி பெற்றுவிடுவார்.

தடுப்பு ஊசி சிகிச்சையை ஆரம்பிப்பதற்கு முன்பாக உணவுப் பத்தியத்துக்கு மிக அதிக முக்கியத்துவம் தருவது போலவே கொப்பளங்களை முள்ளால் உடைத்துவிடும் சிகிச்சைவரையும் அதே உணவுப் பத்தியத்தை கறாராக வலியுறுத்துவார்கள். அதை முறையாகப் பின்பற்றவில்லையென்றால் அந்த நோயாளிக்கு சிகிச்சை தர மறுத்துவிடுவார்கள்.

கொப்பளம் சீழுடன் இருக்கும்போதே அதை உடைத்துவிடும் வழிமுறை பற்றி இப்போது பார்ப்போம். இப்படியான அருமையான, மிகவும் அவசியமான பகுத்தறிவு சார்ந்த இந்த வழிமுறையானது இது வரை யோசிக்கப்படாமல் எப்படி இருந்தது என்பதை நினைத்தால் எனக்கு ஆச்சரியமாகவே இருக்கிறது. என் நினைவு சரியென்றால், பெரியம்மை நோயைக் குணப்படுத்துவதில் டாக்டர் திசாட் இந்த வழிமுறையைப் பின்பற்றியதாக ஹெல்வெடிஸ் ஒருவர் மட்டுமே குறிப்பிட்டிருக்கிறார். அந்த நல்ல மருத்துவர் இந்த வழிமுறையை மிக வலுவாக ஆதரித்து (போதிய தரவுகள் இல்லாமல்) எழுதியிருக்கிறார். அவருடைய நூல்களை விவரித்து மொழிபெயர்த்து எழுதிய டாக்டர் க்ரிக் பேட்ரிக் (பக்கம் 226,227) அதை ஆதரித்து எழுதியிருக்கிறார்.

டாக்டர் திசாட் எதிர்பார்க்காத வகையில் அது சர்வ சாதாரணமாகப் பின்பற்றப்படும் வழிமுறையாக இந்துஸ்தானில் இருக்கிறது. அது மிகவும் வெற்றிகரமான வழிமுறையாகவும் வெகு பழங்காலத்தில் இருந்தே பின்பற்றப்பட்டும் வந்திருக்கிறது.

கொப்பளங்களில் இருக்கும் சீழானது முழுவதுமாக வெளியேற்றப் படவில்லையென்றால் விளைவு மிகவும் மோசமாக இருக்கும் என்று பிராமணர்கள் சொல்கிறார்கள். அது அப்படியே நடந்தும் இருக்கிறது. அப்படியான ஒரு சிகிச்சை தேவை இல்லை என்று நினைக்கும் படியான மிகச் சிறிய நோய்த் தாக்குதலுக்கும் இது மிகவும் அவசியம் என்று சொல்கிறார்கள். அப்படிச் செய்வதன் மூலம் கண்கள் வலிமை இழப்பது, பிறவகை நோய்கள் ஆகியவை வராமல் இருக்கும் என்று சொல்கிறார்கள். கொப்பளங்கள் மிக அதிகமாக இருந்து மிகவும் அபாயகரமாக இருந்தால் அவர்கள் நோயாளியின் உறவினர்கள் அல்லது மருத்துவ உதவியாளர்கள் ஆகியோர் மூலமாக கொப்பளங்களை உடைக்கச் சொல்லாமல் தாங்களே நேரடியாக வந்து மிகவும் பொறுமையாக அதை உடைத்து சீழ் முழுவதையும் வெளியேற்றுவார்கள். எனக்குத் தெரிந்து பல மணிநேரம் இப்படி ஒருமனதோடு செயல்படுவதைப் பார்த்திருக்கிறேன். இப்படிச் செய்வதால் தொடர்ந்து காய்ச்சல் அல்லது பிற மோசமான பின் விளைவுகள் எதுவும் ஏற்படாமல் இருப்பதையும் பார்த்திருக்கிறேன்.

நான் நேரில் பார்த்தபோது கொப்பளமானது ஒருமுறை பிதுக்கப் பட்டதும் மறுபடியும் நிரம்பும். அதையும் பிதுக்கி வெளியேற்று வார்கள். நெருக்கமாக இருக்கும் கொப்பளங்களை நான்கு ஐந்து முறை பிதுக்கியும், தொடர்ந்து வழியும் கொப்பளங்களை ஏழு எட்டு தடவை பிதுக்கியும் வெளியேற்றுவார்கள். ரொம்பவும் அரிதாகவே ஓரிரு தடவையிலேயே சீழ் வருவது நின்றுவிடும். சில நேரங்களில் ஒரு முறை பிதுக்கியதுமே முழு சீழும் வெளியே வந்துவிடும். அப்படி நடந்தால் நோயை உருவாக்கும் வைரஸ் முற்றாக நீக்கப்பட்டுவிட்டது என்று அர்த்தம்.

கீழைத்தேய மருத்துவர்கள் பொதுவாக நோயின் எந்தவொரு கட்டத்திலும் அறுவை சிகிச்சை, மல வெளியேற்றம் போன்ற ஐரோப்பிய வழிமுறைகளைப் பயன்படுத்துவதை விமர்சிப்பதுண்டு. அதிலும் குறிப்பாக இதுபோல் பின்விளைவுகளைத் தடுக்கும் நோக்கில் மேற்கொள்ளப்படுவதை முழுமையாகத் தவிர்க்கவே விரும்புகிறார்கள். முதலாவது உடம்பின் இயல்பான வலிமையை அவை குறைப்பதாக இருக்கின்றன; இரண்டாவது இயற்கையான செயல்பாடுகளை எதிர்த்துச் செயல்படுவதாக இருக்கின்றன என்று சொல்லித் தவிர்க்கிறார்கள். இந்த நோயைப் பொறுத்தவரையில் சீழ் மூலமாக நோய்க்கிருமிகளை முழுமையாக வெளியேற்ற வேண்டிய தேவை இருக்கும்போது அதை அந்த வழியில்தான் சரிக்கட்ட வேண்டுமே தவிர உடம்பின் வேறு உறுப்புகளின் வழியான சிகிச்சை மூலம் திசை திருப்பக்கூடாது என்று சொல்கிறார்கள். சீழ்

வெளியேற்றத்தை முழுமையாகச் செய்த பின்னரே பிற வழிமுறை களை வேண்டுமானால் துணை சிகிச்சையாக மேற்கொள்ளலாம். அதன் மூலம் எஞ்சிய கிருமிகளை நீக்க வழி பிறக்கலாம். இரண்டாவது காய்ச்சல் போன்றவை ஏற்படுவதை முற்றாகத் தடுக்கவும் முடியலாம். ஆனால், அறுவை சிகிச்சை, மல வெளியேற்றம் போன்ற சிகிச்சைகளை மட்டுமே தருவதென்பது அறிவார்ந்ததும் அல்ல; போதுமானதும் அல்ல. அபாயகரமான பெரியம்மை நோயைக் குணப்படுத்துவதில் அது எந்தப் பலனையும் தராது என்கிறார்கள்.

இப்போது எப்படிச் சீழ் முழுவதையும் வெளியேற்றுகிறார்கள் என்று பார்ப்போம். முன்பே சொன்னதுபோல் ஒரு கூர்மையான முள்ளை இதற்குப் பயன்படுத்துகிறார்கள். கத்திரி, ஊசி போன்ற எதையும்விட இதுவே மிகவும் சிறந்தது என்பதை அனுபவபூர்வமாகத் தெரிந்து கொண்டிருக்கிறார்கள். கொப்பளத்தின் பிரதான பகுதியில் மிகச் சிறிதாகத் துளையிடுகிறார்கள். பிறகு முள்ளை வைத்து பக்கவாட்டில் அழுத்தி சீழை வெளியேற்றுகிறார்கள். பத்து பன்னிரண்டு கொப்பளங் களை இதுபோல் குத்தி உடைத்தபின் அந்த சீழை வெதுவெதுப்பான நீர், பால் ஆகியவற்றில் நனைத்த பஞ்சுத் துணியில் சேகரிக் கிறார்கள். முழு சீழும் வெளியேறும்வரை இதுபோல் செய்கிறார்கள்.

கொப்பளத்தில் போடும் துளையானது மிக மிகச் சிறியதாக இருக்கும். சீழ் வெளியேறியதும் அந்தத் தோல் சுருங்கி மேற்கொண்டு திரவம் எதுவும் வெளியேறாத வகையில் மூடிக்கொண்டுவிடும். டாக்டர் திசாட் இதற்கு என்ன வழிமுறையைச் சொல்கிறாரென்றால் கொப்பளங்களை கத்திரி கொண்டு இறுக்கமாக பற்றிக்கொள்ள வேண்டும் என்கிறார். இது சரியல்ல. இதனால் பெரிய அளவிலான கீறல் விழும். பல கொப்பளங்கள் நெருக்கமாக இருக்கும் இடத்தில் ஒரு அங்குலத்தில் பத்தில் ஒரு பங்கு இடைவெளிகளில் பல இடங்களில் முள்ளால் குத்துவார்கள். சீழ் வெளியானதும் புதிதாக எங்கும் குத்தமாட்டார்கள். முதலில் குத்தப்பட்ட இடங்களில் சீழ் சேகரமாகி மீண்டும் வரும்வரை ஒரு அரை மணிநேரம் பொறுத்திருந்து முள்ளால் பக்கவாட்டில் பிதுக்கி சீழை முழுவதுமாக அகற்றுவார்கள்.

இந்த மோசமான, அபாயகரமான நோயைக் குணப்படுத்துவதில் கீழைத்தேய வழிமுறை முன்வைக்கும் முக்கியமான விஷயங்கள் என்னவென்றால், முறையான, அனைவருக்கும் செய்யப்படும் தடுப்பு ஊசி முறை, குளிர்ச்சியைத் தக்கவைத்தல், காற்றோட்டமான இடத்தில் இருக்கவைத்தல் (இதற்கு மாறான வழிமுறை லட்சக்கணக்கானோருக்கு பெரும் சாபமாக அமைந்துவிட்டிருக்கிறது) ஆகியவையே.

அடிக்குறிப்புகள்

1. இது இரும்பாலானது. நான்கரை அங்குல நீளம் கொண்டது. காகத்தின் இறகின் நடுவில் இருக்கும் குழாய்போன்ற வடிவில் இருக்கும். மையப்பகுதியில் திருகலாக இருக்கும். ஒரு முனையானது ஒரு அங்குல அளவுக்கு தட்டையாக்கப்பட்டிருக்கும். ஒரு அங்குலத்தில் எட்டில் ஒரு பங்குக்கு அகலமாக இருக்கும். இந்த முனையானது இரண்டு கூர்மையான விளிம்புகளைக் கொண்டது. மறுமுனையானது காது குடைவான் போலிருக்கும். இந்துஸ்தானின் நாவிதர்கள் நகம் வெட்டவும் காதில் இருக்கும் அழுக்கை எடுக்கவும் பயன்படுத்தும் கருவி போல் இருக்கும் (நம் நாட்டில் அதை நாமே செய்துகொள்வதுண்டு). நாம் பேனாவைக் கையில் பிடித்துக்கொள்வதுபோல் இந்த நோய்த் தடுப்பு சிகிச்சை செய்பவர் பிடித்துக்கொள்வார். கூர்மையான பகுதியைக் கொண்டு மிகவும் லாகவமாக நேர்த்தியாக 15-16 நுண்ணிய துளைகளையிடுவார்கள். அந்தத் துளைகள் வழியாக சீழானது தொடர்ந்து வழியும். எனக்குத் தெரிந்தவரையில் புண்ணில் இருந்து அதிகபட்ச சீழை வெளியேற்றும் மிக அருமையான வழிமுறை இது என்றே தோன்றுகிறது.

2. பெரியம்மை நோய் தாக்கும் காலங்களில் கோழி, சிட்டகாங் கோழிகள், மதராஸ் சேவல்கள் மற்றும் கோழியினங்கள் அனைத்தும் பெருமளவில் இறந்துவிடுவதுண்டு. நான் ஒரு கிளியை ஆசையாக வளர்ந்துவந்தேன். 1744 பெரியம்மை காலகட்டத்தில் அது இறந்துவிட்டது. அந்தக் கிளிக்கு நோய் வந்ததும் என்னென்ன மாறுதல்கள் அடைந்தது என்பதை மிக அருகில் இருந்து பார்க்கும் வாய்ப்பு கிடைத்தது.முதலில் அது நோயால் தாக்கப்பட்டதும் இரண்டு நாட்கள் காய்ச்சல் அடித்தது. அதன் பிறகு உடம்பில் கொப்பளங்கள் வந்தன. கொப்பளங்கள் வந்த ஏழாவது நாளில் அது இறந்தது. அதை மேலும் பரிசோதித்துப் பார்த்தபோது தொண்டை, வயிறு ஆகிய இடங்களில் கொப்பளங்கள் அதிகம் இருந்தன. நெருக்கமாகவும் இருந்தன.

9

கிழக்கிந்திய மதராஸில் மிக அற்புதமான சாந்து தயாரிக்கும் வழிமுறை

மாண்புமிகு ஐசக் பைக், செயிண்ட் ஹெலனா கவர்னர் (1732)

நன்கு சலிக்கப்பட்ட மணல் 15 கரண்டி எடுத்துக்கொள்ளவும். அதனுடன் 15 கரண்டி சுண்ணாம்புக் கல் சேர்க்கவும். இரண்டையும் நீர் ஊற்றி இரண்டு மூன்று நாட்கள் அப்படியே வைக்கவும்.

20 துண்டு வெல்லம் எடுத்து நீரில் கரைக்கவும். முதலில் கலந்த கலவைமேல் இதை ஊற்றவும். மூன்றும் நன்கு சேரும் வரை கலக்கவும்.

அதன் பிறகு கொள்ளுப் பயிறு கொஞ்சம் போல் எடுத்து கொழகொழவென ஆகும்வரை வேக வைக்கவும். அதை வடிகட்டி சாறை எடுத்துக்கொள்ளவும்.

கடுக்காயைக் கொஞ்சம் எடுத்து அதையும் இதுபோல் கொதிக்க வைத்து நீரை வடிகட்டி எடுத்துக்கொள்ளவும். பெரிய பாத்திரம் இருந்தால் சர்க்கரைப் பாகு, பயிறு சாறு, கடுக்காய் சாறு ஆகிய மூன்றையும் கலந்துகொள்ளலாம். யாரும் இதை எடுத்துப் பருகிவிடக்கூடாதென்று இதனுடன் சிறிது சுண்ணாம்பையும் கலந்து வைப்பார்கள்.

நன்கு கலக்கப்பட்ட சாந்தானது உலர்ந்து இருக்கும்போது இந்த திரவம் கலவை சேர்க்கப்படும். அது செங்கல் கட்டுமானத்துக்கும் கல் கட்டுமானத்துக்கும் வலுவான பிணைப்பைக் கொடுக்கும். செங்கல் களை நனைப்பதற்காக இந்த திரவக் கலவை எப்போதும் தயார்

நிலையில் கைவசம் இருக்கும். இந்த திரவக் கலவை இறுகியிருந்தால் நீர் கலந்து நெகிழச் செய்துகொள்வார்கள்.

சாந்து மிக நன்றாகக் கலந்து தயாரித்துக்கொள்ளப்படுவதோடு ஒவ்வொரு செங்கலும் செங்கல் துண்டும் நன்கு சாந்து கலந்து பூசப்படும். அனைத்து இடைவெளிகளும் சாந்து கொண்டு அருமையாகப் நிரப்பப்படும். இங்கிலிஷ் சிமெண்டு போல் கனமான பிணைப்புகளாக இருக்காது. ஒவ்வொரு அடுக்கு செங்கலுக்கு மேலாகவும் சாந்து பூசப்பட்டே அடுத்த அடுக்கு செங்கல் வைக்கப்படும். சில நேரங்களில் இந்த சாந்து படலம் மிகச் சிறிய அளவில் மட்டுமே பூசப்படும். காலை உணவு அல்லது மதிய உணவு நேரத்தில் வேலைக்கு இடைவேளை விட்டுவிடுவார்கள். மீண்டும் ஆரம்பிக்கும்போது, இந்த திரவக் கலவையால் சாந்தை நன்கு நனைத்துக்கொண்டு அதன் பிறகு பூச ஆரம்பிப்பார்கள். இப்படி நனைத்துக் கொண்டாலும் சாந்தானது அதைப் பயன்படுத்திப் பழக்கம் இல்லாதவர் எதிர்பார்ப்பதைவிட சீக்கிரமாகவே உலர்ந்துவிடும். அதிலும் கோடை காலங்களில் வெகு சீக்கிரமாகவே உலர்ந்துவிடும்.

கட்டுமானம் மேலும் பலமாக இருக்கவேண்டுமென்றால் அதனுடன் வேறு சில பக்குவங்களும் செய்யப்படும்.

கைவிரல் கனத்தில் வைக்கோல் பிரி முறுக்கித் தயாரிக்கப்படும். அதன் பின் அதை ஒரு அங்குல நீளத்தில் துண்டு துண்டாக வெட்டி முறுகலை நேராக்கிக் கொள்வார்கள். அதன் பிறகு அதை சாந்தின் மீது பரத்தி நன்கு கலக்கச் செய்வார்கள். உலர்ந்து போனால், மூன்று சாறுகளைக் கலந்த திரவக் கலவையை இதில் ஊற்றி இளக்கிக் கொள்வார்கள். மேலும் நன்கு கலக்குவார்கள். வீடுகளுக்குப் பொதுவாக இப்படியான சாந்தைப் பயன்படுத்தமாட்டார்கள். மிக கடினமான கட்டுமானம் தேவைப்படும் இடங்களில் மட்டுமே இதைப் பயன்படுத்துவார்கள். உதாரணமாக மதராஸ் ஸ்டேபிள் கட்டப்பட்டபோது பயன் படுத்தினார்கள். அப்போது நான் உடன் இருந்தேன். வளைவுகள், அலங்கார வேலைப்பாடுகள், தோட்டங்களில் சிலைகள் செய்தல் ஆகியவற்றுக்கு இதைப் பயன்படுத்தினர்.

மதராஸில் மழைக்காலம் என்பது மூன்று மாதங்களுக்கு மேல் இருப்பதில்லை. சில நேரங்களில் அதற்கும் குறைவாகவே இருக்கும். சாதாரண கட்டடங்களுக்கு களி மண் செங்கல்களையே பயன்படுத்து வார்கள். இருபக்கமும் சாந்து கொண்டு பூசுவார்கள்.

மேலே சொன்னதுபோல் சாந்து தயாரித்தபின் ஐந்தாறு முட்டைகள், நெய் அல்லது உப்பு சேர்க்காத வெண்ணெய், கொஞ்சம் மோர்

இவற்றையெல்லாம் ஒன்றாகச் சேர்த்துக் கலக்குவார்கள். அதன் பிறகு கொஞ்சம் சாந்துக் கலவையுடன் இவற்றைச் சேர்த்துக் கலக்க வேண்டும். எஞ்சிய கலவையை சுத்தமான நீரால் நெகிழச் செய்ய வேண்டும். அதன் பிறகு அனைத்தையும் ஒன்றாகக் கலக்கவேண்டும். பொதுவாக சாக்லேட் செய்யப்படுவதுபோல் ஒரு கல் உருளையால் அம்மியில் அரைத்து எடுத்துக்கொள்வார்கள். மிகவும் உலர்ந்து இருந்தால் நீர் அல்லது மேலே சொன்ன திரவக்கலவையை ஊற்றிக் கொள்வார்கள். இதை வைத்து இரண்டாம் அடுக்கு பூச்சு பூசப்படும்.

முதல் பூச்சு முடிந்ததும் கொத்து கரண்டி கொண்டு அல்லது நைசான செங்கல் கொண்டு சமப்படுத்தவேண்டும். அதன் பிறகு கொஞ்சம் நன்கு சலித்த மணல் கொண்டு பூசவேண்டும். தேவைப்பட்டால் கொஞ்சம் நீரில் நனைத்துப் பூசவேண்டும். அது பாதி உலர்வாக இருக்கும்போது கடைசியாக சொன்ன கலவையை எடுத்துக்கொண்டு அலங்காரப் பூச்சுகள் செய்யலாம். நன்கு காய்ந்ததும் வெள்ளையடிக் கலாம். சுண்ணாம்புக் கலவையை நன்கு கலக்கி நுனியில் சிதைத்த தென்னம் மட்டை கொண்டு வெள்ளையடிக்கலாம்.

வெள்ளையடிப்பதற்கான கலவை இவ்விதமாகத் தயாரிக்கப் படுகிறது: ஒரு கேலன் பதநீர், கொஞ்சம் மோர், நன்கு பொடித்த சுண்ணாம்பு தேவையான அளவு எடுத்துக்கொள்ளவும். சுண்ணாம்பு கலவை நீரை எடுத்து மேலே நன்கு மட்டையால் பூசவும். காய்ந்து போனால் மீண்டும் நன்கு பூசவும். இப்படிச்செய்யப்படும் சாந்தானது இந்திய தட்பவெப்பநிலைக்கு மிகவும் பொருத்தமானதாக நீண்டகாலம் தாக்குப் பிடிப்பதாக இருக்கும்.

அதிக மழை பெய்யும் இடங்களில் நெய்க்குப் பதிலாக நல்லெண்ணெய் சேர்ப்பார்கள். மாமரப் பட்டை போன்ற மரப்பட்டைகள், இங்கிருக்கும் கடலோரப் பகுதிகளில் அதிகம் வளரும் கற்றாழை போன்றவற்றை நீரில் கொதிக்க வைத்து அந்தச் சாறைச் சேர்ப்பார்கள். வெளிப்புறப் பூச்சுக்கான சுண்ணாம்புக் கலவையுடன் மோர் (இங்கு அது தயிர் என்றும் அழைக்கப்படுகிறது) சேர்க்கப்படுகிறது. உள்புற வெள்ளையடிப்பு வேலைகளுக்கு பசையையும் சேர்த்துக்கொள் கிறார்கள். சில நேரங்களில் மரப் பிசினும் சேர்த்துக்கொள்கிறார்கள்.

இங்கு பயன்படுத்தப்படும் துணைப் பொருட்கள் எல்லாம் இங்கிலாந்தில் கிடைக்காது. ஆனால், அவற்றுக்கு இணையான பொருட்களை நிச்சயம் பயன்படுத்தமுடியும்.

மாமரப்பட்டைக்கு பதிலாக ஓக் மரப்பட்டைகளைப் பயன்படுத் தலாம். கற்றாழைக்குப் பதிலாக டர்பண்டைன் அல்லது ஸ்லோ மரக்

கிளைகள், பட்டைகளைப் பயன்படுத்தலாம். டர்பண்டைன் அவ்வளவு வலுவானது இல்லை. ஆனால் அதிக அளவு சேர்த்துக் கொண்டால் நிச்சயம் இதே பலனைக் கொடுக்கும்.

கடுக்காய்க்குப் பதிலாக ஸ்லோ பழங்களின் சாறைப் பயன்படுத்தலாம். வெல்லப்பாகுக்குப் பதிலாக சர்க்கரைப் பாகு பயன்படுத்தலாம். பதநீருக்குப் பதிலாக பிர்ச் மரச் சாராயத்தைப் பயன்படுத்தலாம்.

சீனாவிலும் பிற நாடுகளிலும் சாந்துக் கலவையுடன் அனைத்துவகைக் கால்நடைகளின் ரத்தத்தைக் கலக்கிறார்கள். மேலே சொல்லப் பட்டிருக்கும் பொருட்கள் எல்லாம் வலுவான பிணைப்பைத் தருவதுண்டே தவிர ரத்தம் போல் அடர்ந்த நிறத்தைத் தருவதில்லை.

இந்தியாவில் தயாரிக்கப்படும் சாந்தானது பிளாஸ்டர் ஆஃப் பாரிஸ் அல்லது பிற எந்தவொரு சாந்துப் பூச்சுகளையும்விட நீடித்து உழைப்பதாக இருக்கிறது. இப்படியான சாந்து பூசப்பட்ட கட்டுமானம் ஒன்றைப் பார்த்தேன். நம் நாடுகளில் அறைகளின் உள்பகுதிகளுக்குப் பயன்படுத்தப்படும் வழவழப்பான மரத்தாலான வெய்ன்ஸ்காட் பேனல்களைப் சுவரைப் போலவே இந்த சாந்துப் பூச்சு வழவழப்பானதாகவும் அழகானதாகவும் இருந்தது.

10

கிழக்கு இந்தியப் பகுதிகளில் ஐஸ்கட்டி தயாரிக்கும் முறை

சர் ராபர்ட் பார்க்கர், எஃப்.ஆர்.எஸ். (1775)

கிழக்கு இந்தியாவில் பனிக்கட்டி தயாரிக்கும் வழிமுறை பயன்பாட்டில் இருப்பது குறித்து போதிய ஆதாரங்கள் இதுவரை கிடைத்ததில்லை. வட தீர்க்கரேகை 25 1/2 மற்றும் 23 1/2க்கு இடையில் அமைந்திருக்கும் அலஹாபாத், மோதகில், கல்கத்தா ஆகிய பகுதிகளில் ஐஸ் தயாரிக்கப்படுவது பற்றிய தகவல்களை இங்கு தருகிறேன். கல்கத்தாவில் நீர் நிலைகள், சாலையில் தேங்கிய நீர் என எதிலுமே இயற்கையான பனிக்கட்டி இருந்ததாக யாரும் சொல்லி இதுவரை நான் கேட்டதில்லை. இங்கு தட்பவெப்பமானது உறைநிலைக்கு ஒருபோதும் வந்ததும் இல்லை. அலஹாபாத் பகுதியில் ஒரு சிலர் இயற்கையான பனிப்படலத்தைப் பார்த்திருக்கிறார்கள். ஆனால் இந்தப் பகுதிகளில் ஐஸ்கட்டிகள் செயற்கையாகத் தயாரிக்கப்படுகின்றன. தினமும் அதிகாலையில் (சில குறிப்பிட்ட தட்பவெப்பநிலைகளில் மட்டும் விதிவிலக்காக. அதுபற்றிப் பின்னர் விவரிக்கிறேன்) ஆண்டின் மூன்று மாதங்கள் அதாவது டிசம்பர் முதல் பிப்ரவரிவரை பனித்துளிகளைச் சேகரித்து பனிக்கட்டியாக்கு கிறார்கள்.

நான் அலகாபாத் பகுதியில் ஐஸ் தயாரிப்பு நடக்கும் இடத்துக்குச் சென்று ஆய்வு செய்தேன். கோடைக்காலத்தில் நமக்குத் தேவைப் படும் அளவுக்கு பனிக்கட்டிகளை பனிக்காலத்தில் உருவாக்கித் தந்தார்கள். அவர்கள் பின்பற்றிய வழிமுறை:

பரந்து விரிந்த திறந்தவெளியில் மூன்று நான்கு குழிகள் வெட்டினார்கள். ஒவ்வொன்றும் முப்பது அடி சதுரமும் இரண்டடி ஆழமும் கொண்டிருந்தன. அந்தக் குழிகளின் அடிப்பாகத்தில் எட்டு அங்குல அளவுக்கு காய்ந்த கரும்பு அல்லது இந்திய மக்காச்சோளத் தட்டைகள் அடுக்கப்பட்டன. இவற்றின் மேலே சிறிய களிமண் பானைகள் வரிசையாக அடுக்கப்பட்டன. அவற்றில் பனிக்கட்டியாக ஆக்கப்படவேண்டிய குளிர்ந்த நீர் ஊற்றப்பட்டிருந்தன. இந்தப் பானைகள் நான்கில் ஒரு பங்கு அங்குல கனத்தில் ஒன்றே கால் அங்குல ஆழம் கொண்டவை. மாலை நேரத்தில் அஸ்தமனத்துக்குப் பின் மேலே சொல்லப்பட்ட கலங்களில் வெந்நீர் ஊற்றப்பட்டன.

மறுநாள் காலை சூரிய உதயத்துக்கு முன்பாக வந்து உறைந்த பனிக்கட்டிகளை ஒரு கூடையில் கவிழ்த்து சேகரித்துக்கொள்ளப் பட்டன. அதன் பிறகு அவை அங்கிருந்து அரண்மனைக்குக்கொண்டு செல்லப்பட்டு பாதுகாத்துவைக்கப்படும். 14-15 அடி ஆழக் குழி தோண்டி அதில் முதலில் கீழே வைக்கோல் பரத்தப்படும். அதன் பிறகு இன்னொரு அடுக்கு நார்கொண்டு போர்வை போல் போர்த்தப்படும். இதன் மூலம் கிடைக்கும் மாறா வெப்ப நிலையானது பனிக்கட்டிகளை அப்படியே உறைநிலையிலேயே தொடர்ந்து இருக்கவைக்கும். அந்தக் குழியின் வாய்ப்பாகமானது காற்று எதுவும் புக முடியாதவகையில் வைக்கோல், தென்னை நார்கள் போன்றவற்றால் நன்கு மூடப்படும். இவை அனைத்துக்கும் மேலாக தென்னங்கீற்றினால் முடையப்பட்ட கூரை போட்டு மூடப்படும்.

பனிக்கட்டியின் குளுமையானது பருவ நிலையின் குளிரைப் பொறுத்தது. சில நேரங்களில் பனிக்கட்டி உருவாகாமலேயே போய்விடுவதும் உண்டு. வேறு சில நேரங்களில் பாதியளவு நீர் மட்டுமே உறைந்திருக்கும். நான் பார்த்தபோதெல்லாம் பனிக்கட்டி கள் முழுமையாக உருவாகியிருந்தன. தட்பவெப்பம் இதமாக, தூய்மையானதாக இருந்தால் உறைநிலையை எட்டுவது எளிதாக இருக்கும். காற்று திசை மாறி மாறி வீசினாலோ மேகங்கள் இருந்தாலோ நீர் உறைவது தடுக்கப்படும்.

நான் பார்த்தவரையில் எந்த இரவுகளில் குளிர் அதிகமாக, உடம்பு நடுங்கும் அளவுக்கு இருக்கின்றனவோ அப்போதெல்லாம் பனிக்கட்டி உருவாவதே இல்லை. இரவுகள் மிக அமைதியாக, இதமான வெப்பத்துடன் இருக்கும் நாட்களில் பானைகள் எல்லாம் பனிக்கட்டியால் நிரம்பி வழியும். தட்ப வெப்பம் ஏற்படுத்தும் தாக்கத்தைப் புரிந்துகொள்ளவேண்டுமென்றால் ஒரு குறிப்பிட்ட இடத்தில் குழியில் இருக்கும் பானைகளில் பனிக்கட்டி அருமையாக

உருவாகியிருக்கும். ஒரு மைல் அல்லது அதைவிட சற்று தொலைவில் இருக்கும் குழிகளில் இதே பக்குவத்தில் பானைகளில் ஊற்றிய நீரில் பனிக்கட்டி எதுவுமே உருவாகியிருக்காது.

ஒரு வெப்பமானியை டிசம்பர், ஜனவரி, பிப்ரவரி மாதங்களில் பிற எந்தப் பொருட்களின் தொடர்பும் இல்லாமல் இரவு நேரங்களில் அந்தரத்தில் தொங்கவிட்டு எந்தக் குறிப்பிட்ட இடத்தில் பாதரசம் உறைநிலைக்குச் செல்கிறது என்பதைக் கண்டுபிடிக்கலாம். அந்த இடங்களில் துளைகள் கொண்ட பானைகளை பூமியில் இருந்து கொஞ்சம்போல வெப்பம் கிடைக்கும்படியாக குழிகளுக்குள் இதுபோல் வைத்துவிட்டால் நிச்சயம் அதிகாலையில் ஐஸ்கட்டிகள் கிடைத்துவிடும். இப்படிச் செய்வது சாத்தியம் என்று சொல்லும் அதே நேரம் இந்த நாட்டில் நான் வசித்த காலகட்டத்தில் இயல்பாக பனிக்கட்டி உருவானதைப் பார்த்ததே இல்லை என்பதையும் சொல்லக்கடமைப்பட்டிருக்கிறேன்.

இரவு நேரத்தில் வெப்பமானி உறைநிலைக்குக் கீழே போனதே இல்லை என்று நான் உறுதியாகச் சொல்ல முடியாது. ஏனென்றால் இது தொடர்பாக எந்த ஆராய்ச்சியும் நான் செய்து பார்த்ததில்லை. ஆனால், இப்படிக் குழிக்குள் வைக்கப்பட்ட நீர் அல்லாமல் வேறு எங்குமே பனிக்கட்டிகளை நான் பார்த்ததில்லை. சுற்றுப்புறத் தட்பவெப்ப நிலையானது, நீர் உறைய உதவி செய்கிறது. அதிக பனிக்கட்டிகள் உருவான நாட்களில் நான் முன்பே சொன்னதுபோல் வானமானது மிகவும் தூய்மையாகவும் நடு இரவுக்குப் பின் சிறிதளவு பனித்துளி வீழும் வகையிலும் இருந்தது. என்னுடன் இந்த ஐஸ் கட்டி தயாரிக்கும் குழிகளை வந்து பார்வையிட்ட ஆங்கிலேயர்கள் பலரும் இதையே சொன்னார்கள். பானைகளுக்குக் கீழே பரத்தும் கரும்புத்தோகை, சோளத்தட்டைகள் எல்லாம் குளிர்ந்த காற்று வந்துபோக உதவுவதாக இருக்கின்றன. கலங்களின் வெளிப்புறத்தில் இருக்கும் அவை வெப்பத்தை உறிஞ்சி எடுத்துவிடுகின்றன. பானைகளில் இருக்கும் நுண் துளைகள் குளிர்ந்த காற்று உள்ளும் புறமும் போய்வர வழி செய்கிறது. அந்தப் பானைகளை பூமிக்குள் புதைத்து வைப்பதால் மேலே வீசும் காற்றினால் நீர்த்துளிகள் பனிக்கட்டியாகாமல் கலைக்கப்படுவதும் தடுக்கப்பட்டுவிடுகிறது. நீரை முதலில் கொதிக்கவைப்பது மிகவும் அவசியம் என்று சொல்கிறார்கள். இதன் காரணம் எனக்கு சரியாகப் புரியவில்லை.

பிற பொருட்களில் இருந்து வெப்பம் எதுவும் கடத்தப்படாத வகையில் வைக்கப்படும் நீரானது, காற்றோட்டத்தில் இருந்தும் பாதுகாக்கப்படுவதன் மூலம் ஃபாரன்ஹீட் வெப்பமானியில்

உறைநிலைக்கு சிறிதளவு மேலான குளிரில் இருக்கும்போதே பனிக்கட்டி உருவாக வழி செய்யப்பட்டுவிடுகிறது. இப்படிச் சேகரிக்கப்படும் பனிக்கட்டிகள் ஒன்றாக சேர்க்கப்பட்டு பெரிய கட்டிகளாக ஆக்கப்பட்டு அவையும் காற்றுப் புகாமல் பாதுக்காக்கப் படுகின்றன.

கோடைக்காலங்களில் பிற திரவங்களைக் குளிர்விக்க இவை பயன்படுத்தப்படுகின்றன. சர்பத்கள், ஐஸ்க்ரீம்கள் என எவற்றை யெல்லாம் குளிர்விக்கவேண்டுமோ அவை உருளை வடிவ வெள்ளிக் கோப்பைகளில் ஊற்றப்பட்டு அவற்றின் மேல் பாகம் நன்கு மூடப்பட்டு பனிக்கட்டிகள் நிரம்பிய பெரிய கலனில் வைக்கப்படும். அந்தக் கலனில் வெடியுப்பு, சாதா உப்பு இரண்டும் சம அளவில் கலக்கப்பட்டு கொஞ்சம் நீர் ஊற்றப்பட்டு இந்தக் கலவையில் வைக்கப்படும். இப்படி வைப்பதன் மூலம் வெள்ளிக் கோப்பையில் இருக்கும் திரவமானது நம் நாட்டு மற்றும் ஐரோப்பிய ஐஸ்க்ரீம்கள் போலவே ஆகிவிடும். சாதா நீரை இந்தக் கிண்ணங்களில் வைத்தால் அது மிகவும் இறுகிவிடும். கத்தி அல்லது ஏதேனும் கடினமான பொருள் கொண்டு உடைக்கவேண்டியிருக்கும். இந்த ஐஸ்கட்டி களில் வெப்பமானியை வைத்துப் பார்த்தால் உறைநிலைக்கு இரண்டு மூன்று டிகிரி வெப்பம் கீழே சென்றிருப்பது தெரியவரும்.

இயற்கையான பனிக்கட்டி உருவாக வாய்ப்பு இல்லாத சுற்றுச் சூழலும் தட்பவெப்பமும் இருக்கும் இடத்தில் பனிக்கட்டிகள் இப்படியாக உருவாக்கப்பட்டு, பெரிய பனிக்கட்டிகளாக ஆக்கப் பட்டு பாதுகாக்கவும்படுகிறது. வெப்பமானியில் உறைநிலைக்குக் கீழே வரும் அளவுக்கு உறையவைக்கவும் முடிகிறது. இதன் மூலம் கோடைக்காலங்களைக்கூட குளிர் பானங்கள் அருந்தி ஓரளவுக்கு சமாளிக்க முடியும். வெப்பமானது 112ஃபாரன்ஹீட்டாக இருந்த போதும் நான் இந்தப் பனிக்கட்டிகளை உபயோகித்து குளிர்ந்த பானங்களை அருந்திவந்திருக்கிறேன். வெகு குறைவான குளிர் காலத்தை மட்டுமே கொண்ட இந்தியாவில் அந்தக் குறைவான குளிரைவைத்து இப்படி அருமையாக பனிக்கட்டிகளைத் தயாரிக்கும் வழிமுறையைக் கண்டுபிடித்திருக்கிறார்கள். இது மற்றும் இப்படி யான பிற கண்டுபிடிப்புகளின் மூலம் இந்தியாவின் கடுமையான கோடைகாலத்தின் தாக்கத்தை (சில பிராந்தியங்களில் இது மிக மிகக் கடுமையாக இருக்கும்) ஓரளவுக்குத் தணித்து, சர்பத், ஐஸ்க்ரீம் போன்ற மிக இதமான குளிர் பானங்களை அருந்தி நிம்மதியாக வாழ வழி கிடைத்திருக்கிறது.

11

ஹிந்துஸ்தான் காகித உற்பத்தி மற்றும் சணலின் பயன்கள்

லெப். கர்னல் ஐயர்ன்சைட் (1744)

வாக்குன்னார் பயிரானது (San Plant) இந்துஸ்தான் முழுவதிலும் பயிர் செய்யப்படுகிறது. ஜூலை மாதத்தில் மழை ஆரம்பித்ததும் இவை பயிரிடப்படுகின்றன. தண்டு உயரமாகவும் நேராகவும் குறைவான கிளைகளுடன் வளர்ந்து அதிக விளைச்சல் கிடக்கவேண்டும் என்பதற்காக ஒன்றுக்கொன்று அருகில் நடப்படுகின்றன. அக்டோபர் மாதத்தில் பூக்கின்றன. டிசம்பரில் அறுவடை செய்யப்படுகின்றன.

கறுப்புப் பெண்கள் இதன் விதைகளைப் பொடித்து எண்ணெயுடன் கலந்து தலையில் பூசிக்கொள்கின்றனர். தலை முடி நீளமாக வளர இது உதவும் என்று நம்புகிறார்கள். நீளமான தலைமுடியை அவர்கள் பெரிதும் விரும்புகின்றனர்.

அந்தத் தாவரத்தின் பட்டைகளைக்கொண்டு பொதியும் துணிகள், வலை போன்றவற்றைத் தயாரிக்கிறார்கள். இதைக் கொண்டு இந்துஸ்தானில் காகிதம் தயாரிக்கப்படுகிறது. காகிதம் தயாரிக்க இந்தச் செடியானது நீரில் நான்கு நாட்கள் ஊறவைக்கப்படுகின்றன. பின்னர் காயவைக்கப்பட்டு சணலில் இருந்து காகிதம் தயாரிக்கப் படுவதுபோல் இதிலிருந்தும் தயாரிக்கப்படுகின்றன.

துணி, கயறுகள், காகிதம் ஆகியவற்றைத் தயாரிக்கும் பொருட்கள் மிகவும் குறைவாகவே தற்போது இருப்பதால், பிரிட்டிஷ் மேற்கு இந்திய குடியேற்றப் பகுதிகளில் இந்தவகைத் தாவரத்தை அதிகமாகப் பயிரிடுவது நல்ல லாபத்தைக் கொடுக்கும். சணல், ஆழிச் செடி

போன்றவை குறைவாக இருக்கும் பகுதிகளிலும் இந்தவகைத் தாவரத்தை வளர்க்கலாம். இது குளிர்காலங்களில்தான் அறுவடைக்குத் தயாராகிறது என்பதால் ஐரோப்பாவில் மிதமான குளிர் இருக்கும் பகுதிகளில் இதை வளர்க்கலாம். எந்தவகை மண்ணில் வளரும் என்று சரியாகத் தெரியவில்லை. ஆனால், களிமண், சுண்ணாம்புப் பாறைப் படிவு, மணல் கலந்த பகுதிகளில் வளர்வதைப் பார்த்திருக்கிறேன்.

கயறு தயாரிக்க வேறுவகைத் தாவரங்களைப் பயன்படுத்துவதையும் பார்த்திருக்கிறேன். ஒருவகை செம்பருத்தியைப் பயன்படுத்தி காகிதமும் தயாரிக்கிறார்கள். நாம் இதுபோல் பல பரிசோதனை முயற்சிகளைச் செய்து பார்க்காததால்தான் பல தாவரங்களின் பலன்களை பெற முடியாமல் இருக்கிறதுஎன்று நினைக்கிறேன். லினேயஸ் வரையறுத்திருக்கும் மேண்டலீஃபியா பட்டியல் இப்படி யான பரிசோதனைகளுக்குப் பெரிதும் உதவும் என்று நம்புகிறேன்.

படம் 1 - காகிதம் தயாரிப்பில் ஹிந்துஸ்தானிய முறை

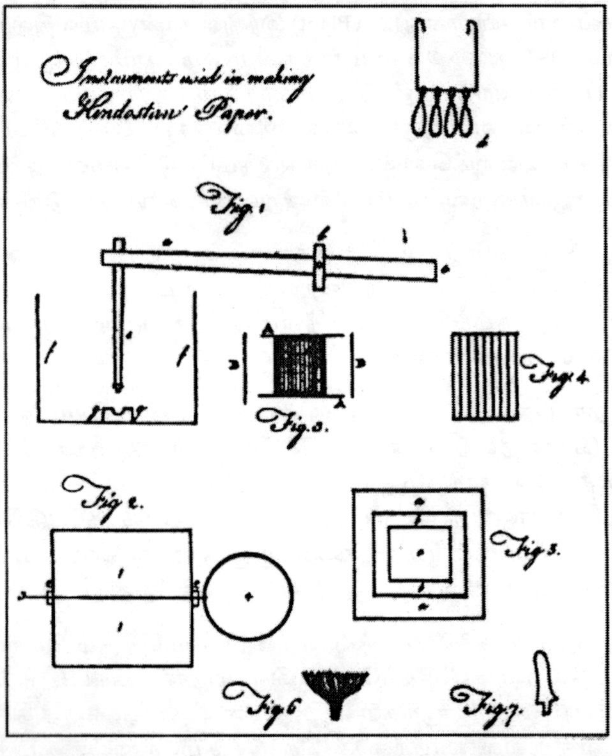

காகித உற்பத்தியாளர் வாக்குன்னார் தாவரத்தில் இருந்து தயாரிக்கப் பட்ட பழைய கயிறுகள், துணிகள், வலைகள் ஆகியவற்றை வாங்கி சிறு துண்டுகளாக வெட்டிக்கொள்கிறார். பின் அவற்றை நீரில் ஊற வைக்கிறார். பொதுவாக ஐந்து நாட்கள் இப்படி ஊறவைக்கிறார். பின் ஒரு கூடையில் வைத்து ஆற்று நீரில் அலசுகிறார். அதன் பின் ஆறு பங்கு சோடா உப்பு, ஏழு பங்கு சுண்ணாம்பு கலந்த நீரில் அவற்றைப் போடுகிறார். எட்டிலிருந்து பத்து நாட்கள் இந்தக் கலவையில் ஊறிய பின்னர், மீண்டும் எடுத்து நன்கு கழுவி ஈரமாக இருக்கும்போதே *Fig 1* படம் 1-ல் இருக்கும் கருவியால் அழுத்தப்பட்டு நாராக்கப்படும். அதன் பிறகு இதற்கெனவே கட்டப்பட்ட தூய்மையான தளத்தில் வெயிலில் காயவைப்பார்கள். மீண்டும் மேலே சொன்ன சுண்ணம்புக் கலவையில் நன்கு ஊற வைப்பார்கள். இதுபோல் மூன்று முறை செய்த பின்னர் அது பழுப்பு காகிதம் செய்ய ஏற்ற பக்குவத்துக்கு வந்து விடும். ஏழெட்டு தடவை இதே வழிமுறையைப் பின்பற்றினால் ஓரளவுக்கு பளிச்சென்ற வெண்மையான காகிதக் கூழ் கிடைத்துவிடும்.

இப்படித் தயாரிக்கப்படும் கூழானது ஒரு தொட்டியில் (*Fig 2*) இருக்கும் நீரில் கலக்கப்படும். அதன் ஒரு முனையில் காகிதம் தயாரிப்பவர் அமர்ந்திருப்பார். மர சட்டகத்தை விலக்கி காகித கூழை சல்லடைபோன்ற அமைப்பில் (*Fig 3*) சட்டகத்தின் (*Fig 4*) மேல் பரப்பி விரிவுபடுத்துவார். இந்த சட்டகத்தை தொட்டி நீரில் முழு வெண்மை நிறம் வரும்வரை அலசுவார். அதன் பிறகு சட்டகத்தையும் கூழ் படலத்தையும் செங்குத்தாக முக்கி எடுத்து நீரின் மேலே கிடைமட்ட வாக்கில் மெள்ளத் தூக்குவார். கூழ்மமானது சம அளவில் படலத்தில் படியும்படியாக கொஞ்சம் இங்குமங்கும் சட்டகத்தை அசைப்பார். பின்னர் நீரில் இருந்து வெளியே எடுத்து சிறிது நேரம் மரச் சட்டகத்தில் வைப்பார். ஓரிரு முறை இதுபோல் செய்ததும் காகிதப் படலம் உருவாகிவிடும். அதன் பிறகு அந்த காகிதப் படலத்தை சல்லடை அமைப்பிலிருந்து பிரித்தெடுத்து ஒரு பாயில் (*Fig 5*) விரித்துவைக்கப்படும்.

இப்படியாக சுமார் 250 ஷீட்கள் செய்து ஒன்றன் மேல் ஒன்றாக அடுக்கி வைப்பார். பின் இவை அனைத்தையும் ஒரு துணியால் மூடி அதன் மேல் காகித ஷீட்டை விட அகலமான, கனமான பலகையை வைப்பார். அதன் கனத்தினால் காகித ஷீட்களில் இருக்கும் நீரானது வெளியேற்றப்படும். சில நேரங்களில் இந்தப் பலகை மேல் உட்கார்ந்து அதிக அழுத்தத்தைத் தரவும் செய்வார்கள். காலை வரையில் அப்படியே ஒரு ஓரத்தில் வைத்துவிட்டு, அதன் பின் ஒவ்வொரு ஷீட்டாக எடுத்து, நன்கு பூசப்பட்ட வீட்டின் சுவரில், ஒரு

பிரஷினால் (*Fig 6*) ஒட்டுவார்கள். உலர்ந்ததும் அவற்றைப் பிரித்து எடுத்து சுத்தமான பாயில் அல்லது துணியில் விரிப்பார்கள்.

ஒரு துண்டு துணியை எடுத்து அதை கஞ்சியில் முக்கி காகித ஷீட்டின் மேல் தடவுவார்கள். அதன் பின் அந்த காகித ஷீட்களை எடுத்து கொடியில் உலரவிடுவார்கள். இதற்காக அவர்கள் வீட்டினுள் கொடி கட்டப்பட்டிருக்கும். நன்கு காய்ந்ததும் தேவையான நீள அகலத்தில் கத்தியால் (*Fig 7*) வெட்டுவார்கள். வெட்டப்பட்ட காகிதங்களை இரண்டு கைகளிலும் இரண்டு உருண்டையான பளிங்குக் கல்லை வைத்துக்கொண்டு நன்கு துடைத்து வழவழப்பாக்குவார்கள். நன்கு வழுவழுப்பான காகிதம் தேவையென்றால் இரண்டு முறை பளிங்குக் கல்லால் துடைப்பார்கள். வெட்டிஎறியப்பட்ட காகிதத் துண்டுகள், கிழிந்த காகிதங்கள் எல்லாவற்றையும் நன்கு துண்டுகளாக்கி மீண்டும் முதலில் இருந்து சொன்னதுபோல் பக்குவடுத்தி காகிதமாகத் தயாரித்துவிடுவார்கள்.

காகிதத் தயாரிப்பு கருவிகள் - படம் 1

Fig 1	*a.*	அழுத்தும் லிவர். பத்து அடி நீளம், ஏழு அங்குல தடிமன் கொண்ட சதுரவடிவ மரச் சட்டகம்
	b.	லிவரின் அச்சைப் பலப்படுத்த தரையில் பொருத்தப் பட்ட இரண்டு மரத் துண்டுகள்
	c.	லிவரின் இந்த முனையானது இரண்டு பேரால் அழுத்தப்படும்.
	d.	இது ஒரு மரச் சட்டகம். வீட்டுக் கூரையில் இருந்து தொங்கவிடப்பட்டிருக்கும். இதில் நான்கு முனைகளில் கயிறு கட்டப்பட்டிருக்கும். பணியாளர் களின் கரங்களுக்குப் பிடிமானமாக இருக்கும்.
	e.	அழுத்தும் கருவியின் தலைப்பாகம். நான்கு அடி நீளம் கொண்டது. நான்கு அங்குல தடிமன் கொண்ட இது முனைகளில் இரும்பு பிடி கொண்டது.
	f.	தொட்டியின் நெடுக்குவாட்டுப் பகுதி தரையினுள் நான்கு அல்லது ஐந்து அடி சதுரத்தினுள் பொருத்தப் பட்டிருக்கும்.
	g.	தொட்டியின் உள் அடிப்பாகத்தில் நடுவில் பொருத்தப்பட்டிருக்கும் சதுரமான கல். அழுத்தும் கருவியின் தலைப்பாகம் இதில் வந்து பொருந்தும்

படியாக இருக்கும். இதன் மூலம்தான் கூழானது காகிதப் படலமாக ஆக்கப்படும். தொட்டிக்கு அருகில் அமர்ந்திருப்பவர் காகிதக் கூழை எடுத்து இந்த அழுத்தும் கருவியில் ஊற்றுவார்.

Fig 2	1.1	தரையில் பதிக்கப்பட்ட தொட்டி, நான்கு அல்லது ஐந்து அடி கொண்ட சதுரம். இரண்டு சிறிய பிடிமானங்கள் இருக்கும்.
	2.2	மரச் சட்டகத்துக்குப் பிடிமானமாக முனைகளில் இருக்கும்.
	3.	எப்போதாவது பயன்படுத்தப்படும்
	4.	காகிதக் கூழை தயாராக ஊற்றி வைத்திருக்கும் கலயம், நிலத்தில் பொருத்தப்பட்டிருக்கும்.
Fig-3		சீன மூங்கில் ஜன்னல் ஸ்க்ரீன்களைப் போல் செய்யப்படிருக்கும்.
	AA:	இரண்டு மரச்சட்டகங்கள். ஸ்க்ரீன் இதன் மேல்தான் உருட்டப்படும். இரண்டு சட்டகங்களால் கூழானது பரத்தப்படும்.
Fig-4		சல்லடைக்கு (Fig-3) ஆதரமாக ஏழு தடுப்புகள் கொண்ட மரக்கட்டை. ஏழு கட்டைகளின் விளிம்புகள் மட்டுமே சல்லடையைத் தொடும்படியாக இருக்கும். சல்லடையினூடாக நீர் சென்றுவர எந்தத் தடையும் இல்லாதவகையில் இது அமைக்கப்பட்டிருக்கும்.
Fig-5	aa.	மேலடுக்கு. நான்கு அல்லது ஐந்து அடி சதுரமானது. நீரானது வழிந்து ஓட ஏதுவாக ஒரு சில அங்குலம் (டிகிரி) சரிந்து காணப்படும்.
	bb.	தளத்தில் விரிக்கப்படும் பாய் அல்லது பலகை
	c.	பாயின் மேல் விரித்து வைக்கப்பட்டிருக்கும் புதிய காகித ஷீட்.
Fig-6		சுவரில் காகித ஷீட்களை ஒட்டவைக்கப் பயன்படுத்தப்படும் பிரஷ்.
Fig-7		இரண்டு பக்கமும் கூரான கத்தி. இதன் மூலமே காகிதமானது தேவையான அளவில் வெட்டப்படும்.

அடிக்குறிப்புகள்

1. வாக்குனார் (San Plant) எனப்படும் இந்த தாவரமானது லினேயஸால் க்ரோடலேரியா ஜன்சீயா (தாவரம் 1004) என வகைப்படுத்தப்பட்டுள்ளது. ஹோர்ட்டிகல்சர் மலபார் பக் 9 மற்றும் ஜார்ஜ் எரெட் (Georg Dionysius Ehret) படைப்பு என இரண்டில் இதன் படங்கள் இடம்பெற்றுள்ளன. இரண்டுமே தெளிவாக இருக்கின்றன.

2. இது ஒருவகை சிப்பி. இதில் பெருமலவு தொல்லுயிரெச்ச காரம் நிறைந்திருக்கும். பழங்காலத்தினர் பயன்படுத்திய நார்டன் (கிரேக்க மூலத்தில் இருந்து மொழிமாற்றப்பட்டுள்ளது: க்ளாட் ஆல்வரிஸ்). இந்த நாட்டில் இது மிகுதியாகக் கிடைக்கிறது. துணி துவைத்தல், ப்ளீச்சிங் செய்தல், சோப் தயாரித்தல் போன்றவற்றுக்குப் பயன்படுத்தப்படுகிறது.

12

இந்திய விவசாயம்

மேஜர் ஜெனரல் சர் அலெக்சாண்டர் வாக்கர் (1820)

(மலபாரின் விவசாயம். ஐரோப்பியர்கள் ஹிந்து விவசாயத்தை பொதுவாக குறைவாக மதிப்பிடுவதுதான் வழக்கம். அந்தப் பார்வை எந்த அளவுக்கு சரி? அவர்களுடைய விவசாய வழிமுறைகள், கலப்பைகள் எப்படிப் பட்டவை? அவர்களுக்கு விவசாய நுட்பங்கள் தெரியும். ஆனால், போதிய முதலீடு இல்லாததாலும் மக்களின் ஏழ்மை நிலையுமே பெரிய தடைகள். பல்வேறு கருத்துகள், பல்வேறு தீர்மானங்கள். குளங்கள், கலப்பைகள், நீர்ப்பாசனம், பதியனிடுதல். குஜராத் மற்றும் தக்காணத்தின் விவசாயம் பற்றிய கருத்துகள். மலபார் விவசாயம். அரிசி - பல்வேறு விதமான மக்கள், பெரிய பண்ணைகள், உரிமையாளர்கள், குத்தகை விவசாயிகள், விவசாயக் கூலிகள். மண்)

நிலத்தில் பயிர் விளைச்சலை உருவாக்கும் கலையே விவசாயம். அனைத்துவகை மரங்கள், செடிகள், கனிகள், தானியங்கள் அனைத்தையும் விளைவிக்கும் கலையே விவசாயம்.[1] அபரிமிதமான விளைச்சலைப் பெறுவதற்கான நேர்த்தியான, விரைவான வழிமுறை விவசாயமே. போதிய கருவிகள், பொருட்கள் இல்லாமலும் விலங்குகளின் பயன்பாடும் இல்லாமல் விவசாயம் முழுமையடைய முடியாது. தட்பவெப்பம், மண்ணின் தன்மை ஆகியவற்றுக்கு ஏற்ப விவசாயம் எளியதாக அல்லது சிரமமானதாக இருக்கும். இந்தக் கூற்றுகளை அனைவருமே ஒப்புக்கொள்வார்கள். கீழே நான் சொல்லவிருக்கும் விஷயங்களைப் பார்க்கும்போது இவற்றை ஒருவர் நினைவில் கொள்வது நல்லது.

மலபாரில் நடக்கும் விவசாயமானது இவற்றில் இருந்து முற்றிலும் மாறுபட்டது. அவர்களிடம் கருவிகளும் கிடையாது... சுமையை இழுக்க விலங்குகளும் கிடையாது. மனித உழைப்புகளிலேயே மிகவும் முக்கியமானது விவசாயமே. நாகரிக வளர்ச்சியின் முதல் படிக்கட்டு அதுவே. உணவை உற்பத்தி செய்யும் சமூகத்தில்தான் மக்கள் எண்ணிக்கை மிகுதியாகவும் வசதியாகவும் வாழ முடியும். போதிய உணவு கிடைத்தால்தான் மக்கள்தொகை பெருக முடியும்.

வரலாற்றுக் காலத்தின் தொடக்கத்தில் இருந்தே மலபார் மக்களுக்கு விவசாயம் செய்யத் தெரிந்திருக்கிறது. இந்தப் பகுதி மக்களின் மிக முக்கியமான தொழில் இதுவே. அவர்களுடைய வாழ்க்கை முறை மற்றும் சொத்துரிமை ஆகியவற்றின் அடிப்படையில் பார்த்தால் அதுவே அவர்களுக்கு மிகவும் பிடித்த தொழிலாகவும் இருக்கிறது. அவர்களுடைய இலக்கியவாதிகள் அதை மையமாக வைத்தே எழுதுகிறார்கள். அதைப் பற்றியே அதிகவும் பேச விரும்புகிறார்கள். சமூகத்தின் அனைத்து மட்டத்தினரும் அதில் ஈடுபடுகிறார்கள். நேர்த்தியான விவசாயத்துக்கான விதிமுறைகளை வகுத்துக் கொண்டிருக்கிறார்கள். முறையான விவசாயத்துக்கான செயல் திட்டங்கள் உருவாக்கப்பட்டுள்ளன. நில உடமையாளர், குத்தகைதாரர் என ஒவ்வொருவருடைய உரிமைகள் மிகத் தெளிவாக வரையறுக்கப்பட்டுள்ளன.

விவசாயி சமூகத்தில் பாதுக்காக்கப்பட்டவராகத் திகழ்கிறார். மோசமான நிர்வாகம் இருப்பதில்லை. பயிரிடுபவர், மேம்படுத்துபவர் ஆகியோருக்கு உற்சாகம் தரப்படுகிறது. ஸ்கேண்டிநேவியர்களின் வழிமுறைகளுக்கும் இவர்களுடைய வழிமுறைகளுக்கும் இடையே நல்ல ஒற்றுமை காணப்படுகிறது. பயிரிடுபவருடைய உரிமைகளுக்கு இரண்டு நாட்டினருமே சட்டபூர்வ அங்கீகாரம் தந்திருக்கிறார்கள்.

நிலவுடமையாளர் மற்றும் குத்தகைதாரர் ஆகியோரின் கடமைகள் எஜமானர், பணியாளர் [2] என்ற அளவில் வரையறுக்கப்பட்டுள்ளன. பண்டி, சிர்மிர் ஆகியோர் பணியாளர்கள். அவர்கள் நிலத்துடன் பிணைக்கப்பட்டவர்கள். எனினும் அவர்களுக்கு சட்டப் பாதுகாப்பு உண்டு. பணியாளர்களுக்கான கூலி பொருளாகத் தரப்படும். மலபாரில் பழங்காலத்தில் இருந்தே பின்பற்றப்படும் இந்த வழிமுறை இப்போதும் பல இடங்களில் அப்படியே பின்பற்றப்படுகிறது. நிலத்தைப் பயிரிடுவது தொடர்பாக குத்தகை ஒப்பந்தங்கள் செய்து கொள்ளப்படும். விவசாயக் கூலிகளும் கைவினைக் கலைஞர்களும் அரசுக்குக் குறைந்த கூலிக்கு பணி செய்துகொடுக்க வேண்டியிருக்கும்.[3]

ஹிந்து மத வழிபாடுகளின் தொடக்கம் என்பது விவசாயத்துக்குத் தரும் மரியாதையில் இருந்து தொடங்கியிருக்கும் என்று தோன்றுகிறது. இந்துக்களின் புனிதமான காளையும் பசுவும் விவசாயத்தோடு தொடர்புடையவை. இப்படி சாதகமான உத்வேக மூட்டும் அம்சங்கள் பலவும் இருந்த நிலையில் இந்த விவசாயத் தொழிலை மேலும் முன்னெடுத்துச் செல்வதே இந்தப் பகுதி மக்களின் முக்கிய லட்சியமாக இருக்கவேண்டும் என்று நாம் எதிர்பார்க்கக்கூடும். இத்தனை ஆண்டுகாலமாக விவசாயத்தை மேற்கொண்டு வந்திருக்கும் நிலையில் அவர்கள் பல நேர்த்தியான, பயனுள்ள கருவிகளைக் கண்டுபிடித்திருக்கவேண்டும். ஆனால், மலபாரில் ஐரோப்பிய விவசாய வழிமுறைகளைப் புகுத்த விரும்பும் நபர்கள் இந்த விஷயங்களைக் கணக்கில் கொள்ள முழுமையாக மறுக்கிறார்கள். இந்துக்கள் மிக மோசமான, தரம் குறைந்த கருவிகளைப் பயன்படுத்துவதாக அவர்களைக் குறை சொல்கிறார்கள். இந்தியாவின் அனைத்து பகுதிகளுக்கும் இந்த விமர்சனத்தை நாம் வைக்க முடியாது. ஏனென்றால் அங்கெல்லாம் விவசாயத்தில் பல்வேறு கருவிகள் பயன்படுத்தப்படுகின்றன.

விவசாயத்தில் முதலாவதும் மிக மிக முக்கியமானதுமான கருவி கலப்பைதான். குஜராத்தில் இருக்கும் கலப்பை மிகவும் கனம் குறைந்த நேர்த்தியான கருவி. அதில் கத்தி போன்ற அமைப்பு கிடையாது. ஆனால், இரும்பு பூண் கவசம் உண்டு. அவர்கள் உருவாக்கும் பாத்திகள், வரப்புகள் எல்லாம் கோடு கிழித்ததுபோல் நேர்கோட்டில் இருக்கும். விளைச்சல் அதிகம் கிடைக்க வழிசெய்யும் வகையில் ஆழமாக மண்ணை உழுது கொடுக்கும். ஒரு விவசாயத் தொழில்நுட்பத்தின் திறனை மதிப்பிடுவதற்கான எளிய நியாயமான வழிமுறை இதுவே.

மலபாரில் இருக்கும் கலப்பை கிட்டத்தட்ட இதுபோலவே இருக்கும். ஆனால், மேலும் லகுவாகவும் கொஞ்சம் கரடு முரடாகவும் இருக்கும். ஒரு கலப்பையை ஒருவர் தன் தோளில் தூக்கிச் சென்றுவிட முடியும். அந்தப் பிராந்திய மண்ணுக்கும் உழைப்புக்கும் வசதியானதாகவே இருக்கிறது. கலப்பைகளின் வடிவமைப்பு இந்தியா முழுவதிலும் எளிமையானதாகவே இருக்கிறது. இங்கு மண் லகுவானதாகவும், கற்கள் இல்லாமலும், நீர் ஊற்றினால் இளகுவதாக வும் இருப்பதால் இந்நாட்டு விவசாயத்துக்கு போதுமானதாக, பொருத்தமானதாக இருக்கிறது.

உகந்த பருவ நிலை நிலவும் இடங்களில் விதைகளை சிறிதளவே ஆழத்துக்குத் தோண்டி விதைத்தாலே போதுமானது. மிகவும்

ஆழமாகத் தோண்டி விதைத்தால் அது முளைத்து மேலெழும்பி வருவதற்குள் அழுகிப் போய்விடக்கூடும். அல்லது பூமிக்கு அடியில் உறைந்துபோய் செயற்றுக் கிடந்துவிடும். சிலவகை விதைகள், வேர்க்கிழங்குகள் விஷயத்தில் அதிக ஆழத்தில் நட்டு வைத்தால் இப்படித்தான் ஆகிவிடும். அவை முளைக்காமல் பல வருடங்களுக்கு பூமிக்குள்ளேயே தூங்கிக் கிடக்கும். உயிரூட்டும் சூரியக் கதிர்கள் படும்படியாக நிலத்தின் மேல் மட்டத்துக்கு வந்தால்தான் முளைக்க ஆரம்பிக்கும்.

விதைகளுக்கு பனி, கடும் குளிர் ஆகியவை இல்லாத மிதமான தட்ப வெப்பநிலை தேவை. அனுபவ அறிவே அனைத்திலும் சிறந்தது. இந்தியக் கலப்பையானது இந்தியத் தேவைகளுக்கு மிகவும் பொருத்தமானது. உழும்போது அது வழியில் இருக்கும் களைகள், பிற செடிகள் அனைத்தையும் வேரோடு வீழ்த்திவிடுகிறது. இதைவிட வேறு என்ன எதிர்பார்க்கமுடியும்? இதைவிட அதிக உழைப்பும் செலவும் வீணாகவே போகும். இந்திய விவசாயிகளுக்குத் தமக்கு என்ன வேண்டும் என்பது நன்கு தெரியும். அவர் புத்திகூர்மையானவர். உடனடியாக நிலைமையைப் புரிந்துகொண்டு செயல்படத் தெரிந்தவர். இந்தியா முழுவதிலும் உள்ள விவசாயிகளின் இயல்பான குணமாக இது இருக்கிறது.

இந்திய விவசாயி அவருடைய வழிமுறைகளைப் பெரிதும் விரும்பிப் பின்பற்றுகிறார். ஏனென்றால் அது அவருக்கு எளிமையானதாகவும் மிகுந்த பலனளிப்பதாகவும் இருக்கிறது. ஆனால், அவருக்கு புதிய வழிமுறைகள், யுக்திகளைச் சொல்லிக் கொடுத்தால் அவை அவருக்கு லாபம் தருமென்றால் நிச்சயம் அவற்றைப் பின்பற்றத் தொடங்குவார். வெறுமனே யூகங்கள், கோட்பாடுகள் அடிப்படையிலானவற்றை யெல்லாம் ஏற்றுக்கொண்டுவிடமாட்டார். ஆனால், செலவுகுறை வான, வேலைப் பளு குறைவான வேறு வழிமுறைகள் முன்வைக்கப் பட்டால் அதை மறுத்து ஒதுக்கமாட்டார். அவர் சில முன் தீர்மானங் களுடனும் பழகிய வழக்கங்களுடனும் இருப்பார். அவற்றை உதறுவது அவ்வளவு எளிதல்லதான். ஆனால், மாற்று வழிகள் அதிக லாபத்தையும் குறைவான சிரமத்தையும்தான் தரும் என்று புரியவைத்துவிட்டால் அவர் நிச்சயம் அதைப் பின்பற்றுவார்.

இந்தியத் தட்பவெப்பநிலைக்கு உகந்த ஐரோப்பிய விதைகள், வேர்கள் (செடிகள்) ஆகியவற்றை ஏற்றுக்கொள்ள அவர்கள் எப்போதுமே தயார்தான். அவர்களுடைய இயல்பான விவசாய வழிமுறைகளுக்கு உட்பட்ட பல புதிய வகைகளை அவர்கள் ஏற்றுக் கொண்டுமிருக்கிறார்கள். உலகம் முழுவதுமே மக்கள் அனைவருமே

தமது பாரம்பரியமான, பழங்கால பழக்கவழக்கங்களுடன் உணர்வு பூர்வமான பிடிப்புகொண்டுதான் இருப்பார்கள். நமது பிரிட்டிஷ் கலைஞர்கள், உற்பத்தியாளர்களை எடுத்துக்கொண்டு பார்த்தால் இது நன்கு புரியவரும். மேலான கல்வி, புத்திசாலித்தனம் எல்லாம் இருந்த நிலையிலும் விஞ்ஞானமும் தொழில்நுட்பமும் பல குறைபாடு களைக் கண்டு சொன்னபின்னரும் பழகிய, நிலைநிறுத்தப்பட்ட வழிமுறைகளில் இருந்து அவர்களை மாறச் செய்வது மிகவும் சிரமமாகவே இருந்திருக்கிறது.

மஹாராஷ்டிராவில் சாசஷ்டி (Salsette island - Sasashti என்பதன் திரிபு. அறுபத்தாறு கிராமங்களைக்கொண்டது) பகுதியில் இருந்த விவசாயிகளுக்கு இங்கிலாந்து கலப்பைகள், விவசாயக் கருவிகள் ஆகியவற்றைக் கொடுத்துப் பரிசோதனை செய்தபோது என்ன நடந்தது என்பது எனக்கு நன்கு நினைவிருக்கிறது. சில துடிப்பான, ஆர்வம் மிகுந்த, அதிக முன் தீர்மானங்கள் எதுவும் இல்லாத மராத்தா விவசாயிகள் தேர்ந்தெடுக்கப்பட்டனர். ஒரு தனி கிராமம் அவர்களுக் காக உருவாக்கப்பட்டது. அவர்களுக்கு ஐரோப்பிய விதைகளும் கால்நடைகளும் கருவிகளும் தரப்பட்டன.

ஐரோப்பிய பாணி வழிமுறைகள் இங்கும் நிச்சயம் வெற்றி தரும் என்று அந்த சோதனை முயற்சியை மேற்கொண்ட ஐரோப்பியர்கள் நம்பினார்கள். அவர்களுடைய ஆர்வம், முயற்சி, உழைப்பு எதிலுமே குறை சொல்லவே முடியாது. ஆனால், அந்த முயற்சி தோல்வியைத் தழுவியது. உடனே இந்திய விவசாயிகளின் முன் அனுமானங்கள், திறமையின்மை, சோம்பல் இவையே காரணம் என்று முடிவுக்கு வந்துவிட்டார்கள்.

இந்திய விவசாயிகள் ஐரோப்பியக் கருவிகள் அனைத்தையுமே நியாயமான வகையிலேயே மறுத்தார்கள் என்றே சொல்வேன். கலப்பைகள் மிகவும் கனமாக இருப்பதாகச் சொல்லி மறுத்தார்கள். காளையும் விவசாயியும் சீக்கிரமே களைத்துப் போனார்கள். அதனால் குறைவான வேலையே செய்ய முடிந்தது. அவர்களுடைய கலப்பை கொண்டு செய்ய முடிந்த வேலையைவிட இது சிறப்பானதாக இருந்திருக்கவில்லை. அடுத்ததாக, ஐரோப்பியக் கலப்பையின் விலை மிகவும் அதிகமாக இருந்தது. ஐரோப்பிய விவசாயக் கருவிகள் அனைத்தின் விலையுமே இதுபோல் சொல்லி மறுக்கப்பட்டன. இந்த பரிசோதனையை, பெரிய திருப்புனை முயற்சி என்று சொல்ல மாட்டேன். அவர்களுக்கு நம்மிடம் இருந்து கற்றுக் கொள்ள எதுவுமே இல்லை என்றும் சொல்லவரவில்லை. ஆனால், நமது ஆலோசனைகளை ஏற்க முடியாத அளவுக்கு அறியாமையிலும் உற்சாகமின்மையிலும்

அலட்சியத்திலும் இருப்பதாக அவர்களை விமர்சிப்பதற்கு முன்பாக நாம் இரண்டு விஷயங்களில் உறுதி செய்து கொள்ளவேண்டும். ஒன்று: இந்தப் புதிய வழிமுறை கூடுதல் விளைச்சலைத் தரவேண்டும்; இரண்டு: குறைவான வேலைப் பளு, குறைவான செலவு கொண்டதாக இருக்கவேண்டும். நமது சக்திக்கு உட்பட்டு அவர்களுக்குப் புரியவைக்க நாம் எல்லா முயற்சிகளும் எடுத்து விட்டோம் என்று சொல்ல முடியவேண்டும்.

நமது விவசாய வழிமுறையானது இந்தியாவில் மிகுதியாக நடக்கும் நெல் பயிர் சாகுபடிக்கு எப்படி உதவிகரமாக இருக்கும் என்பதை நாம் முதலில் யோசித்துப் பார்க்கவேண்டும். ஏனென்றால் அந்த நெல் சாகுபடி பற்றி நமக்கு எந்த முன் அனுபவமும் கிடையாது.

ஒரு தொழிலுக்குப் பயன்படுத்தப்படும் கருவிகளின் வலிமை, வடிவம் எல்லாம் அந்த மண்ணுக்கும் தட்பவெப்பத்துக்கும் பொருத்த மானதாக இருக்கவேண்டும். ரோட்ஸ் தீவின் அமெரிக்க கலப்பை 40 lbs தான் இருக்கும். அதில் கத்தி கிடையாது. ஒரு விவசாயி அதைத் தன் கையால் எளிதில் தூக்க முடியும். ஆனால், லகுவான மண் நீங்கலாக எல்லா நாடுகளிலும் அந்த கலப்பையைப் பயன்படுத்தமுடியும் என்று எதிர்பார்ப்பது அறிவீனம்.

கல்கத்தாவில் அமைக்கப்பட்டிருக்கும் விவசாயக் கழகமானது சில விஷயங்களைக் கற்றுக் கொடுத்து சில தவறுகளைத் திருத்தக்கூடும். அவர்கள் புதிய பயனுள்ள செடிகளை அறிமுகப்படுத்தியிருக் கிறார்கள். விவசாயம், கால்நடை வளர்ப்பு ஆகியவற்றில் பல புதிய விஷயங்களை அறிமுகப்படுத்தியுமிருக்கிறார்கள்.[4] ஆனால், இந்திய விவசாயியை சுதந்தரமாக இயங்க அனுமதிக்கவேண்டும். அவருக்கு கூடுதல் முதலீடு கொடுத்து அதன் பின்னரே விலை உயர்ந்த பிரிட்டிஷ் கருவிகள், வழிமுறைகள் ஆகியவற்றுக்கு வரவைக்கவேண்டும். சொற்ப ஐரோப்பியர்கள் சாப்பிடுவதற்கான கால்நடைகளை வளர்ப்பது என்பது இந்திய விவசாயிகளுக்குப் பெரிய நன்மையை எதுவும் தரப்போவதில்லை. ஐரோப்பியர்கள் தமது இருப்பிடங் களிலேயே கால்நடைகளை வளர்த்து அவர்களுக்குப் போதுமான அருமையான மாமிசத்தைப் பெற்றுவிட முடியும்.

இந்தியாவில் உணவுக்கான புதிய பயிர்களை அறிமுகம் செய்ய வேண்டிய தேவையே இல்லை என்பதை நாம் முதலில் கணக்கில் கொள்ளவேண்டும். உலகின் வேறு எந்தவொரு பகுதியையும்விட மிக அதிக அளவிலான தானியங்கள் இங்கு பயிரிடப்படுகின்றன. பல்வேறு வகையான சத்தான வேர்க்கிழங்குகள் இங்கு பயிரிடப் படுகின்றன. பழங்கள் எடுத்துக்கொண்டால் வாழைப்பழம் ஒன்றே

போதும். அவர்களுக்குத் தேவையான சத்துகள் அனைத்தையும் தருவதாக அது இருக்கிறது.

இந்தியாவின் பல பிராந்தியங்களில் உருளைக்கிழங்கு பயிரிடப் படுகிறது. பிராமணர்கள் அதை விரும்பிச் சாப்பிடுவதைப் பார்த்திருக் கிறேன். அதேநேரம் கருணைக் கிழங்கும் சுவையானதாகவே இருப்ப தோடு அதிக ஊட்டச்சத்தையும் தருவதாக இருக்கிறது. இந்தியாவில் புதிதாக உணவுப் பயிர் சார்ந்து நாம் எதை அறிமுகப்படுத்தமுடியும் என்று எனக்குத் தெரியவில்லை. நம்மிடம் இருக்கும் அனைத்துவகை தானியங்களும் அவர்களிடம் இருக்கின்றன. இன்னும் சொல்லப் போனால் அதைவிட அதிகமானவை இருக்கின்றன.

ஏதேனும் பழங்கள், காய்களை இந்தியாவில் அறிமுகப்படுத்த வேண்டும் என்று நாம் விரும்பினால் அதன் சுவை அவர்களுக்குப் பிடித்ததாக இருக்கவேண்டும். நம்முடைய பெரும்பாலான பழங்கள் மிகவும் புளிப்பாகவே இருக்கும். இந்தியத் தட்பவெப்பநிலையில் சீக்கிரம் கெட்டுப்போய்விடும். சுவை என்பது பலதரப்பட்டது. தேசங்களுக்கும் தனி நபர்களுக்கும் கூட மாறுபட்ட சுவையில் ஈடுபாடு இருக்கும். இதற்கெல்லாம் உதாரணங்கள் சொல்லத் தேவையில்லை. ஒவ்வொரு மனிதரையும் ஒவ்வொரு ஐரோப்பிய நாட்டையும் எடுத்துக்கொண்டு பார்த்தாலே போதும் உண்மை புரிந்துவிடும்.

இப்போதைய இந்திய விவசாயத்துறையும் அதன் விளைநிலங்களும் நம்மை ஆச்சரியப்படுத்துவது போல் இன்றைய நிலையில் வேறு எதுவுமே நம்மை மலைக்க வைக்காது. இப்படியான சூழ்நிலைகளில் மிக அதிக உத்வேகம் இல்லாதவர்கள் எல்லாம் தோற்று அழிந்து போயிருப்பார்கள்.

விவசாயத்துறையின் மிக மிக உபயோகமான அருமையான கண்டுபிடிப்பு ஒன்று ஹிந்துக்களிடம் வெகு நீண்டகாலமாகவே இருந்துவருகிறது. அதுதான் விதைக் கலப்பை. இது இந்தியாவில் வெகு பழங்காலத்தில் இருந்தே பயன்பாட்டில் இருந்து வந்திருக்கிறது. மலபாரில் அதை நான் பார்த்ததில்லை. அங்கு அதை விட மேலான பதிய நாற்று நடுதல் பாணி பயன்பாட்டில் இருந்து வருவதால் விதைக் கலப்பை பயன்படுத்தப்படவில்லை. விதைக் கலப்பை என்ன பலனைத் தருகிறதோ அதையே தான் ஒரு இடத்தில் விதைகளைத் தூவி வளரவைத்துவிட்டு நாற்றுகளை எடுத்து பின்னர் நடுவதும் செய்கிறது. உழவுத் தொழிலின் உழைப்பு சார்ந்து அவர்கள் அருமையாகச் சிந்தித்து, பல விஷயங்களைக் கண்டுபிடித்திருக் கிறார்கள் என்பதற்கான நல்ல எடுத்துக்காட்டு அது. அவர்களிடம்

பல்வேறு விதைகள், மண் ஆகியவற்றுக்கு ஏற்ப விதைக் கலப்பை மற்றும் சாதா கலப்பை எனப் பல்வேறு கலப்பைகள் இருக்கின்றன.

இங்கிலாந்து விவசாயத்தில் நாம் வெகு சமீபத்தில் அறிமுகப்படுத்திய பல வழிமுறைகள் அவர்களிடம் வெகு பழங்காலத்தில் இருந்தே இருந்துவருகின்றன. களைக் கொத்தி கொண்டும் கைகள் கொண்டும் களைகளை அப்புறப்படுத்துகிறார்கள். களைகளை வேரோடு பிடுங்கி எறியும் கலப்பைகளும் வைத்திருக்கிறார்கள். எப்போதும் சேறும் சகதியுமாக இருக்கும் நெல் வயல்களில் ரோலர் கருவியைப் பயன்படுத்துவது எந்தப் பலனையும் தராது. இந்தியாவில் நம்முடைய ரோலர் கருவி செய்யும் பணியை வேறொரு கருவி கொண்டு செய்கிறர்கள். அது நிலத்தை சமப்படுத்தும் வேலையை அழகாகச் செய்துவிடுகிறது. மண் வெட்டிபோல் மண் கட்டிகளை உடைக்கும் கருவிகளும் இருக்கின்றன.[5]

இந்திய விவசாயக் கருவிகள் எல்லாம் எளிமையானவையாக, கரடுமுரடானவையாக, அசிங்கமானவையாக இருப்பதாக நம்மவர்களால் சொல்லப்படுகின்றன. ஆனால், இதனாலெல்லாம் அவற்றின் பயன்பாடு எந்தவகையிலும் குறைந்துபோய்விடவில்லை. எளிமையாக இருப்பதை ஒரு குறையாக நாம் நிச்சயம் சொல்லவே கூடாது. நம் நாட்டில் சில மாவட்டங்களில் இருக்கும் கலப்பைகள் ஒரு எந்திரத்தைவிட மிகவும் சிக்கலானதாக இருக்கின்றன. இந்தியக் கலப்பைகள் அதைப் பயன்படுத்திப் பழகியவர்களுக்கு மிகவும் கையடக்கமாக இருக்கின்றன. நமக்கு பழக்கமில்லை என்பதால் அது அசிங்கமாகத் தோன்றுகிறது. இந்திய விவசாயிகள் அதை அழகுபடுத்தவெல்லாம் வசதி வாய்ப்புகள் இல்லாதவர்கள். அந்தக் கலப்பையையே நன்கு வண்ணம் அடித்து, அழகாக செதுக்கி வைத்தால் மிகப் பெரிய மரியாதைக்குரியதாக இருந்திருக்கும். நாம் கண்ணால் பார்த்து மேலோட்டமாகத் தீர்மானிப்பது சரியாக இருப்பதில்லை. அவையெல்லாம் வெறும் ரசனை மற்றும் அழகியல் சார்ந்த பார்வையே தவிர பயன்பாடு சார்ந்த பார்வை அல்ல.

நம் நாட்டுக் குத்தகை விவசாயிகளின் வசதி வாய்ப்புகளோடு இந்திய விவசாயிகளை ஒப்பிட்டுச் சொல்லக்கூடாது. தோற்றத்தையும் செயல் திறனையும் அவர்களவில் மதிப்பிட்டுப் பார்த்தால் அவர்கள் நல்ல விவசாயிகளே. நாம் இப்போதுதான் நமது கலப்பைகளுக்கு வண்ணம் தீட்டி, பாலிஷ் செய்துவைக்கத் தொடங்கியிருக்கிறோம். நம்நாட்டிலே கூட மிக சமீப சில வருடங்களில் மரப்பட்டை நீக்கப்படாத கலப்பைகளைக் கூடப் பார்த்திருக்கிறேன்.

நிலத்தைப் பல முறை உழுகிறார்கள் என்பதால் இந்து விவசாயியின் கருவிகள் செயல் திறன் குறைந்தவை என்று சொல்லப்படுகிறது. ஆனால், விஷயம் என்னவென்றால் அது விவசாயக் கலையில் அவர்கள் முழுமையடைந்திருக்கிறார்கள் என்பதையே எடுத்துக் காட்டுகிறது. ஓர் இந்திய விவசாயி மீண்டும் மீண்டும் தன் நிலத்தை உழுகிறார்; குறுக்கு சால் ஓட்டுகிறார் என்பதெல்லாம் உண்மையே. ஆனால், இவற்றையெல்லாம் களைகளை அப்புறப்படுத்துவதற்காக மட்டுமே அவர் செய்வதில்லை. இந்தியாவில் சூரிய வெப்பம் அதிகம். இதனால் நிலமானது இறுகி வறண்டு போய்விடும். எனவே நிலத்தில் காற்றோட்டம், பனி, மழை இவையெல்லாம் இறங்க வேண்டுமென்றால் பலமுறை உழுவது மிகவும் அவசியம். மண்ணை அடிக்கடிக் கிளறிவிட்டால்தான் இந்தப் பலன்களையெல்லாம் நன்கு பெற முடியும்.

நம் நாட்டைவிட இந்தியாவில் பனித்துளிகள் மிக அதிகமாக விழும். நிலங்களை வளப்படுத்துவதில் அவற்றின் பங்கு மிகவும் அதிகம். களைகளுமே கூட இதனால் வேகமாக வளரத் தொடங்குமே என்று நாம் சொல்லலாம். ஆனால் அது இந்த தேசத்தைப் புரிந்து கொள்ளாமல் சொல்லும் விமர்சனமே. அதனால்தான் அவர்கள் பல முறை நிலத்தை உழுகிறார்கள். எனவே இந்திய விவசாயியையும் அவர்களுடைய கருவிகளின் செயல் திறனையும் குறைத்து மதிப்பிடாமல் யதார்த்த நிலையைப் புரிந்துகொள்ள முயற்சி செய்வது நல்லது.

மண்ணின் தன்மை, தட்பவெப்பம், எந்த வகைப் பயிர் நடப்போகிறோம் ஆகியவற்றைப் பொறுத்துத்தான் எத்தனை தடவை உழவேண்டும் என்பதைத் தீர்மானிக்கவேண்டும். நம் நாட்டில் கூட மூன்று, நான்கு தடவை அல்லது சில நேரங்களில் ஆறு தடவை கூட நிலத்தை உழுவதுண்டு.[6]

ஒரே வயலில் வெவ்வேறு வகை பயிர்களை விளைவிப்பது இந்தியாவில் பல இடங்களில் பின்பற்றப்படுகிறது. இதை நம்மவர்கள் விமர்சிக்கிறார்கள். ஆனால், நாம் காட்டுப்புல், தீவனப் புல் ஆகியவற்றை கோதுமை பார்லியுடனும் ஓட்ஸுடனும் விதைக்கிறோம். கம்பு தானியத்துடன் பட்டாணி, பீன்ஸ் மற்றும் பட்டாணி, மக்காச்சோளம் மற்றும் கால்நடைத் தீவனமாக பட்டாணி ஆகியவற்றைக் கலந்து பயிரிடுகிறோம். அது போலத்தான் அவர்களும் செய்கிறார்கள்.

இந்த ஊடு பயிர்கள் ஒரு வயலில் நன்கு வளர்வதோடு பரஸ்பரம் ஒன்றுகொன்று உதவிகரமாகவும் திகழ்கின்றன. கம்பும், ஓட்ஸும் வலு குறைந்த படர் கொடிகளான கால்நடைத் தீவனப் பயிர்கள்

பெருமளவில் செழித்து வளர துணைபுரிகின்றன. மக்காச்சோளப் பயிர்களுக்கு ஊடே வளர்க்கப்படும் காட்டுப் புல் தீவனப் புல்லுக்கு நல்ல நிழலை சோளத்தட்டைகள் தருகின்றன. மண்ணும் தட்பவெப்பமும் இசைவானதாக இருந்தால் இதுபோல் பல பரிசோதனைகளைச் செய்து பார்க்கமுடியும். இந்தியாவில் ஊடு பயிர்கள் விதைக்கப்படும்போது தனித்தனியாகவோ கலந்தோ கைகளால் ஊன்றப்படுகின்றன. இறுதியில் அவை அனைத்தும் கால் நடைத் தீவனமாகப் பயன்படுத்தவும்படுகின்றன. கரும்புடன் சோளம் எனும் பயிர் ஊடு பயிராக குஜராத்தில் நடப்படுகிறது. மிகவும் வெய்யில் அதிகமாக இருக்கும் கோடைக்காலத்தில் இந்தச் சோளமானது கரும்புக்கு நிழல் தருகிறது. சில பயிர்கள் அவற்றின் மூலம் கிடைக்கும் தானியம் அல்லாமல் கால் நடைக்கான தீவனத்துக்காகவே பயிரிடப்படுவதுண்டு. காய்ந்த வைக்கோலாக அல்லாமல் அந்தச் செடிகளைப் பசுமையாகவே கால் நடைகளுக்கு உணவாகத் தந்துவிடுவார்கள். சோளம், கம்பு, மக்காச்சோளம் ஆகியவற்றினூடே நிலக்கடலை, தட்டப்பயறு போன்றவற்றைப் பயிரிடுகிறார்கள்.[7]

இந்தியாவில் இவர்கள் இப்படி ஊடு பயிர்கள் செய்வதென்பது பிழையானதல்ல. விவசாயம் மிகச் சிறப்பாகச் செய்கிறார்கள் என்பதன் அடையாளம் அது. தீவனப் புல்களை வளர்ப்பதென்பது கால்நடைகள் மீது அவர்கள் கொண்டிருக்கும் அக்கறையைக் காட்டுகின்றன. தீவனப் பயிர்களை வளர்ப்பதில் இந்திய விவசாயி மிகுந்த அக்கறை கொண்டிருப்பதை நான் எல்லா இடங்களிலும் பார்த்திருக்கிறேன். வறட்சியான கோடைக்காலங்களில் கால்நடை களுக்குத் தீவனம் கொடுப்பது இந்திய ஏழை விவசாயிகளுக்கு சிரமாகவே இருக்கும். ஆனால், தன் சக்தி முழுவதையும் பயன்படுத்தி, இருக்கும் வளங்களையெல்லாம் ஒன்றுகூட்டி அவர் அதை சமாளித்துவிடுவார். அவருக்கு எவ்வளவு தேவை இருக்கும் என்பது நன்கு தெரியும்.

இந்தியாவின் சில பகுதிகளில் தீவனப் புல் தனியாக வளர்க்கப்படுவ தில்லை. ஆனால், பிற பகுதிகளில் அது முறையாகப் பயிரிடப்பட்டு பாதுகாத்து வைக்கப்பட்டுவருகிறது. குஜராத்திலும் வேறு பர்கனாக் களிலும் (பல சிறிய கிராமங்களின் தொகுப்பு) இப்படி வளர்க்கப் படுகின்றன. வைக்கோலானது அரிவாளால் அறுக்கப்படுவதில்லை, கதிர் அருவாளால் அறுக்கப்படுகின்றன. காயவைக்கப்பட்டு வீடுகளுக்கு மாட்டு வண்டிகளில் கொண்டுவரப்படுகின்றன. நீள்வட்டமான குவியலாக அடுக்கிவைக்கப்படுகின்றன. இங்கிலாந்தில் நாம் அடுக்கிவைப்பதைவிட பெரிய அளவு வைக்கோல் போர்களாக

அடுக்கிவைக்கிறார்கள். இதன் மேலே எளிதில் நகர்ந்த முடியும் படியான கூரை போடப்பட்டுப் பாதுகாக்கிறார்கள். வைக்கோல் கிடைக்காத இடங்களில் புல், சோளத் தட்டைகள் ஆகியவற்றை கால்நடைகளுக்குத் தருகிறார்கள். இவை மிகவும் சத்து நிறைந் தவையாகக் கருதப்படுகின்றன. கர்நாடகப் பகுதிகளில் இருக்கும் நம் ஐரோப்பியர்கள்கூட வைக்கோலுக்குப் பதிலாகக் கால்நடைகளுக்குப் புல்லையே தருகிறார்கள்.

இந்தியாவின் பல பிராந்தியங்களில் வாழும் இந்துக்கள் பல்வேறு பயறு வகைகளை வளர்ப்பு மிருகங்களுக்காகவே பயிர் செய்கிறார்கள். சில இடங்களில் கேரட்களைக்கூட உணவாகத் தருகிறார்கள். குஜராத்தில் கைரா பகுதியில் ஒரு இந்திய விவசாயி நம் நாட்டுக்ளோவர் தீவனப்புல்லை பெருமளவில் வளர்த்துக் காட்டியிருக் கிறார்.[8] பசராவில் இருந்து பெறப்பட்ட அந்த விதையைக் கொண்டு மிக பெரிய அளவில் விளைவித்து நம் குதிரைப் படைக்குத் தேவையான அருமையான தீவனத்தை வளர்த்துக் கொடுத்திருக்கிறார். குதிரைப்படையை நல்லநிலையில் பராமரிக்க அது பெரிதும் உதவியிருக்கிறது.[9]

இந்து விவசாயத்தின் அனைத்து அம்சங்களையும் விவரிப்பதென்றால் அதற்கென தனி புத்தகமே தேவைப்படும். எனினும் முடிந்தவரை வேறு சில முக்கியமான அம்சங்களையும் கோடிட்டுக்காட்ட விரும்புகிறேன். இந்தியாவில் பெரும்பாலான பகுதிகளில் விளை நிலங்களுக்கு வேலிகள் போடப்பட்டுள்ளன. மக்கள் அமைதியாக வும் பாதுகாப்புடனும் வாழும் எல்லா நாடுகளிலுமே இப்படியாகத் தான் இருப்பது வழக்கம். பழங்காலத்தில் அரசு நிர்வாகம் இங்கு சிறப்பாக இருந்திருக்கிறது என்பதையும் போர்களால் எந்தப் பெரிய பாதிப்பும் இருந்திருக்கவில்லை என்பதையும் இது காட்டுகிறது. குஜராத்தில் நிலங்களுக்கான இப்படியான பாதுகாப்புக்கு மிகுந்த முக்கியத்துவம் தரப்பட்டுள்ளது.

நிலங்களுக்கான வேலிகள் பொதுவாக சதுர வடிவில் இருக்கின்றன. மிகப் பெரிய நிலங்களாக பிரிக்கப்பட்டிருப்பதில்லை. பல்வேறு அளவுகளிலும் இருக்கின்றன. உரிமையாளரின் விருப்பத்துக்கு ஏற்ப பாகம் போடப்பட்டிருக்கும். நிலங்கள் மிக மிக சுத்தமாகவும், முறையாகப் பராமரிக்கப்பட்டும் இருக்கும். நிலங்களின் வரப்புகள் மிகவும் அகலமானதாகவும் புல் வளர்ந்தும் காணப்படும். யார்க்ஷைரில் சில பகுதிகளில் செய்வதுபோல் கால்நடைகளை அதிலேயே மேயவிடுகிறார்கள்.

குஜராத்தில் இருப்பதுபோன்ற அழகான விளைநிலங்கள் உலகில் எங்குமே இல்லை என்று சொல்லலாம். வரப்புகளில் பல்வேறு மரங்களையும் நட்டு வைத்திருக்கிறார்கள். மர வேலி வரிசைகளைப் போலவே காட்சியளிக்கும் அவற்றை இங்கிலாந்தில் இருக்கும் அற்புதமான இடங்களோடு ஒப்பிடலாம்.

போர், வெள்ளம் போன்ற நெருக்கடிகள் ஏற்படும் காலங்களில் விவசாயிகளின் வருவாய் விவகாரங்களில் பாதுகாப்பு தரப்பட்டிருந்தது. இப்படியான நேரங்களில் குத்தகை வரி விலக்கு தரப்பட்டது.

குஜராத்தில் மட்டும்தான் விவசாயம் இப்படி இருப்பதாக நினைக்க வேண்டாம். இந்தியாவின் பிற பல பகுதிகளிலும் இருக்கக்கூடும். ஆனால், வங்காளம் வரையிலும் இப்படிக் காணப்படுவதாக நான் சொல்ல விரும்பவில்லை. ஏனென்றால் நான் அங்கு சென்று பார்த்ததில்லை. வங்காளத்தில் வசித்த நம்மவர் சிலர் அவர்களைப் பற்றியும் அவர்களுடைய விவசாய முறைகள் பற்றியும் சாதகமற்ற விஷயங்களையே சொல்லியிருக்கிறார்கள். அங்கு வசிப்பவர்கள் மிக மிகக் கீழானவர்கள் என்றும் பல கெட்ட குணங்கள் கொண்டவர்கள் என்றும் சொல்லிக் கேள்விப்பட்டிருக்கிறேன். அது உண்மை யென்றால், இந்தியாவில் பிற பகுதிகளைப் பற்றிய சித்திரத்தை அவர்களை வைத்து உருவாக்கக்கூடாது என்றே நான் சொல்வேன். ஆனால், மிகப் பரந்து விரிந்த, பல தேசங்களாகப் பிரிந்து கிடக்கும் 20 கோடி மக்களைக் கொண்ட இந்தியாவைப் பற்றி அப்படியான எண்ணமே நம் மனதில் உருவாக்கப்பட்டுவிட்டிருக்கிறது. நமக்கும் வங்காள பிராந்தியத்துடனும் இருக்கும் தொடர்பு, அந்த பிராந்தியத்தின் செல்வ செழிப்பு, அரசியல் முக்கியத்துவம் ஆகியவற்றின் விளைவாக இந்தச் சீர்கேடுகள் நடந்திருக்கும். ஒரு குறிப்பிட்ட ஒன்றை அடிப்படையாக வைத்து பொதுவான சித்திரத்தை உருவாக்கிக் கொள்ளும் பிழையான பார்வையாகவே அது அமைந்தும் இருக்கிறது.[10]

கர்னல் வில்க்ஸ் மைசூர்[11] பகுதியில் நடக்கும் விவசாயம் பற்றி என்ன சொல்லியிருக்கிறாரோ அதனுடன் என் அனுபவங்கள் முழுவதும் ஒத்துப்போகின்றன. கேப் கேமரின் தொடங்கி (குமரி முனை தொடங்கி) கட்ச் வளைகுடாவரையிலும் நடந்துவரும் தீவிரமான உடல் உழைப்பைக் கோரும் விவசாயம், உரச் சேகரிப்பு, சாதாரணமான தீவனப் பயிர்கள், விசேஷ தீவனப் பயிர்கள், விதைகளை மாற்றுதல், பயிர்ச் சுழற்சி, நிலத்தை சிறிது காலம் ஓய்வாக விடுதல் என அனைத்து வழிமுறைகளையும் பார்த்திருக்கிறேன். பயிர்ச்சுழற்சி சில நேரங்களில் முறையற்று மேற்கொள்ளப்படுவ துண்டு. ஆனால், அந்த வழிமுறையானது இந்தியா முழுவதிலும்

நன்கோ குறைவாகவோ புரிந்துகொண்டு, ஏற்றுக்கொள்ளப்பட்ட ஒன்றே.

ஐரோப்பாவில் நிலத்தின் வளத்தைத் தக்கவைக்கப் பின்பற்றப்படும் எல்லா வழிமுறைகளும் இந்தியா போன்ற மாறுபட்ட தட்ப வெப்பநிலைகொண்ட நாட்டுக்கும் அவசியம் என்று சொல்ல முடியாது. அமெரிக்காவில் காட்டை அழித்து உருவாக்கப்பட்ட புதிய விளை நிலமானது பல வருடங்களுக்கு தொடர்ந்து எந்தவித உரங்களும் போடாமலேயே நல்ல மகசூலைத் தரமுடியும். லிதுவேனியாவில் ஒரேவகைப் பயிரானது தொடர்ந்து பயிரேற்றப்படும். பிரிட்டனில்கூடப் பயிர்ச்சுழற்சி சில நேரங்களில் பின்பற்றப்படுவதில்லை. அதேநேரம் நிலத்தின் வளம் குறைவதும் இல்லை. மேற்கு இந்தியத்தீவுகளில் கரும்பு மட்டுமே தொடர்ந்து பயிரிடப்பட்டுவருகிறது.

தொடர்ந்து ஒரே பயிரை விளைவிப்பது நல்ல விவசாய வழிமுறை அல்ல என்பது நமக்கு நன்கு தெரியும். எனினும் சில விசேஷமான பகுதிகளில் ஒரே பயிரை விளைவித்தபோதும் அது எந்தவித பின்னடைவுகளையும் ஏற்படுத்தாமல் நல்ல பலன் தரவும் செய்கிறது. சில பகுதிகள் மனித உழைப்பு, திறமை இவற்றைச் சாராமல் இயல்பான மண் வளத்தின் மூலமே மிக நல்ல விளைச்சலைத் தந்துவருகின்றன.

மிக அதிக அளவில் விளைவிக்கப்படுவது நெல்தான். அது நிலத்தை அடைக்கக்கூடியதுதான். ஆனால், வேறு எந்தவொரு புல்வகை தாவரத்தையும்விட நிலத்துடன் குறைவான பிணைப்பு கொண்டதாகவே இருக்கும்.[12] நெல் வயல் எப்போதுமே நீர் நிறைந்து இருக்கும் என்பதால் மண் மிகவும் நெகிழ்வுடனே இருக்கும். இதனால்தான் இந்திய விவசாயி நெல் பயிரையே தொடர்ந்து ஒரு நிலத்தில் பல வருடங்கள் பயிரிட்டு வருகிறார். மண்ணின் அசாதாரண வளம், முறையாக வந்து போகும் பருவ காலங்கள் ஆகியவையும் இந்திய விவசாயத்தின் வெற்றிக்கு முக்கிய காரணங்களாக இருக்கின்றன.[13]

பயிர் வளர்ச்சிக்கும் நிலத்தை வளப்படுத்தவும் இடப்படும் உரங்கள் பற்றி நான் போய்ப் பார்த்து வந்த அனைத்து இந்திய பகுதிகளிலும் நல்ல புரிதல் இருப்பதைப் பார்த்திருக்கிறேன். இதுதொடர்பாக நம்மிடம் இருக்கும் அனைத்து வளங்களும் இவர்களிடமும் இருக்கின்றன. வயல்களில் எஞ்சும் பயிர்த்தாள்களை எரித்து உரமாக்குகிறார்கள். இலை தழைகள், அழுகிய பொருட்கள் இவற்றைச் சேகரித்து உரம் தயாரிக்கிறார்கள். சாணி மிக முக்கியமான

உரமாகப் பயன்படுகிறது. வைக்கோலை அழுகச் செய்ய வழியில்லாத போது காய்ந்த சாணி, காய்ந்த மரக்கிளைகள், புல் ஆகியவற்றை குவித்து வைத்து அதைக் கலந்து எரிப்பார்கள். அதன் பிறகு அந்தச் சாம்பலை நிலத்தில் தூவுவார்கள். குளங்கள் தூர்வாரப்பட்டு அதன் சேறு மிக நல்ல உரமாகப் பயன்படுத்தப்படுகிறது.

கால்நடைகள் மேயாத, மிக உயரமாக, அதிகமாக வளர்ந்து நிற்கும் புல்வெளிகளுக்குத் தீவைக்கும் பழக்கம் இந்தியாவில் உண்டு. ஆனால், அது எல்லா இடங்களிலும் பின்பற்றப்படுவதில்லை. பயிர் செய்யப்பட முடிந்த பகுதிகளில் இப்படிச் செய்யத் தேவையில்லை என்பதால் செய்யப்படுவதில்லை. நெல் வயலில் அறுவடைக்குப் பின் எஞ்சும் பயிர்த் தாள்கள் நாம் உழுவதுபோலவேதான் உழுது மண்ணுக்குள் செலுத்தப்படுகிறது. மலைப்பகுதிகளில் இருக்கும் மேய்ச்சல் நிலங்களில் உழுவது கடினம் என்பதால் அங்கு இந்த வழிமுறை பின்பற்றப்படுகிறது. அதிகப்படியாக இருக்கும் புற்கள் எரிக்கப்பட்டு மட்கவிடப்பட்டு அங்கு புதிதாகப் பயிரிடப்படும். ஆடுகளின் மேய்ச்சல் நிலத்தின் விளைச்சலைப் பெருக்க நாம் பின்பற்றும் அதே வழிமுறை போன்றதுதான் இது. கொங்கன் மற்றும் தக்கானப் பகுதிகளில் இப்படிச் செய்வது வழக்கம். குஜராத், மலபார் பகுதிகளில் இவை பின்பற்றப்படுவதில்லை. பரந்துவிரிந்த புதர் மண்டிய மலைப் பகுதிகளில் மட்டுமே இந்த வழிமுறை பின்பற்றப்படுகிறது.

மலபார் போன்று மரங்களால் நிரம்பிய மலைப்பகுதிகளில் இருக்கும் புல்வெளிகளில் அப்படித் தீவைத்தால் மிக மோசமான விளைவுகள் நடந்துவிடும். எனவே அங்கு அதைச் செய்வதில்லை. கொங்கன் பகுதியில் உயரமான மலைகளில் மரங்கள் எதுவுமே இருக்காது. புல் புதர்போல் மண்டிக் கிடக்கும். அங்கு அவற்றை எரித்துப் பயிரிடும் பழக்கம் பின்பற்றப்படுகிறது. எங்கெல்லாம் அது பின்பற்றப் படுகிறதோ அது இறைவனின் சாபமாகவே கருதப்படுகிறது.

சூரிய வெப்பம், இயற்கையான செயற்கையான ஈரப்பதம், நதிகளின் வண்டல் மண் படுகை போன்றவை எகிப்தில் இருந்ததுபோலவே இந்திய நிலங்களை வளமானவையாக ஆண்டுதோறும் செழிக்கச் செய்துவருகின்றன.

இந்திய விவசாயி சாணத்தை எரிபொருளாகப் பயன்படுத்துவதற் காகவும் விமர்சிக்கப்படுகிறார். ஆனால், அதற்கான காரணத்தைச் சொன்னால் இந்த விமர்சனம் சரியல்ல என்பது புரிந்துவிடும். தெருக்களில் கால்நடைகள் கழிக்கும் கழிவுகளில் இருந்தே இந்த வறட்டிகள் தட்டப்படுகின்றன. இல்லாவிட்டால் அவை மண்ணோடு

மண்ணாக மட்கித்தான் போயிருக்கும். சிறுவர், சிறுமியர் ஒரு கூடையை எடுத்துக்கொண்டு நம் நாட்டைப்போலவே தெருத் தெருவாகவும் சாலையோரங்களிலும் சென்று சாணத்தைச் சேகரித்து வருவார்கள். விவசாயிகளின் குழந்தைகள் இப்படிச் செல்வதில்லை. பிற ஏழை இந்தியக் குடிமகன்களே இப்படிச் சென்று சேகரித்து வருவார்கள். அந்த சாணத்துடன் கரி, வைக்கோல் ஆகியவற்றை சேர்த்து வறட்டியாகத் தட்டி வெய்யிலில் காயவைப்பார்கள்.[14] வட இங்கிலாந்திலும் இதுபோல் சிறுவர்கள் செய்வதைப் பார்த்திருப் போம். நம்தேசம் முழுவதிலுமே மிக சமீப காலம் வரையிலும் இப்படி இருந்ததாகச் சொல்லிக் கேள்விப்பட்டிருக்கிறேன்.

விதைக் கலப்பை என்பது ஹிந்துக்களின் கண்டுபிடிப்பு என்று முன்பே சொல்லியிருக்கிறேன். ஓரிடத்தில் மொத்தமாக நட்டுப் பின்னர் அதை பறித்து நாற்று நடுவதும் பயனுள்ளது மற்றும் மிகவும் அழகானது. நெல் வயலுக்கு தோட்டம் போன்று ஒரு ஒழுங்கமைவைத் தருகிறது. காலியிடம் எதுவும் இன்றி மிக அழகான நடப்படுகிறது. விதைகளை வீசுவதால் கிடைக்கும் விளைச்சலைவிட நாற்று நடுவதால் 25% அதிக மகசூல் கிடைக்கிறது. ஹிந்து விவசாயத்தின் பல வழிமுறைகள், கருவிகள் எல்லாம் சுவாரசியமானவை மற்றும் அவர்களுடைய சொந்த கண்டுபிடிப்புகள்.

நீர்ப்பாசனமென்பது இந்தியர்களுக்கே உரிய விஷயமில்லைதான். ஆனால், அவர்கள் அதை முன்னெடுத்திருக்கும் அளவுக்கு விரிவாக, கடும் உழைப்பு சார்ந்து உலகில் வேறு எங்குமே யாருமே செய்திருக்க வில்லை. மிகப் பெரிய எண்ணிலடங்கா குளங்கள், நீர்த்தேக்கங்கள், ஏரிகள், விவசாய நீர்பாசனத்துக்காகவே உருவாக்கப்பட்ட வலுவான கட்டுமானம் கொண்ட அணைகள் ஆகியவை எல்லாம் இந்தத் துறையில் அவர்களுக்கு இருக்கும் அற்புதமான நிபுணத்துவத்தை எடுத்துக்காட்டுகின்றன.[15]

இவையெலாமே அரசுகள் செய்துகொடுத்தவை அல்ல; செல்வச் செழிப்பான தனி நபர்கள், சில நேரங்கள் பெண்கள் மூலம் இந்த நீர்நிலைகள் வெட்டப்பட்டுள்ளன. அப்படி குளம் வெட்டியவர்களின் பெயர்கள் கூட இன்றுளவும் பத்திரமாகப் பாதுகாக்கப்பட்டு வந்துள்ளன. ஆனால், அந்த குளங்கள் எல்லாம் இப்போது வற்றிப் போய்விட்டன. அந்தக் கல்வெட்டுகள் எல்லாம் முன்னொரு காலத்தில் இங்கு குளம் இருந்தது என்பதைச் சுட்டிக்காட்டியபடி இருக்கின்றன.

ஒரு காலத்தில் ஏராளமான மக்களுக்கு வாழ்வாதாரத்துக்கு வழிவகுத்த அந்த நீர்நிலைகள் எல்லாம் இன்று கைவிடப்பட்டுக் கிடப்பதைப்

பார்க்கும்போது இந்திய சமூகத்தின் வீழ்ச்சி மிகவும் நன்கு புலனாகிறது. பல குளங்கள் வற்றிப் போய் இன்று வயல் வெளிகளாக ஆக்கப்பட்டுவிட்டன. பிறவற்றில் தேங்கியிருக்கும் நீரோ வீணாகிவருகிறது. குளங்களின் அடிப்பரப்பில் ஈரப்பதம் இன்றும் இருக்கின்றன. முற்காலத்தில் படிந்த வண்டல் மண் படுகை இன்றும் அதை வளமான நிலமாக ஆக்கியிருக்கிறது. விவசாயிகள் இந்த இடங்களை மிகுந்த உற்சாகத்துடன் கையகப்படுத்திக்கொண்டிருக் கிறார்கள். அவர்களுக்கு நிச்சயம் நல்ல விளைச்சல் கிடைக்கும். இப்படிக் குளங்கள் எல்லாம் காய்ந்து போனதென்பது பார்ப்பவர் களுக்கு சோகத்தையும் வேதனையையும்தான் தருகின்றன.

இந்துக்களைப் பார்த்து உத்வேகம் பெற்றும்[16] அவர்களுடன் கலந்து வாழ்ந்தும் வந்ததன் மூலமும் முஹமதியர்களும் அமைதி காலக் கலைகளை கற்றுக்கொண்டு பெரிய நீர்த்தேக்கங்களைக் கட்ட ஆரம்பித்தனர். எனினும் இரு தரப்பினரின் பணிகளுக்கு இடையே மிகப் பெரிய வித்தியாசங்கள் உண்டு.

முசல்மான்கள் கட்டிய குளங்கள் எல்லாம் ஆடம்பரம், அலங்காரம், படாடோபம் ஆகிய நோக்கில் கட்டப்பட்டவை. அவர்கள் கட்டிய வற்றில் பெரும்பாலானவை மிக அதிக செலவை இழுத்துவிட்டவை. நீர்ப்பாசனத்துக்குப் பயன்படாதவை. அலி மர்தன் கால்வாய் ஒன்று மட்டுமே விதிவிலக்காக நியாயமான பயனுள்ள பணி.

இந்த மிகப் பெரிய நீர்த்தேக்கங்கள் அல்லாமல் இந்தியா எண்ணற்ற கிணறுகள் நிறைந்த நாடு. அவற்றில் பெரும்பாலானவை நீர்ப்பா சனத்துக்காகக் கட்டப்பட்டவையே. கிணற்றிலிருந்து நீரானது ஏற்றம் மூலம் மனிதர்களால் அல்லது காளைகளால் இழுக்கப்படும். அதன் பிறகு கிணற்றுக்கு அருகில் வெட்டப்பட்டிருக்கும் வாய்க்காலில் விடப்பட்டு அது எல்லா திசைகளிலும் கிளை பிரிந்து சென்று வெகு தொலைவில் இருக்கும் பயிர்களின் வேர்மடியையும் நனைக்கும்.[17] கிணற்றில் ஏற்றம் இறைப்பதைப் பார்ப்பதென்பது கற்பனையில்கூட நினைத்துப்பார்க்க முடியாத அளவுக்கான எளிமையும் பயன்பாடும் நிறைந்தது. நீர்ப்பாசனக் கலைக்கான உற்சாகமான உதாரணமாகத் திகழ்கிறது. அதைக் கண்ணால் பார்ப்பதென்பதே மிகப் பெரிய மனநிறைவையும் அமைதியையும் தரக்கூடியது.

ஒரு பயிரானது எவ்வளவு கதிர்களுடன் பூமியில் உயர்ந்து நிற்க முடியுமோ அவ்வளவு செழிப்புடன் நிற்பதை இந்தியாவில் பார்த்திருக்கிறேன். வயல்கள் சுத்தமானதாகவும் களைகள் அற்றும் காணப்படும். மிக கடுமையான உழைப்பின் மூலமே இவை யெல்லாம் சாத்தியமாகியிருக்கின்றன. அவற்றுக்கெல்லாம் உள்நாட்டி லேயே உருவாக்கப்பட்ட பல்வேறு கருவிகள் இருக்கின்றன.

கையால் ஒவ்வொரு நாற்றாக பார்த்துப் பார்த்து நடப்பட்ட வயல்களில் ஒரே ஒரு களையைக்கூட பார்க்கமுடியாது.

செய் நேர்த்தியான விவசாயிகள் மிகுந்த ஆர்வத்துடன் விளைச்சலைப் பெருக்கும் வழிகளைத் தேடிச் செய்வார்கள். சூழ்நிலைக்குத் தகுந்தாற் போல் தமது செயல்பாடுகளை மாற்றிக்கொள்வார்கள். முடிந்த வரையில் நிலையான வழிமுறைகள், கொள்கைகளின் அடிப்படையில் செயல்படுவார்கள். பயிர் சுழற்சி முறையை முயன்று பார்த்திருக்கிறார்கள். ஆனால், வண்டல் மண் படிவானது மிக செழிப்பாக, தொடர்ந்து கிடைப்பதால் ஒரே பயிரை வளர்ப்பதும் ஆதாயகரமானதாகவே இருந்துவருகிறது. உள்ளூர் விசேஷத் தன்மைகள், உள்ளூர் நெருக்கடிகள், போதிய வசதி வாய்ப்புகள் இன்மை போன்றவை ஒரு விவசாயியை பல விஷயங்களைச் செய்துபார்க்க விடாமல் தடுக்கின்றன. மிகவும் சரியான செயல்கள் சிலவற்றைச் செய்வதில் இருந்து அவர் மாறுபட்டுச் செயல் படுகிறாரென்றால் அதற்கான தேவைகள், நெருக்கடிகள் பலவற்றில் அவர் சிக்கிக்கொண்டிருக்கிறார். அவருடைய சக்திக்குட்பட்ட விஷயங்களை மட்டுமே அவர் செய்வார். பொதுவான மற்றும் விசேஷமான சூழ்நிலைகளினால்தான் இப்படியான விஷயங்கள் நடைபெறுகின்றன. அவற்றை அக்கறையுடன் கணக்கில் கொண்டு பார்க்கவேண்டும்.

ஒரு பிராந்தியத்தில் விவசாயம் மிகச் சிறப்பாகவும் இன்னொரு பிராந்தியத்தில் மிகக் குறைவாகவும் இருந்தாலோ, நாட்டின் அனைத்து பகுதிகளிலும் மிகவும் வளமான, வெற்றிகரமான விவசாயப்பணிகளின் தடயங்கள் சிதிலமடைந்த நிலையில் காணப் பட்டாலோ அப்படியான பரிதாபகரமான நிலைக்கு அறியாமையும் மூடத்தனமுமே காரணம் என்று நினைப்பது நியாயமாக இருக்காது. பருந்துப் பார்வையில் பார்த்துவிட்டு, பாரபட்சமக, அவசர அவசரமாக முன்வைக்கப்படும் அறிக்கைகளை அடிப்படையாக வைத்து இந்தியர்களுடைய விவசாயத்தை மதிப்பிடக்கூடாது. நிதானமாக, பல வருடங்கள் விரிவாக முழுமையாக ஆராய்ந்த பிறகே ஒரு முடிவுக்கு வரவேண்டும். இந்த நாட்டின் விசேஷமான தட்பவெப்பநிலைக்கு உரிய முக்கியத்துவம் தந்தே ஹிந்து விவசாயத்தைப் பற்றிய தீர்மானத்துக்கு வரவேண்டும்.

அற்புதமான நாடான இந்தியாவின் பெரும்பாலான பகுதிகள் பிரிட்டிஷ் ஆட்சியைச் சார்ந்தும் அதனுடனான தொடர்புடனும் இருந்துவருகிறது. இன்றைய அரசியல் சூழ்நிலை அதுதான். எனவே அந்த நாட்டின் வளர்ச்சிக்கான நேர்மையான, நியாயமான அனைத்து

முயற்சிகளையும் எடுக்கும் பொறுப்பு நமக்கு இருக்கிறது. எனவே நாம் எடுக்கும் முயற்சிகள் அதைப் பின்னோக்கித் தள்ளுவதாகவோ அதன் வளர்ச்சியைத் தடுப்பதாகவோ இருக்கக்கூடாது. அவர்களுடைய வழிமுறைகளை அவசர அவசரமாக மறுத்து ஒதுக்கக்கூடாது. ஏனென்றால், அவை நீண்ட நெடிய அனுபவத்தின் பலனாக உருத்திரண்டு வந்திருப்பவை. அவர்களுடைய சூழ்நிலைகளுக்கு ஏற்ப அவர்களுக்கு நல்ல பலனைத் தந்துவந்திருப்பவை.

அந்த மக்களின் நலன்சார்ந்து சிந்திக்கும் இடங்களில் அவர்களுடைய விருப்பம் என்ன என்பதையும் கேட்டுத் தெரிந்துகொள்ளவேண்டும். அவர்களுடைய அனுபவங்களே மிகச் சிறந்த வழிகாட்டி. அவர்களிடம் போதிய முதலீடுகள் இல்லை. நிலக் குத்தகையானது அரசால் வரியாக அவர்களிடமிருந்து பெறப்பட்டுவருகிறது; நில உடமை கேள்விக்குரியதாக ஆக்கப்பட்டிருக்கிறது. இப்படியான சூழலில் அதிகச் செலவை இழுத்துவிடும் வழிமுறைகளை அவர்கள் முன்னால் வைப்பது எந்தப் பலனையும் தராது. பல இடங்களில் கிடைக்கும் விளைச்சலானது விவசாயிக்கு அவருடைய வாழ்வாதாரத் தேவைகள் தாண்டிப் பெரிதாக எதுவும் இருப்பதே இல்லை.[18] இப்படியான நிலையில் முன்னேற்றத்துக்கான வழிகளோ தூண்டுதலோ எதுவுமே இல்லை.

இப்படியான பல குறைகள் இருந்த நிலையிலும் ஹிந்துக்களின் விவசாயமானது மரியாதைக்குரியதுதான். சரியாகச் சொல்வதானால் அது அபாரமானது என்று கூடச் சொல்லலாம். ஹிந்து விவசாயியின் வழிமுறைகளில் சில ஐரோப்பிய விவசாயிக்கு பல உண்மைகளைக் கற்றுத் தரக்கூடியதாகவே இருக்கின்றன. ஹிந்து விவசாயி ஏதேனும் தவறான வழியைப் பின்பற்றுகிறாரென்றால் அது விவசாயக் கலையின் நுட்பங்கள் தெரியாததால் அல்ல; ஏழ்மையினாலும் பிற நெருக்கடிகளினாலும்தான் அவர்களால் அதைச் செய்ய முடியாமல் இருக்கிறது. இவற்றை நீக்கினால் முன்னேற்றம் தானாகப் பின் தொடரும். ஹிந்துக்களின் நடத்தை எப்படியானதாக இருந்தாலும் அவர்கள் எதிலுமே மிதமானவர்கள்; கடின உழைப்பாளிகள். அவர்களுடைய நலன்கள் பற்றி அவர்களுக்கு மிக நன்றாகத் தெரிந்தே இருக்கிறது.

நம்முடனான தொடர்பின் மூலம் ஐரோப்பிய விஷயங்கள் பலவற்றை அவர்கள் ஏற்றுக்கொண்டிருக்கிறார்கள். அவர்களுடைய ரசனைக்கும் வசதிக்கும் உகந்ததாக இருப்பவற்றை அவர்கள் தொடர்ந்து ஏற்றுக்கொள்ளத் தயங்குவதே இல்லை. அவர்களுடைய விவசாய வழிமுறை மோசமானதாக இருந்தால், நாம் எளிய, சிக்கனமான வழிமுறையை முன்வைத்து அதிக மகசூலை விளைவித்துக்

காட்டினால் நிச்சயம் அதை உடனே பின்பற்ற ஆரம்பிப்பார்கள். ஆனால், இவையெல்லாம் வெறும் கோட்பாட்டுரீதியிலான ஆலோசனைகள், பரிந்துரைகள் மூலம் நடந்துவிடாது. நம்முடைய பழக்க வழக்கங்கள், அவர்களுடைய உழைப்பு இவற்றை சரியான முறையில் கலந்து அவர்களுடைய பழக்கங்கள், நடைமுறைகள் ஆகியவற்றை மாற்ற முயற்சி செய்யவேண்டும். ஐரோப்பிய கலைகள், தொழில்கள் ஆகியவற்றை அறிமுகப்படுத்துவதென்றால், இந்தோ ஐரோப்பியர்கள் மூலமாக அதை முன்னெடுப்பதே நல்ல பலனைத் தரும். அந்த வகையினர் தற்போது இயல்பான விகிதத்தில் பெருகியும் பரவியும்வருகிறார்கள்.

புத்திகூர்மையும் இந்திய விவசாயத்தை அருகில் இருந்து பார்க்கும் வாய்ப்பும் பெற்ற என் மதிப்புக்குரிய நண்பர் சொன்னதை மேற்கோள் காட்டி என் அறிக்கையை நிறைவு செய்கிறேன். அவரைவிட மிகச் சிறப்பாக இந்த விஷயத்தை அறிந்தவர் வேறு யாரும் இருக்கமாட்டார் என்றே நான் நம்புகிறேன்.

'தக்காணம், குஜராத் பகுதிகளிலும் குறிப்பாக குஜராத்திலும் நுட்பமான நேர்த்தியான விவசாயமானது இங்கிலாந்தில் ஆராய்ந்து மேற்கொள்ளப்படுவதுபோலவே செய்யப்படுகிறது. இந்திய வழிமுறைகளைப் பார்க்கும் ஒரு இங்கிலாந்து விவசாயி அதை முதல் பார்வையில் மறுதலிக்கக்கூடும். ஆனால், இந்திய வழிமுறைகளில் அவர் மறுதலிக்கும் பலவும் மிக முக்கியமானவையே என்பதை காலப்போக்கில் புரிந்துகொள்வார். இங்கிலாந்தில் பின்பற்றப்படும் வழிமுறையே இங்கும் பின்பற்றப்படவேண்டும் என்ற எண்ணத்தில் சொல்வது சரியல்ல என்பதைச் சீக்கிரமே புரிந்துகொள்வார்.

உதாரணமாக, இந்தியாவில் நிலங்களை ஆழமாக உழுவதில்லை என்று ஒரு குற்றச்சாட்டு முன்வைக்கப்படுகிறது. ஆனால், ஒரு இந்திய விவசாயி சூரிய வெப்பத்தை ஏற்கும் நிலத்தில் மேற்பரப்பில் உள்ள மண் மட்டுமே விளைச்சலுக்குப் பெரிதும் உதவுகிறது என்பதை அனுபவபூர்வமாகத் தெரிந்துகொண்டிருக்கிறார். கோடை காலம் ஆரம்பிப்பதற்கு முன்பாக இந்திய விவசாயி தன் நிலத்தை லேசாக உழுது சூரிய சக்தி முழுவதுமாக மேல் அடுக்கு மண்ணுக்குக்கிடைக்க வழிசெய்வதை எல்லா இடங்களிலும் பார்க்க முடியும்.

குஜராத்தின் வடக்குப் பகுதிகளில் இருக்கும் நிலங்கள் மிகவும் செழிப்பானவை. அந்த நிலமானது தொடர்ந்து ஆண்டுதோறும் பயிர் செய்யும்போது மட்டுமே வளமானதாக இருந்துவருகிறது. ஓரிரு வருடங்கள் தரிசாகப் போட்டால் உடனே வளம் குன்றிவிடுகிறது. சூரத்திலும் பரோச்சா மாவட்டத்திலும் தக்காணத்தின் சில

பகுதிகளிலும் இப்படி இருப்பதைப் பார்க்கமுடியும். இந்தியர்களின் விவசாய வழிமுறைகள் நாம் நிராகரிக்கவே முடியாத அளவுக்கு அனுபவபூர்வமாகக் கண்டடைந்த உண்மைகளைக் கொண்டதாக இருக்கின்றன.[19]

இப்போது இந்த அறிக்கையின் முக்கியமான விஷயமான மலபார் விவசாயம் பற்றிச் சொல்ல விரும்புகிறேன். கோதுமை மற்றும் பிற தானியங்கள் விளைவிக்கப்படும் இந்தியாவின் வட பகுதிகளில் இருந்து மலபார் விவசாய வழிமுறைகள் பல விஷங்களில் மாறுபட்டதாக இருக்கின்றன. மலபாரில் அந்த தானியங்கள் விளைவிக்கப்படுவதில்லை. மலபாரின் மண்ணின் தன்மை, மேலடுக்கு, விளையும் பயிர்கள் ஆகியவற்றுக்கு ஏற்ப இந்தப் பகுதியின் விவசாய வழிமுறைகள் வடிவமைக்கப்பட்டுள்ளன. இந்தியாவின் ஒவ்வொரு பிராந்தியத்திலும் விவசாய வழிமுறைகள், கருவிகள் எல்லாம் மாறுபட்டவையாகக் இருக்கின்றன. அந்தந்தப் பகுதியின் தட்பவெப்பநிலை, பருவகால மாறுபாடுகள், மண்ணின் இயல்பு ஆகியவற்றுக்கு ஏற்ப அவை அமைந்துள்ளன.

மலபாரில் விவசாயம் மிக முக்கியமான, மரியாதைக்குரிய தொழிலாகத் திகழ்கிறது. இந்தப் பிராந்தியத்தில் நில உடமை சார்ந்த உரிமைகள் மிக அழுத்தமாக நிலைபெற்றிருப்பதன் விளைவாகவே இப்படியான ஒரு நல்ல நிலை இருக்கிறது. ஒவ்வொரு நில உடமையாளரும் விவசாயக் கலையில் நல்ல புரிதல் கொண்டவராக இருக்கிறார்கள். அது அவருடைய வசதிக்காக மட்டுமல்ல; அவருடைய உதவியும் மிகவும் அவசியமானதாகவே அங்கு இருக்கிறது. கூலிப் பணியாளர்களைத் தெளிவாக வழிநடத்தத் தெரிந்திருப்பதோடு நில உடமையாளர்களான நாயர்கள் தாமே கலப்பையை எடுத்துக்கொண்டு உழுபவர்களாகவும் இருக்கிறார்கள். சில நில உடமையாளர்கள் தமது நிலங்களைக் குத்தகைக்குக் கொடுத்துவிட்டு அதில் கிடைக்கும் வருவாயைக் கொண்டு வாழ்ந்துவருகிறார்கள். ஆனால், பெரும் பாலும் சிறிதளவு நிலத்தையாவது தாமே நேரடியாகப் பயிர் செய்வதே அதிகம்.

சிலர் மிகப் பெரிய நில உடமை கொண்டவர்களாக இருக்கிறார்கள். ஐரோப்பாவில் இருப்பதுபோலவேதான் இங்கும் நில உரிமை, குத்தகை ஒப்பந்தங்கள் எல்லாம் இருக்கின்றன. சிர்மிர்கள் பெருமளவிலான பணிகளைச் செய்கிறார்கள். ஆனால், முழு வேலைகளையும் அல்ல. ஒவ்வொரு பண்ணையுடனும் சில பணியாளர்கள் நிரந்தரமாக இருப்பார்கள். சில பெரிய பண்ணைகளில் 50 முதல் 100 பணியாளர்கள் குடும்ப சகிதமாக இருப்பார்கள்.

காளைகளும் பசுக்களுமேகூட பணியாளர்களின் எண்ணிக்கைக்கு சமமாகவே இருக்கும். இப்படியான நில உடமையாளர்களிடம் கூலிப் பணியாளர்களும் இருப்பார்கள். ஒரு கண்காணியும் இருப்பார். அவர் பணியாளர்களை வேலை வாங்குவார். தனியாக வேலை எதுவும் செய்யமாட்டார். நம் நாட்டில் ஓவர்சீயர் (மேற்பார்வையாளர்) போன்ற பணி இது.

இந்த நிர்வாக அடுக்கு அனைவராலும் மதிக்கப்படுவதாக இருக்கிறது. இந்தியாவின் பிற பகுதிகளில் காண முடியாத அளவிலான வதியும் வளமும் கொண்டதாக இது இருக்கிறது. நம் நாட்டில் இருக்கும் நில உடமையாளர்கள், விவசாயிகள் ஆகியவர்களைப் போலவே இருக்கிறார்கள்.[20]

மலபார் விவசாயம் பற்றி அனைத்தையும் சொல்ல விரும்பவில்லை. ஆனால், பொதுவான விவரணையைத் தருவது மிகவும் அவசியம்.

நிலங்கள் வேலியிடப்பட்டும் உள் பிரிவுகளைக்கொண்டதாகவும் இருக்கிறது. நீளமான, குறுகலான அழகிய பள்ளத்தாக்குகளே இயற்கையான எல்லைகளாகத் திகழவும் செய்கின்றன. செயற்கைப் பிரிப்புகள் எல்லாம் பொதுவாக சிறிதாகவே இருக்கின்றன. நீர்ப்பாசன வசதிக்காகவும் நில உடமை உரிமையைச் சுட்டிக் காட்டவும் வரப்புகள் அமைக்கப்பட்டுள்ளன. வயல்கள் அல்லது பாகங்கள் எல்லாம் மிக அழகாக நீள் சது வரப்புகளால் எல்லை யிடப்பட்டுள்ளன.

விதைப்பதற்கு முன்பாக இரண்டு முறை அல்லது சில நேரங்களில் மூன்று தடவைகூட சூழ்நிலைக்கு ஏற்ப உழுவதுண்டு. முதலில் வயலைச் சுற்றி, பாத்தி கட்டுவார்கள். முழு வயலையும் நீரால் நிரப்புவார்கள். வரப்புகள் இரண்டு அடி அகலம் கொண்டவையாக இருக்கும். நில மட்டத்தில் இருந்து நன்கு உயரமாக இருக்கும். நடைபாதையாகப் பயன்படுவதோடு நீரைத் தேக்கிவைக்கவும் அந்த வரப்புகள் பயன்படும். அவை மட்டும் இல்லையென்றால் வயலைப் பார்வையிடச் செல்லும்போது அல்லது வேறு விவசாயப் பணிகளின் போது சேற்றில் தான் நடந்தாகவேண்டியிருக்கும். ஆறு அங்குலத்தில் இருந்து ஒரு அடி அல்லது ஒன்றரை அடி என இடத்துக்குத் தகுந்தாற் போல் வயலில் நீர் தேங்கச் செய்வார்கள்.

இரண்டாம் உழவு வரையிலும்கூட சில வயல்களை நீரால் மூழ்கடித்திருப்பார்கள். சேறும் சகதியுமாக இருக்கும். உழுவதால் கிடைக்கும் பலனுக்கு இணையான பலன் இதில் இருந்து கிடைக்கும். முதலாவதாகத் தேங்கி நிற்கும் நீரானது களைகள் அனைத்தையும்

அழுகச் செய்யும். அதன் பிறகு பயிரைச் செழித்து வளரச் செய்யும். நெல் பயிர்களுக்கு நீர் மிகவும் அவசியம். சில நேரங்களில் நெல் விதைகளை 20-30 மணி நேரத்துக்கு நீரில் ஊறவைப்பார்கள். அதன் பிறகு ஒரு இடத்தில் குவியலாகப் போட்டுவைப்பார்கள். அங்கு அது முளைவிடத் தொடங்கும்.

அதன் பிறகு நிலத்தை பக்குவப்படுத்துவார்கள். ஒரு மரக்கட்டையைக் கட்டி இழுத்துச் சென்று நிலத்தை சமப்படுத்துவார்கள். விதைப்பதற்கு முன்பாக நீர் முழுவதையும் வடியச் செய்வார்கள். விதைகளைத் தூவுவார்கள் அல்லது நடுவார்கள்.

நாற்று நடுவதும் இதுபோலவே செய்யப்படுகிறது. ஒரு இடத்தில் நெருக்கமாக வளரவைத்தவர்கள் நில மட்டத்தைவிட சற்று உயரமாக வளர்ந்ததும் சிறு கட்டுகளாகக் கட்டி எடுத்துக்கொண்டு சென்று பெரிய வயலில் ஒவ்வொன்றாக சீரான இடைவெளிவிட்டு நடுவார்கள். இந்த வேலைகளைப் பொதுவாக பெண்களே செய்கிறார்கள். அதன் பிறகு அறுவடைக்காலம் வரையிலும் வயலில் முழுவதுமாக நீர் தேங்கி இருக்கும்படிப் பார்த்துக்கொள்வார்கள். இறுதியாக வரப்புக்கரையை உடைத்து நீரை வடிந்துபோக வைக்கிறார்கள்.

மூன்றில் இரண்டு பங்கு பயிர்த்தாள் நீருக்கு மேலே இருக்கும். வங்காளத்தில் பின்பற்றப்படும் வழிமுறை இதில் இருந்து முற்றிலும் மாறுபட்டது.

மலபாரில் ஐம்பதுக்கும் மேற்பட்ட நெல் ரகங்கள் பயிரிடப் படுகின்றன. ஒவ்வொன்றுக்கும் தனியான பெயர் இருக்கின்றன. வேவ்வேறுவிதமான வழிகளில் பயிரிடப்படுகின்றன. சில நெல் பயிர்கள் மலைப் பகுதிகளில் வளரும். அவற்றுக்கு நீர்ப்பாசனம் தேவைப்படாது. பூனம், மோதுன் என்று அவை அழைக்கப் படுகின்றன. சாதாரண பயிர்களைவிட அறுவடைக்கு நீண்ட காலம் எடுத்துக்கொள்ளும். பதியனிடும் முறையில் வளரும் நெற் பயிர் ஒன்று இங்கு இருக்கிறது. மலபாரைத் தவிர வேறு எங்கும் இதை நான் பார்த்ததில்லை.

வட கேரளப் பகுதியைவிட தென் கேரளப் பகுதிகள் மிகவும் வளமாகக் காணப்படுகின்றன. தென் பகுதிகளில் ஆண்டுக்கு அல்லது 14 மாதங்களுக்கு மூன்று போகம் விளைகின்றன. வட கேரளப் பகுதிகளில் இரு போகம் விளைகின்றன. வயநாடு மலைப் பகுதியில் ஒரே ஒரு போகம் மட்டுமே விளைகிறது.[21]

சில நெல் கதிர்கள் பிறவற்றைவிட சீக்கிரமே முற்றிவிடும். பல்வேறுவிதமான ஈரப்பதத்தைத் தாக்குப்பிடிப்பவையாகவும்

இருக்கும். எனவே, எல்லா நெற்பயிர்களும் ஒரே பருவத்தில் விதைக்கப்பட்டு ஒரே பருவத்தில் அறுவடை செய்யப்படுவதில்லை. ஒவ்வொன்றும் அவற்றுக்கே உரிய மண், சூழல் ஆகியவற்றைக் கொண்டதாக இருக்கும். எனவே, எந்தெந்த நெல்லுக்கு எப்படியான வழிமுறையைப் பின்பற்றவேண்டும் என்பதில் குடியானவர் அதாவது வயலில் இறங்கிப் பணிபுரியும் நபருடைய அனுபவ அறிவுக்கு மலபார் விவசாயத்தில் முக்கியத்துவம் தரப்படும். விதைகளை மாற்றுவது நல்ல பலன் தரும் என்று அவர் அனுபவபூர்வமாகக் கண்டுபிடித்திருக்கிறார். ஆனால், தொடர்ந்து நெற் பயிர் மட்டுமே பயிரிடப்பட்டுவருகிறது.

மலை நெல் வகைகள் அறுவடைக்கு எட்டு அல்லது ஒன்பது மாதங்கள் எடுத்துகொள்ளும். மலை ரகங்கள் மிகவும் அரிதானவை. தட்பவெப்பநிலை, பருவ கால மழை ஆகியவற்றையே பெரிதும் சார்ந்து இருக்கின்றன. மலைகளின் உயரமான பகுதிகளில் பயிர்ச்சுழற்சியைப் பயன்படுத்துகிறார்கள். சிலவகைப் பயறுகள், எள்ளு போன்றவற்றை இங்கு பயிரிடுகிறார்கள். ஆறேழு தடவை நிலத்தை உழுதுகொள்கிறார்கள். மலபாரில் அதிகமாக விளைவிக்கப் படுவது அரிசிதான். கரும்பு, பருப்புவகைகள் கூட பயிரிடுவதுண்டு. இந்த வெப்ப மண்டலப் பயிர்கள் அனைத்துக்கும் உகந்த தட்ப வெப்பமே இங்கு நிலவுகிறது.

மிதமான வெப்பம் இருக்கும் காலகட்டத்திலேயே உற்பத்தி அதிகமாக இருக்கும். ஆண்டு முழுவதுமே பயிர்கள் செழித்து வளர உகந்ததுதான். பிரச்னை என்னவென்றால் மழையும் ஈரப்பதமும் போதிய அளவு சில காலகட்டங்களில் இருக்காது. மழை சரியான காலத்தில் பெய்யவில்லையென்றால், விளைச்சல் முடங்கிவிடும். மலபாரில் இப்படியான பிரச்னைக்கு இடமே இல்லை. இந்தியாவின் பிற அனைத்துப் பகுதிகளைவிடவும் மலபாரில் மழைக்குப் பஞ்சமே கிடையாது. மலபாரில் ஆண்டு முழுவதுமே நெல் பயிரிடுதல் நடந்து கொண்டே இருக்கும். ஒவ்வொரு இடத்திலும் ஒவ்வொரு நிலையில் பயிர் வளர்ந்த வண்ணம் இருக்கும். இந்த இயற்கை எழில் கொஞ்சும் காட்சிக்கு நிகராக வேறு எதுவுமே இருக்கமுடியாது. மலபார் பிராந்தியமானது பேரழகும் பன்மைத்தன்மையும் கொண்டது. ஒரு இடத்தில் நாற்று நட்டுக்கொண்டிருப்பார்கள். இன்னொன்றில் பயிர்கள் செழித்து உயரமாக வளரத் தொடங்கியிருக்கும். இன்னொரு இடத்தில் அறுவடைக்குத் தயாராகி காற்றில் கதிர்கள் தலையசைத்துக் கொண்டிருக்கும்.

மலபார் பகுதியில் இரண்டு வகையான கலப்பைகள் இருக்கின்றன. ஒன்று மற்றொன்றைவிட மிகவும் கனமானது. ஆனால் இரண்டுமே

எளிய வடிவமைப்பு கொண்டவையே. மலபார் கலப்பைகளில் ஒரே ஒரு கைப்பிடிதான் இருக்கும். ப்ரான்ஸில் தென்பகுதி, ஸஃபோக், செட்லாந்து தீவுகள் ஆகிய இடங்களிலும் இதுபோலவே இருப்பதைப் பார்க்கமுடியும். இது ஒருவரை பார்த்து மற்றவர் காப்பி அடித்தது என்று சொல்லமுடியாது. ரசனை, விருப்பம் இவை யெல்லாம் மனிதர்களுக்கு சில நேரங்களில் ஒரே மாதிரி இருப்பது இயல்புதானே. மிகுந்த இடைவெளி கொண்ட பகுதிகளில் வெவ்வேறு மாறுபட்ட சூழல்களில் வசிக்கும் மக்கள் இப்படி ஒரே மாதிரியான எளிமையான, வசதி குறைவான வடிவமைப்பு கொண்ட கருவிகளைப் பயன்படுத்துவதைப் பார்க்கும்போது ஆச்சரியமாகவே இருக்கிறது. ஆனால், ஏதோவொரு நடைமுறை அனுபவ அறிவு, ஏதோவொரு நன்மை அவர்களுக்கு அதில் கிடைத்திருக்கவேண்டும். அதனால், அதுவே அவர்களுக்கு வசதியாக பழகிப் போயிருக்க வேண்டும்.

மலபாரில் விவசாயத்துக்குத் தடையாக வெகு சிலவே இருக்கின்றன. ஐரோப்பிய விவசாயியும் இதே கொள்கைகளின்படியேதான் செயல் படுவார். அங்கு இருக்கும் மண்ணுக்கும் அவர்கள் செய்யும் வேலை களுக்கும் ஏற்பத்தான் அவர்களுடைய கலப்பைகளை வடிவமைத் திருக்கிறார்கள். கோதுமை பயிரிட உகந்த கலப்பையும் உழவும் நெல் பயிரிடுவதில் பயன்படாது. மாறுபட்ட கால்நடைகளை ஏரில் பூட்டி மலபாரில் இழுக்க வைக்கமாட்டார்கள். கழுதையையும் காளையை யும் ஒரே ஏரில் பூட்டி உழுவதை மோசஸ் தடைசெய்திருக்கிறார். ‘வெவ்வேற்றானவற்ரை ஒரே ஏரில் பூட்டாதே’ என்று அவர் இஸ்ரேலியர்களுக்கு கூறியிருக்கிறார்.

மலபார் கலப்பையானது இரண்டு காளைகளால் இழுக்கப்படும். ஒரு மனிதர் அதை ஓட்டிச் செல்வார். அதிகாலையிலேயே வயலுக்குச் சென்றுவிடும் விவசாயி மாலை சூரியன் மறைந்த பிறகே வீடு திரும்புவார். வெய்யில் அதிகமாக இருக்கும் நேரங்களில் வயலுக்கு அருகில் இருக்கும் மரத்தின் நிழலில் இளைப்பாறிக்கொள்வார். மனைவியும் குழந்தைகளும் அவருடனே துணையாக இருப்பார்கள்.

இந்து விவசாயிகளைப் போலவேதான் கிரேக்கம், எகிப்து பகுதிகளிலும் கலப்பையில் கத்தி போன்ற பாகம் கிடையாது. ஃப்ரான்ஸின் தென் பகுதி மற்றும் உலகின் வெப்பம் நிறைந்த பகுதிகள் அனைத்திலுமே இப்படியான கலப்பையே பயன்படுத்தப் படுகின்றன.[22] இளகிய, நெகிழ்வான மண் இருக்கும் இடங்களில் தான் கலப்பை கொண்டு உழுவது கண்டுபிடிக்கப்பட்டிருக்கிறது என்பதை இதில் இருந்து தெரிந்துகொள்ளலாம்.[23]

ஆசியர்களைப் போலவேதான் பழங்காலத்தினரும் உழவுக்குக் காளைகளையே பயன்படுத்தியிருக்கிறார்கள். கிரேக்கர்கள் விவசாயத்தைக் கண்டுபிடித்தது 'பாச்சஸ் கடவுள்' என்று சொல்கிறார்கள். இந்தியாவில் இருந்து காளைகளை ஐரோப்பாவுக்கு முதன் முதலில் கொண்டு வந்தவர் அவரே என்று சொல்லப்படுகிறது.[24] இதிலிருந்து நிலத்தை உழும் கலையானது இந்தியாவில் இருந்து ஐரோப்பாவுக்கு வந்ததாக நாம் புரிந்துகொள்ளலாம்.

நெற்கதிர்களை கதிர் அருவாள் கொண்டு ஆணும் பெண்ணும் அறுக்கிறார்கள். வைக்கோலில் நெல் மணிகளை நீண்ட நேரம் இருக்க விடுவதில்லை. காளைகளை மேலே நடக்கவிட்டு வைக்கோலில் இருந்து நெல்மணிகளை அகற்றிவிடுகிறார்கள். இந்த வழிமுறை யானது பருவ காலம் முறையாகவும் சூரிய வெப்பம் அதிகமாகவும் இருக்கும் பகுதிக்கு மட்டுமே ஒத்துவரும் என்பதையும் நாம் புரிந்து கொள்ளவேண்டும். கதிரடித்தல், உமி அகற்றுதல், காய வைத்தல் எல்லாமே ஒரு சேர நடந்துவிடுகின்றன. நெல்லானது கூடைகளில் அல்லது சாக்குகளில் வீடுகளுக்கு எடுத்துச் செல்லப்படுகின்றது. மனிதர்களே சுமந்து கொண்டு செல்வார்கள். அல்லது மாட்டு வண்டிகளில் கொண்டு செல்வார்கள். காற்றுப்புகாமல் இருக்கவும் கரையான், பூச்சி அரிக்காமல் இருக்கவும் உள்பக்கம் சாணத்தால் மொழுகப்பட்ட பெரிய கூடைகளில் போட்டுவைப்பார்கள். அதன் பிறகு குதிர்களில் சேர்த்துவைக்கப்படும். இந்தியாவில் சில இடங்களில் இந்தக் கூடைகள் அப்படியே பூமிக்குள் அழுத்திவைக்கப்படும். வறண்ட, நீர் ஊற்றுகள் இல்லாத பகுதிகளில் மட்டுமே இப்படிச் செய்ய முடியும். மலபாரில் இதைச் செய்ய முடியாது.

மலாபாரில் எல்லா போக்குவரத்துக்கும் மாட்டு வண்டிகளே பயன்படுத்தப்படுகின்றன. வேறு வண்டிகள் இல்லை. ஆஃப்கானிஸ்தானிலும் பாரசீகத்திலும் இப்படித்தான் செய்கிறார்கள்.[25] பிற வகை வாகனங்களைப் பயன்படுத்துவதை இந்த நாடுகளை எது தடுத்திருக்கக்கூடும்? அண்டை நாட்டில் உள் நாட்டு வர்த்தகப் போக்குவரத்து முழுவதற்கும் மாட்டுவண்டிகளையே பயன்படுத்து வதைப் பார்த்து அவர்களும் அதையே பின்பற்றியிருப்பார்கள். குதிரை வண்டிகள், தேர்கள் எல்லாம் போர்களுக்கானதாக இருந்து வந்திருக்கிறது. அதோடு மலபாரில் மிகுதியாக நடக்கும் நெல் விவசாயம், நில அமைப்பு போன்றவையெல்லாம் குதிரை வண்டி பயன்பாட்டுக்கு உகந்ததாக இல்லை. இந்தத் தடைகள் எல்லாம் எல்லா சூழல்களிலும் இருக்கவில்லை. இவற்றைத் தாண்டுவது சிரமமாக இருந்திருக்கவும் இல்லை.

மண்ணின் தன்மையே விவசாயியின் செயல்பாடுகளைப் பெருமளவுக்குத் தீர்மானிப்பதாக இருக்கும். இந்திய நிலங்களின் வளமானது கிடைக்கும் நீர்ப்பாசனம், முறையாகப் பெய்யும் மழை, மண்ணின் இயல்பான தன்மை ஆகியவற்றைச் சார்ந்ததாக இருக்கிறது. கடலோரப் பகுதிகளில் மட்டுமே மணல்பாங்கான நிலம் இந்தியாவில் காணப்படுகிறது. மற்றபடி இந்திய நிலமானது வருடத்தில் பாதி நாட்கள் இறுகியும் கடினமாகவும் இருப்பதால் மழை, நீர்ப்பாசனம் போன்ற அம்சங்கள் மிகவும் அவசியமாகவே இருக்கின்றன.

மலபாரில் இருக்கும் நிலத்தை அவற்றின் வளம் சார்ந்து மூன்றாகப் பிரிக்கலாம். கீழ்க்காணும் பரிசோதனைகள் செய்து மண்ணின் குணத்தைத் தீர்மானிக்கிறார்கள்.

முதல் வகையானது என்றால் விவசாயிக்கு அது சிரமத்தையே தரும். முதல் வகையில் துளைகள் குறைந்துவிடுகின்றன. இரண்டாவதில் திடத் தன்மை உருவாகிறது. கிண்டுவதன் மூலம் களி மண்ணானது பெரிதாகும். தொடர்ந்து கிண்டிக் கிளறி முதலில் இருந்ததுபோல் உறுதியான தன்மைக்குக் கொண்டுவரவேண்டும்'.[26]

சர் ஹெச்.துவேயின் கண்டுபிடிப்புகளுடன் மலபார் விவசாயியின் பரிசோதனைகள் ஒத்துப்போகவும் செய்கின்றன. இதுவும் குறிப்பிட்டுச் சொல்லவேண்டிய அதிசயமே. ஒரு மண்ணின் வளம் என்பது அதன் ஈரப்பதத்தை உள்வாங்கும் தன்மையைப் பொறுத்தது. சுத்தமான களிமண் ஒரு நிலத்தில் எத்தனை சதவிகிதம் இருக்கிறதோ அதற்கேற்பவே அதன் வளம் இருக்கும். மணல் பாங்கு அதிகமாக இருக்கும் நிலம் மலடாகவே இருக்கும்[27] என்று அவர் குறிப்பிட்டிருக்கிறார். இந்த அறிவியல் கோட்பாடானது ஹிந்து விவசாயிகளால் வெகு காலத்துக்கு முன்பே பின்பற்றப் பட்டிருக்கிறதென்பது ஆச்சரியத்துக்குரிய விஷயமே.

ஹிந்துக்கள் பெரிதும் தாவர உணவுப் பழக்கம் கொண்டவர்கள்தான். எனினும் குறைவான காய்களை மட்டுமே விளைவிக்கிறார்கள். தோட்டக்கலையில் அதிக கவனம் செலுத்துவதில்லை. இந்தியா முழுவதையுமே ஒரு அழகான தோட்டம் என்று சொல்லலாம். இயற்கையானது பல அருமையான வசதி வாய்ப்புகளை தானாக, தாராளமாக வாரி வழங்கியிருக்கிறது. அந்த விஷயங்களையெல்லாம் பெற பிற நாடுகள் மிகவும் கடின முயற்சிகள் எடுக்கவேண்டி யிருக்கும். இவர்களுடைய பழக்க வழங்கள் எல்லாம் எளிதில் திருப்திப்படுபவையாக இருக்கின்றன. ஒரு சிறிய இடம் இருந்தால்கூட அவர்களுக்குத் தேவையான அனைத்தையும் உற்பத்தி செய்துவிட முடியும்.

மிளகாய், கீரைகள், வெள்ளரி, பூசணி, சில பூக்கள் என அவர்களுடைய வீட்டைச் சுற்றிய சிறிய இடத்தில் தோட்டம் அமைத்திருக்கிறார்கள். ஏனென்றால் இவையெல்லாம் அவர்களுடைய அன்றாடச் சமையலுக்குத் தேவையானவை. இவற்றுக்காக தூரத்தில் இருக்கும் வயல், காடு, கரைகளுக்குச் சென்று கொண்டிருக்க முடியாது. அதனால் கைக்கு எட்டும் தூரத்தில் வீட்டைச் சுற்றியே வளர்த்துக்கொள்கிறார்கள். வெள்ளரி, பூசணி வகைகள், கத்தரிக்காய், வெண்டைக்காய், பயறு வகைகள், மரவள்ளிக் கிழங்கு போன்றவற்றை அதிகம் பயிரிட்டுக்கொள்கிறார்கள். இவற்றையெல்லாம் பொதுவான நிலங்களில் ஆண்டு தோறும் தவறாமல் பயிரிட்டுக் கொள்கிறார்கள். குறிப்பாக மரவள்ளிக் கிழங்கு உற்பத்தி மலபாரில் மிகப் பெரிய அளவில் வெற்றிகரமாக நடந்துவருகிறது.

பருவ நிலை மாற்றங்கள், தட்ப வெப்ப மாற்றம் ஆகியவற்றை மிகவும் அக்கறையுடன் கவனித்து வருகிறார்கள். பௌர்ணமி, அமாவாசை ஆகிய தினங்களில் மழை, பனி அதிகம் பொழியும். அதனால் ஹிந்து விவசாயி நிலவின் மற்றும் பிற கிரகங்களின் பல்வேறு நிலைகளை மையமாகக் கொண்டு தன் பணிகளை வடிவமைக்கிறார்.

ஜோதிடர் தன் கைவசம் இருக்கும் ஏடுகளைப் புரட்டி கால நிலைகள் பற்றி ஆருடம் சொல்கிறார். இது முழுக்கவுமே மூட நம்பிக்கை அல்ல. பயிர்கள் எல்லாம் கிரகங்களின் சில நிலைகளுக்கு ஏற்ப வேகமாக வளர்ந்து, காய்த்து, கனிந்து வருகின்றன. இதனால்தான் முற்காலத்தில் ஐரோப்பாவிலும் நட்சத்திரங்களை அடிப்படையாக வைத்து விதை நடும் காலத்தைத் தீர்மானிப்பது போன்றவற்றைச் செய்திருக்கிறார்கள். சில குறிப்பிட்ட நட்சத்திர அமைப்புக்கு முன்பாக விதைக்க ஆரம்பிக்கக்கூடாது என்று சொல்லப்பட்டிருக்கிறது.[28] ஐரோப்பாவிலும் இந்தியாவிலும் ஜோதிடர்கள் கால நிலைகளை முன்கூட்டியே கணித்துச் சொல்லியிருக்கிறார்கள்.

பேகன் தனது 'நேச்சுரல் ஹிஸ்டரி' என்ற நூலில் விதைகள், கேசம், நகம், மூலிகைகள், வேலிகள் எல்லாம் வளர்பிறை காலத்தில் வேகமாக வளரும் என்று குறிப்பிட்டிருக்கிறார்.

மலபார் மக்களும் நம்மவர்கள் போலவே கிராமப்புற வாழ்க்கையை ரசிப்பவர்களாக இருக்கிறார்கள். நாயர்கள், நம்பூதிரிகள் ஆகியோரின் வீடுகள் பரஸ்பரம் மிகுந்த இடைவெளியுடன் இருக்கின்றன. கிராமப்புற வாழ்க்கையின் விளைவாக இப்படியான இடைவெளிகள் கொண்ட குடியிருப்புகள் உருவாகியுள்ளன. இப்படி இருந்தால்தான் தோட்டம் துரவுகள், வளவுகள் ஆகியவற்றை நன்கு அனுபவிக்க

முடியும். விவசாயப் பணிகளை முன்னெடுக்க முடியும். கால்நடை களுக்குப் போதிய தீவனம் கொடுக்கப் போதுமான இட வசதி இல்லாதபோது அவர்கள் பரஸ்பர புரிதலுடன் தமது மேய்ச்சல் நிலங்களை மிகுந்த இடைவெளியுடன் தூர தூரமாக இருக்கும்படி அமைத்துக்கொண்டார்கள்.[29]

இப்படியான வாழ்க்கை முறை மற்றும் எளிய சௌகரியமான சூழல் ஆகியவற்றினால் அவர்களுடைய வீடுகள், கிராமங்கள் ஆகியவற்றை மிகவும் தூய்மையாக அருமையாக அவர்களால் பராமரிக்க முடிந்தது. இப்படியான சூழலே அந்த மனிதர்கள் மீது அழுத்தமான தாக்கத்தையும் ஏற்படுத்துவதாக இருக்கிறது. வெறுமனே சுற்றுச் சூழல்களில் அழுக்கு, குப்பைகளில் இருந்து தப்பித்துவிடும் ஒன்றாக அல்லாமல் சுத்தமான உடை தொடங்கி தலைமுதல் உச்சங்கால்வரை பரி சுத்தம் என ஒரு தூய்மை மீதான பெரு விருப்பமாக அவர்களை மாற்றி அமைத்திருக்கிறது.

இந்தத் தூய்மையானது மலபாரின் அனைத்து இடங்களிலும் நாம் பார்க்கமுடியும். அது அவர்களுடைய விவசாயத்திலும் வெளிப்படு கிறது. அழகான, தூய்மையான வீடுகளை அல்ல; பரந்து விரிந்து நிற்கும் இயற்கையைப் போன்ற அதி தூய்மையான ஒன்றை அவர்கள் இலக்காகக் கொண்டு செயல்படுகிறார்கள். அவர்கள் கண் முன்னே எங்கு பார்த்தாலும் கம்பீரமான, செழிப்பான இயற்கைப் பேரெழில் காட்சிகளே நிரம்பி வழிகின்றன. இப்படியான இயற்கை வனப்பு மிகுந்த அந்த பூமியை அவர்கள் பழ மரங்கள், நிழல் மரங்கள் நட்டு வழிப்போக்கர்களுக்கு உதவிகரமாக ஆக்கிவைக்கிறார்கள்.

அடிக்குறிப்புகள்

1. Goguet தொகுப்பு 1 பக் 85
2. எடின்பர்க் ரிவ்யூ, என் 67 பக் 201
3. இப்படியான விருப்பத்துக்கு மாறான கட்டாய வேலை எல்லா சர்வாதிகார அரசுகளின் கீழும் இருப்பது வழக்கம். பழங்கால கிரேக்கத்திலும் கூட இருந்திருக்கிறது. இது கட்டாய் உழைப்பு என்று அழைக்கப்பட்டது.
4. பார்க்க ஜர்னல், 1820, பக் 387.
5. கலப்பை மற்றும் பிற உழவுக் கருவிகளுக்கு 55-64 பக்கங்களில் இருக்கும் படத்தைப் பார்க்கவும் (ஒரிஜினலில் இல்லை - ஆங்கில நூல் எடிட்டர்)

6. காணிக்கு மூன்று உழவு என்று நான் சொல்லும்போது முழுமையாகச் சொல்லவில்லை. நிலம் இறுகிப் போயிருந்தால் நான்கு ஐந்து முறை கூட உழுவதுண்டு. பர்க் கடிதங்கள்
7. கேப்டன் ஏ ராபர்ட்சன் எழுதிய விவசாயம் பற்றிய அறிவார்ந்த அறிக்கையைப் பார்க்க.
8. குதிரை மசால் கால்நடைத் தீவனம் என்று நினைக்கிறேன்
9. பம்பாயில் இருந்து வந்த அறிக்கைகளில் இந்த பரிசோதனையின் முழு விவரமும் காணக்கிடைக்கின்றன. அது தொடர்ந்து மேற்கொள்ளப் பட்டதா அல்லது நிறுத்தப்பட்டுவிட்டதா? வறட்சி காலத்தில் டாக்டர் கில்டர் குதிரை மசால் தீவனத்தை கணிசமான அளவுக்கு நட்டு வளர்த்தார். ட்ராகூன் ரெஜிமெண்டுக்குத் தேவையான தீவனத்தை உற்பத்தி செய்து தரத் தயார் என்றும் குறிப்பிட்டிருந்தார். ஆனால் அவருடைய வேண்டுகோள் நிராகரிக்கப்பட்டது. தொடர்ந்து பசுமையான தீவனத்தைப் பயன்படுத்துவது தொடர்பாக மாற்றுக் கருத்து ஏற்பட்டிருக்கும் என்று நினைக்கிறேன். அதேகாலகட்டத்தில், குதிரைகளுக்கு கேரட் நல்ல பிடித்தமான உணவாக இருக்கும் என்பதைக் கண்டுகொண்டார். குதிரைப்படைக்கு கேரட்டையும் குதிரை மசால் தீவனத்தையும் உற்பத்தி செய்து கொடுத்தார். ஆனால், வைக்கோல் அதிகமாகக் கிடைக்கத் தொடங்கியதும் இந்த முயற்சி கைவிடப்பட்டது.

இப்போது நிறைய பேர் தமது சொந்த குதிரைகளுக்கு குதிரை மசால் தீவனப் பயிரை விளைவித்துக் கொடுக்கிறார்கள். முறையாக நீர் பாய்ச்சி, களைகள் எடுத்துப் பராமரித்தால் ஆண்டு முழுவதும் தீவனம் கொடுக்கும். 20-25 நாட்களுக்கு ஒரு முறை கணிசமான தீவனம் அறுவடை செய்ய முடியும். சில வருடங்கள் தொடர்ந்து இதுபோல் செய்ய முடியும். இந்தியர்கள் மாதா மாதம் அறுவடை செய்யும்படியாக இதுபோல் சத்து மிகுந்த தீவனப் புல் வளர்க்கிறார்கள். பஞ்ச காலத்தில் வைக்கோல் தட்டுப்பாடு ஏற்பட்டபோது இது என் கவனத்துக்கு பாபு மேத்தா என்பவரால் கொண்டுவரப்பட்டது. அஹமதாபாத்தில் இருந்து அவர் விதைகள் கொண்டுவந்து கொடுக்கவும் செய்தார். அது நன்கு வளர்ந்தது. ஆனால், வைக்கோல் அதிகமாகக் கிடைக்க ஆரம்பித்ததும் இதைப் பயிரிடுவதை விட்டுவிட்டேன். மீண்டும் வறட்சி தலை காட்டியபோது குஜராத்தில் இருந்து விதைகளைப் பெற்றுவர ஆள் அனுப்பினேன். ஆனால், கிடைக்கவில்லை. எனக்கு அந்தப் புல் வகையின் பெயர் நினைவில்லை. ஆனால், குஜராத்தில் இருப்பவர் களுக்கு நன்கு தெரியும்.

10. தக்காணப்பகுதியில் குஜராத்தைப் போலவே விவசாயம் நன்கு நடக்கிறது. அங்கு இருப்பவர்கள் நாடு முழுவதும் இருப்பவர்களைப் போல் சுறுசுறுப்பானவர்கள், புத்திசாலிகள், நல்லொழுக்கம் கொண்டவர்கள். தற்சார்பு கொண்டவர்கள். வங்காளிகள் சொல்லப் படும் அளவுக்கு மோசமானவர்களாக இருப்பார்களா என்பது எனக்கு சந்தேகமாகவே இருக்கிறது.

11. கர்னல் வில்க்ஸ் ஹிஸ்டரி வால்யூம்1, பக் 209. முழு குறிப்புமே அறிவு புகட்டக்கூடியதாக இருக்கிறது. கள ஆய்வு செய்து எழுதப்பட்டது. இந்திய விவசாயமானது நவீன கோட்பாடுகளின் அடிப்படையில் அமைக்கப்பட்ட அறிவார்ந்த தொழிலாக இருப்பதை அது காட்டுகிறது.

12. லார்ட் கைரன்ஸ்.

13. நெல் வயல்களில் முடிந்த அளவுக்கு உரம் போடுவது வழக்கம். இதில் எந்தக் குறையும் வைப்பதில்லை. கொங்கன் பகுதியில் வயலை இலைதழைகள், சருகுகள் ஆகியவற்றால் நன்கு மூடி நெருப்பு வைப்பார்கள். பம்பாயில் கூட வைக்கோலைப் பரப்பி எரித்து இதுபோல் உரமூட்டுவார்கள். கொஞ்சம் செலவும் கடின உழைப்பும் செய்த பின்னரே இந்த உரம் கிடைக்கும். இது விவசாயியின் அக்கறையையும் திறமையையும் எடுத்துக்காட்டுவதாகவே இருக்கிறது.

14. எரிபொருளுக்காகச் செய்யப்படுகிறது.

15. இந்தப் பகுதி இவற்றால் மிகுந்து காணப்படுகிறது. பெரும்பாலான வற்றுக்கு நிறைய செலவும் ஆகிறது. பின்னாளில் அந்தப் பகுதியில் நிலவிய நெருக்கடிகளினால் அவற்றில் பல அழிந்துபோயின. பம்பாய் அரசு அவற்றில் பலவற்றை மிகுந்த பொருட்செலவில் சரி செய்து வருகிறது.

16. முஹமதியர்கள் தங்களை நிலை நிறுத்திக்கொண்ட பிற நாடுகளைவிட இந்தியாவில் மிதமாகவும் பொறுத்துப் போகும் குணம் கொண்டவர் களாகவும் முன்னேற்றம், நாகரிகம் போன்றவற்றில் அதிக கவனம் செலுத்தியும்வந்திருக்கிறார்கள். இந்துக்களின் தொடர்பும் முன்னு தாரணமுமே அதைச் செய்திருக்கும் என்று நாம் நம்ப இடமுண்டு.

17. இது இப்போதும் இந்தியாவில் எகிப்தைப் போலவே இருந்து வருகிறது. பிரேஸின் பயணங்கள், டாக்டர் ஸ்லேலேட்டரின் பயணங்கள் ஆகியவற்றைப் பார்க்கவும்.

18. வங்காள விவசாயம் பற்றி மிஸ்டர் கோல்ப்ரூக்கின் அறிக்கை. வங்காள மண்ணின் அசாதாரண வளமானது ஹிந்து விவசாயிக்கு சாதகமானதாக இருந்திருக்கவில்லை போலிருக்கிறது. எப்போதுமே அவருக்கு மிக அதிக விளைச்சல் கிடைத்துவந்தது. போலந்தில் சில பகுதிகளில் கோதுமை பயிரானது நிலத்தின் அபரிமித வளத்தினால் விசேஷ முயற்சிகள் எதுவும் எடுக்காமலேயே மிக அதிகமாக விளைகிறது. இதன் விளைவாக அந்தப் பகுதி விவசாயமானது அறியாமை நிறைந்த தாகவும் செயல் திறன் அற்றதாகவும் இருக்கிறது. ஸ்காட்லாந்தை எடுத்துக்கொண்டால் அங்கு இயற்கையின் உதவி மிகக் குறைவாகவே இருக்கிறது. கடின உழைப்பு இன்றி எதுவுமே கிடைக்காது. இதனால் அந்தப் பகுதி விவசாயமானது பல அபார சாதனைகளைச் செய்து காட்டியிருக்கிறது.

19. 1820, ஏப் 9 தேதியிட்ட கடிதத்தில் இருந்து ஒரு பகுதி. இந்த வழிமுறையானது நிலத்தை சிறிது காலம் தரிசாகப்போடும் (ஓய்வு கொடுக்கும்) வழக்கத்தையே குறிக்கிறது.

20. மலபார் விவசாயப் பண்ணைகள் பற்றித் தெரிந்துகொள்ள டாக்டர் புக்கனனின் படைப்புகளைப் பார்க்கவும். அதில் சுவாரசியமான விஷயங்கள் விவரிக்கப்பட்டிருக்கும். சுருக்கமான, நேர்மையான சாராம்சம் எழுதவேண்டும். மலபார் விவசாயம் பற்றி அவருமே சாதகமான விஷயங்களையே சொல்கிறார். இந்தப் பகுதியில் அடக்கு முறை இருந்திருக்கவில்லை. அரசாங்கம் அனைத்து வருவாயையும் தானே பெற்றுக்கொள்ளவில்லை.

21. மலபார் நிலங்களின் வளத்துக்கும் இந்தியாவின் மிக மிக வளமான பகுதியின் நில வளத்துக்கும் இடையிலான வித்தியாசத்தைப் பற்றி ஓர் உள்ளூர் அதிகாரி குறிப்பிட்டார். தென் மலபாரில் என்னுடன் இருந்தார். வங்காளத்தின் வட பகுதியில் இருந்து வந்தவர். அவர் பெயர் பல்தேவ் சிங். மனதுக்குப் பிடித்தமான, மறக்காமல் இருக்கும் பெயர். ஆறடி உயரம் கொண்ட துணிச்சலான படைவீரர். மிகவும் அழகாக இருப்பார். பல்தேவ் சிங், இந்தியர்கள் தமது சொந்த ஊரின் வளங்களையும் அழகையும் பற்றி மிகுந்த உற்சாகத்துடன், பெருமிதத்துடன் விவரிப்பது போலவே என்னிடம் விவரிப்பார். அங்கு அவர்கள் அனுபவித்த இன்பங்கள் பற்றி விவரிப்பார். அப்படியானால், பல்தேவ்... ஏன் அந்த ஊரை விட்டுவிட்டு இங்கு வந்தாய்..?

இந்தத் தடாலடிக் கேள்வி அவரை சற்று நிலைகுலைய வைத்தது. சிறிது நேரம் ஆசுவாசப்படுத்திக்கொண்டு சொன்னார்: 'உலகின் புதுமைகள், அற்புதங்கள் ஆகியவற்றைப் பார்ப்பதற்காக வந்திருக்கிறேன். ஊர் திரும்பும்போது இந்த இனிய நினைவுகளைச் சுமந்து செல்வேன்'.

'மலபார் பற்றி நீ உன் ஊரில் இருப்பவர்களிடம் என்ன சொல்வாய்?'

'ஆண்டுக்கு மூன்று போகம் விளையும் நிலத்தில் நான் வாழ்ந்து வந்தேன் என்று சொல்வேன்' என்று அழுத்தம் திருத்தமாக மனதில் பதிந்திருந்த விஷயத்தைச் சொன்னார்.

பல்தேவ் தன் சொந்த ஊருக்குத் திரும்பவே இல்லை.

22. Goguet வால்யூம் 1, பக் 91

23. அதே

24. அதே

25. மிஸ்டர் எல்ஃபின்ஸ்டன் காபூல் பற்றிய தன் குறிப்பில் இதைச் சொல்லியிருக்கிறார். ஆனால் இதை ஆராய்ந்து பார்க்கவேண்டும். ஆனால், எனக்கு அதற்கான வாய்ப்பு கிடைக்கவில்லை. மேற்கோள் மட்டுமே காட்ட முடிந்திருக்கிறது.

26. ஜெண்டில்மன் ஃபார்மர், பக் 367.

27. சர் ஹம்ப்ரி டேவியின் வேதியல்

28. ப்ரௌனின் வல்கர் எர்ரர்ஸ் - கலுமேலா

29. லாக்.

13

தென்னிந்தியாவின் விதைக் கலப்பை விவசாயம்

கேப்டன் தாஸ் ஹால்காட் (31 டிசம்பர் 1795 மற்றும் 10 ஜனவரி 1796)

விதைக் கலப்பை என்பது ஐரோபியர்களின் நவீனக் கண்டுபிடிப்பு என்றே மிக சமீப காலம் வரை நினைத்திருந்தேன். ஆனால் சிறிது காலத்துக்கு முன்பாக, குதிரையில் ஏறி வயல் வெளியில் போய் கொண்டிருந்தபோது விதைக்கலப்பையைப் பயன்படுத்துவதைப் பார்த்தேன். மிக எளிய வடிவமைப்பு கொண்டதாக இருந்தது. அதைப் பற்றிக் கேட்டபோது இங்கு அது சர்வ சாதாரணமாகப் பயன் படுத்தப்பட்டுவருவதாகவும் நினைவுக்கு எட்டாத காலத்திலிருந்தே அது பயன்படுத்தப்பட்டுவருவதாகச் சொன்னார்கள். அதைப் பார்த்ததும் அவர்களுடைய விவசாய வழிமுறைகள் பற்றிக் கூடுதலாகத் தெரிந்துகொள்ள ஆர்வம் பிறந்தது. அப்போதுதான் இந்த விதைக் கலப்பையானது ஹார்ஸ் தானியம் நீங்கலாக அனைத்துவகை தானியங்களை விதைக்கவும் பயன்படுத்தப்படுவதாகத் தெரியவந்தது. புகையிலை, பருத்தி, ஆமணக்கு போன்ற பயிர்களின் விதைகளை விதைக்கவும் பயன்படுத்தப்படுகிறது.

இந்தப் பகுதியில் விவசாயத்துக்கு விதைக் கலப்பை நீங்கலாக வேறு இரண்டு கலப்பைகளும் சாதா கலப்பையும் வைத்திருக்கிறார்கள். இவற்றில் ஒன்று கிடைமட்டமான பலகை கொண்டதாக இருக்கிறது. அது விதைக் கலப்பைக்குப் பின்பாகவே ஓட்டிச் செல்லப்படுகிறது. மூன்றில் இருந்து ஏழு அங்குலம் நிலத்துக்குள் புதைவதுபோல் இருக்கும். ஒரே நேரத்தில் மூன்று இடங்களை கிளறிவிடுவதாக இருக்கும். நிலத்தைக் கிளறி பக்கவாட்டில் மண்ணை இறைத்து

விதைகளை மூடிக் கொண்டே வரும். எந்தவொரு துளையும் மண்ணில் திறந்து இருக்காதவண்ணம் மூடியபடி வரும்.

இரண்டாவது கலப்பையானது நெற்கதிர்கள் எட்டு அல்லது பத்து அங்குலம் வளர்ந்த பின்னர் பயன்படுத்தப்படும். மூன்று இடங்களில் நிலத்தைக் கிளறியபடிச் செல்லும் அது களைகளை வேரோடு பிடுங்கும் அதே நேரம் நெற் பயிரின் வேர் மூட்டில் மண்ணைக் குவித்தும் வைக்கும். இந்த மூன்று கலப்பைகள் பற்றியும் எழுதி என்னால் அனைத்தையும் புரியவைக்க முடியாது. மூன்று மாதிரி கலப்பைகளை, அதை நன்கு பயன்படுத்தத் தெரிந்த நபருடன், உங்களுக்கு அனுப்பிவைக்கிறேன்.

இந்தியாவில் பயன்படுத்தப்படும் இந்த எளிய விதைக் கலப்பை யானது நம் விதைக் கலப்பையைவிட சில சாதக அம்சங்களைக் கொண்டதாக இருக்கிறது என்று சொல்லத் தோன்றுகிறது. ஏனென்றால் நம் விதைக் கலப்பையானது விதைகளை சரியாக, சமமாக விதைப்பதில்லை என்று ஏதோ ஒரு நூலில் படித்திருக்கிறேன். இந்தியக் கலப்பையில் அப்படியான எந்தவொரு குறையும் இல்லை. பத்து அங்குல இடைவெளியில் 18 அங்குல நீளம் கொண்ட மூன்று கூரான பல் போன்ற அமைப்பைக் கொண்டதாக இருக்கிறது. ஒவ்வொரு பல்லின் மேல் பாகத்தில் ஒரு அங்குல விட்டமும் மூன்று அடி நீளமும் கொண்ட மூங்கில் குழல் செருகப்பட்டுள்ளது. இந்த மூன்று மூங்கில் குழாய்களும் நேராக நிறுத்திவைக்கப்பட்டுள்ளன. அவற்றின் மேல் முனைகள் கிட்டத்தட்ட அருகருகே இருப்பதுபோல் முக்கோண வடிவில் கொண்டுவரப்பட்டு ஒரு மரக் கிண்ணத்தின் அடிப்பாகம் வழியாக செருகப்பட்டுள்ளன. இந்த அமைப்பானது நன்கு கயிறுகளால் கலப்பையின் வெவ்வேறு பாகங்களுடன் கட்டப்பட்டு அசையாதவாறு ஆக்கப்பட்டுள்ளது.

நிலத்தை உழும்போது இந்த கிண்ணத்தில் விதையை நிரப்பிக் கொண்டு செல்வதில்லை. கையால் அவ்வப்போது அதில் போட்டுக் கொண்டே செல்வார்கள். இந்த வேலையை கலப்பைக்கு அருகில் இடப்பக்கமாக நடந்துவரும் பெண் செய்தபடியே வருவார். விதைகளை ஒரு பையில் அல்லது பெரிய கூடையில் போட்டு முன்னால் வைத்துக்கொண்டு வருவார். அவருடைய மணிக்கட்டு கிண்ணத்தின் மேல் ஊன்றியபடி இருக்கும். கை முழுவதும் தானிய விதைகள் இருக்கும். விரல்களை அவர் லேசாக அசைத்து விதைகளை கிண்ணத்தில் விழச் செய்து மூன்று பல்களுக்கும் சரியான அளவில் கிடைக்கச் செய்வார். வலது கையில் இருக்கும் விதைகள் முழுவதும் தீர்ந்ததும் இடது கையால் எடுத்து வலது கையை நிரப்புவார். கலப்பை

நகர்ந்து கொண்டிருக்கும் வரையில் வலது கை கிண்ணத்தின் மேலேயே இருக்கும். கையை எடுத்துவிட்டால் விதை இல்லாமல் அந்த இடம் வெற்றிடமாகிவிடும்.

இந்த வழி முறையில் அல்லாமல் வேறு வழியில் செயல்படும் விதைக் கலப்பையானது நிச்சயம் இந்த அளவுக்கு விதைகளை சமமாக நிலம் முழுவதும் ஊன்றவே முடியாது. நம் இங்கிலாந்து விதைக் கலப்பையின் குறைபாட்டுக்கான சரியான தீர்வு இங்கு இருக்கிறது. உழும்போது இரண்டு பேர் இருந்தாகவேண்டும் என்ற விஷயமானது இந்தக் கலப்பையை நம் நாட்டில் அறிமுகப்படுத்த தடையாக இருக்கக்கூடும். இது தொடர்பாக முடிவெடுக்கும் பொறுப்பை விஷயம் தெரிந்தவர்களிடம் நான் விட்டுவிடுகிறேன். ஆனால், கிண்ணத்தை நிரப்பும் வேலையை ஒரு பெண்ணிடம் ஒப்படைப்பதும் ஒரு ஏக்கர் நிலத்தை வெகு சீக்கிரமே விதைத்து முடிக்க முடிவதையும் கணக்கில் கொண்டுபார்த்தால் கூடுதல் செலவு என்பது ஒரு பெரிய விஷயமாக இருக்காது என்றே தோன்றுகிறது. அது அநேகமாக சொற்பமே அதிகமாக இருக்கும். அதோடு நம் நாட்டு விதைக் கலப்பையானது மிக மிக விலை அதிகமானது. இந்திய விதைக் கலப்பை ஒரு சில ஷில்லிங் தான் இருக்கும்.

இந்தியாவுக்கு வந்திருக்கும் ஒரு நண்பர் சொன்னார், அவருடைய தாத்தா தனது பண்ணையில் அவரே விதைத்துவந்தாராம். நம் நாட்டு விதைக் கலப்பையை உபயோகித்ததில் விதைகள் சமமாக விழவில்லையாம். அதனால் அவர் அதை ஒரு ஓரமாக எடுத்துவைத்து விட்டாராம். ஆனால், விதைக் கலப்பை வழியில் விதைப்பது நல்லது என்பதைத் தெரிந்துகொண்ட அவர் நேர் கோட்டில் பல துளைகள் கொண்ட ஒரு கலப்பையில் கைகளால் விதைகளைப் போட்டபடியே உழுதுவருகிறாராம். இது மிகவும் கடினமான வேலை. மேலும் இதற்கு சிறுவர்களை அவர் பயன்படுத்துகிறார். குளிர் காலத்தில் அவர்களுடைய கைகள் விறைத்துப் போயிருக்கும் என்பதால் ஒவ்வொரு துளையிலும் நிறைய கோதுமைவிதைகளைப் போட்டு விடுகிறார்களாம். எனினும் பலர் முந்தைய கலப்பைக்கு மாற்றாக இதையே பயன்படுத்திவருகிறார்கள்.

பின்னால் இருந்தபடியே குழிகளை மூடிக் கொண்டே வரும் கிடைமட்ட பலகை கொண்ட ஏரை இங்கிலாந்தில் பயன்படுத்து கிறோமா என்று தெரியவில்லை. இல்லையென்றால், அந்த இந்தியக் கலப்பையும் அது செயல்படுத்தப்படும் விதமும் நமக்கு ஒரு நல்ல கண் திறப்பாகவே இருக்கும். அதுபோல் களைகளைப் பிடுங்கும் கலப்பை பற்றியும் இங்கிலாந்தில் நமக்குத் தெரியுமா என்று எனக்குத்

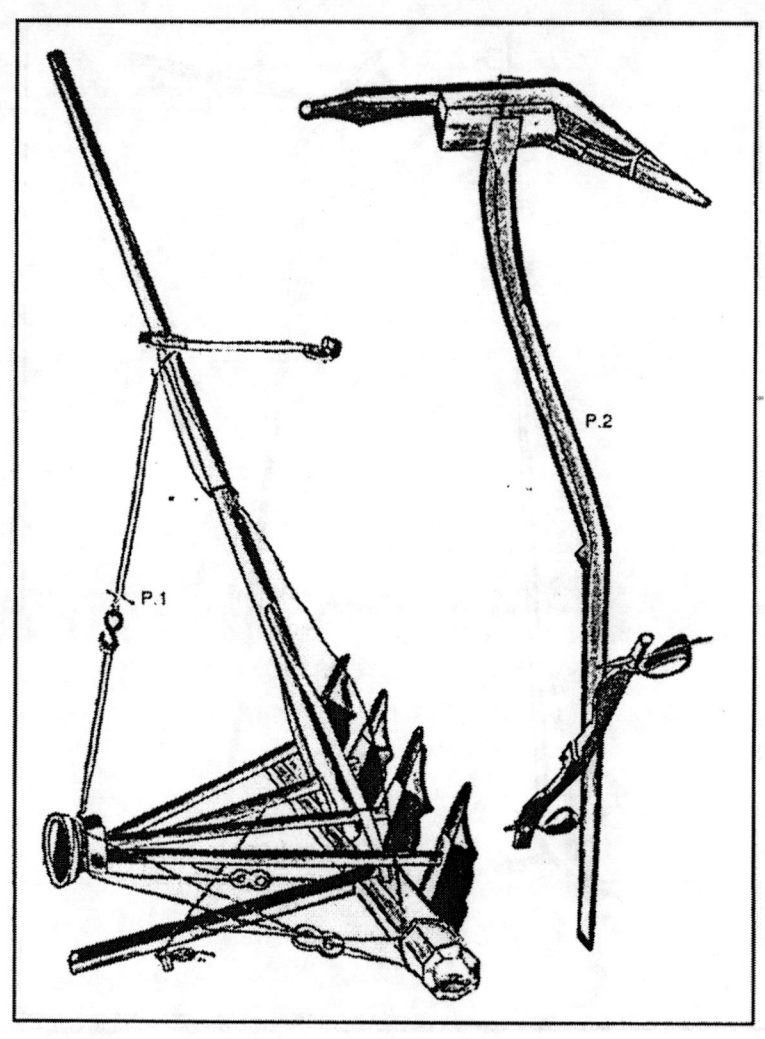

படம் 1

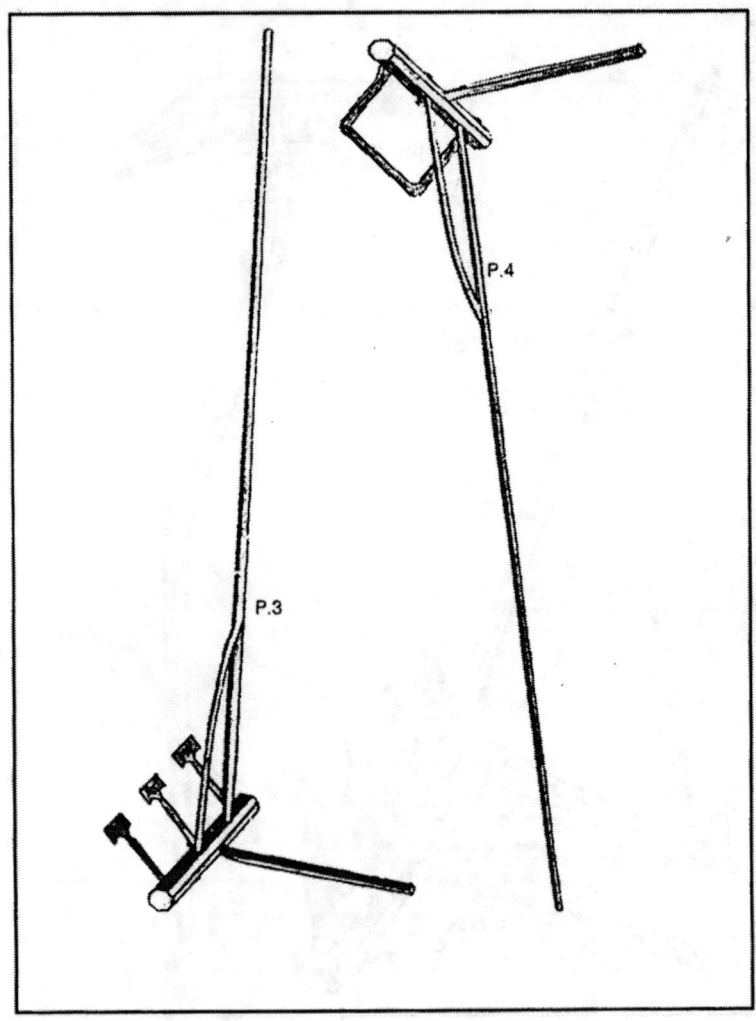

படம் 2

தெரியவில்லை. விதைக் கலப்பையைப் போலவே மூன்று பற்களில் மூன்று மண்வெட்டிகள் (களைக் கொத்திகள்) சம இடைவெளியில் பொருத்தப்பட்டிருக்கும்.

நான் எழுதியிருப்பதில் இருந்து புரிந்துகொள்வதைவிட நான் அனுப்பிவைக்கும் அந்தக் கருவிகளைப் பார்த்தால் உங்களுக்கு நிச்சயம் கூடுதல் விஷயங்கள் புரியவரும். மேற்குப் பகுதிகளில் இப்படியான கருவிகள் பயன்பாட்டில் இருப்பதாக கர்நாடகப் பகுதியில் இருந்து இங்கு வந்திருக்கும் ஒருவர் என்னிடம் சொன்னார். அப்படியானால் நீங்கள் அந்தக் கருவிகளைப் பார்த்திருக்க வாய்ப்பு உண்டு. நான் இவற்றை அனுப்பிவைக்க வேண்டிய அவசியமே இருக்காது.

நீங்கள் விவசாயத்துறையினருடன் அவ்வப்போது பேசிவருவதுண்டு அல்லவா. இங்கிலாந்தில் இதுபோன்ற கருவிகளின் தேவை இருக்குமா என்று யோசித்துப் பாருங்கள். கலப்பைகளை உங்களுக்கு அனுப்பிவைக்கிறேன் (லண்டனில் இருந்த விவசாயத்துறைக்கு மூன்று கலப்பைகள் வந்து சேர்ந்தன. இந்த அறிக்கையோடு கலப்பைகளின் படமும் வரையப்பட்டு அனுப்பப்பட்டிருந்தது). அதை விவசாயத்துறைக்கு அனுப்பப்பட்ட கடிதங்கள், அறிக்கைகள், கருவிகள் (1797) என்ற தொகுப்பின் முதல் வால்யூமில் இதையும் சேர்த்துவிடுங்கள் (அவற்றின் படங்கள் இங்கு படம் 1, படம் 2 என்று இடம்பெற்றுள்ளன-க்ளாட் ஆல்வரிஸ்). இந்தக் கலப்பைகள்பற்றிய படங்கள் ஏதேனும் நமது புத்தகத்தில் வெளியிடப்பட்டிருக்கிறதா; இந்தக் கலப்பை பற்றி ஐரோப்பியர்களுக்குத் தெரிய வந்து விட்டிருக்கிறதா என்று பாருங்கள். ஒருவேளை அப்படி நடந்திருந்தால் மேற்கொண்டு எதுவும் செய்யத் தேவையில்லை. ஆனால், குண்டூர் சர்காரில் அனைவரும் பார்க்கும்படியாகவே இது பயன்படுத்தப்பட்டு வந்திருக்கும் நிலையிலும் எனக்குத் தெரிந்த வரை, இது பற்றித் தெரிந்துகொண்டிருக்கும் முதல் ஐரோப்பியர் நான்தான். இது பற்றிவேறு யாரும் எங்கும் குறிப்பிட்டிருக்கவில்லை. அல்லது அதை நான் பார்த்திருக்கவில்லை.

ஜுரேகண்ட், 10 ஜனவரி 1796.

மதராஸுக்கு மேற்குப் பக்கம் விதைக் கலப்பையைப் பயன்படுத்தும் குடும்பத்தைச் சேர்ந்த ஒரு கர்நாடகப் பகுதி மனிதர் என்னிடம் சொன்னார்: இது அங்கு நெல் விதை நடுவதற்குப் பயன்படுத்தப் படுகிறதாம். கைகளால் நடுவது, நாற்றங்கால் அமைத்து நடுவது ஆகியவற்றைவிட இந்த விதைக் கலப்பை மூலம் நடுவது மிகச்சிறந்த பலனைத் தருவதாகச் சொன்னார்.

மழைக் காலம் ஆரம்பித்ததும் சாதா கலப்பையால் உழப்பட்ட பிறகு விதைக் கலப்பை கொண்டு விதைகள் ஊன்றப்படும் என்று அவர் சொன்னார். மழை பெய்து நிலத்தில் நீர் தேங்கத் தொடங்கிய பிறகே இவர்கள் நீர்ப்பாய்ச்சி நிரப்புகிறார்கள். அதுவரை எதுவும் செய்வதில்லை. இதனால் வேலைப் பளு குறைவதோடு நீரும் நிறைய சேமிக்கப்படுகிறது. மழை குறைவாக இருக்கும் காலங்களில் நீரை இப்படிச் சேமிப்பது வேலைப் பளுவைக் குறைப்பதோடு மிகவும் பலன் தருவதாக இருக்கும்.

மதராஸுக்கு மேற்குப்பகுதிகளில் விதைக் கலப்பையானது செல்வந்த நிலப்பிரபுக்கள் மற்றும் புத்திசாலி ரயத்களால் மட்டுமே பயன்படுத்தப்படுவதாகச் சொன்னார். இப்படி ஒரு சாதகமான விஷயத்தை ஏழை விவசாயிகள் பின்பற்றாமல் இருப்பது ஏன் என்று கேட்டேன். அவர்கள் ஏழ்மையிலும் அறியாமையிலும் மூழ்கி இருக்கிறார்கள். விதைக் கலப்பைக்கு ஒரு காளை, கிடைமட்ட ஏருக்கு ஒரு காளை, ஏதேனும் ஒரு காளை நோய்வாய்ப்பட்டாலோ காயம்பட்டாலோ துணைக்கு ஒரு காளை என மூன்று காளைகள் இருக்கும் விவசாயியால்தான் இதைச் செய்ய முடியும். சேறும் சகதியுமாக இருக்கும் நெல் வயலில் ஏரை நேர் கோட்டில் செலுத்த ஏழை விவசாயிக்குத் தெரிந்திருப்பதில்லை. அவருடைய எருமையை நேர்கோட்டில் உழ வைப்பதும் மிகவும் கடினம். இந்தக் காரணங்களினால்தான் அனைவராலும் நெல் விவசாயத்தில் விதைக் கலப்பை உழவு மேற்கொள்ளப்படுவதில்லை. ஆனால், அது உழைப்பையும் நீரையும் சேமிக்கும் என்பதில் யாருக்கும் எந்த சந்தேகமும் இல்லை.

குதிரைத் தீவனங்கள் நீங்கலாக பிற தானியங்கள் அனைத்தும் விதைக் கலப்பை மூலம் விதைக்கப்படுகின்றன. நான் முன்பே சொன்னவற்றுடன் சணல் பயிரையும் சேர்த்துக்கொள்ளவேண்டும். அதிக கூலியாட்களைப் பயன்படுத்திக் களைப் பறிப்பதைவிட களைக் கொத்திக் கலப்பையைக் கொண்டு வெகு சீக்கிரமாகவே மிக நேர்த்தியாக பருத்தி வயல்களில் களை அகற்றப்பட்டதை நான் நேரிலேயே பார்த்திருக்கிறேன்.

குட்டைப் பருத்தியானது விதைக் கலப்பை மூலமே பயிரிடப் படுகிறது. 30 அங்குல இடைவெளிகளில் விதைக்கப்பட்ட வயலை ஒரு நாள் பார்த்தேன். சாதா கலப்பையால் உழப்பட்டு கைகளால் நடப்பட்டதாகத் தெரிவித்தார்கள். ஒரு அடி இடைவெளி விட்டு ஆமணக்கு விதைகளும் இதுபோலவே பயிரிடப்படுகின்றன. விதைக் கலப்பையானது இந்த மாவட்டத்தின் அனைத்து ரயத்களிலும் பொதுவாகப் பயன்படுத்தப்படவே செய்கிறது.

14

ராமநாயக்கன்பேட்டையில் இரும்புப் பட்டறைகள்

டாக்டர் பெஞ்சமின் ஹெய்ன் (1 செப்டெம்பர் 1795)

தன்னார்வத்துடன் செய்யும் பணிகளில் கூடுதல் கவனத்துடன் ஈடுபடுவது என் வழக்கம். லட்சுமிபுரம் இரும்புப் பட்டறை பற்றி என் மனம் இப்போதும் சுற்றிச் சுற்றி வருகிறது. அந்த அறிவியல் தொழில்நுட்பம் அல்லது இந்திய இரும்பு உற்பத்தி பற்றிக் கூடுதல் விஷயங்கள் தெரிந்துகொள்வது நமக்கு நிச்சயம் நல்ல பலனைத் தரும். இந்த உந்துதலினால் எனக்கு முதல் வாய்ப்புக் கிடைத்ததுமே இதுபோன்ற பணிகள் எங்கெல்லாம் நடக்கின்றன என்பதை ஆராய ஆரம்பித்தேன். இந்தியாவில் இரும்பு உற்பத்தி சார்ந்து நாம் ஏதேனும் செய்ய விரும்பினால், எங்கெல்லாம் அது சார்ந்த மையங்களை உருவாக்க முடியும் என்பது பற்றியும் ஆலோசித்துவருகிறேன்.

மாலவில்லி வைரச்சுரங்கத்துக்கு நான் போனபோது இரும்பு உற்பத்தி பற்றிய விவரங்கள் எனக்குத் தெரியவந்தன. போகும் வழியில் இருந்த நௌஜீத் ஜமீனில் பொதுப் பயன்பாட்டுக்கான இரும்பு பல இடங்களில் உற்பத்தி செய்யப்பட்டுவந்ததைப் பார்த்தேன். மாலவில்லி வைரச் சுரங்கத்துக்கு அருகில் இருந்த ஒரு பகுதியை சில நியாயமான காரணங்களுக்காக கூடுதலாக ஆராய்ந்து பார்க்க விரும்பினேன். நௌஜீத் ஜமீனில் இருந்து வடக்குப் பக்கமாக 9 கி.மீ தூரத்தில் இருக்கிறது ராமநாகாபேட்டை. போகும் வழியானது பெரிதும் காடாகவே இருக்கிறது. அங்கே பெரிய குளங்கள் சில இருக்கின்றன. மக்கள் அங்கு வசித்தால், போதிய மழை பொழியும் காலங்களில் அந்த நீரைக்கொண்டு ஏராளமான ஏக்கர் நெல் விவசாயம் செய்யமுடியும்.

பனைமரங்களும் அந்தக் காட்டுப்பாதையில் அடர்த்தியாக ஏராளம் வளர்ந்திருக்கின்றன. முற்காலத்தில் அங்கு மக்கள் வசித்திருக்ககூடும் என்பதை இது எடுத்துக்காட்டுகிறது.

பயிர் செய்யப்பட்ட, செய்யப்படாத மண்ணானது களிமண்ணும் சரளையும் கலந்ததாக இருக்கிறது. ஹிந்துக்கள் இதை சரளைக் களிமண் என்கிறார்கள்.

ராமநாகாபேட்டையில் நௌஜீத்தைவிட அருமையான கட்டடங்கள் உள்ளன. தெருக்கள் மிகவும் அகலமாக இருக்கின்றன. இங்கு வசிப்பவர்களின் வீடுகளும் பெரிதாகவும் அருமையாகவும் இருக்கின்றன. கிராமத்தின் நடுவில் மிகப் பெரிய சத்திரம் இருக்கிறது. இதுபோல் சிறந்த சத்திரம் நான் எங்கும் பார்த்ததில்லை. கிராமத்தின் தென் பகுதியில் மிகப் பெரிய குளம் இருக்கிறது. இந்த கிராம மக்களுடைய அனைத்து தேவைகளையும் அது பூர்த்தி செய்கிறது. கிழக்குப் பக்கத்தில் மலைகள் இருக்கின்றன. இந்த இயற்கை எழில் சூழ்ந்த மலையடிவாரத்தில்தான் கிராமமும் இரும்புச் சுரங்கங்களும் இருக்கின்றன.

பஞ்சத்துக்கு முன்புவரை *(1790-92 பஞ்சத்தைக் குறிக்கிறது. நௌஜீத் ஜமீனில் 1786-ல் 1,00,374 ஆக இருந்த மக்கள்தொகை 1793-ல் 57,865 ஆகக்குறைந்துவிட்டது. மேலும் விவரங்களுக்கு பார்க்க: நௌஜீத் கமிட்டி அறிக்கை, மதராஸ் வருவாய்த்துறை, 16.1.1794)* இங்கு சுமார் 40 இரும்பு உலைக்கலன்கள் இருந்திருக்கின்றன. அதுமட்டு மல்லாமல் வெள்ளி, தாமிர கொல்லர்கள் மிகுந்த செல்வச் செழிப்புடன் இருந்திருக்கிறார்கள். ஆனால், இப்போது இருப்பவர்கள் மிகவும் பரிதாபமான நிலையில் இருக்கிறார்கள்.

இரும்புச் சுரங்கங்கள் கிராமத்தில் இருந்து வடக்கு திசையில் ஒரு மைல் தொலைவில் இருக்கின்றன. மலைகளில் இருந்து அரை மைல் தொலைவு. அங்கிருந்து இரும்புத்தாதை வெட்டி எடுத்து கிராமத்துக்கு அருகில் இருக்கும் உலைக்களங்களுக்குக் கூடைகளில் கொண்டுவரு கிறார்கள். முன்பு இன்னும் சற்று அருகிலேயே இரும்புத் தாது கிடைத்திருந்திருக்கிறது. லட்சுமிபுரத்தில் செய்வதுபோல் அல்லாமல் இங்கிருக்கும் உலைக்கலைஞர்கள் தாதுவைத் தாமே தோண்டி எடுப்பதில்லை. கரியையும் தாமே உருவாக்குவதில்லை. இரும்புத்தாதை சுரங்கங்களில் இருந்து வெட்டி எடுத்துக் கூடைகளில் கொண்டு வருபவர்களிடமிருந்தும் கரியை மலைகளில் இருந்து கொண்டு வருபவர்களிடமிருந்தும் வாங்கிக் கொள்கிறார்கள்.

சரளைக் களிமண் அடுக்குக்கு அடுத்தபடியாக, இரும்புத் தாதுப் படிவுகள், அடுக்குகள் கிடைக்கின்றன. ஒன்றரை அடி தடிமன் கொண்டதாகவே இந்தப் படலம் இருக்கிறது. இங்கு கிடைக்கும் தாது அடுக்குகள் மிகவும் சிறிய அளவினதாகவே இருக்கிறது. இரண்டு அடியைவிட அகலமானதாகவோ இரண்டில் இருந்து நான்கு அடி தடிமனைத் தாண்டியோ இருப்பதில்லை. சிறு சிறு உருண்டைகளாக ஒன்றுடன் ஒன்று தொடர்பில்லாமல் இருப்பதால் தாதுவை மிக எளிதில் வெட்டிப் பிரித்து எடுத்துவிடுகிறார்கள். இரும்பை எளிதில் உருக்கவும் அதன் நெகிழ்வுத்தன்மையை அதிகரிக்கவும் லட்சுமி புரத்தில் செய்வதுபோல் சுண்ணாம்புப்பாறை கலக்கவேண்டிய தேவை இங்கு இல்லை. அதுபோன்றவற்றுக்கு வேறு எந்த தனிமத்தையும் சேர்ப்பதும் இல்லை.

ஐரோப்பாவில் இருக்கும் எந்தவொரு இரும்புத் தாதுச் சுரங்கத்தைப் போலவும் இல்லையென்றாலும் ஹெமடைட்களைப் போலவே இருக்கின்றன. இதை நன்கு பொடியாக ஆக்கமுடிகிறது. அமிலங்கள் சேர்க்கும்போது லேசாக நுரைத்து எழுகிறது. சில இரும்புத் தாதுகளில் லேசாக மண் கலந்து இருக்கும். வேறு சிலவற்றிலோ களிமண் மிகுதியாகக் கலந்து இருக்கும். அவற்றை உலைக்கலைஞர்கள் பயனற்றவை என்று எடுத்துத் தூர வைத்துவிடுவார்கள். என் கைவசம் காந்தம் இல்லை. இருந்திருந்தால் அந்த கட்டிகளில் இருக்கும் இரும்பு காந்தத்தால் கவரப்படுகிறதா என்பதைப் பரிசோதித்துப் பார்த்திருப்பேன். அதில் இரும்பு பாதியளவே உருவான நிலையில் இருப்பதாக நம்புகிறேன். லட்சுமிபுரம் பற்றிய அறிக்கையில் நான் இதைப் பற்றிக் குறிப்பிட்டிருந்தேன். விஷயம் தெரிந்த தாதுவியலாளர்கள் என் யூகம் சரியாக இருக்கக்கூடும் என்று கூறியிருந்தார்கள். அது எனக்கு மிகுந்த மகிழ்ச்சியையே தந்தது.

சுரங்கங்களைச் சற்றுதொலைவில் இருந்து பார்க்கும்போது அச்சு அசலாக, நரியின் குகைகளைப்போல் தோன்றுகின்றன. பஞ்ச காலத்துக்கு முன்புவரை 40 உலைக்களங்கள் இங்கு இருந்திருக் கின்றன. அது தற்போது பத்தாகக் குறைந்துவிட்டது. இவை லட்சுமிபுர உலைகளைப் போலவேதான் இருக்கின்றன. பின்பற்றும் வழிமுறைகளும் பெரிதாக வேறுபடவும் இல்லை.

இங்கு அதிகமாக வளரும் கருங்காலி மரத்தை எரித்து அந்தக் கரித்துண்டுகளைப் பயன்படுத்தி இரும்பை உருக்குகிறார்கள். பொதுவாக கனமாக இருக்கும் அனைத்து மர விறகையும் கரியாக்கி இதற்குப் பயன்படுத்துகிறார்கள். நான்கு சாக்கு கரியின் விலை ஒரு ரூபாய் இரண்டு அணா. ஒவ்வொருமுறை உருக்கவும் இந்த அளவு கரி

தேவைப்படுகிறது. ஒரு கூடைக்கு ஒரு 'டப்' தருகிறார்கள். ஒரு முறை உருக்குவதற்கு 12 கூடை கரி போதுமானது. இரும்புத் தாதுகளை சின்னத் துண்டுகளாக ஆக்குவதில்லை. வெட்டி எடுப்பதை அப்படியே உலையில் போட்டு எரிக்கிறார்கள். கசடுகள் இரண்டு முறை வெளியேற்றப்படுகின்றன. துருத்தியை இயக்குவதை நிறுத்துவதற்கு முன்பாக கடைசியாக இரு தடவை கசடுகளை அப்புறப்படுத்துவார்கள்.

கரியையும் தாதுவையும் சேர்த்துப் போட்டு துருத்தியால் ஊதத் தொடங்குவார்கள். எரிந்து முடிந்ததும் லட்சுமிபுரத்தில் செய்வதை விட சரியான செயல் ஒன்றைச் செய்கிறார்கள். உலைக்குள் இவை அனைத்தையும் போடுவதற்கு ஒரு மணி நேரத்துக்கு முன்பாக கிடைத்த உலோகத்தை தனித்து எடுத்துக்கொள்கிறார்கள்.

சுட வைத்து கசடுகளை நீக்கி சுத்தியலால் அடித்து நீட்டியபின் ஒரு மவுண்ட் (37 கிலோ) இரண்டு ரூபாய்க்கு விற்கப்படுகிறது. எளிதில் கையாள வசதியாக இரண்டு பவுண்ட் எடை கொண்ட சிறு சிறு துண்டுகளாக வெட்டி வைத்துக்கொள்கிறார்கள். இந்த நிலையில் இது மிகவும் கச்சாவானதாகவே இருக்கும். ஆனால், மிருதுவாக, அன்றாடப் பயன்பாடுகளுக்கு ஏற்றதாக இருக்கும். மிக அதிகமான தேவை இருந்துவருவதால் ஆண்டுக்கு பெரும்பாலான மாதங்கள் இந்தப் பணி தொடர்ந்து நடந்துவருகிறது.

கம்பெனிக்கு சொந்தமான இடங்களில் இரும்பு உற்பத்தி சார்ந்து மிகப் பெரிய பணிகளைச் செய்யத் தீர்மானித்தால் இந்த இடம் அதற்கு மிகவும் உகந்தது என்பதில் எந்த சந்தேகமும் இல்லை. பிற எந்த இடத்தையும் விட மிகக் குறைந்த செலவில் மிக அதிகமான இரும்புத் தாதுக்களை இங்கிருந்து எடுக்க முடியும். அருகில் இருக்கும் மலையில் இருக்கும் மரங்களில் இருந்து தேவையான கரியை உற்பத்தி செய்துகொள்ளமுடியும். இதைவிட முக்கியமான விஷயம் என்னவென்றால், இதை ஒரு பெரும் தொழிலாக, வியாபாரமாகச் செய்தால் வேலைக்கு நிறைய பேர் ஆர்வத்துடன் வரத் தயாராக இருக்கிறார்கள். இதற்கு முன் நடந்துவந்த ஒப்பந்தப் பணி பெரிய வருமானத்தை அவர்களுக்குத் தந்திருக்கவில்லை (பஞ்சம் ஏற்பட்டதைத் தொடர்ந்து இந்த ஒப்பந்தப் பணிமுறை அமலுக்கு வந்திருக்கும் என்று தோன்றுகிறது. டாக்டர் ஹெய்ன் இந்த இரும்பு உற்பத்தியாளர்கள் சந்தித்துவந்த நிரந்தரமான நெருக்கடி பற்றி வேறொரு இடத்தில் குறிப்பிட்டிருக்கிறார். 'இல்லையென்றால், இவர்கள் பிரிட்டிஷ் ராணுவத்தினர் மற்றும் அதிகாரிகளை ஒரு கிராமத்தில் இருந்து இன்னொரு கிராமத்துக்குத் தோளில் சுமந்து

செல்லும் வேலைகளுக்குக் கட்டாயப்படுத்தப்படுவது வழக்கம். பிரிட்டிஷ் அதிகாரிகள் தமது நேரத்தை அவர்களுக்கு அதிகப் பயனுள்ள வகையில் கழிக்க இப்படியாகச் செய்வது வழக்கம். இதுவும் ஒப்பந்தப் பணிகளில் இந்தியர்கள் அதிகம் ஈடுபட ஒரு காரணமாக இருந்திருக்கும் - க்ளாட் ஆல்வரிஸ்)

ஒவ்வொரு உலைக்கும் தற்போது 9 நபர்கள் தேவைப்படுகிறார்கள். முக்கியமாக துருத்தியைக் கையாள்வதில் பயன்படுத்தப்படுவார்கள். நெருப்பு அல்லது நீரைச் செலுத்துவதற்கு உகந்த எந்திரத்தைப் பயன்படுத்தினால் பணியளர்களின் எண்ணிக்கையைக் குறைத்துவிட வழி பிறக்கும்.

நௌஜீத் ஜமீனில் இதுபோல் இன்னும் ஆறு உலைக்களங்கள் இருப்பதாகச் சொன்னார்கள். இரும்பு உற்பத்தி தொடர்ந்து நடந்துவரும் அந்த இடங்களின் பெயர்கள் மட்டுமே இதுவரை எனக்குத் தெரியவந்திருக்கிறது. ஆனால், அவற்றைச் சென்று பார்வையிட எனக்கு வாய்ப்பு கிடைத்ததும் அல்லது இதுபோன்ற வேறு பணிகள் செய்ய வாய்ப்புகிடைத்ததும் என் சக்திக்கு உட்பட்டு செய்ய முடிந்த அனைத்தையும் செய்வேன். என் அறிவுக்கு எட்டிய வரை, கூடுதல் விஷயங்களை உங்களுக்குத் தெரிவிக்க வழி பிறக்கும்.

15

இந்தியாவின் மத்திய பகுதிகளில் இரும்பு உற்பத்தி

மேஜர் ஜேம்ஸ் ஃப்ராங்க்ளின், எஃப்.ஆர்.எஸ்., எம்.ஆர்.ஏ.எஸ்.,
வங்காள ராணுவம் (1829)

1828–29 காலகட்டத்தில் இந்தியாவின் மத்திய பகுதிகளில் இரும்பு சுரங்கங்களைப் பார்வையிட்டு ஆய்வு செய்யவும் இந்திய இரும்பு உற்பத்தியில் சில பரிசோதனைகள் செய்யவும் வங்காள அரசு எனக்கு வாய்ப்பு கொடுத்தது. எனது ஆய்வு முடிவுகளை கிழக்கிந்திய கம்பெனி இயக்குநர்கள் சபை முன் பணிவுடன் சமர்ப்பிக்கிறேன். இரும்பை எப்படி உருக்குகிறார்கள், கசடுகளை எப்படி நீக்குகிறார்கள், கார்பனை எப்படி நீக்குகிறார்கள் என்பவைபற்றிய விவரங்களைத் தருகிறேன்.

ஜபல்பூர், பாராகாவ், பன்னா, கடோலா, சிகுர் ஆகியபகுதிகளில் இந்த சுரங்கங்கள் இருக்கின்றன. இந்தியாவைக் கிடைமட்டமாகப் பிரிக்கும் மத்திய பகுதிகளில் இந்தத் தாதுப் படுகைகள் இருக்கின்றன.

ஜபல்பூர் இரும்புத் தாதுப்படுகைகள்

ஜபல்பூர் மாவட்டத்தில் அகெரியா, கட்னா, பலியா, மகலியா, ஜோவ்லி, இம்லியா, பாராகாவ் ஆகிய இடங்களில் மிகச் சிறந்த தாதுப்படுகைகள் இருக்கின்றன. முதல் நான்கு படுகைகளில் மைக்கா மிகுந்து காணப்படும். ஆக்ஸிஜனேற்றம் குறைவாக நடந்ததாக இருக்கும். அகெரியா, கட்னா, பைலா பகுதிகளில் மணல் கலந்ததாகக் காணப்படுகிறது. லாரைட் கந்தகப் பாறைப் படிவுகள் இருக்கும்

மலையில் இருந்து பெறப்பட்டிருக்கின்றன. பிற இடங்களில் பூமிக்குள் ஐந்தாறு அடி ஆழத்தில் சரளைக் களிமண்ணுடன் கலந்து காணப்படுகிறது. இந்த இரும்பு எளிதில் உருகிவிடுகிறது. 170 சேர் (1 சேர் கிட்டத்தட்ட 933 கிராம்கள் அதாவது சுமார் ஒரு கிலோவுக்கு சமம்) தாதுக்களை 140 சேர் கரித்துண்டுகள் போட்டு எரித்தால் 70 சேர் கச்சா இரும்பு பத்து மணிநேரங்களில் கிடைத்துவிடும். அதாவது 40% வெற்றி. மகலியா பகுதியில் இருக்கும் தாதுப்படுகை பிறவற்றைவிட குறைவாகவே ஆக்ஜனேற்றம் பெற்றிருக்கிறது. கொதிக்கவைக்கும் போது சில நேரங்களில் படிகங்களாகிவிடுகிறது. அதன் நிறம் செக்கச் செவேலென இருக்கிறது. அதன் கடினத்தன்மையின் காரணமாக அது எஃகுக்காகப் பயன்படுத்தப்படுகிறது.

இந்தத் தாதுப்படுகை (எண்-13) அதைவிடக் குறைவாகவே ஆக்ஸிஜனேற்றம் பெற்றிருக்கிறது. க்வார்ட்ஸ் படிகக் கற்களுடன் கலந்து காணப்படுகிறது. லோரி மலைகளில் காணப்படுவதைப் போல் பல்வேறு அளவிலான மலைப் பாறைகளாகக் காணப்படுகிறது. இந்த நிலையில் அது பளபளப்புடன் இருக்கிறது. சில நேரங்களில் மின்னக்கூடச் செய்கிறது. ஆனால், இதை எடுத்து உருகியதே இல்லை. ஏனென்றால் இதே இடத்தில் இதைவிட மிக அருமையான இரும்புப் படுகை இருக்கிறது.

ஜோவ்லி (எண்-15) பகுதியில் இருக்கும் தாதுப்படுகையானது ரெட் ஆக்ஸைடு வகையைச் சேர்ந்தது. அது தூய்மையான ஆக்ஸைடு. அருமையான சிவப்பு நிறத்தைப் படுகைக்குத் தருகிறது. கைகளில் பட்டால் நிறம் போவதே இல்லை. உடைகளில் படிந்தால் அந்தக் கறையைத் தோய்த்தாலும் போகவைக்க முடியாது. முந்திய இரும்பை விட எளிதில் உருகுகிறது. 185 சேர் தாதுவை 165 சேர் கரியுடன் சேர்த்து பத்து மணிநேரம் எரித்தால் 77 சேர் கச்சா இரும்பு கிடைத்தது. 42%. இது எண் 16, 17 படுகைகளில் கிடைக்கும் தாதுவுடன் சேர்ந்து இருக்கிறது. இந்தப் படுகையின் சிவப்பு நிறச் சிறிய தாதுப் படிகங்கள் வெட்டி எடுத்து வரும்போது பார்த்தால் அற்புதமாக மின்னும்.

நர்மதை ஆறுக்கு தெற்கே தாங்கிரி கிராமத்தில் மைக்கா கலந்த இரும்புத்தாதுவானது க்வார்ட்ஸ் மணற்கற்கள் கலந்து காணப்படும். அது பாறையை உடைத்துப் பிரிக்கப்படுகிறது. இதில் இருக்கும் இரும்பு தரம் குறைவானதாகவே இருக்கிறது. செய்யும் செலவுக்கும் உழைப்புக்கும் உகந்த பலன் கிடைப்பதில்லை. இதனால் இது உருக்கப்படுவதில்லை.

இந்தப் படுகைகளில் கிடைக்கும் இரும்பானது பல தரப்பட்டதாகவே இருக்கிறது. மைக்கா கலந்த தாது அதிகம் ஆக்ஸிடேஷன்

அடைந்ததாக இருக்கிறது. எளிதில் துகளாக்க முடிவதாக இருக்கிறது. ஒச்சர் வகை (*ochre*) ரெட் ஆக்ஸைடு தாது தூய ஆக்ஸைடாகத் திகழ்கிறது. காம்பாக்ட் வகையானது (மணல்கல் பாறை வகை) குறைவாகவே இருக்கிறது. அதோடு ஹெமடைட் வகையானது அதைவிடக் குறைவாகவே இருக்கிறது. எல்லா தாதுக்களுமே பூமியின் மேற்பரப்பிலேயே கிடைக்கின்றன. மகாலியா தாதுவைத்த விர பிற இரும்புத்தாதுக்கள் எல்லாம் எளிதில் கையாளத் தகுந்த அருமையான இரும்பைத் தருகின்றன.

பாராகாவ், லம்தேரா, எமிலியா பகுதியில் இருக்கும் இரும்புத் தாதுப் படுகைகள்

பெல்லாரி பர்கானாவில் இருக்கும் எமிலியா, பாராகாவ், லம்தேரா இரும்புத் தாதுப்படுகைகள் எல்லாம் பள்ளத்தாக்கின் வடக்குப் பகுதியில் அமைந்துள்ளன. இந்த மலைத்தொடரின் அருகில் தாதுப் படுகையின் தன்மை மாறுபடுகிறது. நிலத்தின் மேற்பரப்பில் இரும்புத்தாது கலந்த களிமண்ணாக இருக்கின்றன. தொட்டடுத்த அடுக்கு செடிமெண்ட்ரி பாறையாக இருந்தநிலையிலும் இரும்புத்தாதுக்கள் எந்தவொரு பாறையுடன் கலந்திருக்கவில்லை. இரண்டு தாதுப்படுகைகளில் ஒன்று துகள்களாக, களிமண் கலந்ததாக (எண்-20), பட்டாணி போன்ற உருண்டைகளாக இரும்புத்தாதுடன் ஒன்று கலந்து கடினமான அடுக்காக இருந்தது. இன்னொரு தாதுப்படுகையின் துண்டுகள் முன்னதைவிட வடிவத்திலும் தட்டைத் தன்மையிலும் மாறுபட்டு இருந்தது. ஆனால் அதன் கலவை அதே குணம் கொண்டவையாகவும் சிறிது கடினம் குறைந்தும் காணப்பட்டது. இதனால் பிரிப்பதற்குக் கடினமாக இருந்த பாராகாவ் தாதுகளைவிட சிறந்ததாக, தாதுத் துகள்களை எளிதில் பிரிக்க முடிந்ததாக இருக்கிறது. அப்படி இருப்பதற்கு அதன் கலவையில் இருக்கும் தனிமமே காரணமாக இருக்கக்கூடும். இதில் இருந்து கிடைத்த இரும்பு நன்கு வளைந்துகொடுக்கும் தன்மை கொண்டதாக இருந்தது.

பன்னா மாவட்டத்தில் இருக்கும் இரும்புத் தாதுப் படுகைகள்

பன்னா மாவட்டத்தின் மிகச் சிறந்த இரும்புத் தாதுப்படுகைகள் பிரிஜ்பூருக்கு அருகில் இருக்கின்றன. கீழே சிவப்பு மற்றும் அதன் மேலே மஞ்சள் நிற அடுக்கு என இரண்டு அடுக்குகளாகக் களிமண் தன்மையுடன் காணப்படுகிறது.இந்த இரண்டு அடுக்கு மண்ணுமே நாவில் (கைகளில்) ஒட்டிக்கொள்பவையாகவும் நீரில் போட்டால் துண்டுகளாகத் திரிபவையாகவும் இருக்கின்றன. ஆனால், பசைபோல்

ஆவதில்லை. சிவப்புத் தாது விரைவில் கரைந்துவிடுகிறது. மஞ்சள் தாது திரி திரியாகப் பிரிந்து அதன் பின் துகள்களாகிறது. சுண்ணாம்பு சேர்க்கும்போது மஞ்சள் தாது இங்கிலீஷ் சிவப்பு போல் அருமையான நிறத்தைப் பெறுகிறது. இவை இரண்டுமே நல்ல நிறமிகளாகச் செயல்படுகின்றன. இந்தப் படுகையில் இருந்து கிடைக்கும் இரும்பு தரம் குறைவானதாகவும் எளிதில் உடையக்கூடியதாகவும் இருக்கும். சிமேரியா என்ற கிராமத்துக்கு அருகில் வேறொரு ரெட் ஆக்ஸடு தாதுப்படுகையில் இருந்து கிடைக்கும் இரும்பு இதைவிடச் சிறந்ததாக இருக்கிறது.

கதோலா மாவட்டத்தில் இருக்கும் இரும்புத்தாதுப்படுகைகள்

பன்னா மாவட்டத்தில் வைரங்கள் கிடைக்கின்றன. அவை கிடைக்கும் படுகையின் எல்லைப் பகுதிகளில் கதோலாவில் இரும்புத் தாது கிடைக்கிறது. கென் ஆறு இரண்டுக்கும் இடையில் எல்லையாகத் திகழ்கிறது. நாம் இப்போது பார்க்கும் விஷயத்துக்குத் தொடர்பில்லாததுதான் என்றாலும் வைரம் போன்ற ஒரு ரத்தினக் கல்லுக்கும் இரும்புக்கும் இடையிலான தொடர்பை இந்த இடத்தில் கவனத்துக்குக் கொண்டுவர விரும்புகிறேன். கதோலா இரும்புத் தாதுப்படுகைகள், கென் மற்றும் தேசான் ஆறுகளுக்கு இடையிலான மலைத்தொடர்களில் காணப்படுகிறது. ஒரே ஒரு படுகையைத் தவிர பிற எல்லாம் ரெட் ஆக்ஸைடின் பல்வேறு வகைகளைக் கொண்டதாகவே இருக்கிறது. சேர்ந்திருக்கும் களிமண் அளவுக்கு ஏற்ப பல்வேறு வகைகளில் காணப்படுகிறது. இவற்றின் தன்மையானது இந்த அறிக்கையுடன் அனுப்பியிருக்கும் மாதிரி தாதுகளைப் பார்த்தாலே புரிந்துவிடும்.

கென் ஆற்றில் தொடங்கி மேற்கு நோக்கிப் படர்ந்திருக்கும் முதல் தாதுப்படுகையானது பண்டுவா மலையில் அமைந்திருக்கிறது (எண்- 23). அது கிட்டத்தட்ட முழுவதும் வெட்டி எடுக்கப்பட்டுவிட்டதால், அம்ரோனியா, மஜ்காவ், மோதேஹி படுகைகளைப் பற்றிச் சொல்கிறேன்.

இந்தமுதல் இரண்டு படுகைகளில் (எண்- 24) கிடைக்கும் தாது பின்னர் விவரிக்கிவிருக்கும் தோரா பகுதி தாதுவைப்போலவே இருக்கிறது. மூன்றாவது இடத்தில் கிடைக்கும் தாது நீரால் அரிக்கப்பட்ட கூழாங்கற்களைப் போல் பல்வேறு அளவுகளில் களிமண் கலந்து இருக்கிறது. விந்தியாச்சல மலையின் அடிவாரத்தில் இந்தத் தாதுப்படுகைகள் காணப்படுகின்றன. அது கட்டி சேர்ந்த மணல்

துகள்கள் கொண்டதாகவும் மேலடுக்கில் புதிதாகப் படிந்த மணல் அடுக்கு கொண்டதாகவும் இருக்கிறது. கூழாங்கள் வடிவ இரும்புத் தாதுக்கள் பூமிக்குள் பதினைந்து அடி ஆழத்தில் இருக்கின்றன. மணல் துகள் அடுக்குகளுடன் இடைகலந்து காணப்படுகின்றன. அது மண்ணரிப்பு நடந்திருப்பதற்கான சான்றாகத் திகழ்கிறது. இந்தப் படுகையில் இருந்து கிடைக்கும் இரும்பு, தரம்குறைவானதாகவே இருக்கிறது.

இன்னும் சற்று மேற்காகச் சென்றால் தோரா தாதுப்படுகை இருக்கிறது (எண்-26). இரண்டு வகையான தாதுக்கள் அதில் கிடைக்கின்றன. அதில் ஒன்று இறுக்கமாகவும் உலோகத்தன்மை மிகுந்தும் இருக்கிறது. மற்றொன்று பெருமளவுக்குக் களிமண் கொண்டதாக இருக்கிறது. இரண்டாவது வகையானது மலை உச்சியில் காணப்படுகிறது. மணற்கல் அடுக்குக்குக் கீழே படிந்து கிடக்கின்றது. எளிதில் வளைக்க முடியும்படி இருக்கும் இரும்பு இதில் இருந்து கிடைக்கிறது. மோதேஹி பகுதியில் கிடைக்கும் தாதுவில் இருந்து உற்பத்தி செய்யபடக்கூடிய, எளிதில் உடையும் இரும்பு போல் இது இல்லை. மிக மெல்லிய தகடுகளாக இதை ஆக்க முடியும்.

இன்னும் ஐது மைல் மேற்கே சென்றால், கோதா படுகைகள் இருக்கின்றன. அந்த இரும்பு மிக மோசமாக இருக்கும். எனவே அதை விட்டுவிடலாம். சைகோர், சந்திரபுரம் ஆகிய பகுதிகளில் படுகைகள் மலை உச்சியில் நதி உருவாகும் இடத்தில் அமைந்திருந்தன. இந்தவகையில் இவை பாராகாவ், எம்லியா பகுதிகளில் பார்த்த படுகை போல் இருந்தன. இந்தப் படுகை (எண் 27 - 28) இயல்பிலும் அமைப்பிலும் பிற அனைத்துப் படுகைகளில் இருந்து வித்தியாசமானதாக இருந்தது. மெல்லிய படலமாக, இரும்புத் தாது மணலாக, அல்லது களிமண் சரளைக் களிமண்ணாக மேற்பரப்புக்கு வெகு அருகில் இருந்தது. சில இடங்களில் மஞ்சள் நிறத்துடனும், சில இடங்களில் பழுப்பு நிறத்துடனும் இருந்தன. பிற படுகைகள் எல்லாம் சிவப்பு நிறத்தில் இருந்தன. பொதுவாகப் பார்க்கும்போது பாராகாவ் படுகை போலவே தோற்றமளிக்கிறது. ஆனால், தாதுத் துகள்கள் துல்லிய வடிவில் அமையவில்லை. இந்தத் தாதில் இருந்து கிடைக்கும் இரும்பு அற்புதமானதாக, வளைந்து கொடுக்கும் தன்மை கொண்டதாக இருக்கிறது. இப்படியான உயர் தரத்தில் இந்த மாவட்டத்தில் வேறு எங்குமே இரும்பு இல்லை. கரிப் படுகையும் இரும்புத் தாதுப் படுகைக்கு அருகிலேயே இருக்கிறது. ஆனால், இத்தனை சாதகமான அம்சங்கள் இருந்தபோதிலும் போதுமான நீர் வசதி இல்லாததால் கூடுதல் பலனைப் பெற முடியவில்லை.

மேலே குறிப்பிடப்பட்டிருப்பவற்றுக்கு மேற்கே பைபேரியா, ராஜ்கோய், கஞ்சரா படுகைகள் இருக்கின்றன. முதல் படுகை (எண் -29) சைகர் பகுதியில் இருக்கும் படுகை போலவே இருக்கிறது. ராஜ்கோய் பகுதியில் இருப்பது (எண்- 30) மிகவும் இறுக்கமானதாக இருக்கிறது. கஞ்சிரா பகுதியில் இருப்பது (எண் -31) களிமண் கலந்து காணப்படுகிறது.

இன்னும் மேற்கே சென்றால், பஜ்னா கிராமத்துக்கு அருகில் சப்பார் மலைகள் இருக்கின்றன. அங்கு இரும்புத் தாது கொட்டிக்கிடக்கிறது. தொலைவில் இருந்து பார்க்கும்போது தீ வைத்துக் கருக்கப்பட்ட இடம் போல் காட்சியளிக்கிறது. அதன் அடிவாரமானது பச்சைக்கல் பாறையால் சூழப்பட்டுள்ளது. அந்த அடுக்கைப் பார்க்கையில் எனக்கு எரிமலை வெடிப்பை நினைவுபடுத்துகிறது. அந்த மலையின் அடிவாரத்தில் மிகப் பெரிய குகை போன்ற அமைப்பும் 220 அடி ஆழத்துக்கு நீர் தேங்கியிருக்கும் மிகப் பெரிய பள்ளமும் காணப்படுகின்றன. இவற்றைப் பார்க்கும்போது அந்த நிலப்பகுதி தாய் மலையில் இருந்து மிகப் பெரிய வெடிப்பின் மூலம் பிரிக்கப் பட்டதுபோல் தெரிகிறது. இந்த அமைப்புகள் சில யூகங்களுக்கு இடமளிக்கின்றன. ஆனால் என்னுடைய இப்போதைய இலக்கு சுரங்கங்களைப் பற்றிய தரவுகளைச் சேகரித்து அளிப்பதுதான்.

பஜ்னா, கேரிதங்கா, சுராஜ்புரத்துக்கு அருகில் இருக்கும் சுகா ஆகிய பகுதிகளில் இரும்புத் தாதுப்படுகைகள் அமைந்துள்ளன. இவை எல்லாமே மணல் கல் பாறைகளாக அமைந்துள்ளன. முதலாவது (எண்-32) மலையின் உச்சியில் அமைந்துள்ளது. படிகத் தன்மை முழுமையாக உருவாகாத பாறையாகத் திகழும் இது மணற்கல் பாறையை ஊடுருவிக் கலந்து கானப்படுகிறது. இரண்டாவது தாதுப் படுகை (எண்-33) சைனைட் படிகப் பாறைப் படிவாக மலையில் நடுப்பகுதியில் அமைந்துள்ளது. மூன்றாவது தாதுப் படுகையானது (எண்-34) அருகில் இருக்கும் சிறு குன்றில் இருக்கிறது. இரும்புத் தாதுக் கூழாங்கற்கள் களிமண் கலந்து போஜ்புரா கிராமத்துக்கு அருகில் கிடைக்கின்றன. ஆனால், அவை மோதேஹி பகுதியில் கிடைக்கும் தாதுபோலவே இருக்கிறது. எனவே அதுபற்றிக் கூடுதலாக எதுவும் செய்யத் தேவையில்லை.

இரும்புத் தாதுப் படுகைகளின் கடைசி வரிசை சேர்வா, ஹிராபூர், திகோரா, மாண்டேவரா ஆகிய பகுதிகளில் இருக்கின்றன. முதலாவது படுகை கிராமத்துக்கு அருகில் இருக்கும் குன்றில் காணப்படுகிறது. அந்த படுகை (எண்-35) அதிக கவனம் கொடுக்கத் தேவையில்லாதது. அடுத்த படுகை (எண்-36) அதுபோன்றதே. ஹிராபூரில் இருக்கும்

படுகை இரும்புத் தாது மிகுதியாக இருக்கும் இடம். அது நல்ல சாலை வசதி உள்ள இடத்தில் இருப்பதால் தாதுக்கள் கச்சாவாகவே வாங்கப் பட்டு வேறு இடத்துக்குக் கொண்டு செல்லப்பட்டு சுத்திகரிக்கப் படுகிறது.

தேஸான், ஜாம்னி நதிகளுக்கு இடையில் இருக்கும் மலைத்தொடரில் வெல்தனா, சராய், தோரி சாகர் என சில இரும்புப் படுகைகள் இருக்கின்றன. கதோலா படுகைகள் தொடங்கி குவாலியர் படுகைகள் வரை வட மேற்கு திசையில் இரும்புத் தாது மிகுதியாகக் கிடைக்கின்றன.

கதோலா படுகைகள் கென் நதியில் தொடங்கி தேஸான் ஆறுவரையில் நீள்கின்றன. படுகைகள் அவற்றுக்கு இடைப்பட்ட மலைத் தொடரில் மட்டுமே காணப்படுகின்றன. அவற்றுக்கு வடக்கே இல்லை. தென் திசையில் எடுத்துக்கொண்டு பார்த்தால் மணற்கற்கள் இருக்கும் ஒரு சில இடங்கள் தவிர வேறு இடங்களில் இல்லை. காளிங்கர், அஜேகர் போன்ற மலைகளைப்போல் துண்டிக்கப்பட்டதாகத் தெரியும் இவை ஒரு காலத்தில் மிகப் பெரிய தொடர்ச்சியான மலைத்தொடராக இருந்திருக்கும் என்று தோன்றுகிறது.

இதன் அடிவாரங்களில் சைனைட் அல்லது சைனைடிக் கிரானைட் கொண்டதாகவும் முகடுகளில் மணற்கற்கள் படிவுப் பாறையாகப் படிந்து காணப்படுகின்றன. இங்கு கிடைக்கும் இரும்புத் தாதுப் படுகையானது பிந்தைய பாறையின் இணையாக உருவானது என்று நம்ப வலுவான காரணமிருக்கிறது. ஒரே ஒரு வித்தியாசம், நான் முன்பே சொன்னதுபோல் ரெட் ஆக்ஸைடின் பல்வேறு வகையாக அது உருவாகியிருக்கிறது. அது நீங்கலாக வேறு எங்குமே காந்த ஊசி இரும்புத் தாது இருப்பதாகக் காட்டவில்லை. தாதை எடுத்துச் சூடாக்கினால்தால் அப்போதும் காம்பாக்ட் வகை இரும்பே இருப்பதாக மெல்லிய தடயம் தெரிகிறது.

இங்கு கிடைக்கும் தாதுப் பொருளில் களிமண்ணே அதிகமாக இருக்கிறது. இந்திய உலைகள் அதை முறையாக உருக்கிப் பிரிக்க முடிவதில்லை. இதனால்தான் மிக மிகக் குறைவான இரும்பே இங்கு பெற முடிகிறது. இந்தப் பகுதியில் தாதுக்களை கசடு நீக்கம் செய்பவர்களும் பிற பகுதிகளைப்போல் நேர்த்தியாகச் செயல் படுவதில்லை. அதை அவர்கள் விரும்பினாலும் தரமான இரும்பை உற்பத்தி செய்ய முடியாது என்று சொல்ல முடியாது. இருந்தும் அவர்கள், இரும்புச் சந்தைகளில் விற்க விரும்புவதில்லை. வீட்டுப் பயன்பாட்டுக்குத் தேவைப்படும் இரும்புப் பாத்திரங்கள்

செய்தால்தான் போதிய லாபம் கிடைக்கிறது. இங்கிருக்கும் பெரிய மற்றும் சிறிய உலைகள், சுத்திகரிப்பு ஆலைகள் எல்லாம் தெந்து கேடாவில் இருப்பதைப் போலவே இருக்கின்றன. ஒரே ஒரு வித்தியாசம் என்னவென்றால் இங்கு ஜலப்பூரில் இருப்பதுபோல் துருத்திகளைத் (காற்றுக் குழாய்களைத்) தனியாக வைத்திருக் கிறார்கள்.

சாகர் மாவட்டத்தின் இரும்புப் படுகைகள்

கதோலா படுகையிலிருந்து நான் அடுத்ததாக ஹிராபூருக்குச் சென்று அங்கிருந்த பீடபூமி மீது ஏறினேன். அது முழுவதும் மணற்கல் படிவுப் பாறை மற்றும் எரிமலைக் குழம்புப் பாறைகளால் ஆனது. இதில் இரும்புத் தாது குறைவாகவே இருக்கிறது. ஒரு சில இடங்களில் கொஞ்சம் போல் காணப்படுகிறது. என்றாலும் கவனத்தை ஈர்க்கும் அளவுக்கு இல்லை. எனவே நான் தெந்துகேடா பகுதிக்குச் செல்கிறேன்.

தெந்துகேடா

ஜபல்பூர் படுகையைப் போலவே மேற்கு முனையில் இந்த படுகைகள் அமைந்துள்ளன. தெந்துகேடா கிராமத்தில் இருந்து ஒன்றரை மைல் தொலைவில் அமைந்துள்ளன. ஃபெல்ஸ்ஃபார் கொண்ட க்வார்ட்ஸ் படிகப் பாறை கொண்டதாக இந்த மலையின் தாழ்வான பகுதிகளில் இந்தப் படுகை உள்ளது. இது இந்தப் படுகையின் பயனற்ற பகுதியாக (எண்-1) உள்ளது. சிலநேரங்களில் கொம்புக்கல்லாக மாறி இருக்கிறது. சில இடங்களில் படிகப்பாறைகள் ஊடுருவியும் இருக்கின்றன. அதில் இரும்பு ஆக்ஸைடு தாது கலந்திருக்கும் நிலையிலும் பொதுவாக ஒன்றை ஒன்று ஊடறுத்துக்குக் காணப்படும் டெண்ட்ரைட் படிகப் பாறையாக இல்லாமல் மரக்கிளை போன்ற வடிவம் இல்லாமல் இருக்கின்றன. ஊடுருவல் மூலம் இவை உருவாகியிருக்கும் என்று நம்ப முடியவில்லை.

ஜபல்பூரில் இருப்பதுபோல் இந்தத் தாதுப்படுகை நில மேலடுக்குக்கு அருகில் இல்லை. 30 அடி ஆழத்தில்தான் இருக்கிறது. பெரிய பாறைபோல் அல்லது இரண்டு பாறை அடுக்குக் நடுவிலான பள்ளத்தில் காணப்படுகின்றன. ஏதோ பெரிய அதிர்வுக்கு உள்ளானது போல் தென்படுகிறது. பழுப்பு நிற ஹைட்ரோ ஆக்ஸைடு பிரிகளாகவும் மணற்கல் ஆகவும் காணப்படுகிறது. ஆனால், முதலாவது வகையே மிகுதியாகக் காணப்படுகிறது. பொதுவான பார்வைக்கு மணல் நிறைந்ததாக ஒளி ஊடுருவாததாகத் தெரிகிறது. ஆனால், உலோகத் தன்மைகொண்டதாகவும் இருக்கிறது.

மஞ்சள் அல்லது பழுப்பு நிறத்தில் மாறுபட்ட நிறம் கொண்டதாக ஒழுங்கற்ற மடிப்புகளைக் கொண்டதாக இருக்கிறது. மிக அரிதாகவே படிகமாகியிருக்கிறது. கால்சியம் கார்பனேட் கொண்டதாகவும் திராட்சை வடிவிலும் இருக்கிறது. மாங்கனீஸ், சிலிக்கா கொண்டதாகவும் மிகுதியாக கந்தகம் கொண்டதாகவும் இருக்கிறது. இந்தப் படுகையில் இருந்து கிடைக்கும் இரும்பு நன்கு வளைக்க முடிவதாக இருக்கிறது. அனைத்து வகைப்பயன்பாட்டுக்கும் உகந்த இரும்பு இது. எஃகும் கிட்டத்தட்ட இரும்புக்கு ஆகும் செலவிலேயே கிடைத்துவிடுகிறது. அதற்கு ஐந்து பெயர்கள் சூட்டப்பட்டுள்ளன. சுரங்கத் தொழிலாளர்கள் பயன்படுத்தும் அந்த இந்தியப் பெயரை ஐரோப்பிய பெயர்களுடன் சேர்த்துச் சொல்கிறேன். குல்கு (எண்-2) நீரால் அரிக்கப்பட்ட கூழாங்கற்கள் வெள்ளப்பெருக்கினால் வந்த களிமண், வண்டல் மண் அடுக்குகளுடன் சேர்ந்து காணப்படுகிறது. இதன் கீழ் தான் அந்த இரும்புப் படுகை இருக்கிறது. இது தரம் குறைவான இரும்புப் படுகை.

சுர்மா (எண்- 4) என்பது தனித்த சிவப்பு நிறம் கொண்டது. பொதுவாக மேலே சொல்லப்பட்டவற்றுடன் கலந்து காணப்படும். இதில் சில நேரங்களில் ஆர்சனிக் கலந்து இருக்கும். எனவே மிகவும் கவனமாக எடுத்து இதை வெளியே போட்டுவிடுவார்கள். பீலா (எண்- 3) அதாவது மஞ்சள் நிறப்படுகை. இது பிற அடுக்குகளுடன் கலந்து காணப்படும். மடிப்பு நிலைகளில் காணப்படும் இது மஞ்சள் நிறத்தின் மூலம் நன்கு அடையாளம் தெரிவதாக இருக்கும். தனியாக இருப்பதே இல்லை.

காலா (எண்-5) அதாவது கறுப்பு தாதுப்படுகையானது ப்ரௌன் ஆக்ஸைடு கலந்தது. கிட்டத்தட்ட கறுப்பு நிறத்தில் இருக்கும். அரிதாகவே உலோகத் தன்மையும் (எண்- 6) படிகங்களாகவும் (எண்-7) இருக்கும். நல்ல தரமான இரும்பு இதில் இருந்து கிடைக்கிறது. பல நிறங்கள் கொண்டதாகவும் (எண்-8) மஞ்சள் ஆக்சைடு (எண் -10,11) கொண்டதாகவும் ஒரு அடுக்கும் இருக்கிறது. சில நேரங்களில் ஹெமேடைட் (எண் -9) ஆகவும் இருக்கிறது. இது மிகச் சிறந்த நன்கு வளைக்க முடிந்த இரும்பைத் தருகிறது. ஓரளவுக்கு நல்ல வலுவான எஃகும் இதிலிருந்து கிடைக்கும்.

கரி

இந்தியாவில் எல்லா இடங்களிலும் இரும்பைத் தாதுவில் இருந்து உருக்கி எடுக்க மரக்கரியே பயன்படுத்தப்படுகிறது. நிலக்கரி பற்றி அவர்களுக்குத் தெரியவில்லை. தற்போதைய உலைக்கலன்களில் அதைப் பயன்படுத்தவும் முடியாது. உருவாகும் இரும்பின் தரத்தில்

சில மரங்களின் கரி ஏற்படுத்தும் தாக்கம் அவர்களுக்கு நன்கு தெரியும். எனவே, இரும்பை உருக்கிப் பிரிக்க எந்த மரத்தின் கரியைப் பயன்படுத்தவேண்டும் என்பது அவர்களுக்கு அனுபவபூர்வமாகத் தெரியுந்திருக்கிறது. அவை கிடைக்காதபோது, கூடுதல் கெடுதல் செய்யாத பிற மரங்களின் கரியைப் பயன்படுத்துகிறார்கள். தேக்கு, மோவா, மூங்கில் ஆகியவற்றில் கடைசி மரத்தை அதிகமாகப் பயன்படுத்துகிறார்கள். கரி உற்பத்தி செய்வதில் இவர்களுக்கு நிகராக யாருமே இல்லை என்று சொல்லலாம். வெட்டப்பட்ட மரங்களை ஒரு மாத காலம் காயவிடுகிறார்கள். ஐரோப்பாவில் நாம் செய்வது போலவே அதன் பின் கூம்பு வடிவில் அடுக்கிவைத்து எரியூட்டி கரியாக்கிக் கொள்கிறார்கள்.

உலைகள்

இந்தியர்களின் உலைக்கலன்கள் பார்ப்பதற்கு கரடுமுரடாகத் தோன்றினாலும் உட்புறங்களில் இருப்பவையெல்லாம் மிக அருமையானதாகவே இருக்கின்றன. அடிப்படைக் கோட்பாடுகள் எதுவுமே தெரியாதவர்கள் இந்த அளவுக்குத் துல்லியத்துடன் உருவாக்கியிருக்கிறார்களென்பது என்னை மிகவும் ஆச்சரியத்தில் ஆழ்த்தியிருக்கிறது. நடுவாந்திர அளவில் இருக்கும் நபரின் விரல்கடை அகலமே அவர்களுடைய இயல்பான அளவுக்கான வழிமுறையாக இருக்கிறது. அதில் 24 அளவென்பது அவர்களுடைய உச்சபட்ச அளவு. 20 விரல்கடை என்பது சிறிய அளவு. அப்படியாக ஆறுக்கு ஐந்து என்பது உலைக்கலன்களுக்கான அவர்களுடைய தரப்படுத்தப்பட்ட விகிதமாக இருக்கிறது. சிறிய உலையானாலும் பெரிய உலையானாலும் இந்த விகிதமே பின்பற்றப்பட்டிருக்கிறது. நீளமானது பெரிய கலனுக்கு சராசரியாக 19.20 பிரிட்டிஷ் அங்குலமாக ஆக இருக்கிறது. சிறிய உலைக்கலனுக்கு நீளம் 16 பிரிட்டிஷ் அங்குலமாக இருக்கிறது.

கைகளைப் பயன்படுத்தினால் ஒரே மாதிரியான நிலையான அளவு இருக்க வாய்ப்பில்லை என்பதால் கையின் அளவுக்கு இணையான குச்சியைப் பயன்படுத்துகிறார்கள். பெரிய உலையின் உட்புறம் நான்கு விரற்கடை அளவில் ஆறு பாகங்களாகவும் சிறிய உலையில் ஐந்து மடங்காகவும் பிரிக்கப்பட்டிருக்கும். இவை சராசரியாக 3.20 பிரிடிட்ஷ் அங்குலமாக இருக்கிறது.

உலைக்கலனின் ஜியோமித வடிவமைப்பு

உலைக்கலனின் ஜியோமிதி வரைபடம் வரைய A,B என்ற கோடு வரையவும். 24 அலகுகள் அல்லது 19.20 பிரிட்டிஷ் அங்குலம்

கொண்டது. அதை ஆறு பாகங்களாகப் பிரித்துக்கொள்ளவும். புள்ளி C யில் ஒரு செங்குத்துக்கோடு வரையவும்.C யில் இருந்து E வரை ஆறு பாகங்களாகக் குறித்துக்கொள்ளவும். அது மைய பாகத்தை அதாவது மிக அதிக வெப்பம் இருக்கும் இடத்தைக் குறிக்கும். அடுத்ததாக E யிலிருந்து F வரை ஆறு புள்ளிகள் குறிக்கவும். அது எரியூட்டப்படும் இடத்தைக் குறிக்கும். அதன் பிறகு F லிருந்து G வரை ஆறு அலகுகள் மேலும் குறிக்கவும். இந்த அளவுக்கு குறைந்ததும் கரியை மேலும் சேர்க்க வேண்டும். G யில் இருந்து D வரை மேலும் இரண்டு பாகங்கள். அப்படியாக உலைக்கலனின் செங்குத்து உயரம் 20 பாகங்கள் அதாவது ஐந்தடி நான்கு அங்குலம் (பிரிட்டிஷ் அளவு).

வரைபடத்தை முக்க A,F,G மற்றும் D யினூடாக அடிப்பாகத்துக்கு இணையாக கோடுகள் வரையவும். (Fig-1). இடது பக்கத்தில் மூன்று பாகங்கள். அதை J யில் குறுக்காக வெட்டவும். H புள்ளியில் அடிப்பாகத்தில் பிரிக்கவும். K புள்ளிக்கு செங்குத்தாக H-Jகோடு வரையவும். CD-க்கு (Fig-2) இணையான கோடுகள் அனைத்தையும் குறுக்காக வெட்டிச் செல்லும் உலைக்கலனின் சாய்வு அச்சாக அது இருக்கும் (Fig-1, K-J) . அதன் பிறகு A,B கோட்டை ஆறு பாகங்களாகவும் A ஐ ஐந்து பாகங்களாகவும் D யை மூன்று பாகங்களாகவும் பிரிக்கவும். இந்தப் புள்ளிகளினூடாகக் கோடுகள் வரையவும். அப்படியாக ஜியாமெட்ரி வரைபடம் உருவாகிவிடும்.

உலைக்கலன் உருவாக்கம்

படம் 3, எண் 2 போல் மூன்றடிக்கு ஒரு குழி வெட்டவேண்டும். அரை வட்ட வடிவ பகுதியில் கலன் பி வைக்கவேண்டும். CCC சுவரானது சுடாத பெரிய செங்கற்களால் கட்டப்படும். முதலில் இந்த அமைப்பு தேவையான இறுதி வடிவத்தின் ஆரம்ப வடிவமாக மட்டுமே இருக்கும். உள் பாகம் அதன் பின் வெட்டி உருவாக்கப்படும். கலனின் அடிப்பாகத்தில் மிக அதிக வெப்பத்தைத் தாங்க முடிந்த கல் ஒன்று வைக்கப்படும். முழுவதும் காயும்வரையிலும் இப்படியே விடப்படும். அடுத்தகட்டம் மிக முக்கியமானது. அது உலைக்கலனின் உள்பக்கத்தை வெட்டி எடுப்பது. இதை தேர்ந்த கைவினைக் கலைஞர் செய்வார். வெட்டி எடுத்தபின் உள் பக்கத்தை மேலே சொன்ன வரைபட அளவுகளின்படி வடிவமைப்பைச் செய்து களிமண்ணால் நன்கு பூசுவார். முதலில் மேல் பாகத்தைச் செய்து முடிப்பார். அதன் பின்னால் நடுப்பகுதியை சரிசெய்வார். ஒரு ரசமட்டக் குமிழை நூலில் கட்டிவிட்டு கல்லின் நடுப்பாகம் எதில் பொருத்தப்படவேண்டும் என்பதைக் கண்டுபிடிப்பார். வரைபடம் 1, 2-ன் CD செங்குத்தான C-D கோடுக்கு பொருத்தமானதாக இருக்கும். இதன் மூலம் உலைக்

கலனுக்குத் தேவையான சாய்வு அச்சை அவர் கண்டுகொள்வதோடு பிற அனைத்து முக்கிய புள்ளிகளையும் இதன்மூலம் அளவிட்டுக் கொண்டுவிடுவார்.

இப்படித் தயாரிக்கப்பட்ட பிறகு மீண்டும் அது உலரவிடப்படும். அதன் பிறகு குதாரியா, பசார், கரைரி, அகைரா (இவற்றின் ஆங்கிலப் பெயர் தெரியவில்லை) போன்றவை வடிவமைக்கப்படுகின்றன. அகைரா என்பது மிகவும் முக்கியமானது. *(படம் 1, எண் 4 5, படம் 2 எண் 1+)*. வெளியில் இருந்து பார்க்கும்போது காற்றுக் குழாயை (படம் *1, எண் 9)* மூடியிருக்கும் தாறுமாறான களிமண் போல் தெரியும். ஆனால், எல்லா தயாரிப்பு வேலைகளும் முடிந்து இரும்பைத் தாதுவில் இருந்து உருக்கிப் பிரிக்கும் பணி ஆரம்பிக்கும்போது இந்த களிமண் பூச்சு மிக மிக முக்கியமான பங்களிப்பை ஆற்றும். அது

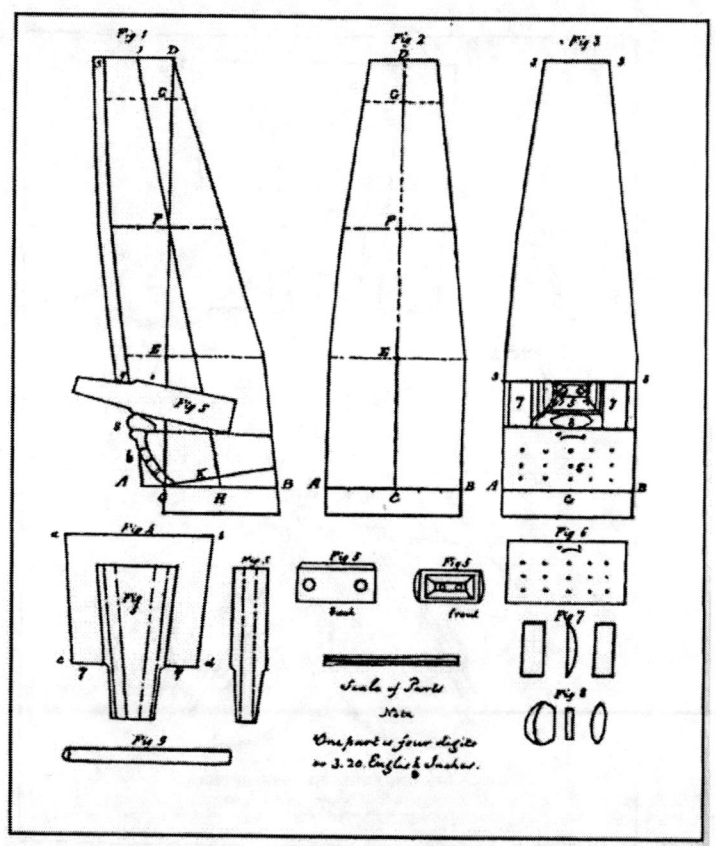

படம் 1

மிகவும் சிறிதாகவோ மிகவும் பெரிதாகவோ இருந்தால் அதன் விளைவு உடனேயே தெரிந்துவிடும். முதலாவது விஷயத்தில் கச்சா இரும்பானது முழுவதும் கசடுகள் நிறைந்ததாக இருக்கும். இரண்டாவதில் இரும்பு சிதைந்து போயிருக்கும். அதை பக்குவப்படுத்தும்போது உடையத் தொடங்கும். இப்படி நடந்தால் உலைக்கலனை இறக்கி மீண்டும் முதலில் இருந்தே அனைத்தையும் செய்ய வேண்டியிருக்கும்.

நான் பல பரிசோதனைகள் செய்து பார்த்த பிறகு உலைக்கலனின் நீளம் நான்கரைப் பங்கும் அகலம் மூன்று பங்கும் தடிமன் ஒன்றரைப் பங்கும் இருக்கவேண்டும் என்று தெரியவந்திருக்கிறது. இந்த அமைப்பின் மூலம் கிடைக்கும் இரும்பானது உலைக்கலனின் அமைப்பின் 20-ல் ஒரு பங்காக இதே விகிதத்துடன் இருக்கிறது. இந்த

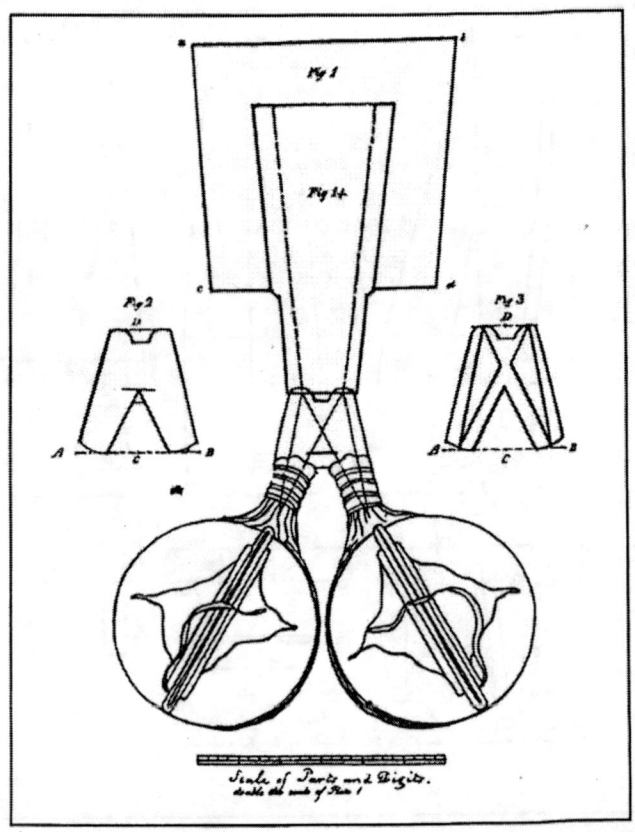

படம் 2

ஒத்திசைவுக்குக் காரணம் தெந்துகேடாவின்[3] களிமண்ணின் தன்மைதான். அதில் எவையெல்லாம் கலந்திருக்கின்றன என்பதை நாம் ஏற்கெனவே பார்த்துவிட்டோம். ஆனால், இந்த விதி பொதுவானதாக அனைத்துக்கும் பொருந்தும். அனைத்து இந்திய உலைகளிலும் இதே அளவுகளில்தான் இருக்கும்.

குடைரா என்பது அகைராவின் நெடுக்குவாட்டு நிலையைச் சரி செய்யப் பயன்படுத்தப்படும் களிமண் பட்டை. பசார் என்பது நீள்வட்டமான களிமண் தட்டு. அகிரா வைக்கப்பட்ட பின் வாய்ப்பகுதியைப் பூசி மூடப் பயன்படும். படம் 1 எண் ஏழு மற்றும் எட்டில் இவற்றின் அளவுகள் குறிப்பிடப்பட்டுள்ளன. குரைரி (படம் 1, எண் 6) என்பது குழிவான களிமண் தட்டு. துளைகள் பல கொண்ட அதன் வழியாகத்தான் கசடுகள் வெளியேற்றப்படும்.

கருவிகள் எல்லாம் பொருத்தப்பட்டதும் உலைக்கலன் காய்ந்து இருக்கும்போது கீழ்க்கண்ட வகையில் தயார் செய்யப்படும். முன் பக்கமானது, S-S கோட்டுப் பகுதியில் இருந்து மூடப்படும். அகைரா மேலே வைக்கப்பட்டிருக்கும் (படம் 1, எண் 1 மற்றும் 3). ஒரு முனை Cயில் வைக்கப்பட்டிருக்க அடுத்தது C-B மற்றும் C-S என்றவகையில் வைக்கப்படும் (படம் 1). அதன் பிறகு கிரேடு ஸ்லாப் வைக்கப்படும். அதன் கீழ் முனையானது கல்லின் நுனிமேல் படும்படியாக வைக்கப்படும். இடைவெளியானது வைக்கோல், சாண வறட்டித் தூள் ஆகியவற்றால் புள்ளிகள் போடப்பட்ட பகுதிவரை (எண் 1, படம் 1) நிரப்பப்படும். இதன் மேல் அகைரா வைக்கப்படும். உலைக்கலனின் சுவர்பகுதிகளில் இருந்து எல்லா திசைகளிலும் ஒன்றரை பங்கு இடைவெளிவிட்டு வைக்கப்பட்டிருக்கும்.

படம் 1 எண் 4-லும் படம் 2 எண் 1+லும் இருப்பதுபோல். அதில் A,B,C,D என்பவை உலையின் சுவர்கள். படம் 5 மற்றும் 1 அகைரா. குடியாரா[4] அல்லது ஆப்பு அதன் நெடுக்குவாட்டுக் கோணத்தை (படம் 1 எண் 1) சரிப்படுத்தச் செருகப்படும். இது முறையாகப் பொருத்தப்பட்டதும் பசார் நுழைக்கப்படுகிறது. படம் 1 எண் 3 போல். அதில் 5,6,7,8 என்பவை முறையே அகைரா, குடைரா, பசார் மற்றும் கராரியைக் குறிக்கின்றன. முன்னேற்பாடுகள் எல்லாம் முடிந்து விட்டன. இனி துருத்தி மூலம் காற்று உள்ளே நுழைவதற்கான குழாய் நீங்கலாக, மீதி அனைத்தும் களிமண் கொண்டு பூசப்படும்.

துருத்தி

அகைரா போலவே இவையும் தனித்தன்மை வாய்ந்தவை. கைகளால் இயக்கப்படும். ஒற்றை ஆட்டுத்தோலால் செய்யப்பட்டிருக்கும்.

இரண்டாகப் பிரிக்கப்படும்போது ஏழு பங்கு அகலம், எட்டு பங்கு நீளம் கொண்டதாக இருக்கும். வட்டவடிவ துருத்திகளுக்கு ஐந்து பங்கு விட்டம் இருக்கும். இயல்பான வலிமைகொண்டவர் கைகளால் இயக்கி உலைக்கலனுக்குள் காற்றைச் செலுத்துவார். இதற்கான அடிப்படை பற்றிய புரிதல் குறைவாகவே இருந்தது. இதனால் ஒரு முறை தெண்டுகைரா பகுதியில் இருந்தவர்களுக்கு இது மறந்துவிடவே கதோலா பகுதி உலைக் கலைஞர்களிடம் கேட்டு மீண்டும் பின்பற்றப்பட்டது.

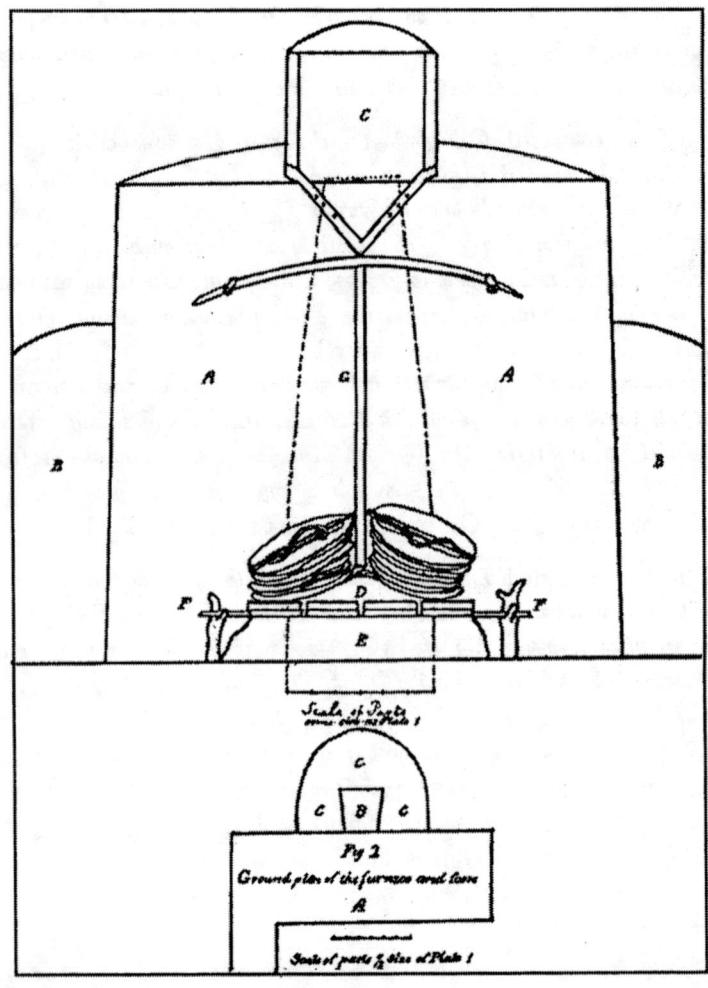

படம் 3

துருத்தியின் முகப் பகுதி உருவாக்கம்

இதை ஜியோமிதி வடிவில் வடிவமைக்க படம் 2 எண் 2 -ல் இருப்பதுபோல் 3 பங்கு அளவுள்ள AB என்ற கோட்டை வரைந்து அதை நான்கு பாகங்களாகப் பிரித்துக்கொள்ளவும். ஒவ்வொரு பாகத்தையும் இரண்டு கால்களுக்கு இரண்டு பாகங்களைச் சேர்த்து எஞ்சிய இரண்டு பாகத்தை நடுவில் இருக்கும் வெற்றிடத்துக்குப் பயன்படுத்தவும். C யிலிருந்து D க்கு மூன்று சம பாகங்களாக செங்குத்துக் கோடு வரையவும். மூன்றும் சேரும் புள்ளியானது மையக் கோணத்தின் உச்சியைக் குறிக்கும். அதன் பின் AB கோட்டுக்கு இணையாக D வழியாக ஒரு கோடு வரையவும். அதிலிருந்து இரு திசையிலும் மத்தியில் இருந்து முக்கால் பங்கு வீதம் ஒன்றரை பங்கு அளவுக்கு பிரிக்கவும். அதை மேலும் நான்காகப் பிரிக்கவும். ஒவ்வொரு காலுக்கும் ஒன்று வீதம் கொடுத்துவிட்டு எஞ்சிய இரண்டை நடுப்பகுதி வெற்றிடத்துக்கு முன்பைப் போல் பயன்படுத்தவும். இந்தப் புள்ளிகள் அனைத்தையும் கோடுகள் வரைந்து இணைத்துக்கொள்ளவும். வரைபடத்தின் மாதிரி தயார். இந்தக் கருவியின் வெளிப்புறம் மிகவும் எளிமையானது. உட்புறம் மிகவும் நுட்பமானது, சிக்கலானது. அதைப் புரியவைக்க நடுவாக்கில் பிரித்துக் காட்டப்பட்டிருக்கும் படம் இரண்டு எண் 3ஐப் பார்க்கவும்.

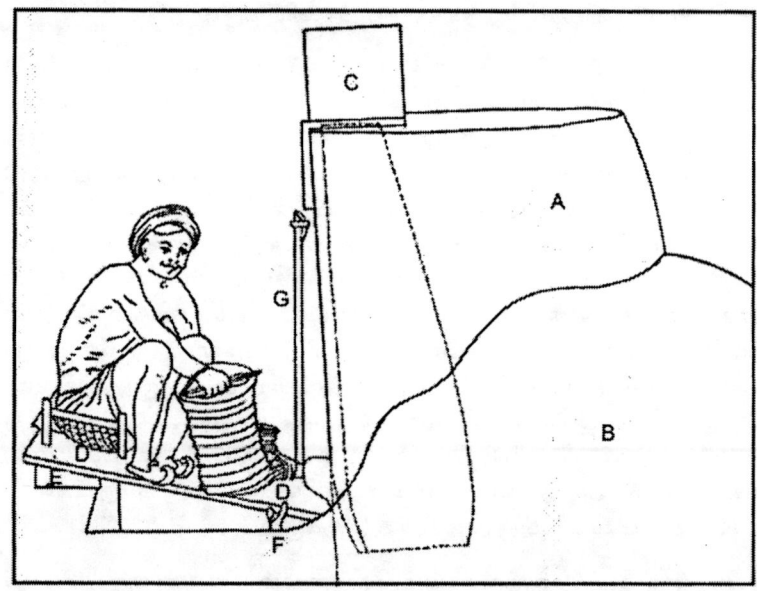

படம் 4

இந்த கருவியானது தோல் கயறுகளால் துருத்தியுடன் கட்டப்படும். 24 டிகிரி கோணத்தில் காற்றானது உள்ளே செலுத்தப்படும். ஆனால், அகைரா காற்றுக்குழாய்களுடன் இது இணைக்கப்பட்டதும் உலைகலனுக்குள் காற்றானது கிடைமட்ட வாக்கிலும் நெடுக்கு வாக்கிலும் 12 டிகிரி கோணத்தில் உள்ளே நுழையும்.[5] ஏனென்றால் இந்தக் காற்றுக்குழாய்கள் அப்படி கோணத்தைக் குறுக்கும்வகையில் அமைக்கப்பட்டுள்ளன. படம் 2 எண் 1+ இந்தக் கருவி முழுவவதுமாக தயார்படுத்தப்பட்டு A,B,C,D என குறிக்கப்பட்டிருக்கும் உலைக் கலனின் சுவரில் பொருத்தப்பட்டிருப்பதைக் காட்டுகிறது. இது இந்தக் கருவியின் ஒரு பக்கத்தோற்றத்தைச் சுட்டிக்காட்டுகிறது.

உலையானது களிமண்ணால் பூசப்பட்டு துருத்திகளும் பொருத்தப் படும். இது படம் 3 மற்றும் 4 மூலம் குறிப்பிடப்பட்டுள்ளன. புள்ளிக்கோடுகள் சிம்னியையும், A வெளிப்பிறச் சுவர்களையும் B சுவர்பகுதியைப் பலப்படுத்த பயன்படுத்தப்படும் மண் மேடு. C என்பது நகர்த்த முடியக்கூடிய செங்கலால் ஆன புகைபோக்கி. D என்பது துருத்தியைத் தாங்கிப் பிடிக்கவும் அதை இயக்குபவருக்கு உதவுமான பலகை. A என்பது பலகையை ஒருபுறம் தாங்கிப் பிடிக்கும் கல். F என்பது பலகையின் மறு முனை பொருந்தியிருக்கும் இரும்பு பலகையைத் தாங்கிப் பிடிக்கும் கிளைக் கம்பிகள். G என்பது துருத்தியானது இயக்கப்படும்போது பலகையில் இருந்து மேலெழும்பிவிடாமல் தடுக்க உதவும் எளிய கருவி.

இந்த அளவுகள், விவரணைகள் எல்லாம் வெறுமனே கோட்பாடு ரீதியாகச் சொல்லப்பட்டவை அல்ல. அனைத்து அளவுகளும் பல கருவிகளை அளந்து அவற்றின் சராசரி கணக்கிடப்பட்டு என் மேற்பார்வையில் உலைக்கலனில் ஒப்பிட்டுப் பார்க்கப்பட்டு உறுதிப்படுத்தப்பட்டவை. ஐரோப்பியக் கருவிகளோடு இந்த அமைப்பின் சில பாகங்களின் அளவுகளில் இருந்த துல்லியமான ஒத்திசைவு என்னை ஆச்சரியப்படவைத்தது. படம் 1 எண் 2, மேல் பாகம், புடைத்திருக்கும் பகுதி, அடிப்பாகம் 3,6 நான்கரைப் பங்கு அளவு ஆகியவை எல்லாம் படம் 1 எண் 1 ஐரோப்பிய உலைக்கலனுக்கான வரைபடத்துடன் அப்படியே பொருந்துகின்றன. இந்த எண்களின் சராசரியானது இருமடியாக்கப்பட்டு செங்குத்து அச்சின் மூலம் பெருக்கப்பட்டால் உலைக்கலனின் கன பரப்பளவு கிடைக்கும். அது அகைராவில் உள்ளிடப்படும் பொருட்களின் அளவைவிட 20 மடங்கு அதிகமாக இருக்கும்.

காற்று உள்ளே செலுத்தப்படும் கோணமும் மிகவும் குறிப்பிட்டுச் சொல்லப்படவேண்டிய விஷயமே. அதுபோலவே, அதன்

எளிமையும் உலைக்கலனுடைய சாய்மானமும் அற்புதமான கண்டுபிடிப்புகளே. இவையெல்லாம் சேர்ந்து இந்த உலைக் கலனுடைய வடிவமைப்பானது மிகவும் வலுவான, அறிவார்ந்த புரிதல் இருந்தால்தான் சாதித்திருக்கமுடியும் என்பதையே எடுத்துக் காட்டுகின்றன. அதோடு அதனுடைய வடிவ இயல் அளவீடுகள் எல்லாம் மிக எளிதாக, துல்லியமாக தக்கவைக்கப்பட்டுள்ளன. எனவே மூல வடிவம் மாறிப் போனாலோ மறந்து போனாலோ தெரியாமல் இருந்தாலோ கூட கைகளும் விரல்களும் இருக்கும் வரையில் இதன் அடிப்படைக் கோட்பாடுகளை வைத்து எளிதில் உருவாக்கிவிடுவார்கள். ஒருபோதும் அழியாமல் இதைப் பாதுகாத்து விட அவர்களால் முடியும்.

சுத்திகரிப்பு ஆலைகள்

சுத்திகரிப்பு ஆலையைப் பார்த்தால் மிகவும் பண்படாததுபோலவே தோன்றும். அதோடு உலைக்கலனின் வடிவமைப்போடு ஒப்பிடுகையில் இதன் வடிவமைப்பானது மிகவும் புதுமையானதாகவும் தோன்றும். மிகவும் தெளிவாகத் திட்டமிட்டே இப்படியான ஒரு அமைப்பை அவர்கள் செய்திருக்கிறார்கள் என்றே தோன்றும். ஒரு உருக்கும் உலைக்கலனுக்கு இரண்டு சுத்திகரிப்பு ஆலைகள் (அமைப்புகள்) தேவைப்படும். இதற்கு 20 டிஜிட்கள் கொண்ட க்யூபிட் (முழங்கை அளவு) அளவைப் பயன்படுத்துகிறார்கள். அல்லது கட்டை விரலில் இருந்து விரலை நீட்டி சாண் அளவை வைத்து அளக்கிறார்கள். ஒரு முழங்கை அளவு என்பது இரண்டு சாணுக்குச் சமமாக இருக்கிறது.

முதலில் தரையில் சுடாத செங்கல்களை அடுக்கி வைக்கிறார்கள் (படம் 5, எண் 1). அதில் a, a, a, a என்பவை சுவர்கள். A என்பது சிம்னி. B என்பது சுத்திகரிக்கும் உலை. C என்பது சுத்திகரிப்பவர் அமர்ந்திருக்கும் இடம். D என்பது இரும்பை சம்மட்டியால் அடிக்கும்போது தாங்கிக் கொள்ளும் சிறிய பலகை போன்ற அமைப்பு. இதன் பக்க வாட்டு தோற்றத்தைப் பார்க்க படம் எண் இரண்டைப் பார்க்கவும். உள் அமைப்பைக் காட்டுவதற்காக நடுவில் பிரித்துக் காட்டப்பட்டுள்ளது. இதனுள் A என்பது கார்பன் நீக்கத்துக்கு உட்படுத்தப்படும் கச்சா இரும்பு. சிம்னியின் அளவு கவனத்தில் கொள்ளவேண்டிய ஒன்றல்ல. ஆனால், பொதுவாக ஒரு முழங்கை அளவு அகலம், அதே அளவு ஆழம் மற்றும் ஆறு முழங்கை அளவு நீளம் கொண்டிருக்கும்.

இயக்குபவர் அமர்ந்திருக்கும் முட்டை வடிவிலான இருக்கையானது விசித்திரமானது. மண்குவியலின் மேலே ஒரு பலகை வைக்கப்பட்டு சம்மட்டி அடியைத் தாங்கும் இரும்பு பலகையை ஏற்கும் வகையில் இருக்கும். தூக்கிய நிலையில் அது இருப்பதால் சம்மட்டியால் அடிப்பவருக்கு வாகாக இருக்கும். சிம்னி பொருத்தப்பட்டதும் முட்டை வடிவிலான சுடாத செங்கலால் அதன் வாயானது முடப்படும். கீழே தட்டையாகவும் மேலே குவிந்தும் காணப்படும் அது களிமண்ணால் நன்கு பூசப்படும். எண் 3 இதன் நேர் தோற்றத்தைக் குறிக்கிறது. உலையின் திறப்பைக் காட்டுவதாக இருக்கிறது.

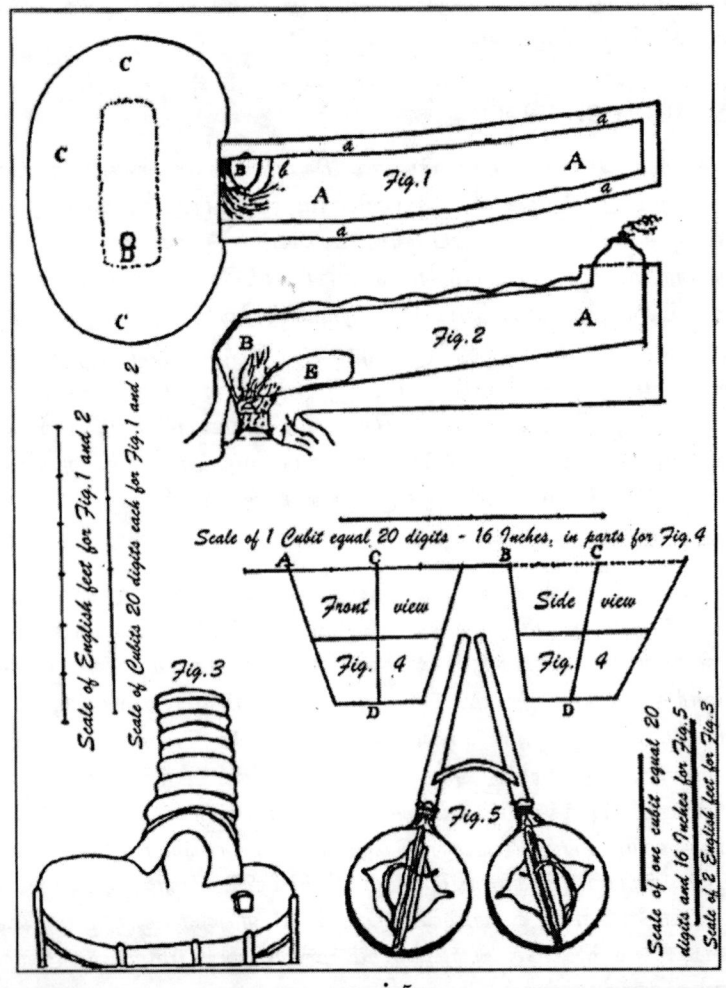

படம் 5

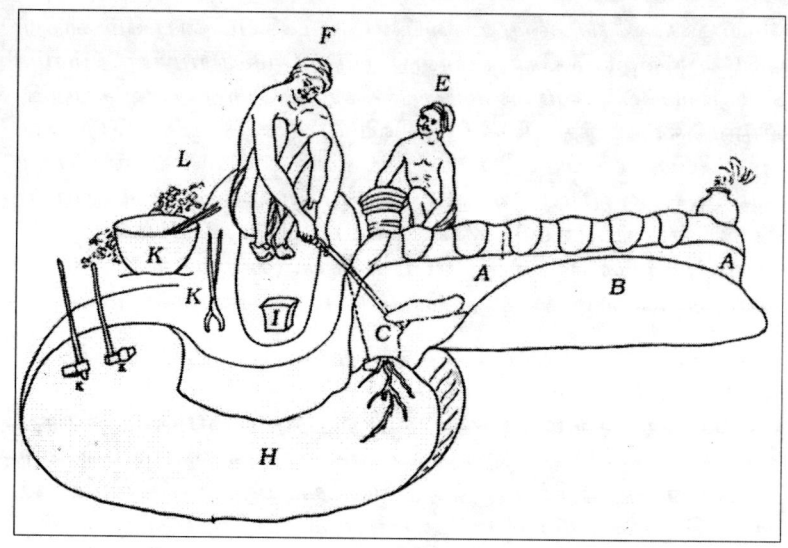

படம் 6

படம் 6 சுத்திகரிப்பானை முழுமையாகக் காட்டுகிறது. சித்திகரிப்பவர் அவருடைய இருக்கையில் அமர்ந்திருக்கிறார். துருத்தியை ஒருவர் இயக்குகிறார். சிம்னியின் வெளிப்பக்கம் A, அதன் நிலையை பலப்படுத்தப் பயன்படும் மணல் மேடு B, சுத்திகரிக்கும் உலை C, கார்பன் நீக்கத்துக்கு உள்ளாகும் கச்சா இரும்பு D (புள்ளிக் கோடுகளால் அடையாளப்படுத்தப்பட்டுள்ளது). துருத்தித்தொழிலாளி அதை இயக்குகிறார் E, இரும்புக் கரண்டியால் கிளறிவிடும் சுத்திகரிப்புத் தொழிலாளி F, சுத்திகரிப்பு அமைப்பின் அடியில் வைக்கப் பட்டிருக்கும் தடிமனான தகடு G (புள்ளிகளிட்ட கோடு) சம்மட்டியால் அடிப்பவர் நிற்கும் குழி. சம்மடியால் அடிக்கும்போது இரும்பை தாங்கும் சிறிய பலகை I. கரிக் குவியல் L.

சுத்திகரிப்பு அமைப்பில் பயன்படும் உலைதான் மிகவும் கூடுதல் கவனம் தேவைப்படும் கருவி. இதை சுத்திகரிப்புப் பணியைச் செய்பவரே உருவாக்குகிறார். இதன் ஜியோமிதி வடிவமானது படம் 5, எண் 4-ல் கொடுக்கப்பட்டிருக்கிறது. முதலில் AB கோட்டை ஐந்து சம பங்காக வரைந்து அதை ஆறாகப் பிரித்துக்கொள்கிறர்கள். இதில் நான்கை மேல் பாகத்துக்காக வைத்துக்கொள்கிறார்கள். மையம் C யில் இருந்து ஒரு செங்குத்துக்கோடு வரைந்து C யிலிருந்து D வரையிலான பகுதியை மூன்றாகப் பிரித்துக்கொள்கிறார்கள். D யின் வழியாக ABக்கு இணையாக ஒரு கோடு வரைந்து அதை இரண்டாகப் பிரித்துக் கொள்கிறார்கள். நடுப்பகுதியை இரண்டாக்கி அதை மூன்று பிரிவுகளாகப் பிரித்துக்கொள்கிறார்கள்.

மைய இணைகோடானது உலையின் மிக முக்கியமான பாகம். காற்று உள்ளே நுழையும் கோணமானது அடுத்த முக்கியமான அம்சம். பொதுவாக இந்த வடிவமைப்பைச் செய்யும்போது அளவு தவறாகி விடுவதை உணர்ந்து அதை நிறுத்திவிட்டு மீண்டும் முதலில் இருந்து ஆரம்பிப்பதைப் பார்த்திருக்கிறேன். முன்பே சொன்னதன் பொது வான அளவானது படம் 5 எண் 1-ல் உள்ளதுபோல் அமைக்கப்படுகிறது. உலையின் தரைப்பாகம் B. அதன் உள் வட்டமானது மையக் கோட்டுடன் பொருந்துவதாக இருக்கிறது (படம் 4. இந்த அளவு எப்போதும் எட்டு அங்குலமாகவே இருக்கிறது. இது மிகவும் சரியான கணிப்புதான்.

இதே படத்தின் வெளி வட்டம் வரையறுக்கப்படாததாக இருக்கிறது. இரண்டுக்கும் இடையிலான பகுதி சாய்வாக இருப்பதால், உள் விளிம்பில் முனை மழுங்கியதாக இருப்பது போகப் போக விரிந்து கொண்டே செல்கிறது. இறுதியில் உலையின் பக்கவாட்டில் சென்று சேருகிறது. அது அதிர்வுகளுக்கு ஆளாகக்கூடியது. துருத்தி வழியாகக் காற்று செலுத்தப்படும்போது அது உள் வட்டத்தின் எதிர் முனைக்கு அல்லது எண் 1-ல் C புள்ளிக்கு 12 டிகிரி கோணத்தில் செல்ல வேண்டியது மிகவும் அவசியம். இதை சாத்தியப்படுத்த அவர்களிடம் எந்தக் கருவியும் இல்லை. ஆனால், அதை எப்படிச் சரியாகச் செய்யவேண்டும் என்பது அவர்களுக்குத் தெரிந்திருக்கிறது. உருக்கும் உலைக்கலனின் துருத்தியைப் போலவேதான் சுத்திகரிக்கும் அமைப்பின் துருத்தியும் இருக்கிறது. ஆனால், மரக் குழாய்க்குப் பதிலாக இரும்புக் குழாய்களைப் பயன்படுத்துகிறார்கள் (படம் 5). மரக் குழாய் வழியாக 24 டிகிரி கோணத்தில் முதலில் காற்று செலுத்தப்படுவதுபோலவேதான் இதிலும் செலுத்தப்படுகிறது.

உருக்கும் உலை

படம் ஏழு. எண் 1, 2 சிறிய வட்ட வடிவ உருக்கும் உலைக்கலனின் முன் மற்றும் பின் பக்க படம். இந்தியாவில் இந்த வகை உலைதான் மிகுதியாக இருக்கிறது. துருத்திகள் படம் 5, எண் 5-ல் இருப்பதுபோலவே இருக்கின்றன. சிம்னி அல்லது உட்புறத்தின் படம் புள்ளியிட்ட கோட்டால் சித்திரிக்கப்பட்டிருக்கிறது. இதே படத்தின் எண் 3,4 ஆகியவை கரி நீக்கத்துக்குப் பயன்படுத்தப்படும் உலையின் இன்னொரு கோணத்தைக் காட்டுகின்றன. இரண்டு துருத்திகள் கொண்டு இது செய்யப்படுகிறது. மிக கனமான பணிகளுக்கு இது மிக அதிகம் பயன்படுத்தப்படும்.[6] எண் 5 இரும்புக் கொல்லரின் சிறிய பட்டறை. சுத்திகரிக்கும் உலையை மூடப்பயன் படுத்தப்பட்டது போன்ற முட்டை வடிவ செங்கற்களால் கட்டப்

பட்டது. இதை அரை மணி நேரத்தில் தயாரித்துவிட முடியும். எண் 6 களிமண் குழாய். துருத்தியின் முனைகளை நிலைநிறுத்தப் பயன்படுத்தப்படுகிறது. எண் 7 சிறிய வட்ட உலைகளில் பயன்படுத்தப்படும் இதே மாதிரியான குழாய்.

உருக்குதல் மற்றும் சுத்திகரிக்கும் முறைகள்

இரும்புத் தாதை உருக்கிப் பிரிக்க இந்தியர்கள் மரக்கரியையே பயன்படுத்துகிறார்கள். தாதுப் படுகையை வெட்டி வாதுமை கொட்டை (வால்நட்) அளவுக்கு துண்டுகளாக்கி எடுக்கிறார்கள். இதை கழுவுவதோ தீ மூட்டி வறுப்பதோ இல்லை. இதில் அதிக அளவு கந்தகம் இருக்கும். இதை இப்படிச் செய்வதன் மூலம் அகற்ற முடியும் என்றாலும் செய்வதில்லை. உலையின் சிம்னியை கரியால் நிரப்பி, தாதுவில் இருக்கும் ஈரப்பதம் முழுவதும் போகும்வரை எரிக்கிறார்கள். அதன் பிறகு அதை ஒரு கூடையில் எடுத்து அதன் மேலே நிறைய கரியைப் போட்டு அதை படம் 1 எண்1,2-ல் காட்டப் பட்டிருப்பதுபோல் G என்ற கோடுவரை உள்ளே வைக்கிறார்கள். அதை மீண்டும் வெப்பமூட்டுகிறார்கள். அதன் பிறகு தாதுவையும் கரியையும் மாறி மாறிப் போடுகிறார்கள். ஒரு மணிநேரத்தில் கசடுகள் உருகி வெளியே வரத்தொடங்கிவிடுகின்றன. உலை நன்கு செயல்படுமா செயல்படாதா என்பது கசடுகள் உருவாகும் நிலையில் நன்கு தெரிந்துவிடும். இரும்புக் கரண்டியால் கிளறி கசடுகள் ஸ்லாப் வழியாக வெளியேற்றப்படும். அதன் பிறகு உலையின் வாய் களிமண்ணால் உடனே மூடப்படும். துருத்தியானது மூன்று பேரால் ஒருவர் மாற்றி ஒருவராக இயக்கப்படும். வேலை முடிவது வரை நிறுத்தாமல் துருத்தியின் வழியே காற்று செலுத்தப்பட்டுவரும்.

காற்றுக் குழாய் வழியாக ஒரு வளைந்த இரும்புக் கம்பி உலைக்குள் செலுத்தப்பட்டு முழுவதும் உருகிவிட்டதா என்பது சோதித்துப் பார்க்கப்படும். முன்பே சொன்னதுபோல் இந்தக் காற்றுக் குழாயானது முழுமையாக பூசப்பட்டிருக்கவேண்டும். அப்படி இல்லையென்றால் உலை சரிவரச் செயல்பட முடியாமல் போய்விடும். இரும்பை உருக்கி முடிக்க 12 மணி நேரம் ஆகும். ஆனால், துருத்தியை இயக்குபவர் களையும் உலையின் செயல் திறனையும் பெரிதும் சார்ந்திருக்கும்.

இந்த முறையில் இரும்பு முழுவதுமாக உருகிவிடுவதில்லை. தாதுவுடன் கலந்திருக்கும் கசடுகள் மட்டுமே உருகி வெளியேற்றப்படும். இரும்பானது அதன் கனத்தினால் உலையின் அடிப்பகுதியில் சென்று கட்டியாகச் சேர்ந்திருக்கும். அதில் கார்பன் மிக அதிகமாகவெல்லாம்

கலந்திருக்காது. இந்த கச்சா நிலையில் அது நன்கு வளைக்க முடிவதாக இருக்கும். இந்தப் பணி முடிந்ததும் துருத்திகள் நீக்கப்பட்டுவிடும். உலையின் முன் பாகம் உடைக்கப்படும். சிவந்த நிறத்தில் கொதி நிலையில் இருக்கும் இரும்புக் குழம்பானது வெளியில் எடுக்கப்பட்டு தனித்தனியாக ஊற்றப்பட்டு குளிர வைக்கப்படும். இப்படி உடைக்கப்படும் உலையானது தினமும் சரி செய்யப்பட வேண்டியிருக்கும்.

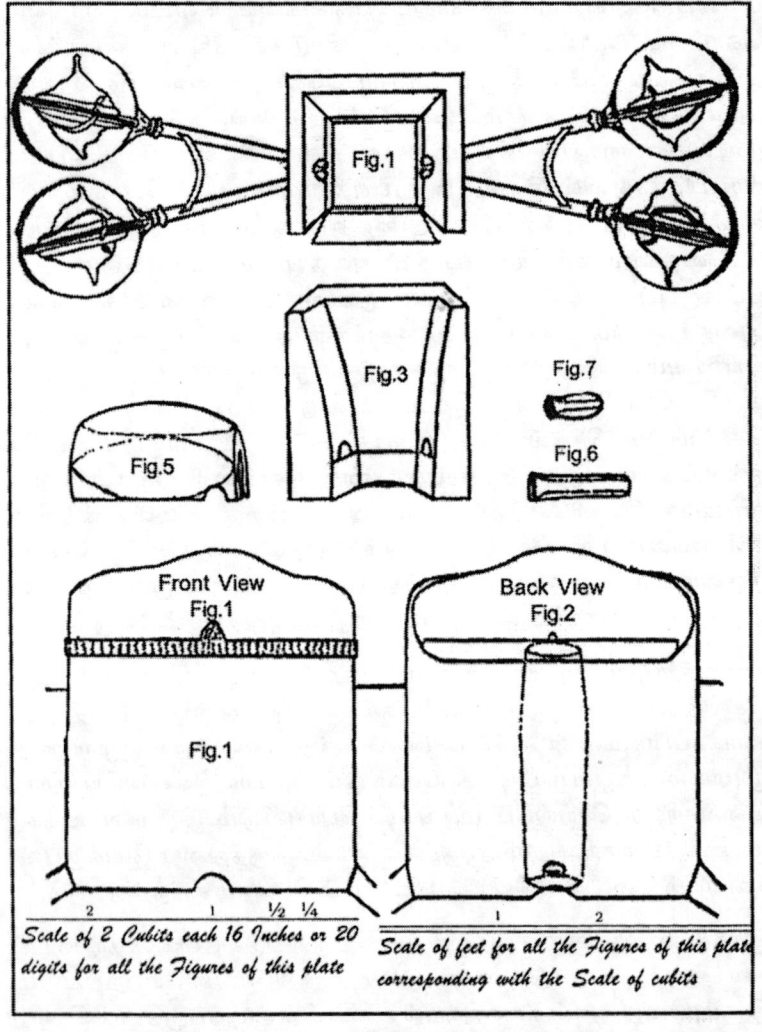

படம் 7

இரும்பில் இருந்து கார்பன் நீக்கமானது சுத்திகரிப்பு உலையில் வைத்துச் செய்யப்படும். படம் 6, எண் டி சுத்திகரிப்புக்காக வைக்கப் பட்டிருக்கும் பாதி இரும்புக் குழம்பைச் சுட்டுகிறது. கார்பன் நீக்கம் நடந்ததும் G என்ற தட்டின் மேல் உருகி வழியும். போதுமான அளவு அதில் சேர்ந்ததும் அதை வெளியே எடுத்து சுத்தியலால் அடித்து சந்தையில் காணப்படும் வட்ட வடிவ கம்பிகளாக ஆக்கப்படும். தேக்கு, இலுப்பை, மூங்கில் மரங்களின் விறகுகள் எரிக்கப்பட்டு கரி தயாரிக்கப்படுகின்றன. இந்திய இரும்பு உற்பத்தியாளர்கள் இதில் பல சாமர்த்தியமான விஷயங்களைச் செய்கிறார்கள்.

முதலாவதாக முதல் கட்டச் சூடேற்றத்தில் இரும்புத் தாதுவில் இருந்து முழு கார்பனும் நீங்கும்படிச் செய்வதில்லை. பெரிய பெரிய தாதுக் கட்டிகளை அவ்வப்போது போட்டு கச்சா இரும்புக் குழம்புடன் அனைத்தையும் கலந்து சூடேற்றுவதன் மூலம் உருக்கும் நேரத்தையும் மிச்சப்படுத்துகிறார்கள். குறைவான எரிபொருளை வைத்தே அனைத்தையும் முடித்துவிடுகிறார்கள். பெருமளவிலான கச்சா இரும்பை, வளைக்க முடிந்த இரும்பை விற்கும் விலைக்கே விற்றுவிட முடிகிறது. சம்மட்டியால் அடிக்கும்போதும் குறைவாகவே அடிக்கிறார்கள். அதிக சிலிகன் ஆக்ஸைடு வெளியேறி எடை குறைந்துவிடும் என்பதால் அப்படிச் செய்கிறார்கள். இப்படியான செயல்பாடுகளினால் இந்தியர்கள் உருவாக்கும் இரும்பின் தரத்தை அவை பாதிக்கின்றன. இவையெல்லாம் எளிதில் சரி செய்ய முடிந்த தவறுகளே. இந்திய வழிமுறைகளில் உள்ள சிறிய தவறாகவே இதைச் சொல்லவேண்டும். இந்திய இரும்பின் தரத்தின் குறைபாடாகச் சொல்லக்கூடாது.

உற்பத்தி

தெந்துகேடா தாதுப்படுகையில் இருந்து கிடைத்த இரும்பானது எரித்த தாதுவில் 36-40 சதவிகிதமாக இருந்ததை முன்பே பார்த்தோம். அதிலும் பெரிதும் 40%க்கு அருகிலேயே கிடைத்தது என்றாலும் சராசரியாக 38% என்று சொல்கிறேன். நான் இந்த சதவிகிதத்தை அதிகரிக்க பல பரிசோதனைகள் செய்து பார்த்தேன் ஆனால் பலன் கிடைக்கவில்லை. அதுபற்றிப் பின்னர் விவரிக்கிறேன். தாதுவின் தரத்துக்கு ஏற்ப பயன்படுத்தும் கரியின் அளவு மாறியது. உலையின் செயல் திறனும் இதில் கணிசமான தாக்கத்தை செலுத்துகிறது.

நான்கு உலைக்கலன்கள் மூலம் தினம் தினம் உற்பத்தி செய்யப்பட்ட இரும்பின் அளவு பற்றி கீழே தந்திருக்கும் நாட்குறிப்பு விரிவாக

விவரிக்கிறது. இதிலிருந்து அவர்களுடைய உற்பத்தித் திறன் பற்றிஎனக்கு ஒரு தெளிவான சித்திரம் கிடைத்தது. அந்த நாட்குறிப்பில் இடம் பெற்ற தரவுகள் அனைத்தும் அந்த உலைகள் என் மேற்பார்வையில் இருந்த 30 ஏப்ரல், 1827 முதல் 6 ஜுன் 1827 வரையான காலகட்டத்தில் எடுக்கப்பட்டவை. ஒரு வருடத்தில் மிகவும் குறைவாக உற்பத்தியாகும் காலகட்டம் அதுதான். எனவே இதன் முக்கியத்துவம் மிகவும் கூடுதல் என்பதைப் புரிந்துகொள்ள வேண்டும்.

ஒவ்வொரு உலையும் சராசரியாக 18.5 பஞ்ச்சேரி அளவுக்கு உற்பத்தி செய்தது.[7] 100 சேர் கச்சா இரும்புத்தாது 63 சேர் விரும்பியதுபோல் வளைக்கமுடிந்த இரும்பைத் தந்தது. மொத்த உற்பத்தி விவரம் :

ஒரு படுகை 38% -அதாவது 63% கச்சா இரும்பு - தந்தது. நெகிழும் இரும்பானது தொங்கும் பாலத்துக்கான பாளங்களாக்கியபோது 56% இரும்பைத் தந்தது.

இரும்பின் தன்மை

சாகர் மின்டைச் சேர்ந்த கேப்டன் ப்ரெஸ்க்ரேவ் வசம் இரும்பின் தரத்தைப் பரிசோதிக்கும் பொறுப்பு ஒப்படைக்கப்பட்டது. தொங்கு பாலம் ஒன்றை இரும்பால் அமைப்பதற்கான இரும்புப் பாளங்கள், கம்பிகள் ஆகியவற்றை பரிசோதித்துப் பயன்படுத்தும் பொறுப்பு அவரிடம் தரப்பட்டது. அவர் தந்த அறிக்கை கீழே[8]:

> 'என் அறிவுக்கு எட்டியவரை வளைந்து கொடுக்கும் தன்மை, பல்வேறு வெப்பத்தில் விரும்பியதுபோல் மாற்ற முடியும் தன்மை, திறமை, உறுதி ஆகிய முக்கியமான அம்சங்களில் மிகச் சிறந்த ஸ்வீடன் இரும்பு கூட இந்திய இரும்பின் தரத்தை மிஞ்ச முடியாது. சில இரும்புகள் மிகவும் கடினமானவையாகத் தோன்றுகின்றன. அவற்றை முறையாக சுத்திகரித்த பின்னரும் அதில் கார்பன் இன்னும் மிச்சம் இருக்கிறது என்று தோன்றுகிறது'.

மேலே சொல்லப்படும் இரும்புப் பாளமானது சாதாரணமான பாளம் அல்ல.[9] மிக அதிகமாக கார்பன் நீக்கம் செய்யப்பட்டவை. தொங்கும் பாலம் அமைக்கப் பயன்படுத்தப்பட்டன. இதனுடைய கடினத்தன்மை குறைவாக இருப்பதற்கு அதில் கார்பன் கொஞ்சம் இருப்பது காரணம் என்று குறிப்பிடப்பட்டிருக்கிறது. எந்த தாதுப் படுகையில் இருந்து எடுக்கப்பட்டு உருக்கி சுத்திகரிக்கப்பட்டது என்பதும் இதைத் தீர்மானிக்கிறது.[10]

MANUFACTURING IRON IN CENTRAL INDIA

DIARY

Date	Produce in Panchseri	Weight when rendered malleable (in Panchseri)	Remarks
April 30, 1827	19	12¼	On the 8th of May, an attempt was made to alter the dimensions of the Akaira, and had it escaped detection a few days longer it would have occasioned a failure; as it not only diminished the produce of the furnaces but the massets contained so much impurity that the produce of malleable iron became greater.
May 1 1827	19	12¾	
" 2, "	19½	12¼	
" 3, "	16½	10¼	
" 4, "	18¼	10¼	
" 5, "	17½	10¼	
" 6, "	18½	12	
" 7, "	16	10¼	
" 8, "	14¼	9	
" 9, "	18¼	11¼	
" 10, "	19½	12¾	
" 11, "	20½	13¼	
" 12, "	21½	14	
" 13, "	20	13	The effect of the hot weather became very perceptible in June, and I found it expedient to discontinue smelting on the 7th of that month, but in order to satisfy myself that there was no trick in the diminution of produce, I gave ore and charcoal to the bellowsman to smelt for their own benefit; they tried their best to obtain as much as they could and they got 13, 14, 14¾ and 18—the mean of which is 15—about the same quantity as they got for me. I was, therefore, satisfied that the diminution of produce was owing to the heat of the weather alone as the thermometer ranged from 120° to 122° in the sun, and from 108° to 110° in the shade.
" 14, "	21¾	12¾	
" 15, "	21½	14	
" 16, "	22	13	
" 17, "	21¾	13	
" 18, "	20½	12	
" 19, "	19	11	
" 20, "	19	12¼	
" 21, "	19¼	12¾	
" 22, "	19¾	12	
" 23, "	17½	11	
" 24, "	18¾	12¼	
" 25, "	22	12¼	
" 26, "	18	10¼	
" 27, "	17½	11	
" 28, "	17½	10¾	
" 29, "	20	12¾	
" 30, "	19¾	12	
" 31, "	17	11	
June 1, "	17½	10	
" 2, "	15	9	
" 3, "	18½	11¾	
" 4, "	16¾	11	
" 5, "	14¾	9¾	
" 6, "	15½	10	
Total of one furnace	709	447	
Total of 4 furnaces	2836	1788	or 354½ & 223½ Maunds

இரும்பு உற்பத்திக்கான செலவு

தாது வெட்டி எடுக்க 30-12 அல்லது 25 கல்கத்தா சிகா பணம் ஆகிறது. நான்கு உருக்கு உலைகள், இரண்டு சுத்திகரிப்பு உலைகள், ஒரு சிறிய வட்ட வடிவ உலை ஆகியவற்றுக்கு 34-12 நாக்புர் அல்லது 30சிகா ரூபாய். ஆட்டுத்தோல் மற்றும் ஏழு துருத்திகள் செய்வதற்கான தொகை 30-35 நாக்பூர் அல்லது 25 சிகா ரூபாய். மொத்தம் 80 சிகா ரூபாய். என்னுடைய இந்த பரிசோதனை 5 வாரத்துக்குத்தான் நடந்தது. ஒரு முழு பருவத்துக்கான செலவுதான் மேலே சொல்லப் பட்டிருப்பது. எனவே இதில் ஒரு பகுதிதான் மேலே சொல்லப்படும் இரும்புக்கான செலவில் சேர்க்கப்படவேண்டும். சுத்தியல், பிடி அச்சு, பிற எளிதில் உடையாத கருவிகளின் செலவாக அவற்றின் பராமரிப்புத் தொகையை மட்டுமே சேர்க்கவேண்டும். அப்படியாக மொத்த செலவென்பது 15 ரூபாய். உலையை இயக்குவதற்கான செலவு[11] 441-0 நாக்பூர் அல்லது 375 சிகா ரூபாய். எனவே ஒட்டு மொத்த செலவு 225 மவுண்ட் விரும்பியதுபோல் வளைக்க முடிந்த இரும்பு உற்பத்தி செய்ய மொத்தச் செலவு 390 சிகா ரூபாய்கள். அல்லது ஒரு மவுண்டுக்கு ஒரு ரூபாய் 12 அணா.

இரும்பானது நாக்பூர் எடை அளவில் அளக்கப்படுகிறது. அந்த இடத்தின் மவுண்டானது கல்கத்தா ஆலை எடையைவிட 3 பவுண்ட் lbs (1.2 கிலோ)குறைவாக இருக்கிறது. எனவே அதன் எடை 71 lbs 10 ozs . 31.25 நாக்பூர் மவுண்ட் என்பது ஒரு பிரிட்டிஷ் டன்னுக்கு சமம். கல்கத்த்தா சிகா ரூபாய் என்பது 2 ஷில்லிங்குக்கு சமம். எனவே ஒரு டன் வளைக்க முடிந்த இரும்பின் உற்பத்திச் செலவுஐந்து பவுண்ட் 9 ஷில்லிங்குகள் 5 பென்ஸ். அல்லது ஐந்து பவுண்ட் 10 ஷில்லிங்குகள்.

முடிவுரை

இந்தச் சிறிய உலைகளை ஐரோப்பாவில் இருக்கும் சில சிறிய உலைகளுடன் ஒப்பிட்டுச் சொல்லியிருக்கலாம். ஆனால், எனக்கு ஐரோப்பிய உலைகள் பற்றி புத்தக அறிவு மட்டுமே உண்டு. நான் நேரடியாகப் பார்த்தவற்றைப் பற்றி மட்டுமே சொல்ல விரும்புகிறேன். எனவே அது பற்றித் தெரிந்தவர்களிடம் ஒப்பிடும் பொறுப்பை விட்டுவிடுகிறேன். 30, ஏப்ரலிலிருந்து 6 ஜூன் வரையில் தயாரிக்கப்பட்ட இரும்பின் அளவு 354 மவுண்ட்கள். அதன் செலவுத் தொகை 304 நாக்பூர் அல்லது கல்கத்தா சிக்கா ரூபாய். அப்படியானால் ஒரு மவுண்டுக்கு 11.75 அணா. அல்லது ஒரு பிரிட்டிஷ் டன்னுக்கு இரண்டு பவுண்ட்கள் ஆறு ஷில்லிங்குகள். நான்கு உலைகளில் இருந்தும் வார உற்பத்தி 71 பவுண்ட்கள் அல்லது 2.25 பிரிட்டிஷ் டன்.

இந்தத் தரவுகள் நெகிழ்வான மற்றும் கச்சாவான இரும்பின் தயாரிப்புச் செலவைக் குறிக்கின்றன. முன்பு கேப்டனாக இருந்து தற்போது கர்னலாக இருக்கும் ப்ரெஸ்க்ரேவின் அறிக்கை மிகத் தெளிவாகச்சில விஷயங்களைக் குறிப்பிட்டுள்ளன. ஜோவ்லி மற்றும் அகேரியா பகுதி இரும்பு பற்றி கல்கத்தா மின்ட் இடம் இருந்து ஒரு அறிக்கையைப் பெற்று சமர்ப்பிக்கிறேன். அதன் சாராம்சம் பின்வருமாறு.

ஜோவ்லி இரும்பு உடைத்துப் பார்த்தபோது பாதிக்கு நீலமாக இருந்தது. மீதிப் பாதியானது கோல்ட் ஷார்ட் என்று இங்கிலாந்து கொல்லர்கள் அழைக்கும்வகையில் வெண்ணிறத்தில் இருந்தது. ஒரு அங்குல அகலமும் முக்கால் அங்குல தடிமனும் கொண்ட இரும்புத் துண்டானது ஒரு கொக்கியால் பிடித்து முறுக்கப்பட்டது. ஆறு அங்குலத்தில் முறுகியது. கீறலே விழவில்லை. அதன் பிறகு அதைச் சூடாக்கி அதனுள்ளே ஒரு துளை போடப்பட்டது. இப்படிச் செய்தால் சந்தைகளில் கிடைப்பதைவிட மிக உயர்ந்த தரமான இங்கிலாந்து இரும்பு எப்படி எதிர்வினைபுரியுமோ அதுபோலவே இந்திய இரும்பும் நடந்துகொண்டது. கம்பியின் இரு முனைகளும் ஒவ்வொரு அச்சில் பொருத்தப்பட்டன. பத்து அங்குல நீளமும் மூன்றில் ஒரு பங்கு அங்குல துவாரமும் கொண்ட உருளை மூலம் முறுக்கப்பட்டது. ஆறு அங்குல இடை வெளிகளில் அந்த இரும்பானது விரிவடைந்தது.

1/10th	of an inch with	3378	lbs
2/10th	of an inch with	3624	lbs
3/10th	of an inch with	4795	lbs
4/10th	of an inch with	5127	lbs

5246 ஐ எட்டியதும் அந்த இரும்புத் துண்டு உடைந்தது.

அகெரியா இரும்பானது உடைக்கப்பட்டபோது சிறிய பகுதியானது லேசாக நீலநிறமான அடுக்கு இருந்தது. எஞ்சியவை வெள்ளி நிறத்தில் சிறு துகள்கள் கொண்டதாக இருந்தது. இங்கிலாந்து கொல்லர்கள் குறைந்த தரம் என்று இதைச் சொல்வார்கள். ஒரு அங்குல அகலமும் தடிமனும் கொண்டது. 6 அங்குலத்தில் ஒரு முறுகல் என உடையாமல் இருக்கிறது. முறுகலுக்கு நேர்விகிதத் தில் மிகுந்த வலிமையுடையதாகவும் ஆகிறது. ஜோவ்லியில் கிடைக்கும் இரும்பை விட வலிமையாகவும் அதே நேரம் மிருதுவாகவும் இருக்கிறது. அதன் பிறகு வெப்பப்படுத்தப் பட்டது. கம்பியின் இரு முனைகளும் ஒவ்வொரு அச்சில் பொருத்தப்பட்டன. பத்து அங்குல நீளமும் மூன்றில் ஒரு பங்கு

அங்குல துவாரமும் கொண்ட உருளை மூலம் முறுக்கப்பட்டது. 4748 பவுண்ட் எடையில் 20-ல் ஒரு பங்கு அங்குலத்தில் விரிவடைந்தது. 5376 பவுண்ட் எடையில் உடைந்தது. அகெரியா இரும்பானது தொங்கவிடும்போது எந்த பலவீனத்தையும் காட்ட வில்லை. ஆனால் வளைக்கப்பட்டபோது ஜோவ்லி இரும்பை விட எந்தவித உடைவும் கீறலும் இல்லாமல் கூடுதல் முறுக்கைக் காட்டியது. இங்கிலாந்தில் சந்தையில் கிடக்கும் சாதா இரும்பை விட நன்கு முறுக்கலைத் தாங்கியது.

மேலே இடம்பெற்றிருக்கும் அறிக்கையானது நீராவி இன்ஜின்கள் மற்றும் எந்திரங்கள் துறைக்கு சூப்பரின்டெண்ட் ஆக இருந்த கேப்டன் ஃபோர்ஸுக்கு அனுப்பப்பட்டிருந்தது. இந்த பரிசோதனை கள் எல்லாம் தாமஸ் பிக் என்ற திறமைவாய்ந்த நிபுணரால் செய்யப் பட்டிருந்தது.

நேரடியாகப் பரிசோதனைகள் செய்துபார்த்துக் கிடைத்த தகவல்களை முழுவதுமாகப் பகிர்ந்துவிட்டிருக்கும் நிலையில் இறுதியாகச் சில விஷயங்கள் சொல்லி முடிக்க விரும்புகிறேன். இந்திய உலைகள் ஒரு இங்கிலீஷ் டன் கச்சா இரும்பை இரண்டு பவுண்டுகள் மற்றும் ஆறு ஷில்லிங்குகளுக்கும் அதே அளவிலான விரும்பியதுபோல் வளைக்க முடிந்த இரும்பை ஐந்து பவுண்டுகள் மற்றும் பத்து ஷில்லிங்கு களுக்கும் உற்பத்தி செய்கிறது. இன்னும் முன்னேற்றத்தை இதில் கொண்டுவரமுடியும். ஆனால், கொஞ்சம் போல கூடுதலாகச் செலவாகும். இதை ஒரு இடத்தில் இருந்து இன்னொரு இடத்துக்கு எளிதில் கொண்டுசெல்லலாம். கருவிகளை மட்டுமே கையுடன் எடுத்துச் சென்றால் போதும். தாதுப்படுகை மற்றும் எரிபொருள் கிடைக்கும் இடத்துக்கு அருகில் உலைகளை அமைத்துக்கொள்ள முடியும். வேறு பெரிய உலைகளுக்கு என்றால் அதிக நீர் தேவைப்படும் என்பதால் நினைத்த இடத்தில் அமைக்க முடியாது. இந்த இந்திய உலைகளை தற்காலிகமாக நிறுவிக்கொள்ள முடியும். பணி முடிந்ததும் அவற்றை கழற்றி எடுத்துச் சென்றுவிட முடியும். இதனால் எந்த பொருள் இழப்பும் ஏற்படாது. உலைக்கலன் மட்டும் தான் இழப்புக்கு உள்ளாகும். அதற்கு வெறும் ஆறு ஷில்லிங்குகள் தான் ஆகும்.

இங்கிலாந்தில் இப்படி எளிமையான உலை அமைப்பை நினைத்தே பார்க்கமுடியாது. அது நம் நாட்டில் மிகவும் வேடிக்கையானதாகவே பார்க்கப்படும். ஆனால், அது பயன்படுத்தப்படும் நாட்டின் சூழலுக்கு இசைவாக உருவாக்கப்பட்டிருக்கிறது என்பதை நாம் கவனத்தில் கொள்ளவேண்டும். உலையின் உற்பத்திச் செலவு, உழைப்பாளர் கூலி, எரிபொருள் செலவு ஆகியவற்றில் இந்திய உலையுடன் இந்த

உலகில் எதுவுமே போட்டிபோடவே முடியாது. சரியான முன்னேற்ற நடவடிக்கைகள் எடுத்தால் மிகப் பெரிய அளவிலும் இதைச் செய்ய முடியும். போர்த்தளவாடங்கள், பாலக் கட்டுமானங்கள் போன்ற பெரிய பணிகளுக்கு இவற்றைப் பயன்படுத்தலாம். மிகப் பெரிய அளவில் பொருட் செலவைக் குறைக்க இது உதவும்.

அடிக்குறிப்புகள்

1. இந்தியாவில் காணப்படும் இரும்புத் தாதுக் களி மண்ணைக் குறிக்க டாக்டர் புக்கனன் கொடுத்த பெயர் லாடெரைட் (செந்நிறக் களிமண்).

2. தாதுக் களிமண்ணின் தன்மையானது இந்தக் கருவியைப் பொறுத்த வரையில் முக்கியமானது. தெந்துகேடாவில் இது சரியாக இசைவான தாக இருக்கிறது. மலைத் தொடரில் அது அமைந்திருக்கும் இடமும் சுண்ணாம்புப் பாறையுடன் அமைந்திருப்பதும் வசதியாக இருக்கிறது. தாதுவில் சிறிதளவு சுண்ணாம்புப் படிவுகளும் கலந்துள்ளன. அதோடு சிறிதளவு சாம்பல் பாறைத் துகள்களும் கலந்து இருக்கும். இதில் இருக்கும் தனிமங்களில் இருந்து வரும் பொட்டாஷியமானது சிலிகானுடன் (மணல்) நன்கு கலக்கச் செய்கிறது. சுண்ணாம்புத்துகள் களும் அந்தப் பிணைப்பை பலப்படுத்துகின்றன. ஏதோ காரணத்தினால் இந்த படுகையை உள்ளூர் மக்கள் கைவிட்டனர். ஆனால், தாதுக் களிமண்ணின் தன்மை அவர்களை மீண்டும் இதை நாடி வரச் செய்தது.

3. அகலமான முனை 3.5, குறுகிய முனை 2.5, அதன் சராசரி மூன்று பாகங்கள்.இவை இந்திய உலைக்கலன்களிடமிருந்து பெரிதாக வேறுபடவில்லை. ஒரே வித்தியாசம் என்னவென்றால் நம் நாட்டு உலைகள் நிலையாக ஒரு இடத்தில் பொருத்தப்பட்டிருக்கும். இந்திய உலைகள் நினைத்த இடத்தில் பொருத்தும்படியாக எளிதில் இடம் மாற்ற முடிந்தவையாக இருக்கின்றன.

4. நெடுக்குவாட்டுக் கோணமானது ஒரு ஆப்புக் கருவியின் மூலம் பெறப்படுகிறது. அதன் தடிமனாது 12 டிகிரி கோணத்தில் அமைந்துள்ளது. கிடைமட்டக் கோணமானது காற்றுக் குழாய்களின் முனைகளை குறிப்பிட்ட விரலளவு அகலத்தில் அகைராவுடன் பொருந்துவதாக வடிவமைத்திருக்கிறார்கள். இந்த அளவுகள் பெரிதும் மாறுவதே இல்லை.

5. உலையானது இரும்புத் தகடை நீக்கி, அதிர்வுகளைப் போக்க நடுவில் ஒரு சுவர் எழுப்பினால் கொல்லரின் பட்டறையாகிவிடும்.

6. உலைகளில் இருந்து கிடைக்கும் இரும்பின் அளவு வேறுபடுகிறது. சராசரியாக 18.5 பஞ்ச சேரி (பஞ்ச சேரி - ஐந்து சேர்கள்). எட்டு பஞ்ச சேரி என்றால் அதாவது 40 சேர் என்றால் ஒரு மவுண்ட்.

7. அனைத்துவகை தாதுக்களையும் எடுத்து வெப்பமூட்டிப் பார்த்திருக் கிறேன். அதன் விளைவானது இரும்பை உருவாக்கிய பின்னரே தெரியும்.

முதல் ஆறு குறிப்புகள் பரிசோதனைக்கு எடுத்துக்கொள்ளப்பட்ட அளவைக் குறிக்கின்றன. அவற்றில் இருந்து உருவான இரும்பை சரியான சராசரி அளவாக எடுத்துக்கொள்ளலாம். எஞ்சிய மூன்றும் தாதுப் பொருட்களை இருக்குவதற்கு முன்பாக வெப்பமூட்டி நான் செய்த பரிசோதனைகளின் முடிவுகள்

8. ஒரு சாதா பிரிட்டிஷ் இரும்புத் தாது இதுபோன்ற தேனிரும்பை 70% தருகிறது.

9. உருக்குவதற்கு முன்பாக இரும்புத் தாதுக்களை வெப்பமூட்டுவது அதற்கு ஆகும் செலவுக்கான பலனைத் தரும் என்று எதிர்பார்க்கப் படுகிறது. ஆனால், நான் செய்து பார்த்தபோது எனக்கு போதிய வெற்றியை அது தரவில்லை. ஐரோப்பிய உலைகள் செங்குத்தாக இருந்தன. இரும்புத்தாதும் எரிபொருளும் நேராக உள்ளே போடப் பட்டு அவை அவ்வண்ணமே வேகமாக இறங்கி உருகின. ஆனால் இந்திய உலைகள் சாய்வாக இருக்கின்றன. இவற்றில் தாதுவையும் எரிபொருளையும் போட்டால் அவை மெதுவாகவே இறங்கின. இதனால் தாதுக்களில் இருந்து கந்தகம் மற்றும் பிற எளிதில் எரியும் தனிமங்களை அவை கொதி நிலைக்குச் செல்லும் முன்பே அப்புறப் படுத்தும் நேரமானது கணிசமாக மிச்சமாகின. இந்திய சிம்னிகள் கந்தகத்தால் பூச்சு பெற்றிருப்பதற்கு இதுதான் காரணம் என்று நினைக்கிறேன். இந்திய உலைகளைவிட நம் உலைகளில் இரும்பானது அதிக கார்பனை உள்ளிழுத்துக்கொள்ள இதுவே காரணமாக அமைகிறது.

10. **செலவு விவரங்கள்**

30 ஏப்ரலில் இருந்து 6 ஜூன் வரை அதாவது ஒன்றேகால் மாதத்துக்கு நான்கு உலைகளுக்கு உலைக்கு 6 வீதம் 24 நபர்கள் - ஒருவருக்கு 4 ரூபாய் வீதம்	-	*120.00*
அதே காலகட்டத்துக்கு ஆன கரிச் செலவு	-	*134.00*
தாது வெட்டி எடுக்க	-	*14.2*
தாதுவைக் கொண்டு செல்ல	-	*15.5*
கரியைக் கொண்டு செல்ல	-	*14.9*
மேற்பார்வையாளர் சம்பளம்	-	*6.0*
உருக்குவதற்கு மொத்தச் செலவு	**-**	***304.00***
ஒரு தலைமை கொல்லர் 8ரூ, 5 உதவிகொல்லர் ரூ.4 - ஒவ்வொரு சுத்திகரிப்பு உலைக்கும்: ஐந்து வார காலத்துக்கு இரண்டு உலைகளுக்கு	-	*70.00*
தேக்கு கரி	-	*63.00*
தலைமை கொல்லர்	-	*4.00*
மொத்த செலவு சுத்திகரிக்க	-	*137.00*
உருக்க மொத்தச் செலவு	-	*304.00*
ஒட்டு மொத்தச் செலவு	**-**	***441.00***

11. பார்க்க டைரி.

16

தென் இந்தியாவில் தேனிரும்பு தயாரிப்பு

கேப்டன் ஜே கேம்பல், துணை சர்வேயர் ஜெனரல், மதராஸ் ராஜதானி (1842)

1. இந்தியாவுக்கும் இங்கிலாந்துக்கும் இடையிலான வர்த்தகத்தில் இந்தியாவுக்கு மிகப் பெரிய இழப்பானது அதனுடைய பருத்தி வணிகத்தை முடக்கியதன் மூலம் ஏற்பட்டுள்ளது. சில வருடங்களுக்கு முன்புவரை இந்திய நெசவுப் பொருட்கள் மிகவும் மதிப்பும் மரியாதையும் கொண்டதாகவும் பெருமளவில் ஏற்றுமதியாகியும் வந்திருக்கிறது. இங்கிலாந்தில் இருந்து மிகுதியாக இறக்குமதி செய்யப்பட்ட நெசவுப் பொருட்களை ஈடுகட்டும்வகையில் இந்தியாவில் இருந்து வேறு எதுவுமே ஏற்றுமதி செய்யப்படவில்லை.

இப்படியான நிலையில் பிரிட்டிஷ் அரசு செய்யும் செலவுகளுக்கு ஈடுகட்ட இந்தியா கஜானாவைச் சுரண்ட வேண்டியிருக்கிறது. அதோடு இங்கிலாந்தில் இருந்து வந்து குவியும் பொருட்களை வாங்க வைக்கவும் இந்திய கஜானாவையே உறிஞ்சியாகவேண்டிய தேவை ஏற்பட்டுள்ளது. இதனால் இந்திய மற்றும் இங்கிலாந்து அரசுகள் இரண்டுமே இந்தியாவின் ஏற்றுமதியை பெருகச் செய்வதற்கான வழிகளை மிகத் தீவிரமாக முடிவற்றுத் தேடிய வண்ணம் இருக்கிறார்கள். இந்திய உள் நாட்டு உற்பத்தியைப் பெருக்கி, ஓரளவுக்கு இங்கிலாந்து இறக்குமதியைக்கட்டுப்படுத்தவும் முயற்சிகள் எடுக்கப்படுகின்றன. இந்திய உற்பத்தி தொடர்பான விஷயங்களைத் தெரிந்துகொள்வதிலும் ஆர்வம் காட்டுகின்றன.

2. இந்தியாவில் இருந்து இங்கிலாந்துக்கு மிக அதிகமாக ஏற்றுமதியாகும் பொருட்களில் ஒன்று தேனிரும்பு.

இங்கிலாந்துக்கு மெட்ராஸில் இருந்து மட்டுமே ஆண்டு ஒன்றுக்கு 1000 டன் தேனிரும்பு ஏற்றுமதியாகிறது. நினைத்தபடி வடிவமைக்க முடிந்த இரும்பை உயர் தரத்தில் உற்பத்தி செய்வதில் இந்தியா மிகவும் புகழ் வாய்ந்த நாடுதான். ஆனால், இங்கிலாந்தில் இருந்து இறக்குமதியாகும் இரும்பை விட இன்னும் மலிவான விலையில் தன் தேவைகளைத் தானே பூர்த்தி செய்துகொள்ள இந்தியாவால் முடியாதா... இந்திய தாதுப் படுகைகளில் இருந்து இரும்பு உற்பத்தி செய்யப்படும் வழிமுறைகளில் மேம்பாட்டைக் கொண்டுவந்தால் அது சாத்தியமாகாதா என்ற கேள்வி தொடர்ந்து கேட்கப்பட்டு வந்திருக்கிறது.

இது தொடர்பாக ஏதேனும் ஆய்வுகள், பரிசோதனை முயற்சிகள் வெற்றிகரமாக நடந்துள்ளனவா, மக்களுக்கு அறிவுறுத்தப் பட்டுள்ளனவா என்று எனக்குத் தெரியவில்லை. ஆனால், இந்திய கரி மற்றும் கனிம வளங்கள் பற்றிய ஆய்வு மேற்கொள்ளும் குழுக்களின் அறிக்கையைப் பார்த்தால் இது தொடர்பாக எதுவுமே செய்யப்பட்டிருக்கவில்லை என்பதே தெரிய வருகிறது.

3. தென் இந்தியாவில் இங்கிலாந்து இரும்பு பயன்படுத்தப் படுவதிலை. துறைமுகங்களில் இருந்து உள் நாட்டுக்குச் கொண்டு செல்ல ஆகும் செலவு அதிகமாக இருப்பது ஒரு காரணம். இது வட இந்தியாவுக்கும் பொருந்துவதாக இருக்கிறது. இதனால் அந்தந்த இடத்தில் உற்பத்தியாகும் இரும்பே பெரிதும் பயன்படுத்தப் படுகிறது. உற்பத்தியாளர்களுக்கு மிகுந்த சிரமங்கள் இருந்தன. தனி உற்பத்தியாளர்களும் அரசும் அதிகமான தேவையைப் பூர்த்தி செய்ய அதிக கவனம் கொடுக்கவேண்டும். உண்மையில் ஏசியாட்டிக் சொசைட்டி ஆஃப் பெங்கால் அமைப்பின் இதழ் ஒன்றில் கேப்டன் டிரம்மண்ட், 'கெர்னான் பகுதியில் இரும்பாலான தொங்கு பாலம் அமைப்பதற்கு, இரும்பைக் கொண்டுவரும் போக்குவரத்துச் செலவே டன்னுக்கு 80 ரூபாய் ஆகிறது. இந்தப் பணம் இருந்தால் இதே அளவு இரும்பை அந்த இடத்திலேயே உற்பத்தி செய்துவிட முடியும்' என்று குறிப்பிட்டிருக்கிறார்.

4. புது உற்பத்தி மையங்களை அமைப்பது தொடர்பாக சிந்திப்பவர் கள் ஏற்கெனவே நடைமுறையில் இருக்கும் வழிமுறைகளை அப்படியே நகலெடுப்பவர்களாகவே இருக்கிறார்கள். நல்ல விளைவுகள் ஏற்ப என்ன அடிப்படைத் தேவைகள் என்று என்று ஆராய்வதில்லை. மூல, தாதுப் பொருட்கள் கிடைக்கும் இடத்துக்கு எப்படியான வழிமுறைகள் பொருத்தமாக இருக்கும்,

பணியாளர்களின் திறமையை எப்படியானது, அதை எப்படி மேம்படுத்துவது என்றெல்லாம் கவனத்தில் கொள்வதில்லை. இங்கிலாந்தில் வெற்றிகரமாக இருக்கும் உற்பத்தி வழிமுறைகள் மட்டுமே இந்தியாவிலும் வெற்றியைத் தரும் என்று நம்புகிறார்கள். அந்த இங்கிலாந்து வழிமுறையானது 'அறிவியல் பூர்வமானது' என்று வேறு சொல்லிக்கொள்கிறார்கள்.

உண்மையென்னவென்றால், இரும்பு உற்பத்தி சார்ந்து பல அடிப்படைக் கோட்பாடுகள் நமக்கு இன்றும் தெரியாது. விரும்பிய, எதிர்பார்க்கும் அளவுக்கான உற்பத்தியைத் தாதுக்களில் இருந்து பெற முடிவதில்லை. தட்பவெப்பநிலை மற்றும் பிற காரணிகள் எல்லாம் இரும்பு உற்பத்தியில் என்ன தாக்கம் செலுத்துகின்றன என்பது இன்னும் நமக்குத் தெரிந்திருக்க வில்லை. அல்லது அவை பணியாளர்களின் கட்டுப்பாட்டுக்கு அப்பாற்பட்டதாகவே இருக்கின்றன. வார்ப்பிரும்பு என்றால் என்ன என்பதே நமக்குத் தெரியாது. அதன் உட்பொருட்கள் எவை என்பதும் தெரியாது. அது எஃகில் இருந்து எப்படி வேறுபடுகிறது. அல்லது இரும்புடன் கார்பன் சேர்த்துத் தயாரிக்கப்படுபவை பற்றித் தெரியாது.

இது தொடர்பாக பார்லோ சொல்கிறார் (என்சைக்ளோபீடியா மெட்ரோபாலிடானா) 'இரும்பு வர்த்தக விஷயத்தில் நாம் பல விஷயங்களைக் கற்றுக்கொண்டாக வேண்டியிருக்கிறது. அதன் உற்பத்தி சார்ந்த விவகாரங்களில் நமக்குப் பல விஷயங்கள் இன்றும் தெரியாது. இதிலும் இது தொடர்பான வேறு விஷயங்களிலும் சில காரணங்களை, தொடர்புகளை நாம் சொல்ல முடிகிறது. அவ்வளவுதான். ஆனால், அந்த காரணிகள் எப்படி ஏற்படுகின்றன; அவற்றைத் தீர்ப்பது எப்படி என்றெல்லாம் எதுவும் தெரியாது. இந்த விஷயங்களில் நம் அறிவு அதிகமாக இல்லை'. மேலும் ' மிக அதிக வெப்பம் தேவைப்படும் இந்த உற்பத்தி வழிமுறைகளில் நடக்கும் வேதி விளைவுகளைக் கணித்து உற்பத்தியின் தரத்தையும் அளவையும் நம்மால் துல்லியமாகக் கணிக்க இதுவரை முடிந்திருக்கவில்லை. கார்பன் அதிகமாக இருக்கும் இடைநிலை இரும்பைச் சுத்திகரிப்பது எப்படி, அதை எளிதில் உடையாத இரும்பாக மாற்றுவது எப்படி ஆகிய விஷயங்களில் நமக்கு எதுவும் தெளிவாகத் தெரியவில்லை. யூகங்களின் அடிப்படையிலேயே அனைத்தையும் செய்து வருகிறோம்.'

இதே விஷயம் சார்ந்து டாக்டர யூர் என்ன சொல்கிறாரென்றால், '(உற்பத்திக் கையேடு) இந்தத் துறை சார்ந்த வல்லுநர்கள் எல்லாம்

புத்தகங்களில் இருந்து படித்துத் தெரிந்துகொண்டவற்றின் அடிப்படையில் சிந்திப்பவர்களாகவே இருந்தார்கள்/ இருக்கிறார்கள். பரிசோதனைச்சாலை மற்றும் கோட்பாட்டு ரீதியில் கிடைக்கும் முடிவுகளோடு திருப்திப்படுபவர்களாகவே இருக்கிறார்கள்'. இந்த விஷயம் சார்ந்து நமது அறிவு என்பது இதுவாகவே இருக்கிறது. இந்த நிலையில் இந்தியாவில் நீண்ட காலமாகப் பின்பற்றப்படும், செலவு குறைவான, எளிய உற்பத்தி வழிமுறைகளை நாம் கூடுதல் கவனத்துடன் அலசிப் பார்ப்பதுதானே சரியானதாக இருக்க முடியும். அதிக முதலீடு, அதிக செலவு வைக்கும் பெரிய கட்டடங்கள், பெருமளவிலான விபாயாரம் ஆகியவற்றை அடிப்படையாகக் கொண்ட இங்கிலாந்து உற்பத்தி வழிமுறைகளை இங்கு திணிப்பதைவிட இந்திய வழிமுறைகளை மாற்றியமைத்து, மேம்படுத்த வழி வகுப்பதுதானே நல்ல பலனைத் தரும்.

5. இங்கிலாந்தில் இரும்புத் தாதுக்களை உருக்க தற்போது கற்கரியே பயன்படுத்தப்படுகிறது. எரியும் கசடுகளை முடிந்தவரை தாதுவில் இருந்து அப்புறப்படுத்த அதை வெப்பமூட்டிய பின்னர், பொதுவாக 45 அடி உயர ப்ளாஸ்ட் உலைகளில் போட்டு எரிப்பார்கள். இந்த உலை சில நேரங்களில் 36லிருந்து 60 அடி வரை கூட இருக்கும். இந்த உலைகளின் நடுப்பகுதியின் விட்டம் 12 மீட்டராக இருக்கும். வாய்ப்பகுதியானது குறுகியதாக நான்கு அடி அகலம் கொண்டதாக இருக்கும்.

உலையின் கீழ்ப்பகுதியில் காற்றுக்குழாய்வழியாக எந்திரங்களால் காற்று செலுத்தப்படும். கீழ்ப்பாகத்தின் அகலம் இரண்டு அடியாக மட்டுமே இருக்கும். சதுல அங்குலத்துக்கு 3 பவுண்ட் வேகத்தில் காற்று செலுத்தப்படும். நிமிடத்துக்கு 4000 சதுர அடி என்ற அளவில் காற்று செலுத்தப்படும். வார்ப்பிரும்பு உருவானதும் அது உலைக் கலனின் கீழ்ப் பகுதியில் குழம்பாகச் சேரும். இணைப்பு வேலைகள் செய்வதற்கு உகந்த அளவில் சூடாகவே அது இருக்கும். வீச்சும் காற்றிலிருந்து மேலே மிதக்கும் கசடுகள் இதைக்காக்கும் வகையில் மிதந்துகொண்டிருக்கும். இந்த உலைகள் இடைவிடாது இரவு பகலாக, பல வருடங்கள் தொடர்ந்து பயன்படுத்தப்பட்டுவரும். 12 மணி நேரத்துக்கு ஒரு முறை இரும்புக் குழம்பு ஒரு தடவையில் ஆறு டன் என்ற அளவில் வெளியேற்றப்பட்டுக் கொண்டிருக்கும்.

இந்த உலைகள் சுட்ட செங்கற்களால் கட்டப்பட்டிருக்கும். இரண்டு உலைகளுக்கான செலவு 1800 ஸ்டெர்லிங். ஒரு டன்

வார்ப்பிரும்பு உற்பத்தி செய்யத் தேவைப்படும் எரிபொருளின் அளவு வேல்ஸில் 3 டன்னாகவும் டெர்பிஷைரில் எட்டு டன் என்ற வகையில் இடத்துக்கு ஏற்ப மாறுபடும். உலைகளில் செலுத்தப்படும் சூடான காற்றானது உலைகளில் இருந்து கிடைக்கும் இரும்பின் அளவை வெகுவாக அதிகரித்திருக்கிறது. எரிபொருளுக்கான செலவையும் குறைத்திருக்கிறது. ஆனால், வார்ப்பிரும்பின் தரமானது வெகுவாகக் குறைந்துவிட்டிருக்கிறது. ஒரு டன் வார்ப்பிரும்பு செய்ய ஆகும் செலவு 3 ஸ்டெர்லிங்.

6. வார்ப்பிரும்பை தேனிரும்பாக ஆக்க இங்கிலாந்தில் மேற்கொள்ளப்படும் வழிமுறை 'சுத்திகரிப்பு' என்று அழைக்கப் படுகிறது. ஒரு டன் வார்ப்பிரும்பை மூன்று அடி சதுரமான தட்டையான திறந்த உலைகளில் இரண்டு அல்லது அதற்கும் அதிகமான மணி நேரத்துக்கு சூடான காற்று செலுத்தப்படும். இதனால் அந்த இரும்பில் இருக்கும் கார்பன் முழுவதுமாக எரிந்து அப்புறப்படுப்படுத்தப்படும் என்று எதிர்பார்க்கப்படுகிறது. அதிக கசடுகள் பிரிகிறது. அதன் பிறகு இரும்பு வெளியேற்றப்பட்டு குளிரவைக்கப்படுகிறது. இது காற்றுக் குமிழ்கள் மிகுதியாக, வெள்ளி போன்ற தோற்றத்தில் இருக்கிறது. இந்த இரும்பு எளிதில் உடைந்துவிடும். திடீரென்று குளிரவைப்பதால் இறுகுகிறது. இந்த 'சுத்திகரிப்பு' வேலையில் நானூறு அல்லது ஐநூறு கிலோ கரி ஒரு டன் வார்ப்பிரும்பைச் சுத்திகரிக்கப் பயன்படுத்தப்படுகிறது. இரும்பானது தன்னுடைய எடையில் 12லிருந்து 17 சதவிகித எடையை இதன் மூலம் இழக்கிறது.

7. 'சுத்திகரிக்கரிக்கப்பட்ட' இந்த இரும்பானது 'ஃபைன் மெட்டல்' என்று இந்த நிலையில் அழைக்கப்படுகிறது. அதிர்வு உலையில் அதன் பிறகு கொண்டுசெல்லப்பட்டு மிகப் பெரிய நிலக்கரி நெருப்பால் சூடேற்றப்படுகிறது. இதனால் இது பாதி அளவுக்கு உருகுகிறது. அதன் பிறகு தூள்களாகிறது. அதைக் கிளறிவிட்டால் கடைசியாக வலிமை பெற்று குழம்பு போல் ஆகிறது. அது பெரிய பெரிய பந்துகளாக ஆகிறது. சம்மட்டியால் ஓங்கி அடிக்கப்பட்டு இறுகவைக்கப்படுகிறது. ரோலர்களினூடாகச் செலுத்தப்பட்டு கசடுகள் நீக்கப்பட்டு , மில் தேனிரும்பு ஆக ஆகிறது.

இந்த நிலையில் இது பயன்பாட்டுக்கு பொருத்தமற்றதாகவே கசடுகளுடன் இருக்கும். இவற்றை பாளங்களாக, கம்பிகளாக வெட்டி அதன் பிறகு 'மறு வெப்ப உலை'யில் வெல்ட் செய்து மீண்டும் ஒருமுறை ரோலருக்குள் செலுத்த வேண்டும். சில நேரங்களில் இந்தப் பணிகளை மூன்று முறை செய்யவும்

வேண்டியிருக்கும். அதன் பிறகே வலிமையான மில் தேனிரும்பு கிடைக்கும். ஒரு டன் 'ஃபைன் மெட்டல்' உருவாக 'அதிர்வு உலையில்' ஒரு டன் நிலக்கரி எரிக்கப்படும். 'மறு வெப்ப உலை'யில் மேலும் கூடுதலாக 150 பவுண்ட் நிலக்கரி எரிக்கப்படும். ஒவ்வொரு கட்டத்திலும் இரும்பின் எடையில் கசடுகள் நீங்கி 10% குறைந்துகொண்டே வரும்.

8. இங்கிலாந்தில் ஒரு டன் வார்ப்பிரும்பு உருவாக்க சராசரியாக 9 டன் நிலக்கரி எரிக்கப்படுகிறது. இங்கிலாந்தில் தற்போது செய்யப் படுவதைவிடச் சிறிய அளவில் எங்கேனும் செய்து பார்த்தால் இன்னும் கூடுதல் எரிபொருளே செலவாகும். இவற்றில் சில இடங்களில் 27,000 பவுண்ட்கள் செலவாகின்றன. வாரத்துக்கு 120 டன் வார்ப்பிரும்பு கிடைக்கிறாது.

9. ப்ரான்ஸ், ஸ்வீடன், நார்வே, ஜெர்மனியில் சில இடங்களில் சாதா கரியே எரிபொருளாகப் பயன்படுத்தப்படுகின்றன. அங்கிருக்கும் இரும்புத் தாதுப் படுகைகள் எல்லாம் தூய இரும்பு ஆக்ஸைடு களாக இருக்கின்றன. இங்கிலாந்தில் இருக்கும் ப்ளாஸ்ட் உலைகளைப் போலவேதான் அவை பெருமளவில்இருக்கின்றன. 30 அடி உயரம் கொண்டவையாக இருக்கும் அவற்றில் தோல் துருத்திகள் பயன்படுத்தப்படுகின்றன. நாளொன்றுக்கு 500 கிலோ வார்ப்பிரும்பிலிருந்து 5 டன் வரை சில நேரங்களில் உற்பத்தி யாகிறது. பயன்படுத்தப்படும் கரியின் அளவும் இடத்துக்கு இடம் வேறுபடுகிறது. ஒரு டன் வார்ப்பிரும்பு உருவாக்க கால் டன்னில் ஆரம்பித்து இரண்டரை டன் வரை கரி செலவாகிறது. கிடைக்கும் இரும்புத் தாதின் தன்மைக்கு ஏற்ப இது இருக்கிறது.

10. இப்படியாகத் தயாரிக்கப்படும் வார்ப்பிரும்பானது சுத்திகரிக்கும் உலையில் சாதா கரி கொண்டு சூடேற்றப்படுகிறது. இங்கிலாந்தில் செய்யப்படுவதில் இருந்து பெரிய வித்தியாசம் இல்லை. ஆனால், இரும்பானது முழுவதும் உருக்கப்படுவதில்லை. இரும்பு இறுகி வலிமையானதாக ஆகும்வரை ஐந்து மணிநேரம் சூடேற்றப் பட்டபின் 200 கிலோ எடை கொண்டவையாக வெளியேற்றப் பட்டு பட்டறையில் சம்மட்டியால் அடிக்கப்படுகிறது. பிறகு சிறு சிறு துண்டுகளாக உடைக்கப்படுகிறது. இந்த நிலையில் 26% எடையை இழக்கிறது. ஒவ்வொரு 100 பவுண்ட் இரும்புக்கு 149 பவுண்ட் கரி எரிக்கப்படுகிறது.

11. ஜெர்மனியில் 'ஸ்டெக் ஆஃபன்' (steuck often) என்ற வகை உலைகள் சில நேரங்களில் பயன்படுத்தப்பட்டன. அவை 10லிருந்து 15 அடி உயரமும் மூன்று அடி விட்டமும் கொண்டவை

யாக இருந்தன. மிகப் பெரிய கதவைக் கொண்டதாக இருக்கும். ஒவ்வொரு முறை எரியூட்டி முடித்ததும் அந்தக் கதவு உடைக்கப்படும். 12 மணி நேரம் சூடேற்றப்படும் அந்த உலையில் இருந்து ஒரு டன் வார்ப்பிரும்பு சேகரிக்கப்பட்டு சுத்திகரிக்கும் உலைக்கு எடுத்துச் செல்லப்படும். இதற்குப் பயன்படும் கரியானது ஒவ்வொரு 50 கிலோ வார்ப்பிரும்புக்கும் 125 கிலோ அல்லது 175 கிலோ கரி செலவிடப்பட்டது. மேலும் அந்த இரும்பைச் சுத்திகரித்து தேனிரும்பு தயாரிக்க ஐம்பது கிலோ தேனிரும்புக்கு மேலும் 75 கிலோ கரி தேவைப்பட்டது. அப்படியாக 200லிருந்து 250 கிலோ கரி தேவைப்பட்டது.

12. ஃப்ரான்ஸில் சில பகுதிகளில் இரும்பு தாது ஆக்ஸைடுகளில் இருந்து விரும்பியதுபோல் வடிவமைக்க முடிந்த இரும்பானது 'கேடலான் உலை' (catalan) எனப்படும் ஒன்றில் சீக்கிரமே தயாரிக்கப்பட்டுவிடுகிறது. 16 அங்குல குழி, இரண்டடி ஆழம் கொண்டது. பட்டறையில் மண்ணுக்குள் புதைக்கப்பட்டிருக்கும். உலையின் அடிப்பாகத்தோடு பிணைக்கப்பட்ட குழாய் வழியாக காற்று செலுத்தப்படும். உலையின் குழிவான பகுதியில் கரி போட்டு நிரப்பப்படும். இரும்புத் தாதுவானது சிறுகச் சிறுகச் சேர்க்கப்படும். ஐந்தாறு மணிநேரம் சூடேற்றியபின் பந்து போல் இரும்பு சேகரிக்கப்படும். 100லிருந்து 200 கிலோ எடை கொண்டதாக இருக்கும். அதன் பிறகு அது மேலும் சூடேற்றப்பட்டு வார்ப்பிரும்பாக ஆக்கப்படும். கரிக்கு ஆகும் செலவு மிகவும் அதிகமாக இருக்கும். உற்பத்தியாகும் இரும்பைவிட எட்டு மடங்கு அதிக எடை அளவுக்குச் செலவாகும். விறகு மிகுதியாகவும் குறைந்த செலவிலும் கிடைப்பதால் இரும்புத் தாதுவைச் சூடேற்ற இது மிகவும் வசதியானதாகவே இருக்கிறது.

13. இமயமலை தொடங்கி கேப் கேமரின் வரையிலும் (கன்யாகுமரி வரையிலும்) இந்தியாவில் இரும்பைத் தாதுவில் இருந்து உருக்கிப் பிரிப்பது ஒரே மாதிரியாகவே செய்யப்படுகின்றன. ஒரு சில விஷயங்களில் 11 வது குறிப்பில் சொல்லப்பட்டிருப்பதுபோலவே செய்யப்படுகின்றன. வெள்ளக்கால நீரோடைகளில் தென்படும் இரும்புத் தாது மணல் அல்லது மலைகளில் இருந்து பெறப்படும் தாது ஆகியவற்றில் இருந்தே இரும்பு தயாரிக்கப்படுகிறது. கம்சூர் மலைகளில் வசிக்கும் கோண்டுகள் வெட்டி எடுக்கும் தாதுப் படுகை மிகவும் மாறுபட்ட தன்மையைக் கொண்டதாக இருக்கிறது.

14. இந்திய உலைகளில் பெரிதும் சாதா களிமண்ணே பயன்படுத்தப்படுகிறது. அது வார்ப்பிரும்பை உருவாக்கத் தேவையான

சூட்டைத் தாங்குவதாக இருப்பதில்லை. எனவே அதை மணலுடன் கலந்தும் காற்றுக் குழாய்களை சற்று தூக்கி வைத்து முழு வெப்பத்தை மையபகுதியில் குவித்தும் சமாளிக்கிறார்கள். உலையானது செக்கச் செவேலெனச் சூடேறுவதற்கு முன்பே தாதுவானது கார்பன் நீக்கம் செய்யப்பட்டுவிடுகிறது. இரண்டே மணி நேரத்தில் மொத்த பணியும் முடிந்துவிடும்.

15. முதலில் இரண்டடி சதுரமாக ஐந்து அங்குல தடிமன் கொண்ட மேடை ஒன்று அமைக்கப்படுகிறது. 9 அங்குல விட்டம் கொண்ட துளை போடப்படுகிறது. பாதி உருளையான அல்லது வளைந்த வடிவில் களிமண் கொண்டு 18 அங்குல உயரமும் நான்கு அங்குல தடிமனும் 13 அங்குல விட்டமும் அதே அளவு ஆழமும் கொண்ட ஒன்று அமைக்கப்படுகிறது. இதே உயரத்தில் இரண்டு அங்குல தடிமனில் ஒரு கூம்பு செய்யப்படுகிறது. அதே விட்டம் கொண்ட அடிப்பாகத்தை அது கொண்டிருக்கும். மேலே ஏழு அங்குலம் கொண்டிருக்கும். இவை எல்லாம் நன்கு காய்ந்துபோனதும் மேடையில் இருக்கும் துளையைச் சுற்றி நனைந்த களிமண்ணினால் பூசப்படும். அரை உருளையானது இதன்மேலே வைக்கப்படும்.

மேலே திறந்த பாகமானது களிமண் உருண்டையால் உருவாக்கப்படும். உள் பாகமானது இரண்டு அங்குல தடிமனில் பூசப்பட்டு காலியான உருளை உருவாக்கப்படும். 23 அங்குல ஆழமும் 9 அங்குல விட்டமும் ஆறு அங்குல தடிமனும் கொண்டதாக உருவாக்கப்படும். நன்கு காய்ந்ததும் 19 அங்குல உயரத்தில் ஒரு வளைவு வெட்டி உருவாக்கப்பட்டு வாய்ப் பாகத்தில் வாசல் அமைக்கப்படும். அதன்பிறகு கூம்பானது மேலே வைக்கப்படும். கீழ் பாகத்தில் களிமண் பூசி மொழுகப்படும். கழுத்து அல்லது தொண்டைப் பகுதியானது ஐந்து அங்குல விட்டம் கொண்டதாக சுருக்கப்படும். கூம்பின் மேல் பகுதியில் ஒரு சட்டியானது தலைகீழாக கவிழ்த்துவைக்கப்படும். இது தொண்டைப் பகுதிக்கு அனுப்ப குழாய் போல்செயல்படும். இரண்டு அங்குல தடிமனில் உலை முழுவது வெளிப்புறம் பூசப்படும். இது பார்ப்பதற்கு கூம்பு வடிவ பெரிய சர்க்கரைக்கட்டியானது முனையில் விரிந்து இருப்பதுபோல் இருக்கும். உள்ளே அடிப்பாகத்தில் இருந்து தொண்டைப் பகுதிவரையான உயரம் மூண்டு அடி பத்து அங்குலமாக இருக்கும். இவை அனைத்தையும் செய்து காய்ந்து முடிக்க ஒரு வாரம் ஆகும்.

16. காற்று செலுத்தப்படும் களிமண் குழாயானது உருளை வடிவில் 14 அங்குல நீளத்தில் நான்கு அங்குல தடிமனில் ஒரு அங்குல

விட்டத்துக்குத் துளைக்கப்பட்டதாக இருக்கும். உலையின் கீழ் பாகத்தில் இருக்கும் கதவுடன் இணைக்கப்பட்டிருக்கும். அதன் பிறகு அந்தக் கதவானது காய்ந்த களிமண் செங்கல் மூலம் மூடப்படும். வெளிப்புறமானது களிமண்ணால் பூசப்பட்டு கரி கொண்டு இரண்டு அங்குல தடிமனில் இன்னொரு அடுக்கு பூசப்படும். நீக்கப்படும் ஆக்ஸைடானது கீழ்ப்புறம் தங்கிவிடாமல் தடுக்க இப்படிச் செய்யப்படுகிறது.

17. இரண்டு துருத்திகள் ஆட்டுத்தோலால் செய்யப்பட்டிருக்கும். ஒரு மூங்கில் குச்சி உள்ளே நுழைக்கப்பட்டு ஒவ்வொரு தோலின் கழுத்துப் பகுதியில் நன்கு இறுகக்கட்டப்பட்டிருக்கும். இந்த இரண்டு குச்சிகளும் காற்று செலுத்தும் குழாயின் வெளிப் பகுதியினுள் பொருத்தப்பட்டிருக்கும். அதற்காகவே அது கூம்பு வடிவில் செய்யப்பட்டிருக்கும். திறந்து இருக்கும் இடைவெளிகள் களிமண்ணால் பூசப்படும். ஆட்டுத்தோலின் மேல் கீழ் முனைகள் 9 அங்குல இடைவெளி இருக்கும் வகையில் நன்கு தைக்கப்படும்.

இதனுள் காற்று நிரம்பி அழுத்தப்படும்போது உள் மூடியானது மூடப்பட்டு காற்று வெளியேறுவது தடுக்கப்படும். ஒவ்வொரு தோலையும் ஒவ்வொரு நபர் கையாளுவார். அதை அவர் தன் படியில் வைத்துகொண்டிருப்பார். வலது கையின் முழங்கைப் பகுதியால் அழுத்துவார். மீண்டும் துருத்திக்குள் காற்று நிரம்புவதற்கு கீழ் நுனியில் ஒரு கயிறு இணைக்கப்பட்டுள்ளது. ஆட்டுத்தோலானது வலது கையை மேலே தூக்கும்போது விரிந்து எழும். தோலானது கழுத்துப்பக்கமாக ஒரு திசையில் இழுக்கப்பட கீழே உள்ள கயிறானது மறு திசையில் இழுபடும். நடுப்பகுதியை நெடுக்கு வாக்கில் கைகளால் பற்றி இழுக்கும்போது ஆட்டுத் தோலானது முக்கோண வடிவில் எழும்பும். அதனுள் காற்று சேகரமாகும். அதை ஒரு கையால் அழுத்தும்போது, காற்று குழாய்வழியாகப் பாயும். இடது கை வலதுகைக்கு உதவியாகச் செயல்படும். அல்லது காற்றுப் புகுந்த தோலை அழுத்தும்.

இரண்டு ஆட்டுத்தோல்களின் கழுத்துபாகமும் காற்றுக் குழாயின் பக்கத்தில் திறப்பு கொண்டிருக்கும். இதனால் ஒரு தோலில் இருந்து வெளியேறும் காற்றில் ஒரு பகுதி இன்னொரு தோலுக்குள் சென்றுவிடும். இப்படி மாறி மாறிச் செய்வதால் வரும் பிழையைச் சரி செய்ய மிகச் சிறிய கதவு போன்ற அமைப்பு ஒன்றை குழாயின் இரு முனைகளிலும் தொங்கும்படியாக வைத்திருக்கிறார்கள்.

18. உலைக்குள் சிறிய அளவு கரி போடப்படுகிறது. நெருப்பு பற்றவைக்கப்படுகிறது. காற்றைத் துருத்தியின் வழி செலுத்த

ஆரம்பிக்கிறார்கள். உலையானது கழுத்துவரை கரியால் அதாவது 26 பவுண்ட் கரியால் நிரப்பப்படுகிறது. அரைமணி நேரத்தில் தொண்டைப் பகுதியின் வழியாக ஜ்வாலைகள் எழத் தொடங்கு கின்றன. எரிபொருள் சரிந்து உள்ளே இறங்க ஆரம்பிக்கும். இந்தத் தருணத்தில் வெட்டி எடுத்த இரும்புத் தாதுக்களையும் கொஞ்சம் கொஞ்சமாகப் போட ஆரம்பிப்பார்கள். பத்து பவுண்ட் கரியுடன் ஐந்து பவுண்ட் தாதுவைச் சேர்த்து உள்ளிடுவார்கள். வேகமாக தாதுப் பொருள் கீழே இறங்கிவிடாமல் தடுக்க இப்படிச் செய்கிறார்கள். இதுபோல் ஏழு தடவை செய்கிறார்கள். உலையானது முழுவதுமாக எரிந்து முடிகிறது. இரண்டரை மணி நேரங்கள் ஆனதும் துருத்திகள் நீக்கப்படுகின்றன. உலைக் கதவு உடைத்து திறக்கப்படுகிறது. இரும்புப் பந்து வெளியே எடுக்கப்படுகிறது. சூடாக இருக்கும்போது உடைக்கப்பட்டு தரம் சோதிக்கப்படுகிறது. இந்த உலைகளில் பணிபுரிய நான்கு பேர் தேவை. ஒருவர் மேற்பார்வையாளர். மூன்று பணியாளர்கள். 12 மணிநேரத்தில் மூன்று பெரிய இரும்பு பந்துகள் அளவுக்கு உற்பத்தி செய்துவிடுவார்கள். நான்கு நாள் பணிக்குப் பின்னர் உலையின் பூச்சுகள் உடையத் தொடங்கியிருக்கும். எனவே அவற்றை மீண்டும் சரிசெய்யவேண்டும்.

19. இந்திய உலைகளில் இருந்து கிடைக்கும் இரும்பு பந்துகள் 11 பவுண்ட் எடை கொண்டிருக்கின்றன. இரண்டு அணாவுக்கு சில நேரங்களில் விற்கப்படுகின்றன. அவை முழுவதுமே இரும்பு அல்ல. அதை பட்டறைக்குக்கொண்டுவந்து சூடேற்றுகையில் பெருமளவு ஆக்ஸைடுகள் உருகி வெளியேறிவிடும். நான் பரிசோதித்தவரையில் இப்படியான பந்துகளில் ஆறு பவுண்ட் இரும்பு மட்டுமே மிஞ்சின. சுத்தியலால் அடித்து தேனிரும்பாக ஆக்க ஒரு டன்னுக்கு 40 ரூபாய் ஆகிறது. அப்படியாக மொத்தமாக ஒரு டன் தேனிரும்பு தயாரிக்க மொத்தம் 80 ரூபாய் ஆகிறது. மதராஸ் சந்தையில் கிடைக்கும் இங்கிலாந்து தேனிரும்பைவிட மிகவும் குறைவான விலையே. இந்திய உலைகளைப் போலவே சிறிதாக இருக்கும் உலைகளைக் கொண்டு நான் செய்த பரிசோதனைகளில் இருந்து இரண்டு பேர் நாளொன்றுக்கு 12 மணி நேரம் வேலை செய்தால், 40 பவுன்ட் கச்சா இரும்பை உற்பத்திசெய்துவிட முடியும். அதற்குப் பாதி அளவுக்கு கரியையும் இரும்புத்தாதுவையும் செலவிட்டாலே போதும். இப்படியான சிறிய உலைகள் சிக்கனமான, வசதியான, கரி எங்கு அதிகமாக இருக்கிறதோ அங்கு அமைக்கும்படியாக இருக்கின்றன.

20. இந்தியாவில் உற்பத்தியாகும் இரும்பு கணிசமான அளவில் இருக்கிறது என்பதில் எந்த சந்தேகமும் இல்லை. தென்

இந்தியாவின் உள் பகுதிப் போக்குவரத்து வசதிகள் மிகவும் சிரமமானதாக இருப்பதால் எந்தவொரு ஐரோப்பிய முதலீட்டாளரும் இங்கு பெரிய ஆலைகள் எதையும் அமைக்க வாய்ப்பே இல்லை. உலையின் அளவைப் பெரிதாக்குவதன் மூலம் எரிபொருள் பயன்பாட்டைக் குறைக்க முடியும். காற்று செலுத்தும் வேகத்தை அதிகரிக்க முயற்சிகள் எடுக்கலாம். இவற்றின் மூலமாக மட்டுமே இங்கு அறிமுகப்படுத்தி ஆதாயம் காணமுடியும். பெராக்ஸைடு தாது அதிகம் கிடைத்தால்தான் கேடலான் உலைகளை இங்கு பயன்படுத்துவது பயன் தரும். ஜெர்மானிய உலைகளை இங்கு பயன்படுத்துவது நிச்சயம் நல்ல பலனைத் தரும்.

ஒட்டு மொத்த தாதுவையும் ஒரே நேரத்தில் கார்பன் நீக்கம் செய்வதன் மூலம் எளிதில் விரும்பியதுபோல் வளைக்க முடிந்த இரும்பை அதிகம் உற்பத்தி செய்துவிட முடியும். இப்படியான உலைகளை பத்து ரூபாய் செலவில் அமைத்துவிடமுடியும். அதற்கான துருத்திகளுக்கு பத்து ரூபாய் ஆகும். ஒரு சுத்தியல் ஐம்பது ரூபாய். ஒரு வாரத்துக்கு ஒரு டன் தேனிரும்பு உற்பத்தி செய்ய வெறும் 100 ரூபாய்தான் ஆகும். தென் இந்தியாவின் அனைத்து காட்டுப் பகுதிகளில் நிறைய கரிக்கான மரங்களும் இரும்புத் தாது கலந்த படுகையும் அருகிலேயே இருக்கின்றன. ஐம்பது பவுண்ட் கரியை ஒரு அணா செலவில் உற்பத்தி செய்துவிடமுடியும். இரும்பு கலந்த மண்ணானது ஒரு அணாவுக்கு 30 பவுண்டுக்கு க் கிடைக்கிறது. சவுத் வேல்ஸில் விற்கப்படும் அதே அளவுக்கு குறைவான விலையிலேயே இங்கும் கிடைக்கின்றன.

21. இந்திய வழிமுறைகளில் உற்பத்தி செய்யப்படும் இரும்பின் தரத்தைப் பொறுத்தவரையில் பலரும் பலவிதமாகச் சொல்லி யிருக்கிறார்கள். ஆனால், இவை தொடர்பான தரமான ஆய்வு நூல் எதுவும் இதுவரை வெளியானதாக எனக்குத் தெரியவில்லை. என் அனுபவத்தில் இருந்து சொல்வதானால், இந்தியாவில் கிடைக்கும் மிக மோசமான, தரம் குறைந்த இரும்புகூட இங்கிலாந்தில் கிடைக்கும் மிகச் சிறந்த இரும்புக்கு இணையாகவே இருக்கிறது. இந்திய இரும்பில் இருக்கும் குறைகள் எல்லாம் அதில் இருக்கும் எஃகின் அளவே காரணம்.

22. குளிர்ச்சியாக இருக்கும்போது ஒரு இங்கிலாந்து இரும்புக் கம்பியை வளைக்க முயற்சி செய்தால் அது துளிகூட வளையாமல் அப்படியே உடைந்துபோகும். உடைந்த பகுதியில் பல்வேறு

அடுக்குகள் இருப்பதைப் பார்க்கமுடியும். அதை உருப்பெருக்கி கொண்டு பரிசோதித்தால் மிக அதிக அளவில் கார்பன் சேர்க்கப் பட்ட வார்ப்பிரும்பின் மேலே கிராஃபைட் இருப்பதுபோலவே தென்படும். இங்கிலாந்தின் மிகச் சிறந்த தேனிரும்பானது வளைக்கப்படும்போது, 120 டிகிரிக்கு வந்ததும் உடைந்துவிடும். உடைந்த இடமானது பாதி அளவுக்கு பிரகாசமாக மின்னும். எஞ்சிய பகுதி ஈயத்தை இழுத்ததுபோல் தென்படும். கடைசிப் பகுதியானது இரண்டு முனைகளையும்விடக் கறுப்பு நிறத்தில் இருக்கும். மின்னும் பகுதிகள் எல்லாம் கார்பன் நீக்கம் முறையற்று நடந்திருக்கும் இடங்களைக் குறிக்கும். நல்ல இரும்பானது துகள்களாக அல்லது நார்த்தன்மையுடன் இருக்கும் என்று பலரும் சொல்லியிருக்கிறார்கள். முதலாவது வெப்பமாக இருக்கும் இரும்பை திடீரென்று குளிரவைத்தால் வரும். இரண்டாவது சுத்தியலால் அடித்தால் நீட்சி அடைந்தால் அப்படி வரும் என்று சொல்கிறார்கள்.. இந்தக் கூற்று தவறு என்று நான் நினைக்கிறேன். நார்போல் இருக்கும் நல்ல இரும்பு துகள்களான ஆனதை நான் இதுவரை பார்த்ததே இல்லை. முறையாகக் கையாண்டால் துகள் இரும்பானது நார் இரும்பாக முடியும். சுத்தியலால் அடித்து அல்ல. நெருப்பில் இட்டும் கார்பன் அளவைக் குறைத்துமே அப்படிச் செய்ய முடியும்.

தரமான இங்கிலாந்து இரும்பை சுத்தியலால் அடிக்கும்போது அவை தாங்கு கட்டையின் மேல் சிவப்பு நிற தூளை உருவாக்கும். அது பார்ப்பதற்கு வார்ப்பிரும்பில் இருந்து ஹைட்ரோ க்ளோரிக் அமிலம் மூலம் கார்பனை நீக்கினால் எஞ்சும் வீழ்படிவைப் போலவே இருக்கும். கரியை எரிபொருளாகப் பயன்படுத்தி உற்பத்தி செய்யப்பட்ட இங்கிலாந்து இரும்பு கூட உத்தியலால் அடிக்கும்போது உடையாமல் இருக்காது. சிறிய இரும்புக் கம்பியானது இரண்டு மூன்று தடவை வளைத்தால் உடைந்து விடும். வளையும் இங்கிலாந்து இரும்புக் கம்பியானது கால் அங்குல விட்டம் கொண்ட உருளைமேல் சுற்றும் அளவுக்கு வளைக்க முடிந்ததுதான். ஆனால், அதை நெடுக்குவாக்கில் வளைக்க முயற்சி செய்தால் நாலைந்து இடங்களில் உடனே உடைந்துவிடும். இது பற்றி நன்கு தெரிந்த டாக்டர் யூர் சொல்லியிருப்பதில் இருந்து மேற்கோள்காட்டுகிறேன்: 'இரும்பின் தரமானது பல வழிகளில் சோதித்துப் பார்க்கப்பட்டது.

1. இரும்புக் கம்பியின் ஒரு முனையை மேலே உயர்த்தி, கைகளைத் தலைக்கு மேலே கொண்டு சென்று வேகமாக அடித்து மடக்கினால் மடக்கிய இடத்தில் மேலும் கீழுமாக சில முறை ஆடி அடங்கும்'.

2. ஒரு பெரிய இரும்புப்பாளத்தை சாய்வாக வைத்து எதிர் திசைகளில் மடங்கும்படியாக சுத்தியலால் ஓங்கி அடித்தால் அல்லது சிவக்கும் அளவுக்கு சூடேற்றினால் தாங்கிப் பிடிக்கும் பிடிமானத்தின் அருகில் ஒரே இடத்தில் மேலும் கீழுமாக ஆடும். ஸ்வீடன் இரும்பு பாளமானது சுத்தியலால் அடிக்கப்படும்போது ஒருவித பாஸ்பாரிக் மணத்தை வெளிப்படுத்தும். லாடமாக அடிக்க முடிவதென்பது ஒரு இரும்பின் தரத்தை தெரிந்துகொள்ள உதவும் முக்கியமான வழிமுறை.

23. இன்னொரு பரிசோதனை மிச்சம் இருக்கிறது. தென் இந்திய இரும்பினால் அதைத் தாங்க முடியாது. என் உலைகளில் நான் தயாரித்த இரும்புக் கம்பியானது சம்மட்டி அடிகளைத் தாங்குவதாக இருந்தது. ஆறேழு முறை முன்னும் பின்னுமாக வளைத்த பிறகே ஒடிந்தது. சணலைச் சுற்றுவதுபோல் சுற்றிய போது சில சுற்றுகள் வெளியே வந்தன. எந்த இடத்திலும் கீறல் விழவே இல்லை.

இந்திய இரும்பில் எஃகு இருந்ததை நான் முன்பே கூறியிருக்கிறேன். இதை மிக எளிய வழியில் சோதித்துவிட முடியும். இரும்புப் பாளத்தின் நடுப்பகுதியை கங்கு போல் சிவக்கச் செய்யவேண்டும். உடனே அதை நீரில் அமிழ்த்த வேண்டும். இப்படிச் செய்தால் எஃகு இருக்கும் பகுதியெல்லாம் உடையும்படியாக ஆகிவிடும். நார்ப்பகுதி ஒன்றும் ஆகாது. நல்ல இரும்பானது மிகப் பெரிய சுத்தியலைக் கொண்டு ஒரு டஜன் தடவை ஓங்கி அடித்தாலும் தாங்கும். அதன் பிறகே உடையும்.

24. உடையும் இந்திய இரும்பானது இங்கிலாந்து இரும்பில் இருந்து மாறுபட்ட தோற்றத்தை வெளிப்படுத்துகிறது. மின்னும் பகுதிகள் எதுவுமே தென்படாது. நார்த்தன்மை கொண்டதாக இல்லை யென்றால், துகள் பகுதியானது அதில் இருக்கும் எஃகின் கடினத்தன்மைக்கு ஏற்ப படிக வடிவில் சிறிதாகவோ பெரியதாகவோ தென்படும். இப்படியாகப் பரிசோதிக்கப்படும் இரும்பை நான்கு பயன்பாடுகளுக்காகப் பிரித்து வைக்கலாம்.

1. முழுவதும் நார்த்தன்மை கொண்டது. ஆணிகள், லாடம், போல்ட்கள், ஸ்ட்ராப்கள், கடப்பாரை, இடுக்கு செய்யப் பயன்படும். இவற்றுக்கு மிருதுத் தன்மை தேவையே இல்லை. உறுதியும் உடையாத தன்மையும் மிகவும் அவசியம்.

2. பாதி நார்த்தன்மையும் பாதி துகள்களாகவும் இருக்கும். சக்கரங்கள், அச்சுகள் ஆகியவை செய்யப்பயன்படும். வலிமையும் உறுதியும் அவசியம்.

3. பெருமளவுக்கு துகள்களானது. எஃகுத் தன்மை கொண்டது. அரத்தால் சில இடங்களில் அறுக்க முடியாது. எளிதில், ஓரிரு அடி அடித்தாலே உடையும் தன்மை கொண்டது. கணித பயன்பாட்டுக்கருவிகள், பட்டறை பாளங்கள் போன்று பயன்படும்.

4. முழுவதும் துகளாலானது. பனி வெள்ளை நிறத்தில் எஃகு தென்படும். அரத்தால் சில இடங்களில் மட்டுமே அறுக்க முடியும். மிக எளிதில் உடைந்துவிடும். சுத்தியலால் அடிக்கும் போது முனைகளில் உடையும். ஏர்க்கலப்பை, மண்வெட்டி, கோடரி, கொலு கரண்டி ஆகியவற்றில் பயன்படும்.

25. நான் பார்த்த சில இந்திய இரும்பானது சூடேற்றி, பக்குவப்படுத்த சிரமமாக இருந்தது. சுத்தியலால் அடிக்கும்போது முனைகளில் உடைந்தது. ஆனால், மற்றபடி வலிமையில் எந்தக் குறைவும் இல்லை. இந்தவகையான இரும்பு மிகவும் குறைவாகவே இருந்ததால் என்னால் முழுமையாக பரிசோதிக்க முடியவில்லை. மூங்கில் கரி கொண்டு சூடேற்றினால் உடையாமல் இருக்கும் என்று உள்ளூர் நபர்கள் சொன்னார்கள். அது உண்மையாக இருக்கு மென்றால் வேதியியலாளர்கள் இதுபற்றி கவனம் செலுத்த வேண்டும் என்று நினைக்கிறேன். ஏனென்றால் மூங்கிலில் சிலிகா கலந்திருக்கும். இங்கிலாந்து கொல்லர்கள் இரும்பையும் எஃகையும் வெல்ட் செய்து இணைக்கும்போது மிகுதியான வெள்ளை க்வார்ட்ஸ் மணலைப் பயன்படுத்துவதைப் பார்த்திருக்கிறேன். இந்தக் கடைசி வகை இந்திய இரும்பானது ரெட் ஷார்ட் வகை என்று சிலரால் அழைக்கப்படுகிறது. அது தவறு. இங்கிலாந்து ரெட் ஷார்ட் இரும்பானது வளைத்தால் கேரட் போல் உடைந்துவிடும்.

17

மேற்கு இந்தியாவில் தொழில் நுட்பம்

சர் ஜோசஃப் பேங்க்ஸ், லண்டன், ராயல் சொசைட்டி தலைவருக்கு டாக்டர் ஹெலனஸ் ஸ்காட், எம்.டி. அனுப்பிய கடிதங்கள் (1790-1801)

பம்பாய், 7 ஜனவரி 1790.

டிசம்பர் 1788-ல் உங்களிடமிருந்து கடிதம் கிடைக்கப் பெற்றேன்.

நீங்கள் கேட்டுக்கொண்டதன்படி, இந்தியாவில் பருத்தியை சுத்தம் செய்வது பற்றிய வழிமுறைகளை உங்களுக்குத் தெரிவிக்க விரும்புகிறேன். கேப்டன் துண்டாஸ் அது தொடர்பாக அவர்கள் பயன்படுத்தும் ஒற்றைக் கருவியை உங்களுக்குக் கொண்டுவந்து காண்பிப்பார்.

இந்தியாவில் பருத்தித் துணிகளுக்கு சாயம் ஏற்றும் வழிமுறைகள் பற்றிச் சில வருடங்களாகவே நான் கூர்ந்து கவனித்து வருகிறேன். அவர்கள் ஏற்றும் சாயமானது எப்படி நிரந்தரமாக நீடிக்கிறது என்பதை நான் கண்டுபிடித்துவிட்டிருக்கிறேன். உலகத்தோரால் மிகவும் புகழ்ந்து போற்றப்படும் வழிமுறை அது. அவர்கள் எந்தக் கலவையைப் பயன்படுத்தி அப்படியான சாயத்தை ஏற்றுகிறார்கள் என்பது தொடர்பான கோட்பாட்டு உண்மைகளை என்னால் சொல்ல முடியவில்லை.

துணியை அந்தக் கலவையிலும் படிகாரத் திரவத்திலும் நன்கு முக்கி நனைக்கிறார்கள். அதன் பிறகு தாவர இயற்கை சாயத்தினுள் முக்குகிறார்கள். அது துணியில் மிக இறுக்கமாகப் பற்றிக்கொள்கிறது. எத்தனை முறை தோய்த்தாலும் போகாமல் நிரந்தரமாகவே தங்கிவிடுகிறது. விலங்கு, பூச்சிகளில் இருந்து தயாரிக்கும் சாயங்கள்

மீதும் இந்தக் கலவை இதே தாக்கத்தைச் செலுத்தும் என்றே தோன்றுகிறது.

ரத்தச் சிவப்பு வண்டின் சாயத்தை வைத்து நான் செய்து பார்த்த சில பரிசோதனைகள் அதையே உறுதிப்படுத்தியிருக்கிறது. இந்தியர்கள் தாவரச் சாயங்களின் நிறத்தை விரும்பிய வகையில் மாற்றவும் செய்கிறார்கள். சில அமிலங்கள், படிகார திரவங்கள் அல்லது சிவப்பு நிற இரும்புத்தாது மண் ஆகியவற்றை அல்லது சில பூச்சிகள், விலங்குகளின் உடல் திரவங்கள் (அவற்றின் காரத்தன்மை மங்கும் முன்பாக) ஆகியவற்றைச் சேர்த்து விரும்பும் நிறத்தை வரவைத்து விடுகிறார்கள். ஆனால், இந்த சாயங்கள் பருத்தித் துணிகளில் இறுக்கமாகப் பற்றிக்கொள்ள இதைத் தவிர வேறு எந்த வழிமுறையையும் பின்பற்றவில்லை. இங்கிலாந்தில் தற்போது பருத்தி உற்பத்தி பெருகிவரும் நிலையில் இந்திய சாயமேற்றும் வழிமுறை பற்றி கூடுதல் தகவல்களை உங்களுக்கு நிச்சயம் அனுப்பித் தருகிறேன்.

இந்தியர்கள் பின்பற்றும் வழிமுறைகளைத் தெரிந்துகொள்வது மிகவும் சிரமமானதாக இருக்கிறது. ஜாதி அடிப்படையில் அவை தந்தையிடமிருந்து மகனுக்கு என பரிமாறப்பட்டுவருகிறது. வேறு நபர்களுக்குக் கற்றுத் தந்தால் ஜாதியில் இருந்து விலக்கிவைத்து விடுவார்கள். இதனால் அவர்களிடமிருந்து எதையும் கற்றுக் கொள்வது மிகவும் சிரமமாகவே இருக்கிறது. அவர்களுடைய உணவு மற்றும் பிற அடிப்படைத் தேவைகளுக்கான பணம் இருந்தாலே போதும் என்று நினைக்கிறார்கள். இதனால் பொதுவாக பணம் மேல் அவர்களுக்குப் பெரிய ஆர்வமே இல்லை. அவர்களுடைய தொழில் நுட்ப அறிவு எழுதிவைக்கவோ அச்சிடவோ படவில்லை. அவர்களுடைய அனுபவங்களைக் கோட்பாடுகளாக ஆக்கிவைக்கவும் இல்லை. இதனால் அவர்களிடமிருந்து எதையும் தெரிந்துகொள்வது மிகவும் சிரமமாகவே இருக்கிறது.

நீங்கள் முந்தைய கடிதத்தில் பெயர் தெரியாத நபரிடமிருந்து இந்திய சிலைகள், குகைகள் பற்றித் தெரிந்துகொண்ட தகவல்களைக் குறிப்பிட்டிருந்தீர்கள். அது மிகவும் தனித்துவம் வாய்ந்த விஷயம்தான்.

13 ஆண்டுகளுக்கு முன் சாசஷ்டியில் தானா கோட்டையின் முற்றத்தில் அகழ்வாராய்ச்சி செய்தபோது ஒரு கல்லாலான பெட்டி கிடைத்தது. அதில் தாமிரத் தட்டுகள் இருந்தன.

தங்க முலாம் பூசப்பட்ட அந்த தாமிரத் தட்டுகள் மிக அருமையான வேலைப்பட்டுகளுடன் இருந்தன. சுமார் 700 வருடங்களுக்கு

முன்பாக இந்தியர்களிடையே தாமிரம் சகஜமான புழக்கத்தில் இருந்திருக்கிறது என்பது தெரியவருகிறது. அதில் அருமையான வேலைப்பாடுகள் செய்வது அவர்களுக்கு புதிய விஷயமும் அல்ல என்ற முடிவுக்கு நாம் வரலாம்.

இந்தியர்களின் வளைந்துகொடுக்கும் தன்மை, அவர்களுடைய மனோபாவம், தட்பவெப்பநிலையின் சாதகமான அம்சங்கள் குறிப்பாக அவர்களுடைய விசேஷமான மதம் இவை எல்லாமே அவர்கள் மீதான ஆக்கிரமிப்புகளையெல்லாம் தாங்கி நிற்கும் வலிமையைத் அவர்களுக்குத் தந்திருக்கிறது. அவர்களை யார் அடக்கி ஆண்டாலும் தமது தனித்துவத்தை விட்டுக் கொடுக்காமல் இருந்திருக்கிறார்கள். வெகு பழங்காலத்திலிருந்தே பொருட்படுத்தத் தகுந்த நாகரிகம், கலாசாரம் ஆகியவற்றைக் கொண்டவர்களாக நீடித்து வந்திருக்கிறார்கள். பல கால அனுபவங்களின் மூலம் செழுமை யடைந்திருக்கும் அவர்களுடைய கலை, தொழில்நுட்பங்கள் ஐரோப்பியர்களுக்கு மகிழ்ச்சியையும் அறிவையும் புகட்டும் என்று நான் அடிக்கடி நினைப்பதுண்டு. ஆனால், அப்படிப் பார்க்கவேண்டிய அறிவும் வாய்ப்புகளும் கொண்டவர்கள் அதைச் செய்ததாகத் தெரிய வில்லை. பல்வேறு அறிவியல் துறை சார்ந்து இந்தியர்களுடைய செயல்பாடுகளாக நான் கவனித்தவற்றை உங்களுக்கு அறியத் தருகிறேன்.

வேதியல், பிற அறிவியல் மற்றும் அவை சார்ந்த துறைகளில் எனக்கு போதிய தகுதி இருப்பதாக என்னை நானே புகழ்ந்துகொள்ள விரும்பவில்லை. ஆனால், நான் உங்களுடைய மேதமையின் மீது நம்பிக்கை வைத்து இவற்றைச் சொல்கிறேன். எனது பணிச் சுமை என்னை வெகுவாக ஆகிரமித்திருப்பதால் என் அவதானிப்புகளில் சில தவறுகள் இருக்க வாய்ப்பு உண்டு. கொஞ்சம் பொறுத்துக் கொள்ளுங்கள்.

பருத்தியைச் சுத்தம் செய்யப் பயன்படுத்தப்படும் கருவிகளை இதனுடன் அனுப்பியிருக்கிறேன்.

சின்னாபர் (மெர்குரி சல்ஃபைடு)செயற்கை முறையில் தயாரிக்க ஐரோப்பாவில் பயன்படுத்தப்படும் வழிமுறைகளைப் பின்பற்றிச் செய்து பார்த்தேன். இந்தியர்கள் செய்வதுபோல் என்னால் அது முடியவில்லை. இந்தியாவில் அதை எப்படிச் செய்கிறார்கள் என்பதை நான் பார்த்துவிட்டு உங்களுக்கு அறியத் தருகிறேன்.

இந்தியாவில் சுண்ணாம்புச் சாந்துக் கலவை தயாரிப்பது பற்றியும் உங்களுக்கு விரிவாகச் சொல்ல விரும்புகிறேன். கட்டடங்கள், மேல்

தளங்கள், சுவர்கள், தொட்டிப் பாலம் ஆகியவற்றில் தாமிரத்துக்குப் பதிலாக இது பயன்படுத்தப்படுகிறது.

நீருக்கு அடியில் செய்யப்படும் கட்டுமானப் பணிகளில் இந்தியர்கள் சுண்ணாம்புச் சாந்தைப் பயன்படுத்துவதன் மூலம் மிகச் சிறப்பான வழி ஒன்றைக் கண்டுபிடித்திருக்கிறார்கள். சில மணிநேரங்களிலேயே அது மிகவும் வலிமையாக இறுகிவிடுகிறது. மிகப் பெரிய கற்களை இறுகிப் பிணைக்கிறது. இதனால் மிகுந்த சிரமப்பட்டு சுண்ணாம்புக் கலவைகளை உற்பத்தி செய்துகொள்கிறார்கள். கரும்பு, வெல்லப் பாகு மற்றும் வேறு சில பொருட்களுடன் சுண்ணாம்பைக் கலந்து நீண்ட நேரம் ஊற வைக்கிறார்கள். அவ்வப்போது வெல்ல நீர் கொண்டு நனைத்துக்கொள்கிறார்கள். வெல்லப்பாகை எந்த அளவுக்கு சுண்ணாம்பு ஈர்த்துக்கொள்கிறதோ அந்த அளவுக்கு அந்தக் கலவை நீருக்குள் வலிமையான பிணைப்பைக் கொண்டிருக்கிறதா..? எனக்குத் தெரிந்தவரை இந்தியாவில் பயன்படுத்தப்படும் இந்த வழிமுறையை வேறு எந்த நாட்டிலும் பின்பற்றியதில்லை....

•

பம்பாய், 19 ஜனவரி 1792.

17, மார்ச், 1791-ல் நீங்கள் ஐரோப்பாவில் இருந்து கடைசியாக வந்த 'எஸ்ஸெக்ஸ்' கப்பல் மூலம் அனுப்பிய கடிதம் கிடைத்தது. நான் உங்களுக்குத் தெரிவித்திருந்த தகவல்கள் உங்களுக்கு உவப்பானதாக, ஏற்புடையதாக இருந்தது குறித்தும் தொடர்ந்து இதுபற்றி நான் மேலும் ஆராய்ந்து பார்க்க நீங்கள் தந்திருக்கும் உற்சாகம் குறித்தும் மிகுந்த மகிழ்ச்சி.

இந்தியாவில் மேற்கொள்ளப்படும் தொழில்நுட்பங்கள், கைவினைக் கலைகள் எல்லாம் மிகவும் சுவாரசியமான ஆய்வுக்குரியவை. நான் இங்கு இருந்த காலத்தில் பார்த்தவையெல்லாம் கட்டாயம் நாம் தெரிந்துகொள்ளத் தக்கவை என்பதுதான் என் எண்ணம். இன்னும் ஆறு வாரத்தில் 'எஸ்ஸெக்ஸ்' கப்பல் திரும்பிச் செல்லும் என்று நினைக்கிறேன். அதற்குள் என்னால் முடிந்த தகவல்களைத் திரட்டி அனுப்புகிறேன். உண்மையில் இந்தத் துறைகளைப் பொறுத்த வரையில் இந்தியாவில் எதைச் சொல்ல எதை விட என்று குழப்பத்தில் ஆழ்த்தும் அளவுக்கு பலதரப்பட்ட விஷயங்கள் நிறைந்து இருக்கின்றன.

இப்போதைக்கு நான் கீழ்க்கண்டபாணியில் என் ஆய்வுகளைச் செய்து உங்களுக்குத் தகவல்களை அனுப்புகிறேன்.

முதலாவதாக, இந்தியர்களின் மருத்துவ, அறுவை சிகிச்சை தொடர்பான அறிவு.

மருத்துவத்தைப் பொறுத்தவரை மிக உயர்வாக எதுவும் சொல்லமுடியாதுதான். போர்கள், ஒடுக்குமுறை, அரசாங்க மாற்றம் ஆகியவற்றைத் தாக்குப் பிடிக்கும் வலிமை இந்தத் துறைக்கு இருப்பதில்லை. அறுவை சிகிச்சை தொடர்பான அறிவானது எளிதில் படிக்கப்பட்டு அதைவிட மிக எளிதில் மறைந்தும் போய்விடுகிறது. இந்த இடத்தில் ஒரு விஷயத்தை நாம் பாராட்டியாகவேண்டும். கண் புரை நோய் ஏற்பட்டுப் பார்வைக் குறைபாடு ஏற்படும்போது அதை இந்தியர்கள் வெகு பழங்காலத்தில் இருந்தே அறுவை சிகிச்சை மூலம் சரி செய்திருக்கிறார்கள். இப்போது ஐரோப்பியர்கள் செய்வதைப் போலவே அன்றே செய்திருக்கிறார்கள். இவையெல்லாம் மிகவும் சுவாரசியமான விஷயங்கள். இதுவரை நமக்குத் தெரிந்திருக்காதவை.

இரண்டாவதாக, துணிகளுக்கு சாயம் ஏற்றுவது தொடர்பாக தற்போது நான் நிறைய விஷயங்கள் தெரிந்துகொண்டிருக்கிறேன். ஐரோப்பா வில் நம் கைவினைக் கலைஞர்களுக்கு மிகவும் உதவிகரமாகவும் வர்த்தக நோக்கிலும் மிகவும் பயனுள்ளதாகவும் இருக்கும் சிலவற்றைப் பரிந்துரை செய்ய விரும்புகிறேன்.

மூன்றாவதாக, கட்டுமானத்துறையில் பயன்படும் சுண்ணாம்பு சாந்து தயாரிப்பு போல் சில முக்கியமான விஷயங்கள் பற்றியும் பரிந்துரைக்க விரும்புகிறேன்.

நான்காவதாக, சோப், வெடி மருந்து, இண்டிகோ, மை, சின்னபார், கந்தக அமிலம், இரும்பு, தாமிரம், படிகாரக் கரைசல் ஆகியவற்றின் தயாரிப்பில் இந்தியர்கள் பின்பற்றும் வழிமுறைகள் பற்றிக் கூறவிரும்புகிறேன்.

இந்தியர்கள் பயன்படுத்தும் ஏராளமான மாதிரிகள், சாம்பிள் கருவிகள் ஆகியவற்றையும் அனுப்பிவைக்கவும் விரும்புகிறேன். அவற்றின் மூலம் அறிவியல் பார்வையில் பயனுள்ள பங்களிப்பை நான் வழங்கியிருப்பதாக நீங்கள் கருதினால் என்னுடைய உழைப்புக்கு பலன் கிடைத்ததாகக் கருதி மகிழ்வேன். நான் அனுப்பும் தகவல்கள் புத்தகமாக அச்சிடத் தகுந்தவையாக நீங்கள் கருதினால் அதில் எனக்கு எந்த ஆட்சேபணையும் இல்லை என்பதையும் தெரிவித்துக் கொள்கிறேன்.

உங்களுக்கு விருப்பமில்லாத, ஏற்பில்லாத எதையும் செய்ய வேண்டாம் என்று கேட்டுக்கொள்கிறேன். அறிவியல் தொழில்நுட்ப தகவல்களைச் சேகரித்து அனுப்பும்படி நீங்கள் என் மீது நம்பிக்கை

வைத்துக் கொடுத்திருக்கும் பொறுப்பை நான் நன்கு உணர்ந்தே இருக்கிறேன்.

இந்தியர்கள் கடல் பாசிகளை, சிப்பிகளை எரித்து மிகக் குறைந்த செலவில் தரமான காரப் பொருட்களை உற்பத்தி செய்வது பற்றி மிக சமீபத்தில் தெரிந்துகொண்டேன். இது மிகவும் பயனுள்ள உப்பாகவும் தெரிகிறது. அதன் மாதிரி அனுப்பிவைக்கிறேன். ஒரு டன்னுக்கு 2-10 அல்லது 3 பவுண்ட் தான் ஆகும்.

•

பம்பாய், 7 பிப்ரவரி 1792.

ஒரு மாதத்துக்கு முன்பாகச் சென்ற 'ரேமண்ட்' கப்பலில் அனுப்பிய கடிதத்தில் சில விஷயங்களை அவசரத்தில் குறிப்பிட்டிருந்தேன். நான் எதிர்பார்த்தபடி இந்த விஷயத்தில் கூடுதல் தகவல்களைச் சேகரிக்க எனக்கு போதிய நேரம் இன்னும் கிடைக்கவில்லை. எனினும் கிடைத்த நேரத்தில் முதல் முயற்சியில் சேகரித்த தகவல்களை அனுப்பிவைக்கிறேன். இந்தியர்கள் தமது தொழில்களில் பயன்படுத்தும் பயனுள்ள விஷயங்களை உங்களுக்குத் தெரிவிக்காமல் இனியும் காலம் தாழ்த்த விரும்பவில்லை. சுண்ணாம்பு சாந்து தயாரிக்கும் முறை, சாயமேற்றுதல் அல்லது சாயம் உற்பத்தி செய்தல் ஆகியவை பற்றி நான் விரிவாகச் சொல்லும்போது இவற்றின் பயன் உங்களுக்கு நன்கு புரியவரும்.

இந்த துவர்ப்புப் பொருள் (பாக்கு) இங்கு மிகுதியாக வளரும் மரத்தில் இருந்து கிடைக்கிறது. இந்த மரத்தை நான் நேரில் பார்த்ததில்லை. ஆனால், இதன் பயன்பாட்டை நான் நீண்டகாலமாகப் பார்த்து வந்திருக்கிறேன். நம் நாட்டில் சாயங்களுக்குப் பயன்படுத்தப்பட்டு வரும் பொருட்களுக்கு நல்ல மாற்றாக மலிவானதாக இது இருக்கும். சில குறிப்பிட்ட நிறங்களை உடைகளில் பற்றச் செய்வதில் நாம் நாட்டுப் பொருட்களைவிட இது மிகவும் வலிமை மிகுந்ததாகத் திகழ்கிறது.

உங்களுடைய வேதியல் விஞ்ஞானிகள் இந்தப் பொருளின் பொது வான தன்மை பற்றி எளிதில் தெரிந்துகொண்டுவிடுவார்கள். அங்கிருக்கும் கைவினைக் கலைஞர்கள் இதைப் பயன்படுத்திப் பார்த்து தாம் செய்யும் வேலையை எளிமைப்படுத்திக்கொண்டு விடுவார்கள். பிற பொருட்களில் இருந்து இந்திய சாயப் பொருட்கள் என்னவிதமான மாறுபட்ட குணங்களையெல்லாம் கொண்டிருக்கிறது என்பதைக் கூடுதல் ஆய்வுகள் செய்து எதிர்காலத்தில்தான் கண்டுபிடிக்க முடியும்.

இதைக் கொண்டு நான் மை தயாரித்து எழுதப் பயன்படுத்தி வருகிறேன். அது அனைத்து வகைகளிலும் மிக அருமையானதாக இருக்கிறது. இந்தக் கடிதமே அந்த மை கொண்டு எழுதப்பட்டதுதான். நீங்கள் சொன்னதும் ஒரே நேரத்தில் மூன்று டன் கூட என்னால் அனுப்பிவைக்க முடியும்.

•

பம்பாய், 8 ஜனவரி 1794.

மூக்கு அறுபட்டவர்களுக்கு அதை சிகிச்சை செய்து ஒட்ட வைக்கும் அற்புதமான விஷயம் பற்றிப் படித்திருப்பீர்கள். உடல் உறுப்புகளை அப்படி ஒட்டச் செய்யும் மருந்தின் (மாவு) மாதிரியை உங்களுக்கு அனுப்பிவைக்கிறேன்.

வூட்ஸ் எனப்படும் ஒருவகை எஃகின் மாதிரியை அனுப்பி வைக்கிறேன். இந்தியர்கள் இதை மிக உயர்வாக மதிக்கிறார்கள். நாம் இதுவரை பார்த்த எதையும்விட வலிமையானதாக, உறுதியானதாக இருக்கிறது. அதன் உட்பொருட்கள், பிற வேதி குணங்கள் பற்றி உங்கள் கருத்துகளைத் தெரிந்துகொள்ள விரும்புகிறேன். வாள், இரும்பை வெட்டுதல், கல்லை உடைப்பதற்கான உளி தயாரித்தல், அரம், கன்-லாக் போன்ற மிகுந்த கடினத்தன்மை தேவைப்படும் பணிகளில் பயன்படுத்தப்படுகிறது. இதை மிக அதிக அளவுக்கு சூடாக்க முடியாது. லேசான செந்நிறத்துக்கு மேல் சூடாக்கினால் தாங்காது. இதனால் கொல்லர்களுக்கு இதை வைத்துப் பணிபுரிவதில் கொஞ்சம் சிரமங்கள் உள்ளன.

இதில் வேறொரு பெரிய குறையும் இருக்கிறது. இதனை இரும்புடனோ எஃகுடனோ ஒட்ட முடியாது. திருகாணி போன்றவற்றின் உதவியால்தான் அவற்றுடன் இணைக்கமுடியும். வூட்ஸ் எஃகைக் கையாளும் கொல்லர்கள் இதை தனியானதொரு தொழில் நுட்பமாகவே கருதுகிறார்கள். இரும்புடன் கலந்து செய்வதில்லை. லேசான சிவப்பு நிறத்துக்கு மேலாக சூடாக்கியதும் இந்த உலோகமானது உருகிவிடுகிறது. வெவ்வேறு உருகு நிலை கொண்ட தனிமங்கள் கலந்து உருவானதுபோல் ஆகிவிடுகிறது.

•

பம்பாய், 19 ஜனவரி 1796.

கேப்டன் விலே மூலம் சில நாட்களுக்கு முன்பாக இரண்டு பெட்டிகள் அனுப்பினேன். ஒன்றில் கணேச கடவுள் சிலை. இன்னொன்றில் 183

பவுண்ட் வூட்ஸ் எஃகு அனுப்பியிருக்கிறேன். இந்து தெய்வங்களின் பித்தளைச் சிலைகள் 9 அனுப்பியிருக்கிறேன். ஐம்பது பவுண்ட் வூட்ஸை உங்கள் பரிசோதனைக்குப் பயனபடுத்திகொண்டு எஞ்சியதை டாக்டர் ஜான்சனிடம் கொடுத்துவிடவும். செய்தித்தாள்களில் வெளியான, உங்களை ஆச்சரியத்தில் ஆழ்த்தும் கட்டுரைகள் சிலவற்றின் நறுக்குகளை அனுப்பியிருக்கிறேன். விமர்சனபூர்வமான பார்வைக்கானவை அல்ல.

சென்ற கடிதத்துடன் நான் அனுப்பியிருந்த விதைகள் மிகவும் சத்தான தாவரத்தினுடையது. இந்தக் கடிதத்துடன் மூக்கு அறுவை சிகிச்சையில் ஒட்டப்பயன்படும் கலவையை அனுப்பிவைக்கிறேன். எனக்கு சுவாரஸ்யத்தை ஊட்டும் பிற விஷயங்கள் குறித்தும் வரும் கடிதங்களில் எழுதுகிறேன்.

•

பம்பாய், 15 ஆகஸ்ட் 1801.

23, டிசம்பரில் நீங்கள் அனுப்பிய சுவாரசியமான கடிதம் கிடைத்தது. அதில் நீங்கள் கேட்டிருக்கும் பல்வேறு கேள்விகளுக்கு பதிலை இந்தக் கடிதத்தில் தெரிவிக்கிறேன்.

மலபாரில் வசிப்பவர்கள் நினைவுக்கெட்டாத காலத்திலிருந்தே இரும்பைப் பயன்படுத்தி வந்திருக்கிறார்கள். ஒரு பெட்டியில் அவர்களுடைய இரும்பை அனுப்பிவைக்கிறேன். இரும்புத் தாதுவையும் அனுப்பிவைக்கிறேன். மலபாரில் இதுவரை அவர் களுடைய தேவைக்காக மட்டுமே இரும்பை உற்பத்தி செய்து வந்திருக்கிறார்கள். எனவே நமக்கு எவ்வளவு உற்பத்தி செய்ய முடியும் என்பது எனக்குத் தெரியவில்லை. என் நண்பரும் அந்தப் பகுதியின் கமிஷனர்களில் ஒருவருமான மேஜர் வாக்கர் மலபாரில் இருக்கும் உலையின் சித்திரம் ஒன்றை வரைந்திருக்கிறார். அதை உங்களுக்கு அனுப்பிவைக்கிறேன். அது மலபாரில் பின்பற்றப்படும் வழிமுறை பற்றிய புரிதலை உங்களுக்குத் தரும்.

காற்று உலை மற்றும் சூடான காற்று உலைஆகிய இரண்டு உலை களையும் கலந்ததாக இருக்கிறது. அவர்களுடைய தேவைகளுக்குப் போதுமானதாகவும் இருக்கிறது. மலபாரில் இருக்கும் கொல்லர்கள் சிலர் மிக அற்புதமாக இரும்பு வேலைகள் செய்கிறார்கள். அவர்கள் தயாரித்த இரண்டு பிஸ்டல்களை ஒருமுறை பார்த்தேன். லண்டனில் தயரிக்கப்படும் பிஸ்டல்களுக்கு அழகிலும் பிற அனைத்து அம்சங்களிலும் இணையாக இருந்தன.

எனக்குத் தெரிந்தவரை இந்தியாவில் தாமிர உற்பத்தி நடக்கவில்லை.

இங்கு போதைக்காகப் பயன்படுத்தப்படும் கஞ்சா பற்றி உங்களுக்குத் தெரிந்திருக்காது என்று நினைக்கிறேன். ஓபியத்தைவிட இதன் மோசமான விளைவுகள் குறைவுதான். அதே நேரம் ஓபியத்துக்கு இணையான போதையைத் தரக்கூடியது. புகையிலையுடன் இதைக் கலந்து வைத்துப் புகைக்கிறார்கள். சில நேரங்களில் அதைப் பொடித்து சாறு எடுத்துக் குடிக்கிறார்கள். இந்த போதை வஸ்துவின் மருத்துவ குணங்களைப் பற்றியும் நான் ஆராயவேண்டும். அது சார்ந்து ஓபியம் சில குறைபாடுகளைக் கொண்டதாகத்தானே இருக்கிறது.

நீங்கள் கேட்ட கேள்விகள் அனைத்துக்கும் பதில் சொல்லிவிட்டேன் என்று நினைக்கிறேன். கிழக்கத்திய உலகில் மிகவும் அதிகமாகப் பயன்படுத்தப்படும் பசுமரப் பிசின் பற்றிச் சொல்லவிரும்புகிறேன். பலவகைகளில் இது ஐரோப்பாவுக்கு பெரிதும் உபயோகமாக இருக்கும். இதற்கு இணையான ஒன்று நம்மிடம் இல்லை. நாம் கீழைத்தேய நாடுகளில் வைரங்கள், மிளகு, முத்து ஆகியவற்றையே தேடி வந்திருக்கிறோம். ஆனால், நமது தொழில்களை, உற்பத்திகளை மேம்படுத்தும் பிற இந்திய விஷயங்களை நாம் கவனம் கொடுத்துப் பார்த்திருக்கவே இல்லை.

வட துருவ தேசங்களில் இருந்து நம் நாட்டுக்கு கடல் பயணத்துறைக்குக் கொண்டுவரப்பட்ட பொருட்களுக்கு மாற்று தேவை என்று நீங்கள் ஆர்வத்துடன் தேடிக் கொண்டிருப்பது எனக்குத் தெரியும். சுடவைக்கப்பட்டு எண்ணெயில் கலக்கப்படும் மரப்பிசின் மரங்களின் அடிப்பாகங்களில் பூச பெரிதும் பயன்படும். தாமிரப்பூச்சு போலவே இதைப் பயன்படுத்த முடியும். இந்தப் பிசின் எண்ணெய் கலவையானது நெருப்பிலோ சூரிய வெப்பத்திலோ உருகுவதே இல்லை. மரக் குடுவைகளில் நீரைத் தேக்கிவைக்கவும் பயன்படுத்தப்படுகின்றன. அல்லது கால்வாய்களில் உடைப்புகளைப் பூசவும் பயன்படுகின்றன.

வெடிமருந்து பீப்பாய்கள், பிற மாவுப் பொருட்களின் கலன்கள் எல்லாம் நீர் புகாமல் காக்கப்படவும் பயன்படுத்தப்படுகிறது. கட்டுமானங்களில் வார்னிஷ் பூச்சாகவும் பயன்படுகிறது. ஆனால், சுவரில் இருக்கும் சுண்ணாம்பின் ஈரப்பதம் இந்தப் பிசினை எளிதில் பலவீனமாக்கிவிடும் என்பதால் இது பெரிதாக அந்தப் பணிக்குப் பயன்படுத்தப்படுவதில்லை. பசுமரப்பிசினின் பயன்பாடுகளைப் பற்றிப் பேசுவதானல் சொல்லிக்கொண்டே போகலம். பயன்படுத்து வதற்கு முன் நான் சொன்னதுபோல் வெப்பமூட்டி எண்ணெயில்

கரைக்கவேண்டும். சூடாகவும் திரவமாகவும் இருக்கும்போதே ஒட்டிவிடவேண்டும். குளிர்ந்தால் அது இறுகிப் போய்விடும். வெண்ணிற பிசினே மிகவும் சிறந்தது. பிற வகையும் மிகுதியாகப் பயன்படுத்தப்படவே செய்கிறது. கீல் மற்றும் தாரைவிடவும் இந்த பிசின் மிகவும் சிறப்பான மாற்றாக இருக்கும்.

மிஸ்டர் பிலிப்ஸ் இந்திய சணலை தார் பூசி திரித்து கயிறாக்கி யிருக்கிறார். ஐரோப்பாவில் இருக்கும் வலிமையான கயிறுகளுக்கு இணையாக அது இருக்கிறது. இதை மிகப் பெரிய அளவில் தொழிலாகச் செய்ய உங்கள் ஆதரவை அவர் எதிர்பார்க்கிறார்.

நாம் தார் பயன்படுத்துவதுபோலவே தாவர பசையைப் பயன்படுத்தி கயறுகளை தட்ப வெப்ப பாதிப்புகளில் இருந்து காக்கமுடியும். இங்கு அப்படித்தான் செய்கிறார்கள். இப்படித் தயாரிக்கப்பட்ட கயிறுகளை மிஸ்டர் பிலிப்ஸ் பார்த்திருக்கிறார். அவை மிகவும் அருமையாக இருப்பதாகச் சொல்லியிருக்கிறார்.

சணலில் தார் பூசுவது அதை தட்ப வெப்ப பாதிப்பில் இருந்து காக்கலாம். ஆனால், அது அதனளவில் சணலைச் சிதைக்கவே செய்யும். எனவே அதற்கு பதிலாக இந்த பசையைப் பயன்படுத்தினால் அது நிச்சயம் நல்ல பலனைத் தரும். இது தொடர்பாக கூடுதல் தகவல் களைத் தெரிந்துகொண்டு உங்களுக்குத் தெரியப்படுத்துகிறேன்.

உடன் அனுப்பியிருக்கும் பெட்டியில் சணலும் மரப்பிசினும் இருக்கின்றன.

பின் இணைப்பு 1

ஆதாரங்கள்

அத் 1. பனாரஸில் இருக்கும் பிராமணர்களின் வான் ஆராய்ச்சிக் கூடம், எழுதியவர் சர் ராபர்ட் பார்கர். கட்டுரையாக முதல் வெளியீடு : லண்டன் ராயல் சொசைட்டியின் அறிவியல் குறிப்புகள், (தொகுதி 67-ஆண்டு 1767, பக் 598-607). பிராமணர்களின் பனாரஸ் வான் ஆராய்ச்சிக்கூடம் பற்றிய குறிப்பு என்ற தலைப்பில் வெளியானது. துணைக் குறிப்பானது கர்னல் ட்டி.டி.பியர்ஸ் எழுதியது. கர்னல் தாமஸ் டீன் பியர்ஸின் நினைவுக் குறிப்பு என்ற நூலில் இருந்து எடுக்கப்பட்டது. கீழே நான்காவது குறிப்பில் இடம் பெற்றிருக்கிறது.

அத் 2. பேரசிரியர் ஜான் ப்ளேஃபெயர் எழுதிய பிராமணர்களின் வானவியல் பற்றிய குறிப்புகள் முதலில் இதே தலைப்பில் எடின்பர்க் ராயல் சொசைட்டியின் ட்ரான்சாக்ஷனில் வெளியிடப்பட்டது (தொகுதி 2, 1790, பாகம் 1, பக்கம் 135-192).

அத் 3. பனாரஸில் இருக்கும் வான் ஆராய்ச்சிக்கூடம் பற்றிய குறிப்புகள், ரூபென் பரோ எழுதியது. பிரிட்டிஷ் அருங்காட்சியகத்தில் வாரென் ஹேஸ்டிங்ஸ் பேப்பர்ஸில் (ff.263-76 in Add Ms.29233) இருக்கிறது. அதில் இதன் தலைப்பு 'பனாரஸில் இருக்கும் வான் ஆராய்ச்சிக்கூடத்தை ஆராய்வதால் கிடைக்கும் சில நன்மைகள் பற்றிய குறிப்புகள்'. இந்த கட்டுரையின் கடைசி பக்கத்தில் மிஸ்டர் பரோஸ் என்று குறிப்பிடப்பட்டுள்ளது. வாரன் ஹேஸ்டிங்குக்கு 12, ஜூன், 1783 எழுதிய கடிதத்தில் ஆர்.பரோவினால் இது குறிப்பிடப் பட்டுள்ளது.

அத் 4. சனி கிரகத்தின் ஆறாவது துணைக்கோள் (நிலவு), எழுதியவர் கர்னல் ட்டி.டி.பியர்ஸ். லண்டன் ராயல் சொசைட்டி ஆர்க்யீவ்ஸ் No.A.P.5/22. கர்னல் ட்டி.டி.பியர்ஸ் சொசைட்டியின் செயலருக்கு எழுதிய கடிதமாக இது இடம்பெற்றிருக்கிறது. கர்னல் தாமஸ் டீன் பியர்ஸின் நினைவுக்குறிப்பில் இதன் சற்றே மாறுபட்ட வடிவம் இடம்பெற்றிருக்கிறது. அது பிரிட்டிஷ் இந்தியன் மிலிட்டரி ரெபாசிட்டரி 1822-23-ல் முதலில் வெளியானது. இதே

நினைவுக்குறிப்பு பெங்கால்- பாஸ்ட் அண்ட் பிரசண்ட் தொகுப்பிலும் இடம்பெற்றுள்ளது தொகுதி 2-7)

அத் 5. 'ஹிந்துக்களுக்கு பைனாமியல் தியரம் தெரிந்திருந்தது என்பதற்கான சான்று" என்ற நூல். எழுதியவர் ரூபென் பரோ. முதலில் இதே தலைப்பில் ஆசியாட்டிக் ரிசர்ச்சஸ் என்ற நூலில் தொகுதி 2 (1790) பக் 487-497-ல் இடம்பெற்றுள்ளது.

அத் 6. ஹிந்து அல்ஜீப்ரா, ஹெச்.ட்டி.கோல்ப்ரூக். முதலில் டிசர்ஷன் என்ற தலைப்பில் 'அல்ஜீப்ராவும் எண் கணிதமும் அளவீடுகளும்- சம்ஸ்கிருத பிரம்மகுப்தர் மற்றும் பாஸ்கரர் படைப்புகளில் இருந்து' என்ற அவருடைய நூலில் 1817-ல் வெளியானது.

அத் 7. வங்காளத்தில் பெரியம்மைக்கான தடுப்பு மருந்து சிகிச்சை. 10, பிப், 1731-ல் ரோ கௌல்ட் டாக்டர் ஓலிவர் கௌல்ட்டுக்கு எழுதிய கடிதத்தில் இருந்து எடுக்கப்பட்டது. வங்காளத்தில் இருக்கும் நோய்கள் பற்றிய குறிப்புகளாக அது எழுதப்பட்டிருந்தது. பிரிட்டிஷ் மியூசியம், ராயல் சொசைட்டி பேப்பர்ஸ், ff.271v-272r in Add Ms.4432

அத் 8. கிழக்கு இந்தியாவில் அம்மை தடுப்பு முறை பற்றிய குறிப்பு, ஜே.இஸட்.ஹோவெல், எஃப்.ஆர்.எஸ்.1767-ல் வெளியானது. லண்டன் மருத்துவ கல்லூரியின் கற்றறிந்த தலைவர் மற்றும் உறுப்பினர்களுக்கு அது அனுப்பப்பட்டிருந்தது. துணைத் தலைப்பு, 'இந்தப் பகுதிகளில் அம்மை நோயைக் குணப்படுத்த மேற்கொள்ளப்படும் சிகிச்சை வழிமுறைகள்.

அத் 9. கிழக்கிந்திய மதராஸில் மிக சிறந்த சாந்து தயாரிக்கும் வழிமுறை, மாண்புமிகு ஐசக் பைக், கவர்னர், செயிண்ட் ஹெலெனா. இதே தலைப்பில் முதலில் ஃபிலாசபிகல் ட்ரான்சாக் ஷன்ஸில் வெளியானது. தொகுப்பு 37, பக் 231-235, (1732).

அத் 10. கிழக்கு இந்தியாவில் ஐஸ்கட்டி உருவாக்கும் முறை, சர் ராபர்ட் பார்க்கர், எஃப்.ஆர்.எஸ்., இதே தலைப்பில் முதலில் ஃபிலாசபிகல் ட்ரான்சாக் ஷன்ஸில் வெளியானது. தொகுப்பு 65, பக் 252-257, (17375).

அத் 11. சணலில் பயன்கள் மற்றும் ஹிந்துஸ்தான் பேப்பரின் உற்பத்தி, லெப்டினண்ட் கர்னல் அயர்சைட், முதலில் ஃபிலாசபிகல் ட்ரான்சாக்ஷன்ஸில் வெளியானது. தொகுப்பு 64, பக் 99-104, (1774). அதில் சணலின் பயன்பாடுகள், அல்லது சணல்-ஹிந்துதானின் தாவரம்- மற்றும் ஹிந்துஸ்தான் காகிதத்தின் தயாரிப்பு முறை என்ற தலைப்பில் வெளியானது.

அத் 12. இந்திய விவசாயம், கர்னல் அலெக்ஸாண்டர் வாக்கர், மிகப் பெரிய நூலான இதில் மலபார் மற்றும் குஜராத் விவசாயம் பற்றிய பகுதி *184* ஏ.*3*. (பக் *577-654*)-ல் இருந்து எடுக்கப்பட்டது. ஸ்காட்லாந்து தேசிய நூலகத்தில் வாக்கர் ஆஃப் பௌலாந்து பேப்பர்ஸ் என்பதில் இருந்து எடுக்கப்பட்டது.

அத் 13. தென்னிந்தியாவின் விதைக் கலப்பை விவசாயம், கேப்டன் தாமஸ் ஹால்காட். *1797*-ல் விவசாயத்துறைக்கு அனுப்பபட்ட கடிதங்கள் என்ற தொகுப்பின் முதல் பாகத்தில் பக் *352-356*-ல் வெளியானது. கீழை நாடுகளில் விதைக்கலப்பை விவசாயம் என்ற தலைப்பில் வெளியானது.

அத் 14. ராமநாயக்கன்பேட்டையில் இரும்பு உற்பத்திப் பணிகள், டாக்டர் பெஞ்சமின் ஹெய்ன், *1795*-ல் மதராஸ் அரசுக்கு அவர் அனுப்பிய அறிக்கை. ராமநாயக்கன்பேட்டை இரும்பு உற்பத்தி பற்றி டாக்டர் ஹெய்ன்ஸ் அறிக்கை என்ற தலைப்பில் வெளியானது. இந்தப் பகுதியானது தொகுதி *1*, (எண் *613*) போர்ட்ஸ் கலெக் ஷன்ஸ் இன் த இந்தியா ஆபீஸ் (IOR:F/4/I). இதன் சுருக்கமான வடிவம் ட்ராக்ட்ஸ், ஹிஸ்டாரிக்கல் அண்ட் ஸ்டாடிஸ்டிகல் ஆன் இந்தியா என்ற தலைப்பில் டாக்டர் ஹெய்ன்ஸால் *1814*-ல் வெளியிடப்பட்டது.

அத் 15. மத்திய இந்தியாவில் இரும்பு உற்பத்தி வழிமுறை, மேஜர் ஜேம்ஸ் ஃப்ராங்ளின், இந்தியா ஆஃபிஸ் நூலகத்தில் MS EUR D 154 உள்ளது. மே *19*, *1835* தேதியிடப்பட்டது. இந்த முழு ஆவணமும் ஏழு படங்களும் (வரைபடம் அல்லாமல்) இங்கு வெளியாகியுள்ளன. சில மத்திய இந்திய பகுதியில் உள்ள இரும்புத் தாதுப் படுகை பற்றிய அவதானிப்புகள் - இந்திய இரும்பு உற்பத்தி, எந்திரங்கள், கருவிகளின் வரைபடங்கள்' என்ற தலைப்பில் முதலில் வெளியானது.

அத் 16. தென்னிந்தியாவில் தேனிரும்பின் உற்பத்தி, கேப்டன் ஜே.கேம்பெல், துனை சர்வேயர் ஜெனரல், மதராஸ். *1842*-ல் எழுதப்பட்டது. தி கல்கத்தா ஜர்னல் ஆஃப் நேச்சுரல் ஹிஸ்டரியில் (*1843*) இதே தலைப்பில் வெளியானது. தொகுப்பு *3*, பக் *386-400*)

அத் 17. இந்தியாவின் மேற்குப்பகுதியில் தொழில்நுட்பம், பம்பாயி லிருந்து டாக்டர் ஹெச்.ஸ்காட் மூலம் ராயல் சொசைட்டி, லண்டனின் தலைவர் சர் ஜோசஃப் பேங்ஸுக்கு எழுதப்பட்ட கடிதங்கள். பிரிட்டிஷ் அருங்காட்சியகத்தில் Add Ms.33979 (ff.1-13; 127-30; 135-6; 233-6); Add Ms.33980 (ff.305-310) and Add Ms.35262 (ff.14-5) உள்ளது.

பின் இணைப்பு 2

நூலில் மேற்கோள் காட்டப்பட்டிருக்கும் பிரிட்டிஷ் நூலாசிரியர்கள் பற்றிய குறிப்புகள்

சர் ராபர்ட் பார்க்கர் (மறைவு 1789) வங்காளத்தில் சிறிது காலம் கமாண்டர் இன் சீஃப் ஆக இருந்தார். அத்தியாயம் 1 மற்றும் பத்து எழுதியவர். இந்தியாவுக்கு 1749-ல் வந்தவர். 1770-ல் பிரிகேடியர் ஜெனரலாகப் பதவி உயர்வு பெற்றார். அதன் பிறகு கமாண்டர் இன் சீஃப் ஆனார். வாரன் ஹேஸ்டிங்குடனான மோதலுக்குப் பின் இங்கிலாந்து திரும்பியவர் அங்கு நாடாளுமன்றத்துக்குத் தேர்ந்தெடுக்கப்பட்டார். நாடாளுமன்றத்தில் எதுவும் பேசியதாகவே தெரியவில்லை. மார்ச் 1781-ல் அரசுடன் இணக்கமாக இருந்ததால் பேரன் அங்கீகாரம் தரப்பட்டது.

ரூபன் பரோ, (1747-92) கணித நிபுணர், மூன்று மற்றும் ஐந்தாம் அத்தியாயத்தை எழுதியவர். 30, டிச, 1747-ல் லீட்ஸுக்கு அருகில் பிறந்தார். கணிதத்தில் மிகுந்த ஈடுபாடு கொண்டிருந்தார். பல்வேறு பணிகளுக்குப் பின்னர் 1770வாக்கில் கிரீன்விச்சில் அஸ்ட்ரானமர் ராயல் ஆக இருந்த மஸ்கலைனுக்கு உதவியாளராக நியமிக்கப்பட்டார். 1782-ல் இந்தியாவுக்கு அவருடைய நலம்விரும்பி கர்னல் ஹென்றி வாட்சன் மூலம் அனுப்பப்பட்டார். வங்காளத்தில் முதன்மைப் பொறியாளராக இருந்தார். வங்காளத்தில் பொறியாளர்களுக்கு கணித ஆசிரியராக நியமிக்கப்பட்டார். வங்காளத்தின் முக்கோணவியல் சர்வேயில் ஈடுபட்டார். ஆசியாட்டிக் சொசைட்டியின் முதல் உறுப்பினர்களில் ஒருவர். பக்ஸரில் 7, ஜூன் 1792-ல் இறந்தார்.

ஹென்றி தாமஸ் கோல்ப்ரூக் (1765 -1837). அத்தியாயம் ஆறு எழுதியவர். 1769-ல் கிழக்கிந்திய கம்பெனியின் சேர்மனாக இருந்த சர் ஜார்ஜ் கோல்ப்ரூகின் மகன். 1782-ல் இந்தியாவுக்கு வந்தார். 1786-ல் திரிகூடத்தில் துணை கலெக்டராக நியமனம் பெற்றார். 1799-1801 வரை நாக்பூர் சம்ஸ்தானத்தில் பிரிட்டிஷ் பிரதிநிதியாக இருந்தார். 1807-ல் கவர்னர் ஜெனரல்கவுன்சிலில் இடம்பெற்றார். 32 வருட பணிக்குப் பின் ஓய்வு பெற்றார். டிக்ஷனரி ஆஃப் நேஷனல் பயாக்ரஃபி இவரை

ஐரோப்பாவின் முதல் மிகப் பெரிய சம்ஸ்கிருத அறிஞராகச் சொல்கிறது.

டாக்டர் பெஞ்சமின் ஹெய்ன், 14-ம் அத்தியாயத்தை எழுதியவர். மதராஸ் பிரஸிடன்ஸியில் தாவரவியல் துறையில் நியமனம் பெற்றவர்.1814-ல் 'ட்ராக்ட்ஸ், ஹிஸ்டாரிக்கல் அண்ட் ஸ்டாடிஸ்டிகல் ஆன்' இந்தியா என்ற நூலை எழுதினார்.

ஜான் ஃஜெபனியா ஹோவெல், (1711-1798), வங்காள கவர்னர், அத்தியாயம் எட்டை எழுதியவர். டப்ளினில் 17 செப் 1711-ல் பிறந்தார். கல்கத்தாவுக்கு அறுவை சிகிச்சை மருத்துவரின் உதவியாளராக 1732-பிப்ரவரியில் வந்தார். கல்கத்தாவில் 1736-ல் இருந்து மருத்துவராகப் பணிபுரிந்தார். வங்காளத்தின் கவர்னராக ஜுலை 1760-ல் இருந்து இருந்தார். கீழைத்தேய அறிவுத்துறை சார்ந்த பங்களிப்புக்காக வோல்டர் இவரைப் பாராட்டியிருக்கிறார். கோவெல் 5 நவம்பர் 1798-ல் இறந்தார்.

தாமஸ் டீன் பியர்ஸ் (மறைவு 1789). கர்னல், நான்காம் அத்தியாயத்தை எழுதியவர்.முதல் அத்தியாயத்துக்கு துணைக்குறிப்புகளும் எழுதியவர். 1738-ல் பிறந்தார்.ராயல் ஆர்ட்டிலரியில் இரண்டாம் லெடினண்டாக 24 அக், 1761-ல் நியமிக்கப்பட்டார். கிழக்கிந்திய கம்பெனியின் பணிக்கு 1768 பிப்ரவரியில் மாற்றப்பட்டார். வாரன் ஹேஸ்டிங்ஸுக்குப் பெரிதும் உறுதுணையாக இருந்தார். சர் பிலிப் ஃப்ரான்ஸிஸ் உடனான துப்பாக்கி மோதலில் (டுயல்) ஹேஸ்டிங்கின் உதவியாளராக இருந்தார். பியர்ஸ் கங்கைக்கரையில் 1789-ஜுன் 15-ல் மறைந்தார்.

ஜான் ப்ளேஃப்பியர் (1748 -1819). கணித மேதை, நிலவியலாளர். அத்தியாயம் இரண்டை எழுதியவர். 10, மார்ச், 1748-ல் ஸ்காட்லாந்தில் டண்டி பகுதிக்கு அருகில் பிறந்தார். 1765-ல் பட்டம் பெற்றார். மதம் சார் படிப்பை முடித்தார். 1770-ல் சர்ச் மினிஸ்டராக அங்கீகாரம் பெற்றார். சைனாடின் மாடரேட்டராக 1774-ல் தேர்வானார். 1785-ல் எடிம்பர்க் பல்கலையில் துணை கணிதப் பேராசிரியரானார். 1805-ல் அதே பல்கலையில் நேச்சுரல் ஃபிலாசஃபி துறையின் பேராசிரியரானார். எடின்பர்க் ராயல் சொசைட்டியின் முதல் உறுப்பினர்களில் ஒருவர். அதன் ஜெனரல் செகரட்டரியாகவும் ஆனால், இறுதிவரை அந்தப் பதவியில் இருந்தார். ராயல் சொசைட்டியின் ஃபெல்லோவாக 1807-ல் தேர்ந்தெடுக்கப்பட்டார்.

ஹெலனஸ் ஸ்காட் (1760-1821). அத்தியாயம் 17-ல் இடம்பெற்றுள்ள கடிதங்களை எழுதியவர். கிழக்கிந்திய கம்பெனியின் மருத்துவப்

பணியில் சேர்ந்து பம்பாய் பிரஸிடன்ஸியில் பிரதானமாகப் பணிபுரிந்தார். இந்தியாவில் 30 ஆண்டுகள் வசித்தபின்னர் இங்கிலாந்து திரும்பி பாத் பகுதியில் மருத்துவத்தைத் தொடர்ந்தார். 1815-ல் லண்டன் மருத்துவ கல்லூரியில் சேர்ந்தார். 1817-ல் லண்டன் ரஸல் ஸ்கொயரில் மருத்துவராக இருந்தார். அதே ஆண்டு ஹைட்ரோகுளோரிக் அமிலத்தை மருத்துவத்தில் பயன்படுத்துவது பற்றிய கட்டுரை எழுதினார். அந்த அமிலத்தைப் பல நோய்களைக் குணப்படுத்தப் பயன்படுத்தினார். அவர் அந்த அமிலத்தை அப்படிப் பயன்படுத்தத் தொடங்கியது பின்னாளில் பல நன்மைகளுக்கு வழிவகுத்தது. 16, நவம்பர், 1821-ல் இறந்தார்.

அலெக்ஸாண்டர் வாக்கர், *(1764-1831)*. பிரிகேடியர் ஜெனரல். அத்தியாயம் 12 எழுதியவர். 12 மே, 1764-ல் பிறந்தார். 1780-ல் கிழக்கிந்திய கம்பெனியில் ராணுவ பயிற்சிப் பணியில் சேர்ந்தார். திப்புவுடனான இறுதி போரில் பங்கெடுத்தார். 1799 சீதாசீர் (சித்தாபுரா) போரிலும் ஸ்ரீரங்கபட்டண முற்றுகையின்போதும் இருந்தார். 1802-ல் பரோடா சமஸ்தானத்தில் பிரிடிஷ் பிரதிநிதியாக இருந்தார். 1810-ல் இங்கிலாந்து திரும்பினார். செயிண்ட் ஹெலனா தீவின் நிர்வாகத்துக்காக 1822-ல் மீண்டும் அழைக்கப்பட்டார். அந்தப் பதவியில் இருந்து விலகியதும் எடின்பர்கில் 1831, 5 மார்ச் அன்று இறந்தார். அராபிய, பாரசீக, சம்ஸ்கிருந்த மொழியின் மிக முக்கியமான கையெழுத்துப் பிரதிகள் இவரிடம் இருந்தன. இவருடைய மகன் சர் வில்லியம் அவற்றை 1845-ல் ஆக்ஸ்போர்ட், போடேலியனுக்கு வழங்கினார். அங்கு அது முக்கியமான ஆவணமாகத் திகழ்கிறது. எடின்பர்கில் இருக்கும் ஸ்காட்லாந்து தேசிய நூலகத்தில் இவருடைய ஆங்கில நூல்கள் தொகுத்து வைக்கப்பட்டுள்ளன.

தரம்பால் பற்றிய குறிப்பு

1922-ல் பிறந்தார். எட்டு வயதில் *1929*-ல் லாகூரில் நடந்த காங்கிரஸ் மாநாட்டுக்கு தந்தை அழைத்துச் சென்றபோது மகாத்மா காந்தியை முதன் முதலாகப் பார்த்தார். அதற்கு அடுத்த வருடத்தில் சர்தார் பகத் சிங்கும் அவருடைய சக போராளிகளும் பிரிட்டிஷாரால் தூக்கிலிடப்பட்டனர். பிரிட்டிஷ் அரசின் அந்த அராஜகச் செயலுக்கு எதிராக லாகூரில் தரம்பாலின் வீட்டுக்குப் பக்கத்தில் நடந்த போராட்டங்கள் அவர் மனதில் ஆழமாகப் பதிந்தன.

பிரிட்டிஷார் இந்தியாவைத் தொடர்ந்து ஆட்சி புரியலாமா, வெளியேறிவிட வேண்டுமா என்பது தொடர்பாக பள்ளிக்கூடங்களில் பரபரப்பான விவாதங்கள் அந்தக் காலகட்டத்தில் நடந்தன. சிலர் இந்திய சுயராஜ்ஜியத்துக்கு எதிராக இருந்தனர். பிரிட்டிஷார் போய்விட்டால் ஆப்கானியப் பழங்குடியினர் மற்றும் பலர் படையெடுத்து வந்து இந்தியாவை ஆக்கிரமித்துவிடுவார்கள் என்று அவர்கள் பயந்தனர். ஆனால், தரம்பால் சுயராஜ்ஜியத்துக்கு ஆதரவாகவே நகர ஆரம்பித்தார். பள்ளி, கல்லூரிகளில் மேற்கத்திய கல்வி பெற்ற நிலையிலும் பிரிட்டிஷ் ஆட்சி மீதான வெறுப்பு நாளுக்கு நாள் தரம்பாலின் மனதில் அதிகரித்தது. *1940* வாக்கில் கதர் உடை அணியத் தொடங்கியவர் கடைசி காலம்வரை அதையே அணிந்தார். ராட்டை நூற்பிலும் சில காலம் ஈடுபட்டார்.

1942-ல் வெள்ளையனே வெளியேறு போராட்டத்தில் தீவிரமாகப் பங்கெடுத்தார். *1943*-ல் சிறையில் அடைக்கப்பட்டார். இரண்டு மாதங்கள் கழித்து விடுதலை செய்யப்பட்டார். பிரிட்டிஷார் வெளியேற்றப்பட்டதும் நாட்டில் ஒழுங்கும் முன்னேற்றமும் ஏற்படும். வறுமை ஒழியும் வளம் பெருகும் என்றெல்லாம் நம்பிய ஏராளமானோரில் தரம்பாலும் ஒருவராக இருந்தார்.

1944-ல் மீரா பெஹனுடனான அறிமுகம் நண்பர்கள் மூலம் கிடைத்தது. ரூர்க்கிக்கும் ஹரித்துவாருக்கும் இடையில் அமைந்திருக்கும் கிஸான் ஆஸ்ரமத்தில் அவருடன் இணைந்து பணியாற்றினார். தரம்பால் *1947-48*-ல் டில்லிக்குச் சென்ற காலம், *1948-1949*-ல் இங்கிலந்துக்குச் சென்ற காலம் நீங்கலாக *1953*-ல் மீரா பெஹன் அந்த ஆஸ்ரமத்தில் இருந்தவரை தரம்பால் அவருடன் இருந்தார். மீரா பெஹன் அதன் பிறகு இமயமலைக்கும் பின்னர் ஐரோப்பாவுக்கும் இடம்பெயர்ந்தார். ஜுலை *1982*-ல் வியன்னாவில் மறைந்தார். அவர் இறப்பதற்கு இரண்டு வாரம் முன்பாக தரம்பால் அவரைச் சந்தித்து வியன்னா காடுகளின் அமைதியான சூழலில் பல மணிநேரங்கள் உரையாடினார்.

கமலாதேவி சட்டோபாத்யாய, டாக்டர் ராம் மனோகர் லோகியா போன்ற இளைய தலைமுறையினருடன் *1947-48* காலகட்டத்தில் இருந்தே தரம்பால் நெருங்கிய நண்பராக இருந்தார். பாகிஸ்தானில் இருந்து வந்த அகதிகளுக்கு மறுவாழ்வு ஏற்படுத்திக் கொடுக்கும் பணிகளில் ஈடுபட்டார். கமலா தேவியைத் தலைவராகக் கொண்டு *1948*-ல் ஆரம்பிக்கப்பட்ட இந்திய கோ-ஆப்பரேட்டிவ் யூனியனில் உறுப்பினராக இருந்தார். *1949*-ல் இங்கிலாந்தில் இருந்தபோது ஆங்கிலேயரான பிலிஸ் என்பவரை தரம்பால் மணம் புரிந்துகொண்டார். இருவரும் இந்தியாவில் வசிக்க முடிவெடுத்தனர். ரிஷிகேஷில் பசுலோக் பகுதியில் பாபு கிராம் *1950*-ல் நிர்மாணிக்கப்பட்டது. தரம்பாலும் பிலிஸுும் *1953* வரை அங்கு வசித்தனர். *1954*-ல் இருவரும் இங்கிலாந்து சென்று வசிக்க ஆரம்பித்தனர். லண்டன் போவதற்கு முன்

இருவரும் இஸ்ரேல் முதலான பல நாடுகளுக்குச் சென்றனர். பிறகு மகன், மகள் மற்றும் மனைவியுடன் 1958-ல் இந்தியா திரும்பி வந்து 1964 வரை டில்லியில் வசித்தார். அசோஷியேஷன் ஆஃப் வாலிண்டரி ஏஜென்சீஸ் ஃபார் ரூரல் டெவலப்மெண்ட் (AVARD) அமைப்பின் ஜெனரல் செகரட்டரியாகப் பணிபுரிந்தார். அதன் பிறகு ஜெயபிரகாஷ் நாராயணன் அந்தப் பொறுப்பை ஏற்றுக்கொண்டார். 1964, 1965-ல் அனைத்து இந்திய பஞ்சாயத் பரிஷதின் ஆய்வுத்துறை இயக்குநராக தரம்பால் பணிபுரிந்தார். தமிழ்நாட்டில் தங்கியிருந்து கிராம பஞ்சாயத்துகள் பற்றி ஏராளமான தகவல்களைச் சேகரித்தார். அவற்றை 'மதராஸ் பஞ்சாயத்து அமைப்பு' என்ற பெயரில் நூலாக வெளியிட்டார். 'இந்திய அரசியல் சாசனத்தின் அடிப்படை அலகாக பஞ்சாயத்து அமைப்புகள்; என்ற தலைப்பில் ஒரு சிறிய நூல் ஒன்றை அதற்கு முன்பே 1962-ல் தரம்பால் வெளியிட்டிருக்கிறார்.

1966களின் ஆரம்பகட்டத்தில் அவருடைய மகன் விபத்தில் சிக்கியதால் லண்டனுக்குத் திரும்பினார்.

இதனிடையில் 18-19-ம் நூற்றாண்டுகளில் இந்திய-பிரிட்டிஷார் தொடர்புகள் பற்றித் தீவிர ஈடுபாடு கொள்ள ஆரம்பித்திருந்தார். 1982 வரை லண்டனில் தங்கியிருந்தார். இடையிடையே இந்தியா வந்து போனார். இங்கிலாந்தில் அவருக்கு நிலையான வருமானம் இல்லை. குடும்பத்தையும் கவனித்துக் கொள்ளவேண்டியிருந்தது. எனினும் இந்த நெருக்கடிகளால் சிறிதும் மனம் தளராமல் இந்தியன் ஆபீஸ், பிரிட்டிஷ் மியூசியங்களுக்குத் தொடர்ந்து சென்றுவந்து தன் ஆய்வை மேற்கொண்டார். ஆவணங்களை ஒளி நகல் எடுக்க வேண்டுமென்றால் அதற்கு பணம் தேவைப்பட்டது. அதோடு பல அரிய ஆவணங்களை ஒளி நகல் எடுக்க அனுமதியும் இருந்திருக்கவில்லை. எனவே, ஆயிரக்கணக்கான பக்கங்களை ஒவ்வொரு நாளும் கைப்பட எழுதி எடுத்தார். அதன் பிறகு அவற்றைத் தட்டச்சு செய்தார். அப்படியாக பிரிட்டிஷ் ஆவணக்காப்பகத்தில் இருந்து அரிய பல ஆவணங்களைத் தனி ஒருவராக எந்த நிறுவனப் பின்புலமும் இன்றிச் சேகரித்தார். இந்தியா திரும்பியபோது ஏராளமான டிரக்கு பெட்டிகளில் இருந்த இந்த ஆவணங்களே அவருடைய ஒரே சொத்தாக இருந்தது.

1958-லிருந்தே சேவா கிராம் அமைப்புடன் தரம்பாலுக்குத் தொடர்பு இருந்தது. குறிப்பாக அன்னா சாஹிப் சஹஸ்ரபுத்தேவுடன் நெருங்கிய நட்பு இருந்தது. 1967-ல் ஒரு மாத காலம் சேவாகிராமில் தங்கினார். 18-19-ம் நூற்றாண்டு இந்தியா பற்றி அவர் பிரிட்டிஷ் ஆவணக் காப்பகங்களில் இருந்து சேகரித்த தகவல்களை சேவாகிராமில் இருந்தபோதுதான் தொகுத்து எழுதிக்கொண்டார். 1980 டிசம்பரில் இருந்து 1981 மார்ச் வரை சேவாகிராமில் தங்கியிருந்த காலகட்டத்தில் 'அழகிய மரம் - 18ம் நூற்றாண்டு இந்தியாவில் பாரம்பரியக் கல்வி' நூலை எழுதி முடித்தார். 1982-ல் இருந்து 1987 வரை சேவாகிராமிலேயே இருந்தார். அவ்வப்போது சென்னை வந்து போனார்.

பேட்ரியாட்டிக் அண்ட் ப்யூபிள் ஓரியண்டட் சயின்ஸ் அண்ட் டெக்னாலஜி என்ற அமைப்பின் தலைவராக இருந்தார். சென்னையில் இருந்த செண்டர் ஃபார் பாலிஸி ஸ்டடீஸ் என்ற அமைப்புடன் நெருங்கிய தொடர்பில் இருந்தார்.

அவருடைய மனைவி 1986-ல் லண்டனில் இறந்தார். 1993-ல் இருந்து சேவா கிராமின் ஆஸ்ரம் பரிஸ்தானில் வசித்துவந்த தரம்பால் 2006-ல் மறைந்தார்.

•